మోనోగ్రాఫ్ - 108
చరిత్ర

భారతదేశ చరిత్రలో ముఖ్యఘట్టాలు

రచయిత
డా॥ వి. రామకృష్ణారెడ్డి, ఎం.ఎ., పిహెచ్.డి.
చరిత్రశాఖాధిపతి, డీన్, సోషల్ సైన్సెస్,
డా॥ బి.ఆర్. అంబేద్కర్ సార్వత్రిక విశ్వవిద్యాలయం, జూబ్లీహిల్స్, హైదరాబాదు.

సంపాదకులు
ఆచార్య వి. రామకృష్ణ, ఎం.ఎ., పిహెచ్.డి.
చరిత్ర శాఖ, హైదరాబాద్ విశ్వవిద్యాలయం, గచ్చిబౌలి, హైదరాబాద్

తెలుగు అకాడమి
హైదరాబాదు

Monograph: bhaarataDeesa caritraloo mukhyaghattalu (important events in Indian History) : **Author:** Dr.V.Ramakrishna Reddy ; **Editor:** Prof. V. Ramakrishna; Reprint : 2021, pp.viii + 328+ iv.

©TELUGU AKADEMI
Hyderabad

First Edition : 1991
Reprint : 1994, 2005, 2009, 2012, 2021
Copies : 3000

Published by TELUGU AKADEMI, Hyderabad- 500 029 under the Centrally Sponsored Scheme of Production of Books and Literature in Regional Languages at the University level of the Government of India in the Ministry of Human Resource Development, New Delhi.

Price : Rs.130=00

Printed in India
Printed at **M/s Sri Kanakadurga Printers**, Hyderabad

భూమిక

తెలుగు అకాడమి ఇంతవరకు ఇంటర్మీడియట్, డిగ్రీ స్థాయిలో పఠనీయ గ్రంథాలను ప్రచురించింది. శాస్త్ర గ్రంథ ప్రచురణలో ఇది మొదటి దశ. రెండో దశలో కొన్ని ప్రామాణిక గ్రంథాలకు, అనువాదాలను, ఆయా శాస్త్రాంశాల మీద వాటి వాటి ప్రాముఖ్యాన్ని పురస్కరించుకొని కొన్ని మోనోగ్రాఫులను ప్రచురించింది.

ఇందువల్ల విద్యార్థులకూ, ఉపాధ్యాయులకూ పాఠ్యగ్రంథాలేకాక ఆయా పాఠ్యాంశాలమీద విస్తృతాధ్యయనానికి సహాయపడే విషయ ప్రధాన రచనలు కూడా లభిస్తాయి. అంతేకాదు ఉన్నత విద్యాబోధన భాషగా తెలుగు ప్రతిష్ఠితమై తెలుగు అకాడమి పాత్ర మరింత సుసంపన్నం అవుతుంది.

విశ్వవిద్యాలయ స్థాయిలో శాస్త్ర గ్రంథ ప్రచురణ చేపట్టిన ఈ రెండో దశలో "మోనోగ్రాఫ్" అనే పేరిట ప్రచురితమవుతున్న గ్రంథాల్లో ఇది ఒకటి. చిత్రకారులుగా, ముఖచిత్ర రచయితగా ఈ గ్రంథ ప్రచురణలో మాకు తోడ్పడ్డ చిత్రకారులకు మా కృతజ్ఞతలు.

గుణగ్రహణ పారీణులైన పాఠకులు ఈ గ్రంథాన్ని అభిమానించి ఆదరిస్తారని ఆశిస్తున్నాం. సహృదయ విమర్శకులు ఇచ్చే సూచనలను పునర్ముద్రణలో తప్పక పరిశీలిస్తాం.

ప్రవేశిక

చరిత్ర విజ్ఞానం వర్తమాన, భూత, భవిష్యత్ కాలాలను సంధించే వారధి లాంటిది. ఒక దేశ ప్రజల ఆర్థిక, సామాజిక, సాంస్కృతిక, రాజకీయ జీవితం, వారి భౌగోళిక పరిస్థితులచే విశేషంగా, ప్రత్యక్షంగా ప్రభావితమౌతుంది. దేశచరిత్రపై, భౌగోళిక పరిస్థితుల ప్రభావం గురించి విస్తృతంగా చదవాల్సిన అవసరం ఉంది. ప్రజల జీవనంపై భౌగోళిక పరిస్థితుల ప్రభావం ఎంతో ఉంటుంది.

భిన్నత్వంలో ఏకత్వమనేది భారతీయ సంస్కృతి ప్రధాన లక్షణాల్లో ఒకటి. పాలన రాజకీయ, సామాజిక, సాంస్కృతిక రంగాల్లోని వైవిధ్యం గమనించదగింది. భౌగోళిక వైవిధ్యం కూడా ప్రస్ఫుటంగా మనకు కనిపిస్తుంది. ప్రాచీన శిలాయుగం, నవీన శిలాయుగం, లోహయుగం, నాగరికతాసంస్కృతులు ఆ కాలంనాటి ప్రజల రాజకీయ, ఆర్థిక, సామాజిక జీవనవిధానాన్ని మనం గమనించవచ్చు.

షోడశ మహాజన పదాలు భారతదేశంలో ఉండేవి. ఒక అశ్మక (బోధన్) తప్ప మిగిలినవన్నీ వింధ్య పర్వతాలకు ఉత్తరాన ఉండేవి. ఇవి బలమైన రాచరిక రాజ్యాలైనాయి. ఉత్తర భారతదేశంలో మౌర్య సామ్రాజ్యం చాలా ప్రఖ్యాతిగాంచింది. ప్రపంచ చరిత్ర పుటల్లో పేరు ప్రఖ్యాతులను సంపాదించిన అశోకుడు చక్రవర్తుల్లో వేగుచుక్కలా వెలిగాడు. చరిత్రలో గుప్తులయుగం సువర్ణాక్షరాల్లో లిఖింపదగ్గది. దక్షిణ భారతదేశ చరిత్రలో శాతవాహన సామ్రాజ్య స్థాపన జరగడంతో, దేశచరిత్రలో ప్రప్రథమంగా ఈ ప్రాంత రాజకీయ, ఆర్థిక, సాంస్కృతిక, సామాజిక ప్రాధాన్యతను సంతరించుకొంది. అట్లే రాష్ట్రకూటులు, పల్లవులు, చోళులు దక్షిణ భారతదేశంలో ప్రముఖ పాత్ర వహించారు.

క్రీ.శ. 647లో హర్ష చక్రవర్తి మరణానంతరం ఉత్తర భారతంలో నాల్గున్నర శతాబ్దాల కాలం, రసపుత్ర రాజ్యాలు ప్రధాన పాత్రను వహించాయి. రాజకీయ, సైనిక, ఆర్థిక, సామాజిక, సాంస్కృతిక రంగాల్లో వీటి ప్రభావ ముద్రలు పటిష్టంగా పడ్డాయి.

క్రీ.శ. 712-1526 వరకు ఇస్లాం, హిందూ సంస్కృతులు సాహచర్యంతోను, సంఘర్షణలతోను కొనసాగాయి. అరబ్బుల దండయాత్ర, గజనీ గోరీ మహమ్మద్ దండయాత్రలు, బానిస వంశం, ఖిల్జీ సామ్రాజ్యం, తుగ్లక్ సామ్రాజ్యం ప్రధానమైన ముస్లిం రాజ్యాలు.

ఢిల్లీ సల్తనత్, దక్షిణాత్య రాజ్యాల పతనానంతరం మొగల్, మహారాష్ట్రులు మధ్యయుగ చరిత్రల ప్రముఖస్థానాన్ని అలంకరించారు. బాబర్ మొగల్ సామ్రాజ్యాన్ని స్థాపిస్తే, అక్బరు రాజ్యస్థాపనతో తృప్తిపడక సుస్థిర, సౌమ్యపాలన విధాన ఏర్పాటు కొరకు కూడా శ్రమించాడు. ఆయన గొప్ప పరాక్రమవంతుడేగాక, రాజనీతిజ్ఞుడు, మంచి సంస్కరణాభిలాషి.

ఐరోపీయుల ఆగమనంతో వలస రాజ్యస్థాపన జరగడమేగాక కొత్తమలుపు చేరుకుంది భారతదేశ చరిత్ర.

1857 విప్లవం, విదేశీపాలనను శాశ్వతంగా అంతమొందించ లేకపోయినా, భారతీ

యుల్లో స్వాతంత్ర్య బీజాలను నాటటంలో ప్రధాన భూమికను నిర్వహించింది. బ్రిటీష్ ప్రత్యక్ష పరోక్ష తీవ్ర అనర్థాలు, అసౌకర్యాలు, వివిధ తరగతులకు చెందిన భారతీయుల్లో గాఢ అసంతృప్తి, వ్యతిరేకతలను రేకెత్తించి, తద్వారా వారిలో జాతీయైక్యతా భావాలను ప్రేరేపించటంలో ప్రధాన పాత్రవహించాయి.

అధికార మార్పిడికి, 1947 ఆగష్టు 15వ తేదీ నిర్ణయించి, ఆగష్టు 14 అర్థరాత్రి ఆగష్టు 15 ప్రారంభ ఘడియల్లో ఢిల్లీలో రాజ్యాంగ సభ ప్రత్యేక సమావేశం జరిగింది. భారత జాతీయోద్యమం భారతజాతినంతటినీ జాగృతపర్చి, ఐక్యం చేసిన పోరాటం.

భారతదేశ చరిత్రలో ముఖ్యఘట్టాలు చరిత్రలో మోనోగ్రాఫ్ అయినప్పటికీ, భారతదేశ చరిత్రను గురించి అనేకాంశాలు విస్తృతంగా తెలియజేసే గ్రంథం. కళాశాల, విశ్వవిద్యాలయ విద్యార్థులకే కాక, ఈ గ్రంథం బహిరంగ పోటీ పరీక్షలకెంతో ఉపయోగపడుతుంది. ఈ గ్రంథాన్ని అందించిన రచయిత, సంపాదకుల కృషి మెచ్చుకోదగింది.

విషయసూచిక

1.

చరిత్ర పూర్వయుగ సంస్కృతులు భౌగోళికాంశాలు

చరిత్ర విజ్ఞానం వర్తమాన, భూత, భవిష్యత్ కాలాలను సంధించే వారధిలాంటిది. ఉదాహరణకు, నేటి భారతీయ సంస్కృతి, నాగరకతల పరిణామాన్ని, వీటి పురోగమన తిరోగమన గురించి చరిత్ర విద్యార్థి సరైన అవగాహన పొందాలంటే, చరిత్ర పూర్వయుగ సంస్కృతులు, హరప్పా నాగరకతల గురించి క్షుణ్ణంగా చదవాలి. అలాగే, అశోక మౌర్యుని పాలనా విశిష్టతను తెలుసుకోవాలంటే మధ్యయుగ, ఆధునిక యుగాల్లో సంభవించిన రాజకీయ కలహాలు, రాజకీయ అనైక్యత ప్రజా సంక్షేమం పట్ల అశ్రద్ధ, మొదలైన అంశాల గురించి తెలుసుకోవాలి. ఇ.హెచ్.కార్ అనే ఆధునిక రష్యన్ చరిత్రకారుడు చెప్పినట్లు, చరిత్ర మానవుడు గత సమాజాలను అర్థం చేసుకొని, ప్రస్తుత సమాజంపై ఆధిక్యత కలిగియుండడానికి, దోహదం చేస్తుంది.

చరిత్రలో భౌగోళికాంశాల ప్రాధాన్యత

ఒకదేశ ప్రజల ఆర్థిక, సామాజిక, సాంస్కృతిక, రాజకీయ జీవితం, వారి భౌగోళిక పరిస్థితులచే విశేషంగా, ప్రత్యక్షంగా ప్రభావితమౌతుంది. మన దేశ సుదీర్ఘ చరిత్రలో, గంగా-సింధు మైదానం అత్యంత సారవంతమైనదగుటచే, ఇక్కడి ప్రజలు ఆర్థిక, సామాజిక, సాంస్కృతిక, రాజకీయ రంగాల్లో, ఎడారి, పర్వత నిస్సార ప్రాంతాలైన రాజస్థాన్, మహారాష్ట్ర, మధ్య ప్రదేశ్‌ల్లో నివసించిన ప్రజలకంటే, ఎంతో ముందంజ వేశారు. పర్వత, ఎడారి ప్రాంతాలు, భౌగోళికంగా రాకపోక సౌకర్యాలు లేకుండుటచే, ఇతర నాగరక ప్రాంతాల నుంచి వేరగుటచే, ఇక్కడి ప్రజలు, ప్రభువులు, సతీ, బాల్య వివాహాలు, విధవా పునర్వివాహాల నిషేధం స్త్రీలకు సంబంధించి, 'పర్దా' విధానం, సమాజంలో స్త్రీలకు సమాన హోదా లేకపోవడం, స్త్రీ విద్యకు ప్రోత్సాహం లేకుండుట, మొదలగు సాంఘిక దురాచారాలకు లోనయ్యాయి.

సాంస్కృతికంగా కూడా, గంగా-సింధు మైదానం, కృష్ణా, గోదావరి, తుంగభద్ర, కావేరి నదీ తీరప్రాంతాల్లో జైన, బౌద్ధ హిందూ మతాలు, అద్వైత, ద్వైత, విశిష్టాద్వైతాలు, సాహిత్య, శిల్ప, చిత్రకళలు, దేశంలోని మిగతా ప్రాంతాల కంటే, వినూత్నమైన, ఉత్కృష్టమైన ప్రగతిని సాధించాయి. రాజకీయ రంగం కూడా, భౌగోళిక అంశాల, ప్రభావానికి లోను కాకుండా ఉండలేకపోయింది. ఉత్తర భారతదేశంలో ఆర్యుల కాలం నుంచి, దక్షిణ ద్వీపకల్పంలో ఆంధ్రశాతవాహనుల కాలం నుంచే, గంగా-సింధు మైదానం, కృష్ణా-తుంగభద్రా అంతర్వేది, గోదావరి, కావేరి నదుల పరీవాహ ప్రాంతాలపై రాజకీయ అధికార స్థాపనకై రాజవంశాలు, రాజులు, తెగల మధ్య నిరంతర హెూరాహెూరీ సంఘర్షణ జరిగింది. ఎవరైతే ఈ ఘర్షణలో విజయాన్ని సాధించారో, ఎంతకాలమైతే తమ ప్రాబల్యాన్ని నిలుపుకోగలిగారో, అంతవరకు ఆ ప్రాంతంలో రాజకీయ సార్వభౌమ అధికారాన్ని వారు సుస్థిరంగా చెలాయించగలిగారు. అందువల్లే చరిత్రలో భౌగోళికాంశాల ప్రాధాన్యత అనివార్యమైంది, బలీయమైంది, ప్రత్యక్షమైంది కూడాను.

దేశపు వివిధ పేర్లు

సాంప్రదాయికంగా, భౌగోళికంగా, మన దేశాన్ని చాలా పేర్లతో పిలవటం జరిగింది. భారతవర్ష' మనేది సర్వసాధారణమైంది. పురాణ సాంప్రదాయంలో ప్రసిద్ధిగాంచిన

భరతుడు ఏలిన భూమిగాన, ఈ పేరుతో పిలిచారు. 'హిందూస్థాన్', 'ఇండియా' అనే పేర్లు, తొలి విదేశీ దండయాత్రికులైన పారశీకులు, గ్రీకుల సంబంధాన్ని కల్గి ఉన్నాయి. పారశీకులు తమ దండయాత్రలో ఇండస్ లేక సింధు నది వరకు వచ్చి ఆగిపోవటమైంది. అందుచేత ఈ దేశాన్ని 'సింధు భూమిగా' పరిగణించారు. పారశీక భాషలో 'స' అనే అక్షరం 'హ'గా పలుకబడుతుంది. అందువలన 'సింధు' అనే పదం, 'హిందు'గా మారింది. అదే విధంగా, గ్రీక్ భాషలో 'ఇండస్' అనే నది పేరు ఇండియా' అనే దేశ నామంగా ఏర్పడింది. ఇదే వరుస క్రమంలో, 'హిందు అనే తొలి పేరు నుంచి, మధ్య యుగంలో మహమ్మదీయ చరిత్రకారులు వాడిన 'హిందూస్థాన్' అనే పద ప్రయోగం రావడం జరిగింది.

ముఖ్య భౌగోళిక విభాగాలు

భౌగోళికంగా, భారతదేశంలో నాల్గు ముఖ్య విభాగాలున్నాయి. అవి : a) హిమాలయ పర్వత శ్రేణి, b) గంగా-సింధు మైదానం, c) దక్కన్ పీఠ భూమి, d) దక్షిణద్వీపకల్పం. ఈ విభాగాల్లో ప్రతి ఒక్క దానికి ప్రత్యేకమైన, ముఖ్యమైన లక్షణాలు ఉన్నాయి. వీటి అవగాహన, ఆయా ప్రాంతాల, మొత్తం దేశ చరిత్రకాభివృద్ధి, ప్రజల జీవన పరిస్థితుల వెనుక దాగియున్న కీలక సత్యాలను తెలియజేస్తున్నాయి.

హిమాలయ పర్వత శ్రేణి

దేశానికి ఉత్తరంగా వ్యాపించియున్న హిమాలయ పర్వతాలు, ఈశాన్యాన ఉన్న నాగా, పట్కాయి కొండలు, వాయవ్యాన వెలసిన హిందూకుష్ పర్వతాలు, పెట్టని కోటగోడలవలె ప్రకృతి ఏర్పరచింది. ఈ పర్వత శ్రేణిలో అతి పెద్దవైన హిమాలయ పర్వతాలు, ప్రపంచంలోకెల్లా ఎత్తైన ఎవరెస్ట్ కాంచనగంగ, ధవళగిరి, నంగపర్వతంలాంటి శిఖరాలు కలిగి, 2400 కి.మీ. పొడవున వ్యాపించి ఉన్నాయి. ఈ పర్వత సముదాయం వల్ల ఏర్పడ్డ భౌగోళిక రక్షణ, విలక్షణత కారణంగా, అనాది నుంచి నేటి వరకు, భారతీయ నాగరకత, సామాజిక వ్యవస్థ, అంతరాయం లేకుండా కొనసాగుతూ వచ్చాయి. మహాభారతం, బుద్ధుని కాలం నాటి సాంఘిక జీవనం, ఆధ్యాత్మిక విలువలు నేటికీ ప్రత్యక్షమవుతుండడమే, దీనికి తార్కాణం.

ప్రకృతిపరంగా, ఉత్తరాన్నుంచి ఉధృతంగా వీచే ఎడారి పవనాల నుంచి, ఉత్తర భారత దేశాన్ని హిమాలయాలు రక్షిస్తున్నాయి. ఈ ప్రాంతం ఆర్థిక పరిస్థితికి తద్వారా రాజకీయ, సాంస్కృతిక అధిక్యతకు మూలములైన, గంగ, యమున, సింధు, బ్రహ్మపుత్ర నదులకు ఈ పర్వతాలే పుట్టిల్లు. ఇవి ఎల్లప్పుడూ ప్రవహించే, జీవనదులై, వ్యవసాయ, వ్యాపార, రవాణా సౌకర్యాల అభివృద్ధికి ఇతోధికంగా తోడ్పడుతున్నాయి.

హిమాలయ పర్వతశ్రేణి దేశ ప్రజల కొనరించిన సేవలు ఒకానొక ప్రత్యేకత కడు విశేషమైంది. ఒకవైపు భారతీయ నాగరకత, సాంఘిక వ్యవస్థలను అనాదిగా కొనసాగిస్తూనే, మరోవైపు దీనికి భంగం కలుగకుండా, విదేశీ రాజ్యాలు, జాతుల వారితో సన్నిహిత సంబంధాల నేర్పరచగలిగాయి. వాయవ్యాన ఉన్న హిందూకుష్ పర్వతాల్లో ఉన్న ఖైబర్, బొలాన్ కనుమల నుంచి ఆర్యులు, పారశీకులు గ్రీకులు, శకులు, తురుష్కులు మొదలగు విదేశీయులు వీరిననుసరించి ఆయా ప్రాంతాల నుంచి వ్యాపారస్థులు యాత్రికులు, మత ప్రచారకులు, భారతదేశానికి రాగలిగారు. విదేశీ తెగలు భారతీయ సంస్కృతిలో ఐక్యమై, దాన్ని బలపర్చారు. వ్యాపారాభివృద్ధి, సాంస్కృతిక సంబంధాలు కూడా మెరుగయ్యాయి.

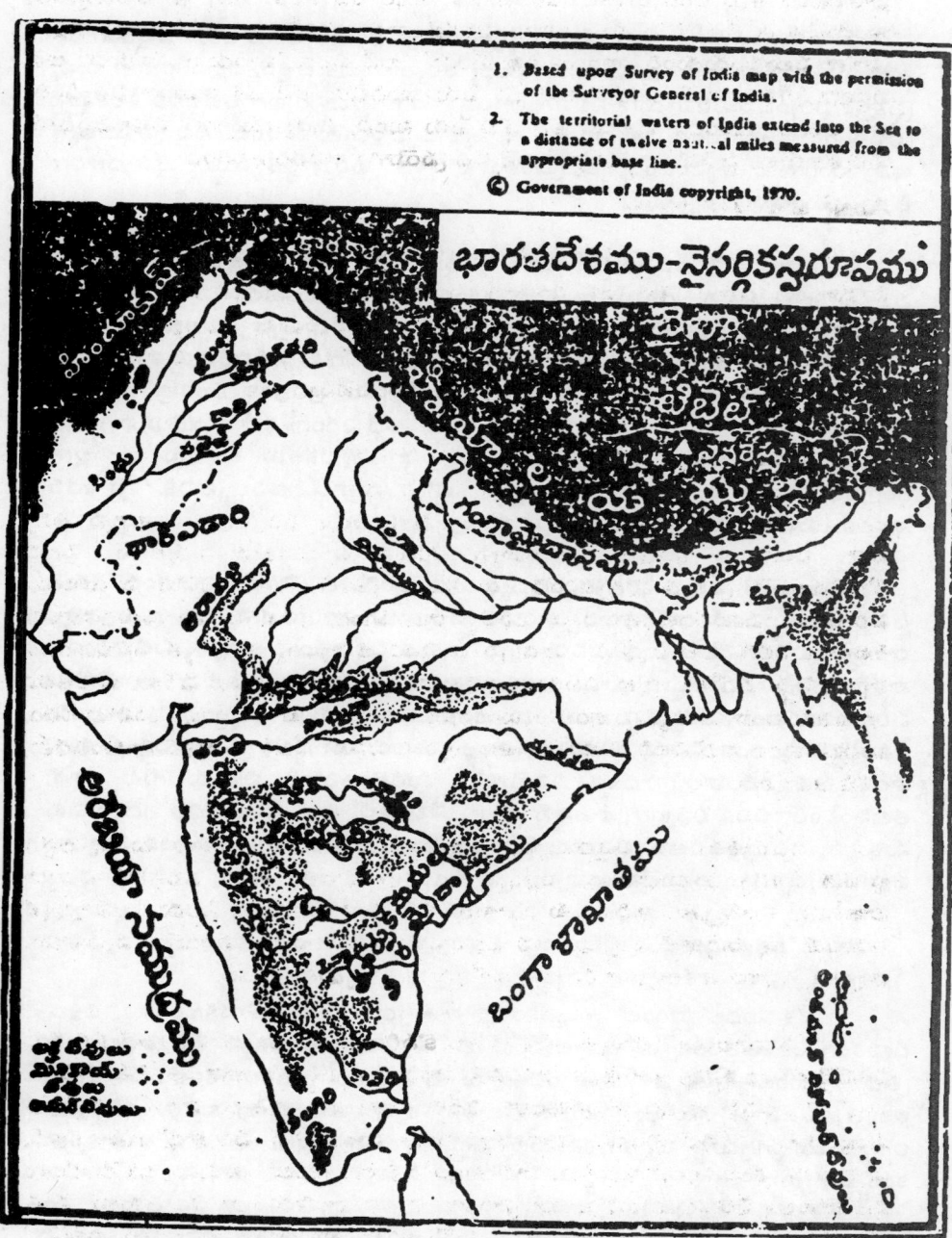

పటం : భారతదేశ నైసర్గిక స్వరూపం
(మూలం : తెలుగు అకాడమి ప్రచురణ, భారతదేశ చరిత్ర- సంస్కృతి-1 పుట నెం.3)

గంగా - సింధు మైదానం

హిమాలయ పర్వత శ్రేణికి దక్షిణంగాను, వింధ్య పర్వతాలకు ఉత్తరంగాను ఉన్నటువంటిదే గంగా-సింధు మైదానం. వింధ్య పర్వతాలు దేశ ఉత్తర, దక్షిణ భాగాల మధ్య ప్రకృతి నిర్మించిన సరిహద్దుగా నిలిచి ఉన్నాయి. గంగా-మైదానం భారతదేశానికి కీలకమైన ప్రాంతంగా అనాది నుంచి నేటి వరకు ప్రాధాన్యతను పొందుతూనే ఉంది. దీని ప్రాముఖ్యత అన్ని రంగాలకు వ్యాపించింది. ఈ ప్రాంతం భౌగోళిక పరిపూర్ణతే ముఖ్య దోహదకారిగా తోడ్పడుతుంది.

సింధు దాని ఉపనదులైన జీలం, చీనాబ్, రావి, బియాస్ సట్లెజ్‌లు, గంగ, దాని ముఖ్య ఉపనదులైన యమున, గోగ్రా, గండక్, సోన్, చంబల్, హుగ్లీ, పద్మలు, బ్రహ్మపుత్ర దాని ఉపనదులు, ఈ మైదాన ప్రాంతంలో ప్రవహిస్తున్నాయి. ఆ కారణంగా, వ్యవసాయ, వ్యాపారాభివృద్ధి, రవాణా సౌకర్యాలేర్పడడమే గాక, నదీపరీవాహక ప్రాంతాల్లో అనేక నగరాలు, గ్రామాలు వెలిశాయి. ఆగ్రా, పాటలీపుత్రం, వారణాశి, కలకత్తా మొదలైన సామ్రాజ్య రాజధానీ నగరాలు ఈ విధంగా ఏర్పడినవే. అదే విధంగా, నదీ లోయలు నాగరకతా కేంద్రాలుగా వర్ధిల్లాయి. సింధునదీ లోయ హరప్పా నాగరకతకు కేంద్రమై భాసిల్లగా, గంగానదీలోయ ఆర్య నాగరకతకు, జైన, బౌద్ధ మతాల ఆవిర్భావానికి, హైందవ నాగరకతకూ, పట్టుగొమ్మగా నిలిచింది.

అయితే, ఇక్కడ భౌగోళిక వైవిధ్యం కూడా వుంది. ఈ భౌగోళిక విభాగంలో నైరుతి దిశగా ఉన్నటువంటి థార్ ఎడారి, ఆరావళి పర్వతాలు పూర్తిగా భిన్నమైన ప్రభావాన్ని, రాజస్థాన్ ప్రాంత ప్రజల మీద ప్రసరించాయి. ఇక్కడ వర్షపాతం అత్యల్పం; నీటిపారుదల సౌకర్యంగాని, సారవంతమైన భూములుగాని, రవాణా సదుపాయాలుగాని లేవు ఈ భౌగోళిక పరిస్థితి కారణంగా ఇక్కడి ప్రజలు తమ జీవితావసరాలకై ఎంతో శ్రమించాల్సి వచ్చింది. వీరితో పోలిస్తే, గంగా-సింధు నదీ లోయ ప్రాంత ప్రజలు, సులభంగా తమ సాహిత్య, కళా, సాంస్కృతిక విషయాల సాధనకై వినియోగిస్తే, మరికొంతమంది సోమరులగుట కూడ తటస్థించింది. దీనికి భిన్నంగా, రాజస్థాన్ ప్రజల ప్రభువుల్లో కూడ క్షత్రియోచిత విద్యల పట్ల మక్కువ, ధీరోదాత్తత, ఆత్మాభిమానం, హైందవ మత సాంప్రదాయిక, సామాజిక విశ్వాసాల పట్ల సమ్మకశ్రద్ధలు చోటుచేసుకున్నాయి.

దక్కన్ పీఠభూమి

దేశ మధ్య భాగంలో ఉన్న వింధ్య, సాత్పూరా పర్వతాలకు దక్షిణంగాను, దక్షిణ ద్వీపకల్పానికి ఉత్తరంగాను, ఉన్నటువంటి భౌగోళిక విభాగం దక్కన్ పీఠభూమి. ఇది త్రిభుజాకారంలో ఉండి, పశ్చిమాన్నుంచి తూర్పుకు ఏటవాలుగా ఉంది. ఈ కారణం చేతనే, ఇక్కడ ప్రవహించే ముఖ్య నదులు గోదావరి, కృష్ణ, తుంగభద్ర, కావేరి, మహానది ఇత్యాదులు, పశ్చిమాన పశ్చిమ కనుమల్లో పుట్టి, తూర్పుగా ప్రవహించి, బంగాళాఖాతంలో కలుస్తున్నాయి.

దీనికి పూర్తిగా భిన్నంగా, మధ్య భారతంలో ప్రవహించే నర్మద, తపతీ నదులు తూర్పున పుట్టి, పశ్చిమంగా ప్రవహించి, అరేబియన సముద్రంలో సంగమిస్తున్నాయి.

దక్కన్ పీఠభూమిలో ప్రవహించే నదులు, వ్యవసాయాభివృద్ధికి, ప్రాంతీయ నాగరకతా సంస్కృతుల పరిణామ, వికాసాలకు దోహదమైనాయి. వింధ్య, సాత్పూరా పర్వతాలు, ఈ ప్రాంత ప్రజలకు శతాబ్దాల తరబడి లేకుండుటచే, ప్రాంతీయ నాగరకతా సంస్కృతులు స్వేచ్ఛగా విలసిల్లాయి. ఆంధ్ర, చాళుక్య, పల్లవ, రాష్ట్రకూట, చోళ, యాదవ, కాకతీయ, విజయనగర, హొయసాల, మరాఠా సంస్కృతులు ఈ కోవకు చెందినవే. ఉత్తర భారతదేశంలో తరచుగా సంభవించిన విదేశీ దాడుల వల్ల, భారతీయ జీవన, సంస్కృతులు ఎన్నో మార్పులకు లోనుకాగా, దక్కన్‌లోని విధానాలు చెక్కు చెదరలేదు. ఈ విధంగా, పురాతన భారతీయ సంస్కృతీ పరిరక్షణకు, దక్కన్ తోడ్పడింది. అయితే, దక్కన్ పీఠభూమిలోని నదులు, గంగా, సింధు నదులవలె, రవాణా సౌకర్యాలకు అంతగా ఉపకరించలేదు.

ఈ పీఠభూమికి తూర్పు, పడమరల్లో సముద్రానికి సమాంతరంగా, సుదీర్ఘమైన కనుమలున్నాయి. వీటికే, తూర్పు కనుమలు, పశ్చిమకనుమలు, అని పేరు. పశ్చిమ కనుమలు సముద్ర మట్టానికంటే 900 నుంచి 2400 మీటర్ల ఎత్తులో ఉండి, సమతల ఉపరితలాలతో కూడి ఉండడం వల్ల బలిష్టమైన దుర్గ నిర్మాణాలకు అవకాశాన్ని కల్పించాయి. మహారాష్ట్ర చరిత్రలో ఇట్టి దుర్గాలు ముఖ్య పాత్ర వహించాయి. అయితే, తూర్పు కనుమలు తక్కువ ఎత్తులో ఉండి చాలాచోట్ల నదీలోయలచే విభేధించబడి, కోటల నిర్మాణానికి అనువుగా లేకుండెడిది.

రెండు తీరాల వెంబడి, కొన్ని ముఖ్యమైన రేవు పట్టణాలు వెలిశాయి. బరుకచ్ఛ, సోపార, సూరత్, బొంబాయి, గోవా, కాలికట్‌లు పశ్చిమ తీరాన, మచిలీపట్టణం, విశాఖపట్టణం, మదరాస్, పుదుచ్చేరీలు తూర్పుతీరాన, పేరుగాంచాయి. పశ్చిమాన మధ్య ఆసియా, ఐరోపా దేశాలతోను, తూర్పున జావా, సుమత్రా, బర్మా, సయామ్, ఇండోచైనా దేశాలతోను, సాంస్కృతిక, వాణిజ్య సంబంధాలు విస్తృతంగా, ఈ రేవు పట్టణాల ద్వారా ఏర్పడ్డాయి. వీటి రక్షణా నిర్వహణలకు, సముద్ర వ్యాపార నిమిత్తం, అయ్యాగ్రరాజవంశాల వారు నౌకాదళాల పోషణ, ఓడల నిర్మాణాన్ని చేపట్టారు.

దక్షిణ ద్వీపకల్పం

దక్కన్ పీఠభూమికి దక్షిణంగా, కన్యాకుమారి అగ్రం వరకు వ్యాపించిందే దక్షిణ ద్వీపకల్పం. ముఖ్యంగా, తమిళ, కన్నడ, మలయాళ భాషలు మాట్లాడే ప్రజలున్నదీ ప్రాంతం. తూర్పు, పడమరల్లో సముద్ర తీరం దీనికి సమాంతరంగా తూర్పు, పశ్చిమ కనుమలు కొనసాగుతున్నాయి. పడమర తీరాన్ని 'మలబార్' తీరమనీ, తూర్పు తీరాన్ని 'కోరమాండల్' తీరమనీ, పిలుస్తాం. కావేరి, దాని ఉపనదులు కూడా ఈ ద్వీపకల్ప ప్రాంతంలో ప్రవహించి, ముఖ్యంగా తమిళ ప్రాంతంలో వ్యవసాయాభివృద్ధికి, మంచి నీటి సదుపాయానికి ముఖ్యాధారాలైనాయి.

ఇచ్చటి నీలగిరి కొండలు లేక పశ్చిమ కనుమలు కాఫీ, తేయాకు తోటల పెంపకానికి అనువుగా ఉండడమనేది మరో ఆసక్తికరమైన విషయం. ఈ కొండల్లో ఉండే 'ఊటీ' లాంటి ఎత్తైన ప్రదేశాలు, వేసవిలో శీతల విశ్రాంతి కేంద్రాలుగా, దేశ, విదేశీ యాత్రికుల నాకర్షిస్తున్నాయి. సముద్రతీరం, పశ్చిమ కనుమల మధ్యనున్న ప్రాంతం ఎంతో సారవంతమై వరిపంటకు, కొబ్బరి తోటల పెంపకానికి పేరుగాంచింది. ఇవే కాకుండా, సముద్రపు ఆటుపోటుల కారణంగా ఏర్పడ్డ ఉప్పు టేరులు, సముద్రపు కాల్వలు ఎంతో మనోహరమైన ప్రకృతి రమణీయతను చేకూర్చటంతోపాటు, రాకపోకల సదుపాయాన్ని కూడా కల్గిస్తున్నాయి.

దక్షిణ ద్వీపకల్పానికి మరో విశిష్టత ఉంది. విదేశీయుల నుంచి గాని, ఉత్తర భారతదేశం నుంచి గానీ, దాడుల ప్రమాదం, దక్కన్ పీఠభూమి కంటే గూడ, దీనికి తక్కువగా ఉంది. అందువల్ల ఈ ప్రాంతంలో ద్రావిడ సంస్కృతి ప్రాచీనకాలం నుంచీ నేటివరకూ, నిరాటంకంగా కొనసాగుతూ వస్తూంది. ఎత్తైన కనుమలు, రాకపోకల సౌకర్యాల లేమి కూడా, ఇచ్చటి ప్రజలు, స్వతంత్రతా ధోరణిలో మనుగడ సాగించటానికి, దోహదపడ్డాయి. అయితే, అంతమాత్రం చేత, ఇతర ప్రాంతాల వారితో వీరికి సంబంధాలు లేకపోలేదు. సింహళం, బర్మా, మలయా, జావా, సుమత్రా, ఇండోచైనా దేశాలవారితో, గాఢమైన సాంస్కృతిక, వాణిజ్య సంబంధాలున్నాయి.

భారతదేశ చరిత్రపై భౌగోళిక ప్రభావం

దేశ చరిత్రపై, భౌగోళిక పరిస్థితుల ప్రభావం గురించి, కొన్ని విషయాలను మనమిప్పటికే చర్చించాం. అయితే, ఇది చాలా విస్తృతాంశం కాబట్టి, మనం గ్రహించాల్సిన ముఖ్యాంశాలు మరికొన్ని ఉన్నాయి.

దేశ విస్తీర్ణతా ప్రభావం

అవిభక్త భారతదేశం సువిశాలమై, ఆసియాలో ఉపఖండ స్థాయిని పొందింది. ఉత్తర, దక్షిణాలుగా 3,119 కి.మీ. పొడవు, తూర్పు పడమరలుగా 2,977 కి.మీ. వెడల్పుగా, 6,000 మైళ్ల భూమి సరిహద్దును, 5,000 మైళ్ల సముద్రతీరం ఉంది. ఇంతటి వీస్తీర్ణంకల దేశం మొత్తంపైన అధికారాన్ని నెలకొల్పడం, రాజవంశాల వారికి కష్టసాధ్యంగా పరిణమించింది. ఆంగ్లేయులకు ముందు, అశోకుడు, అక్బర్, ఔరంగజేబ్ లాంటి సార్వభౌములు కూడా, ఈ విషయంలో సంపూర్ణతను సాధించలేకపోయారు. పొరుగు దేశాలతో సంబంధాలు, వాణిజ్య, సాంస్కృతిక రంగాలకే పరిమితమైనాయి. ఆ విధంగా, భారత దేశం అనాది నుంచీ నేటివరకూ అంతర్జాతీయ విషయాల్లో శాంతియుత విధానాన్నవలంబించడం, ప్రధానంగా దేశం బహుళ విస్తీర్ణత కారణంగానే సంభవించడం గమనార్హం.

ప్రాంతాల విభజనా ఫలితం

థార్ ఎడారి, ఆరావళీ పర్వతాలు, వింధ్య సాత్పూరా పర్వతాలు, దండకారణ్య, మహాకాంతార్ల లాంటి కీకారణ్యాలు, ఎత్తైన పశ్చిమ కనుమలు, మొదలైన భౌగోళికాంశాలు, వీటికి తోడు రవాణా సౌకర్యాల అభివృద్ధి కొరత కారణంగా, భారతదేశం కొన్ని స్వతంత్ర ప్రాంతాలుగా ఏర్పడింది. ఉత్తర భారత దేశం, రాజస్థాన్, దక్కన్, మహారాష్ట్ర, కేరళ, కర్నాటక, తమిళ ప్రాంతాలను ఈ సందర్భంగా పేర్కొనవచ్చు. ప్రకృతి సిద్ధమైన అవరోధాల కారణంగా, ఇతర ప్రాంతాలతో సన్నిహిత సంబంధం లేక, ఆయా ప్రాంతాల్లోని ప్రజలు ప్రాంతీయ సంస్కృతులను పెంపొందించసాగారు. దీని కారణంగా, దేశ సమైక్యత, రక్షణకు భంగం వాటిల్లడం తటస్థించింది. ఆర్యుల నుంచి మొగలుల వరకు, ఉత్తర భారతదేశంపై జరిగిన విదేశీ దాడుల గురించి, దక్కన్, దక్షిణ భారతదేశ రాజ్యాలు పట్టించుకోకపోవడమే పరిస్థితికి ఒక ప్రబల తార్కాణం.

ప్రజల జీవన సరళిపై, భౌగోళిక పరిస్థితుల ప్రభావం

భౌగోళికంగా ఒక ప్రాంతంలో ఏర్పడ్డ పర్వతాలు, నదులు, భూములు, శీతోష్ణ స్థితినిబట్టి, అక్కడ ప్రజల జీవన సరళి, స్వభావం, అలవాట్లు ఏర్పడటం సహజం. ఆ విధంగా, గంగా సింధు మైదాన ప్రజలు ఆర్థికంగా సుఖమయ జీవితాలను గడపగల్గితే, రాజస్థాన్, మధ్యప్రదేశ్, మహారాష్ట్ర ప్రజలు ఎంతో కష్టపడాల్సొచ్చింది. స్వభావగీత్యా, మైదాన ప్రజలు శాంతికాముకులు, రస ప్రియులు, ప్రగతిశీలురు కాగా, ఎడారి, పర్వత ప్రజలు యుద్ధప్రియులు, ధీరోదాత్తులు సంప్రదాయశీలురయ్యారు. విద్యా, సాంస్కృతిక రంగాల్లో కూడా మైదాన ప్రజలు, పర్వత, ఎడారి, అరణ్య ప్రాంత ప్రజల కంటే ఎంతో నూతనత్వాన్ని, ప్రగతిని కనబర్చారు.

గట్టి కేంద్రీకృత ప్రభుత్వాలేర్పడకపోవుట

భౌగోళిక వైవిధ్యం, బహుళ విస్తీర్ణం, రవాణా సౌకర్యాల కొరత అంశాల కారణంగా భారతదేశ చరిత్రలో గట్టి కేంద్ర ప్రభుత్వాల స్థాపన జరుగకపోయింది. అనేక భాషలు, మతాలు, సంప్రదాయాలకు చెందిన ప్రజలు ఇక్కడ నివసించడం కూడా, వికేంద్రీకరణకు దోహదం చేసింది. ఎక్కువగా రాజరిక ప్రభుత్వాలుండేవి. కాబట్టి చక్రవర్తి అసమర్థత, దూరపు రాష్ట్రాల గవర్నర్ల స్వతంత్రాధికారాలకు దారితీసేది.

నౌకాదళాభివృద్ధి : భౌగోళిక పరిస్థితులు

భారతదేశానికి మూడువైపుల 5000 మైళ్ల సుదీర్ఘ సముద్రతీరమున్నప్పటికీ, చెప్పుకోదగ్గ నౌకాదళాభివృద్ధి లేకపోవడం గమనించదగ్గ విషయం. కొన్ని భౌగోళికాంశాలే దీనికి కారణమౌతాయి. మొదటగా సముద్రతీరంలో చీలికలు ఎక్కువగా లేనందువల్ల, ప్రశస్తమైన రేవుపట్టణాలు అంతగా ఏర్పడలేదు. దీని కారణంగా, నౌకాదళాభివృద్ధి ప్రాధాన్యత పొందలేదు. దేశపు భూభాగ బహుళ విస్తీర్ణతా ప్రభావం, ఈ సందర్భంలో గమనించదగ్గ మరో విషయం. కాశ్మీర్ నుంచి కన్యాకుమారి వరకుగల సువిశాల ప్రాంతాన్ని తమ వశం చేసుకోడమే, ఆయా రాజవంశాలవారికి దుర్లభం కాగా, నౌకాపరమైన దాడులను పొరుగు రాజ్యాల మీద జరిపి సామ్రాజ్య వ్యాప్తిని జరపాలనే కాంక్ష అవసరం, కూడా లేకుండేది. చోళులు తప్పితే, మరెవ్వరూ ఇట్టి ప్రయత్నాలను జరపలేదు. పరిమితంగా ఉన్న నౌకాబలం, వ్యాపార సాంస్కృతిక ప్రయోజనాలకే ఉపయోగపడింది. పర్యవసానంగా, ఆధునిక యుగంలో పాశ్చాత్యుల నౌకా దాడులను తిప్పి కొట్టడం సాధ్యం కాలేదు.

కళలు, ఆధ్యాత్మికత : భౌగోళిక ప్రభావం

భారత దేశంలోని గంగా సింధు మైదానం, గోదావరి, కృష్ణా, తుంగభద్ర, కావేరి నదుల పరివాహక ప్రాంతాలు, కళలు, సారస్వతం, వేదాంతం, ఆధ్యాత్మిక భావాల అభివృద్ధి ముఖ్య కేంద్రాలైనాయి. కారణం, ఇక్కడి ప్రజలు సులభంగా, సంతృప్తికరంగా తమ జీవితావసరాలను తీర్చుకుంటూ, ఎంతో తీరిక సమయాన్ని కల్గిఉండేవారు. ఇట్టి తీరిక ఆర్థికబలం, సాంస్కృతికాంశాల ప్రగతికి దోహదమయ్యాయి. శాస్త్రీయాభివృద్ధి కంటె ఆధ్యాత్మికత విశేషంగా పెరగడం కూడా ఈ పరిస్థితుల ప్రభావమే. శాస్త్రీయ ప్రయోగాలు, నూతన విషయాలు, సాధనాలను చేపట్టటానికి ప్రేరణభూతమైన ఆర్థికావశ్యకత, అధికార కాంక్షలు అంతగా లేవు.

దేశ చరిత్రలో ఉత్తర ప్రాంత ప్రాబల్యత

భూగర్భశాస్త్రరీత్యా, గంగా-సింధు మైదానం కంటె దక్కన్ పీఠభూమి పురాతనమైంది. కాని, ప్రథమ భారతీయ నాగరకతా సంస్కృతులకు, వాయవ్య ప్రాంతాలైన హరప్పా, మొహెంజదారోలు నిలయాలైనాయి. ఉత్తర భారత దేశానికి ప్రకృతి వరాలుగా లభించిన పర్వతాలు, జీవనదులు, సువిశాల, సారవంతమైన మైదానాలు, అనుకూల శీతోష్ణస్థితి, చరిత్ర గమనంలో ఈ ప్రాంతం ప్రాబల్యతా ప్రాధాన్యతలకు దోహదం చేశాయి. ఆర్యులు, మౌర్యులు, గుప్తులు, పుష్యభూతి వంశస్థులు, అరబ్బులు, తురుష్కులు, మొగలులు, చివరగా ఆంగ్లేయులు, వీరంతా తమ అధికార స్థాపనకు ఉత్తర భారతదేశాన్నే నాందిగా చేసుకోడం గమనించదగ్గ విషయం. ఈ ప్రాంతాన్ని తమ ఏలుబడిలోకి తెచ్చుకొన్న తరవాతనే, దక్షిణ భారతదేశం వైపు తమ దృష్టిని ప్రసరించారు. దీన్నే ఇంకో విధంగా చెప్పాలంటే, దేశ సార్వభౌమాధికారానికి ఉత్తర ప్రాంత ఆక్రమణ సూచికగా మారింది ఆధ్యాత్మిక, కళా సాహిత్య, శాస్త్ర, సామాజిక, ఆర్థిక రంగాల్లో కూడా తొలి పరిణామాల ఉత్తర భారతంలోనే చోటుచేసుకున్నాయి.

భిన్నత్వంలో ఏకత్వం

భిన్నత్వంలో ఏకత్వమనేది భారతీయ సంస్కృతి ప్రధాన లక్షణాల్లో ఒకటి. ప్రాచీన కాలం నుంచి ఆధునిక యుగం వరకు కూడా దేశ చరిత్రలో ఇది గోచరిస్తుంది. భౌతిక, పాలనా, రాజకీయ, సామాజిక, సాంస్కృతిక రంగాలకు ఇది విస్తరించింది.

భిన్నత్వం

భౌగోళిక వైవిధ్యం మనకు ప్రస్ఫుటంగా కనిపిస్తుంది. పెట్టని కోటగోడలవలె ఉన్న పర్వతశ్రేణులొకవైపు, సశ్యశ్యామలమైన మైదానాలు. మరోవైపు, దట్టమైన అడవులు, భయంకరమైన ఎడారులు ఒకవైపు ఎత్తైన పీఠభూములు, విశాల తీరమైదానాలు, మనోహరమైన లోయ ప్రాంతాలు మరోవైపు, విలక్షణతను గోచరింపజేస్తున్నాయి. కాశ్మీర్ వంటి ప్రాంతాల్లోని అతిశీతల వాతావరణం, సింధూ ఎడారి వంటి ప్రాంతాల్లోని అత్యధిక ఉష్ణోగ్రత, అస్సాంలోని అత్యధిక వర్షపాతం, రాజస్థాన్ ఎడారిలోని అత్యల్ప వర్షపాతం, వాతావరణ, వర్షపాత వైవిధ్యాన్ని తెలియజేస్తున్నాయి. ప్రకృతి ప్రసాదించిన ఈ భిన్నత్వ కారణంగా, మానవునికి ఉపకరించే ఎన్నో రకాల వృక్ష సంపద, జంతు జాలం ఇక్కడ పెరగటానికి అనుకూల పరిస్థితులు ఏర్పడ్డాయి.

పాలనా రాజకీయ, సామాజిక, సాంస్కృతిక రంగాల్లోని వైవిధ్యం కూడా గమనించదగింది. దేశ విస్తీర్ణత, రవాణా, వార్తా ప్రసార సౌకర్యాల అభివృద్ధి లేమి కారణంగా బ్రిటిష పాలనకు ముందు ఒకే పాలనా విధానాన్ని అమలు పరచడానికి సాధ్యం కాలేదు. శతాబ్దాల చరిత్రలో మారుతూ వచ్చిన వివిధ ప్రభుత్వాల ప్రభావం గ్రామ వ్యవస్థమీద ప్రత్యక్షంగా పడలేదు. ప్రాంతీయ అవసరాలు, ప్రత్యేకతలు, జాతి, మతపరమైన భిన్నత్వం, ఐక్య పాలనా విధానానికి అడ్డుగోడలుగా నిల్చాయి.

భౌగోళిక కారణాల దృష్ట్యా ఏర్పడ్డ ప్రాంతీయ రాజ్యాలు, కుల, జాతి, భాష, మతపరమైన వైవిధ్యం, రాజకీయ అనైక్యతకు దోహదమయ్యాయి. విదేశీ దాడుల ప్రమాదమెదురైనప్పటికీ, రాజ్యాలు సంఘటితం కాలేకపోయాయి. సామాజికంగా, కుల విధానం, అంటరానితనం, సాంఘిక అసమానతలు, స్త్రీలకు పురుషులతో సమాన హోదా

లేకపోవడం, మూఢాచారాలు, సంప్రదాయపరాయణత్వం, భిన్నత్వానికి బాటలను వేశాయి. సామాజిక ప్రగతికి కూడా, ఇవి ప్రతిబంధకాలుగా నిల్చాయి. సాంస్కృతికంగా, ప్రజల మధ్య అనేక భాషలు, మతాలు, ఆచారాలు, సంప్రదాయాలుండుట, వైవిధ్యానికి తోడ్పడింది. ప్రాంతీయ రాజ్యాల ఏర్పాటుకు ఒక ప్రబల ప్రాతిపదికగా ఏర్పడింది. సంకుచిత ధోరణికి కూడా దారితీయడం గయనించదగింది.

ఏకత్వం

వివిధ రకాల భిన్నత్వం వెనుక ఏకత్వం దాగివుందనే విషయాన్ని మనం గుర్తించాలి. నిష్పాక్షిక పరిశీలన మీదనే ఇది మనకు గోచరిస్తుంది.

భౌగోళిక ఐక్యత 'భారతవర్ష' మనే దేశపు ప్రాచీన నామధేయం ద్వారా స్ఫురిస్తుంది. విష్ణు పురాణంలో ఈ దేశపు ఎల్లలు, ప్రజల గురించి ఈ విధంగా చెప్పడం జరిగింది.

"ఉత్తరం యత్ సముద్రశ్య
హిమాద్రెశ్చైవ దక్షిణం
వర్షం నామ తద్భారతం
భారతి యత్ర సంతతి"

"సముద్రానికి ఉత్తరంగా, మంచు పర్వతాలకు దక్షిణంగా ఉన్నదే భారత్; అక్కడ భరతుని సంతతి నివసిస్తారు" అనే ఏకత్వ భావాన్ని పై శ్లోకం వెల్లడిస్తుంది. హిమాలయాల నుంచి సముద్రం వరకు గల వెయ్యి యోజనాల సువిశాల ప్రాంతంపై అధికారాన్ని స్థాపించటం, సర్వైక సార్వభౌమ లక్ష్యంగా, ప్రాచీన కవులు, రాజనీతి వేదాంతులు, మతతాత్వికులు చాటారు. 'భరతమాత', 'వందేమాతరం' అనే స్వాతంత్రోద్యపు నాటి ప్రయోగాలు కూడా, దేశం భౌగోళిక ఏకత్వాన్ని సూచిస్తున్నాయి.

పరిపాలనా రంగాన్ని తీసుకున్నట్లైతే, మౌర్యులు, గుప్తులు, ఖిల్జీలు, తుగ్లకులు, మొగల్‌లు, ఆంగ్లేయులు లాంటి పాలక ప్రభుత్వాలు లేక రాజవంశాలు, యావద్భారతానికి విస్తరించే పాలనా విధానాన్ని ప్రవేశపెట్టటానికి కృషిచేశారు. అయితే, ఇటువంటి ప్రయత్నాలు మౌర్య చంద్రగుప్తులు, అశోకుడు, సముద్రగుప్తుడు, అల్లావుద్దీన్ ఖిల్జీ, మొహమ్మద్‌బిన్ తుగ్లక్, అక్బర్, ఔరంగజేబ్‌లాంటి సమర్థులైన ఆయా చక్రవర్తుల మీద ఆధారపడ్డాయి. ముఖ్యంగా మొగల్, ఆంగ్లేయ పాలనా కాలాల్లో, కేంద్రీకృత ప్రభుత్వం, అందరికీ సమానంగా వర్తించే చట్టాలు, సంప్రదాయాలు, ఒకే నాణేల విధానం, అధికార భాష, విశాలమైన రహదార్ల ఏర్పాటు, ఐక్యపాలనా విధాన ఏర్పాటుకు దోహదం చేశాయి.

రాజకీయ రంగంలో ప్రాచీన కాలం ---- కూడా, సమర్థులైన పాలకులు యావద్భారతదేశంపై తమ అధికారాన్ని స్థాపించి, 'చక్రవర్తి', 'సామ్రాట్', 'ఏకరాట్', 'సార్వభౌమ' లాంటి బిరుదులను పొందడానికి ప్రయత్నం చేయడం ద్వారా, ఐక్యతకు తోడ్పడ్డారు. ఈ ప్రయత్నాల సందర్భంగానే, వారు 'అశ్వమేధ' 'రాజసూయ', 'వాజపేయ' యాగాలను చేసేవారు. అయితే, ఇవి చంద్రగుప్తుడు, అశోకుడు, సముద్రగుప్తుడు, అల్లాఉద్దీన్ ఖిల్జీ, అక్బర్, ఔరంగజేబ్ లాంటి కొందరు చక్రవర్తుల కాలానికి మాత్రమే పరిమితమయ్యాయి. వారి బలహీన వారసుల కాలంలో రాజకీయ అనైక్యత మరల చోటుచేసుకుంది.

సామాజికంగా, భారతదేశానికి అనాది నుంచి వచ్చిన వివిధ విదేశీ తెగలు, ఇక్కడి ప్రజలతో వివాహ సంబంధాలేర్పరచుకొని, ఆచార సంప్రదాయాలను కూడా అవలంబించి, ఐక్యతకు దోహదం చేశారు. ఆర్యులు, శకులు, హూణులు, మహమ్మదీయులు క్రైస్తవులు ఈ కోవకు చెందిన వారే అయితే, ఇక్కడ ఉన్న ద్రావిడులు, హైందవులు కూడా, విదేశీ జాతుల్లో ఉండే కొన్ని ఆచార సంప్రదాయాలను తమవిగా చేసుకోటం జరిగింది.

సాంస్కృతిక రంగంలో ఏకత్వ లక్షణాలు బహుముఖంగా కనిపిస్తాయి. భాషాపరంగా చూస్తే, వరసగా ప్రాకృతం, సంస్కృతం, ఆంగ్ల అధికార భాషలుగా చెలామణి అయి, బహుళ వాడుకలో ఉండటం జరిగింది. మతరీత్యా, హైందవ మత ముఖ్యశాఖలైన శైవ, వైష్ణవ మతాలకు సంబంధించిన దేవాలయాలు, దేశం నలుమూలలా వ్యాపించి ఉన్నాయి. ప్రబోధకులు, గురువులు, సన్యాసులు అన్ని ప్రాంతాలను సందర్శిస్తుండేవారు. భక్తి ద్వారా మోక్ష సాధన, కర్మ సిద్ధాంతం, పునర్జన్మ, దానధర్మాలు మొదలగు వాటిలో అన్ని మతాలవారు నమ్మకముంచేవారు. రక్షాబంధనం, హోలీ, దీపావళి మొదలగు పండుగలను అన్ని మతాలవారు ఆచరించేవారు. మత, కళా రంగాల్లో విదేశీ, స్వదేశీ రీతుల సమ్మేళన ఫలితంగా, భక్తి మతం, గాంధార శిల్పకళ, మొదలగు నూతన శాఖలు లేక పరిణామాలు ఉద్భవించాయి.

భారత ఉపఖండంలో మానవుని ఉనికి 500,000 సంవత్సరాల క్రితానికి చెందింది. అయితే, తొలి మానవుని గురించి కొంత ప్రాథమిక సమాచారాన్నిచ్చే, అతడు వాడిన రాతి పనిముట్లు, మనకు షుమారుగా క్రీ.పూ.30,000 సంవత్సరాల నుండే లభ్యమౌతున్నాయి. కాని, మానవుల నాగరికతా సంస్కృతుల గురించి మనం తెలిసికోటానికి, లిఖితపూర్వక ఆధారాలే ప్రధానంగా తోడ్పడ్తాయి. ఇటువంటి ఆధారాలు మనకు క్రీ.పూ.3000 నాటిదైన సింధు నాగరకత నుంచి ప్రాప్తమౌతున్నాయి.

లభ్యమౌతున్న సమాచార ఆధారాలబట్టి, స్థూల యుగ విభజన జరిగింది. లిఖితపూర్వక ఆధారాలు లభించటానికి ముందున్న సుదీర్ఘ కాలాన్ని 'చరిత్రపూర్వ యుగం'గా పరిగణించడమైంది. అదే విధంగా, ఇవి లభించిన కాలాన్ని 'చారిత్రక యుగం'గా భావించడమైంది.

ప్రాచీన శిలాయుగం

చరిత్ర పూర్వయుగంలో మానవులు వాడిన పనిముట్ల నైపుణ్యత, ఆకృతులు, వాటి తయారీకి వాడిన సామగ్రి, వారు ఆహారం సంపాదించిన విధానాన్ని బట్టి, మూడు దశలను గుర్తించటం జరిగింది. అందులో మొదటిది, ప్రాచీన శిలాయుగం. క్రీ.పూ.30,000 నుంచి 20,000 సంవత్సరాల మధ్యకాలంలో ఈ యుగం వెలసినట్లుగా భావిస్తున్నాం. పశ్చిమ పంజాబ్‌లోని 'సాన్' నదీలోయ పరీవాహక ప్రాంతంలోను, మధ్యప్రదేశ్‌లోని భీమ్‌బెట్క కొండప్రాంతంలోను, ఉత్తరప్రదేశ్‌లోని బేలన్ లోయలోను, ప్రాచీన శిలాయుగం నాటి రాతి పనిముట్లు, వీటి సాంకేతిక నైపుణ్యానికి సంబంధించిన నమూనాలు, లభ్యమౌతున్నాయి. అస్సాం, కేరళ, సింధు రాష్ట్రాలు మినహా, ఇతర ప్రాంతాల్లో కూడా పాత రాతియుగ పనిముట్లు దొరుకుతున్నాయి. వీటిని బట్టి, ప్రాచీన శిలాయుగ మానవుడు అరణ్య ప్రాంతాలతోబాటు సారవంతమైన నదీలోయల్లో కూడా భారతదేశమంతటా పర్యటించేవాడనే విషయం విదితమౌతూంది.

ప్రాచీన శిలాయుగంలో మానవుడు అనాగరక దశలో ఉండేవాడు. ఆహార సంపాదనకు అతికఠినమైన పలుగురాళ్లతో పనిముట్లను తయారు చేసుకొన్నాడు. ఇవి

కూడా చాల మొరటుగా ఉండేవి. క్రూర జంతువులను వీటితో వేటాడి, వాటి మాంసాన్ని, చెట్లపైన దొరికే పండ్లను భక్షించేవారు. గృహ నిర్మాణం, నిప్పును తయారు చేయడం, ప్రత్తి లేక నూలుతో బట్టలు తయారు చేసుకొనే విధానం, ప్రాచీన శిలాయుగ మానవుడికి తెలియవు. అకారణంగానే, గుహల్లో నివసిస్తూ, సేకరించిన పదార్థాలను పచ్చిగా తింటూ, చెట్టు నారతోగాని, జంతువుల చర్మంతోగాని దుస్తులను తయారు చేసుకుంటూ, నాటి మానవుడు జీవనాన్ని గడిపేవాడు వేట, ఆహార సేకరణ ముఖ్య వృత్తులుగా ఉండేవి. అయితే, వీరు వాడిన చేతి గొడ్డళ్ళు, కొమ్ము ఆకారపు శిలాఖండాలు, గులకరాళ్లను చెక్కి చేసిన పనిముట్లు, కొంత సాంకేతిక నైపుణ్యతను కనబర్చక పోలేదు.

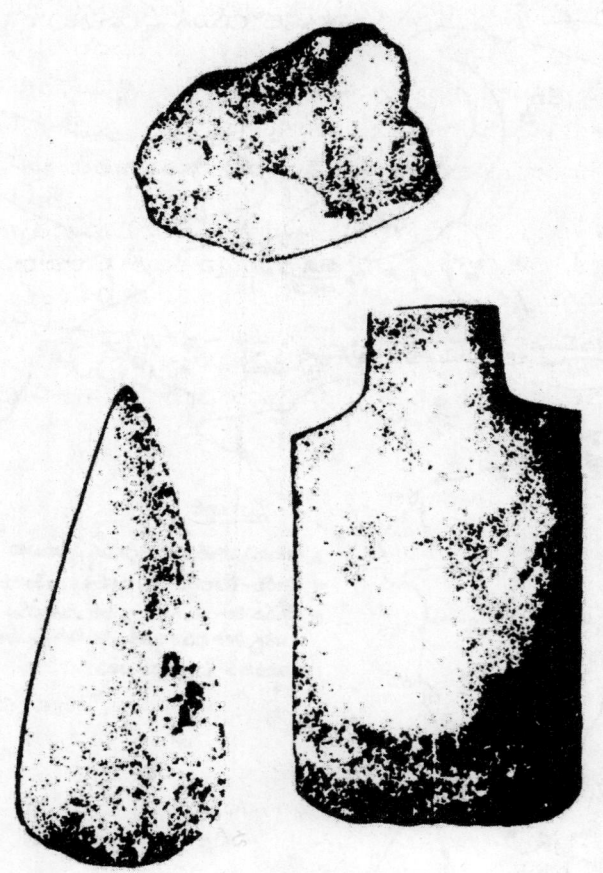

చిత్రం : శిలాయుగపు పనిముట్లు
(మూలం : తెలుగు అకాడమి ప్రచురణ, భారతదేశ చరిత్ర-సంస్కృతి-1, పుటనెం.12)

ఈ యుగపు మానవులు, చనిపోయిన వారికి ఎటువంటి సంస్కారం లేకుండా, మృత కళేబరాలను ప్రకృతికే వదలివేసేవారు. అయితే, ఈ యుగం చివరి దశలో, కళ, అలంకరణల్లకు సంబంధించిన ఛాయలు గోచరిస్తున్నాయి, భీమ్‌బెట్క గుహల్లోను,

ఆదంఘర్ కొండల్లోను రాతిపై చెక్కబడ్డ చిత్రాలు, బెలన్ లోయలో బయల్పడ్డ ఎముకతో చేయబడ్డ బొమ్మ, నాటి మానవుని కళ, సౌందర్యోపాసనలకు తార్కాణంగా భావిస్తున్నాం.

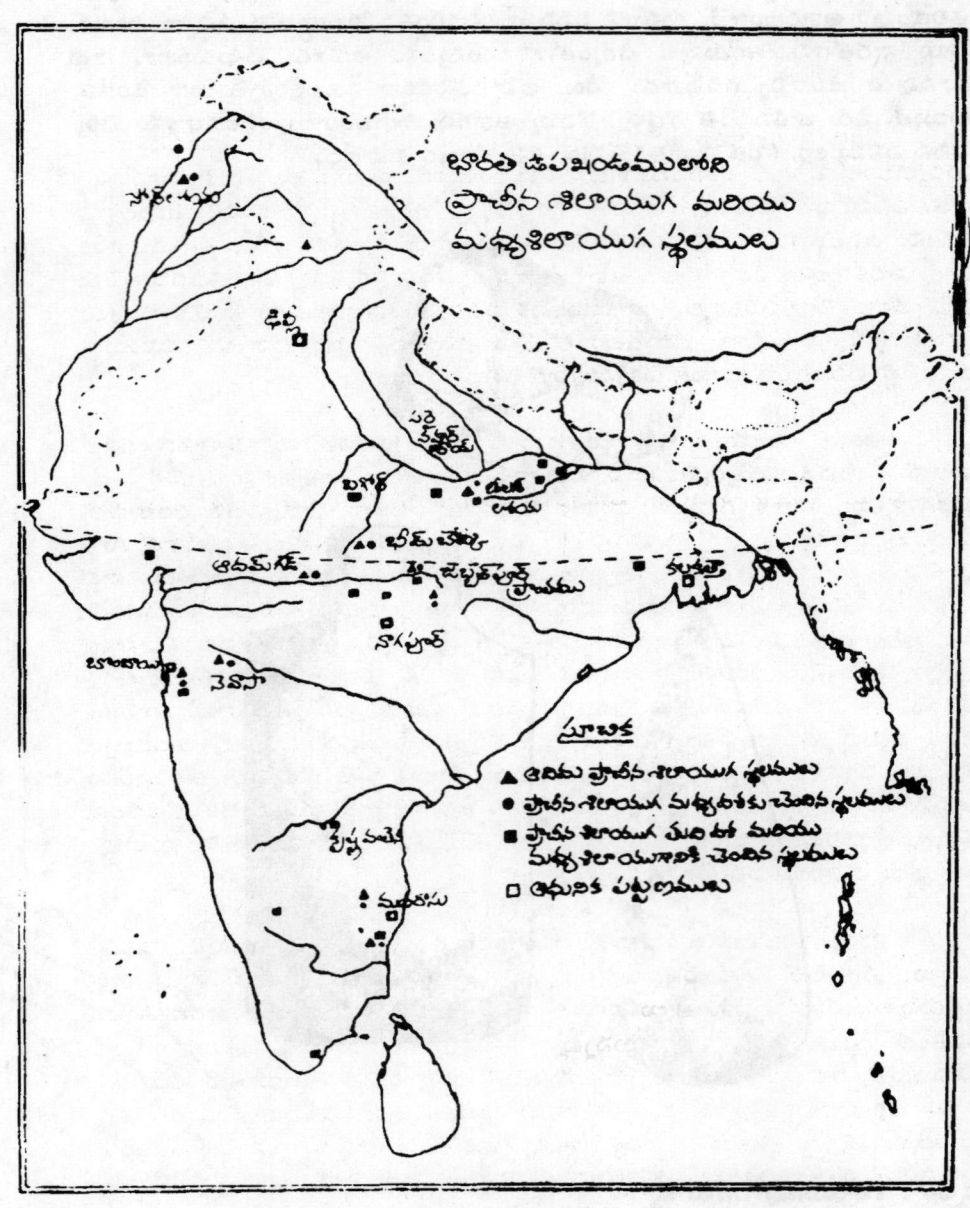

పటం : భారత ఉపఖండంలోని ప్రాచీన, మధ్య శిలాయుగ స్థలాలు
(మూలం : ఆంధ్ర ప్రదేశ్ సార్వత్రిక విశ్వవిద్యాలయ ప్రచురణ, భారతదేశ చరిత్ర : అనాది నుంచి క్రీ.శ.1526 వరకు, ఖండికలు : 1-4 : పుట నెం.57)

ప్రాచీన శిలాయుగపు మానవులు 'నెగ్రిటో' లేక నీగ్రో జాతికి చెందిన వారుగా భావించబడ్డారు. వీరు పొట్టిగా, నల్లగా, ఉండడమేగాక, బిరుసైన వెంట్రుకలు, చట్టి ముక్కులు ఉండేవి. ప్రస్తుతం అండమాన్ దీవుల్లో నివసిస్తున్న ప్రజలకు వీరు పూర్వీకులై ఉండవచ్చు.

మధ్య శిలాయుగం

మధ్య శిలాయుగం క్రీ.పూ.10,000 నుండి 8,000 సంవత్సరాల మధ్యకాలంలో పరిణతి చెందినట్లుగా భావించబడుతూంది. ఈ యుగంలో కూడా మానవుడు రాతి పనిముట్లనే వాడాడు. అయితే, నూతనంగా, ఎముకల్లోగాని, కొయ్య పిడుల్లోగాని బిగించి, ఉపయోగించే సూక్ష్మ పరికరాలను చేయగల్గాడు. ఆకారణంగానే, ఈ యుగానికి సూక్ష్మ పరికరాలను చేయగల్గాడు. ఆకారణంగానే, ఈ యుగానికి సూక్ష్మ శిలాయుగమనేపేరు కూడా ఉంద. శిలా పరికరాలతో బాటు, అనక ఇతర పరికరాలను కూడా నాటి మానవులు ఉపయోగించి, సులభంగా వేటాడటం, చేపలు పట్టడాన్ని నేర్చుకున్నారు. పనిముట్ల తయారీలో ఎముకలతో బాటు, చెక్కను గూడ ఉపయోగించారు.

మధ్య శిలాయుగ స్థావరాలు ఛోటానాగపూర్ ప్రాంతంలోను, కృష్ణానది దక్షిణ భాగాన పలుచోట్ల, ఉత్తరప్రదేశ్‌లోని సరాయినహర్‌రాయ్, రాజస్థాన్‌లోని బాగోర్ వద్ద, కనుగొన్నారు. ఇవిగాక, గుజరాత్, మహారాష్ట్ర, బెంగాల్, సింధు, మధ్యప్రదేశ, పంజాబ్‌లో గూడ, బయల్పడ్డాయి. ఇవి కొండ గుహల్లో, శిలా ప్రదేశాల్లోనేగాక, మైదాన ప్రదేశాల్లో గూడ నెలకొని ఉన్నాయి. ఈ యుగంలో గమనించాల్సిన ముఖ్య విషయమేమిటంటే, నాటి మానవుడు భౌగోళిక శిలా పరిణామ యుగానికి చెందిన ఉష్ణపరిస్థితులకు అనుగుణంగా తన అలవాట్లను, సాంప్రదాయాలను మలచుకొన్నాడు. ఇది, మానవ జీవన విధానాన్ని పూర్తిగా మార్చివేయడమేగాక, మానవుడు అనేక నూతన ప్రాంతాలకు తరలిపోయేటట్లు చేసింది. ఈ కారణంగా, మధ్య శిలాయుగ స్థావరాల్లో వేటాడే సంస్కృతితోబాటు, గ్రామీణ ఆర్థిక వ్యవస్థా చిహ్నాలు కూడా కన్పడ్తాయి. కొన్ని ఈ యుగపు స్థావరాల్లో బయల్పడ్డ కుక్కలు, పశువులు, మేకలు మున్నగు పెంపుడు జంతువుల అస్థికల వల్ల, ఈ విషయం స్పష్టమౌతూంది. వ్యవసాయం ద్వారా ఆహారోత్పత్తి జరిగినట్లు తెలియనప్పటికీ, కుండలను తయారుచేయడం, స్వయంగా ఆహారాన్ని సిద్ధం చేసుకునే స్థితికి మధ్య శిలాయుగపు మానవుడు ఎదిగాడనే విషయం తెలుస్తూంది.

మధ్య శిలాయుగ మానవునికి అలంకరణ, కళ పట్ల శ్రద్ధ ఉండేది. ఇతడు గవ్వలు, పూసలతో తయారైన ఆభరణాలను ధరించే వాడు. కళాత్మకమైన రాతి చిత్తరువులు, ఎముకల చెక్కడాలు బయల్పడ్డాయి. మరో విశేషమేమంటే, మరణానంతర జీవితంలో కూడా వీరికి విశ్వాసమున్నట్లుగా కన్పిస్తూంది. మరణించిన వారిని, వారి పనిముట్లతో సహా పాతిపెట్టడమే ఇందుకు నిదర్శనం. ప్రాచీన శిలాయుగపు మానవుని భౌతిక లక్షణాలకు భిన్నంగా, మధ్య శిలాయుగపు మానవుడు, పొడవుగా, నిడువైన తల, ముందుకు కొద్దిగా తోసుకొని వచ్చి ఉండే పెదవితో, ఈజిప్టులోని హెమెటిక్ జాతి మానవునితో పోలి ఉండేవాడు. మొత్తంమీద చూచినట్లైతే, మధ్య శిలాయుగం, ప్రాచీన, నవీన శిలాయుగాల మధ్య, పరివర్తనా యుగంగా పరిణమించిందనుట సమంజసం.

నవీన శిలాయుగం

శిలా నిర్మితాలైన పరికరాలనే వాడినప్పటికీ, అవి ఎంత పదునుగా, నునుపుగా, నాజూకుగా చేయటం వల్ల, ఈ యుగానికి నవీన శిలాయుగమనే పేరు వచ్చింది. అంటే, శిలా సాంకేతిక పరిజ్ఞానంలో ఆనాటి మానవుడు మంచి అభివృద్ధిని సాధించాడన్నమాట.

రాతి గొడ్డలి నాటి ముఖ్యమైన పనిముట్టు. భారతదేశంలో క్రీ.పూ. 6,000 నుండి 1,000 సంవత్సరాల మధ్యకాలంలో నవీన శిలాయుగ స్థావరాలు వెలసినట్లుగా భావించబడుతూంది. ఇవి, కాశ్మీర్, బెలూచిస్థాన్, ఉత్తరప్రదేశ్, బీహార్, బెంగాల్, అస్సాం, ఆంధ్రప్రదేశ్, కర్నాటక, తమిళనాడు ప్రాంతాల్లో విస్తరించి ఉన్నాయి.

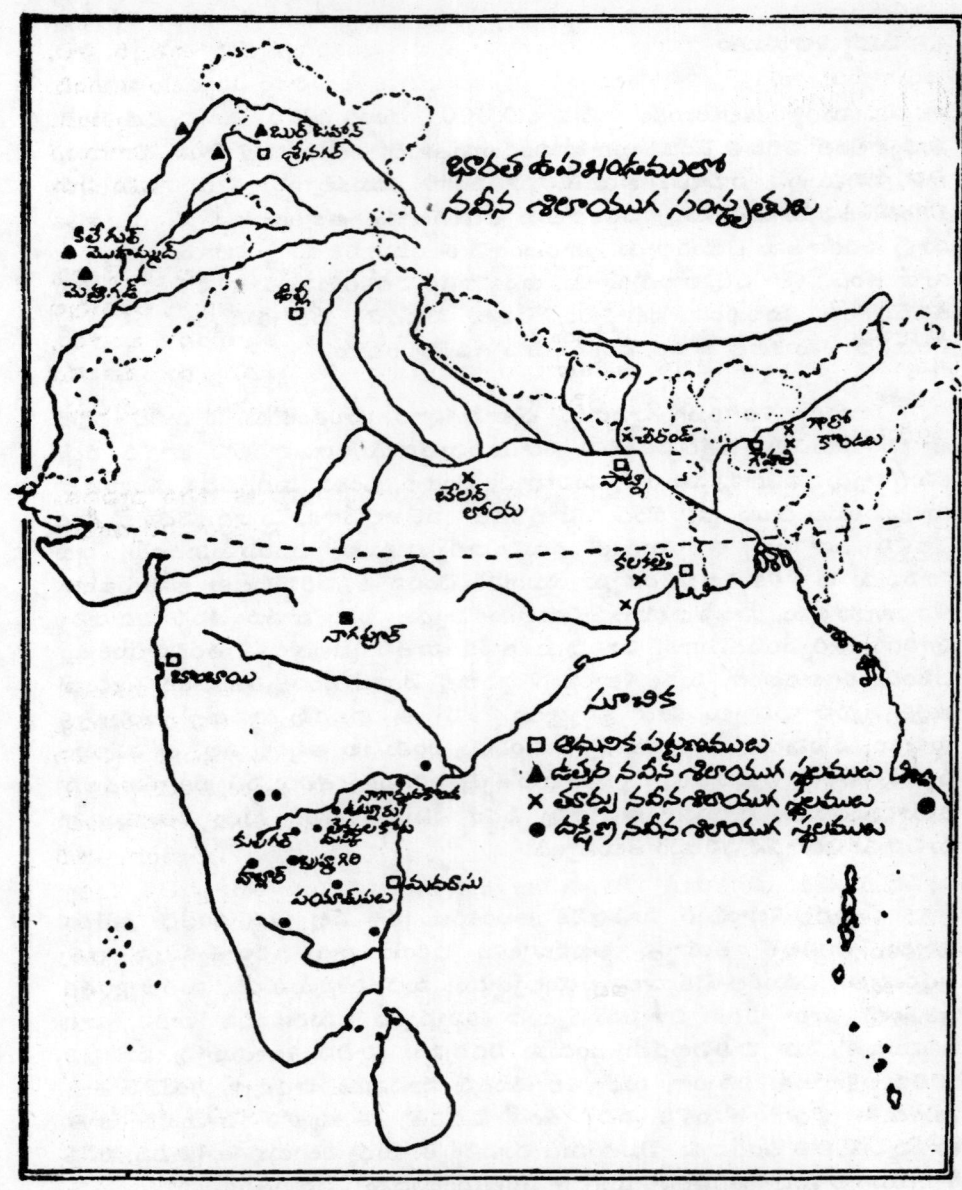

భారత ఉపఖండంలో నవీన శిలాయుగ సంస్కృతులు
(మూలం· ఆంధ్రప్రదేశ్ సార్వత్రిక విశ్వవిద్యాలయ ప్రచురణ : భారతదేశ చరిత్ర · అనాది నుండి క్రీ.శ. 1526 వరకు, ఖండికలు 1-4 పుట నెం.62)

నవీన శిలాయుగ మానవుడు జీవన విధానం, నాగరకతా సంస్కృతుల్లో విశేషమైన ప్రగతిని సాధించి, భారతీయ నాగరకతకు పునాది వేశాడు. ఇతడు సంచార జీవనాన్ని వదలపెట్టి, స్థిరనివాస జీవనానికి పూనుకొన్నాడు. వేట ద్వారా ఆహారాన్ని సేకరించే స్థాయి నుంచి, వ్యవసాయం ద్వారా ఆహారోత్పత్తిని చేపట్టే దశకు ఎదిగాడు. వాతావరణంలో వచ్చిన మార్పుల కారణంగా, ఋతువులను బట్టి వర్షాలు కురవగా, పంటలు పండించడానికి వీలు కలిగింది. వ్యవసాయం ప్రారంభం కావటంతో, దానికి అనుబంధంగా వడ్రంగి, కుమ్మరి, సాలె, చర్మకారుడు, బంగారపు వస్తువులు చేసేవాడు, ఇత్యాది వృత్తుల వాళ్లు ఏర్పడటం జరిగింది. ఆ విధంగా, ప్రప్రథమంగా, గ్రామీణ ఆర్థిక, సామాజిక వ్యవస్థ రూపు దిద్దుకుంది. వ్యవసాయంతోబాటు, పశుపోషణ కూడా ప్రధాన వృత్తిగా చేపట్టారు. నవీన శిలాయుగ నిర్మాతలకు సముద్రయానం, నౌకా నిర్మాణం గూడా తెలుసు. వర్తక వ్యాపారాలను వీరు సాగించినట్లుగా ఇవి సూచిస్తున్నాయి.

కళ, మత రంగాల్లో కూడా నాటి మానవులు ముందంజ వేశారు. శిలల మీదనే కాక, మట్టి, పాత్రల మీద కూడా బొమ్మలను చిత్రించేవారు. అయితే, ఇవి ముఖ్యంగా, జంతువుల చిత్రాలు, వేటాడే సన్నివేశాలకు సంబంధించినవి. అలంకరణ విషయంలో, బంగారం, గవ్వలు, ఎముకలతో చేసిన ఆభరణాలను ధరించేవారు. అప్పుడప్పుడు, శవాలను పేటికలో అమర్చి భూస్థాపితం చేసేవారు. నాటి మానవుడు పూర్వీకుల ఆత్మలను, జంతువులను ఆరాధించేవాడు.

ఈవిధంగా, తొలిసారిగా నిర్దుష్టమైన గ్రామీణ ఆర్థిక, సామాజిక జీవన వ్యవస్థకు పునాది వేసిన నవీన శిలాయుగ నాగరకతా నిర్మాతలెవరన్నది, స్పష్టంగా ఏర్పడలేదు. అయితే, వీరు ద్రావిడులని కొందరి విశ్వాసం.

నాగరకత, సంస్కృతి పరిణామం

చరిత్రపూర్వయుగంలో, నాగరకతా సంస్కృతులు హఠాత్తుగా కాకుండా, క్రమపద్ధతిలో పరిణామం చెందుతూ వచ్చాయి. మానవుల ముఖ్య వృత్తి, ఆహార సంపాదన, జీవన విధానం, ఆచార సంప్రదాయాల ద్వారా, ఈ మార్పును మనం గమనించవచ్చు. ప్రాచీన శిలాయుగంలో, వేట మానవుని ముఖ్య వృత్తిగా ఉండి, ఆహార సేకరణకు ఉపయోగపడితే, మధ్య శిలాయుగంలో వేటతోబాటు పశుపోషణ కూడా చేపట్టారు; నవీన శిలాయుగంలో ఈ రెండిటితో బాటు, వ్యవసాయం ద్వారా ఆహారోత్పత్తి ప్రధానంగా ఏర్పడింది. నాటి మానవులు వాడిన పరికరాలు కూడా, పరిణామ దశలను సూచిస్తున్నాయి. ప్రాచీన, మధ్య, నవీన శిలాయుగాల్లో కూడా ప్రధానంగా శిలా పరికరాలే వాడారు. అయితే అవి మొదట్లో మొరటుగా, అతి కఠినంగా ఉండి, మధ్యలో సూక్ష్మమై, చివరకు నునుపుగా, పదునుగా, నాజూకుగా తయారైనాయి. ఇది, శిల్ప సాంకేతిక పరిజ్ఞానాభివృద్ధి క్రమాన్ని తెలియజేస్తుంది.

జీవన విధానం కూడా ముఖ్య పరిణామాన్ని సూచిస్తుంది. ప్రాచీన శిలాయుగంలో మానవుడు పూర్తిగా సంచార జీవి కాగా, మధ్య శిలాయుగంలో కొంత మేరకు స్థిరజీవిగాను, నవీన శిలాయుగంలో పూర్తిగా స్థిరనివాస జీవిగాను అభివృద్ధి చెందాడు. ఆచార సంప్రదాయాలు కూడా క్రమానుగత మార్పును చెందుతూ వచ్చాయి. మృతదేహాలను ప్రాచీన శిలాయుగ మానవుడు ప్రకృతికే వదలివేస్తే, మధ్య శిలాయుగ మానవుడు వాటిని పూడ్చిపెట్టడం ప్రారంభించగా నవీన శిలాయుగ మానవుడు పూడ్చి వాటిపై సమాధులు కట్టడం గూడా నేర్చుకున్నాడు.

అయితే, ఈ మూడు శిలాయుగ నిర్మాతల జాతి లక్షణాల్లో, ఆయా యుగాల వాతావరణ పరిస్థితుల్లో తేడాలున్నాయి. నాగరకతా సంస్కృతుల పరిణామ దశలకు, వీటికి ఎంతైనా, ప్రత్యక్ష సంబంధముంది. భారతీయ నాగరకతా సంస్కృతీ పరిణామ చరిత్రలో, శిలాయుగ సంస్కృతులు ప్రథమ సోపానాల లాంటివి. వీటి అవగాహన లేందే, తదుపరి యుగాల్లో నాగరకత, సంస్కృతీపరంగా, భారతీయుల ప్రగతిని సరిగా అంచనా వేయలేం.

***

2.

లోహయుగం : నాగరకతా సంస్కృతులు

చరిత్ర పూర్వయుగం' నుంచి 'చారిత్రక యుగం'లోకి అడుగిడుతున్నాం. మార్పు సూచకంగా, క్రమబద్ధమైన మానవ జీవన విధానాన్ని గురించి తెలిసికోటానికి లిఖితపూర్వకమైన, ఆధారాలు లభ్యమగుటతోబాటు, లోహ సాంకేతిక పరిజ్ఞానం బహుళంగా వాడుకలోకి వచ్చింది. అధునాతమైన, సువ్యవస్థితమైన పట్టణ, గ్రామీణ జీవన విధానాలు, ఒకదాని వెంట మరొకటి వెలుగులోకి వచ్చాయి.

చారిత్రక యుగం

ఈ యుగానికే మరో పేరు 'లోహయుగం'. అయితే, లోహాల వాడకం, శిలలు, కొయ్య, ఎముకల (చరిత్ర పూర్వయుగంలో వాడినవి) వాడకంతోబాటుగా నడచింది. అంటే, శిలాయుగాన్నుంచి లోహయుగానికి మార్పు, హఠాత్పరిణామం కాదన్నమాట. అంతేకాకుండా, లోహ యుగ ప్రవేశం కూడా, దేశమంతటా ఒకే తీరుగా జరగలేదు. ఉత్తర భారతాన్ని తీసుకుంటే, శిలాయుగం తరవాత 'తామ్రశిలాయుగం' ఆవిర్భవించింది. దీని ప్రతీకనే మహోన్నతమైన హరప్పా సంస్కృతి. అంటే, శిలల వాడకాన్ని అనుసరిస్తూ, రాగి అనే లోహం మొదటగా రంగ ప్రవేశం చేసింది. దీని తరవాత కొన్ని శతాబ్దాల అనంతరం, అంటే ఆర్యులతో, ఇనుప లోహం ఇక్కడ ఉపయోగంలోకి వచ్చింది.

దీనికి భిన్నంగా, దక్షిణ భారతదేశంలో శిలలననుసరిస్తూ నేరుగా ఇనుము వాడకం లోకి వచ్చింది. తామ్ర మధ్య దశ ఇక్కడ లేదన్నమాట. అయితే, తామ్ర, లోహ యుగాలు రెండింటిలో కూడా, మానవ నాగరకతా పరిణామ దశ మాత్రం, స్థూలంగా ఒకటే. వేట పశుగణాభివృద్ధికి బదులుగా, వ్యవసాయం ప్రధానమైన ఆర్థిక జీవన విధానంగా చోటు చేసుకుంది. దీని నాధారంగా చేసుకుని, కుమ్మరి, కమ్మరి, వడ్రంగి, చర్మకారుడు ఇత్యాది ఇతర వృత్తుల వాళ్ళు, నాటి ఆర్థిక వ్యవస్థలో సముచిత స్థానాన్ని పొందారు. లోహ సాంకేతిక పరిజ్ఞానం, వివిధ వృత్తుల ప్రగతికై విస్తారంగా, బహుముఖంగా ఉపయోగపడ్తూ వచ్చింది. ఇనుప నాగలి, కుమ్మరి చక్రం, గొడ్డలి, ఎద్దుల బండి, తూనికలు, కొలతలు, ఓడల నిర్మాణం, మొదలైన పరికరాల తయారీలో, లేక వృత్తుల ఆచరణలో, ఇది ముఖ్య సాధనంగా, లేక అభివృద్ధి భూమికగా ఏర్పడింది.

హరప్పా నాగరకత

1921-22వ సంవత్సరంలో, సర్‌జాన్ మార్షల్ నాయకత్వం కింద, వాయవ్య ప్రాంతంలోని మొహంజదారో, హరప్పాల వద్ద పురావస్తు పరిశోధనలు జరిగేటంతవరకూ, క్రీ.పూ.2000 నాటిదైన ఆర్య నాగరకతలను ప్రథమ భారతీయ నాగరికతగా పరిగణించారు. అయితే, సర్‌జాన్ మార్షల్, తరవాత ఇ.జె.హెచ్ మాకే, యమ్.యస్.వాట్స్ మొదలైన పురావస్తు శాస్త్రవేత్తల ప్రశంసనీయమైన కృషివల్ల ఉత్తర, వాయవ్య, పశ్చిమ భారతదేశ సువిశాల ప్రాంతంలో ఆర్య నాగరకతకంటే శతాబ్దాల ముందు వెలసిన సింధునాగరకతా శిథిలాలు, విషయాలు వెలుగులోకి వచ్చాయి. ఆర్య నాగరకత ప్రధానంగా గ్రామీణ ఆర్థిక, సామాజిక జీవన వ్యవస్థతో కూడుకొని ఉండగా, హరప్పా నాగరకత మొట్టమొదటి పట్టణ సంస్కృతిని బయల్పరచింది.

సింధు నాగరకత కేవలం భారతదేశంలోనేకాక, మొత్తం దక్షిణ ఆసియాలో కూడా ప్రథమ పట్టణ సంస్కృతిగా చారిత్రక ప్రాధాన్యతను సంతరించుకుంది. సమకాలీన పశ్చిమ ఆసియాలో వెలసిన మెసపొటేమియా, బాబిలోనియా, ఈజిప్ట్ పట్టణ నాగరకతలతో,

వాణిజ్య, సాంస్కృతిక సంబంధాలను కలిగి, కొన్ని జీవన విధాన రీతుల్లో వీటితో, హరప్పా నాగరకత సామ్యాన్ని తెలుపుతుంది. పశ్చిమ పంజాబ్‌లోని హరప్పా, సింధ్ రాష్ట్రంలోని మొహంజొదారోలతో పాటు, హరప్పా సంస్కృతి సింధ్ లోని అమ్రి, కోట్‌డిజి, రాజస్థాన్‌లోని కాలిబంగన్, ఉత్తరప్రదేశ్‌లోని రూపర్, గుజరాత్‌లోని లోథాల్, రంగపూర్‌లు ఇతర ముఖ్య కేంద్రాలుగా అభివృద్ధి చెందింది. క్రీ.పూ.2,300-1,750 సంవత్సరాల మధ్య కాలంలో సింధునాగరకత బహుళ వ్యాప్తిలో ఉన్నట్లుగా, ధృఢమౌతుంది.

నగర జీవనం, నిర్మాణాలు

సింధు నగరాల నిర్మాణ శిథిలాలు, నాటి ప్రజల నగం జీవన విధానాన్ని, నిర్మాణ కౌశలాన్ని చాటుతున్నాయి. దాదాపు అన్ని నగరాల్లోను, నిర్మాణాలు రెండు రకాలుగా ఉండేవి. అవే పౌర భవనాలు, నివాసగృహాలు. మొదటివి ప్రభుత్వ, లేక ప్రజాసంబంధమైనవిగా ఉన్నాయి. ఇవి పడమరగా, ఎత్తైన మెరక ప్రదేశాల్లో నిర్మించడం జరిగింది. కోట, ధాన్యపు గిడ్డంగులు, ప్రభుత్వ కార్యాలయాలు, స్నానవాటికలు వీటిలో ప్రధానంగా ఉన్నాయి. దుర్గాలు అష్టముఖ దుర్గాలుగా ఉన్నాయి. వీటి. గోడలను పచ్చి ఇటుకలతో కట్టి, పైన కాల్చిన ఇటుకలతో తాపడం చేశారు. పునాదుల చెంత గోడ మందం 13 $\frac{1}{2}$ మీటర్లుండి, పైకి పోను పోను తగ్గుతూండడం జరిగింది. ప్రభుత్వ భవనాలు, ఇతర ముఖ్య కట్టడాలు సాధారణంగా కోటలోనే ఎత్తైన వేదిక మీద నిర్మించడం జరిగింది.

విశాలమైన ధాన్యాగారాల నిర్మాణం, గ్రామాల్లోని అధిక వ్యవసాయోత్పత్తిని, ధాన్యపునిల్వలకు నాటి ప్రభుత్వ యంత్రాంగం ఇచ్చిన ప్రాధాన్యతను సూచిస్తుంది. మొహంజొదారోలోని స్నానవాటిక సమీపంలో 45 x 22.5 మీటర్ల కొలతలు గల ధాన్యాగారం, హరప్పాలో దీనికంటే మించి, 50.7 x 40.5 మీటర్ల పొడవు, వెడల్పులు గల ధాన్యాగారం, బయల్పడ్డాయి. హరప్పాలోని ఆరు ధాన్యపు గిడ్డంగులకు దక్షిణంగా, ఎత్తైన ఇటుకవేదికలపై, నిర్మితమైన గుండ్రని కళ్లాల వరుసలు కనుగొనడం జరిగింది. ధాన్యాన్ని నూర్పడానికి, లేదా బాగుచేయడానికి, వీటిని నాటి కర్షకులు ఉపయోగించి ఉండవచ్చు. గిడ్డంగులతో బాటు, పెద్ద స్తంభాల మంటపాలు కూడా దుర్గ ప్రాంగణంలో నిర్మించడం జరిగింది. ఉదాహరణకు, మొహంజొదారోలో, 69 x 23.4 మీటర్ల కొలతలు గల్గిన విశాల మంటపం బయల్పడింది. వీటి ప్రయోజనం ఇదమిత్థంగా తెలిదు. ప్రభుత్వ కార్యాలయాలగానే, సత్రాల్లోగానీ, లేక ప్రార్థనామందిరాల్లోగానీ, వీటిని వాడి ఉండవచ్చు.

సింధు ప్రజల నిర్మాణ కౌశలానికి గీటురాయిగా నిల్చినటువంటిది, మొహంజొదారోలోని స్నానవాటిక. దుర్గ ప్రాంతకుడలిలో, చతురస్రాకారంలో 39 అడుగుల పొడవు, 23 అడుగుల వెడల్పు, 9 అడుగుల లోతున్నదిగా దీన్ని నిర్మించారు కొలనులో ఉత్తర, దక్షిణ దిశల్లో మెట్ల వరుసలు, నైరుతి మూలన వాడిన నీరుని బయటికి పంపటానికి తూము, కొలను చుట్టూ రెండంతస్థుల వసారా, దాని వెనక గదులున్నాయి. ఈ గదుల్లో, ఒకదానిలో పైకి పోవడానికి మెట్లు, మరో దానిలో బావిని ఏర్పాటు చేశారు. ఈ బావి నుంచే స్నాన వాటికకు నీరు సరఫరా అయ్యేది. వేడినీటిని పంపడానికి కూడా ఏర్పాట్లున్నట్లు తెలుస్తూంది. ఉత్సవ, లేదా పండుగ సందర్భాల్లో వాడేటందుకు దీన్ని నిర్మించి ఉండొచ్చు. శుచి శుభ్రతలకు వీలును కల్పిస్తూ, బహుళ జనోపయోగానికి అనువుగా నిర్మించిన ఈ స్నానఘట్టం, నాటి పౌర నిర్మాణాల్లో ఎంతో ప్రశంసించదగింది.

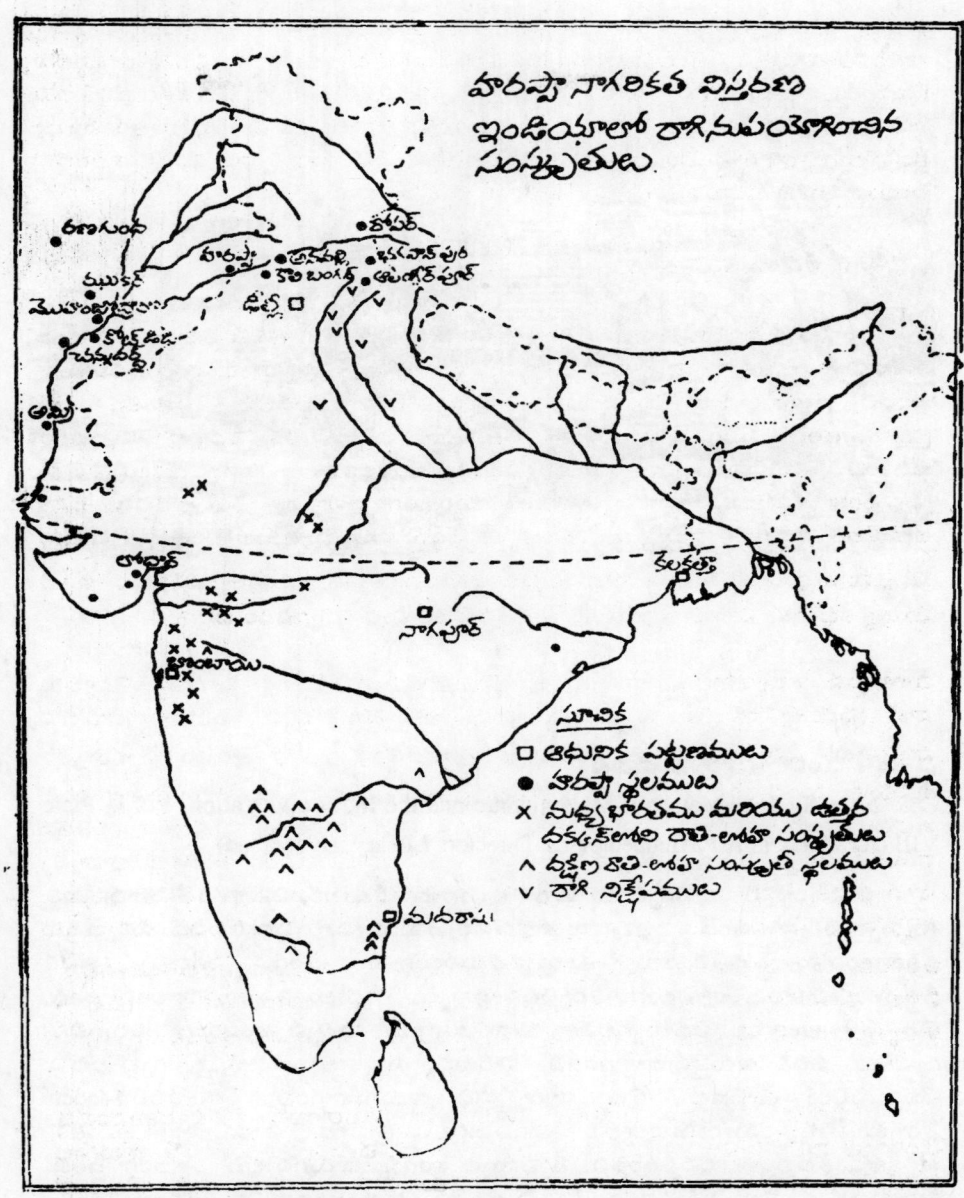

పటం : హరప్పా నాగరకత విస్తరణ

(మూలం : ఆంధ్రప్రదేశ సార్వత్రిక విశ్వ విద్యాలయ ప్రచురణ, భారతదేశ చరిత్ర, అనాది నుంచి క్రి.శ.1526 వరకు, ఖండికలు : 1-4 పుట నెం.70)

చిత్రం : మొహెంజదారో స్నానవాటిక

(మూలం : Sir John Marshall, Mohenjodaro and the Indus civilization, Vol.I., Plate VIII (Available in A.P.Archaeological Directors Library, Hyderabad).

నగరాల్లోని నివాసగృహాలు కూడా, అధునాతన రీతులకు ఏమాత్రం తీసిపోవు. ఇవి తూర్పు వైపుగా ఉండే పల్లపుప్రాంతాల్లో నిర్మితమయ్యేవి. ప్రధాన వీధులు ఉత్తర దక్షిణాలుగాను, ఉపవీధులు తూర్పుపడమరలుగానూ ఉండి, నగరాన్ని అనేక దీర్ఘచతురస్రాకారపు బ్లాకులుగా, తీర్చిదిద్దినట్లున్నాయి. వీధులు తిన్నగా, విశాలంగా ఉండి, కొన్ని 30 అడుగుల వెడల్పుగలవిగా కూడా ఉన్నాయి. కాల్చిన ఇటుకలతో నిర్మించిన గృహాలు, వీధికి ఇరువైపులా ఉండేవి. పారిశుధ్య సూత్రాలను పాటిస్తూ, గృహాలలోని మురుగునీరు తూములు, గొట్టాలద్వారా, వీధి అడుగుభాగంలో పైకి కనపడకుండా ఏర్పాటుచేసిన మురుగుకాల్వలోకి పంపేవారు. గృహాల హంగులు, అమరిక, ఆర్థికస్తోమతలపై ఆధారపడిఉండేవి. సంపన్నుల ఇండ్లు ఐదారుగదులతో విశాలంగా ఉంటే, సామాన్యుల గృహాలు చిన్నవిగా ఉండేవి. పై అంతస్థులోగిళ్లను కూడా నిర్మించడం జరిగింది. పై అంతస్థునుంచి నీరు వెళ్లటానికి గొట్టాలను అమర్చేవారు. ప్రతి ఇంటిలో బావి, స్నాన వేదిక, పెద్ద ఇండ్లలో పెరడు, మరుగుదొడ్లు కూడా ఉండేవి. కూలీల ఇండ్లుమాత్రం, రెండుగదులతో ఉండి, అన్ని ఇండ్లకు కలిసి ఒకే బావి ఉండేది. వీధులకిరువైపుల నివాసగృహాలతోబాటు, దుకాణాలు కూడా ఉండేవి. సింధునది వరదల భయంవల్ల, ఎత్తైన మృణ్మయ వేదికలపై, గోడలు మందంగా ఉండేటట్లు ఇళ్లను కట్టుకునేవారు. చెత్తాచెదారాన్ని నింపి పారవేసేటందుకుగాను, వీధుల్లో చెత్తకుండీలు కూడా అమర్చడం జరిగింది.

వీధులు, ఉపవీధులు, గృహాలు, దుకాణాలు, మురుగు కాల్వలు, చెత్తకుండీలు, అంతస్తు ఇండ్లు, వీటన్నిటిని పరిశీలిస్తే, హరప్పా ప్రజల ఉన్నత, నగర పారిశుధ్య జీవనం

వెల్లడవుతుంది. పౌర నిర్మాణాలు నాటి ఉత్తమ శ్రేణి సాంకేతిక నైపుణ్యతను తెలియజేస్తున్నాయి. వీటన్నిటిని బట్టి, నాటి నగరాల నిర్వహణకు సువ్యవస్థితమైన పరిపాలనా యంత్రాగాలున్నట్లుగా భావించటానికి, ఎంతైనా అవకాశముంది.

ఆర్థిక ప్రగతి

హరప్పా నాగరకతా స్థావరాల్లో, నిర్మాణ శిథిలాలతోబాటు, నాటి ప్రజలు వాడిన కొన్ని వస్తువులు, పనిముట్లు, ముద్రికలు కూడా లభ్యమయ్యాయి. వీటిద్వారా, వారి ఆర్థిక, సామాజిక మత విధానాల గురించి, కొన్ని విషయాలు తెలుస్తున్నాయి. ఆర్థిక వ్యవస్థలో వ్యవసాయం, పశుపోషణ, కుటీర పరిశ్రమలు, వ్యాపార వాణిజ్యాలు చోటుచేసుకున్నాయి. నాటి రైతులు నాగలితో పొలాలను దున్నేవారు. అత్యల్ప వర్షపాతమగుటచే, వ్యవసాయ సాగుకు సింధునదీ వరదనీటిపై ముఖ్యంగా ఆధారపడి ఉండేవి. గోధుమ, బార్లీ, వరి ధాన్యాలతోబాటు, నువ్వులు, ఆవాలు, ఖర్జూరాలు, బఠాణీలుగల వాణిజ్య పంటలను కూడా పండించేవారు. హరప్పా, మొహెంజొదారో లాంటి కేంద్రాల్లో బయల్పడ్డ విస్తారమైన గిడ్డంగులు, అధిక ఆహారోత్పత్తిని సూచిస్తున్నాయి.

అయితే, సింధు ప్రజలు తమ గ్రామీణ జీవితంలో, వ్యవసాయంతోబాటు, పశుపోషణను కూడా చేపట్టారు. వివిధ ముద్రికలపై ఉన్న ఆవు, గేదె, ఎద్దు, దున్న, మేక, గొర్రె, కుక్క, ఒంటె, ఏనుగుల బొమ్మలను బట్టి, వీటిని మచ్చిక చేసుకొని, పోషించేవారని భావించవచ్చు. గుర్రం మాత్రం వీరికి తెలిసినట్లు కనబడదు. ఎద్దు వ్యవసాయ పనులకు, ముఖ్య ప్రయాణ సాధనమైన బండిని లాగటానికి ఉపయోగించడం జరిగింది. వివిధ ఆకృతుల్లో దీని ముద్రికలు విస్తారంగా లభ్యమయ్యాయి.

గ్రామీణ ఆర్థిక వ్యవస్థ పరిణతి చెందిందన్నట్లుగా, వ్యవసాయదారులు, పశుపోషకులతోబాటు, వివిధ రకాల ఇతర వృత్తులవాళ్ళు తోడ్పాటునందించారు. కుండల తయారీ, రాగి, కంచు లోహాల తయారి, లోహ పరికరాలను తయారు చేయటం, జేవురు రంగు మట్టితో ముద్రికల తయారి, పూసలు, ఆభరణాల తయారి, బట్టలనేత, వాటిపై అద్దకం, ఇటుకల తయారీ, కంచులో ప్రతిమలను పోతపోయడం, రాతిపై ఆకృతులను చెక్కడంలాంటి బహుముఖ కళలు, పరిశ్రమలు మంచి ప్రగతిని సాధించాయి.

చక్రంతో వివిధ రకాల కుండలను తయారు చేయడం వాటిపైన సుందర చిత్రాలంకరణను ఆనాటి పనివారు చేపట్టారు. రాగిని ముడిధాతువు నుంచి తయారు చేయడం, రాగి, తగరాన్ని కలిపి, కంచును తయారు చేయడం, ఈ లోహాలతో గొడ్డళ్ళు కత్తులు, ఱంపాలు, ఉలులు, పాత్రలలాంటి వస్తువులు పరికరాలను తయారుచేయడం, హరప్పా ప్రజల లోహ సాంకేతిక పరిజ్ఞానానికి నిదర్శనాలు. జేవురు రంగు మట్టితో ముద్రికలను వీరు విరివిగా తయారు చేసేవారు. జంతువుల బొమ్మలు, స్త్రీ దేవత, పురుష దేవతాకృతులను ప్రతిబింబింప జేస్తూ, వీటిపైన లిపిని కూడా వాడారు. వీటి చిత్రీకరణలో ఎంతో సహజత్వం, ముగ్ధత చోటు చేసుకున్నాయి. వాడిన లిపిని పురావస్తు శాస్త్రజ్ఞులు క్షుణ్ణంగా అర్థం చేసికోగల్గినట్లైతే, ఈ సంస్కృతీ నాగరకతల గురించి మరెన్నో ఉపయోగకర విషయాలు తెలిసి వుండేవి.

పూసలు ఆభరణాల తయారీలో కూడా ఎంతో వైవిధ్యం, కళాత్మకత, సౌందర్యం ఉట్టిపడుతున్నాయి. బంగారం, వెండి, రాగి, దంతం, విలువైన పలురకాల రాళ్లతో, పూసలతో స్త్రీ, పురుషులకు సంబంధించిన ఆభరణాలు తయారు చేయబడేవి. నూలు

దారాలతో వస్త్రాలను నేయడం, వాటిపై రంగుల అద్దకం, నాడు ఎంతో నైపుణ్యంతో చేపట్టారు. ఇటుకల తయారీ నాటి కుటీర పరిశ్రమల్లో అన్నింటికంటే, విస్తృతమైంది. అన్ని స్థావరాల్లో ఇటుకల బట్టీలు ఎక్కువగా బయల్పడ్డాయి. సింధు ప్రజలు తయారుచేసిన ఇటుకల పరిమాణాలు, ధృఢత్వం, ఆకృతులు, నేటి శిథిలాల్లో కూడా ప్రశంసను రేకెత్తిస్తున్నాయి, అన్ని రకాల నిర్మాణాలకు ఇవే వాడబడ్డాయి. రాయి వాడకం అంతగా కనుపించదు.

కంచులో ప్రతిమలను అందంగా పోతపోయడం, లోహసాంకేతిక పరిజ్ఞాన ప్రగతికి, కళాభిరుచికి, ప్రతీక. ఈ కళనుపయోగించి తయారుచేసిన, 'నృత్య సుందరి' బొమ్మ, వివిధ భంగిమల్లో కళారాధకుల నెంతో ఆకర్షిస్తుంది. అదేవిధంగా, రాతిపై ఆకృతులను చెక్కడం కూడా, హరప్పా ప్రజల సౌందర్య కళల్లో, ఒకటిగా ఉండింది. హరప్పా నగరం వద్ద

చిత్రాలు : వృషభ ముద్రిక, నృత్య సుందరి, గడ్డం పురుషుడు

(మూలం : Historic India, P.41 (Reference Book in A.P.Open University Sir John Marshall, Mohenjodaro and Indus Civilization,Vol.III, Plate XCIV for నృత్య సుందరి) Available in A.P.Archaeological Director's Library. Sir John Marshall, Mohenjodaro and the Indus Civilization, Vol.III Plate XCVIII for గడ్డం పురుషుడు) Avaiable as above.

లభ్యమైన 'గడ్డంతో కూడిన మతబోధకుడు లేక రాజుతల' ప్రాచీన గ్రీక్ శిల్పాల విశిష్టతను గుర్తుకు తెస్తున్నట్లు భావించడం జరిగింది. దేహం మీదున్న చొక్కామీది డిజైన్, తల మీది

పాపటి, నుదుటిమీది అభరణం ఇత్యాది చిన్న అంశాలు కూడా, ఎంతో స్పష్టంగా సుందరంగా చెక్కబడ్డాయి.

దేశంలోని ఇతర ప్రాంతాల వారితోను, పొరుగు రాజ్యాల వారితోను, సింధు ప్రజలు వాణిజ్య వర్తక సంబంధాలను చక్కగా నెరిపారు. తమ పరిశ్రమలకు కావాల్సిన ముడిపదార్థాలను దిగుమతి చేసుకొనేవారు అ విధంగా, బంగారాన్ని మైసూర్‌నుంచి, వెండిని అఫ్ఘనిస్థాన్ నుంచి, రాగిని బెలూచిస్థాన్ నుంచి, విలువైన అభరణపు రాళ్లను పశ్చిమ భారతదేశాన్నుంచి, తెప్పించుకునేవారు. ఇరాక్, మెసపొటేమియాలతో కూడా, సింధు ప్రజలు వర్తక సంబంధాలను పెట్టుకున్నారు. తూనికలు, కొలతలను, దశాంశ పద్ధతిని వీరుపయోగించేవారు. లోహపు నాణేలు వాడకంలో లేనందున, బహుశా వస్తుమార్పిడి విధానాన్ని అవలంబించి ఉండవచ్చు. ఎద్దుబండి, ఓడ, రవాణా సాధనాలుగా పనిచేశాయి. హరప్పా ప్రజలు వ్యాపార వాణిజ్యాల అభివృద్ధికై చక్కగా కృషి చేశారనే విషయం పైసమాచారాన్ని బట్టి తెలుస్తూంది.

వ్యవసాయ, పశుపోషణ, కుటీర పరిశ్రమలకు నాటి గ్రామాలు, వ్యాపార వాణిజ్యాలకు పట్టణాలు, కేంద్రాలైనాయి. అయితే, ఒకదాని మీద మరొకటి అధారపడ్డాయి. నగరాలకు కావల్సిన అహార ధాన్యాలను గ్రామాలు సరఫరా చేయగా, గ్రామ కుటీర పరిశ్రమలకు కావాల్సిన ముడిపదార్థాలను నగరాలు అందజేశాయి. అన్ని అర్థిక రంగాల్లో కూడా, గొప్ప ప్రగతిని హరప్పా ప్రజలు సాధించారనేది, పై పరిశీలన బట్టి మనకు స్పష్టమౌతూంది.

సామాజిక జీవనం

సింధు ప్రజల సామాజిక వ్యవస్థలో ప్రధానంగా నాల్గు వర్గాలకు చెందిన వారుండేవారు. ఈ వర్గాలు వృత్తిపరమైనవి. పండితులు, వీరులు, వర్తక, కళాకారులు, శ్రామికులుగా ఉన్నారు. మత బోధకులు, పురోహితులు, వైద్యులు, జ్యోతిష్కులు మొదటి వర్గంలో ఉన్నారు కోట గోడలు, రాజభవనాలు, ఖడ్గాలు, కాపలాదారుల నివాస శిథిలాలను బట్టి, ప్రజా రక్షణా బాధ్యతగల సైనిక వర్గమున్నట్లుగా తెలుస్తూంది. వర్తకులు, సాలె, వడ్రంగి, కుమ్మరి, కమ్మరి, తాపీ, రాతిపై, దంతం లోహాలపై ప్రతిమలను చెక్కేవారు, బంగారపు వస్తువులను తయారు చేసే కళాకారులు, తృతీయ వర్గంగా ఉన్నారు. సేవకులు, చేపలు పట్టేవారు, చర్మకారులు. మేదర్లు (basket-makers) కర్షకులు, కూలీలలాంటి శ్రమను చిందించేవారు, చివరి వర్గంలో ఉన్నారు. వైదిక యుగంలో ప్రచారాన్ని పొందిన చాతుర్వర్ణ వ్యవస్థతో, పైనుదహరించిన హరప్పా ప్రజల సామాజిక వ్యవస్థ పోలికలో గమనించదగ్గ విషయం.

సింధు ప్రజలు శాకాహారులు, మాంసాహారులు కూడా అయితే, గోధుమలు ముఖ్య అహార పదార్థంగా ఉండేవి. ప్రత్తితో నేసిన వస్త్రాలను సాధారణంగా ధరించడం, చలికాలంలో ఉన్ని దుస్తులను కూడా వాడేవారు. స్త్రీలు, పురుషులు కూడా అంతరీయం, ఉత్తరీయం అనే రెండు రకాల వస్త్రధారణను చేసేవారు. స్త్రీ పురుషులిద్దరూ, తమ తాహతును బట్టి బంగారు, వెండి, రాగి, పూసలు, దంతం, ఖరీదైన రాళ్ల (precious stones)తో తయారు చేసిన అభరణాలను ధరించేవారు. పురుషులు గడ్డాలను పెంచితే, స్త్రీలు తమ కేశాలను జడలు, ముడులుగా అలంకరించుకునేవారు. శరీరాలంకరణలో హరప్పా ప్రజలు విస్మయాన్ని కల్గించే అధునాతనను ప్రదర్శించారు. కండ్లకు కాటుక,

అధరాలకు రంగు, చర్మానికి మైపూతలను కూడా వారు వాడేవారని, శిథిల సమాచారం తెలుపుతూంది. నృత్యం గోలీల ఆట, చదరంగం, వేట, చేపలను పట్టటం, నాటి ప్రజల వినోద కార్యక్రమాలుగా ఉండేవి.

మత విశ్వాసాలు

సింధు ప్రజల మత విశ్వాసాలు, నేటి హిందూమత ఆచారాలతో స్పష్టమైన సంబంధాన్ని కల్గి, అత్యంత ప్రాముఖ్యతను సంతరించుకొన్నాయి. వీరు ప్రధానంగా దేవీ ఆరాధకులు. అమ్మ తల్లి, లేక శక్తిగా భావించే ఈస్త్రీమూర్తి ప్రతిమలు కోకొల్లలుగా బయల్పడ్డాయి. అన్ని శక్తులకు, సృష్టికి స్త్రీ శక్తే మూలమనే భావన, ఈ ఆరాధనకు ప్రధాన కారణంగా భావించడం జరుగుతుంది.

శక్తి ఆరాధనతో బాటు, సింధు ప్రజలు శివుని పోలిన పురుష దేవతను కూడా కొల్చారు. ఈ దేవత యోగ ముద్రలో కూర్చొని, ఏనుగు, పులి, ఖడ్గమృగం మొదలైన జంతువులతో పరివేష్టితమై, మూడు ముఖాలు ఎత్తైన తలపాగ, దాని కిరువైపుల కొమ్ములను కల్గిన్నట్లుగా ముద్రికలు చూపిస్తున్నాయి. మహాయోగి, పశుపతి, త్రినేత్రుడు, త్రిశూలధారి అనే శివుని లక్షణాలు, పైవాటితో సామ్యాన్ని సూచిస్తున్నాయి. పైగా, నేడు శివుడు ఆరాధిస్తున్న లింగాకారం కూడా (యోనితోబాటు) హరప్పా శిథిలాల్లో విశేషంగా లభ్యం కావడంతో, శివారాధనా విశ్వాసానికి బలం చేకూరింది.

స్త్రీ, పురుష దేవతల ఆరాధనతోబాటు, జంతు వృక్షారాధనను కూడా సింధు ప్రజలు చేపట్టారు. సర్పం, రావి, వేపచెట్లను వారు పూజించేవారు. చెడు శక్తులను పారదోలి, మంచిని చేకూర్చే సాధనాలుగా వీటిని పూజించేవారు. నేటి హైందవ మతంలో ఈ ఆచారం కొనసాగుతూండడం, ఎంతైనా గమనార్హం.

మృతులకు నాటి ప్రజలు మూడు రకాల సంస్కారాలను జరిపేవారు. శవాలను వివిధ గృహోపకరణాలు, కానుకలతో పూడ్చడం ఒక పద్ధతి. కళేబరాన్ని అడవి మృగాలకు, పక్షులకు వేసి తరవాత కొన్ని అస్థికలను భూస్థాపన చేయడం, రెండో పద్ధతి. పెద్ద మూతగల పెట్టలో శవంతో బాటు, కానుకలు, వస్తువుల నుంచి, నివాస గృహాల్లోనే, వాటి సమీపంలోనే పూడ్చడం, వారవలంబించిన మూడో పద్ధతి.

పైన పేర్కొన్న హరప్పా ప్రజల మత విశ్వాసాలు, వైదికాచారాల కంటే, అన్ని విధాలా, హైందవ మతాచారాలకు మూలమైనాయనే విషయం, గట్టిగా స్ఫురిస్తుంది. ప్రథమ భారతీయ నాగరకతా స్థానాన్ని సింధు నాగరకత పొందడం, సమంజసం, నిర్వివాదాంశమనే విషయం, ఈ విధంగా కూడా రూఢి అవుతూంది.

నాగరకతా క్షీణత

క్రీ.పూ. 1700 నాటి నుంచి, హరప్పా నాగరకతా క్షీణతా ప్రారంభమైంది. దీనికి భిన్న కారణాలు దోహదమైనట్లుగా చరిత్రకారులు భావిస్తున్నారు. సింధునదిలో తరచుగా వచ్చే వరదల కారణంగా, మొహంజదారో నగరవాసులు ఆప్రాంతాన్ని వదలి, వేరే సురక్షిత ప్రాంతానికి వలస పోవాల్సివచ్చింది. హరప్పా నగరం, అక్కడ దొరికిన మానవ కళేబరాలను బట్టి, ఆటవికుల దాడులకు గురై, ధ్వంసమైనట్లుగా తలంచడం జరుగుతుంది. వీటికి తోడుగా, సింధు ప్రజల సంప్రదాయ ప్రియత్వం, క్రీ.పూ. 1750 ప్రాంతంలో సుమేరులో

కాస్సైట్ దండయాత్ర కారణంగా అక్కడి వర్తక వాణిజ్యాలు నాశనమవగా, దాని ప్రభావం సింధు నగరాల్లోని ఆర్థిక వ్యవస్థ మీద పడటం, అన్నిటికంటే మించి, ఆర్యుల దండయాత్ర, ఇతర క్షీణతా కారణాలయ్యాయి.

అయితే, ఒక విషయం గమనించదగింది. సింధు నాగరకతా ప్రాంత ఉత్తర భాగంలో పతనం హఠాత్తుగా సంభవిస్తే, దక్షిణ భాగంలో క్రమంగా జరిగింది. బహుశా, వరదల ప్రమాదం, అటవికుల, లేక ఆర్యుల దాడుల ప్రభావం దక్షిణ భాగం కంటు ఉత్తర భాగం మీద ప్రథమంగా, ప్రముఖంగా పడి ఉండవచ్చు. కాలక్రమేణ క్షీణతచెందిన హరప్పా నాగరకత తాలూకు లక్షణాలు కొన్ని -- నగరజీవనం, సామాజిక, ఆర్థిక వ్యవస్థలు, మత విశ్వాసాలు -- తరవాతి భారతీయ నాగరకతా పరిణామ దశల్లో చోటు చేసుకోడం ప్రధానంగా గమనించదగ్గ విషయం.

ఆర్య నాగరకత

హరప్పా నాగరకత శిథిలాలపై వెలసినటువంటిది ఆర్య నాగరకత. క్రీ.పూ.1500-500 ల మధ్య కాలంలో, ఈ నూతన సంస్కృతి భారతదేశంలో వెలసింది. అయితే, ఈ సంస్కృతీ పరిణామంలో కొన్ని ముఖ్య గమనికలున్నాయి. సింధు నాగరకత స్వదేశీయమైంది. కాగా, ఆర్య సంస్కృతి విదేశీ జనితమైంది. ఆర్యులు ఇండో-యూరోపియా భాషా కుటుంబానికి చెందినవై, మధ్య ఆసియా, పారశీక దేశాల నుంచి కాలక్రమేణా, వాయవ్య భారతానికి వలస రావటం జరిగింది. పొడుగాటి తలలు, వెడల్పైన నుదురు, తెలుపు రంగు చర్మాన్ని కల్గి, సంస్కృత భాషా పరిజ్ఞానాన్ని కల్గిన ఆర్యులు, ఈ లక్షణాల్లో సింధు ప్రజలకు భిన్నంగా ఉన్నారు.

రెండు నాగరకతల స్వరూపస్వభావాల్లో కూడా తేడాలున్నాయి. హరప్పా నాగరకత ప్రధానంగా పట్టణ నాగరకతని మనం తెలుసుకున్నాం. దీనికి భిన్నంగా, ఆర్య నాగరకత గ్రామీణ వ్యవస్థ, జీవనం మీద ముఖ్యంగా ఆధారపడింది. ఆర్యులు భారతదేశానికి రాకముందు, పశుపోషణ ముఖ్యవృత్తిగా కల్గి, సంచార జీవనులుగా ఉండేవారు ఇక్కడ వ్యవసాయాన్ని కూడా చేపట్టి, స్థిర జీవనానికి అలవాటుపడి, అనార్య జాతుల ప్రజలు, అధిపతులతో ఘర్షణకు తలపడి, తమ ఆధిపత్యాన్ని స్థాపించుకొన్నారు. అయితే, ఇది క్రమేణా జరిగి, వేయి సంవత్సరాల కాలంలో పంజాబ్-సింధు ప్రాంతాన్నుంచి, గంగా-యమునా మైదాన ప్రాంతానికి వ్యాపించింది. ఆసక్తికర విషయమేమిటంటే, ఆర్య, అనార్య సంస్కృతులు సమ్మిళితం చెంది, మిశ్రమ లక్షణాయుతమైన భారతీయ నాగరకత ఆవిర్భవించింది. ఉదాహరణకు మత రంగంలో, వైదిక లక్షణాలైన మంత్రాలు, యజ్ఞాలు కొనసాగినప్పటికీ, ఆర్య దేవతలైన వరుణుడు, ఇంద్రుడు, అగ్ని, వాయువు స్థానాల్లో, అనార్య దేవతలైన శివుడు విష్ణువులకు అగ్రస్థానాలు లభించాయి.

వేద వాఙ్మయం

ఆర్యుల గురించి మనకు ముఖ్య సమాచారం, వైదిక వాఙ్మయం ద్వారా లభిస్తుంది. స్థూలంగా ఇది, శ్రుతి, సూత్ర అనే రెండు భాగాలుగా వుంది. 'శ్రుతి' అంటే వినబడ్డాయి, లేక తెలియచెప్పబడినవి, అని అర్థం. ఋషుల నోటి నుంచి ఒకరి ద్వారా మరొకరికి అందించబడుతూ వచ్చిన జ్ఞాన సంపదగా ఇవి పవిత్రతను పొందాయి. ఋక్, యజుస్, సామ, అథర్వ వేదాలని, చతుర్వేదాలున్నాయి. ఋగ్వేదం తొలివేదం. ఇది క్రీ.పూ.1500-

1000 మధ్య రూపొందించడం జరిగింది. పశుపోషక, సంచార జీవితాన్ని ప్రతిబింబింపజేసే తొలి ఆర్యుల గురించి ప్రధాన సమాచారాన్నిస్తుంది. క్రతువుల్లో దైవ ప్రీతి కొరకు పఠించే 1,028 మంత్రాలు దీనిలో ఉన్నాయి.

మిగిలిన వేద వాఙ్మయమంతా క్రీ.పూ.1000-500ల మధ్య రూపొందినట్లుగా భావించడం జరుగుతుంది. స్థిరమైన, వ్యావసాయిక జీవితాన్ని, వాయవ్యాన్నుంచి తూర్పు భారతానికి విస్తరణను సూచించే, మలివేద ఆర్యుల గురించి సమాచారం, దీని ద్వారా లభిస్తూంది. యజుస్, సామ వేదాల్లో క్రతుకాండలకు సంబంధించిన మంత్రాలుంటే, చివరిదైన అథర్వణ వేదంలో మంత్రతంత్రాలకు చెందిన విషయాలున్నాయి. ప్రతి వేదానికి సంహిత, బ్రాహ్మణాలు, దైవ ప్రార్థనలు, కర్మకాండలకు సంబంధించినవిగాను, అరణ్యక ఉపనిషత్తులు తత్వ విచారం, మోక్షమార్గం, ఇహపరాల గురించి చర్చించేవిగాను, ఉన్నాయి. ముఖ్యంగా, ఉపనిషత్తుల్లో భారతీయ అధ్యాత్మిక చింతన ఉన్నత శిఖరాల నధిరోహించి, ప్రశస్తిని గాంచింది.

వేదాల తరవాత ఆర్యుల రాజకీయ, మత, సాంఘిక, ఆచారవ్యవహారాలను నియమబద్ధం చేస్తూ, 'సూత్ర' వాఙ్మయం తయారు చేయడం జరిగింది. జ్ఞాపకముంచుకోటానికి వీలుగా ఉండే గద్యంలో సంగ్రహ రూపంలో చెప్పడం జరిగిందే "సూత్ర" వాఙ్మయం. దీనిలో ప్రధానమైనవి బ్రహ్మ, గృహ్య, ధర్మ సూత్రాలు. ధర్మ సూత్రాలకాధారంగా ధర్మ శాస్త్రాలు రూపొందించడం జరిగింది.

ఆర్యుల తొలి నివాసం

ఆర్యుల నివాసం గురించి పండితుల, చరిత్రకారుల మధ్య భిన్నాభిప్రాయ లున్నప్పటికీ, వారు విదేశీయులన్న విషయం మాత్రం సర్వత్రా అంగీకరించడం జరుగుతుంది. క్రీ.శ.1786లో ప్రసిద్ధ ఆంగ్ల చారిత్రక పరిశోధకుడైన సర్ విలియమ్ జోన్స్ ద్వారా గ్రీక్, లాటిన్, సంస్కృత, పారశీక, జర్మన్, ఇంగ్లీష్, లిథూనియన్ భాషలన్నిటికీ మూలమొకటేనని తెలిసిరావడం, భారతదేశ అత్యంత ప్రాచీన నాగరకతైన సింధు నాగరకతకు ముఖ్యమైన తేడాలుండడం అనార్య జాతులైన దాసదస్యుల నిర్మూలనకై రుగ్వేదంలో ఆర్యులు చేసిన దేవతా ప్రార్థనలు, పశ్చిమాసియాలోని బోగజ్‌కోయ్ వద్ద క్రీ.పూ. 1400 నాటి శాసనాల్లో ఆర్య దేవతలైన ఇంద్ర, వరుణ, మిత్ర, అగ్ని, అశ్వని దేవతలు పేర్కొనబడటం, ఇదే ప్రాంతంలో రథచోదనం గురించి ఇండో-పారశీక భాషలో రచించబడ్డ గ్రంథం అభ్యంకావడం, కాలానికి చెంది, ఈజిప్టులోని ఎల్. అమర్న అను ప్రదేశం వద్ద అభ్యమైన మృణ్మయ ఫలకాలపై, ఇండో-పారశీక పేర్లున్న రాజవంశాలు పేర్కోటం, మొదలైనవన్నీ దీన్ని బలపరుస్తున్నాయి.

ఆర్యుల జన్మస్థలమేదనే విషయంలో బాలగంగాధర తిలక్, రోడ్స్, లాసెన్, మాక్స్‌ముల్లర్, కీత్ పండితులు భిన్నాభిప్రాయాలను వ్యక్తం చేశారు. ఆర్కిటిక్ తీరం, పర్షియా, పామీర్, మెసపొటేమియాలను ఆర్య తొలి నివాసాలుగా, వేర్వేరుగా ప్రతిపాదించారు. ఐరోపావాదుల్లో కూడా, జర్మనీ అని, స్కాండినేవియా అని, బాల్టిక తీరమని, రష్యా అని విభిన్న అభిప్రాయాలున్నాయి. అయితే, ఈ సిద్ధాంతాలన్నీ కూడా ఇండో-ఐరోపీయుల వలస హేతువులను, పద్ధతులను సమగ్రంగా విశ్లేషించి, వివరణ చెయ్యలేదు. ఇటీవల గైల్స్, బ్రాండెన్‌స్టీన పండితులు, ఇండో-ఐరోపీయ భాషల్లో సమానార్థాలైన శబ్దాలను పరిశీలించి, ఆర్యులు తొలుత హంగేరి మైదానంలో నివసించి, తదుపరి ప్రపంచంలోని వేర్వేరు

భాగాలకు వ్యాపించి ఉంటారని నిర్ణయించారు. ప్రస్తుతమీ సిద్ధాంతం బహుళ జనామోదాన్ని పొందింది.

రుగ్వేద, మలివేద యుగాలు

క్రీ.పూ.1500-500 సంవత్సరాల మధ్య సుదీర్ఘంగా నడచిన ఆర్య నాగరకతను, అధ్యయన దృష్ట్యా, పరిణామాల దృష్ట్యా, రెండు యుగాలు లేక భాగాలుగా పరిశీలించడం అవసరమౌతుంది. మొట్టమొదటగా పేర్కోదగింది, క్రీ.పూ.1000 ప్రాంతంలో ఇనుము ఉపయోగంలోనికి రావడం. దీని ప్రభావం ఆర్థిక, రాజకీయ, సామాజిక రంగాలపైన ఎంతైనా వుంది. అందువల్ల ఈ మార్పు రెండు యుగాల మధ్య గీటురాయిగా నిలచింది. దీనికి తోడు, మరికొన్ని ఇతర ప్రత్యేకతలు కూడా ఉన్నాయి. తొలి ఆర్యుల ముఖ్య సమాచార గ్రంథం రుగ్వేదమైతే, మలివేద ఆర్యుల గురించి మిగతా అన్ని వేదాలు, వాటి అనుబంధ గ్రంధాలు సమాచారాన్నిస్తున్నాయి. రుగ్వేద ఆర్యులు ప్రధానంగా సంచార జీవనం, పశుపోషణ వృత్తిని అవలంబిస్తే, మలివేద ఆర్యులు దీనికి భిన్నంగా, స్థిర జీవనం, వ్యవసాయాన్ని ముఖ్యంగా చేపట్టారు. భౌగోళికంగా తొలి ఆర్యులు వాయవ్య భారతానికి పరిమితమైతే, మలివేద ఆర్యులు తూర్పు, దక్షిణాలకు విస్తరించారు. ఇదే విధంగా, రాజకీయ, సామాజిక, మత రంగాల్లో కూడా భిన్నత్వం ఉంది.

అయితే, విభిన్న లక్షణాలున్నప్పటికీ, సంస్కృతి, నాగరకత ఒక్కటే. జాతి, వారసత్వం, భాష, జీవన విలువలు రెండు యుగాల వారికీ ఒకటిగానే ఉన్నాయి. రెండు పాయలతో కూడిన ఐక్య ప్రవాహం లాంటిది, ఆర్య నాగరకత.

రాజకీయ వ్యవస్థ

రుగ్వేద, మలివేద యుగాలు రెంటిలో కూడా రాచరిక వ్యవస్థ ప్రధానంగా ఉండింది. ఇది వంశపారంపర్యంగా ఉండేది. ప్రజల చేత ఎన్నుకొన్న గణ రాజ్యాధిపతులు కూడా లేకపోలేదు. ఆర్య రాజులు రుగ్వేద యుగంలో 'రాజన్' అని, మలివేద యుగంలో 'సార్వభౌమ', 'సామ్రాట్', 'ఏకరాట్' అనే పేర్లతో వ్యవహరించారు. వివిధ ఆర్య తెగల మధ్య జరిగిన ఆధిక్యతా పోరాటాల కారణంగా ఏర్పడ్డ విస్తృత ఆర్య రాజ్యాధినేతల అధికారాన్ని, మలివేదయుగ పేర్లు సూచిస్తున్నాయి. ఇదే గుర్తింపు, లక్ష్యానికై, మలివేద రాజులు అశ్వమేధ, రాజసూయ, వాజపేయ యాగాలను నిర్వహించేవారు. చక్రవర్తులకు పరిపాలన, న్యాయ, సైనిక రంగాల్లో విశేషాధికారాలున్నప్పటికీ, వీటిని అదుపులో పెట్టటానికి 'సభ', 'సమితి' అనే ప్రజా ప్రాతినిధ్య సంస్థలు, అసమర్థులైన రాజులను తొలగించే ప్రజాధికారం కలిగి ఉన్నాయి. సభలో ప్రముఖులు, బ్రాహ్మణులు, సంపన్నులు సభ్యులుగా వుంటే, సమితిలో అన్ని జాతులు, వర్ణాల వారికీ ప్రాతినిధ్యముంది. మలివేద యుగంలో రాజుల రాజ్య పరిమాణాలు పెరగటంతో ఈ ప్రజాసంస్థల అధికారాలు బలహీనమయ్యాయి. రాజు ముఖ్య విధి ప్రజారక్షణ. రాజ్య సౌభాగ్యాన్ని పెంపొందించడం.

కేంద్ర ప్రభుత్వంలో చక్రవర్తికి సహాయంగా సేనాని, పురోహితుడు, రహస్య సిబ్బంది, వార్తాహరుల్లాంటి అధికారులుండేవారు. సేనాని సైన్యాధ్యక్షుడు కాగా, పురోహితుడు సలహాదారుగా, జ్యోతిష్యుడిగా, క్రతుకర్మల నిర్వాహకుడిగా పనిచేశాడు. మలివేద యుగంలో రాజ్యాల విస్తృతి కారణంగా, పరిపాలనా యంత్రాంగ సిబ్బంది కూడా పెరిగింది. పైన పేర్కొన్న అధికారులకు తోడుగా, భాగదుఘ (పన్నులను వసూలు చేసేవాడు); సంగ్రాహిత్రి (కోశాధికారి), సూత (చక్రవర్తి రథచోదకుడు), సంధి విగ్రహ

(విదేశ వ్యవహారాలను చూచేవాడు) లాంటి వారు నూతనంగా చోటు చేసుకున్నారు. రాష్ట్ర ప్రభుత్వ యంత్రాంగంలో గ్రామాధికారిగా 'గ్రామణి', దూర ప్రాంత, ఆదిమ తెగల నివాసిత ప్రాంతాల పాలనాధికారిగా 'స్థపతి', నూరు గ్రామాలపై అధికారిగా 'శతపతి' ముఖ్యులు.

వ్యవసాయం, పశుపోషణ, కళలు, చేతివృత్తులు, పరిశ్రమలు, వ్యాపారాలను చేపట్టిన ప్రజానీకమే, 'బాలి', 'శుల్క' అనే పేర్లుగల పన్నులను చెల్లించి, ముఖ్య భారాన్ని మోసేవారు. ఆర్య, అనార్యుల మధ్య విభిన్న ఆర్య తెగల మధ్య తరచుగా యుద్ధాలు జరుగుతూండడంవల్ల, సైన్య పోషణ, నిర్వహణ ప్రధానమైనాయి. రాజే సర్వసైన్యాధిపతికాగా, రథ, తురగ, పదాతి దళాలు పోరును సల్పేవి. కత్తి, గండ్రగొడ్డలి, ఈటె ముఖ్య ఆయుధాలుగా ఉండేవి. న్యాయ నిర్వహణలో రాజే ఉన్నత దండాధీశుడు. గ్రామాల్లో 'గ్రామ్యవాది' అనే ఉద్యోగి నేర విచారణ చేసి, నిందితులను శిక్షించేవాడు. దొంగతనం, వ్యభిచారం, గర్భస్రావం, హత్య, త్రాగుడు, రాజద్రోహం, పెద్ద నేరాలుగా పరిగణించబడేవి. శిక్షలు కఠినంగా ఉండేవి.

ఆర్థిక పరిస్థితులు

ఋగ్వేద ఆర్యులు ప్రధానంగా గ్రామీణ జీవితాన్ని గడిపారు. మలివేద ఆర్యుల కాలంలో కూడా పట్టణ ఆర్థిక వ్యవస్థ అభివృద్ధి కాలేదనే చెప్పాలి. తొలి ఆర్యులు వ్యవసాయం, పశుపోషణలను ముఖ్య వృత్తులుగా చేపడితే, మలివేద యుగంలో పశువుల పెంపకం ఆర్థిక ప్రాధాన్యతను కోల్పోయి, వ్యవసాయం బాగా పెంపొందింది. ఇనుము వాడకంలోనికి రావడంవల్ల, వ్యావసాయిక లోహ సాంకేతిక పరిజ్ఞానం అభివృద్ధి చెందింది. పెద్ద రాజ్యాలు ఏర్పడి, వ్యవసాయ క్షేత్రాల విస్తీర్ణం పెరిగి క్రొత్త వ్యవసాయ పద్ధతుల అమలుకు దోహదం చేశాయి. బార్లీ, గోధుమలు, వరి, నూనెగింజలు, ప్రత్తి పంటలు పండించడం జరిగింది. బావులను త్రవ్వి, వ్యవసాయానికి నీటివనరులను కల్పించుకొన్నారు. భూమి వ్యక్తిగత ఆస్తిగా భావించటం, మలివేద యుగంలోనే ప్రారంభమైంది. అదేవిధంగా, పశుపోషణ వృత్తి ప్రాధాన్యతను కోల్పోయినప్పటికీ, పశువులు (అందులో ముఖ్యంగా గోవులు) మాత్రం ఆస్తి కొలబద్దలుగా భావించడం జరిగింది.

గ్రామీణ, వ్యావసాయిక ఆర్థిక వ్యవస్థలో రైతులకు అనుబంధంగా, వడ్రంగి, **కమ్మరి, కుమ్మరి, పద్మసాలె, చర్మకారుడు, కంసాలి** (Goldsmith)**ఇత్యాది** అనేక ఇతర **వృత్తుల** వాళ్లు చోటుచేసుకున్నారు. తమ భూముల సేద్యానికి ఇతరులను నియోగించే శక్తిగల ధనవంతులైన భూస్వాములు, వ్యాపారాన్ని చేపట్టటం గమనించదగ్గ విషయం. వ్యాపారం ప్రధానంగా స్థానిక ప్రాంతాలకు పరిమితమైంది. అయితే, ఋగ్వేదంలో ఓడలు, సముద్ర ప్రయాణాల గురించి పేర్కొనటం జరిగింది. అంతగా అభివృద్ధి గాంచని ఆర్యుల సాంకేతిక పరిజ్ఞానం, వ్యాపార పరిమితికి దారితీసింది. వడ్డీ వ్యాపారం జరిగేది. వస్తుమార్పిడి విధానం క్రమంగా తొలగిపోతూ, దాని స్థానంలో 'నిష్క', 'శతమాన', 'కృష్ణాల' అనే బంగారపు మారకపు యూనిట్లు వాడకంలోకి వచ్చాయి. వర్తక సంఘాలున్నట్లుగా కూడా తెలుస్తుంది. ఎద్దుబండి, రథాలు, జంతువులపై స్వారీ, నాటి ప్రయాణ రవాణా సాధనాలుగా పనిచేశాయి.

ఆర్య గ్రామాల చుట్టూ రక్షణకై గోడలు నిర్మించడం జరిగింది. గృహాలను కలప, మట్టి గోడలతో నిర్మించుకునేవారు. తాటాకుల కప్పు లుండేవి. అయితే, వాస్తు, శిల్పకళలు వీరికి తెలియక పోలేదు. వెయ్యి స్తంభాలు, తలుపులున్న భవంతుల గురించి పేర్కొనడం జరిగింది. ఇంద్రుని ప్రతిమల గురించి చెప్పడం, శిల్పకళా ప్రారంభాన్ని తెల్పుతుంది. వైద్య, ఖగోళ శాస్త్రాలు పురోగతిని చెందాయి. విచిత్రమేమిటంటే, ఒకవైపు శస్త్రచికిత్సా

ప్రయోగం, మరోవైపు మంత్రతంత్రాలను నమ్మి దాసోహమనడం, రెండూ నాటి వ్యవస్థలో కొనసాగాయి.

సామాజిక జీవనం

వైదిక సమాజంలో వ్యక్తి కంటే కుటుంబం, పరిగణనాంశంగా ఉండేది. కుటుంబ పెద్దగా తండ్రికి సర్వాధికారాలుండేవి. దీనికి తగినట్లుగానే ఇతనిని 'గృహపతి' అని పిల్చేవారు. సమాజంలో స్త్రీల హోదా పురుషులతో పోలిస్తే క్రమంగా తగ్గుతూ వచ్చింది. ఆస్తిహక్కు లేకపోవడం, తరచు ఆర్య తెగల మధ్య యుద్ధాలు జరుగుతూండడంవల్ల, వాటిలో పాల్గొనగలిగే మగపిల్లల జననాన్ని కోరడం, రాజులు, అగ్రవర్ణాల వారు బహుభార్యాత్వానికి దిగటం, స్త్రీల విద్య ఎక్కువగా సంగీత, నాట్యాలకే పరిమితం కావడం, ఇత్యాది విషయాలన్నీ దీనికి దోహదమయ్యాయి. వరకట్నం, కన్యాశుల్క ఆచారాలు, స్వయంవర పద్ధతి వాడుకలో ఉండటం గమనించదగ్గ విషయం. మలివేద యుగంలో వర్ణ వ్యవస్థ ధృఢమవటంతో, వర్ణాంతర వివాహాలు, సహపంక్తి భోజనాలు నిషిద్ధమైనాయి.

ఆర్య సమాజంలో తొలుత, యోధులు, పురోహితులు సామాన్య జనం అనే మూడు తరగతులుండేవి. ఇవి ప్రధానంగా వృత్తి పరమైనవి. యోధులు (క్షత్రియులు) రాజ్య రక్షణ, ప్రజారక్షణను పురోహితులు (బ్రాహ్మణులు) యజ్ఞయాగాల నిర్వహణ, అధ్యాపకత్వం, రాజ్యవిషయ నిర్వహణలో సలహాలనివ్వడం, సామాన్యజనం (వైశ్యులు) వ్యవసాయం, పశుపోషణ, వ్యాపార వృత్తులను నిర్వహించేవారు. తమ రాజకీయ విస్తరణలో ఆర్యులు వివిధ అనార్య తెగలవారితో తారసిల్ల వచ్చిందని మనం లోగడ గమనించాం. నలుపు వర్ణం కలిగి, భిన్న ఆచారాలు, సంప్రదాయాలుగల వీరి సంపర్క సాన్నిహిత్యాల నుంచి ఆర్య జాతి ప్రత్యేకతను నిలుపుటకై, వర్ణ వ్యవస్థ ప్రవేశపెట్టడం జరిగింది. తత్ఫలితంగా చాతుర్వర్ణ్య వ్యవస్థ జనించింది. బ్రాహ్మణ, క్షత్రియ, వైశ్య వర్ణాలవారు మొదటి మూడు వర్ణాలుగా, అనార్యులు 'శూద్రు'లనే నాల్గో వర్ణంగా వ్యవస్థీకృతమైంది. శూద్రులు, కార్మికులుగా, సేవకులుగా, క్రమంగా రైతులు, పశుపోషకులుగా తమ స్థానాన్ని పొందుతూ వచ్చారు. యజ్ఞోపవీత ధారణ, యజ్ఞయాగాల నిర్వహణ, వేదాధ్యయన, మంత్రోచ్చారణలు, మొదటి మూడు వర్ణాల వారికే పరిమితమైనాయి. అయితే, ఋగ్వేద యుగంలో చాతుర్వర్ణాల వారి మధ్య వైషమ్యాలు, విభేదాలు లేవు. మలివేద యుగంలో ఇవి బాగా పొడసూపాయి. అంతేకాకుండా, పరస్పరాధిక్యతకై, వివిధ వర్ణాలవారి మధ్య సంకుల సమరం కూడా ప్రారంభమైంది.

ఆర్యులు శాకాహారులు, మాంసాహారులు కూడాను. యజ్ఞయాగాలను జరిపేటప్పుడు 'సోమ', 'సుర' అనే మత్తుపానీయాలను వాడేవారు. ధోవతి, ఉత్తరీయం అనే రెండు రకాల వస్త్రధారణ చేసేవారు. స్త్రీ పురుషులిరువురూ, తలపాగలను ధరించేవారు. ఉన్ని బట్టలను ఎక్కువగా వాడేవారు. ఆభరణాలను పెట్టుకోవటంలో ఇద్దరూ ఆసక్తిని చూపారు. 'నిష్క' మనే కంఠాభరణం ప్రధానమైంది. ఇద్దరూ శిరోజాలను జడలుగా అల్లుకునేవారు. నృత్య సంగీతాలు, రథచోదనం, జూదం నాటి ప్రజల ముఖ్య వినోదాలుగా ఉండేవి.

విద్యార్జన అగ్రవర్ణాల వారికే పరిమితమైంది. బ్రాహ్మణ పండితుల గృహాలే విద్యాలయాలు. వీటికే 'గురుకులా'లని పేరు. ఇక్కడనే నివసిస్తూ, భిక్షాటన చేసి కడుపునింపుకుంటూ, విద్య నభ్యసించాలి, గణితం, వ్యాకరణం, ఛందస్సు, జ్యోతిష్యం, నాటి

ప్రధాన విద్యావిషయాలు. ఇవి అన్నీ, వైదిక క్రతుకాండకు సంబంధించినవన్న విషయం గమనార్హం. గురువు చెప్పింది వల్లెవేయడమే, నాటి విద్యావిధాన ముఖ్య లక్షణం.

మతాచారాలు

రుగ్వేద యుగంలో ఆర్యులు నిరాడంబరమైన ప్రకృతి ఆరాధనా విధానాన్ని చేపట్టారు. యుద్ధాల్లో విజయాన్నివ్వటానికై ఇంద్రుణ్ణి, పంటలకు కావాల్సిన వర్షాన్నివ్వటానికై వరుణదేవతను, మొక్కలను కాపాడటానికై సోముని, పశువులు రక్షణకై పూషుని, యజ్ఞయాగాది ఫలాలను పొందటానికై అగ్నిదేవుణ్ణి పూజించసాగారు. ఈ ముఖ్య దేవతలతో బాటు, ద్యుస్ అనే ఆకాశదేవతను, పృథ్వి, అదితి, సావిత్రి, అనే స్త్రీ దేవతలను, వాయువు, ప్రజాపతి, సూర్యుడు, అశ్వినీ దేవతలను కూడా తొలి ఆర్యులు ఆరాధించేవారు. దీన్నిబట్టి, ప్రకృతి ఆరాధనతోబాటు, బహు దేవతారాధన, ఇష్టదేవతారాధనా లక్షణాలు రుగ్వేద మత విధానంలో ఉన్నట్లుగా విదితమౌతుంది. అయితే, హరప్పా ప్రజల వలె తొలి ఆర్యులు విగ్రహారాధనకు దిగలేదు. అంతేకాకుండా, సింధు ప్రజల మత విధానంలో స్త్రీ, పురుష దేవతలకు సమాన ప్రతిపత్తి ఉంటే, రుగ్వేద ఆర్యులు ఆరాధనా క్రమంలో స్త్రీ దేవతలు, పురుష దేవతల కంటే తక్కువ స్థాయిలో ఉండటం జరిగింది.

అనార్య పూజా విధానాల ప్రభావం వల్లనైతేనేమి, ఆర్యుల మత, తాత్విక చింతనలో వచ్చిన మార్పుల వల్లనైతేనేమి, మలివేద యుగంలో మతాచారాలు, భావాలు క్లిష్టమై, వైవిధ్యతను సంతరించుకున్నాయి. ప్రకృతి దేవతలైన ఇంద్ర, వరుణ, అగ్నిదేవాదులు ప్రాధాన్యతను కోల్పోగా, త్రిమూర్తులైన బ్రహ్మ, విష్ణు, శివుల ఆరాధన ముఖ్యమైంది. ప్రధానంగా అనార్య దైవమైన శివుడు ప్రముఖ ఆర్య దేవతాగణంలో చేరడం గమనించదగ్గ విషయం. మరో విశేషమేమంటే, సింధు నాగరకతకు చెందిన ప్రజలు కూడా, శివుని పోలిన పురుష దేవతను కొలవడం మనం గమనించాం. ప్రకృతి ఆరాధన స్థానే ఇతర దేవతలు పూజించడంతోపాటు, మలివేద యుగంలో క్రతుకాండల తీవ్రత హెచ్చింది. యజ్ఞాల నిర్వహణ ఎంతో వ్యయప్రయాసలతో కూడుకొని, సామాన్య ప్రజానీకానికి అందరానివైనాయి. ఇవి జంతు బలులతో కూడుకొని ఉన్నాయి.

అట్టి పరిస్థితుల్లో మేధావుల తార్కిక దృష్టి భిన్న మార్గాల్లో పయనించి, వివిధ తాత్విక చింతనలకు దారితీసింది. హింసాయుతమైన, ఖర్చుతో కూడుకొన్న కర్మకాండకు బదులుగా, సామాన్యులు కూడా ఆచరించదగిన భక్తి, జ్ఞాన మార్గాలు మోక్షసాధనకై ప్రబోధించబడ్డాయి. ప్రతి వ్యక్తి ఆత్మ, విశ్వాత్మ అంశమేనని తత్కారణంగా జాతి, మత, వర్ణభేదాలు కృత్రిమాలని చెప్పు, గొప్ప సాంఘిక సమతాభావాన్ని చాటిన ఆత్మసిద్ధాంతం, ఉపనిషత్తుల్లో పరిణతి చెందిన జ్ఞాన మార్గ ఫలం. ఈ సిద్ధాంతం షడ్దర్శనాల్లో విపులీకరణ చెందింది. ఇహమే సత్యం, పరం మిధ్య అని చాటిన చార్వాకుల (లేక లోకాయతులు) కూడా నాడు లేకపోలేదు. మలివేద యుగంలో ప్రబలిన సాంఘిక అసమానత, మత, తాత్విక అసంతృప్తి, అరాజకతలు, క్రీ.పూ. 6వ శతాబ్దిలో ప్రభవించిన జైన, బౌద్ధ మతోద్యమాలకు పునాదులను నిర్మించాయనటంలో అతిశయోక్తిలేదు.

లోహయుగ నాగరకతా సంస్కృతులు భారతీయ నాగరకతా సంస్కృతులకే మూలస్తంభాలనే విషయం, మనం అవలోకించితే విదితమౌతుంది. హరప్పా నాగరకత పట్టణ సంస్కృతికి పుట్టినిల్లయితే, ఆర్య నాగరకత గ్రామీణ జీవన విధానానికి మెట్టినిల్లయింది. విశేషమేమంటే, ఆర్య-అనార్య సంస్కృతులు మిళితమైనందున, రెంటి

లక్షణాలను సంతరించుకొన్న భారతీయ సంస్కృతి రూపురేఖలను దిద్దుకొని, అనంతంగా సాగుతూ వస్తూంది. మంత్రాలు, యజ్ఞాలతోపాటు శివ, విష్ణువులు ఆరాధించటం వ్యవసాయంతోబాటు వ్యాపారం కూడా వర్ధిల్లటం, గ్రామాలు, నగరాలు పరస్పరాధారాలై అభివృద్ధి చెందటం వర్ణ వ్యవస్థ ఉన్నప్పటికీ, అది ప్రధానంగా వృత్తిపరమగుట, ఇత్యాదివన్నీ మిశ్రమ నాగరకతా లక్షణాలుగా మనం గుర్తించవచ్చు. సింధు ప్రజల నగర జీవనం, మతాచారాలు, ఆర్యుల గ్రామీణ జీవనం, సమష్టి కుటుంబ వ్యవస్థ, రాజకీయ సార్వభౌమత్వం, చాతుర్వర్ణ, వ్యవస్థ, వర్ణాశ్రమ ధర్మం, సంస్కృత భాష వైదిక వాఙ్మయం, గురుకులాలు, తరవాతి భారతీయులకు సాంస్కృతిక వారసత్వంగా నిల్చాయి. సాంఘిక అసమానతలు చోటు చేసుకున్నప్పటికీ, భారతీయ నాగరకతా సంస్కృతులకు ఇవి రూపాన్ని, విశిష్టతను ఇచ్చాయి. సంస్కృతీపరంగా, పారశీక, గ్రీక్, శక, హూణ, అరబ్, తురుష్క, మొగల్, ఆఫ్ఘన్, పాశ్చాత్య సంస్కృతులతో, చరిత్రగమనంలో తారసిల్లి, వీటిలోని ప్రగతిశీల లక్షణాలను భారతీయులు తమవిగా చేసుకొనుట ఫలితంగా, మిశ్రమ సంస్కృతీ రీతులు (Composite Cultural Patterns) నిరంతరం అభివృద్ధి కాసాగాయి. దీని కారణంగా, భారతీయ సంస్కృతి విలక్షణతను పొంది, సుసంపన్నమైంది.

***

3.

విప్లవాత్మక పరిణామ యుగం (క్రీ.పూ.600–321)

మలివేద యుగ చివరి శతాబ్ది (క్రీ.పూ.600) నుంచే, ఉత్తర భారతదేశ చరిత్రలో విప్లవాత్మక పరిణామాలు సంభవించడం మొదలైంది. ఇవి అన్ని రంగాలకు -- రాజకీయ, పరిపాలన, ఆర్థిక, సామాజిక, మత, సాంస్కృతిక -- విస్తరించాయి. ఆర్య తెగల రాజ్యాల స్థానంలో, నిర్దుష్టమైన, పరిణతి చెందిన రాజకీయ లక్ష్యాలు, పరిపాలనా యంత్రాగాన్ని కల్గిన రాచరిక రాజ్యాలు, గణరాజ్యాలేర్పడటం, వీటి మధ్య సామ్రాజ్య స్థాపన, వాయవ్య భారతంలో సంభవించిన తాత్కాలిక పారశీక, గ్రీక్ దాడులు కూడా మగధ సామ్రాజ్య పటిష్టతకు, వ్యాప్తికి దోహదమయ్యాయి. వ్యాపారవాణిజ్యాల అభివృద్ధి కారణంగా సమాజంలోని వర్తక (వైశ్య) వర్గాలు బలపడటం, సామాజికంగా ఈ వర్గాలు క్షత్రియులు, శూద్రులతో కలిసి, బ్రాహ్మణాధిక్యత నెదిరించటం తత్ఫలితంగా, వైదిక మతాధిక్యతను, ఆచారాలను నిరసిస్తూ, సాంఘిక, సమతాభావనల ప్రాతిపదికగా జైన, బౌద్ధ మతాలావిర్భవించడం, సాంస్కృతికంగా, ప్రాంతీయ భాషలు, ఖరోస్టి (Kharosti) లిపి వాడుకలోకి రావటం, జరిగింది. ఈ సుదీర్ఘ పరిణామ ప్రవాహం, క్రీ.పూ.321 నాటికి -- అంటే 320 సంవత్సరాల కాలంలో -- స్పష్టమైన రూపాన్ని, విశిష్టతను దాల్చింది.

ఉత్తర భారతంలో షోడశ మహాజనపదాలు

షోడశ మహాజనపదాలంటే, క్లుప్తంగా 16 రాజ్యాలని అర్థం. ఒక్క అశ్మక (బోధన్ రాజధానిగాగల నిజామాబాద్ ఆంధ్ర ప్రాంతం) రాజ్యం తప్పితే మిగతా 15 మహాజనపదాలు కూడా వింధ్య పర్వతాలకు ఉత్తరంగా భారతావనిలో విస్తరించి ఉన్నాయి. క్రీ.పూ.600 నాటికే ఇవి ఆవిర్భవించి, దేశ చరిత్రలో ప్రథమ రాజ్యాల అవతరణకు నాంది పలికాయి.

ఉత్తర భారతంలోని మహాజనపదాలీ విధంగా ఉన్నాయి; *1.* అంగరాజ్యం (ప్రస్తుత బీహార్ రాష్ట్రంలోని భాగల్‌పూర్, మాంఘీర్ జిల్లాలు); *2.* మగధ (బీహార్ రాష్ట్రంలోని పాట్నా, గయ జిల్లాలు); *3.* వజ్జి (ఉత్తర బీహార్, నేపాల్ దక్షిణ సరిహద్దు ప్రాంతం) *4.* కాశి (ప్రస్తుత అలహాబాద్ ప్రాంతం) *5.* వత్స (అలహాబాదుకు పశ్చిమంగా; అయోధ్యకు దక్షిణంగా ఉన్న ఉత్తరప్రదేశ్ ప్రాంతం); *6.* కోసల (అయోధ్య ప్రాంతం); *7.* మల్ల (కోసలకు ఉత్తరంగా, హిమాలయాలను తాకుతున్న ప్రాంతం); *8.* పాంచాల (ఉత్తర ప్రదేశ్‌లోని పశ్చిమ భాగంలో అహిచ్ఛత్ర, కంపిల, కన్యాకుబ్జ రాజధానీ నగరాలు గల ప్రాంతం); *9.* కురు (ఢిల్లీ, స్థానేశ్వర, రాజధానులతో కూడుకొన్న ప్రాంతం); *10.* శూరసేన (మధుర రాజధానిగాగల దక్షిణ ఉత్తర ప్రదేశ్ ప్రాంతం); *11.* మత్స్య (రాజస్థాన్ రాష్ట్రంలోని జైపూర్ ప్రాంతం); *12.* అవంతి రాజ్యానికి తూర్పుగా, వత్స రాజ్యానికి దక్షిణంగా ఉన్న మధ్య భారత ప్రాంతం); *13.* చేది (అవంతి రాజ్యానికి తూర్పుగా, వత్స రాజ్యానికి దక్షిణంగా ఉన్న మధ్యభారత ప్రాంతం); *14.* గాంధార (తక్షశిల రాజధానిగాగల వాయవ్య సరిహద్దు రాష్ట్ర దక్షిణ ప్రాంతం); *15.* కాంభోజ (వాయవ్య సరిహద్దు రాష్ట్ర ఉత్తర ప్రాంతం) *16.* అశ్మక (ఈ అంశానికి సంబంధించిన ప్రస్తావన ముందటి పేజీలో చెయ్యడం జరిగింది.

అయితే, ఈ మహాజనపదాల అవతరణలో గమనించదగిన ఆసక్తికర విషయాలున్నాయి. పైన పేర్కొన్న 16 రాజ్యాల్లో వజ్జి, మల్ల గణరాజ్యాల సమాఖ్యలు కాగా, గాంధార, కాంభోజ వ్యక్తిగత గణ రాజ్యాలయ్యాయి. మిగిలిన 12 మహాజనపదాలు కూడా

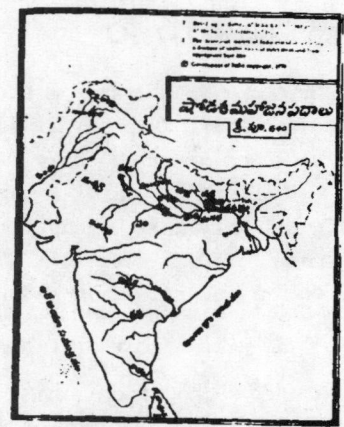

పటం : షోడశ మహాజనపదాలు (క్రీ.పూ.600)

(మూలం : భారతదేశ చరిత్ర - సంస్కృతి, ప్రథమ భాగం, పుట నెం.51 తెలుగు అకాడమి ప్రచురణ.)

బలమైన రాచరిక రాజ్యాలైనాయి. రాచరిక ప్రభుత్వాల విస్తృత వ్యాప్తిని ఈ పరిణామం సూచిస్తుంది. సార్వభౌమాధికార, సామ్రాజ్యస్థాపనకై జరిగిన సుదీర్ఘ సమరం (క్రీ.పూ.600-321)లో కూడా, రాజరిక రాజ్యాలే ప్రధాన ప్రత్యర్థులుగా నిల్చి, పోరాడాయి. వజ్జి, మల్ల సమాఖ్య గణరాజ్యాలకు తోడుగా శాక్యులు, కొలియన్‌లు, భగ్గులు, మొరియన్‌లు అను ప్రత్యేక గణరాజ్య తెగలు, హిమాలయ పర్వత సానువుల దిగువ భాగాల్లో, నేపాల్ దక్షిణ సరిహద్దు ప్రాంతంలో తమ రాజ్యాల నేర్పరచుకొన్నారు. ముఖ్య విషయమేమిటంటే, రాచరిక రాజ్యాలన్నీ గంగా, యమున, గోదావరి, వాటి ఉపనదుల మైదాన ప్రాంతాల్లో ఏర్పడితే, గాంధార, కాంభోజలను మినహాయించి, మిగిలిన అన్ని గణరాజ్యాలు కూడా, అంతగా సారవంతంగాని, పర్వతసానువుల దిగువ భాగాల్లో అవిర్భవించాయి. ఈ గణరాజ్యాలు, రాజరిక రాజ్యాల కంటే ముందుగా, ఏర్పడటంగాని, లేక రాజరిక రాజ్యాల్లో ప్రబలుతున్న సాంప్రదాయకతకు అసంతృప్తిచెంది, తమ స్వతంత్ర భావాల పరిరక్షణకై కొండ ప్రాంతాల అక్రమణను చేపట్టినట్లుగాగాని, భావించాల్సి ఉంటుంది. అంటే, ప్రాచీన అర్య తెగల స్వాభావిక లక్షణాలు, పద్ధతులు, రాచరిక రాజ్యాల్లో కంటే గణరాజ్యాల్లోనే కొనసాగి స్తున్నాయన్నమాట.

రాజ్యాల విస్తరణ కారణంగా పెరిగిన, పరిపాలనావసరాలు, వ్యయం, వీటినిమిత్తమై, వ్యవసాయ, పారిశ్రామిక రంగాల్లో ఇనుపలోహ సాంకేతిక పరిజ్ఞానాన్ని విస్తృతంగా ఉపయోగించవలసి రావడం, ఈ నూతన అవసరాల దృష్ట్యా, తగినటువంటి, నిర్దుష్టమైన పరిపాలనా విధానాలను రాచరిక, గణ రాజ్యాల్లో రూపొందించుకోడం జరిగింది. రాజరిక రాజ్యాల్లో నిరంకుశ, దైవదత్త వ్యవస్థలు గట్టిగా వేళ్లూనుకొన్నాయి. వీటిలో అధికారం వంశపారంపర్యమైంది. రాజసూయ, అశ్వమేధ, వాజపేయాది క్రతువులను రాజులచేత చేయిస్తూ, చాతుర్వర్ణ వ్యవస్థలో తమ ఆధిక్యతను నిలబెట్టుకుంటూ, బ్రాహ్మణ వర్గం, పాలకులకు ప్రీతిపాత్రమౌతూ వచ్చింది. ఈ విధానాలకు భిన్నంగా, గణరాజ్యాల్లో ప్రజాస్వామిక పాలనా విధానం వాడుకలోకి వచ్చింది. తెగల ప్రతినిధులు లేక కుటుంబ పెద్దలతో కూడిన ప్రజాసభ, ఉన్నతాధికారాలు గలది. ఈ ప్రతినిధుల్లో ఒకరు అధిపతి లేక 'రాజన్'గా ఎన్నుకోడం, ప్రజాసభ పనితీరును ఇతర అధికార్ల పనిని క్రమబద్ధం చేస్తుంటాడు. అన్ని ప్రధాన విషయాలను సభ చర్చించి, అంగీకరించాలి. ఏకాభిప్రాయం రాకపోతే ఓటింగ్ జరుగుతుంది.

మగధ రాజ్య విజృంభణ

గంగా-యమునా నదీలోయల్లోని మైదానాల ఆక్రమణకై మహాజనపదాల మధ్య, క్రీ.పూ.6వ శతాబ్ది ప్రారంభం నుంచే తీవ్ర సంఘర్షణ మొదలైంది. కేవలం రాజకీయాధికార విస్తరణకే కాకుండా, సైనిక, ఆర్థిక కారణాల దృష్ట్యా కూడా ఈ ప్రాంతం అత్యంత ప్రాధాన్యత ఏర్పడింది. వాయవ్య దిశ నుంచి వచ్చే విదేశీ దాడుల ప్రమాదాన్నుంచి దూరంగా ఉండటంతోబాటు, గంగానది, దాని ఉపనదులు జలమార్గాలుగా వ్యవహరిస్తూ, వీటి తీరాన ఉన్న రేవు పట్టణాలు ముఖ్య వ్యాపార కేంద్రాలుగా పనిచేయడం ప్రారంభించాయి. రాజకీయాధిక్యతకై జరిగిన ఈ పోరాటంలో, ప్రధానంగా కాశి, కోసల, మగధ, వజ్జి రాజ్యాలు పాల్గొన్నాయి.

ఈ చతుర్ముఖ పోటీలో క్రమక్రమంగా మగధ రాజ్యం విజృంభించి, తన ఆధిక్యతను నిరూపించుకోసాగింది. దీనికి వివిధ కారణాలు దోహదమయ్యాయి. నైసర్గికంగా, మగధకు దిగువ గంగా మైదానంపై ఆధిపత్యం లభించింది. నది ద్వారా జరిగే దేశీయ వ్యాపారాన్నుంచి నిరంతర ఆదాయం దీనికి సంక్రమించింది. మగధ నేలిన మొదటి హర్యంక చక్రవర్తైన బింబిసారుడు క్రీ.పూ.6వ శతాబ్ది ద్వితీయార్ధంలో, ఈశాన్యంగా నున్న అంగ రాజ్యాన్ని జయించటంతో, విదేశీ వ్యాపారాన్ని సాగించే గంగా డెల్టాలోని రేవు పట్టణాలు కూడా, మగధ రాజ్య వశమయ్యాయి. ఈ రాజ్యంలో ప్రకృతి వనరులు కూడా అనుకూలంగా ఉన్నాయి. సారవంతమైన భూమి వ్యవసాయానికి యోగ్యంగా ఉండి, అధిక ఫలసాయం ద్వారా, రైతులతోబాటు ప్రభుత్వానికి, భూమిశిస్తు ద్వారా మంచి ఆదాయం లభించేది. పరిసరాల్లో ఉన్న అడవులు గృహనిర్మాణానికి కలపను, సైన్యానికి ఏనుగులను సరఫగా చేసేవి. స్థానికంగా ఉన్న ఇనుప ఖనిజనిల్వలు మంచి పనిముట్లు, ఆయుధాల తయారీకి తోడ్పడటంతోబాటు, లాభాన్నిచ్చే ఇనుము వ్యాపారాన్ని కూడా ప్రోత్సహించాయి.

రాజకీయ, సైనిక రంగాల్లో కూడా, మగధకు ప్రత్యేక వనరులు చేకూరాయి. సైనికంగా, రాజధానీ నగరమైన రాజగృహం ఐదు కొండలతో పరివేష్టితమై, ప్రకృతిసిద్ధ రక్షణను, దీనికితోడు మగధను పాలించిన రెండో చక్రవర్తైన అజాతశత్రువు గంగ, సోన్ నదుల కూడలి స్థలంలో, పాటలిగ్రామము అను గొప్ప జలదుర్గాన్ని నిర్మించాడు. ఇదే, భారతావని నేలిన మౌర్యులు, గుప్తుల కాలంలో పాటలీపుత్ర రాజధానిగా ప్రసిద్ధిగాంచింది. రాజకీయంగా, మగధనేలిన ఈ పరిణామయుగ రాజవంశాలు -- మౌర్య, శైశునాగ, నంద-- అందులో ప్రత్యేకించి ప్రథమ వంశజులు, పరిపాలకులైన బింబిసార, అజాతశత్రువులు, తమ సైనిక, పరిపాలనా, దౌత్య పటిష్టతలను మిన్నగా ఉపయోగించి, గంగా-యమునా నదీ లోయ కీలక ప్రాంతంలో మిగతా మూడు పోటీ రాజ్యాలను కబళించివేసి, భారత రాజకీయ చరిత్రలో ఏర్పడ్డ ప్రథమ సామ్రాజ్యంగా మగధను తీర్చిదిద్దారు.

హర్యంకులు (క్రీ.పూ.542-413)

మగధ రాజ్య విజృంభణకు గట్టి పునాదులు వేసి, సామ్రాజ్య స్థాపన చేసింది హర్యంక వంశ పాలకులు. వీరిలో ప్రథముడు బింబిసారుడు. ఇతడు క్రీ.పూ.542 నుంచి అర్ధ శతాబ్ది కాలం పాలించాడు. లక్ష్య సాధనకై పట్టుదల, దూరదృష్టితో కృషి చేశాడు. పశ్చిమ, ఉత్తర సరిహద్దుల్లో నున్న కోసల, లిచ్ఛవీ (వజ్జి) రాజవంశాల వారితో వైవాహిక సంబంధాల ద్వారా మైత్రిని సాధించి, ఈశాన్య దిశలో నున్న అంగ రాజ్యాన్ని జయించి, మగధ రాజ్యంలో కలుపుకొన్నాడు. రాజ్య విస్తరణతోబాటు, ఆర్థిక బలం కూడా మగధకు, ఈ విజయం ద్వారా చేకూరింది. గాంధార రాజు కూడా బింబిసారుని మైత్రిని కాంక్షించి, రాయబారాన్ని నడిపాడు.

మంత్రుల నియామకం పనితీరు, అధికార్ల విధి నిర్వహణ, గ్రామపాలన నిర్వహణ, పంట భూముల సర్వే, పన్నుల వసూలు, ఇత్యాది పరిపాలనా విషయాల్లో శ్రద్ధ వహించి, మంచి పరిపాలనావశ్యకతను గుర్తెరిగిన తొలి చక్రవర్తుల్లో బింబిసారుడొకడు. ఇతడు గౌతమ బుద్ధునికి సమకాలీకుడు కూడాను.

బింబిసారుని కుమారుడైన అజాతశత్రువు, రాజ్యకాంక్షచేత, తన తండ్రిని క్రీ.పూ.493 ప్రాంతంలో చంపి, మగధ రాజైనట్లుగా, బౌద్ధగ్రంధాలు చెప్తున్నాయి. ఇతడు 32 సంవత్సరాల పాలన చేసి, తన తండ్రి విధానాలను అనుసరిస్తూ, మగధ రాజకీయ, ఆర్థిక, సైనిక ఔన్నత్యాన్ని పరాకాష్ఠకు చేర్చాడు. పడమరగా నున్న కోసల, కాశి రాజ్యాధినేతలను జయించి, వాటిని మగధ సామ్రాజ్యంలో విలీనం చేశాడు. తదుపరి, ఉత్తర సరిహద్దులో నున్న వజ్జి గణ రాజ్య సమాఖ్యతో 16 సంవత్సరాలు (క్రీ.పూ.484-468) సుదీర్ఘ పోరాటాన్ని జరిపి, సఫలీకృతుడయ్యాడు. ఈ యుద్ధ సందర్భంగానే, అజాతశత్రువు పాటలీగ్రామ జలదుర్గాన్ని నిర్మించాడు. ప్రప్రథమంగా ఈ యుద్ధంలో, ఇనుముతో తయారుచేయబడిన మహాశిలకంటక (బరువైన రాళ్ళు విసిరే యంత్రం), రథముసలం (రథ చక్రాలకు కట్టిన ఇనుపదూలం) అనే భారీ ఆయుధాలను ఈతడు ఉపయోగించటం, మరో విశేషం. సింధు, సౌవీర, అవంతి, వత్స రాజకుమార్తెలను వివాహమాడి, ఈ రాజ్యాల వారితో మైత్రి సంబంధాల నేర్పరచుకొని, తన తండ్రి అడుగుజాడల్లో నడచాడు. ఇతనికి కూడా బుద్ధుడు సమకాలీకుడుగా ఉన్నాడు.

అజాతశత్రువు క్రీ.పూ.461లో మరణించిన తరవాత ఉదయనుడను రాజు క్రీ.పూ.461-444 మధ్య కాలంలో పరిపాలించాడు. ఈతని కాలంలో మగధ రాజధానీ నగరం పాటలీపుత్రానికి (పాటలీ గ్రామం) మార్పడం జరిగింది. సింహాళ బౌద్ధ సంప్రదాయం ప్రకారం, ఉదయనుడు, అతని తరవాత వరుసగా పాలించిన నలుగురు హర్యంక చక్రవర్తులూ, పితృహంతకులే. వేరే పాలనా విశేషాలేమీ లేవు. వీరి పాలనతో విసిగివేసారిన ప్రజలు క్రీ.పూ.413 చివరి పాలకుని (నాగదాసకుడు) పదవిచ్యుతుని చేసి, అతని స్థానంలో రాజప్రతినిధి అయిన శిశునాగుని రాజుగా చేశారు. దీంతో మగధ నేలిన ప్రథమ రాజవంశ చరిత్ర ముగిసింది.

శైశునాగులు

ఈ వంశస్థులు అర్థ శతాబ్ది కాలం మాత్రమే మగధ రాజ్యాన్ని పరిపాలించ గలిగారు. శిశునాగుడే ఈ వంశ స్థాపకుడు. ఈతడు సాధించిన ముఖ్య కార్యం, మధ్య భారతంలో ఉన్న అవంతి రాజ్యాన్ని జయించి, దానిని మగధ సామ్రాజ్యంలో కలిపివేయటం. ఈతని తరవాతి పాలకులు అసమర్థులవటం జరిగింది. వీరి కాలంలో తెలియవచ్చిన సంఘటనలు, రాజధానిని తాత్కాలికంగా వైశాలీనగరానికి మార్పడం, ఈ నగరంలోనే రెండో బౌద్ధ సంఘ సమావేశం జరగటం. వీరి బలహీనతను అవకాశంగా తీసుకుని, మహాపద్మనందుడు వీరిని తుదముట్టించి, సింహాసనాన్ని తన వశం చేసికొన్నాడు. దీంతో నందవంశ పాలన ఆరంభమైంది.

నందులు

మగధ రాజ్య విజృంభణలో, సింహాసనాన్నధిష్ఠించిన తృతీయ రాజవంశీకులు, నందులు. మహాపద్మనందుడు ఈ వంశ స్థాపకుడేగాక, అందరిలోకెల్లా సమర్థుడు కూడాను. మరో విశేషమేమంటే, మన దేశ చరిత్రలో కనుపించే క్షత్రియ బ్రాహ్మణేతర రాజవంశాల్లో ప్రథములుగా మత, ఆధ్యాత్మిక విధులను మహోన్నతంగా నిర్వహించటం, మరొక ఆసక్తికర విషయం. వారే మహావీర, గౌతమ బుద్ధులు మగధ సామ్రాజ్య స్థాపనలో భాగంగా, కళింగ రాజ్యం జయించడం మగధలో కలపడం జరిగింది. పాలకులుగా ఉన్న క్షత్రియ రాజకుమారులనందరినీ నిర్మూలనం చేసి, సార్వభౌమత్వ సిద్ధికై మహాపద్మనందుడు కృషిచేశాడన్నట్లుగా భావించబడుతూంది.

మహాపద్మనందుడు, కడపటి నందరాజైన ధననందుని మధ్యనున్న ఈ వంశపు రాజుల గురించిగాని, వారి పాలన గురించిగాని, సమాచారం లేదు. నందుల కాలంలో సామ్రాజ్య విస్తీర్ణత ఖచ్చితంగా తెలియకపోయినప్పటికీ, ఉత్తర భారతావనిలో అది ఏకైక సామ్రాజ్యమనేది మాత్రం స్పష్టం. ధననందుని కాలంలో పోషించిన సైన్య ప్రమాణం కూడా దీనిని సూచిస్తుంది. గ్రీక్ రచయితల ప్రకారం, ఇతని సైన్యంలో 20,000 అశ్వికదళం, 200,000 పదాతి దళం, 2,000 రథాలు, 3,000 ఏనుగులున్నాయి. నందుల ఈ పటిష్ఠమైన సైనిక బల సంపద గురించి తెలిసికొనటం వలననే, గ్రీక్ రాజైన అలెగ్జాండర్ క్రీ.పూ.326-325లో తన భారతదేశపు దాడిలో బియాస్ నది వరకు వచ్చి అక్కడ నుంచి వెను తిరిగి వెళ్లినట్లుగా తెలుస్తూంది. బలమైన సైన్యంతోబాటు, నందుల ఖజానా కూడా ఎల్లప్పుడూ సమృద్ధిగా ఉండేది. సారవంతమైన భూమి నీటిపారుదల సౌకర్యాల ఏర్పాటు, శిస్తు వసూలుకు గట్టి ఏర్పాట్లు, వీటన్నింటి కారణంగా ప్రభుత్వాదాయం పుష్కళంగా ఉండింది.

మగధ రాజ్య విజృంభణలో, సింహాసనాన్నధిష్టించిన తృతీయ రాజవంశీకులు, నందులు. మహాపద్మనందుడు ఈ వంశ స్థాపకుడేగాక, అందరిలోకెల్లా సమర్థుడు కూడాను. మరో విశేషమేమంటే, మన దేశ చరిత్రలో కనుపించే క్షత్రియ బ్రాహ్మణేతర రాజవంశాల్లో ప్రథములుగా మత, ఆధ్యాత్మిక విధులను మహోన్నతంగా నిర్వహించటం, మరొక ఆసక్తికర విషయం. వారే మహావీర, గౌతమ బుద్ధులు మగధ సామ్రాజ్య స్థాపనలో భాగంగా, కళింగ రాజ్యం జయించడం మగధలో కలపడం జరిగింది. పాలకులుగా ఉన్న క్షత్రియ రాజకుమారులనందరినీ నిర్మూలనం చేసి, సార్వభౌమత్వ సిద్ధికై మహాపద్మనందుడు కృషిచేశాడన్నట్లుగా భావించబడుతూంది. మహాపద్మనందుడు, కడపటి నందరాజైన ధననందుని మధ్యనున్న ఈ వంశపు రాజుల గురించిగాని, వారి పాలన గురించిగాని, సమాచారం లేదు. నందుల కాలంలో సామ్రాజ్య విస్తీర్ణత ఖచ్చితంగా తెలియకపోయినప్పటికీ, ఉత్తర భారతావనిలో అది ఏకైక సామ్రాజ్యమనేది మాత్రం స్పష్టం. ధననందుని కాలంలో పోషించిన సైన్య ప్రమాణం కూడా దీనిని సూచిస్తుంది. గ్రీక్ రచయితల ప్రకారం, ఇతని సైన్యంలో 20,000 అశ్వికదళం, 200,000 పదాతి దళం, 2,000 రథాలు, 3,000 ఏనుగులున్నాయి. నందుల ఈ పటిష్ఠమైన సైనిక బల సంపద గురించి తెలిసికొనటం వలననే, గ్రీక్ రాజైన అలెగ్జాండర్ క్రీ.పూ.326-325లో తన భారతదేశపు దాడిలో బియాస్ నది వరకు వచ్చి అక్కడ నుంచి వెను తిరిగి వెళ్లినట్లుగా తెలుస్తూంది. బలమైన సైన్యంతోబాటు, నందుల ఖజానా కూడా ఎల్లప్పుడూ సమృద్ధిగా ఉండేది. సారవంతమైన భూమి నీటిపారుదల సౌకర్యాల ఏర్పాటు, శిస్తు వసూలుకు గట్టి ఏర్పాట్లు, వీటన్నింటి కారణంగా ప్రభుత్వాదాయం పుష్కళంగా ఉండింది. ఇన్ని అనుకూల పరిస్థితులున్నప్పటికీ, కడపటి నంద చక్రవర్తి, తన గోతిని తానే తవ్వుకున్నట్లైంది. ఇతనికి అమిత ధనకాంక్ష ఉండబట్టే, ధననందుడనే పేరును నాటి ప్రజలిచ్చారు. అధిక పన్నులు, బలాత్కారపు కానుకలు, రుసుములను విధించి, ప్రజాదరణ కోల్పోయాడు. దీన్ని అవకాశంగా తీసుకొని, క్రీ.పూ.321లో యువకుడు, సాహసికుడైన, మౌర్యచంద్రగుప్తుడు ధననందునోడించి, ఉత్తర భారతంలో మౌర్య సామ్రాజ్య స్థాపనను గావించాడు

పారశీక, గ్రీక్ దాడులు

క్రీ.పూ. అరు, ఐదు శతాబ్దాల్లో తూర్పు, మధ్య భారతదేశంలో ఏకధాటిగా మగధ రాజ్య రాజకీయ విజృంభణ జరుగుతూండడం, మనం గమనించాం. ఐతే, ఇదే కాలంలో వాయవ్య భారతం విదేశీ దాడుల ప్రభావానికి గురవటం, గమనించదగ్గ విషయం. మొదట పారశీకులు. వారి వెనువెంటనే గ్రీకులు, వీటిని నిర్వహించారు. భారతీయ చరిత్ర, సంస్కృతులపై వీటి ప్రభావం దృష్ట్యా, వీటి స్వరూప, ప్రమాణ ఫలితాల గురించి తెలుసుకోవాల్సి ఉంది.

పారశీక దండయాత్రలు (క్రీ.పూ.530–330)

ఈ దండయాత్రల్లో ప్రథమంగా ప్రఖ్యాత అఖేమెనియన్ పారశీక సామ్రాజ్య నిర్మాతైన సైరస్ (క్రీ.పూ.558-530), క్రీ.పూ.530కి కొంచెం ముందుగా, తూర్పు వైపు హిందూకుష్ పర్వతాల వరకు విజయ యాత్ర సాగిస్తూ, భారతదేశ వాయవ్య జనపదమైన గాంధారను జయించి, సామ్రాజ్యంలో భాగంగా చేసికొన్నాడు. ఈతని తరవాత మొదటి దరయస్ (క్రీ.పూ.522-486) విస్తరణ కార్యక్రమాన్ని కొనసాగించాడు. స్కైలాక్స్ అనే నౌకాదళాధిపతి నేతృ త్వంలో, సింధు నదిని శోధించడానికై ఒక నౌకా దండయాత్రను పంపడం జరిగింది. దీని వెంటనే, క్రీ.పూ.517-16 ఫలితంగా, సింధు లోయ ప్రాంతం మొత్తం పారశీకుల ఆక్రమణ కిందకు వచ్చింది. జయించిన గాంధార, సింధు ప్రాంతాలు కలసి, పారశీక సామ్రాజ్యంలో ఇరవయ్యో రాష్ట్రంగా ఏర్పడింది. బంగారం రూపంలో సాలీన ఇది చెల్లించే కప్పం, మొత్తం పారశీక సామ్రాజ్య ఆదాయంలోనే, మూడో, వంతుగా ఉండేదట. దీని ఆర్థిక ప్రభావం, వాయవ్య ప్రాంత ప్రజలపైన తీవ్రంగా ఉండి ఉంటుంది.

కేవలం సాలీన కప్పం చెల్లించటమే కాకుండా, వాయవ్య రాష్ట్రాల ప్రజలు, పారశీక రాజులకు అవసరమైనపుడల్లా, సైనిక సహాయాన్ని కుడా చేసేవారు. ఆవిధంగా, క్సెర్క్సెస్ (క్రీ.పూ.468-465), మూడో దరయస్ (క్రీ.పూ.330) అను పారశీక రాజులు గ్రీకులతో చేసిన యుద్ధాల్లో భారతీయ పదాతి దళాలు, అశ్విక దళాలు పాల్గొన్నాయి. క్రీ.పూ.330లో మూడో దరయవ్, గ్రీక్ రాజైన అలెగ్జాండర్ చేతిలో ఓడిపోయి తన అధికారాన్ని కోల్పోవటంతో, భారతదేశ వాయవ్య ప్రాంతంలో కూడా, పారశీక ప్రాబల్యం పతనమైంది.

పారశీక దాడుల ప్రభావం

ప్రధానంగా, ఈ దాడుల కారణంగా, భారతదేశం, మధ్య ఆసియ రాజ్యాల మధ్య, వాణిజ్య సాంస్కృతిక సంబంధాలేర్పడ్డాయి. పారశీక సిగ్లాయ్ (sigloi) రకమైన. నాణేలు భారత దేశంలో అనుకరించడం జరిగింది. క్రీ.పూ. మూడో శతాబ్దిలో అశోక మౌర్యుడు శిలల మీద శాసనాలను చెక్కించడంలో, పారశీక చక్రవర్తైన మొదటి దరయస్ వేసిన శిలాశాసనాల నుంచి స్ఫూర్తిని పొంది ఉండవచ్చు. వాయవ్య భారతంలో విస్తారంగా వాడిన ఖరోష్ఠి లిపి, పారశీక దేశంలో బహుళంగా వాడబడిన అరామైక్ లిపి నుంచి ఉత్పన్నమైంది. రాతి స్తంభాలు, స్తంభ, శిలాయుత ప్రాసాద నిర్మాణాల్లో కూడా, పారశీక వాస్తు, శిల్ప సంప్రదాయాల ప్రభావముంది. అశోకుని శిలాస్తంభాలపైన కిరీటాలు (Capitals), వానిపై మెరుగు, పాటలీపుత్రంలోగల ఈతని స్తంభాల చావడి (Hall), ఈ ప్రభావాన్ని

చూపుతున్నాయి. ఒక్క మాటలో చెప్పాలంటే, మౌర్యుల రాజధాని ఐన పాటలిపుత్రం, వాస్తవంలో, పారశీక రాజధాని అయిన పెర్సిపోలిస్‌ను పోలి ఉంది.

మత, ఆచార రంగాల్లో కూడా పరస్పర ప్రభావాలు గోచరిస్తున్నాయి. తొలి బౌద్ధతత్వం, పారశీక వేదాంత, మతోద్యమాలను ప్రభావితం చేస్తే, పారశీక దేశంలో ఉత్పన్నమైన జొరాస్ట్రియన్ మతం, బౌద్ధమత శాఖైన మహాయానం మీద దాని ప్రభావాన్ని కనపరచింది. ఆచారాలను సంప్రదాయాలను పరిశీలిస్తే మౌర్య చంద్రగుప్తుడు పాటించిన తలస్నాన వ్రతం, కనిష్కుడు అనుసరించిన సర్వదా పవిత్ర జ్యోతిని వెలిగించే ఆచారం, మౌర్య చంద్రగుప్తుడు ప్రవేశపెట్టిన రాజస్థాన్ మర్యాదలు, పారశీక సంప్రదాయాల నుంచి వచ్చినవే. అయితే, ఆర్థికంగా, సైనికంగా, వాయవ్యప్రాంతాల ప్రజలపైనబడ్డ పారశీక ప్రభుత్వ భారానికి తగ్గట్టుగా, వారికి దైనందిన జీవిత, ప్రత్యక్ష పాలనా సౌకర్యాలు మాత్రం లభించలేదనే విషయాన్ని కూడా మనం గ్రహించాలి.

గ్రీక్ దండయాత్ర

క్రీ.పూ.336లో అలెగ్జాండర్ మాసిడన్‌కు రాజయ్యాడు. గ్రీస్, ఆసియామైనర్ ఈజిప్ట్‌లను వరసగా జయించాడు. లోగడ, అనేకసార్లు గ్రీస్‌దాడులకు గురిచేసిన పారశీక దేశంపై గొప్ప కసితో క్రీ.పూ. 330లో దాడిచేసి, మూడోడరయస్ నోడించి, అతని రాజధాని పెర్సిపోలిస్‌ను దగ్ధంచేశాడు. పారశీక సామ్రాజ్య భాగంగా ఉంటూ వచ్చిన భారతదేశ వాయవ్య ప్రాంతాన్ని తన అజమాయిషీ కిందకు తెచ్చుకునే ఉద్దేశంతో, అలెగ్జాండర్ క్రీ.పూ.327లో తన సైన్య, నౌకాదళాలతో బయల్దేరాడు. సముద్రపు హద్దులను తెలిసికోవాలనే గ్రీక్ భూగోళకారుల కోర్కె, తాను జయించిన ప్రదేశాల జాబితాలో పేరుగాంచిన భారతదేశాన్ని గూడా చేర్చుకోవాలనే అలెగ్జాండర్ కాంక్ష, దాడికి ప్రోత్సహించిన ఇతర కారణాలు కూడా ఉన్నాయి.

తన లక్ష్యం ప్రకారం, గాంధార రాష్ట్రం మీదుగా, సింధునది, దీని ఐదు ఉపనదులు ప్రవహించే ప్రాంతాన్ని (పంజాబ్) దాటుకుంటూ, నాల్గోదైన బియాస్ నది వరకు తన గమనాన్ని సాగించాడు. ఈ ప్రయాణంలో తక్షశిల రాజైన అంభి, అభిసార రాజు, పోరు సల్పకుండానే చేతులెత్తగా, జీలం-చీనాబ్ నదుల మధ్యనున్న ప్రాంత రాజైన పోరస్ (పురుషోత్తముడు) క్రీ.పూ.326లో జీలం నది ఒడ్డున అలెగ్జాండర్‌ను ఎదురించి, వీరోచితంగా పోరాడాడు. అయితే, గ్రీక్ విలుకాండ్రు, అశ్వికుల ధాటికి పోరస్ గజ, పదాతి దళాలు దాసోహమనాల్సి వచ్చింది. పురుషోత్తమునికి రాజ్యం తిరిగి యిచ్చివేయబడి, అంభి, అభిసార రాజులతోబాటు, పరిపాలకుడిగా కొనసాగించాడు.

అప్పటికే తమ సుదీర్ఘ దాడుల కారణంగా అలసి పోవటంవల్లనైతేనేమి, ఇండియా స్థితిగతులకు అలవాటు కాలేకపోవటంవల్లనైతేనేమి, నందుల సైనిక, ఆర్థిక బలసంపదలను గురించి ఆందోళన చెందటం వల్లనైతేనేమి, గ్రీక్ సైనికులు బియాస్ నదిని దాటి ముందుకు (తూర్పుకు) సాగటానికి తమ అయిష్టతను వ్యక్తం చేయటంతో, అలెగ్జాండర్ తిరుగుముఖం పట్టాల్సొచ్చింది. ఈ తిరుగు ప్రయాణంలో మాల్వ, క్షుద్రక, శివి, అర్జునాయనులు వంటి తెగలు, గ్రీకులను గట్టిగా ఎదిరించాయి. మాల్వ సేనలతో పోరాడుతూ, అలెగ్జాండర్ గాయపడ్డాడు. గ్రీక్ ఆక్రమిత ప్రాంతాల అజమాయిషీకై గవర్నర్లను నియమించి, క్రీ.పూ.325 సెప్టెంబర్‌లో వాయవ్య సరిహద్దులను దాటి, అలెగ్జాండర్ స్వదేశాభిముఖుడైనాడు. రెండు సంవత్సరాలకే (క్రీ.పూ.323) ఇతడు మృత్యువు వాతబడ్డాడు.

అలెగ్జాండర్ దండయాత్ర ఫలితాలు

అలెగ్జాండర్ స్థాపించిన గ్రీక్ స్థావరాలు, నియమించిన గవర్నర్లు, అతని మరణంతో చెల్లుబాటువశం జరిగింది. స్థానికంగా గ్రీకులపై రగులుతున్న ద్వేషాగ్నిని, ప్రాంతాల పంపిణీ గురించి గ్రీక్ గవర్నర్ల మధ్య విభేదాలను అవకాశంగా తీసికొని, క్రీ.పూ.321లో మౌర్య చంద్రగుప్తుడు పంజాబ్, సింధు రాష్ట్రాలను తన సామ్రాజ్యంలో కలుపుకున్నాడు. అవిధంగా, అలెగ్జాండర్ దండయాత్రా ప్రభావం అతి స్వల్పకాలంమాత్రమే నిలవగలిగింది. నందులతో తలపడలేదుగాబట్టి, దీనికి ప్రాధాన్యత లేదనే చెప్పాలి. రాజకీయంగా దీనికి కొంత ప్రాముఖ్యత ఉంది. వాయవ్య భారతంలోని అనేక చిన్న రాజ్యాల్లో పెద్ద రాజ్యాల్లో అలెగ్జాండర్ సంలీనం చేయటంవల్ల, మౌర్యచంద్రగుప్తునికి రాజకీయ సమైక్యత సాధించుట సులభమైంది.

అయితే, మరికొన్ని ఇతర ముఖ్య ఫలితాలు లేక పోలేదు. అందులో మొదటిది, అలెగ్జాండర్ వెంట భారతదేశానికి వచ్చిన కొందరు గ్రీక్‌లు, తాము ఇక్కడ చూచిన విషయాలను గ్రంథస్తం చేశారు. ఈ యుగపు చరిత్రను తెలిసికోవటానికి ఇవి ఉపకరిస్తున్నాయి. రెండోది, అలెగ్జాండర్ దండయాత్ర క్రీ.పూ.326లో జరిగిందనే నిర్ధారణ జరిగినందున, దీన్నిబట్టి తరవాత సంఘటనల కాలనిర్ణయం చేయటానికి అవకాశమేర్పడింది. ఇది, భారతదేశ చరిత్రకు జరిగిన ఒకానొకమేలు.

అలెగ్జాండర్ సైనిక, నౌకాదళాలు గ్రీస్ నుంచి వాయవ్య భారతం రావడానికి, తిరిగి ఇక్కడ నుంచి గ్రీస్ వెళ్లడానికి వాడిన భూ, జల ప్రయాణ మార్గాలు, రెండు దేశాలు, ప్రాంతాల మధ్య వాణిజ్య, సాంస్కృతిక సంబంధాల పురోగతికి దోహదం చేశాయి. భారతదేశం, పశ్చిమాశియా, భారతదేశం, తూర్పు మధ్యధరా సముద్ర రేవుపట్టణాల మధ్య కూడా వ్యాపార పెంపుకు అవకాశమేర్పడింది. గ్రీకుల నాణేల ముద్రణా పద్ధతి, గ్రీక్ శిల్ప శైలి, ఖగోళ విజ్ఞానం, భారతదేశంలో చోటుచేసుకున్నాయి. అదేవిధంగా, భారతీయ శాస్త్రాలు, కళలు, వేదాంత, గణిత, వైద్య శాస్త్రాల నుంచి గ్రీకులు ఎంతో నేర్చుకొని, లాభాన్ని పొందారు.

ఆర్థిక వ్యవస్థ

నాడు ప్రధానంగా, ద్రవ్య ఆర్థిక వ్యవస్థ నెలకొన్నది. ఇనుప లోహం వాడుకలోకి రావటంతో, అడవులను వ్యవసాయ క్షేత్రాలుగా మార్చడానికి, మంచి ఫలసాయానికై భూములను బాగా సాగుచేయటానికి, కావాల్సిన అనేక నూతన పరికరాలు, పనిముట్లు కనుగొనడం ఫలితంగా బీహార్, తూర్పు ఉత్తర ప్రదేశ్ ప్రాంతాల్లోని దట్టమైన అడవులు సారవంతమైన, విస్తార వ్యవసాయ భూములైనాయి. విస్తార భూములు నూతన సాగు పద్ధతులు, అధికోత్పత్తికి దారితీశాయి. దీంతో గ్రామీణ ప్రాంతాల్లో వ్యవసాయ భూముల ఆర్థిక ప్రాధాన్యత పెరిగి, సొంత యాజమాన్యం, ధనవంతులైన భూస్వాములు ఆవిర్భవించటం జరిగింది. క్షత్రియ భూస్వాములు గ్రామాల్లోని తమ భూములను కూలీల ద్వారా సాగు చేయించుకొని, తాము సమీప పట్టణాల్లో నివసిస్తూ, అక్కడ వృత్తి కళాకారులను ప్రోత్సహించనారంభించారు.

ఈ విప్లవ పరిణామ యుగ ఆర్థిక వ్యవస్థలో పట్టణాలు, వృత్తికళాకారులు, వారి సంఘాలు (శ్రేణులు), వర్తక వ్యాపారస్తులు కూడా కీలక పాత్రను నిర్వహించారు. గ్రామీణ

వ్యవసాయాభివృద్ధి కారణంగా, పట్టణాలు అనేకం అభివృద్ధిచెందాయి. శ్రావస్తి, చంపా, రాజగృహం, అయోధ్య కౌశాంబి, కాశి నగరాలు, గంగా మైదాన ఆర్థిక వ్యవస్థకు అతిముఖ్యమైనాయి. వైశాలి, ఉజ్జయిని, తక్షశిల, బరుకచ్ఛ రేవు పట్టణం, విశాల ఆర్థిక అవసరాలను పరిరక్షించాయి. కుండలు చేయటం, వడ్రంగి పని, బట్టల నేత మొదలైన వృత్తి పనివారలు నగరాల్లో స్థిరపడి, శ్రేణులుగా ఏర్పడ్డారు. ఈ సంఘాలు నడిపిన ఆర్థిక కార్యకలాపాల కారణంగా, సామాజిక గౌరవాన్ని సంపాదించాయి. వర్తకులు, ద్రవ్య ఆర్థిక వ్యవస్థ, వడ్డీ విధాన ఆవిర్భావ కారణంగా ప్రోత్సాహాన్ని పొంది, దేశీయ, విదేశీయ వ్యాపారాన్ని చేబట్టి, అధిక లాభార్జనను పొందసాగారు.

ధనవంతులైన భూస్వాములు, పట్టణాల అభివృద్ధి, వృత్తికళాకారుల పెంపు, పటిష్ఠతలు, వర్తకవ్యాపారాభివృద్ధి -- ఇత్యాది ఆర్థిక మార్పుల ప్రభావం సాంఘిక, మత రంగాలపై విశేషంగా ప్రసరించింది. సామాజికంగా, పూర్వపు గిరిజన భావాలైన సోదరత్వం, సమానత్వం, విచ్ఛిన్నమై, వాటి స్థానంలో ఆర్థికపరమైన అనేక అసమానతలు చోటు చేసుకున్నాయి. మత రంగంలో నూతన ఆర్థిక వర్గాలు, బ్రాహ్మణ, వైదిక అధిక్యత, ఆచారాలు, సంప్రదాయాలపై విప్లవ ధ్వజమెత్తాయి.

కుల వ్యవస్థ, యజ్ఞయాగాదులు, పూజా పురస్కారాలు

వైదిక యుగంలో ఏర్పడిన వర్ణ వ్యవస్థ, క్రమంగా క్లిష్టమై, క్రీ.పూ.ఆరవ శతాబ్ది నాటికి తీవ్రమైన వర్ణవైషమ్యాలకు దారితీసింది. చాతుర్వర్ణాల్లో రెండు అగ్ర వర్ణాలైన బ్రాహ్మణ, క్షత్రియుల సామాజిక, రాజకీయ ఆధిక్యత పట్ల, క్రింది వర్ణాల వారైన వైశ్య, శూద్రులు అసంతృప్తి, అసూయలను చెందగా, వేరొకవైపు క్షత్రియులు బ్రాహ్మణాధిక్యత నెదిరించుటకై పూనుకొనుట గమనార్హం. ఈ యుగానికి చెందిన మహావీర, బుద్ధులు రెండో కోవకు చెందిన మార్పుకు గొప్ప ప్రతీకలుగా నిల్చారు. వైశ్యులు వ్యాపార రీత్యా ఆర్థిక స్తోమతను సంపాదించినప్పటికీ, నాటి సామాజిక వ్యవస్థలో తృతీయ స్థానాన్నే పొందటం, వీరికి అసంతృప్తిని కల్గించి, గౌరవకరమైన హోదా మార్పుకై ప్రాకులాడసాగారు. శూద్రులు, వృత్తికళాకారులు, కార్మికులు అట్టడుగు వర్గాల వారిగా, తీవ్ర సామాజికఅసమానతలకు గురయ్యారు. నాటి కుల వ్యవస్థ ధృఢత్వానికి సూచనగా, వర్ణాంతర వివాహాలు, సహపంక్తి భోజనాలుమృగ్యమైనాయి.

బ్రాహ్మణాధిక్యత వైదిక క్రతు, కర్మకాండలు, యజ్ఞయాగాదులతో ముడిపడి వుండటంచేత, మిగతా వర్ణాల వారు వీటిని నిరసించారు. అంతేకాకుండా, ఇవి విపరీత వ్యయం, కాలయాపనతో కూడుకొని, సామాన్య ప్రజానీకానికి అందుబాటులో లేకుండా పోయినాయి. ఆకారణంగా, సాంఘిక సమతా భావాన్ని, సామాన్యులు ఆచరించదగిన సులభమైన మతాచారాలను కనుగొనే అన్వేషణ మొదలై, జైన, బౌద్ధ మతాల రూపాన్ని దాల్చింది.

మహోజ్వల తాత్విక చింతనా ప్రవంతి, వైవిధ్యం

కేవలం భారతదేశంలోనే కాకుండా, యావత్ప్రపంచ చరిత్రలోనే క్రీ.పూ. ఆరవ శతాబ్ది, మహోజ్వలమైన తాత్త్విక, మత చింతనా ప్రగతికి పేరుగాంచింది. గ్రీస్‌లో సోక్రటీస్, పర్షియాలో జొరాస్టర్, చైనాలో కన్‌ఫ్యూషియస్, లావోజీ, భారతదేశంలో మహావీరుడు, బుద్ధుడు, గోసల, అజిత కేశకంబలిన్ మొదలగు వ్యక్తులు సమకాలీన, సామాజిక, మత, ఆర్థిక అసమానతలు, అవకతవకల పట్ల తీవ్ర

అసంతృప్తి చెంది, నూతన విలువలు, సమసమాజాన్ని ప్రబోధించే మతాలు, తాత్విక చింతనలకు కారకులయ్యారు. ఈ ఉద్యమాల అభివృద్ధిలో గొప్ప వైవిధ్యం చోటుచేసుకొనటం, గమనించదగ్గ విషయం. భారతదేశంలో, ఉదాహరణకు, ఒకవైపున అజీవికుల తత్వం, మరొకవైపున చార్వాకుల విచారం, ఉత్తర దక్షిణ ధృవాల్లాగున్నాయి. అజీవికులనే సన్యాసి గణం, ఈశాన్య ప్రాంతంలో మత బోధనలను చేసింది. దీని ప్రధాన ప్రచారకుడు మఖల్లి గోసల. వీరు సంపూర్ణ పూర్వ నిర్ణయ వాదాన్ని (Complete predetermination) విశ్వసించారు. దీని ప్రకారం, మానవుని ప్రతి చర్య విధివిలాసం (Destiny) చేత నడవడం జరుగుతుంది. గత జన్మకు సంబంధించిన కర్మల ఫలితానుసారంగా ఇది జరుగుతుంది. ఏదీ కూడా, దీన్ని మార్చలేదు. తాము సన్యాసులు కావడం కూడా విధినిర్ణయమేనని, అజీవికులు నమ్మేవారు.

దీనికి భిన్నంగా చార్వాకులు సంపూర్ణ భౌతిక వాదాన్ని ప్రబోధించారు. అజితకేశకంబలిన్ దీని మూల తత్వాన్ని చక్కగా వివరించి, ప్రచారం చేశాడు. వీరికే శూన్యవాదులని కూడా పేరు. మట్టి, నీరు, అగ్ని, వాయువు అనే నాల్గు పదార్థాల మిశ్రమమే మానవుడనీ, మరణంతో మానవునిలోని ఈ పదార్థాలు అనంతంలో (లేక శూన్యంలో) కలిసిపోతాయని వీరి విశ్వాసం. ప్రతి వస్తువు లేక జీవి, నాశన మయ్యేదనియు, శాశ్వతంగా నిల్చేవని ఇతరులు (వైదిక మతస్థులు) భావించే ఆత్మ, కర్మఫలం లాంటివేవి లేవనియూ, భౌతిక వాదులు గట్టిగా విశ్వసించారు.

అయితే, సంప్రదాయ వైదిక మతస్థులు, వైవిధ్యంతో కూడిన ఈ నూతన తాత్విక, మత శాఖలను ఏవగించారు. యజ్ఞయాగాదుల నిరసన, బ్రాహ్మణాధిక్యతను తోసిరాజనుట, వీరికి నుతరాము ఇష్టంలేదు. తత్కారణంగానే, బ్రాహ్మణాచార్యులు, మత బోధకుల రచనల్లో భౌతికవాదం గురించి ప్రస్తావనలు అరుదుగా కన్పిస్తాయి. అయితే, ఈ విప్లవ పరిణామ యుగంలో భిన్న మత శాఖలు, తత్వాలు ఆవిర్భవించినప్పటికీ, శాశ్వతంగా నిల్చి, భారతదేశంలోనే కాకుండా, ప్రపంచ దేశాల్లో కూడా వ్యాప్తి చెందినటువంటివి మాత్రం, జైన, బౌద్ధ మతాలే.

జైన మత సూత్రాల ప్రాముఖ్యత, వ్యాప్తి

జైనమతం బౌద్ధానికంటే ప్రాచీనమైంది. మహావీరుడు బుద్ధుని సమకాలికుడుకాగా, ఆయనకు ముందు జైన మతంలో 23 తీర్థంకరులున్నట్లు అనుశ్రుతి. తీర్థంకరుడనగా జీవన స్రవంతిని దాటడానికి వారధిని నిర్మించినవాడని అర్థం. వీరిలో 23వ వాడైన పార్శ్వనాథుడొక్కడే చారిత్రకంగా ప్రాముఖ్యతగల వ్యక్తి. కాశీరాజకుమారునిగా పుట్టి, ముప్పది సంవత్సరాల సంసారిక జీవితాన్ని గడపిన పిదవ సన్యసించి, 84 రోజులు తపస్సొనరించి, జ్ఞాని అయినాడు. సృష్టిలోని చరాచరాలన్నీ సచేతనాలనియు, తపస్సు మాత్రమే కర్మబంధాన్ని తొలగిస్తుందనీ, ఇతడు బోధించాడు. సమ్యక్ జీవనానికై, ఇతడు నాల్గు సూత్రాలను నిర్దేశించాడు. అవే, హింస చేయకుండుట (అహింస) అసత్యమును పలుకకుండుట (సత్యం), దొంగతనం చేయకుండుట (అపరిగ్రహం), ఆస్తిపాస్తులుండరాదు (అస్తేయం).

24వ తీర్థంకరుడైన వర్ధమాన మహావీరుడు, జైన మతాన్ని సంస్కరించి, వ్యాప్తిలోకి తెచ్చాడు. ఈయనకుగల 'జిన' (జయించినవాడు) అనే బిరుదు నుండే, ఈ మతానికి జైన మతమనే పేరొచ్చింది. ఈతడు వైశాలికి చెందిన జ్ఞాతిక క్షత్రియ రాజవంశంలో పుట్టి (క్రీ.పూ.540), తన ముప్పదో ఏట (క్రీ.పూ.510) సన్యసించి,

పన్నెండు సంవత్సరాలల కఠిన దీక్ష, తపస్సనంతరం పంచేంద్రియాలను జయించి, జ్ఞానసిద్ధిని పొందడంచేత, ఆ బిరుదు సార్ధకమైంది. పార్శ్వనాథుడేర్పరచిన నాల్గు సూత్రాలకు మరొకదాన్ని -- బ్రహ్మచర్యాన్ని పాటించటం -- మహావీరుడు చేర్చాడు. ఈ ఐదింటిలో అహింసకు, మహావీరుడు అత్యంత ప్రాధాన్యత నిచ్చాడు. మార్గం వెంబడి నడిచేటప్పుడు అనుకోకుండా చీమను చంపినా అది హింసగా భావిస్తారు. ఆకారణంగానే, ఎటువంటి సూక్ష్మ క్రిమికీటకాదులు ఆస్వాదించడం చంపబడకుండా ఉండేదుకై, జైనులు, తమ నోరు, ముక్కుపై సన్నని వస్త్ర కవచాన్ని ధరిస్తారు. తన అనుచరులు దిగంబరులుగా ఉండాలని కూడా మహావీరుడు ప్రబోధించాడు. క్రమంగా, వస్త్రధారణ, ఇతర విషయాల్లో భేధాభిప్రాయాలు వచ్చి, జైనులు 'శ్వేతాంబరులు', 'దిగంబరులు' అనే రెండు శాఖలుగా చీలిపోయారు.

జైనమతంలో దేవుడున్నాడా, లేడా అనే విషయానికి ప్రాధాన్యత లేదు. వేదాల ప్రాశస్త్యాన్ని గూడా గుర్తించలేదు. అయితే, మోక్షసాధన, ఆత్మ శుద్ధి, భవబంధ విముక్తి అనే సాంప్రదాయిక, వైదిక మత సూత్రాలను, జైనమతం గూడా విశ్వసించి, ప్రబోధించింది. తీర్థంకరుల బోధనల్లో శ్రద్ధ (సమ్యక్ దర్శనం), అబోధనల్లోని సత్యాన్ని గ్రహించడం (సమ్యక్ జ్ఞానం) పంచసూత్రాలను నియమంగా పాటించడం (సమ్యక్ చారిత్రం) అనేవి మోక్షమార్గాలుగా తెల్పబడ్డాయి. వీటికే జైన 'త్రిరత్నాలు' అని కూశా పేరు. సుదీర్ఘమైన ఉపవాస వ్రతదీక్ష, కఠోరమై అహింసాచరణ ద్వారా ఆత్మను పునీతం చేసికొని, భవబంధాల నుంచి విముక్తిని పొంద వచ్చని మహావీరుడు ప్రవచించాడు. ఐతే, ఉపనిషత్తుల్లో బోధించిన జ్ఞాన మార్గం మోక్షసాధనకు దోహదం కాజాలదని, జైనుల సమ్మకం. గమనించదగ్గ మరో విశేషమేమంటే, నాటి సామాజిక అసమానత, అస్తవ్యస్తానికీ మూలమైన వర్ణవ్యవస్థను, మహావీరుడు ఖండించలేదు. పూర్వజన్మ సుకృతాన్ని బట్టి, మానవులు అగ్ర, అధమ వర్ణాల్లో జన్మిస్తారని, పుణ్యకార్య సైతమైన జీవితాన్ని గడపడం ద్వారానే, అధమ వర్ణుడు అగ్రవర్ణుడుగా జన్మించడానికి వీలవుతుందనీ, ఆయన అభిప్రాయపడ్డాడు.

జైనమత ప్రచారం వ్యాప్తికై మహావీరుడు జైన సంఘాన్ని స్థాపించాడు. దీనిలో స్త్రీ పురుషులిరువురూ సభ్యులుగా ఉండి, తమ యావజ్జీవితాన్ని గడుపుతూ, మత సూత్రాలను పాటిస్తూ, తమ విరాళాలు, కానుకల ద్వారా జైన సంఘాలు, సంస్థలను పోషిస్తూ 'ఉపాసకు' (Lay Jains)లని పిలిచేవారు కూడా, జైన సంఘ సభ్యులుగా ఉంటారు. ఈ సంఘ ప్రథమ సమావేశం, క్రీ.పూ.300 ప్రాంతంలో పాటలీపుత్రంలో జరిగింది. దీనిలో ముఖ్యంగా, జైన సిద్ధాంతాలను 12 అంగాలుగా క్రోడీకరించారు. ఈ సందర్భంలో, వస్త్రధారణ గురించి భేదాభిప్రాయం వచ్చింది. క్రీ.పూ.160 ప్రాంతంలో కుమారీ పర్వతం (కళింగ రాజ్యం) మీద జరిగిన మరో సమావేశంలో, ఐక్యతకై కళింగాధీశుడైన ఖారవేలుడు చేసిన ప్రయత్నాలు విఫలమయ్యాయి.

మహావీరుని కాలంలో గంగానదీలోయ ప్రాంతానికి పరిమితమైన జైనమతం, తర్వాతి కాలంలో మాల్వా, గుజరాత్, రాజస్థాన్ ఒరిస్సా, తమిళనాడు, కర్ణాటక ప్రాంతాలకు విస్తరించింది. అయితే, అహింసా సిద్ధాంతానికిచ్చిన అత్యంత ప్రాధాన్యత కారణంగా, ఈ మతం వర్తక వ్యాపార వృత్తులను చేపట్టిన ప్రజల్లో, ప్రధానంగా వ్యాపించింది. క్రిమికీటకాదులను చంపవలసివచ్చే కర్షకులు, తమ జీవనార్థం హింసకు దిగాల్సివచ్చే జాలరులు, చర్మకారులు మొదలైనవారు, ఈ మతావలంబులు కాలేకపొయ్యారు. మీదు మిక్కిలి, వర్ణవ్యవస్థను సమర్థించడం ద్వారా క్రింది వర్ణాల సానుభూతిని, క్రీ.పూ.నాలుగో శతాబ్దానికల్లా ఈ మతంలో ప్రవేశించిన హైందవ అచారాలైన విగ్రహారాధన. పితృదేవతారాధనలద్వారా తన ప్రత్యేకతా విశిష్టతలను, జైనమతం కోల్పోయింది. హర్యంకులు, నందులు, చంద్రగుప్త మౌర్యుడు, కళింగ ఖారవేలుడు, గాంగులు,

కదంబులు, చాళుక్యులు, రాష్ట్రకూటులు ప్రాచీన యుగంలో ఈ మతానికి ఆదరణనిచ్చినప్పటికీ, మధ్య ఆధునిక యుగాల్లో అది కొరవడింది. దీనిలోని కఠిన నియమాలు విదేశీయులను కూడా, ఈ మతానికి దూరంగా ఉంచాయి. తత్కారణంగా, నగరవాసులైన, వర్తక వ్యాపారాలను చేపట్టిన షుమారు 16 లక్షల భారతీయులకే, జైనమతం నేడు పరిమితమై ఉంది.

బౌద్ధమత సూత్రాల సార్వజనీనత, ప్రచారం

ఈ మత స్థాపకుడైన గౌతమ బుద్ధుడు కూడా, మహావీరుని వలె, ఈశాన్య ప్రాంతంలోని కపిలవస్తు గణరాజ్యాన్నేలిన శాక్యవంశమనే క్షత్రియ కుటుంబంలో క్రీ.పూ.566 ప్రాంతంలో జన్మించాడు. ఇతడు కూడా 29 సంవత్సరాల ప్రాయంలో సన్యసించి, సత్యాన్వేషణకై ప్రయత్నాలొనరించాడు. ఆరు సంవత్సరాలు కఠిన నియమాలతో సన్యాసత్వాన్ని ఆచరించినా, సిద్ధార్థునకు (జ్ఞానోదయానికి ముందు పేరు) జ్ఞానోదయం కాలేదు. దీన్ని నిరర్థకంగా భావించి తన లక్ష్యసాధనకై ధ్యాన ముద్రలో (గయలో బోధి వృక్షం క్రింద) లీనమయ్యాడు. 49వ రోజున సిద్ధార్థునకు జ్ఞానోదయం కల్గి, బుద్ధుడయ్యాడు. తన మొదటి ప్రవచనాన్ని సారనాథ్‌లోని జింకల ఉద్యానవనంలో ఐదుగురు శిష్యులకు అందజేసాడు. దీనికే 'ధర్మచక్ర ప్రవర్తన' మనే ప్రతీతి ఏర్పడింది.

బుద్ధుడు కనుగొన్న సత్యాల్లో మొదటుగా వచ్చేవి, 'నాల్గు ఉన్నత సత్యాలు'. ప్రపంచం దుఃఖమయమైందనీ మానవుల బాధలకు మూలం కోర్కెలనీ, కోర్కెలను విసర్జించడమే మోక్షానికి మార్గమనీ, ఈ మోక్షసాధన 'అష్టాంగమార్గం' ద్వారా సాధ్యమౌతుందనీ, ఇవి పేర్కొంటున్నాయి. అష్టాంగమార్గానికి 'మధ్యేమార్గ' మనీకూడా పేరు. సమ్యక్ వాక్కు, సమ్యక్ క్రియ, సమ్యక్ జీవనం, సమ్యక్ శ్రమ, సమ్యక్ ఆలోచన, సమ్యక్ ధ్యానం, సమ్యక్ నిశ్చయం, సమ్యక్ దృష్టి అనే ఎనిమిది నీతి సూత్రాలు, దీనిలో భాగంగా ఉన్నాయి. వీటిని పాటించడం ద్వారా, తృష్ణకు కారణమైన అవిద్య లేక అజ్ఞానం నశిస్తుంది. కోర్కెను విడనాడినప్పుడు, పునర్జన్మకు అవకాశముండదు. ఇట్టి జన్మరాహిత్యమే 'నిర్వాణం' లేక మోక్షసిద్ధిని సంప్రాప్తింపజేస్తుంది. ఈ విధంగా, హైందవ కర్మ సిద్ధాంతం బౌద్ధంలో కూడా చోటు చేసికొనటం, గమనార్హం.

అయితే, వైదిక మత సంబంధమైన కుల విధానానికిగాని, హింస, వ్యయంతో కూడిన క్రతుకాండలకుగాని, బౌద్ధం ఏ మాత్రం విలువ యివ్వకపోగా, వీటిని జైనమతం వలె తీవ్రంగా నిరసించింది. ఇంకా, జైనుల మాదిరిగా బౌద్ధులు కూడా వేదాల అధికారాన్ని, బ్రాహ్మణుల ఆధిక్యాన్ని గర్హించారు. భగవంతుని ప్రస్తావన కూడా, వీరికి ప్రాముఖ్యమనిపించలేదు.

బుద్ధుడు తన 80వ ఏట (క్రీ.పూ.486) మరణించేటంతవరకు, బౌద్ధ మత ప్రచారాన్ని చేయటమే కాకుండా, ఇదే కార్యానికై, బౌద్ధ సంఘాన్ని కూడా స్థాపించాడు. స్త్రీ, పురుష భిక్షువులిద్దరికీ సభ్యత్వ మివ్వడం జరిగింది. ఒకవైపున సంప్రదాయ బ్రాహ్మణ వర్గం స్త్రీలను సామాజికంగా తక్కువ స్థాయిలో నుంచే సమయంలో బుద్ధుడు వారికి సమాన హోదాను కల్పించుట ప్రశంసనీయమేగాక, ప్రగతిశీలకముకూడా. దీని కంటే మించి, వైశాలి నగరంలోగల అంబపాలి అనే వేశ్యను ఉద్ధరించి, తన శిష్యగణంలో చేర్చుకొనుట, బుద్ధుని హృదయ విశాలత్వానికి చక్కని నిదర్శనం. బౌద్ధ ఆరామాలు, గణరాజ్య సభలవలె ప్రజాస్వామ్య పద్ధతిలో నిర్వహించడం, విద్యా కేంద్రాలుగా కూడా పనిచేశాయి. మగధనేలిన అజాతశత్రుని పోషణలో మొదటి బౌద్ధ సంగీతి సభ రాజగృహంలో బుద్ధుని పరినిర్వాణం తరవాత నూరు సంవత్సరాలకు వైశాలిలో రెండో సంగీతి సభ, అశోకుని ప్రోత్సాహంతో

పాటలీపుత్రంలో మూడో సంగీతి సభ కనిష్కుని పోషణలో కుందలవనం (కాశ్మీర్)లో నాల్గో సంగీతి ఏర్పరచడం జరిగింది. బౌద్ధ సంఘ సమావేశానికే 'సంగీతి' అని పేరు. 'త్రిపీటకాలు' అనే బౌద్ధ మత గ్రంథాలు మొదటి మూడు సమావేశాల్లో రూపొందించడం జరిగింది. రెండో సంగీతి నుంచే బౌద్ధ మతంలో మార్పుల గురించి భేదాభిప్రాయాలు రాదొడగాయి. ఇవి క్రమంగా బలమై, నాల్గో సమావేశం నాటికి, 'మహాయానం', 'హీనయానం' అనే రెండు ప్రధాన శాఖలుగా అవిర్భవించాయి. సామాన్యుల మతాసక్తిని, హైందవ మత పోటీని ఎదుర్కోడానికి, బుద్ధుని, బోధిసత్వుల (ఉపదేవతలు) విగ్రహాలను ప్రతిష్ఠించి పూజించటానికి మహాయానులు పూనుకోగా, హీనయానులు మాత్రం బుద్ధుడు ఏర్పర్చిన విధానాన్నే కొనసాగించారు.

బుద్ధుని కాలంలోనే అతని మతం, భారత దేశ ఈశాన్య భాగంలో ఉన్న మగధ కోసల, కౌశాంబి, లిచ్ఛవి, శాక్య రాజ్యాల్లో త్వరితగతిన వ్యాపించింది. దీనికి అనేక కారణాలు తోడ్పడ్డాయి. బౌద్ధమత సూత్రాలు సామాన్య ప్రజానీకానికి సులభంగా అర్థమయ్యేట్లుండడం, ఇవి ప్రజల భాషలైన, మాగధి, పాళీ, ప్రాకృతాల్లో బోధించటం, జైన మతంలో వలె కఠోర నియమాలు, తీవ్ర అహింసా విధానంగాని, మరోవైపున పూర్తి విశృంఖల జీవిత విధానంగాని, లేకుండా, రెండింటికి మధ్యలో సమతూకంగా ఉండే 'మధ్యేమార్గాన్ని' బౌద్ధమతం అందించటంవల్ల, గౌతమ బుద్ధుని బోధనా చాతుర్యం, వాక్పటిమ, జీవకారుణ్యం, రాజులను, పేదలను, పండితులను, ధనవంతులను అందరినీ బౌద్ధమతం పట్ల ఆకర్షింపజేయటం, బ్రాహ్మణ మతంపట్ల ప్రజల నిరసన జైనమతం పట్ల వారి అసంతృప్తి, ఇత్యాది పరిణామాలన్నీ దోహదం చేశాయి. పై కారణాలకు తోడుగా, బౌద్ధ మతానికి దొరికిన రాజాదరణ, అండదండలు కూడా, ఈ మత వ్యాప్తికి -- ముఖ్యంగా పొరుగు ఆసియా దేశాల్లో -- ప్రధానంగా తోడ్పడ్డాయి. బింబిసారుడు, అజాతశత్రువు, అశోకుడు, కనిష్కుడు, హర్షుడు ఆదిగాగల ప్రాచీన భారతదేశ చక్రవర్తులు ఈ మత వ్యాప్తికై, అవిరళ కృషి సల్పారు. తత్ఫలితంగానే, బౌద్ధం మధ్య ఆసియా, పశ్చిమ ఆసియా, శ్రీలంక, బర్మా, టిబెట్, చైనా, జపాన్ వంటి పొరుగు దేశాలకు విస్తరించింది. అయితే, అనంతర యుగాల్లో రాజాదరణ కొరవడటం, హైందవ మతానికి ఆదరణ పెరగడం, మహాయాన శాఖరూపంలో బౌద్ధమతం, బ్రాహ్మణ మత పూజా విధానాల నవలంబించి, దాని ప్రత్యేకత, విశిష్టతలను కోల్పోవటం, సాంప్రదాయిక కులవిధానాన్ని ఖండితంగా నిరసించలేకపోవటం, మధ్య యుగ ముస్లిం దండయాత్రికులు, బౌద్ధారామాలు, విశ్వవిద్యాలయాలను నాశనం చేయటం, ఇత్యాది పరిణామాల దృష్ట్యా, బౌద్ధం తన జన్మ భూమిలో అదృశ్యమై, పొరుగు ఆసియా దేశాల్లో మాత్రం నేటికీ సజీవంగా ఉంది

సమకాలీన సమాజంపై జైన, బౌద్ధ మతాల ప్రభావం

సామాజికంగా జైన, బౌద్ధాలు, కింది వర్ణాలు, అట్టడుగు వర్గాలు, పట్టణాల్లో ఉండే ప్రజానీక బహుళ ప్రయోజనాలు, సేవకై పాటుపడ్డాయి. ఇంకొక మాటలో చెప్పాలంటే వర్తకులు, వృత్తికళాకారులు, కర్షకుల అండదండలను సంపాదించేందుకై, ఈ మతాలు సాధ్యమైనంతవరకు తమ సిద్ధాంతాలను సూత్రాలను తదనుగుణంగా మలచుకోడానికి ప్రయత్నించాయి. కుల విధానానికి ఈ మతాలు వ్యతిరేకంగాన, హైందవ మతంలో అంటరానివారిగా పరిగణన పొందే అనేకమంది కింది తరగతులవాళ్లు, ముఖ్యంగా బౌద్ధమతంలో చేరడం జరిగింది. రాజకీయాధికారంగల క్షత్రియులు, బ్రాహ్మణులు వైదిక మతాన్ని పరిరక్షిస్తూంటే, ఇనుప లోహ సాంకేతిక పరిజ్ఞాన ఫలితంగా బలపడ్డ ఆర్థిక వర్గాలు జైన, బౌద్ధాలకు ప్రాపుగా నిలవటం, గమనించదగ్గ పరిణామం.

తర్క శాస్త్ర, వైద్య శాస్త్ర, రాజనీతి శాస్త్ర, వ్యావహారిక భాషా, విద్యా రంగాల్లో, వాస్తు శిల్ప, చిత్రలేఖనా రంగాల్లో జైన బౌద్ధులు ఎనలేని సేవ చేసి, భారతీయ సంస్కృతి ప్రగతికి దోహదంకల్గించారు. అశ్వఘోషుడు, నాగార్జునుడు, వసుబంధు, దిఙ్నాగుడు దార్శనికులుగా, జీవకుడు, చరకుడు వైద్య శాస్త్రజ్ఞులుగా, గొప్ప ఖ్యాతిని సంపాదించారు. నాగార్జునుని 'సుహృల్లేఖ', 'రత్నావళి' పాలనా విషయాలను వివరిస్తూ, శ్రేయో రాజ్య విధానాన్ని సూచించాయి. ప్రజల భాషలైన మాగధి, పాళీ, ప్రాకృతాల్లో జైన, బౌద్ధులు తమ మత ప్రచారాన్ని చేయటం ద్వారా, ఈ ప్రాంతీయ భాషల అభివృద్ధికి ఎంతైనా తోడ్పడ్డారు. 'గురుకుల' విధానాన్ని తోసిరాజని బౌద్ధులు, నలంద, వల్లభి, ధాన్యకటక మొదలగు ప్రసిద్ధ విశ్వవిద్యాలయాలను స్థాపించి, ప్రజల విద్యావ్యాప్తికెంతైనా తోడ్పడ్డారు. ఉదయగిరి, అజంతా, ఎల్లోరా, కార్లీ, నాసిక్, భజ, బార్హుత్, సాంచి, అమరావతి, నాగార్జున కొండ, అబూ, సారనాథ్ మొదలైన చోట్ల నిర్మించిన చైత్యాలు, గుహారామాలు, చెక్కబడిన కుడ్య చిత్రాలు, భారతీయ శిల్పకళాచరిత్రకు ప్రథమ సోపానాలైనాయి. బౌద్ధుల, జైనుల ఆత్మ సౌందర్యానికి, ఇవి బాహ్య రూపాలుగా వెలుగొందుతున్నాయి.

జాతి, వర్ణ విభేధాలను నిరసించిన బౌద్ధమతం, గ్రీకులు, కుషానులు మొదలైన విదేశీయుల నాకర్షించి, వారిని భారతీయ సంస్కృతిలో ఐక్యం చేయడానికి దోహదపడింది. జీవహింస, వ్యయప్రయాసలతో కూడిన యజ్ఞ మతాన్నుంచి ప్రజల దృష్టిని, జైన బౌద్ధాలు ఆత్మ సంస్కారం, నీతి వర్తనం పైకి మళ్ళించాయి. వీటి కారణంగా, హిందూ మతం తనను తాను సంస్కరించుకోబూనుట, గమనించదగ్గ విషయం. అన్నింటికంటే మించి, బౌద్ధం ద్వారా భారతీయ సంస్కృతి పొరుగు ఆసియా రాజ్యాలకు వ్యాపించుట, గర్వించదగ్గ విషయం. దీని ఫలితంగా, ఈ రాజ్యాలు, భారతదేశం మధ్య సాంస్కృతిక, వ్యాపార సంబంధాలు వృద్ధి కావడానికి అవకాశమేర్పడింది.

విప్లవ పరిణామ యుగం (క్రీ.పూ.600-321) దేశ చరిత్రలో బహుముఖ ప్రాధాన్యతను సంతరించుకుంది. రాజకీయంగా, ప్రథమ సామ్రాజ్యంగా మగధ రాజ్య అవతరణ జరిగింది. ఉత్తర భారతంలో రాజకీయ, పాలనా ఐక్యతకు ఈ పరిణామం తోడ్పడింది. పారశీక, గ్రీక్ దాడులు కూడా దీనికి ఉపకరించాయి. ఇనుపలోహ సాంకేతిక పరిజ్ఞాన ప్రభావంగా వ్యవసాయం చేతి పరిశ్రమలు, వ్యాపారం విశేషంగా అభివృద్ధి చెందాయి. ఫలితంగా, నూతన ఆర్థిక బల వర్గాలు పట్టణ కేంద్రాలుగా ఏర్పడ్డాయి. బ్రాహ్మణ అగ్ర వర్ణాధిక్య సమాజం, వైదిక మతాన్ని ఈ వర్గాలు నిరసించాయి. క్రీ.పూ. ఆరో శతాబ్దిలో పెల్లుబికిన మహోజ్వల తాత్విక చింతనా స్రవంతిలో ఆవిర్భవించిన జైన, బౌద్ధ మతాలు, వీరి ఆశలకు అనుగుణంగా రూపొందాయి. ఫలితంగా, ఈ నూతన మతాలు సామాజిక నిమ్న వర్గాల ప్రజలతో నిండి సాంఘికంగా సమసమాజ స్థాపనా దిశన పయనించాయి. అనంతర సామ్రాజ్యాల యుగంలో (క్రీ.పూ.321-క్రీ.శ.647), ఈ పరిణామాలెలా ప్రభవించాయో గమనిద్దాం.

***

4.

ఉత్తర భారతదేశం : సామ్రాజ్య యుగం (క్రీ.పూ.321-క్రీ.శ.647)

క్రీ.పూ.321లో జరిగిన మౌర్య సామ్రాజ్య స్థాపనతో, ఉత్తర భారతదేశ చరిత్రలో సామ్రాజ్యాల యుగం ప్రారంభమైంది. బిందుసార, అశోక మౌర్యుని కాలాల్లో, దక్షిణాగ్రంలో ఉన్న తమిళ, కేరళ ప్రాంతాలు మినహాయించి, మిగిలిన భారతదేశమంతా కూడా ఈ సామ్రాజ్యంలో భాగం కావడం, గమనించదగ్గ విషయం. మున్నెన్నడూలేని విధంగా, రాజకీయ, పాలనా ఐక్యతలు సాధించడం జరిగింది. మౌర్యులానంతరం, కుషాణులు, గుప్తులు, పుష్యభూతి వంశజులు వీటిని కొనసాగించేందుకై, శాయశక్తులా కృషిచేశారు. పర్యవసానంగా, ఆర్థిక, సామాజిక, వికాసం, చోటుచేసుకున్నాయి. పొరుగు దేశాలైన పశ్చిమాసియా, సింహళం, చైనా, బర్మాలతో మంచి వ్యాపార, సాంస్కృతిక సంబంధాలు నెలకొన్నాయి. ప్రాచీన భారతదేశ చరిత్రలో సామ్రాజ్యాల యుగం, అత్యంత కీలకమైన భూమికను నిర్వహించింది.

మౌర్య సామ్రాజ్య స్థాపన : చంద్రగుప్తుడు (క్రీ.పూ.321–297)

మగధను పాలించిన చివరి నంద రాజైన ధననందుడు, తన దురాశ, క్రూరత్వ కారణంగా ప్రజాభిమానాన్ని కోల్పోవటాన్ని అవకాశంగా తీసుకొని, చంద్రగుప్తుడీతని నేడించి, క్రీ.పూ.321లో మగధ సింహాసనాన్నధిష్టించాడు. నంద చక్రవర్తి చేత అవమానం పొందిన చాణక్యుడు లేక కౌటిల్యుడనే బ్రాహ్మణ పండితుడు, రాజనీతిజ్ఞుడు సామ్రాజ్య స్థాపనలో, తదనంతర పాలనా విధాన ఏర్పాటులో, చంద్రగుప్తునికి ముఖ్య సహాయకారి, సలహాదారునిగా వ్యవహరించాడు. మగధకు ఉత్తరంగాగల పిప్పలివన మనే గణ రాజ్యాన్నేలిన 'మొరియన్'లనే క్షత్రియ శాఖ నుంచి చంద్రగుప్తుడుద్భవించినట్లుగా, ఎక్కువ మంది చరిత్రకారులు భావిస్తున్నారు.

మగధ నాక్రమించిన అనంతరం, చంద్రగుప్తుడు వాయవ్యాన ఉన్న గ్రీకులపై దాడి చేశాడు. క్రీ.పూ.323లో గ్రీక్ విజేతైన అలెగ్జాండర్ మరణించడంతో, అతని రాజ్య భాగాల పంపిణీ గురించి, గ్రీక్ గవర్నర్లు, సేనానులు కలహించసాగారు. అలెగ్జాండర్ దాడి సందర్భంగా జరిగిన నష్టం, అమానుషాల ఫలితంగా, ప్రజలు గ్రీక్ పాలనను ద్వేషించసాగారు. ఈ పరిస్థితుల నవకాశంగా తీసుకొని, క్రీ.పూ.317 నాటికి సింధునదికి దిగువనున్న ప్రాంతాన్నంతా సునాయాసంగా తన వశం చేసుకొన్నాడు. అయితే, వాయవ్య ప్రాంతాలపై అలెగ్జాండర్ వారసుడుగా తన అధికార స్థాపనకై, సెల్యూకస్ నికటర్ అనే గ్రీక్ సేనాని క్రీ.పూ.305లో చంద్రగుప్త మౌర్యునితో యుద్ధానికి తలపడి, ఓడిపోయాడు. ఈ విజయకారణంగా, కాబూల్, హీరట్, కాందహార్, బెలూచిస్థాన్ అనే నాల్గు ఎగువ సింధు రాష్ట్రాలు, చంద్రగుప్తుని వశమయ్యాయి. దీంతో, వాయవ్యాన మౌర్య సామ్రాజ్య సరిహద్దు హిమాలయాలను దాటి అఫ్ఘనిస్థాన్ ప్రాంతాన్ని తాకింది. గ్రీకులతో మైత్రిని నెరపేందుకై, సెల్యూకస్ కుమార్తెను చంద్రగుప్తుడు వివాహమాడాడు. ఇదే లక్ష్యంతో, గ్రీక్ రాయబారిగా మెగస్తనీస్ పాటలీపుత్ర ఆస్థానంలో ఉండటం జరిగింది. ఇతడు తాను చూచిన, విన్న విషయాలను 'ఇండికా' అనే గ్రంథంగా రూపొందించాడు. నాటి పాలనా విధానం, సామాజిక, ఆర్థిక పరిస్థితుల గురించి తెలుసుకోటానికి, ఇది ముఖ్య ఆధారాల్లో నొకటిగా ఉపకరిస్తుంది.

అవంతి, సౌరాష్ట్ర ప్రాంతాలను కూడా, చంద్రగుప్తుడు జయించాడు. ఈ విజయాలన్నిటి ఫలితంగా, తూర్పున బ్రహ్మపుత్ర నదీ ప్రాంతం, కళింగ, దక్షిణాన మైసూర్‌కు దిగువనున్న ప్రాంతాన్ని మినహాయిస్తే, మిగతా భారతదేశమంతటా మౌర్య సామ్రాజ్యం విస్తరించింది. ఇదే ప్రథమ సువిశాల సామ్రాజ్యమైంది.

సువిశాల సామ్రాజ్య స్థాపనతోబాటు సువ్యవస్థితమైన పరిపాలనా విధానాన్నేర్పరచిన ఘనత, మౌర్య చంద్రగుప్తునికి దక్కింది. కౌటిల్యుడు రాసిన 'అర్థశాస్త్ర'మనే రాజనీతిశాస్త్ర గ్రంథం. దీనికి మూలాధారమైంది. పాటలీపుత్ర నగర పాలన, సైన్య నిర్వహణలో వికేంద్రీకరణ పద్ధతి నవలంబించుట, ప్రశంసించదగ్గ పరిణామం. జైనులు చెప్పే కథనం ప్రకారం, తన జీవిత చరమ భాగంలో చంద్రగుప్తుడు జైనమతావలంబియై, రాజ్యత్యాగం చేసి, మైసూరులోని శ్రావణ బెల్గోలాలో, తన శేష జీవితాన్ని ప్రాయోపవేశంలో గడిపాడు.

బిందుసారుడు (క్రీ.పూ.297–272)

చంద్రగుప్తుని రాజ్యత్యాగ కారణంగా, ఈతని కుమారుడైన బిందుసారుడు మౌర్య సింహాసనాన్నధిష్ఠించాడు. బిందుసారుడు ప్రధానంగా, తండ్రి విధానాలను, లక్ష్యాలను కొనసాగించాడు. దక్కన్ నుంచి మైసూర్ వరకు గల విస్తార ప్రాంతంలో మౌర్యాధికార పటిష్టతకై, సైనిక దాడులను జరిపాడు. వాయవ్యాన ఉన్న పశ్చిమాసియా రాజ్యాధినేతలతో దౌత్య సంబంధాలను పెంపొందించుకున్నాడు. సిరియా రాజైన మొదటి ఆంటియోకస్ సోతర్, ఈజిప్ట్ రాజైన టాలమీ ఫిలడెల్ఫస్‌లు తమ రాయబారులను బిందుసారుని ఆస్థానానికి పంపించారు. మధువు, అత్తిపండ్లతో బాటు ఒక వేదాంతిని కూడా సిరియా నుంచి పంపమని కోరటం ద్వారా, గ్రీకుల వేదాంత తత్వం సంస్కృతిని తెలుసుకోవటం పట్ల, బిందుసారుని అభిలాష వ్యక్తమౌతూండడం, గమనించదగ్గ విషయం. తన పాలనాకాలంలో సంభవించిన ఒకే ఒక తక్షశిల తిరుగుబాటు నణచుటకై, యువరాజు, ఉజ్జయిని రాష్ట్రపాలకుడుగా ఉన్న అశోకుని నియోగించగా, అతడు దాన్ని అణచివేసి, శాంతిని నెలకొల్పాడు. బిందుసారునికి 'అమిత్రఘాత' లేక 'శత్రుసంహారి' అనే బిరుదు కూడా ఉంది. అతిరథులు, తాత మనుమలైన చంద్రగుప్త అశోకుల మధ్య 25 సంవత్సరాలు, గొప్ప వారధిలా నిల్చి, పాలించాడు బిందుసారుడు.

అశోకుడు (క్రీ.పూ.269–232)

క్రీ.పూ.272లో సంభవించిన బిందుసారుని మరణ కారణంగా, అతని కుమారుల్లో ఒకడైన అశోకుడు రాజ్యాధికారాన్ని చేపట్టాడు. అయితే, అశోకుని పట్టాభిషేకం క్రీ.పూ.269లో జరగడంచేత, మధ్యనున్న వ్యవధిలో సింహాసనం కోసం సోదరుల మధ్య ఘర్షణ సం భవించిందని భావించవచ్చు. అశోకుని పాలనాకాల ప్రముఖ సంఘటనలు, ఆయన ఆదర్శాలు, లక్ష్యాలు గురించి తెలుసుకోవటానికి, ఆయన దేశం నలుమూలల్లో వేయించిన శిలా, స్తంభ శాసనాలు బాగా తోడ్పడుతున్నాయి. ఇవి బ్రాహ్మీలిపిలో ఉన్నాయి. మన దేశ చరిత్రలో ఇటువంటి శాసనాలు వేయించిన మొదటి చక్రవర్తి అశోకుడే. ఈ లిపిని 1837లో మొదటిసారిగా అర్థం చేసుకొన్నవాడు, జేమ్స్ ప్రిన్సెప్ అనే ఆంగ్లేయ పురాతత్వ శాస్త్రజ్ఞుడు. శాసనాల్లో అశోక మౌర్యునికి, 'దేవానాం ప్రియ' (దేవతలకు ప్రియమైనవాడు), 'ప్రియదర్శి' (చక్కని రూపం కలవాడు) అనే బిరుదులున్నాయి.

యువరాజుగా ఉన్నప్పు డే, ఉజ్జయిని, తక్షశిల పరిపాలకుడుగా, అశోకుడు మంచి పేరును, అనుభవాన్ని గడించాడు. చక్రవర్తి అయిన తరవాత ఇతడు చేపట్టిన కార్యక్రమాల్లో అత్యంత ప్రాముఖ్యం కలది, కళింగపై దాడి. దక్షిణ భారతదేశానికి గల భూ, జల మార్గాలు.

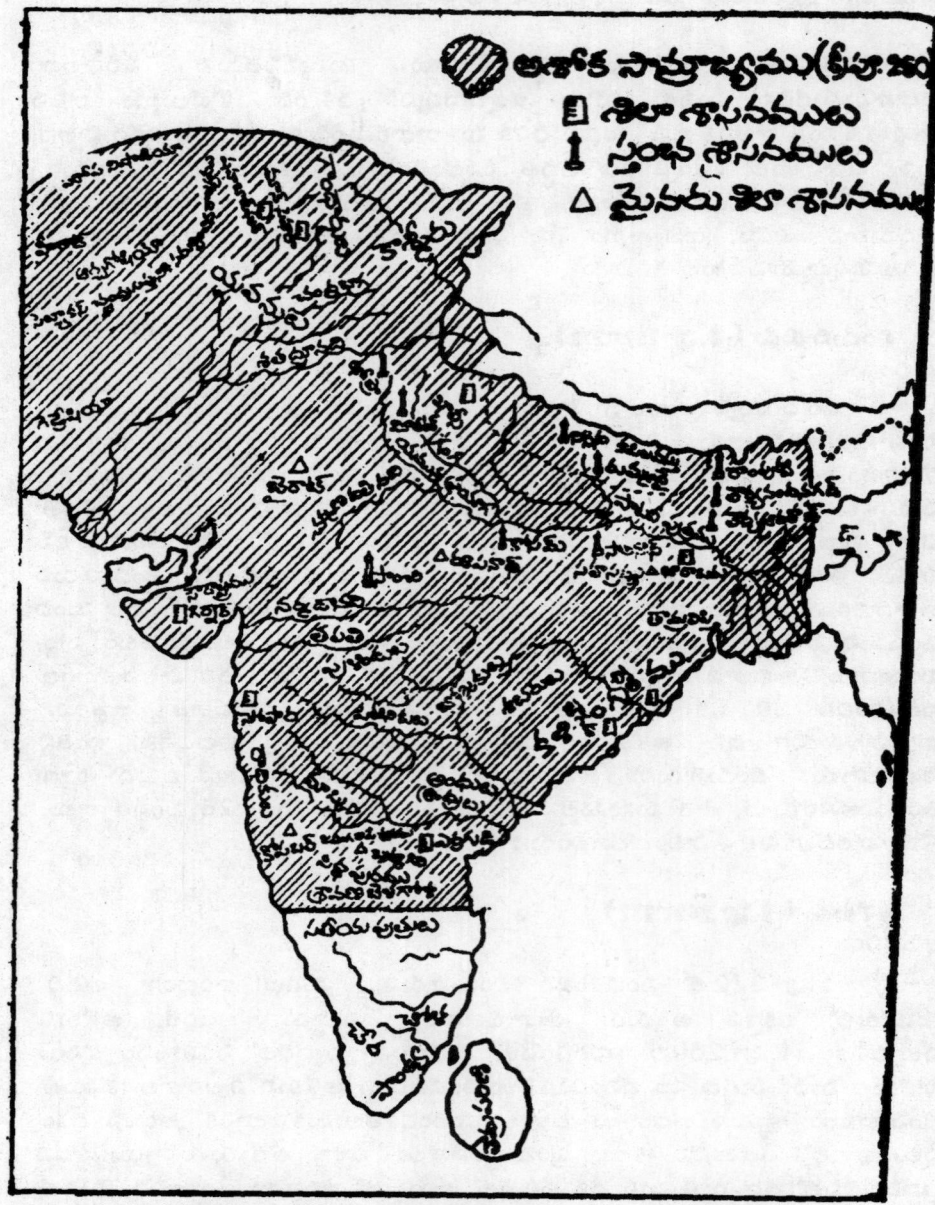

పటం : అశోక సామ్రాజ్యం (క్రీ.పూ.250)
మూలం : భారతదేశ చరిత్ర - అనాది నుంచి క్రీ.శ.1526 వరకు ఖండికలు : 5-16 పేజీ.53 ఆంధ్రప్రదేశ్ సార్వత్రిక విశ్వవిద్యాలయ ప్రచురణ.

కళింగ ద్వారా ఉండటం చేత, అశోకుడు దీని ఆక్రమణకు క్రీ.పూ.260లో పూనుకొన్నాడు. యుద్ధంలో ఈతనికి విజయం లభించినా, విపరీత ప్రాణ నష్టానికి వారితీసింది. దీన్ని చూచి కలతచెందిన అశోకునిలో వినూత్నమైన హృదయ పరివర్తనం కల్గింది. యుద్ధాలు ఇకముందు చేయకూడదనీ, ధర్మ ప్రచారం, శాంతియుత ప్రజాసంక్షేమానికి కృషిచేయాలనీ, నిశ్చయించుకున్నాడు. యుద్ధ భేరీకి బదులుగా, ధర్మ భేరిని మోగించటానికి సిద్ధమయ్యాడు. ఈ విధంగా, యుద్ధంలో విజయాన్ని చవిచూచిన అనంతరం, యుద్ధ విధానాన్ని వదలివేసిన చక్రవర్తి, ప్రపంచ చరిత్రలో అశోకుడు తప్ప మరెవ్వరూ కానరారు.

మత విధానం

కళింగపై విజయం, దక్షిణాన మైసూర్ వరకు విస్తరించిన సువిశాల సామ్రాజ్య నిర్వహణ కంటే, అశోకుడు అవలంబించిన మత విధానం, అతడు కావించిన ధర్మ వ్యాప్తి, చేపట్టిన ప్రజాసంక్షేమ కార్యక్రమాలు, విస్తృత ప్రాముఖ్యాన్ని, ప్రభావాన్ని సంతరించుకున్నాయి. కళింగ యుద్ధ ప్రభావకారణంగా, అహింస, శాంతి జీవకారుణ్యం పట్ల అశోకునిలో ఏర్పడ్డ ప్రీతి, అయనను బౌద్ధ మతం పట్ల ఆకర్షితుని చేశాయి. అంతకు ముందే బౌద్ధాన్ని స్వీకరించిన భార్య విదిశా దేవి, అన్న కుమారుడైన నిగ్రోధుని ప్రభావం కూడా, ఈతడు బౌద్ధాన్ని అవలంబించటంలో దోహదమైందనే అభిప్రాయం కూడా ఉంది. అనతి కాలంలోనే బౌద్ధమత దీక్షతోబాటు, బౌద్ధ సంఘ సభ్యత్వాన్ని గూడా తీసుకొని, అప్పటి నుంచి దేశ, విదేశాల్లో ఈ మత వ్యాప్తి, ప్రచారానికై , అశోకుడు నిరంతరం కృషి చేసి, సత్ఫలితాలను సాధించాడు.

బౌద్ధమత వ్యాప్తికై, అశోకుడు పలు పద్ధతులను అవలంబించాడు. బౌద్ధ ధర్మ సూత్రాలను శిలలు, స్తంభాలపై చెక్కించి, జనసమ్మర్ద ప్రదేశాలు, యాత్రా స్థలాల వద్ద వాటిని నెలకొల్పాడు. అహింస, జీవకారుణ్య సూత్రాలకనుగుణంగా, జంతు బలులు, వేటలు, మాంసాహార వంటకాలు నిషేధాలుగా ప్రకటించడం జరిగింది. వీటి అమలుకు తొలుత రాజాంతఃపురం, రాజకుటుంబీకులు, చక్రవర్తి చేపట్టటం ఎంతైనా ప్రశంసించదగ్గది. బౌద్ధ సంఘంలో ఐక్యతను నెలకొల్పే లక్ష్యంతో, క్రీ.పూ.250లో పాటలీపుత్రంలో అశోకుడు, మూడో బౌద్ధ సంఘ సమావేశాన్నేర్పర్చాడు. అయితే, ఈ ప్రయత్నం ఫలించలేదు. దీంతో నిరాశ చెందక, తన ఇతర ప్రయత్నాలను నిరంతరంగా కొనసాగించాడు. బౌద్ధ మత ప్రచారానికై, సింహళం, బర్మా, సుమత్ర, సిరియా, ఈజిప్ట్, మాసిడోనియా, ఎపిరస్ మొదలైన ఆసియా దేశాలకు ప్రచారకులను పంపాడు. సింహళానికి స్వయంగా, రాజకుటుంబీకులైన మహేంద్ర, సంఘమిత్రలు వెళ్లటం జరిగింది. మత వ్యాప్తితో బాటు, ఈ దేశాలు, భారతదేశం మధ్య సౌహార్ద్ర సంబంధాలు నెలకొనడానికి కూడా, ఈ చర్యలు తోడ్పడ్డాయి. అశోకుని ఈ బహుముఖ కృషికారణంగా, అంతకు ముందు గంగానదీ లోయ ప్రాంతానికే పరిమితమైన బౌద్ధం, ఒక అంతర్జాతీయ మతంగా వెలసిల్లింది.

బౌద్ధ మత వ్యాప్తికై అచంచలంగా పాటుపడ్డా, ఇతర మతాల వారి పట్ల అశోకుడు ఎటువంటి అసహన, పక్షపాత వైఖరిని ప్రదర్శించలేదు. బ్రాహ్మణ, అజీవకులకు ఎన్నో దానాలిచ్చి గౌరవించాడు. బారబరలో రెండు గుహలను అజీవకులకు అంకితం చేశాడు. తమ మతాన్ని పొగడడం, ఇతరుల మతాన్ని ద్వేషించడం కూడదనీ తమ మతాన్ని గురించే కాకుండా ఇతర మతాల గురించి కూడా తెలుసుకోవాలనీ, అన్ని మతాలను గౌరవించాలనీ,

అశోకుడు తన 12వ శిలాశాసనంలో ప్రజలనుద్బోధించాడు. ఆయన మత సహనభావానికి, హృదయ విశాలత్వానికి, ఇవన్నీ చక్కని దృష్టాంతాలుగా ఉన్నాయి.

ధర్మ సూత్రాలు : పరిధి, వ్యాప్తి

భిన్న మత శాఖలు సృష్టించిన సామాజిక ఉద్రిక్తత, వ్యాపార వర్గాలు, శ్రేణులు నగరాల్లో బలపడటం వలన ఏర్పడ్డ నూతన సామాజిక పరిస్థితి, కేంద్రీయ రాజకీయ విధాన ఫలితంగా ఏర్పడ్డ ఒత్తిడి, సామ్రాజ్య భారీ ప్రమాణం, ఇత్యాది భిన్న పరిస్థితులను సమైక్యంగా ఎదుర్కోటానికి, ప్రజల కొక నూతన సూత్ర సంవిధానం అవసరమైంది. నాటి సామ్రాజ్య వ్యవస్థలో అలాంటి ప్రణాళిక చక్రవర్తి నుంచి వస్తేనే, అది విజయాన్ని పొందగలదు. కావుననే, అశోకుడు ధర్మ సూత్రాలనేర్పరచి, ప్రచారం కావించాడు.

అశోకుడేర్పరచిన సూత్రాలు కేవలం బౌద్ధ మతానికే సంబంధించినవి కావు. అన్ని మతాలకు చెందిన వారు ఆమోదించటానికి వీలుగా రూపొందించడం జరిగింది. ఇవి ముఖ్యంగా మానవుల ప్రవర్తన, నీతికి సంబంధించిన నియమావళి. శ్లాఘనీయమైన విషయమేమిటంటే, సామాన్య ప్రజలు కూడా సులభంగా అర్థం చేసుకొని, ఆచరణలో పెట్టడానికి వీలుగా ఉన్నాయి. ఇతరులు, వారి విశ్వాసాలు, భావాల పట్ల సహనాన్ని చూపటం మానవులు జంతువుల పట్ల హింసను విడనాడి, కారుణ్యాన్ని ప్రదర్శించటం, బానిసలు, సేవకుల ఎడల దయతో మెలగటం, తల్లిదండ్రుల పట్ల విధేయతను కనబర్చుట, స్నేహితులు, పరిచయస్తులు, బంధువులు, మత బోధకులు, సన్యాసుల ఎడల ఔదార్యాన్ని కనబర్చి, సహాయమొనరించటం, మాటలను అదుపులో పెట్టుకొని, తన తెగను పొగడకుండా, ఎదుటి వ్యక్తి తెగను నిందించకుండా ఉండుట, ఇత్యాదివి అశోకుడు ప్రబోధించిన ధర్మ సూత్రాల్లో ముఖ్యమైనవి. ఈ సూత్రాలను ఆచరించినట్లైతే, మానవులు సత్ప్రవర్తన, నైతికతను సాధించగల్గుతారు. వీటి ద్వారా, మోక్షాన్ని పొందగల్గుతారని విశ్వసించబడింది. అందువల్లనే, అశోకుడు నిరుపయోగమైన వ్రతాలు, యజ్ఞాలను గట్టిగా ఖండించాడు. తమ జీవనోపాధికై క్రింది శ్రేణి మత బోధకులు, అమాయక ప్రజలపై రుద్దిన మూఢాచారాలుగా వీటిని అతడు భావించాడు.

అశోకుడు సార్వజనీనకమైన ధర్మసూత్రాలను రూపొందించటమే కాకుండా, వాటి వ్యాప్తి, అమలుకై, అహర్నిశం కృషిచేశాడు. ధర్మబోధనే విధిగా ధర్మమహామాత్రులనే అధికారులను నియమించాడు. ప్రాదేశికులు, రజ్జుకులు, యుక్తులు మొదలైన ఉద్యోగులను, ప్రతి మూడు లేక ఐదేండ్లకొకసారి సామ్రాజ్యంలో పర్యటించి, తమ ఇతర బాధ్యతలతోబాటు ధర్మ ప్రచారాన్ని కూడా చేయాలని, ఆదేశించాడు. శిలా, స్తంభ శాసనాలపై కూడా ఈ సూత్రాలను చెక్కించి, ప్రచారంలోకి తెచ్చాడు. అయితే అశోకుడాసించినట్లుగా, ధర్మప్రచారం సామాజిక ఉద్రిక్తతలనుగాని, మత శాఖల భిన్న దృక్పథాలనుగాని, లేక నాటి ఇతర ప్రజా సమస్యలనుగాని, మార్చి, పరిష్కరించలేక పోయింది. కారణం, ధర్మ సూత్రాలు సాధారణమైనవికాగా, వేర్వేరు సమస్యలకు వేర్వేరు కారణాలు, పరిస్థితులు మూలమై, విభిన్న పరిష్కారాలు ఆవశ్యకమయ్యాయి. అయినప్పటికీ, సర్వ మానవుల ప్రవర్తనను క్రమబద్ధం చేయగల్గే కొన్ని నైతిక సూత్రాల ఆవశ్యకతను గుర్తించి, అట్టివాటిని ఏర్పర్చి, వ్యాప్తిచేయ ప్రయత్నించినందుకు, అశోక చక్రవర్తి ఎంతైనా ప్రశంసాపాత్రుడు.

ప్రజాహిత చింతన, సంక్షేమ కార్యక్రమాలు

అశోకుని ప్రజాహిత చింతన కడు ఆదర్శప్రాయమైంది. ప్రజలు తన కన్నబిడ్డలలాంటి వారని, వారి సుఖసంతోషాలను తాను సర్వదా అభిలషిస్తానని ప్రకటించాడు. 'చక్రవర్తి ప్రజల కొరకే' అన్న శ్రేయోరాజ్య ఆశయాన్ని తలపింపచేస్తున్నట్లుగా అశోకుడు, తాను ఎక్కడ, ఏ అవస్థలో ఉన్నప్పటికిగాని, దూతలు ప్రజావసరాలను తనకు నిరాక్షేపంగా నివేదించాలని ఆదేశించాడు. ఆశయాల ప్రకటనే కాకుండా, వాటి అమలుకై అనేక సంక్షేమ కార్యక్రమాలను చేపట్టాడు. మానవుల, జంతువుల సౌకర్యార్థమై, వైద్య శాలలనేర్పాటు చేశాడు. మూలికలతో వైద్య సదుపాయం జరిగేది. రాకపోకలు, వ్యాపార నిమిత్తం, రహదారులు నిర్మింపజేసాడు. ప్రయాణీకుల సౌకర్యార్థమై, బాటఉకిరువైపుల నీడనిచ్చే చెట్లను నాటించి, ప్రతి 9 మైళ్ల కొక బావి, సత్రాన్ని ఏర్పాటు చేశాడు. సేద్యపు నీరు, మంచి నీటి వనరులను మెరుగుపర్చేందుకై, అనేక చెరువులను త్రవ్వించాడు. పాలనాపరంగా దూర రాష్ట్రాల్లోని ప్రజలు అధికారుల అన్యాయాలకు గురికాకుండా చూసేటందుకై, రాజధాని నుంచి ప్రత్యేక తనిఖీ అధికారులను పంపించేవాడు.

ఇటువంటి ప్రజాహిత చింతన, సంక్షేమ దృక్పథం కల్గి, ఆచరణశీలురైన చక్రవర్తులు ప్రపంచ చరిత్రలోనే అరుదుగా కన్పిస్తుంటారు. ఆకారణంగానే ప్రసిద్ధ చరిత్రకారుడైన హెచ్.జి.వెల్స్ తన ప్రశంసను వ్యక్తం చేస్తూ 'ప్రపంచ చరిత్ర పుటల్లో అగపడే వందలాది, వేలాది రాజుల్లో, అశోకుని పేరు ఆకాశంలో తారలాగా మెరుస్తూంది. ఒల్గా నుంచి జపాన్ వరకు, ఇప్పటికీ అశోకునికి గౌరవం ఉంది. చార్లమాన్, కాన్స్టాంటిన్‌ను గురించి తెలిసిన వారి సంఖ్యకంటే, అశోకుని గురించి తెలిసిన వారి సంఖ్య ఎక్కువ' అని నుడివాడు.

మౌర్య సామ్రాజ్య పతనం : తదనంతరం అనిశ్చిత, అనైక్య పరిస్థితి

అశోకుడు 37 సంవత్సరాల పరిపాలన తరువాత, క్రీ.పూ.232లో పరమపదించాడు. ఆ తరువాత సామ్రాజ్యం త్వరితగతిన క్షీణించసాగింది. అసమర్థులైన వారసులు, వారి మధ్య అధికారానికై, అంతఃకలహాలు, సామంతులు, రాష్ట్ర గవర్నర్లు స్వతంత్రతను ప్రకటించుకొనటం, సామ్రాజ్యపు ఆర్థిక దివాలా, ఇత్యాది పరిణామాలన్నీ క్షీణతకు దోహదం చేశాయి. ఈ పరిస్థితులను అవకాశంగా తీసుకొని, ఇండో-బాక్ట్రియన్‌లు లేక యవనులు, వాయవ్య ప్రాంతాలపైబడి, వాటిని ఆక్రమించుకొసాగారు. పతనావస్థ పతాక దశగా, క్రీ.పూ.187లో చివరి మౌర్య చక్రవర్తైన బృహద్రధుడు, అతని సేనానీ పుష్యమిత్రశుంగుని చేతిలో హతుడైనాడు. దీంతో ప్రథమ భారతీయ సామ్రాజ్యం అంతమొందింది.

నాటినుంచి, క్రీ.శ.350 ప్రాంతంలో గుప్త రాజులు విజృంభించేంతవరకు -- అంటే, ఐదువందల సంవత్సరాలపైబడి-- ఉత్తరాపథాన్నంతటినీ సమైక్యం చేసి పాలించగల రాజవంశం ఉత్పన్నం కాలేదు. ఫలితంగా, రాజకీయ అనైక్యత, అనిశ్చిత వాతావరణం చోటుచేసుకున్నాయి. మగధను శుంగులు (క్రీ.పూ.187-75), కాణ్వాయనులు (క్రీ.పూ.75-30) లాంటి చిన్న రాజవంశాలు పాలించాయి. అయితే, వీరిలో ముఖ్యంగా శుంగులు, సంస్కృత భాషాభివృద్ధికి, బౌద్ధ శిల్పకళా ప్రగతికి, బ్రాహ్మణ మతాభివృద్ధికి విశేషంగా తోడ్పడి, గుప్తుల నాటి అభ్యుదయానికి మార్గదర్శకులయ్యారు. వాయవ్య భారతం విదేశీయుల దాడులు, ఆక్రమణలకు గురైంది. ఇండో-బాక్ట్రియనలు, పహ్లవులు (పార్థియన్‌లు), శకులు, కుషాణులు, వరసగా ఒకరిని తొలగిస్తూ మరొకరు, వాయవ్య,

ఉత్తర ప్రాంతాలపై తమ పాలన సాగించారు. అయితే, వీరు తమ ఆక్రమణలకై, పేరుగాంచిన యుద్ధాలేవీ చేసినట్లు కనబడదు. విశేషమేమంటే, వీరు క్రమంగా స్థానిక మతాలైన బౌద్ధ, వైష్ణవాలను, పాలనా రీతులను, సాంఘికాచారాలను అవలంబిస్తూ భారతీయ సంస్కృతిలో సంలీనం చెందారు. బాక్ట్రియన్లల్లో మినాండర్, పహ్లావుల్లో గండోఫెర్నిస్, శకుల్లో నహపాణుడు, రుద్రదాముడు అగ్రగణ్యులుగా ప్రసిద్ధిగాంచారు. ప్రభావరీత్యా, ఈ విదేశీ వంశాలన్నిటిలో కుషాణులు ముఖ్యులు.

కుషాణులు, కనిష్కుడు

కుషాణులు చైనీస్ టర్కీస్థాన్‌లో ఉండే సుప్రసిద్ధ యూచీ జాతిలోని ఒక తెగవారు. క్రీ.పూ.165లో హూణులు తరమగా, తమ స్వస్థలాన్ని వదిలిపెట్టి, యూచీలు చెల్లాచెదరై, కొంతమంది టిబెట్ వైపు, మరి కొంతమంది భారతదేశ వాయవ్య సరిహద్దువైపు ప్రయాణించాల్సివచ్చింది. క్రీ.శ.45-64 మధ్య కుజులకాడ్‌ఫిసెస్ నాయకత్వంలో కుషాణులు, యూచీతెగలనన్నిటినీ ఐక్యం చేసి, పార్థియన్లను, శకులను ఓడించి, బాక్ట్రియా, కాబూల్, తక్షశిల, గాంధారలను ఆక్రమించారు. ఈతని కుమారుడైన వీమాకాడ్‌ఫిసెస్ కుషాణుల అధికారాన్ని సింధు, పంజాబ్ ప్రాంతాలకు విస్తరింపచేశాడు. ఈతని రాగి, కంచు నాణేలపై, ఒక వైపు శివుని ప్రతిమ 'మహేశ్వరుడు' అనే బిరుదులుండడం, ఈతని శైవ మతాభిమానాన్ని తెలియజేస్తున్నాయి. ఈతని పాలనా కాల నిర్ణయం వివాదాస్పదంగా ఉంది.

కుషాను చక్రవర్తుల్లో ప్రసిద్ధుడు, కనిష్కుడు. ఈతనికి, వీమాకాడ్ ఫిసెస్‌కు మధ్యగల సంబంధం తెలియటం లేదు. క్రీ.శ.78తో ప్రారంభమయ్యే 'శక' శకం నిర్మాత, వీరిరువురిలో ఎవరనే విషయంపై కూడా అభిప్రాయ భేదాలున్నాయి. క్రీ.శ.78-144 మధ్యలో కనిష్కుడు అధికారాన్ని చేపట్టాడనే విషయం అంగీకరించడం జరిగుతుంది. ఈతని కాలంలో కుషాణ సామ్రాజ్యం, దక్షిణాన సాంచి వరకు, తూర్పున బెనారస్ వరకు, ఉత్తరాన ఖూటాన్, కాశ్మీర్‌ల వరకు, పశ్చిమాన ఖొరసాన్, ఆఫ్ఘనిస్థాన్ వరకు విస్తరించింది. ఈతని పాలనలో భారత దేశానికి, చైనా, మధ్య ఆసియాలతో సన్నిహిత సంబంధాలేర్పడ్డాయి. అశోకుని తరవాత ప్రాచీన భారతంలో కనిష్కుడు, బౌద్ధాన్ని అభిమానించి, దాని వ్యాప్తి, పటిష్ఠతలకై దీక్షతో కృషిచేసాడు. బౌద్ధంలోని అనైక్యతను తొలగించేందుకై కాశ్మీర్‌లోని కుందలవనంలో ఇతడు, నాల్గో బౌద్ధ సంఘ సమావేశాన్నేర్పాటు చేశాడు. సమైక్యతకు బదులుగా మహాయానమనే నూతన మత ప్రభావం బాగా పడింది. సమావేశంలో బౌద్ధ ధర్మంపై, విభాషా శాస్త్రాలనే వ్యాఖ్యలు తయారుచేయడం జరిగింది. దీని తరవాత, ఆసియా ప్రాంతాల్లో ప్రచారానికి కనిష్కుడు, బౌద్ధ భిక్షువులను పంపాడు. అయితే ఇతడు, ఇతర మతాల వారిని ఆదరించాడు. ఇతడు గొప్ప విద్యాభిమాని, శిల్పకళా నిర్మాత కూడా. గాంధార శిల్పకళ అనే పేరుతో, గ్రీక్ శిల్పకళ ఉత్తరాపథంలో విస్తృతంగా వాడుకలోకి వచ్చింది.

కనిష్కుడు 27 సంవత్సరాలు పాలించిన తరవాత హువిష్కుడు, చివరగా వాసుదేవుడు, వీరి మధ్యలో మరి ఒకరిద్దరు కలసి, షుమారుగా 150 సంవత్సరాలు రాజ్యపాలన చేశారు. చివరి చక్రవర్తి యొక్క పేరు కుషాణులు క్రమంగా భారతీయ సంస్కృతికి అలవాటుపడ్డారనే ఆసక్తికర విషయాన్ని తెలుపుతుంది. క్రీ.శ.రెండో శతాబ్ది చివరి పాదంలో కుషాణ సామ్రాజ్యం క్షీణించసాగింది. వాయవ్యాన శసానియన్లు, ఉత్తర, మధ్య భారతంలో నాగవంశీయులు ఆధిపత్యాన్ని స్థాపించారు. దీంతో, ఉత్తర భారతంలో అనేక చిన్న రాజ్యాలేర్పడ్డాయి. క్రీ.శ.4వ శతాబ్దిలో గుప్తులే తిరిగి, రాజకీయైక్యత, సామ్రాజ్య స్థాపనను, పరిపాలనా, సాంస్కృతిక అభ్యుదయాన్ని సాధించగల్గారు.

గుప్త సామ్రాజ్యం : స్థాపన, విస్తరణ

మౌర్యుల అనంతరం, క్రీ.శ.409 నాటికి ఉత్తరాపథాన్నంతటినీ ఐక్య సామ్రాజ్యంగా గుప్తులు ఏర్పరచారు. వీరు క్షత్రియ కులానికి కాకుండా వైశ్య కులానికి చెందిన వారుగా భావించడం జరుగుతుంది. క్రీ.శ.319తో ప్రారంభమయ్యే గుప్త శకాన్ని స్థాపించి, 'మహారాజాధిరాజ' బిరుదుతో, పాటలీపుత్రం మరల రాజధానిగా, గుప్తుల స్వతంత్రాధికారానికి పునాది వేసినవాడు, మొదటి చంద్రగుప్తుడు (క్రీ.శ.319-335). ప్రాచీన గణ రాజ్య తెగైన లిచ్ఛవుల రాకుమార్తెను ఇతడు వివాహమాడటం, ఈతని అధికార ప్రాబల్యానికి దోహదమైంది. ఈతని రాజ్యం బీహార్, బెంగాల్, అయోధ్యలతో కూడుకొని ఏర్పడింది. లిచ్ఛవులతో ఏర్పడ్డ వైవాహిక సంబంధ రాజకీయ ప్రాశస్త్యానికి సూచనగా, మొదటి చంద్రగుప్తుడు బంగారు నాణేలను విడుదల చేశాడు.

మొదటి చంద్రగుప్తుడు తన కుమారుల్లో 'లిచ్ఛవీ దౌహిత్రుడైన' సముద్రగుప్తుని సమర్థునిగా నెంచి, తన వారసుడిగా ప్రకటించాడు. ఆ ప్రకారంగానే సముద్రగుప్తుడు క్రీ.శ.335లో సింహాసనాన్నధిష్ఠించి నలబది సంవత్సరాలు దిగ్విజయ పాలన గావించాడు. ఈతని సేనాని ఆస్థాన విద్వాంసుడైన హరిసేనుడు తయారుచేసి అలహాబాద్ ప్రశస్తి శాసనం, ఈతడు విడుదల చేసిన వివిధ ప్రతిమలు గల బంగారు నాణేలు, ఈతని సైనిక విజయాలు, వ్యక్తిత్వం, సమకాలీన దేశ రాజకీయ పరిస్థితుల గురించి, విపులమైన విలువైన సమాచారాన్నిస్తున్నాయి. గుప్త రాజ్యం సామ్రాజ్యంగా ఏర్పడటానికి తాను సార్వభౌమ స్థాయిని పొందటానికి, సముద్రగుప్తుడు అవిరళ కృషి జరిపి, అమోఘ విజయాన్ని పొందాడు. మొదటుగా, పద్మావతి (గ్వాలియర్ ప్రాంతం), విదిశ (భిల్సా), మధుర అనే మూడు నాగ రాజ్యాలను జయించి, తన సామ్రాజ్యంలో కలుపుకున్నాడు. తూర్పు వాయవ్య సరిహద్దు ప్రాంతాల్లోని కొన్ని అటవిక రాజ్యాలు, రాజస్థాన్ ప్రాంతంలో మాళవులు, యౌధేయులు ఆదిగాగల తొమ్మిది గణ రాజ్య తెగలు, ఎటువంటి పోరుసల్పకుండానే సముద్ర గుప్తుని సార్వభౌమాధికారాన్ని గుర్తించి, కప్పం చెల్లించటానికి అంగీకరించాయి. తదుపరి, వాకాటక రాజైన రుద్రదేవుని నాయకత్వంలో ఏర్పడ్డ, తొమ్మిది రాజుల కూటమిని ఈతడు ఓడించటంతో, ఆర్యావర్తంలో గుప్తుల అధికారం సుస్థిరమైంది. దిగ్విజయ పరంపరలో సముద్రగుప్తుడు వింధ్యను దాటి, తమిళ ప్రాంతంలోని ఉత్తర ఆర్కాట్ జిల్లా వరకుగల పదకొండు రాజ్యాధినేతల నోడించి, వారి రాజ్యాలను సామ్రాజ్యంలో కలుపుకోకుండా, సామంతత్వాన్ని అంగీకరించాడు. చక్రవర్తి పరిపాలనా దూరదృష్టి, సాధ్యాసాధ్య విచక్షణ, ఈ ఏర్పాటులో మనకు గోచరిస్తుంది. ఈతని సైనిక విజయాలచే ప్రభావితులై, విదేశీయులైన కుషాణులు, శకులు, సింహళరాజు, హిందూ మహాసముద్ర ద్వీపాల పాలకులు కూడా కానుకలను సమర్పించి, మైత్రిని అభిలషించారు. ఈ అఖండ సైనిక విజయాలకు సూచకంగా, సముద్రగుప్తుడు అశ్వమేధ యాగాన్ని చేశాడు. విన్సెంట్ స్మిత్ అనే ఆంగ్లేయ చరిత్రకారుడు, ఈతనిని 'ఇండియన్ నెపోలియన్' గా వర్ణించుట గమనించదగింది.

సముద్రగుప్తుడు బహుముఖ ప్రజ్ఞాశీలి. కవులను పోషించడమేగాక, స్వయంగా గొప్ప కవి. సంగీతంలో కూడా ప్రావీణ్యత కలవాడు. వీణ వాయిస్తున్న ప్రతిమలు గల బంగారు నాణేలు లభ్యమయ్యాయి. హైందవ మతాభిమాని అయినప్పటికీ, ఇతర మతాల పట్ల అనాదరణ చూపలేదు. గుప్త సామ్రాజ్య చరిత్రలో ఈతని నలుబది సంవత్సరాల పాలనాకాలాన్ని అన్ని విధాలా ఉజ్వలమైన దశగా భావించవచ్చు.

గుప్త సామ్రాజ్య పతాక దశ : రెండో చంద్రగుప్తుడు

విశాఖదత్తుడు రాసిన 'దేవీ చంద్రగుప్తం' అనే సమకాలీన చారిత్రక నాటకం, మధ్య భారతంలో ఇటీవల లభించిన రామగుప్తుని నాణేల ద్వారా, సముద్రగుప్తుని మరణానంతరం అతని జ్యేష్ఠ పుత్రుడైన రామగుప్తుడు సింహాసనమధిష్ఠించినట్లు తెలుస్తూంది. అయితే, శకులతో సంభవించిన యుద్ధంలో రామగుప్తుడు దుర్బలుడై, శత్రువుకు తన భార్య

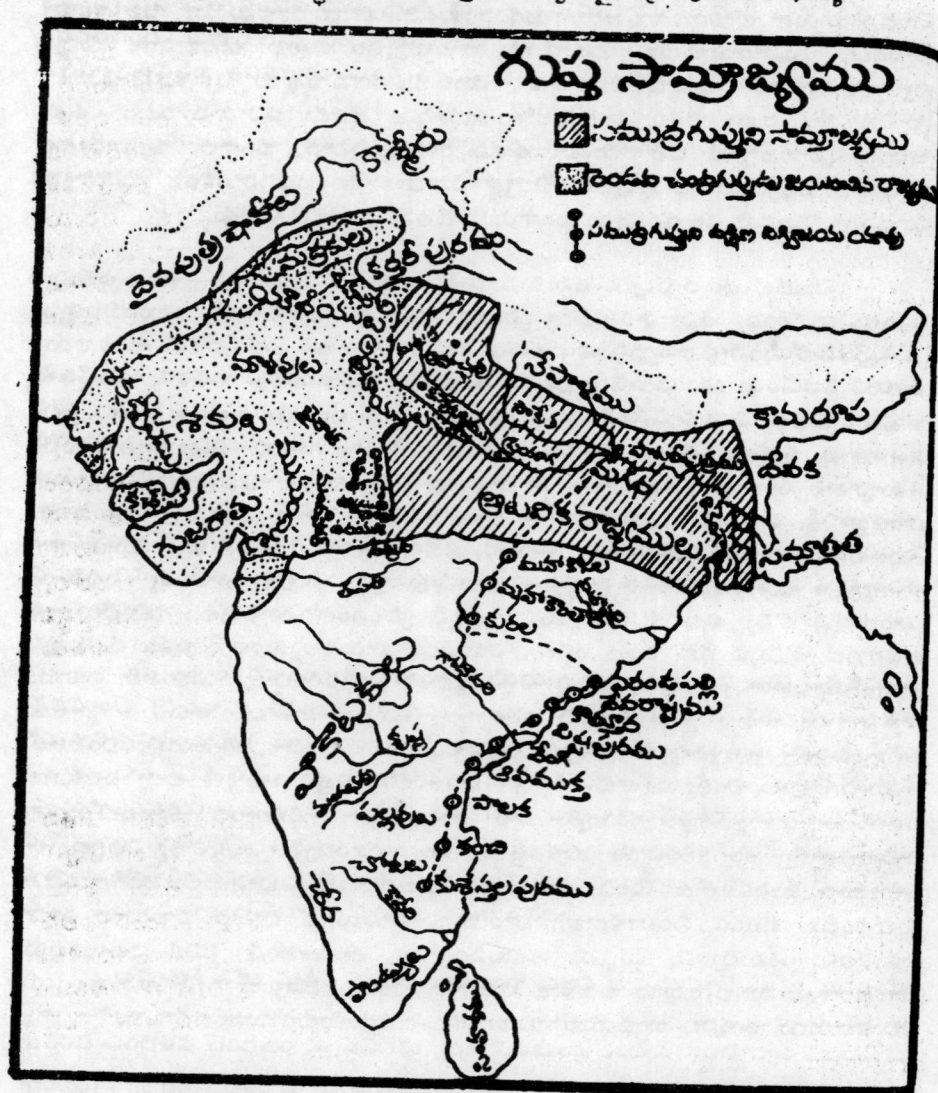

పటం : గుప్త సామ్రాజ్యం

మూలం : భారతదేశ చరిత్ర - అనాది నుంచి క్రీ.శ.1526 వరకు, ఖండికలు : 5-16, పేజి 120, ఆంధ్రప్రదేశ్ సార్వత్రిక విశ్వవిద్యాలయ ప్రచురణ.

ధ్రువదేవిని అప్పగించటానికి సంసిద్ధుడవగా దీన్ని గుప్త వంశానికి తీవ్ర అవమానంగా భావించి, సోదరుడైన రెండో చంద్రగుప్త శక రాజును, రామగుప్తుని తెగటార్చి, ధ్రువను

వివాహమాడినట్లు తెలుస్తుంది. క్రీ.శ.375లో అధికారాన్ని చేపట్టి, నలభై సంవత్సరాలు (క్రీ.శ.415 వరకు) విఖ్యాత పాలన గావించాడు.

రెండో చంద్రగుప్తుని పాలనలో గుప్త సామ్రాజ్యం అన్ని రంగాల్లో -- రాజకీయ, సైనిక, పరిపాలన, ఆర్థిక, సామాజిక, సాంస్కృతిక -- పతాక స్థాయిని చేరుకుంది. తత్కారణంగానే, ప్రాచీన భారతదేశ చరిత్రలో ఈ యుగాన్ని 'స్వర్ణ యుగం'గా పరిగణించడమౌతూంది. చంద్రగుప్తుని ప్రధాన సైనిక విజయం, పశ్చిమ భారతాన్నేలుతున్న శక రాజైన మూడో రుద్రసింహుని క్రీ.శ.388-409 మధ్య ఓడించడం. దీంతో, మూడు శతాబ్దాలుగా సాగుతున్న శక క్షాత్రవుల పాలన అంతమైంది. గుప్త సామ్రాజ్య సరిహద్దులు బంగాళాఖాతంనుంచి అరేబియా సముద్రం వరకు విస్తరించాయి. మధ్యధరా సముద్ర రాజ్యాలతో విదేశ వ్యాపారం గుప్తుల పరిధిలోనికి వచ్చింది. ఈ ప్రాంత ప్రాధాన్యతను గుర్తించిన రెండో చంద్రగుప్తుడు రాజధానిని ఉజ్జయినికి మార్చాడు. శకులపై విజయం కారణంగానే, ఈతనికి 'విక్రమాదిత్యు'డను బిరుదు అపాదించడం జరిగింది. వంగ దేశం, తూర్పు, పశ్చిమ సరిహద్దులను తన అధీనం కిందికి తెచ్చుకొని, ఉత్తరాపథంపై సంపూర్ణ సార్వభౌమత్వాన్ని నెలకొల్పాడు. నాగ వంశం, వాకాటకులు, కదంబులతో తెలివైన వైవాహిక సంబంధాల నేర్పరచుకొని, ఉత్తర, దక్షిణ భారతాల్లో గుప్త సామ్రాజ్య పటిష్టతకు దోహదపడ్డాడు.

చంద్రగుప్త విక్రమాదిత్యుడు సువ్యవస్థిత పరిపాలనా యంత్రాంగాన్నేర్పరచాడు. నాటి ఆర్థిక, సామాజిక ప్రగతిని, చైనా యాత్రికుడైన ఫాహియాన్ (క్రీ.శ.400-411) ప్రశంసించాడు. మత, సారస్వత, కళా రంగాల్లో వినూత్నమైన అభివృద్ధి సాధించడం జరిగింది. ఆర్యభట్టు, వరాహమిహిరుడు ఈతని ఆ స్థానంలో వెలసిన 'నవరత్నా'లనే ప్రసిద్ధ పండితుల్లో ఉన్నారు. సంస్కృత భాష వీరి రచనల ద్వారా గొప్ప వికాసాన్ని పొందింది. అజంతా, ఎల్లోరా గుహలు, సారనాథ్‌లోని బుద్ధుని విగ్రహం, నాటి అమూల్య శిల్ప, చిత్రలేఖనా సృష్టికి గొప్ప ప్రతీకలుగా నిల్చాయి. రెండో చంద్రగుప్తుడు వైష్ణవ భక్తుడైనా, పరమత సహనాన్ని ఆదరణను పాటించాడు. గుప్తయుగ వైభవాన్ని ఈతడు పరమోన్నత దశకు తీసుకవెళ్లాడనడంలో అతిశయోక్తి లేదు.

గుప్త సామ్రాజ్య క్షీణత : తదనంతర పరిస్థితి

రెండో చంద్రగుప్తుని తరవాత గుప్త సామ్రాజ్య క్షీణత మొదలైంది. ఈతని కుమారుడు మొదటి కుమారగుప్తుడు (క్రీ.శ.415-455), మనుమడు స్కందగుప్తుని (క్రీ.శ.455-467) పాలనా కాలాల్లో ఎటువంటి సామ్రాజ్య విస్తరణ లేదు. పైగా, పుష్యమిత్రులు, హూణులను ఆంతరంగిక, విదేశీ మూకల తీవ్ర దాడుల నెదుర్కోవలసి వచ్చింది. వీటికి తోడు, రాజకుటుంబీకుల మధ్య సింహాసనానికై అంతఃకలహాలు పెచ్చరిల్లాయి. ఈ పరిస్థితుల నవకాశంగా తీసుకొని, సామంతులు, దూర రాష్ట్ర పాలకులు స్వతంత్రతను పొందసాగారు. క్రీ.శ. 500 ప్రాంతంలో బుధగుప్తుడు మరణించటంతో, గుప్త సామ్రాజ్యం అనేక ఖండాలుగా చీలిపోయి, దాని అస్థిత్వాన్ని కోల్పోసాగింది.

క్రీ.శ. ఆరవ శతాబ్దిలో, గుప్త సామ్రాజ్య పతన ఫలితంగా, ఉత్తరాపథంలో మగధ గుప్తులు, కనోజ్ మౌఖరులు, స్థానేశ్వర పుష్యభూతులు, వల్లభి మైత్రకులు అను రాజ్యాలు ప్రబలమైనాయి., మగధ గుప్తులు తొలి గుప్తుల శాఖ కాదు. వారికి చెందిన ఉపశాఖ మాత్రమే. క్రమంగా, మౌఖరులు మగధను కబళించి వేశారు. మౌఖరులు, పుష్యభూతుల మధ్య వైవాహిక సంబంధాలు నెలకొన్నాయి. మైత్రకులు గుజరాత్ ప్రాంతంలో స్థిర పాలన సాగించారు. కోల్పోయిన ఆర్యావర్త రాజకీయ, పాలనా ఐక్యతలు, తిరిగి ఏడో శతాబ్దిలోని

హర్షుని పాలనలోనే (క్రీ.శ.606-647) పునః స్థాపించడం జరిగింది. అయితే, ఆర్థిక, సామాజిక, సాంస్కృతిక రంగాల్లో మాత్రం, క్రీ.శ.ఆరవ శతాబ్ది ప్రగతి పథంలోనే నడిచిందనే విషయాన్ని గమనించాల్సి ఉంది

హర్షుడు : రాజకీయ, పాలనా ఐక్యతల పునరుద్ధరణ

హర్షుని ఆస్థాన కవైన బాణుడు రాసిన 'హర్ష చరిత్ర' మను జీవిత చరిత్ర హర్షుని పాలనా కాలంలో భారతదేశాన్ని సందర్శించి, సమకాలీన రాజకీయ, సాంస్కృతిక విషయాల గురించి, హ్యూయాన్‌త్సాంగ్ అనే చైనా యాత్రికుడు రాసిన 'సి-యూ-కి' అనే గ్రంథం, హర్షుని నాణేలు, పొరుగు రాజుల శాసనాల ద్వారా మనకు హర్షుని పాలనా విశేషాల గురించి విలువైన సమాచారం లభిస్తుంది. హర్షుడు పుష్యభూతి వంశస్థుడు. తన సోదరి రాజ్యశ్రీ భర్తైన గ్రహవర్మ, సోదరుడైన రాజ్యవర్ధనుడు వెంట వెంట మాళ్వ, గౌడ దేశాధీశుల చేతిలో నిహతులై, కనోజ్ స్థానేశ్వర సింహాసనాలు రెండూ ఖాళీ అయిన క్లిష్ట పరిస్థితిలో, హర్షుడు క్రీ.శ.606లో రాజ్య భారాన్ని చేపట్టాడు. ధైర్యంతో, యుక్తితో ఈ పరిస్థితుల నెదుర్కొని, రాజైన శశాంకుని, హర్షుడు ఓడించి, లోబరుచుకున్నాడు. ఈ ప్రయత్నంలో శశాంకుని విరోధైన కామరూప రాజైన భాస్కరవర్మతో మైత్రిని నెరపి, సహాయాన్ని పొందాడు. తదుపరి, క్రీ.శ.612 వరకు సైనిక దాడులను చేస్తూ మగధ, ఉత్తరప్రదేశ్, బీహారలను, వాయవ్యాన సట్లెజ్ నది వరకు గల పలు రాజ్యాలను జయించి, తన సామ్రాజ్యంలో విలీనం చేసుకొన్నాడు. క్రీ.శ. 620లో శశాంకుని మరణంతో, బెంగాల్ మొత్తం ఈతని సామ్రాజ్యంలో విలీనమైంది. క్రీ.శ.629లో మైత్రక రాజైన రెండో ధృవసేనుడు ఓడి హర్షుని సామంతుడయ్యాడు. హర్షుడు తన కుమార్తె నీతనికిచ్చి, మైత్రిని పెంచుకున్నాడు. కాశ్మీర్, ఒరిస్సాలోని ఓడ ప్రాంతాలు కూడా, ఈతని సామ్రాజ్య భాగాలైనాయి. అయితే, నర్మదను దాటి, దక్కన్‌లో కూడ రాజ్య విస్తరణకు పూనుకోటంతో (క్రీ.శ. 612-634 మధ్య) హర్షుడు, రెండో పులకేశి అను పశ్చిమ చాళుక్య రాజుతో యుద్ధం చేసి, పరాజయాన్ని పొందాడు. దీంతో నర్మదానది హర్షుని సామ్రాజ్య దక్షిణ సరిహద్దయింది. ఉత్తరాన కాశ్మీర్, ఆగ్నేయాన కొంగోద, వాయవ్యాన సట్లెజ్, దీని ఇతర సరిహద్దులు. 'సకలోత్తరాపథేశ్వరు'నిగా రెండో పులకేశి చేత హర్షుడు గుర్తింపు పొంది, తన 41 సంవత్సరాల పాలనలో రాజకీయ, పాలనైక్యతలను చేకూర్చటంలో ప్రశంసనీయమైన ప్రయత్నాలను చేసి, కొంతమేరకు సఫలీకృతుడయ్యాడు. హర్షుని మరణంతో (క్రీ.శ.647), సమర్థులైన వారసుల లేమితో తిరిగి ఉత్తర భారతంలో తీవ్ర రాజకీయ అనైక్యత చోటుచేసుకుంది.

పరిపాలనా యంత్రాగాన్ని, భూస్వామ్య వ్యవస్థావరమైన స్వభావాన్నుంచి, నాటి ప్రత్యేక ఆర్థిక, రాజకీయ పరిస్థితుల దృష్ట్యా. వేరు చేయలేకపోయినప్పటికీ, హర్షుడు ఇతర రంగాల్లో గణనీయమైన ప్రగతిని కనబర్చాడు. కవిపోషకుడే గాక, తాను స్వయంగా సంస్కృతంలో 'నాగానంద', 'రత్నావళి', 'ప్రియదర్శిక' అనే ప్రసిద్ధ నాటకాలను రాశాడు.

రాజ్యశ్రీ హుయానెత్సాంగ్‌ల ప్రభావం వల్ల, హర్షుడు బౌద్ధ మతంవైపు ఆకర్షితుడైనా, ఇతర మతాల వారి పట్ల ఆదరణ, సహన భావాన్ని ప్రదర్శించాడు. మహామోక్షపరిషత్ అనే పేరుతో ప్రతి ఐదు సంవత్సరాల కొకసారి ఒక మహా

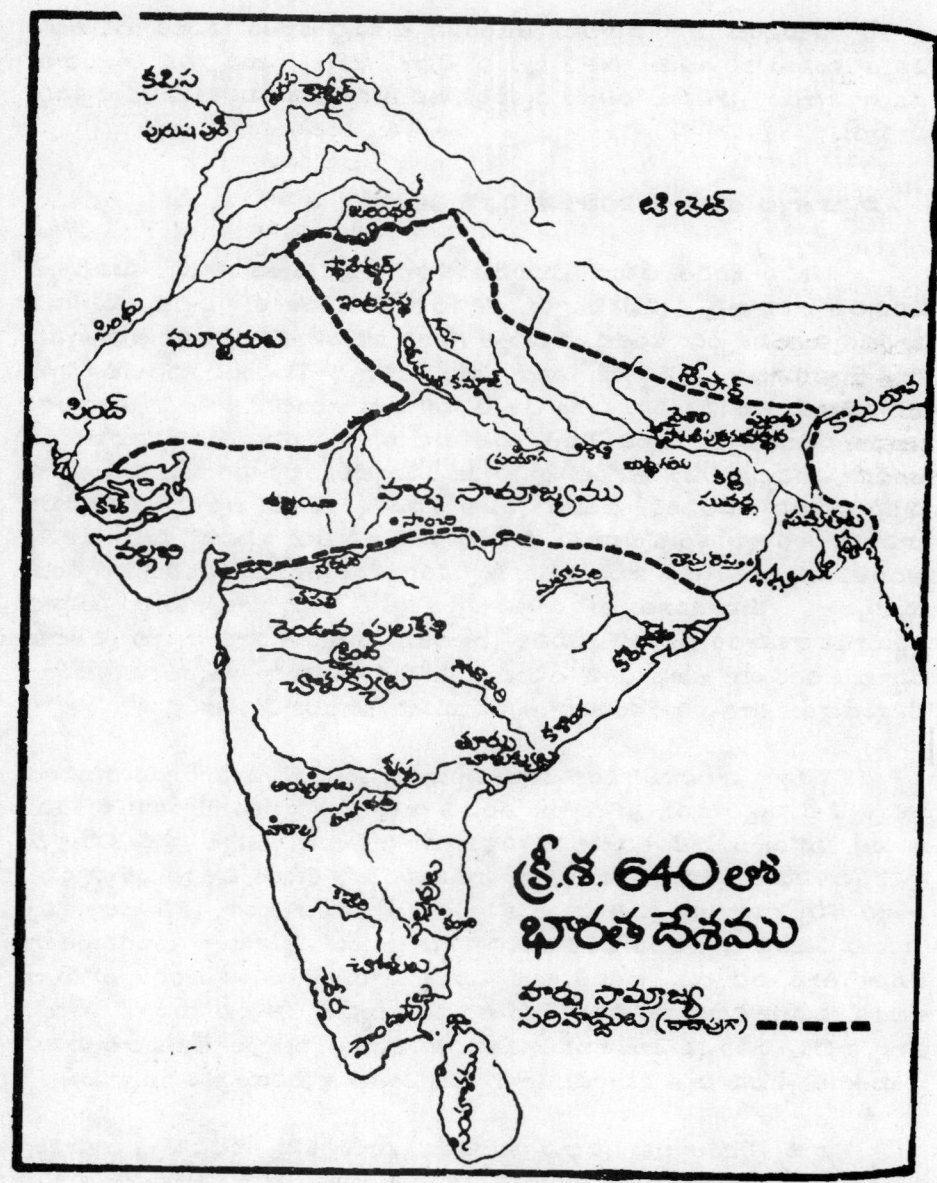

క్రీ.శ. 640లో
భారతదేశము
హర్ష సామ్రాజ్యము
హర్ష సామ్రాజ్య
పరిహద్దులు

పటం : క్రీ.శ.640లో భారతదేశం

మూలం : భారతదేశ చరిత్ర - అనాది నుంచి క్రీ.శ. 1526 వరకు, ఖండికలు : 5-16, పేజి 144; ఆంధ్రప్రదేశ సార్వత్రిక విశ్వ విద్యాలయ ప్రచురణ.

సభను ఏర్పర్చి తాను గడించిన సంపదను తాను పేదలకు పండితులకు, బ్రాహ్మణులకు, బౌద్ధులకు, సన్యాసులకు పంచిపెట్టే పద్ధతిని హర్షుడు అనుసరించటం కడు శ్లాఘనీయం. అటువంటి ఆరో మహాసభకు తాను హాజరైనట్లు, హ్యూయాన్‌త్సాంగ్ పేర్కొన్నాడు.

ఇటువంటి దాన వ్రతాలను ఆచరించిన చక్రవర్తి మొత్తం ప్రపంచ చరిత్రలోనే ఎక్కడా మనకు కన్పించడు. ఈతని కాలంలో చైనాతో వాణిజ్య, సాంస్కృతిక సంబంధాలు చక్కగా సాగాయి. ప్రాచీన భారతీయ చక్రవర్తికి ఆదర్శ రూపంగా నిల్చిన ఒకానొక చక్రవర్తి, హర్షుడు.

సామ్రాజ్యాల యుగంలో పరిపాలనా విధాన పరిణామం

ప్రాచీన భారత దేశంలో మొట్టమొదటిసారిగా మౌర్యులు, సౌమ్య, సువ్యవస్థిత పరిపాలనా విధానాన్ని ప్రవేశపెట్టారు. తరవాత రాజవంశాలు, పాలకులకు, ఇవి మార్గదర్శకంగా నిల్చింది. ఇంతటి ప్రాధాన్యత గల్గింది కావుననే, మౌర్య పరిపాలనా వ్యవస్థ మొగల్ పరిపాలనా వ్యవస్థకంటే కూడా బాగా అభివృద్ధి చెందిందని విన్సెంట్ స్మిత్ చరిత్రకారుడు తన ప్రశంసను వ్యక్తం చేశాడు. మౌర్యుల కాలంలో గట్టి కేంద్రీకృత రాజరిక ప్రభుత్వం నెలకొన్నది. మంత్రిపరిషత్, ప్రజా సభలు, రాష్ట్ర గవర్నర్లు, స్థానికాధికారులు, అందరూ పరిపాలనా యంత్రాంగంలో భాగస్వాములైనప్పటికీ, విధాన నిర్ణయం, తుది ఆజ్ఞలు చక్రవర్తి నుంచి రావలసిందే. అయితే 'ప్రజల కోసమే ప్రభుత్వం' అన్న ప్రాజ్ఞ నిరంకుశ భావనను 'అర్థశాస్త్ర' కర్త కౌటిల్యుడు, అశోక చక్రవర్తి తన పలు శాసనాల్లో, వ్యక్తం చేశారు. అయితే, గుప్తులు, హర్షుని కాలం నాటికి, కేంద్రీకరణ కొంత తగ్గి, వికేంద్రీకరణ ఏర్పడింది. యుక్తులు, కుమారమాత్యులు అనే జిల్లా, రాష్ట్రాధికారులకు సంపూర్ణ నిర్ణయాధికారాలివ్వడం జరిగింది. దీనివల్ల ప్రజలకు, ముఖ్యంగా దూర రాష్ట్రాల ప్రజలకు నష్టాలు జరగకుండా అజమాయిషీ చేసేందుకై, హర్షుడు తరచుగా రాజ్యంలో పర్యటనలు చేస్తూండేవాడు. గూఢచారి దళం కూడా ఈ విషయంలో సహాయకారిగా ఉండేది.

నగరాల పాలనా విధానంలో కూడా పరిణామ సంబంధమైన మార్పును గమనించ వచ్చు. వీటి నిర్వహణకు, మౌర్యులు, తరవాతి కాలాల్లో, కమిటీలు లేక కౌన్సిళ్ళుండేవి. అయితే, మౌర్యుల నాటి కమిటీలను ప్రభుత్వమే నియమిస్తే, గుప్తుల నాటి కౌన్సిళ్లలో స్థానిక ప్రతినిధులు, అందులో ముఖ్యంగా, వాణిజ్యపరమైన శక్తులు చోటుచేసుకున్నాయి. రాజ్యం కొన్ని రాష్ట్రాలుగా, ప్రతి రాష్ట్రం కొన్ని జిల్లాల సముదాయంగా, ప్రతి జిల్లా కొన్ని గ్రామాల సమూహంగా, చివరి పరిపాలనా వ్యవస్థగా గ్రామం, సామ్రాజ్యాల యుగమంతటా కొనసాగుతూనే వచ్చాయి. అయితే, ఒక ముఖ్య మార్పు గమనించదగింది. మౌర్యుల కాలంలో ప్రభుత్వాధికార్లు స్థానిక సంస్థలకు ఆయువుపట్టువుల లాగుంటే, గుప్తులు, హర్షుని కాలం నాటికి, స్థానిక ప్రయోజనాలకు ప్రాతినిధ్యం వహించే వ్యక్తులు లేక వర్గాల స్థానిక ప్రభుత్వంలో ప్రధాన పాత్ర వహించదొడగారు. ఇది ఎంతైనా శ్లాఘనీయమైన పరిణామం.

నాటి ప్రభుత్వాలకు ప్రధాన ఆదాయం, భూమి శిస్తు, నీటిపన్ను, వ్యాపారం, పరిశ్రమలు, గనులపై పన్నులు, ఎగుమతి, దిగుమతి సుంకాల ద్వారా లభించేది. భూమి శిస్తు పంటలో నాల్గవ వంతు నుంచి ఆరోవంతు వరకు, ఆయా రాజులను బట్టి, వసూలు చేస్తుండేవారు. ఇది నగదు లేక ధాన్య రూపాల్లో వసూలు చేసేవారు. రాజు, రాజ పరివార పోషణ, ప్రభుత్వోద్యోగుల జీతాలు, సైన్య పోషణ, నీటి పారుదల ప్రాజెక్టులు, రహదార్ల నిర్మాణం లాంటి ప్రజాసంక్షేమ కార్యక్రమాల నిర్వహణలు, ప్రభుత్వ వ్యయపు ముఖ్య పద్దులుగా ఉండేవి. ముఖ్య మంత్రి, పురోహితుడు, సైన్యాధ్యక్షుడు, కోశాధికారి, ఇత్యాది ఉన్నతాధికారులకు అతి పెద్ద జీతాలివ్వటం, ఖజానాపై మౌర్యుల కాలంలో భారమైంది.

దీనికి తోడు, గుప్త, హర్ష యుగాల్లో సైనికేతర ఉద్యోగులకు నగదు జీతాలకు బదులుగా భూములను కేటాయించే పద్ధతి వాడుకలోకి వచ్చింది. దీని ఫలితంగా, అట్టి అధికారులపై కేంద్ర ప్రభుత్వాధికారం బలహీన పడసాగింది.

పరిణామ దృష్ట్యా చూస్తే, మౌర్యుల కాలంలో పాటలీపుత్ర నగర పాలన, సైన్య నిర్వహణలో ఏర్పడ్డ వికేంద్రీకరణ విధానం -- 30 మంది ఆరు కమిటీలుగా ఏర్పడి, ఒక్కొక్కటి ఐదుగురు సభ్యులతో కూడుకొని, సంబంధిత పాలనా విభాగాల్లో ఒకదానిని నిర్వహించటం -- తరవాతి సామ్రాజ్యాల కాలంలో కొనసాగినట్లు కన్పించదు. మార్పేమిటంటే, సిద్ధ సైన్య సంఖ్యను తగ్గించి, మౌర్యుల తరవాతి చక్రవర్తులు, సామంతులు పోషించే సైన్యాల మీద ఆధారపడసాగారు. దీని ఫలితంగా, సామంతుల ప్రాబల్యం పెరిగే అవకాశమేర్పడింది. యుద్ధాల్లో రథాల వాడకం కూడా, మౌర్యులానంతర యుగాల్లో తగ్గింది.

సామ్రాజ్యాల యుగంలోని పరిపాలనా విధాన పరిణామాన్ని పూర్తిగా సమీక్షిస్తే మౌర్యుల నాటి గట్టి కేంద్రీకృత రాజరిక వ్యవస్థ నుంచి, గుప్త, హర్ష యుగాల నాటి భూస్వామ్య వ్యవస్థా సంబంధమైన సరళ, వికేంద్రీకృత రాజరిక వ్యవస్థగా మారినట్లు, మనం గుర్తించవచ్చు. బలమైన సామంత రాజ్యాలేర్పడ్డం, వాణిజ్య వ్యాపార వర్గాలు ప్రాధాన్యత నొందటం, ఇత్యాది సమకాలీన రాజకీయ మార్పులు, దీనికి దోహదం చేశాయి. అయితే, సముద్ర గుప్తుడు, చంద్రగుప్త విక్రమాదిత్యుడు, హర్షుడిలాంటి సమర్థులైన చక్రవర్తులు, తమ వ్యక్తిత్వ ప్రభావం చేత, సార్వభౌమత్వాన్ని చక్కగా నిల్పుకోగల్గారు. ప్రజల సంక్షేమం పట్ల (Parental) పైతృక దృక్పథం సర్వదా కొనసాగటం, గమనార్హం.

ఆర్థిక రంగ ప్రగతి

ఈ యుగంలో ఆర్థిక వ్యవస్థ ప్రధానంగా వ్యావసాయికంగా ఉంది. అధిక సంఖ్యాక ప్రజలు గ్రామాల్లో నివసిస్తూ, వ్యవసాయాన్ని చేపట్టారు. జనాభా ఎక్కువగా ఉన్న ప్రాంతాల్లోని శూద్రులను, నూతన ప్రాంతాలను వ్యవసాయ యోగ్యంగా చేసేటందుకు ప్రభుత్వమే నియోగించేది. అయితే, మౌర్యులనంతర కాలం నుంచి బ్రాహ్మణులకు, దేవాలయాలకు, జీతాలకు బదులుగా భూదానాలివ్వటం మొదలై, క్రీ.శ.7వ శతాబ్ది నాటికి బాగా ఎక్కువైంది. దీని ఫలితంగా భూమిని సేద్యం చేసే రైతులు భద్రత లేక, దానగ్రహీతల చేతిలో పలురకాల దోపిడీకి, బాధలకు గురికాబడ్డారు. భూమిశిస్తు పంటలో నాల్గోవంతు నుంచి ఆరో వంతు వరకు వసూలు చేసేవారు. సేద్యానికి ప్రభుత్వం నీటిని సరఫరా చేస్తే, అట్టి సదుపాయాన్ని పొందిన రైతుల మీద నీటి పన్ను విధించేది. నీటిని భూములకు అందించటానికి, పారశీక చక్రాలను వాడేవారు. స్థానేశ్వర్, తక్షశిల లాంటి పశ్చిమోత్తర ప్రాంతాల్లో గోధుమ, చెరకు పంటలను, మగధ, తదితర తూర్పు ప్రాంతాల్లో వరి పంటను రైతులు పండించేవారు. ఇంకా పండ్ల తోటలు (పూంచ్, మథుర ఒడ్ర ప్రాంతాల్లో), కుంకుమ పువ్వు (కాశ్మీర్ ప్రాంతంలో) పండించడం జరిగింది. గొర్రెల పెంపకం, పశువుల పెంపకం కూడా గ్రామీణ వృత్తులుగా కొనసాగి, వాటిని చేపట్టిన వారు ప్రభుత్వానికి పుల్లరి చెల్లించాల్సి ఉండేది. మొత్తం మీద, నూతన భూములు సేద్యం లోకి వస్తూండడం వల్ల, సేద్యపు నీరు, రవాణా సౌకర్యాలు పెరుగుతూండడం వల్ల, ఈ యుగంలో వ్యవసాయాన్ని ప్రోత్సహించడం, ప్రభుత్వాలకు ఆర్థికంగా లాభదాయకమైంది.

మౌర్యుల నాటి రాజకీయైక్యత, సుస్థిర, సౌమ్య పరిపాలన, పరిశ్రమలు, వ్యాపారాభివృద్ధికి బాగా దోహదం చేశాయి. ప్రభుత్వమే స్వయంగా ఆయుధాల తయారీ, నౌకా నిర్మాణం, బట్టల తయారీ, గనుల త్రవ్వకం మొదలగు పరిశ్రమలను నిర్వహించేది.

ప్రభుత్వంతోబాటుగా, వ్యక్తులు, శ్రేణులు కూడా పలురకాల చిన్నతరహా పరిశ్రమలను చేపట్టడం జరిగింది. కుండల తయారీ, లోహవస్తువుల తయారీ, వడ్రంగం, నగర, దేవాలయ నిర్మాణం, నూనెల తయారీ, ఈ కోవకు చెందిన కొన్ని ముఖ్యమైన పరిశ్రమలు. వ్యక్తిగతంగా మార్కెట్ శక్తుల పోటీని తట్టుకోలేక, ఎక్కువమంది చేతి వృత్తుల వారు శ్రేణుల్లో చేరేవారు. వస్తువుల నాణ్యత, ధరను పని పరిస్థితులను శ్రేణులే నిర్ణయించేవి. ఉత్పత్తైన ప్రతి వస్తువుమీద పన్ను విధించడం జరిగింది. ఒక వస్తువు తయారైన తేదీ కూడా దాని మీద ముద్రించబడటం ఎంతైనా గమనించదగ్గ విషయం. వస్తువుల అమ్మకాన్ని ప్రభుత్వాధికారులు పర్యవేక్షించేవారు. బ్యాంకింగ్ వ్యవస్థ అభివృద్ధికాని ఆరోజుల్లో, శ్రేణులే బ్యాంకర్లుగా, పెట్టుబడి దార్లు ధర్మకర్తలుగా వ్యవహరించేవారు. అప్పు పై సాధారణ వడ్డీ పదిహేను శాతముండేది. అయితే, భద్రత లేని దూర సముద్ర ప్రయాణంతో కూడుకున్న సందర్భాల్లో మాత్రం, అరవై శాతం వరకు వసూలు జరిగేది. క్రమేణా, గుప్త, హర్ష యుగాల్లో ఏర్పడ్డ భద్రత దృష్ట్యా, రుణాలపై వడ్డీ ఇరువది శాతం మాత్రమే వసూలు చేయడం జరిగింది. భూముల్లో కంటే నాటి రాజులు శ్రేణుల్లో పెట్టుబడి పెట్టడం, శ్రేణుల ఆర్థిక ప్రాధాన్యతను చెప్పకయే తెల్పుతుంది.

మౌర్యుల కాలంలో, స్వదేశీ, విదేశీ వ్యాపారం ముమ్మరంగా సాగింది. దక్షిణ భారతదేశాన్నుంచి వజ్రాలు, ముత్యాలు, నూలుబట్టలు ఉత్తరాపథానికి ఎగుమతి కాగా ఉత్తర భారతాన్నుంచి ఉన్ని బట్టలు, కంబళ్ళు, గుర్రాలు దక్షిణ దేశానికి దిగుమతి అయ్యేవి. సిరియా, ఈజిప్ట్, గ్రీస్, రోమ్, మొదలైన పశ్చిమాసియా, మధ్యధరా సముద్ర దేశాలతో, విదేశీ వ్యాపారం నడిచింది. సుగంధ ద్రవ్యాలు, మంచిగంధం, ముత్యాలు, అత్తర్లు, నీలిమందు, మూలికలు ఎగుమతికాగా, విదేశాలనుంచి విలాస వస్తువులు, మత్తుపానీయాలు, గుర్రాలు దిగుమతయ్యేవి. మౌర్య యుగం నుండే, శ్రేణులు లేక వర్తక సంఘాలు, వ్యాపార రంగంలో కూడా ప్రధాన పాత్ర వహించసాగాయి. క్రీ.పూ.200 నుంచి క్రీ.శ.300 వరకుగల ఐదు శతాబ్దుల్లో రాజకీయ అనైక్యత, అస్థిరతలు నెలకొన్నప్పటికీ, ఉత్తర, దక్షిణ ప్రాంతాల నుంచి వ్యాపారం -- అందులో ముఖ్యంగా విదేశీ వ్యాపారం -- నిరాటంకంగా విరివిగా కొనసాగింది. వాయువ్య భారతాన పాలించిన ఇండో-గ్రీక్‌లు, పశ్చిమాసియా, మధ్యధరా సముద్ర దేశాలతో, భారత దేశ వ్యాపార, సాంస్కృతిక సంబంధాలను ప్రోత్సహించారు. శకులు, పార్థియన్‌లు, కుషాణులు మధ్య ఆసియాతో సంబంధాలను పెంపొందించగా, అవి చైనాతో వ్యాపారానికి దారి తీశాయి. సుగంధ ద్రవ్యాలకై రోమన్ సామ్రాజ్యంలో ఏర్పడ్డ విపరీత గిరాకీని తీర్చేందుకై, మధ్యవర్తులుగా భారతీయ వర్తకులు ఆగ్నేయాసియా-- మలయా, జావా, సుమత్ర, బోర్నియో, కంబోడియా -- దేశాలకు వెళ్లి, అక్కడ వీటిని సేకరించి, రవాణా చేస్తూ, అధిక లాభాలను గడించారు. వీటితోబాటు, ఇతర విలాస వస్తువులైన నగలు, బట్టలు, వింత జంతువుల దిగుమతికిగాను రోమ్ దేశం సాలీనా 550 మిలియన్ సెస్టర్స్ ద్రవ్యానికి సమానమైన బంగారాన్ని భారతదేశానికి తరలించాల్సి వచ్చిందని, ప్లినీ అనే ప్రాచీన రోమన్ చరిత్రకారుడు విచారించాడు. తూర్పు తీరాన ఉన్న తామ్రలిప్తి, ఘంటసాల, కదుర రేవులు, ఆగ్నేయ ఆసియాతో ఉత్తర భారతదేశ వ్యాపారాన్ని నిర్వహించగా, పశ్చిమ తీరాన ఉన్న బరుకచ్ఛ, చౌల్, కల్యాణ్ రేవులు, మధ్యధరాసముద్ర, పశ్చిమాసియా దేశాలతో వాణిజ్యాన్ని నడిపాయి. వర్తకాభివృద్ధి కారణంగా, నాణేల విడుదల కూడా ఎక్కువైంది.

గుప్తుల కాలం నాటికి పట్టు వ్యాపారంలో పారశీకుల ఆధిపత్యమేర్పడటం వల్ల భారతదేశంలో పట్టు పరిశ్రమ క్షీణించింది. గుప్త యుగంలో జరిగినంత విదేశ వాణిజ్యం, హర్షయుగంలో జరగలేదు. కారణం, హూణ దండయాత్రలతో రోమన్ సామ్రాజ్యం విచ్ఛిన్నమైనందువల్ల, పాశ్చాత్య దేశాలతో వ్యాపారం క్షీణించింది. అయితే, ఆగ్నేయాసియా రాజ్యాలతో వాణిజ్యం పెరగసాగింది. మొత్తం మీద, ఈ సామ్రాజ్యాల యుగంలో ప్రజల

జీవన ప్రమాణం ఉన్నతంగా ఉండేదని, సమకాలీన రచనలు, ఫాహియాన్, హుయాన్‌త్సాంగ్ లాంటి విదేశీయాత్రికుల రచనలు, వెల్లడిస్తున్నాయి. మత, ధార్మిక సంస్థలకు దానాలివ్వడంలో నాటి ప్రజలు పోటీపడడం, వారి ఆర్థిక వెసులుబాటును తెలియజేస్తుంది.

ఆ) సామాజిక జీవన సరళిలో మార్పులు

నాటి సామాజిక వ్యవస్థలో వర్ణ విధానం ముఖ్య అంతర్భాగంగా ఉంది. బ్రాహ్మణ, క్షత్రియ, వైశ్య, శూద్ర వర్ణాల్లో మొదటి రెండు వర్ణాల వారే, సామాజిక ఆధిక్యతను, ప్రాధాన్యతను పొందుతూ రాసాగారు. అయితే, క్రీ.పూ. ఆరవ శతాబ్ది నుంచి ఏర్పడ్డ నగర, వాణిజ్య వ్యవసాయాభివృద్ధి ఫలితంగా, వైశ్య, శూద్ర వర్ణాలు నూతన ఆర్థిక వికాసాన్ని, సామాజిక ప్రాముఖ్యతను సంపాదించుకో మొదలెట్టారు. మౌర్యుల కాలం నుంచి హర్ష యుగం వరకు కూడా, పారిశ్రామిక, వాణిజ్య రంగాల్లో ప్రధాన పాత్ర వహిస్తూ వచ్చిన శ్రేణుల్లో, ఈరెండు కింది వర్ణాల వారు పూర్తిగా ఉండటం, గమనించదగ్గ విషయం. తాము పొందిన ఈ నూతన ఆర్థిక పెంపు కారణంగా, వీరు తమ సామాజిక హోదా పెంపును కూడా తీవ్రంగా అభిలషించసాగారు. దీనికి తోడు క్రీ.పూ.200 నుంచి క్రీ.శ.300 వరకు గల ఐదు శతాబ్దాల్లో యవనులు, పార్థియన్‌లు, శకులు, కుషాణులు, తరవాతి క్రీ.శ. ఐదు, ఆరు శతాబ్దుల్లో హూణులు, ఉత్తరాపథ వివిధ ప్రాంతాల్లో పరిపాలన సాగించటంతో, వర్ణ వ్యవస్థలో కొంత సడలింపు రావాల్సి వచ్చింది. వీరిని 'మ్లేచ్ఛులు' లేక తక్కువ వర్ణపు క్షత్రియులుగా భారతీయ సమాజంలో లీనం చేసుకోవడమైంది. మధ్యయుగ రసపుత్ర వంశాలు వీరి సంతతివారనే వాదన లేకపోలేదు. ఈ సడలింపుకు మరికొంత దోహదకారిగా, క్రింది వర్ణాల వారిని, చండాలురను, విదేశీయులను, బౌద్ధమతం చేరదీసి, తన అనుచరులుగా చేసుకుంది.

సామ్రాజ్యాల యుగ సమాజంలో స్త్రీలకు సమానత, స్వాతంత్ర్యం లోపించాయి. బాల్య వివాహాలు సతి, ఆత్మాహుతి (జోహార్), ఇత్యాది దురాచారాలు వాడుకలో ఉండేవి. కేవలం, బౌద్ధ సన్యాసినులు, రాజాస్థాన్ నాట్యకత్తెలు, వేశ్యలు మాత్రమే ఎక్కువ మోతాదులో స్వతంత్రతను పొందగల్గారు. విశేషమేమంటే, మౌర్యుల కాలంలో వేశ్యలకొక పరిపాలనా శాఖను, దీని నిర్వహణకొక అధ్యక్షుని ప్రభుత్వ మేర్పరచింది. స్త్రీలు గూఢచారిణులుగా, చక్రవర్తి అంగరక్షకులుగా కూడా, నియమితులయ్యేరు. వీరి విద్య మాత్రం సంగీత, నృత్యాలకే ప్రధానంగా పరిమితం కావడం, శోచనీయం. నాటి సమాజ పైతృక స్వరూపానికిదొక సూచిక.

ఉమ్మడి కుటుంబం, నాటి సమాజ ముఖ్య లక్షణంగా ఉంది. పూర్వీకుల ఆస్తిలో తండ్రికి, కుమారులకు, తండ్రి ఆస్తిలో పుత్రులందరికీ, సమాన హక్కులుండేవి. శాకాహారంతోబాటు, మాంసాహారాన్ని కూడా నాటి ప్రజలు సాధారణంగా తీసుకునేవారు. స్వదేశీ, విదేశీ (పాశ్చాత్య) మద్యాన్ని కూడా, ముఖ్యంగా ధనికులు ప్రతిరోజూ సేవించేవారట. తాంబూలాన్ని వేసుకోవటం, క్రమం తప్పని అలవాటుగా ఉండేది. నృత్య, సంగీత కచేరీలు, జూదం, బలప్రదర్శనలు, అంగ విన్యాసాలు, నాటి ప్రజల వినోదాలుగా ఉన్నాయి. అప్పటి ప్రజలు మర్యాదస్తులు, నీతిపరులని, ఫలితంగా నేరాలు తక్కువగా ఉండేవనీ, మౌర్యుల నాటి గ్రీక్ రచయితలు, గుప్తుల నాటి చైనా యాత్రికుడు ఫాహియాన్, హర్షుని నాటి చైనా యాత్రికుడైన హుయాన్‌త్సాంగ్‌లు ప్రశంసించారు. మొత్తంమీదసామ్రాజ్యాల యుగ సమాజ జీవన సరళి, సాంప్రదాయిక, పైతృక (Parental)లక్షణాలను పులుముకొన్నప్పటికీ, ప్రజాబాహుళ్యానికి మాత్రం తృప్తిని ఆనందాన్నిచ్చింది.

సారస్వత, శాస్త్రీయ విజ్ఞానాభివృద్ధి

సామ్రాజ్యాల యుగంలో విద్య అగ్ర కులజులకే పరిమితమైంది. వీరిలో కూడా, బ్రాహ్మణులకే సకల విద్యల ద్వారాలు తెరిచారు. క్షత్రియ, వైశ్యులు పరిమిత విజ్ఞానార్జనతో తృప్తిపడాల్సొచ్చింది. శూద్రులకు, స్త్రీలకు విద్యావకాశాలున్నప్పటికీ, అవి నామమాత్రమైనాయి. ఇదే ప్రాతిపదికనాధారంగా, బ్రాహ్మణులు సిద్ధాంతపరమైన (వ్యాకరణం, వేద పఠనం, తర్కం, వేదాంతం) విద్యల నభ్యసిస్తే, మిగిలిన కులాలవారు సాంకేతిక, వృత్తిపరమైన (వైద్యం, గణితం, ఖగోళశాస్త్రం, వస్త్రోత్పత్తి, కళలు, శిల్పం, చిత్రలేఖనం) విద్యల నభ్యసించేవారు. నాటి విద్యావిధానంలోని ఒక ప్రధానాంశం, విషయాలను కంఠస్థం చేయడం. లిపి . వాడుకలో ఉన్నప్పటికీ, అచ్చుయంత్రమింకా కనుగొననందున, గ్రంథాలు విరివిగా తయారై; ప్రజల అందుబాటులోకి వచ్చినట్లు లేదు. బ్రాహ్మణ మత సంస్థలు, బౌద్ధారామాలు, వివిధ వృత్తులకు చెందిన శ్రేణులు, విద్యా కేంద్రాలుగా ఉండేవి. వీటిలో వరసగా, మత తాత్విక విజ్ఞానం, తాత్విక విషయాలతోబాటు కొన్ని వృత్తిపరమైన విద్యలను పూర్తిగా వృత్తిపరమైన విద్యలను బోధించడం జరిగింది. ఇవికాకుండా, నలంద, వల్లభి, తక్షశిల, వారణాశి లాంటి కేంద్రాల్లో ప్రఖ్యాత విద్యాకేంద్రాలు పనిచేయడం జరిగింది. కొరియా, మంగోలియా, చైనా, సువర్ణ ద్వీపంలాంటి పొరుగు ఆసియా రాజ్యాల నుంచి కూడా పెద్ద సంఖ్యలో విద్యార్థుల నాకర్షించిన నలందా విద్యార్థులున్నారని హుయాన్‌త్సాంగ్ పేర్కొన్నాడు. వంద గ్రామాల నుంచి వచ్చే ఆదాయంతో విద్యార్థులకు ఉచిత విద్యా, భోజన నివాస సౌకర్యాలు ఏర్పడ్డాయి. వల్లభిలో 6,000 మంది విద్యార్థులు, ఉపాధ్యాయులున్నట్లుగా హ్యుయాన్‌త్సాంగ్ తెల్పాడు.

సాహిత్యపరంగా, ఈ యుగంలో సంస్కృత, ప్రాకృత భాషల్లో పలురకాల మేటి రచనలు చేయడం జరిగింది. కౌటిల్యుని 'అర్ధశాస్త్రం', విశాఖదత్తుని 'ముద్రారాక్షసం', 'దేవీచంద్రగుప్తం', మౌర్య, గుప్త చరిత్రల పతంజలి రాసిన 'మహాభాష్యం'లో వాక్య పరిచ్ఛేదం (syntax), పద పరిణామం, శాస్త్రీయంగా చర్చించడం జరిగింది. చంద్రగుప్త, విక్రమాదిత్యుని ఆస్థానంలో వెలసిన 'నవరత్నా'ల్లో ఒకనిగా భావిస్తున్న కాళిదాసు, నాడు, నేటికీ ప్రఖ్యాత సంస్కృత కవిగా గౌరవ స్థానాన్ని పొందాడు. 'అభిజ్ఞాన శాకుంతలం', 'మాళవికాగ్ని మిత్రం' అను నాటకాలు 'రఘువంశం', 'కుమార సంభవం', 'మేఘసందేశం' అనుకావ్యాలు వీరి విఖ్యాత రచనలు. ప్రపంచ సారస్వతంలోని మొదటి నూరు గ్రంథాల్లో ఒకటిగాను, గోథె అను ప్రసిద్ధ ఐరోపా రచయితపై ప్రభావాన్ని చూపిన రచనగాను, 'శాకుంతలం' ప్రపంచ ఖ్యాతిని గాంచింది. శూద్రకుని 'మృచ్ఛకటిక', భాసుని 'స్వప్నవాసవదత్త', హర్షచక్రవర్తి విరచితమైన 'నాగానందం', 'రత్నావళి', సంస్కృతంలో వెలువడిన మరికొన్ని పేరుగాంచిన నాటకాలు. విష్ణుశర్మ రాసిన 'పంచతంత్రం' అనే నీతి కథల గ్రంథం గద్య రూపానికి కీర్తి పతాక, మహాభారతం ధర్మ శాస్త్రాలు గుప్తుల కాలంలో సంస్కరించబడి, విపులీకరణ చెందాయి. ఈ యుగంలో వెలువడ్డ జైన, బౌద్ధ వాఙ్మయం ప్రాకృత భాషలో వెలసింది. అభిధమ్మ పీటకం, కథావత్తు, బుద్ధుని జాతక కథలు, జైన కల్పసూత్రాలు, ఈకోవకు చెందినవే. అయితే, సంస్కృత, ప్రాకృతాల్లో మొదటిది, పండిత, ఆస్థాన, ధనిక వర్గాల భాషగా నుండి, హెచ్చు రాజాదరణ, సామాజిక హోదాను పొందింది. ఈ యుగపు సంస్కృత నాటకాల్లోని ఉన్నత సామాజిక హోదాగల పాత్రలు సంస్కృతాన్ని మాట్లాడితే, తక్కువ సామాజిక హోదాగల పాత్రలు స్త్రీలందరూ ప్రాకృతాన్ని వాడేవారు. ఈ రెండు భాషల సామాజిక భిన్న హోదాలకు, ఈ లక్షణాలు అద్దం పడుతున్నాయి.

సామ్రాజ్యాల యుగంలో, శాస్త్రీయ విజ్ఞాన రంగంలో కూడా, పేరుగాంచిన కొన్ని పరిశోధనలు, రచనలు వచ్చాయి. కనిష్కుని సమకాలికుడైన చరకుడు, 'చరకసంహిత'

అనే వైద్య శాస్త్ర ప్రామాణిక గ్రంథాన్ని వెలువరించాడు. ఇతనికి కొంచెం తరవాతి వాడైన సుశ్రుతుడు కూడా వైద్య శాస్త్ర విజ్ఞానానికి దోహదం చేశాడు. గణిత, ఖగోళశాస్త్రాల్లో ఆర్యభట్టు, వరాహమిహిరుడు, బ్రహ్మగుప్తుడు ప్రముఖులుగా పేరుగాంచారు. ఆర్యభట్టు సూర్య, చంద్ర గ్రహణాలను శాస్త్రరీత్యా నిరూపించాడు. π (పై) అంటే 3.1416 అని, సూర్య సంవత్సరానికి 365.3586805 రోజులని, ఇతడు తేల్చాడు. సంఖ్యామానం, దశాంశ పద్ధతి క్రీ.శ.5వ శతాబ్దిలో వాడుకలో ఉన్నాయి. వరాహమిహిరుని 'పంచసిద్ధాంతిక' ప్రఖ్యాత ఖగోళ శాస్త్ర గ్రంథం. ఈ శాస్త్రంలోని ఐదు విభాగాలను -- అందులో రెండు గ్రీక్ విజ్ఞానాన్ని ప్రతిబింబించేవి -- దీనిలో వివరించాడు. హైందవ మతానికి సంబంధించిన క్రతువుల నిర్వహణకు అవసరమైన వేదికల నిర్మాణం, కాలనిర్ణయం, జంతుబలులను ముఖ్యంగా దృష్టిలోనుంచుకొని, ఈ యుగ గణిత, ఖగోళ, వైద్య శాస్త్రాలు అభివృద్ధి చెందాయి.

కళాభివృద్ధి

సింధు నాగరకతా నిర్మాణ శిథిలాలను మినహాయిస్తే, ప్రాచీన భారతావని చరిత్రలో మౌర్యులకు ముందుగల వాస్తు, శిల్పకళారీతులను తెలియజేసే నిర్మాణాలేవీ మిగలలేదు. బహుశా, మౌర్యులకు ముందు ఆ తరవాత మౌర్య చంద్రగుప్తుని కాలంలో కూడా, కట్టడాల్లో దారువు నెక్కువగా ఉపయోగించటం వల్ల అవి కొంత కాలం తరవాత పూర్తిగా నాశనమయ్యాయి. అశోకుని పాలన నుంచే, శిల్పకళా చరిత్ర, మౌర్యులతోనే ప్రారంభమైనట్లుగా పరిగణన పొందింది.

అశోకుని కాలంలోనే వాస్తుశిల్ప కళ

అశోకుని కాలం నాటి వాస్తు శిల్పావశేషాలు నాల్గు రకాలుగా లభ్యమౌతున్నాయి. అవే స్తూపాలు, స్తంభాలు, రాజభవనాలు, గుహానివాసాలు. బుద్ధుని లేక ఒక గొప్ప బౌద్ధ గురువు పవిత్ర అస్తికల స్మృతిగా, లేక ఒక పవిత్ర స్థల జ్ఞాపకార్థంగా గాని, స్థూపాలు నిర్మితమయ్యేవి. స్తంభాలు, గుహారామాలు కూడా, బౌద్ధ ధర్మ ప్రచారానికి, బౌద్ధ సన్యాసుల నివాసానికి, వరసగా ఉపయోగమయ్యాయి. అంటే, నాటి వాస్తుకళా నిర్మాణాలు ప్రధానంగా బౌద్ధమత సేవకై అంకితమయ్యాయనే విషయం విదితమౌతుంది. అశోక మౌర్యుడు 84,000 స్తూపాలను నిర్మించాడని బౌద్ధ గ్రంథాలు పేర్కొంటున్నప్పటికీ, వీటిలోని కొన్ని మాత్రమే, నేటికీ నిల్చి ఉన్నాయి. ఇవి కూడా, తరవాత రాజవంశాలవారు వీటి పరిరక్షణ పట్ల శ్రద్ధ చూపించటం కారణంగానే, నిల్వగల్గాయి. అట్టి వాటిలో సాంచి, సారనాథ్, బార్హుత్ స్తూపాలు ప్రసిద్ధమైనవి. వీటిలో మరల సాంచి, అగ్రగణ్యామైంది. మధ్యప్రదేశ్‌లోని భోపాల్ దగ్గరలో ఉంది. ఇది 36.50 మీటర్ల చుట్టుకొలత, 23.25 మీటర్ల ఎత్తు 3.30 మీటర్ల ఎత్తుగల శిలానిర్మిత చతురస్రాకారపు ప్రాకారాన్ని కల్గి, చూపరులను ఇట్టే ఆకర్షించగల్గుతుంది. గాంభీర్యతతో బాటు, ప్రాకారంలో నాల్గు దిశలవైపుగల తోరణాలు లేక ద్వారాలు, బుద్ధుని జాతక కథలు, ప్రకృతికి సంబంధించిన రమణీయతను వస్తువుగా తీసుకొని చెక్కబడ్డ అపురూప శిల్ప సంపదతో, వైభవాన్ని వెదజల్లుతున్నాయి.

అశోకుని కాలం నాటి శిల్పకళ

బౌద్ధ పుణ్యక్షేత్రాల్లో, జనకూడలి ప్రదేశాల్లో అశోకుడు నాటిన ఏకశిలా స్తంభాలు, నాటి ఇంజనీరింగ్, వాస్తుశిల్పకళల ప్రగతి వైభవాలకు నిదర్శనాలుగా నిల్చి ఉన్నాయి.

షుమారు 50 టన్నుల బరువు కల్గి భూమిలో నున్న పునాది, పైభాగన ఉన్న కిరీటానికి (Capital)

చిత్రం : సాంచీ స్థూపం
మూలం : Indian Art' by Roy C. Craven, Plate No.37 & page No.69 (B& W) (APOU Reference Library, Hyderabad.)

మధ్య 15 మీటర్ల ఎత్తుండి లోహంతో చేసినవా అన్నంత భ్రమను కలిగించే నునుపును, ఇప్పటికీ ప్రదర్శిస్తున్నాయి. కిరీట కింది భాగం మొత్తం ఒకే అగ్రశ్రేణి ఇసుకరాయిలో మలచగా, కిరీట భాగం మరో శిలలో నిర్మించబడింది. ఇది, అధోముఖ పద్మం, వానిపైన ఫలకం, ఫలకం మీద సుందరంగా చెక్కిన సింహ, వృషభ, మత్తేభం లాంటి జంతువుల బొమ్మలతో సమన్వితమై ఉండేది. అశోకుని కిరీట శిల్పాలు, భారతీయ శిల్పకళా నైపుణ్యానికి గొప్ప నిదర్శనాలుగా పేరొందాయి. ఈయన వేసిన సారనాథ్ స్తంభ సింహ కిరీటం, పలువురు ఆంగ్లేయ పురావస్తు శాస్త్రవేత్తలు, చరిత్రకారులు ప్రశంసలనందుకొంది. పలకం మీద చెక్కిన సుందర, ఆకర్షణీయమైన పలు జంతువుల మూర్తులు, ఫలకంపైన, సజీవమూర్తులున్నట్లుగా కన్పింపజేసే, ఒకదాని వెనుక మరొకటి నిల్చినట్లుగా నాల్గు సింహాలు, దర్శనమిస్తున్నాయి. సర్‌జాన్ మార్షల్ నాల్గు సింహాల మూర్తుల కళాశైలి, పనితనాన్ని, మచ్చుతునకలుగా భావించగా, విన్సెంట్ స్మిత్ మొత్తం కిరీటాన్ని గురించి ఇలా అభిప్రాయపడ్డాడు. "ప్రాచీన యుగానికి చెందిన శిల్పాల్లో దీంతో సమానమైంది, లేక దీన్ని మించిన దాన్ని, మరేదేశంలోను చూడ్డం కష్టం. సహజ సౌందర్యం, ఆదర్శ గాంభీర్యాన్ని విజయవంతంగా మిళితంచేసుకొని, ప్రత్యణువులోను సంపూర్ణ సమగ్రతను సాధించిందీ సుందర కళాఖండం." ఈ సారనాథ్ స్తంభ సింహ కిరీటాన్నే,

స్వాతంత్ర్యానంతర భారత ప్రభుత్వం జాతీయ చిహ్నంగా గైకోనడం, దీని ప్రాధాన్యతను మరింత పెంచింది.

అశోకుని కాలం నాటి వాస్తుకళ

సమకాలీన గ్రీక్ రచయితలు, ఏడు వందల సంవత్సరాలనంతరం పాటలీపుత్రాన్ని సందర్శించిన చైనా యాత్రికుడైన ఫాహియాన్‌లను సంభ్రమాశ్చర్యాల్లో ముంచెత్తివేసి, ముగ్ధులను చేసిన అనేక సుందర రాజభవనాలను అశోకుడు నిర్మించాడు. అయితే, దురదృష్టవశాత్తు, ఇవి పూర్తిగా నాశన మయ్యాయి. ఇటీవలి త్రవ్వకాలల్లోని వీటి శిథిలాల్లో, నూరు స్తంభాల సమన్వితమైన చావడులు కనుగొనటం, అత్యంత ఆసక్తికర విషయం. అశోకుడు, ఆయన మనుమడైన దశరథుడు, కొండ గుహలను తొలిచి, నివాసాలను

చిత్రం : సారనాథ్ స్తంభ కిరీటం

మూలం : The Mind Encyclopedia 'EARLY CIVILIZATION' plate No. 1 on page 46. (In frey colour) (APOU Reference Library, Hyderabad.

ఏర్పాటు చేశారు. ఇవి ఎక్కువగా, గయ సమీపంలోని నాగార్జున కొండలు, బరాబర్ కొండల్లో చెక్కబడ్డాయి. భిక్షువుల నివాసం, ప్రార్థనా, సమావేశ మందిరాలుగా ఇవి ఉపయోగమయ్యాయి.

గట్టి శిలలను ఛేదించి నిర్మించిన ఈ మందిరాలలోపలి గోడలు, అత్యంత నునుపుతో అద్దాలవలె మెరుస్తూండడం, నాటి వాస్తు కళాకారుల పనితనాన్ని చాటుతుంది.

బరాబర కొండల్లోని సుదామ గుహను, అజీవక భిక్షువులకు అశోకుడు దానమివ్వడం, ఈ సందర్భంలో గమనించదగ్గ విషయం.

శుంగ-శక-కుషాణ యుగ కళాభివృద్ధి

మౌర్యులనంతరం, శుంగులు, శకులు, కుషాణులు కూడా, ఉత్తర భారతంలో కళాభివృద్ధికి దోహదం చేశారు. శుంగుల కాలంలో, ముఖ్యంగా వర్తక వర్గం వారి కృషి, శ్రద్ధల ఫలితంగా, ప్రసిద్ధిగాంచిన బార్హుత్ స్థూప నిర్మాణం జరగటమే కాకుండా, అశోక మౌర్యుడు నిర్మించిన సాంచీ స్తూపం పునర్నిర్మించడం జరిగింది. దీనికి రాతి కప్పు, చెక్క ప్రాకారానికి బదులుగా రాతి ప్రాకారం, నాల్గువైపుల బుద్ధుని జాతక కథలు, జీవిత సంఘటనలతో చెక్కిన సుందర శిల్పాలతో కూడిన తోరణాలు, చేర్చారు. కుషాణుల కాలంలో కూడా వాయవ్య ప్రాంతాల్లో స్తూపాలు నిర్మించడం జరిగింది. గమనించదగ్గ విషయమేమంటే, వాయవ్య ప్రాంతంలోని స్తూపాలకు భిన్న లక్షణాలున్నాయి. ఇవి చతురస్రాకార పునాది, తగ్గుతున్న అంతస్థుల పోలిన అండం (drum), అంచెలంచెల శిఖరాలతో ఉన్నాయి. ఇండో-బాక్ట్రియన్, శక-పార్థియన్‌ల పాలన కారణంగా, ఈ ప్రాంతంలో గ్రీక్-రోమన్ వాస్తు శిల్ప శైలి ప్రభావముండుటయే, వేరు లక్షణాలకు దారితీసింది. భారతీయ, గ్రీక్ శిల్పకళా శైలుల మిశ్రమ స్వరూపానికి, గాంధార కళ, అనే పేరొచ్చింది.

కుషాణ యుగం, కళాభివృద్ధికి కొన్ని నూతన తోడ్పాటుల నందించింది. మొట్టమొదటిసారిగా బుద్ధుని విగ్రహం, గాంధార, మధురల్లో తయారుచేయడం జరిగింది. అయితే, పైన పేర్కొన్న భిన్న ప్రభావాల దృష్ట్యా, ఈ రెండు ప్రాంతాల్లోని బుద్ధ విగ్రహాల లక్షణాల్లో తేడాలున్నాయి. గాంధారలోని బుద్ధ విగ్రహంతో, రోమన్ దేవుని పోలి, పరిపూర్ణ శారీరక సౌష్టత కనిపించినా, ఆధ్యాత్మికత, భారతీయతా లక్షణాలను కల్గి, దుస్తుల్లో, వెంట్రుకల ఏర్పాటులో భిక్షువులను పోలి ఉన్నాయి. ముద్రలను, లేదా హస్త సంజ్ఞలను కూడా వాడారు. దేవతా, మతాచార్యుల విగ్రహాలను నిర్మించే కళా ప్రక్రియ, గుప్తులకు మార్గదర్శకమై, వారి కాలంలో విశేష విస్తృతి నొందింది. కుషాణుల కాలంలో రాజుల చిత్తరువు ప్రతిమలు కూడా, తొలిసారిగా చెక్కబడ్డాయి. మధురలో, కనిష్కుడు, వీమాకాడ్‌ఫిసెస్, హువిష్క, చష్టన మొదలగు రాజుల విగ్రహాలు మలచబడ్డాయి. వీటిపై ఇరాన్ కళా ప్రభావం కనిపిస్తుంది. వాస్తు రంగంలో, ఈ కాలంలో, బ్రాహ్మణమత సంబంధంగా నిర్మించిన దేవాలయాలు, రాయి, ఇటుక, కొయ్యలతో కట్టబడి, ఎక్కువగా పైకప్పు లేని మందిరాలు ఉన్నాయి. మరో గమనించదగ్గ విషయమేమంటే, 'నగర' అనే కళాశైలికి ప్రారంభదశగా, ఈ యుగంలో వక్రరేఖావృత ఉపరితల నిర్మాణాలు (Curvilinear super structures) జరిగాయి. ఇవి, ఉత్తర భారత దేవాలయ నిర్మాణ శైలి ప్రగతికి దోహదమయ్యాయి.

గుప్తయుగం : శిల్పకళాభివృద్ధి

గుప్తుల కాలంలో రాజాదరణ, వర్తక వర్గ పోషణల ఫలితంగా, వాస్తు, శిల్పచిత్ర, సంగీత కళలు, మహాకార కళ, ప్రశంసనీయనమైన అభివృద్ధిని సాధించాయి. హైందవ మత శాఖలైన శైవ, వైష్ణవాలు, బౌద్ధం దేవతా విగ్రహాలను, ఆలయాలను నిర్మించటంలో అహోరాత్రాలు నిమగ్నమయ్యాయి. మధుర, సారనాథ్, సాంచి నాటి ప్రసిద్ధ కళాకేంద్రాలు. బుద్ధుడు, బోధిసత్వులు, శివుడు, విష్ణువు, సూర్యుడు కార్తికేయుడు తదితర దేవతా విగ్రహాలను సుందర శైలిలో, వివిధ భంగిమల్లో నాటి శిల్పులు మలచారు. ముఖ్యంగా, సారనాథ్ శాఖకు చెందిన 'ధర్మచక్ర ప్రవర్తన'లో కూర్చున్న బుద్ధుని విగ్రహం

నిల్చొని ఉన్న బుద్ధుని విగ్రహాలు, అద్వితీయ శిల్పకళాఖండాలుగా వెలుగొందుతున్నాయి. రింగులు తిరిగిన కొప్పు వెంట్రుకలు, సన్నని దేహం, మృదువైన అవయవాలు, పారదర్శికమైన దుస్తులు సహజ మడతలు (folds) కల్గి శరీరం నంటిపెట్టికొని ఉండటం, అర్ధ నిమీలిత నేత్రాల ద్వారా ముఖంలో వ్యక్తమౌతున్న మానసిక నిశ్చలత ఇత్యాది లక్షణాలు వీటిలో కనిపిస్తాయి.

చిత్రం : కూర్చున్న బుద్ధుని విగ్రహం (సారనాథ్)
మూలం : 'Indian Art' by Roy C.Craven, Plate No.73 & Page No.114 (B & W) (APOU Reference Library, Hyderabad).

గుప్తయుగం : వాస్తుకళాభివృద్ధి

దేవగడ్‌లోని దశావతార దేవాలయం, భిటార్‌గాన్ ఇటుక దేవాలయం, తిగావా విష్ణుదేవాలయం, భూమరా శివాలయం, సాంచి, సారనాథ్‌ల్లోని బౌద్ధ దేవాలయాలు, ఉదయగిరిలోని రాతిలో చెక్కిన దేవాలయాలు, బాగ్‌లోని రాతిగుహాలయాలు, గుప్తయుగ వాస్తు కళా సంపదను చాటుతూ, నేటికీ నిల్చొనిఉన్న ఆలయాలు. అయితే, ఇవి సాధారణ, సంప్రదాయ రీతిలో నిర్మించబడి, వాస్తుకళ రీత్యా రమణీయంగా, ఆకర్షణీయంగా లేవు. తరవాతి యుగాల్లో పేరుగాంచిన, ఉన్నతోన్నతమైన, శిల్పశోభితమైన శిఖర నిర్మాణం, గుప్తుల కాలంలో చోటు చేసుకోలేదు. క్రీ.శ.ఎనిమిదవ శతాబ్ది వరకూ ఉత్తర హిందూస్థానంలోని దేవాలయ నిర్మాణం సమగ్రత, పరిపూర్ణతలలను సంతరించుకోలేదు.

గుప్తయుగం : చిత్రకళాభివృద్ధి

అజంతా, బాగ (మధ్య ప్రదేశ్) గుహాల్లో గోడలు, లోకప్పు పై గీసిన వివిధ వర్ణ చిత్రాలు, గుప్తయుగ చిత్రకళ మహోన్నతాభివృద్ధికి చక్కటి నిదర్శనాలుగా ఉన్నాయి. బుద్ధుని జాతక కథలు, బుద్ధుడు, బోధిసత్వులు, లౌకిక, మతపరమైన జీవితం, జంతు, వృక్ష సముదాయానికి సంబంధించిన విశేషాలు, కథావస్తువులయ్యాయి. అంటే, మానవ జీవితానికి

చిత్రం : బోధిసత్వ పద్మపాణి (అజంతా గుహ)

మూలం : 'Indian Art' by Roy C.Craven, Plate No.83 & Page No.126 (In Colour) (APOU Reference Library, Hyderabad).

చెందిన ఏ అంశాన్నైనా, నాటి చరిత్రకారుడు చిత్రించకుండా వదల లేదన్న మాట. దీనికి మించి, స్నేహం, విచారం, దయ, జాలి, ప్రేమ, కరుణ, కోపం, అణకువ, ఉద్రేకం, అభినందన, అసూయ, ఉత్సాహం, ఇత్యాది వివిధ మానవ గుణాలు భావనలు హృదయ

ముట్టిపడేటట్లు వ్యక్తం చేస్తున్నాయి. అజంతా లోని 16,17,19,215 సంఖ్యగల గుహాలు, అపురూపమైన చిత్ర సంపదతో, మిగతా గుహాల కంటే, అమిత ప్రాచుర్యాన్ని పొందాయి. గుప్తుల సంస్కృతిలో ప్రతిబింబించిన మానసిక భౌతికైత్యతకు, నాటి చిత్రలేఖనాలు సంకేతాలైనాయి.

గుప్త యుగం : మహాకారకళ

లోహాలను కరగించి, పోతపోసే మహాకార కళ, గుప్తుల కాలంలో ఎంతో పరిణతి చెంది, విస్తృతంగా వాడ్డం జరిగింది. విగ్రహాలు రాగి, ఉక్కులతో నిర్మించబడ్డాయి. ఇవి చాలా ఎత్తులో నిర్మించబడ్డాయి. ఇవి చాలా ఎత్తులో నిర్మితమయ్యేవి. నలందాలోని బుద్ధుని తామ్ర విగ్రహం 81 అడుగుల ఎత్తును, సుల్తాన్‌గంజ్‌లోని బుద్ధుని తామ్ర విగ్రహం 712 అడుగుల ఎత్తును, ఢిల్లీలోని చంద్రుని ఉక్కు స్తంభం 23 అడుగుల 8 అంగుళా ఎత్తులోను ఉన్నాయి. బరువులో కూడా ఇవి తక్కువేమీకాదన్నట్లు, చివరి స్తంభం నేటికీ రవంతైనా తుప్పు లేకపోవటం, నాటి మహాకార కళావిశిష్టతను తెలుపుతుంది. గుప్త రాజులు విడుదల చేసిన వివిధ బంగారు నాణేలు కూడా, నాటి లోహ సాంకేతిక నైపుణ్యాన్ని చూపిస్తున్నాయి.

గుప్త యుగం : సంగీత, నాట్య, నాటక కళాభివృద్ధి

సంగీత, నాట్య, నాటక కళలు కూడా, గుప్త యుగంలో బాగా పెంపొందినట్లు, నాటి ఆధారాల బట్టి తెలుస్తోంది. సముద్రగుప్తుడు, కుమారగుప్తుడు వీణ వాయిస్తూన్నట్లుగా, నాణేలను వేశారు. ఇది వీరి సంగీతాభిరుచిని సూచిస్తుంది. సంగీత విద్వాంసులు గుప్తరాజుల ఆస్థానాల్లో పోషణ పొందారు. భూమ్రా శైవాలయ శిల్పాలు, బాగ్ గుహలలోని చిత్రాలు, కాళిదాసు విరచితమైన 'మాళవికాగ్నిమిత్రం', నాడు వెలసిన నాట్య, నాటక, సంగీత కళల గురించి సమాచారాన్నిస్తున్నాయి.

హర్షుని కాలం నాటి కళాభివృద్ధి

హర్షుని కాలం నాటి కళాభివృద్ధిని గురించి, అంతగా సమాచారం లేదు. శాసనం (క్రి.పూ.636) ద్వారా, వినితీశ్వర, శ్రీమండలేశ్వర దేవాలయాల గూర్చి తెలుస్తోంది. ఇవి అష్టముఖి ఆకారంతో, వక్రరేఖావృత శిఖరాన్ని కల్గి ఉన్నాయి. ఈ లక్షణాలు ఉత్తర దేశ శైలికి తగినట్లుగా ఉన్నాయి. బౌద్ధ మతాభిమాని కావడంచేత, హర్షుడు బుద్ధుని ధాతువులను తెప్పించి, వాటిపై, తన సామ్రాజ్యంలో స్తూపాలను నిర్మింపజేసాడు. కనోజ్‌లో జరిగిన మహాపరిషత్తు సందర్భంగా, ఒక పెద్ద గోపురాన్ని నిర్మించి, దానిలో నిలువెత్తు బంగారు బుద్ధ విగ్రహాన్ని హర్షుడే స్వయంగా ప్రతిష్ఠించినాడట. ఎంతైనా, గుప్తుల నాటి కళా శోభ, ఔన్నత్యాలు కానరావు.

మతరంగంలో మార్పులు

సామ్రాజ్యాల యుగ ప్రజాజీవనంలో మతం, మతాచారాలు ప్రధాన పాత్రను వహించాయిని చెప్పాలి. బౌద్ధ, జైన, బ్రాహ్మణ మతాలు నాడు ముఖ్యంగా ప్రచారంలో ఉండేవి. మౌర్య యుగంలో చంద్రగుప్తుడు, జైనమతాన్నవలంబిస్తే, అశోకుడు బౌద్ధాన్ని స్వీకరించాడు. అయితే, బ్రాహ్మణులు, అజీవకులు వీరి నుంచి ఆదరణ, సమయాన్ని పొందారు. మౌర్య చక్రవర్తుల తరవాత వర్తకులు, వృత్తిపనివారు జైన, బౌద్ధాలను బలపర్చారు. అశోకుని మరణం తరవాత వైదిక మతం విజృంభిచసాగింది. గమనించదగ్గ పరిణామమేమంటే, జైనబౌద్ధాల ప్రభావ కారణంగా, భక్తితత్వం బ్రాహ్మణ మతస్థులలో ప్రబిలి, ఫలితంగా శైవ వైష్ణవాలు ఆదరించబడసాగాయి. మౌర్యుల నుంచి అధికారాన్ని చేజిక్కించుకున్న శుంగులు భాగవత మతస్థులై, అశ్వమేధ యాగాలను కూడా చేయడం, ఈ సందర్భంలో అవలోకించ దగ్గ విషయం.

మౌర్యులనంతర యుగంలో, మతరంగంలో శీఘ్రగతిన మార్పులు రాసాగాయి. హిందూ మతంగా మారిన ఒకప్పటి వైదిక మతంలో భక్తి ఆరాధన, విగ్రహారాధన, దేవాలయ నిర్మాణం ప్రధాన లక్షణాలైనాయి. హిందూమతం విదేశీయులను, బౌద్ధులను తన వైపాకర్షించి, తనలో కలుపుకోసాగింది. హెలియోడరస్ అనే గ్రీక్ రాయబారి, రుద్రదమనుడనే శకరాజు, వైష్ణవ మతాన్నవలంబించారు. జైన, బౌద్ధాలకు రాజాదరణ, ప్రోత్సాహం లభించినప్పటికీ, వీటిలో అంతర్గత విభేదాలు, అనైక్యతలు తీవ్రమయ్యాయి. జైనుల్లో శ్వేతాంబర, దిగంబరులు, బౌద్ధుల్లో హీనయాన, మహాయానాలు, ముఖ్యశాఖలైనాయి. హిందూ విగ్రహారాధన, పూజావిధానం, కర్మ సిద్ధాంతం, పునర్జన్మ, భగవంతుని అవతారాలను, జైన, బౌద్ధులు కూడా స్వీకరించటంలో, వారి ప్రత్యేకతను ప్రాధాన్యతను కోల్పోసాగారు. క్రీ.శ. ఒకటో శతాబ్దిలో (52 A.D.) మలబార్ ప్రాంతంలో, సెంట్ థామస్ ద్వారా క్రైస్తవ మత ప్రచారం భారతావనిలో ప్రారంభమవటంతో, మతరంగంలో మరో నూతన శక్తి ప్రవేశించడమైంది.

గుప్త యుగంలో మతం, అత్యంత వికాసం, పరిపూర్ణతలను సాధించింది. రెండో చంద్రగుప్తుడు, మొదటి కుమారగుప్తుడు, స్కంధగుప్తుడు 'పరమభట్టారక' అనేబిరుదును ధరించి, తమ వైష్ణవ భక్తిని ప్రకటించుకొన్నారు. సముద్రగుప్తుడు, మొదటి కుమారగుప్తుడు అశ్వమేధ యాగాలు చేసి, తమ మత తత్పరతను ప్రదర్శించారు. శైవమతం కూడా భక్తిమతంగా కడు ప్రాధాన్యత నొందింది. దీనిలో. 'కాపాలిక', 'కాలముఖ', 'పాశుపత' లాంటి తీవ్రవాద శాఖలు బయల్దేరాయి. ఈయుగంలోని ప్రజల జీవనంలో వ్రతాలు, ఉపవాసాలు, తీర్థయాత్రలు ముఖ్యమైనాయి. హైందవ మతానికి, విలువలకు ఆయువుపట్టులైన పురాణాలు, రామాయణ, మహాభారతాలు, మనుధర్మ శాస్త్రం సంస్కరించబడి, పరిపూర్ణత నొందుట విశేషం. ఆధ్యాత్మిక చింతనను, కర్మసిద్ధాంతాన్ని ప్రబోధించే 'భగవద్గీత' గొప్ప ప్రచారాన్ని పొందింది. స్త్రీ దేవతలైన లక్ష్మి, పార్వతి, దుర్గ, శక్తి, కామితార్థ ప్రసాదినులుగా విలువను పొందారు. బుద్ధుడు, విష్ణువు దశావతారాల్లో ఒకడిగా పరిగణించడం, మంత్రతంత్రాలతో కూడిన 'వజ్రయాన' బౌద్ధశాఖ బయల్దేరడం, బౌద్ధ సంఘంలో ప్రబలిన అనైక్యత, అవినీతి, క్రీ.శ.5వ శతాబ్ది నుంచి వ్యాపార క్షీణత కారణంగా వర్తక వర్గాల వారి మద్దతు లోపించడం, ఇత్యాది కారణాలు క్రీ.శ.7వ శతాబ్ది నుంచి బౌద్ధ మత క్షీణతకు దారితీశాయి. హర్షుని ఆదరణ, ప్రోత్సాహాలు, తాత్కాలిక ఉపశమనాలైనాయి. కపిల వస్తు, కుశినగర, బుద్ధగయలలో బౌద్ధ మఠాలు నిర్మానుష్యాలైనట్లు, హ్యూయాన్‌త్సాంగ్ తెల్పాడు. దీనితో పోలిస్తే జైనమతం, రాజస్థాన్, గుజరాత్, కళింగ, మైసూర్ ప్రాంతాల్లో స్థిరపడసాగింది. కొన్ని వ్యాపార వర్గాలు దీనికి గట్టిగా కట్టుబడి వుండటం, దీని సంప్రదాయకతకు తోడ్పడ్డాయి.

ప్రాచీన భారతదేశ చరిత్రలో సామ్రాజ్యాల యుగం, కీలక స్థానాన్ని ఆక్రమిస్తుంది. మౌర్యులు, కుషాణులు, గుప్తులు, పుష్యభూతి వంశజులు పాలించిన కాలమిది. రాజకీయైక్యత, విస్తృత పరిపాలనా విధానం గొప్ప ఆర్థిక ప్రగతి, సామాజిక, సాహిత్య, శాస్త్రీయ, కళారంగాల్లో విప్లవాత్మక అభివృద్ధి, మత రంగంలో భక్తి మతాభివృద్ధి, హైందవ మత విజృంభణ, ఇత్యాది పరిణామాలు చోటు చేసుకున్నాయి. యవనులు, శకులు, కుషాణులు భారతీయ నూతనత్వాన్ని, పటిష్టతను చేకూర్చారు. అశోకుడు కళింగ విజయం తరవాత యుద్ధాన్ని మానడం, శాంతి విధానం ద్వారా విశాల సామ్రాజ్య సుస్థిర పాలన అందరూ ఆచరించవీలగు ధర్మ ప్రబోధం, ప్రజాహిత చింతన, గుప్త యుగ సాంస్కృతికాభివృద్ధి, హర్షుని దానగుణ నిరతి, ప్రపంచ చరిత్రలోనే అరుదుగా కనిపించే చారిత్రక ఘటనలు. దేశ చరిత్రలోని అనంతర రాజకీయ, పాలనా, ఆర్థిక, సామాజిక,

సాంస్కృతిక వ్యవస్థలకు సామ్రాజ్యాల యుగం ముఖ్య భూమిక, మాతృకైందనుట నిర్వివాదాంశము.

***

5.

దక్షిణ భారతదేశం : ఆధిపత్య పోరాట యుగం (క్రీ.పూ. 230 – క్రీ.శ.1300)

మౌర్య సామ్రాజ్య పతనానంతరం, క్రీ.పూ. 230 ప్రాంతంలో దక్కనులో శాతవాహన సామ్రాజ్య స్థాపన జరగడంతో, దేశ చరిత్రలో ప్రప్రథమంగా ఈ ప్రాంతం, రాజకీయ, ఆర్థిక, సాంస్కృతిక, సామాజిక ప్రాధాన్యతను సంతరించుకుంది. నాల్గున్నర శతాబ్దుల సుదీర్ఘ పాలనలో వీరు, ఆంధ్రులందరినీ ఐక్య పాలన కిందకు తేవడంతో బాటు, రాజకీయ, వాణిజ్య, భావ రంగాల్లో దక్కనును, ఉత్తర, దక్షిణ ప్రాంతాలను సంధించిన బంధంలా రూపొందించారు. కుషాణ, గుప్త యుగాల్లో ఉత్తర భారతదేశం తిరిగి కేంద్ర ప్రాంతంగా మారినప్పటికీ, క్రీ.శ. ఆరవ శతాబ్ది ఉత్తరార్థంలో గుప్త సామ్రాజ్య అంతర్ధానంతో, దక్కన్, దక్షిణ, భారత దేశాలు, రాజకీయ, పాలనా, సాంస్కృతిక, ఆర్థిక రంగాల్లో ప్రముఖ స్థానాల నలంకరించసాగాయి. వరసగా, పల్లవ, చాళుక్య, రాష్ట్రకూట, చోళ, రాజవంశాలు ప్రధానంగా పాలించాయి. క్రీ.శ.1279 వరకు కూడా, వీరు, వీరి శాఖల మధ్య, రాజకీయ ఆధిపత్యానికై నిరంతర సంఘర్షణ నడుస్తూ వచ్చింది. ఏడో శతాబ్ది ప్రథమార్థ భాగంలోని హర్షుని పాలనా కాలాన్ని మినహాయిస్తే, దేశ చరిత్రలోని తదితర ముఖ్య సంఘటనలు, పరిణామాలన్నీ కూడా, దక్షిణ దేశ ఆధిపత్య పోరాట యుగానికి చెందినవే. చారిత్రకంగా, ఈ యుగంలో ఆర్య, ద్రావిడ సంస్కృతుల సమ్మేళనం ద్వారా ఒక మిశ్రమ సంస్కృతి ఆవిర్భావానికి దారితీసింది. కళలో దక్కన్ శైలి, ద్రావిడ భాషలపై సంస్కృత ప్రభావం, అద్వైత, విశిష్టాద్వైత, ద్వైత మతాల అవతరణ, శైవ నాయనార్లు, వైష్ణవ ఆళ్వార్లు ప్రబోధించిన భక్తిమత తత్వం, పశ్చిమాన అరబ్బులు, తూర్పున ఆగ్నేయాసియా రాజ్యాల్లో వాణిజ్య, సాంస్కృతిక సంబంధాలు వృద్ధిచెందటం లాంటి నూతన లక్షణాలు ఈ కాలంలో కనిపిస్తున్నాయి. పల్లవ, చోళుల కాలంలో తమిళ సంస్కృతి ఏర్పడి, స్పష్టమైన రూపురేఖలను దిద్దుకొని, తదనంతరం శ్రీలంక, ఆగ్నేయాసియా రాజ్యాలకు కూడా వ్యాపించటం, ప్రధానంగా గమనించదగ్గ మరో పరిణామం.

శాతవాహనులు (క్రీ.పూ.230–క్రీ.శ.225)

ప్రాచీన భారతదేశ చరిత్ర, దక్కన్‌లో ఏలిన ప్రథమ రాజవంశస్థులు శాతవాహనులే. వీరనే 'ఆంధ్రశాతవాహనులు', లేక ' ఆంధ్రులు' అని పురాణాలు, ఐతరేయ బ్రాహ్మణం పేర్కొంటున్నాయి. శాసనాలు తెలియజేస్తున్న 'శాతవాహన' అనేది వంశనామంగాను, 'ఆంధ్ర' అనేది దేశ, లేక జాతి నామంగాను, పరిగణించడం జరుగుతుంది. ఈ రెండు నామాలుగల వారొక్కరే. నాణేల ద్వారా శాతవాహనుడనే పేరు గల రాజు పరిపాలించినట్లు తెలియడం, ఆంధ్రులు నివసిస్తున్న కృష్ణా, గోదావరి, తూర్పు దక్కన్ డెల్టా ప్రాంతాన్ని శాతవాహనులు పరిపాలించడం, ఈ సందర్భంలో గమనించదగ్గ విషయాలు. ఈ ప్రాంతంలో, అశోక మౌర్యుని కాలంలో సామంతులుగా ఉండి అతని మరణానంతరం పశ్చిమ దక్కన్‌కు ఆంధ్రులు విస్తరించారనే వాదం సమర్థనీయమైనదిగా భావించడం జరుగుతుంది. 23వ రాజైన గౌతమీపుత్ర శాతకర్ణి వహించిన 'ఏకబ్రాహ్మణ', 'క్షత్రియ దర్ప మాన మర్దన', 'ఆగమ నిలయ' లాంటి బిరుదాలను బట్టి, బ్రాహ్మణ కులజులనే విషయం బోధపడుతుంది. అయితే, మౌర్యులనంతరం (క్రీ.పూ.187-30) ఉత్తర హిందూస్థానంలో అధికారాన్ని చెలాయించిన బ్రాహ్మణ రాజవంశాలైన శుంగులు, కణ్వులను శాతవాహనులు తుదముట్టించటం, కుల సాపత్యం కంటే రాజకీయ ఆధిపత్య లక్ష్యమే బలమైందనే చారిత్రక సత్యం, విదితమౌతుంది.

నాల్గున్నర శతాబ్దుల సుదీర్ఘ శాతవాహన పాలనను ప్రారంభించినవాడు, శ్రీముఖుడు. ఈతడు తన 23 సంవత్సరాల పాలనాకాలంలో పశ్చిమ దక్కన్‌ను జయించి, ఆక్రమించాడు. మహారాష్ట్ర రాజకుమార్తె నాగానికతో తన కుమారుడైన మొదటి శాతకర్ణికి వివాహ సంబంధమేర్పర్చి, తద్వారా ఆ ప్రాంతపు మైత్రిని సంపాదించాడు. శ్రీముఖుని అనంతరం 18 సంవత్సరాలు రాజ్యపాలన చేసిన అతని సోదరుడు కృష్ణుడు, శాసనాలను జారీ చేసే పద్ధతిని ప్రారంభించాడు. నాసిక్ గుహలోని శాసన మిట్టిదే. శాతవాహనుల్లో తన సైనిక విజయాల కారణంగా ప్రసిద్ధిగాంచిన తొలి చక్రవర్తి, మొదటి శాతకర్ణి. ఈతడు శాతవాహన సామ్రాజ్యాన్ని ఉత్తరంగా, పశ్చిమ మాళ్వ వరకు విస్తరించాడు. కళింగాధిపతైన ఖారవేలుని దాడులను అరికట్టాడు. మధ్య ప్రదేశ్‌లో సాంచి ప్రాంతాన్ని జయించిన తదుపరి, దక్షిణంగా వెళ్లి, గోదావరి లోయను ఆక్రమించి, 'దక్షిణాపథపతి' అనే సార్థక బిరుదాన్ని ధరించాడు. బ్రాహ్మణ మతాభిమానిగా తన విజయోత్సాహాలను పురస్కరించుకొని, మొదటి శాతకర్ణి అశ్వమేధ, రాజసూయాది యజ్ఞాలను నిర్వహించాడు. శాతవాహన సామ్రాజ్య పటిష్ఠతకు కూడా, ఇవి సంకేతాలైనాయి.

శాతవాహన వంశంలో ఆరోవాడైన రెండో శాతకర్ణి యాభైయ్యారు సంవత్సరాల సుదీర్ఘ పాలన చేసి, శుంగుల నుంచి తూర్పు మాళ్వ నాక్రమించాడు. ఎనిమిదో రాజైన అపీలకుడు, మధ్య ప్రదేశ్‌లోని కొన్ని భాగాలనాక్రమించి, సామ్రాజ్య విస్తరణకు తోడ్పడ్డాడు. క్రీ.పూ.38 ప్రాంతంలో పాలించిన కుంతల శాతకర్ణి మంత్రులైన శర్వ వర్మ, గుణాఢ్యులు వరసగా, ప్రశస్తిగాంచిన ప్రాకృత గ్రంథాలైన 'కాతంత్ర వ్యాకరణాన్ని' 'బృహత్కథ'ను రచించారు. క్రీ.శ మొదటి శతాబ్ది ప్రథమ పాదంలో పాలించిన హాలుడు కూడా గాథాసప్తశతి అనే గ్రంథాన్ని రాసి ప్రాకృత భాషాభివృద్ధికి అవిరళంగా కృషి చేశాడు. అనంతర రాజులు బలహీనులవటంవల్ల, పశ్చిమ క్షత్రపులు విజృంభించి, పశ్చిమ దక్కన్‌ను తమ వశం చేసుకున్నారు. వీరిలోని 'క్షహరాతు' లనే తెగకు చెందిన భూమక, నహపానులు స్వతంత్రాధికారాన్ని చెలాయిస్తూ, శాసనాలు, నాణేలను జారీ చేశారు. శాతవాహన సామ్రాజ్య ప్రతిష్ఠ వంశగౌరవం బాగా దెబ్బతిన్నాయి.

గౌతమీపుత్ర శాతకర్ణి (క్రీ.శ.80–105)

23వ రాజైన గౌతమీపుత్ర శాతకర్ణి, తన అఖండ సైనిక విజయాలు, ప్రజారంజక పాలన ద్వారా, శాతవాహన సామ్రాజ్య, వంశ ప్రతిష్ఠను పునరుద్ధరించగల్గాడు. ఈతని తల్లి గౌతమీబాలశ్రీ వేసిన నాసిక్ శాసనం ద్వారా, చక్రవర్తి పరాక్రమ చర్యలు, పాలనా విశేషాలు తెలియవస్తున్నాయి. తన 18వ పాలనా సంవత్సరంలో క్షహరాట రాజైన నహపాణునోడించి, కోల్పోయిన పశ్చిమ దక్కన్‌ను తిరిగి సామ్రాజ్యంలో కలిపాడు. విదేశీ తెగలైన శక, యవన, పహ్లవులను పూర్తిగా ఓడించాడు. తెలంగాణా ప్రాంతాలైన అసిక, అసకలు, పైఠాన్ రాజధానిగా గల ముళక రాజ్యం, సరథ (దక్షిణ కథియవార్), కుకుర (సురథకు ఉత్తర ప్రాంతం), అపరాంత (ఉత్తర కొంకణ్, సొపారా, నాసిక్ సమీప ప్రాంతం), అనుప (దక్షిణ మాళ్వ), ఆకర (తూర్పు మాళ్వ), అవంతి (పశ్చిమ మాళ్వ), విదర్భ (బీరార్)లు కూడా ఓడిపోయి, శాతవాహన సామ్రాజ్య భాగాలైనాయి. ఈ విశేష సైనిక విజయాల కారణంగా, గౌతమీపుత్ర శాతకర్ణి 'క్షత్రియ దర్పమాన మర్దన', 'త్రిసముద్రతోయ పీతవాహన' లాంటి బిరుదాలను ధరించాడు. సంపూర్ణ దక్కన్‌లో శాతవాహనాధిపత్యం నెలకొంది.

గౌతమీపుత్ర శాతకర్ణి పరిపాలనా, సాంఘిక, మత రంగాల్లో గమనించదగ్గ మార్పులను ప్రవేశపెట్టాడు. న్యాయచింతన కలవాడై, ప్రజానురంజకంగా పాలన సాగించాడు. వివిధ కులాల మధ్య వర్ణ సాంకర్యాన్ని మాన్పడానికై కృషి చేశాడు. అయితే, ఇది బ్రాహ్మణాధిక్యతకు దారితీసింది. 'ఏక బ్రాహ్మణ' 'ఆగమ నిలయ' అనే ఈతని

బిరుదులు, వైదిక మతాభిమానాన్ని చాటుతున్నాయి. ప్రశంసాత్మక విషయమేమంటే, ఈతని గాథ, బ్రాహ్మణమతాభిమానం ఇతర మతాలను ఆదరించుటలో అడ్డురాలేదు. సమకాలీన భారతీయ రాజ్యాధినేతల్లో గౌతమీపుత్ర శాతకర్ణి అగ్రస్థానాన్ని వహించాడనటంలో సందేహంలేదు.

శాతవాహన సామ్రాజ్య క్షీణత

గౌతమీపుత్ర శాతకర్ణి వైభవోపేత పాలనానంతరం, శాతవాహన సామ్రాజ్యక్షీణత మొదలైంది. ఈతని కుమారుడు, సింహాసన వారసుడైన వాసిష్ఠీపుత్ర పులుమావి కాలంలో, పశ్చిమక్షాత్రపుల్లో రెండో తెగైన కార్దమ కులానికి చెందిన చష్టనుడు, శాతవాహనులకు చెందిన మాళ్వ ప్రాంతాన్ని కబళించి వేశాడు. మీదు మిక్కిలి, పులుమావి సోదరుడుగా భావించబడుతూన్న వాసిష్ఠీపుత్ర శాతకర్ణి, చష్టనుని మనుమడైన రుద్రదామునితో మైత్రిని నెరపి, అతని కుమార్తెను వివాహమాడాడు. రుద్రదాముడు, కడపటి శాతవాహనుల్లో ప్రసిద్ధుడైన యజ్ఞశాతకర్ణిపై రెండు సార్లు దాడి జరిపి, వారి రాజ్య భాగమైన 'అపరాంత' నాక్రమించుటలో, వాసిష్ఠీపుత్ర శాతకర్ణి తోడ్పడుట గమనించదగ్గ విషయం. గౌతమీపుత్ర శాతకర్ణి కాలంలో మిశ్రమకులహీనులుగా భావించిన శక క్షాత్రపులతో వైవాహిక సంబంధానేర్పర్చుకోడం, రాజకీయ స్వలాభాపేక్షతో వారితో సామ్రాజ్య వ్యతిరేక దాడుల్లో చేతులు కలపడం, శాతవాహనుల సామాజిక, సైనిక బలహీనత, పతనావస్థలను తెలియజేస్తున్నాయి. తాను జయించిన అపరాంతను రుద్రదాముడు తన అల్లునికిచ్చినట్లుగా భావించవచ్చు. క్రీ.శ.174 నుంచి 203 వరకు రాజ్యపాలన గావించిన యజ్ఞశాతకర్ణికి చెందిన 'ఒడ' గుర్తుగల నాణేలు లభ్యం కావడంతో, నాటి విదేశ వాణిజ్యాభివృద్ధి విదితమౌతుంది. మహాయాన బౌద్ధమత శాఖకు చెందిన ప్రసిద్ధ తత్వవేత్త, రాజనీతిశాస్త్ర రచయితైన ఆచార్య నాగార్జునుడు కొంతకాలమీతని ఆస్థానంలో వెలసినట్లుగా భావించడం జరుగుతుంది.

చివరి శాతవాహన చక్రవర్తి పులుమావి. ఈతని మరణానంతరం, క్రీ.శ.225 ప్రాంతంలో, సంపూర్ణ దక్కన్‌పై విస్తరించిన విశాల శాతవాహన సామ్రాజ్యం ఛిన్నాభిన్నమై, సామంతుల, సైనిక పాలకుల స్వతంత్రాధికారానికి దారితీసింది. ఫలితంగా, పశ్చిమోత్తర ప్రాంతం అభీరులకు, తూర్పు ప్రాంతం ఇక్ష్వాకులకు, నైరుతి ప్రాంతం చుటు వంశజులకు, ఆగ్నేయప్రాంతం పల్లవులకు వశమయ్యాయి, దీంతో, ప్రాచీన దక్కన్ చరిత్రలో ప్రథమాధ్యాయం పరిసమాప్తమైంది.

బాదామి చాళుక్యులు (క్రీ.శ. 543–752)

శాతవాహనుల తరవాత దక్షిణాపథ సమైక్యతకై కృషిచేసి, సార్వభౌములు కాగల్గినవారు పశ్చిమ చాళుక్యులు. బాదామి, లేదా వాతాపి (కర్ణాటక లోని బీజాపూర్ జిల్లా)ని రాజధానిగా చేసుకొని పాలించారు గాన, వీరికి బాదామి చాళుక్యులనే నామాంతర మేర్పడింది. ఇంతేకాకుండా, కాలాంతర్గతంలో, ఈ వంశ శాఖీయులు గుజరాత, వేంగీ, వేములవాడ ముదిగొండల్లో తమ అధికారాన్ని స్థాపించి, పాలన సాగించారు. వీరిని వరసగా, లాట చాళుక్యులు, వేంగీ, లేక తూర్పు చాళుక్యులు, వేములవాడ చాళుక్యులు, ముదిగొండ చాళుక్యులని పిలవటం జరిగింది. ఉత్తరాన కన్యాకుబ్జ పాలకుల తోను, దక్షిణాన పల్లవులతోను రెండు శతాబ్దాలు, నిరంతర రాజకీయ అధిపత్య పోరాటాన్ని సాగించిన ఘనత, బాదామి చాళుక్యులకే దక్కింది. భాష, కళా రంగాల్లో చాళుక్య యుగం, ప్రత్యేక శైలులను రూపొందించి, ప్రగతి బాటలను వేసింది.

పశ్చిమ దక్కన్‌లోని వాకాటక రాజ్య శిథిలాలపై చాళుక్య రాజ్య స్థాపన క్రీ.శ.543 ప్రాంతంలో జరిగింది. మొదటి పులకేశి రాజు అశ్వమేధయాగాన్ని జరిపి, ప్రథమంగా తన స్వతంత్రాధికారాన్ని ప్రకటించుకున్నాడు. ఈతని కుమారుడు మొదటి కీర్తివర్మ బనవాసి కదంబులను, కొంకణ మౌర్యులను, నలవంశం వారిని జయించి, ఉత్తర కర్ణాటకాన్నంతా తన అధీనంలోకి తెచ్చుకున్నాడు. క్రీ.శ.609లో రెండో పులకేశి సింహాసనాధీశుడవటంతో, చాళుక్య చరిత్రలో సువర్ణాధ్యాయం మొదలైంది.

రెండో పులకేశి (క్రీ.శ.609–642)

గౌతమీపుత్ర శాతకర్ణి అనంతరం, దక్షిణ భారతంలోని అత్యధిక భాగాన్ని సామ్రాజ్యంగా ఏర్పరచుకున్నవాడు, రెండో పులకేశి. ఈతని అయ్యహోలు ప్రశస్తి శాసనం, ఈతడు కావించిన సైనిక విజయాలను చక్కగా వివరిస్తుంది. దక్షిణ కర్ణాటక కోస్తా తీరంలో అళుపవంశం వారిని, దక్షిణ కర్ణాటకంలో తళకాడగాంగులను ఇతడు ఓడించాడు. కొంకణ మౌర్యులనోడించి, పూరి (ప్రస్తుత ఎలిఫెంటా) నగరాన్నాక్రమించాడు. పల్లవ రాజైన మహేంద్రవర్మను పుల్లలూరు యుద్ధంలో ఓడించి, పల్లవ రాజ్య ఉత్తర ప్రాంతాలను తన అధీనం చేసుకొన్నాడు. తూర్పు దక్కన్‌లో కూడా రెండో పులకేశి దిగ్విజయ దాడులను నిర్వహించాడు. దక్షిణ కోసల, కళింగ రాజ్యాలపై దాడిచేసి, పిష్టపుర నగరాన్ని స్వాధీనం చేసుకున్నాడు. తదుపరి, ఆంధ్రకోస్తాతీరంలోని వేంగిని జయించాడు. చాళుక్య సామంత రాజ్యంగా ఏర్పడ్డ తీరాంధ్ర ప్రాంతాన్ని, క్రీ.శ.621లో పులకేశి తన సోదరుడైన విష్ణు వర్ధనుని పాలనకు అప్పగించాడు. ఈ పరిణామం, వేంగిలో తూర్పు చాళుక్యుల పాలనకు నాంది అయింది. మూల వంశం తరవాత కూడా, వీరి పాలన ఎంతో కాలం కొనసాగటం విశేషం.

దక్షిణాపథంలో ఎదురులేని సార్వభౌమాధికారాన్ని స్థాపించిన తదుపరి, ఉత్తర భారతంలో కూడా చాళుక్య సామ్రాజ్యాధికార విస్తరణకై రెండో పులకేశి పూనుకొని, ప్రయత్నించటం పేర్కోదగ్గ విషయం. గుజరాత్, మధ్యప్రదేశ్ ప్రాంతాల్లోని లాట, మాళ్వ, గూర్జర రాజ్యాలను జయించాడు. ఫలితంగా, ఉత్తర హిందూస్థాన అధినేతగా ఉన్న హర్షునితో, యుద్ధానికి తలపడాల్సొచ్చింది. అయితే, ప్రశంసాత్మకంగా, దీనిలో రెండో పులకేశి విజయాన్ని సాధించగా, నర్మదానది ఇరు సామ్రాజ్యాలకు సరిహద్దుగా అంగీకరించడం జరిగింది. చాళుక్య చక్రవర్తి దిగ్విజయాలను విని, పారశీక చక్రవర్తైన రెండో ఖుస్రూ తన రాయబారిని పులకేశి ఆస్థానానికి పంపించాడు. క్రీ.శ.640-41 ప్రాంతంలో చాళుక్య రాజ్యాన్ని సందర్శించిన చైనా యాత్రికుడైన హ్యుయాన్‌త్సాంగ కూడా, ప్రజల ఆర్థికాభివృద్ధి, ధీరోదాత్తత, రాజ్య విశేష సైనిక బలాల గురించి ఎంతో మెచ్చుకున్నాడు.

ఇంతటి విజయపూర్వకమైన రెండో పులకేశి పాలనా జీవితం విషాదాంతంగా ముగిసింది. క్రీ.శ.641లో పల్లవ రాజ్యంపై రెండోసారి దాడిచేశాడు. అయితే, మహేంద్రవర్మ తరవాత అతని కుమారుడైన నరసింహ వర్మ పల్లవుడు, ఈ దాడిని తిప్పి కొట్టడమే గాక, బాదామిని ముట్టడించి, పులకేశిని వధించాడు. ఈ దెబ్బ నుంచి కోలుకోపటానికై, చాళుక్య సామ్రాజ్యానికి 12 సంవత్సరాలు పట్టింది.

తదనంతర పాలన, సామ్రాజ్య పతనం

రెండో పులకేశి కుమారుడగు విక్రమాదిత్యుడు, క్రమంగా పరిస్థితులను అదుపులోకి తెచ్చుకొని, క్రీ.శ.654-55లో పాలనను ప్రారంభించాడు. పల్లవులతో ఘర్షణ

తిరిగి మొదలైంది. వరుసగా, పల్లవ రాజులైన రెండో మహేంద్రవర్మ, పరమేశ్వర వర్మలను ఓడించాడు. మరో విశేషమేమంటే, విక్రమాదిత్యుని సోదరుడైన జయసింహవర్మ, లాట, దక్షిణ గుజరాత్ ప్రాంతాలపై గవర్నర్‌గా నియమించి, క్రమంగా స్వతంత్రాధికారాన్ని పొంది, లాట చాళుక్య శాఖ స్థాపకుడయ్యాడు. విక్రమాదిత్యుని అనంతరం, వినయాదిత్యుడు (క్రీ.శ.681-96) సింహాసనాన్నధిష్ఠించాడు. ఈతని పాలన శాంతియుతంగా గడచింది. ఇతడు కావించిన ఒకేఒక ఉత్తర భారతదేశ దండయాత్ర వివరాలు తెలియటం లేదు. అనంతర పాలకుడైన విజయాదిత్యుని (క్రీ.శ.696-733) కాలంలో కూడా శాంతియుత పరిపాలన కొనసాగింది. వట్టడకల్ సుందర ఆరామంగా తీర్చిదిద్దబడింది.

రెండవ విక్రమాదిత్యుని (క్రీ.శ.733-44) కాలంలో, సింధు ప్రాంతంలో స్థిరపడ్డ అరబ్బుల దాడులు దక్కన్‌లోకి వ్యాపించకుండా చూడవల్సి వచ్చింది. అయితే, లాట చాళుక్య వంశ రాజకుమారుడగు పులకేశి, వీటిని కొంతవరకు అరికట్టగల్గినాడు. గతంలో బాదామి చాళుక్య రెండో పులకేశికి జరిగిన పరాభవానికి ప్రతిచర్యగా, రెండో విక్రమాదిత్యుడు క్రీ.శ.740లో పల్లవరాజ్యంపైకి దండెత్తి, రాజధాని కంచి నాక్రమించి, కొంతకాలం తరవాత దాన్ని వదిలివేశాడు. బాదామి చాళుక్యుల్లో చివరివాడు, రెండో కీర్తివర్మ (క్రీ.శ.744-45 - 752-53). ఇతడి కాలంలో కూడా, చాళుక్యులు పల్లవ రాజ్యంపై దండెత్తి, బాగా కొల్లగొట్టారు. అయితే, క్రీ.శ.752-53లో ఎల్లోరా ప్రాంతంలో పాలన చేస్తున్న దంతిదుర్గ రాష్ట్రకూటుడు, బాదామి చాళుక్యుల అధికారాన్ని అంతం చేసి, తన వంశ పాలనను ప్రారంభించాడు. నిరంతర చాళుక్య-పల్లవ సంఘర్షణలు, అరబ్బుల దండయాత్రల ఫలితంగా, విపరీతమైన ఆర్థిక, సైనిక నష్టాలు, చాళుక్య సామ్రాజ్యానికి వాటిల్లాయి. ఫలితంగా, దంతిదుర్గుని దాడిని చాళుక్య సేనలు తిప్పికొట్టలేకపోయాయి. దక్షిణాపథ చరిత్రలో రెండో అధ్యాయం పరిసమాప్తమైంది.

రాష్ట్రకూటులు (క్రీ.శ.752—973)

రాజవంశాలు ఒకదాని వెంబడి మరొకటి అంతరిస్తూ వచ్చినా, దక్కన్‌లో రాజకీయ, సాంస్కృతిక అధికృత, ఐక్యతలు నిరాఘాటంగా కొనసాగుతూ రావడం, నాటి చారిత్రక విశేషం. శాతవాహనులు, చాళుక్యులందించిన వారసత్వాన్ని, విలువలను రెండు శతాబ్దాల పాటు రాష్ట్రకూటులు, పెంపొందించి, పటిష్ఠపరచారు. 'రాష్ట్రకూట' అంటే 'రాష్ట్రపతి' అని భావించాలి. బీరార్, బీదర్ మొదలగు మహారాష్ట్ర, కన్నడ ప్రాంతాల్లో చాళుక్య సామంతులుగా ఉండి, క్రీ.శ.752 నాటికి స్వంత అధికారాన్ని స్థాపించుకున్నారు. వీరి మాతృభాష కన్నడం.

దంతిదుర్గుని (క్రీ.శ.752-56) పినతండ్రైన కృష్ణుడు (క్రీ.శ.756-775), చాళుక్యాధికారాన్ని పూర్తిగా తుదముట్టించాడు. ఈతని కాలంలోనే వేంగి -- రాష్ట్రకూట రాజ్యాల మధ్య సంఘర్షణ మొదలైంది. ప్రతీకగా ఇతడు, ఎల్లోరాలో కైలాసనాథ ఆలయాన్ని నిర్మించాడు. ఈతని రెండో కుమారుడైన ధృవుని (క్రీ.శ.780-794) కాలంలో, ఉత్తర, దక్షిణాల్లో కూడా, రాష్ట్రకూట ఆధిపత్యానికి తిరుగులేకుండా పోయింది. దక్షిణాన పల్లవులు, గాంగులు, తూర్పున వేంగి చాళుక్యులు, ఉత్తరాన గూర్జరులు, పాలవంశీయులు ధృవుని చేత ఓటమిపొందారు. ఈ సైనిక విజయాలతో, రాష్ట్రకూట సామ్రాజ్యం అఖిలభారత ప్రతిష్ఠనందుకొంది.

మూడో గోవిందుడు (క్రీ.శ.794—814)

ఇతడు ధృవుని తృతీయ పుత్రుడు. తండ్రిని మించిన కొమరునిగా ఖ్యాతి నొందాడు. తన జ్యేష్ఠ సోదరుడైన కంబ, గాంగ, పల్లవ, వేంగీశులను కూడగట్టుకొని

తిరుగుబాటు చేయగా, ఈ కూటమిని మూడో గోవిందుడు విచ్ఛిన్నం చేశాడు. ఉత్తర దండయాత్రలో గూర్జర ప్రతీహార, గహద్వాల, పాలవంశ రాజుల నేడించి, తన సార్వభౌమత్వాన్ని రుజువు చేసుకున్నాడు. గోవిందుడు ఉత్తర దాడిలో ఉండగా, దక్కన్‌లో వేంగి రాజైన రెండో విజయాదిత్యుడు గాంగ, పల్లవ, కేరళ అధిపతుల సాయంతో, రాష్ట్రకూట విజృంభణ నరికట్ట ప్రయత్నించాడు. మరల, తన ప్రతిభనుపయోగించి ఈ కూటమిని ధ్వంసం చేయడమేగాక, వేంగి సింహాసనాన్నుంచి రెండో విజయాదిత్యుని పారదోలి, అతని తమ్ముడైన భీమసలుకిని ప్రతిష్ఠించాడు.

తన జైత్రయాత్రను దక్షిణంలో కొనసాగిస్తూ మూడో గోవిందుడు క్రి.శ.803-804లో కంచి పల్లవులపై దండెత్తాడు. రాజగు దంతివర్మనేడించి, విజయ ధ్వజాన్ని కంచి రాజధానిలో నాటాడు. ఈ విజయాలను అభినందిస్తున్నట్లుగా, సింహళదేశపు రాజు కానుకలతో తన రాయబారులను మూడో గోవిందుని దర్శించి సమర్పించేందుకై, కంచికి పంపినాడట. రాష్ట్రకూట సామ్రాజ్య వంశప్రతిష్ఠ ఈతని కాలంలో మహోన్నత దశకు చేరిందనటంలో సందేహం లేదు.

తరవాత పాలకులు, విశేషాలు

గోవిందుని కుమారుడైన అమోఘవర్షుడు (క్రి.శ.814-78), 64 సంవత్సరాల సుదీర్ఘ పాలన చేశాడు. తండ్రి మరణ సమయంలో పిన్నవాడైనందున, శత్రురాజులు దాడులు ప్రారంభించారు. అయితే, అమోఘవర్షుడు వైవాహిక సంబంధాల ద్వారా తెలివైన రాజనీతిని ప్రదర్శించి, ఈ దాడుల నుంచి రాజ్యాన్ని కాపాడగల్గాడు. ఇతడు శాంతి ప్రియుడు. జైన మత, కన్నడ భాషాభిమాని. కన్నడ భాషలో స్వయంగా మంచి పండితుడు, మాన్యఖేట నగరాన్ని నిర్మించి, తన రాజధానిగా చేసుకున్నాడు. గమనించదగ్గ విషయమేమంటే, అరబ్బు యాత్రికుడైన సులేమాన్ దృష్టిలో, ప్రపంచంలోని నాటి ప్రఖ్యాత చక్రవర్తుల్లో అమోఘవర్షుడొకడుగా పరిగణనపొందాడు. దీన్నిబట్టి, భారతదేశపు నాటి రాజులందరిలో అమోఘవర్షుడు అగ్రగణ్యుడనే విషయం, చెప్పకనే తెలుస్తుంది

అమోఘవర్షుని కుమారుడైన రెండో కృష్ణుని (క్రి.శ.880-915) కాలంలో, రాష్ట్రకూట సామ్రాజ్య విచ్ఛిన్నతి మొదలైంది. ప్రతీహార, తూర్పు చాళుక్య రాజుల దాడుల నెదుర్కొని, కొన్ని రాజ్య భాగాలను కోల్పోయాడు. చోళ పరాంతకుని చేతిలో కూడా పరాజయాన్ని పొందాడు. అయితే, ఈతని మనుమడైన మూడో ఇంద్రుడు (క్రి.శ.915-27) మాత్రం, ప్రతీహారులు తూర్పు చాళుక్యులను జయించి, దెబ్బతిన్న వంశ ప్రతిష్ఠను కొంతవరకు పునరుద్ధరించగల్గాడు. తదనంతరం, సింహాసనానికై, రాష్ట్రకూట రాకుమారుల మధ్య కలహాలు చెలరేగాయి. క్రి.శ.939లో సింహాసనమెక్కిన మూడో కృష్ణుడు, రాష్ట్రకూట సామ్రాజ్య వంశ ప్రతిష్ఠలకు వన్నె తెచ్చాడు. దక్షిణాన చోళులనేడించి, రామేశ్వరం వరకు వెళ్లి, విజయధ్వజాన్ని నాటాడు. వేంగి రాజు ఈతని సామంతుడైనాడు. ఉత్తరాన పరమారులను ఓడించి, ఉజ్జయిని రాష్ట్రాన్ని వశపర్చుకొన్నాడు.

కాని, మూడో కృష్ణుని అనంతరం, సామ్రాజ్య విచ్ఛిత్తి త్వరితగతిన సంభవించింది. ఈతని తమ్ముడైన ఖొట్టిగ నేడించి, క్రి.శ.972లో పరమారశియకుడు మాన్యఖేట నగరాన్ని ధ్వంసం చేశాడు. రాష్ట్రకూట ప్రతిష్ఠకు ఇది తీరని దెబ్బగా పరిణమించింది. ఇటువంటి క్లిష్టపరిస్థితిలో సింహాసనాన్నధిష్ఠించిన కర్కరాజు (క్రి.శ.972-73), అసమర్థుడు, విషయలోలుడై పరిస్థితిని ఇంకా విషమింపజేసాడు. సామంతులు, స్వతంత్రులు కాసాగారు. ఆ విధంగా, తాండవాడిని పాలిస్తున్న చాళుక్య తైలపుడు కర్కరాజును పారద్రోలి, మాన్యఖేటంలో చాళుక్యాధికార స్థాపన చేశాడు. ఈ శాఖీయులకు 'కల్యాణి చాళుక్యు' లని

పేరు. వీరు 16వ శతాబ్దాంతం వరకు దక్కన్‌లో అధికారాన్ని చలాయిస్తూ వచ్చారు. సాంస్కృతిక రంగంలో విశిష్ట సేవల నొనరించారు. క్రి.శ. 973లో రాష్ట్రకూట సామ్రాజ్య విచ్ఛిన్నంతో, దక్షిణ భారతదేశ రాజకీయ చరిత్ర ప్రాధాన్యతా గమనం, దక్కన్ నుంచి దక్షిణ దేశానికి, లేక తమిళ ప్రాంతానికి మారింది.

కంచి పల్లవులు (క్రి.శ.575–894)

తమిళనాడు ప్రాంతాన్ని క్రి.శ 6వ శతాబ్ది మధ్య కాలం వరకు కలభ్ర తెగకు చెందిన నాయకులు పాలిస్తుండేవారు. తదనంతరం వీరు, సింహవిష్ణు సంతతికి చెందిన పల్లవులు, కడుంగోన్‌కు చెందిన పాండ్యుల చేత, పదవీచ్యుతులయ్యారు: ఫలితంగా కంచి రాజధానిగా పల్లవులు, మధురై రాజధానిగా పాండ్యులు దక్షిణ దేశంలో స్వతంత్ర రాజ్యాలను స్థాపించారు. మూడు శతాబ్దుల సుదీర్ఘకాలం దక్కన్‌లో వరసగా బాదామి చాళుక్యులు, రాష్ట్రకూటులతోను, దక్షిణంలో పాండ్యులు, చోళులతోను నిరంతర రాజకీయ ఆధిక్యతా పోరాటాన్ని జరపడంతోబాటు తమిళ లేక దాక్షిణాత్య సంస్కృతి తొలి రూపురేఖలు దిద్దుకోడానికి కూడా, పల్లవులు విశేషంగా తోడ్పడ్డారు.

పల్లవుల గురించి మనకు ప్రధానంగా సమాచారాన్నిచ్చే శాసనాలు మొదట ప్రాకృతంలో, తరవాత సంస్కృతం తదుపరి సంస్కృత, తమిళ, భాషలు రెండింటిలోను వెలవడ్డాయి. ప్రాంతీయత, సార్వభౌమత్వం, సార్వభౌమత్వ ప్రాంతీయత అనే పల్లవ రాజ్యాధికార, సంస్కృతి పరిణామ స్రవంతికి చెందిన మూడు దశలను ఇవి సూచిస్తున్నాయి. అధికార స్థాపకుడైన సింహవిష్ణువు తన రాజ్య సరిహద్దులను తిరుచునాపల్లి వరకు విస్తరించగల్గాడు. కలభ్ర, చోళ, పాండ్యులతోబాటు, మలయా, సింహళాలను కూడా తన జైత్రయాత్రల్లో ఈతడు జయించాడని, ఈతని కుమారుడైన మహేంద్రవర్మ 'మత్త విలాస ప్రహసనం' అనే తన నాటక గ్రంథంలో పేర్కొనుట, గమనించదగ్గ విషయం.

మహేంద్రవర్మ (క్రి.శ.580-630) పరిపాలించిన అర్ధ శతాబ్ది కాలం, రాజకీయ, మత, సాహిత్య, కళా రంగాల్లో పేరుగాంచింది. సామ్రాజ్య విస్తరణకై, పల్లవ పాండ్య యుద్ధాలు ఆరంభమయ్యాయి. తమిళ ప్రాంత అధికారానికి కీలకమైన కావేరి నదీ డేల్టా ఆక్రమణ గురించి, పాండ్యులతో పోరాడవలసి వచ్చింది. ఉత్తరాపథ చక్రవర్తి హర్షుని ఓడించిన రెండో పులకేశి నాయకత్వంలో పశ్చిమచాళుక్యులు, కృష్ణా–గోదావరి తీరప్రాంతాన్ని పల్లవులాక్రమించకుండా చూడ తలపడ్డారు. ఫలితంగా, ఘర్షణ మొదలైంది. క్రి.శ.630లో రెండో పులకేశి పల్లవ రాజ్యంపై దండెత్తి, పుల్లలూరు (చెంగల్పట్టు జిల్లా) యుద్ధంలో మహేంద్రవర్మను పరాజితుని చేశాడు. దీని కారణంగా, కోస్తా ఆంధ్రలోని దక్షిణ ప్రాంతాలను, కడప, అనంతపూర్ జిల్లాలను, పల్లవులు చాళుక్యులకు దత్తం చేయవలసి వచ్చింది. యుద్ధానంతర కొలది కాలానికే, మహేంద్రవర్మ గతించాడు.

మహేంద్రవర్మ స్వయంగా మంచి నాటక కర్త, కవి. 'మత్తవిలాస ప్రహసనం' అనే ప్రఖ్యాత నాటకాన్ని రాశాడు. మొదట జైన మతస్థుడిగా నుండి తదుపరి అప్పార్ అనే శైవ గురువు బోధనల చేత ప్రభావితుడై, శైవమతావలంబి అయ్యాడు. ఈ పరిణామం, తరవాత కాలంలో, తమిళ ప్రాంతంలోని జైన మతాభివృద్ధిపై తీవ్ర ప్రభావాన్ని వేసింది. కళా రంగంలో, ప్రఖ్యాతిగాంచిన ఏకశిలా నిర్మిత దేవాలయాలను, మహాబలిపురంతో సహా పలుచోట్ల, ఈతడు సుందరంగా తీర్చిదిద్దాడు. ఈతని బహుముఖ ప్రజ్ఞకు నిదర్శనంగా, 'విచిత్ర చిత్తు'డనే బిరుదాన్ని పొందాడు.

మొదటి నరసింహ వర్మ (క్రీ.శ.630-668)

మహేంద్రవర్మ కుమారుడైన నరసింహ వర్మ, పల్లవ రాజులందరిలో అగ్రగణ్యుడిగా పేరుగాంచాడు. తన సైనిక విజయాలకు సూచనగా, 'మామల్ల' లేదా 'మహామల్ల' అనే బిరుదాన్ని ధరించాడు. దీని నుండే, 'మహాబలిపుర' మనే ప్రసిద్ధ నగర నామ మావిర్భవించింది. తన తండ్రి చాళుక్యుల చేతిలో చవిచూచిన ఓటమికి ప్రతీకారాన్ని తీర్చుకునేందుకై, ప్రప్రథమంగా నరసింహవర్మ వారిపై దండెత్తాడు మూడు చోట్ల జరిగిన యుద్ధాల్లో (క్రీ.శ.639-643) రెండో పులకేశి ఓడిపోవటమేగాక, ఇతని సైన్యాలు బాదామి వరకు తరుమబడ్డాయి. రాజధాని తీవ్ర నష్టానికి గురిచేయబడి, చివరకు ఇతడు వధించబడ్డాడు. నరసింహవర్మ ధరించిన 'వాతాపికొండ' బిరుదు, ఈ అఖండ పల్లవ విజయాన్ని సంకేతపరుస్తుంది. దీంతో పల్లవులు లోగడ కోల్పోయిన తమ రాజ్య ఉత్తర భాగాలు, తిరిగి వారికి సంక్రమించాయి. చాళుక్యుల తోడి యుద్ధంలో తనకు సాయంగా నిల్చిన సింహళ రాకుమారుడైన మానవర్మను సింహాసనాధిష్టుని చేయటానికై, నరసింహవర్మ సింహళంపై దండెత్తి పోడ్పడ్డాడు.

తన తండ్రి వలెనే నరసింహవర్మ కూడా సారస్వత, శిల్పకళలను గొప్పగా ఆదరించి, అభివృద్ధి పరచాడు. క్రీ.శ.640 ప్రాంతంలో కిరాతార్జునీయ మనే ప్రఖ్యాత సంస్కృత కావ్యాన్ని వ్రాసిన భారవి, ఈతని ప్రోత్సాహాన్ని పొందినట్లుగా తెలుస్తుంది. 'పాండవుల రథాలు' గా ప్రసిద్ధిగాంచిన ఏకశిలానిర్మిత దేవాలయాలు, మహాబలి ప్రతీకలుగా వెలుగొందుచున్నాయి. నరసింహవర్మ పాలనాకాలపు మరొక విశేషం, చైనా యాత్రీకుడైన హ్యుయాన్‌త్సాంగ్ కాంచీపురాన్ని సందర్శించి, క్రీ.శ.640 ప్రాంతంలో ప్రజల అలవాట్లు స్థితిగతులు, మత పరిస్థితుల గురించి, పలు ఆసక్తికర విషయాలను పేర్కొన్నాడు. 'ఇక్కడి ప్రజలు కష్టించి పనిచేసేవారు... ప్రజలు నీతిపరులు. సత్య ప్రియులు. వీరికి విద్యావ్యాసంగాల్లో శ్రద్ధాసక్తులు అధికం' అనే మాటలు గమనించదగ్గవి.. దక్షిణ భారతదేశంల్లో పల్లవ ప్రతిష్ఠ నరసింహవర్మ కాలంలో, అన్ని విధాల ఇనుమడించిందనుటలో సందేహం లేదు.

తదనంతర పాలన, విశేషాలు

నరసింహవర్మ మరణానంతరం, పల్లవ-చాళుక్య ఆధిపత్య పోరాటం ఉధృత మైంది. ఎక్కువసార్లు, చాళుక్యులదే పై చేయిగా ఉంటూ వచ్చింది. అయితే, రెండో నరసింహవర్మ కాలం (700-728) మాత్రం ప్రశాంతంగా సాగింది. ఈతనికి 'రాజసింహ' అనే బిరుదు ఉంది. శైవుడై, అనేక శివాలయాలను నిర్మించాడు. పల్లవ వాస్తుకళా లక్షణాలకు ప్రతీకగా నిల్చిన 'మహాబలిపుర తీరదేవాలయాన్ని' ఇతడే రూపొందించాడు. ఈతని కుమారుడైన రెండో పరమేశ్వరవర్మ క్రీ.శ.731లో పశ్చిమ గాంగులతో చేస్తున్న యుద్ధంలో మరణించటంతో, సింహవిష్ణు వంశం అంతరించింది. సామంతులు, కంచి విద్వాంసులు సమావేశమై నందివర్మ అనే పల్లవ శాఖీయుని రాజుగా ఆమోదించారు.

నందివర్మ పాలనాకాలంలో పల్లవ రాజ్య క్షీణత ప్రారంభమైంది. పశ్చిమ చాళుక్యులు, పశ్చిమ గాంగులతోబాటు, పాండ్యులు, రాష్ట్ర కూటులతోకూడా ఇతడు పోరాడవలసి వచ్చింది. చివరి పల్లవ రాజైన అపరాజిత వర్మ (880-894) కాలం నాటికి, తంజావూరు చోళులు కూడా బలమైన శక్తిగా ఏర్పడ్డారు. క్రీ.శ.894లో చోళ-పల్లవుల మధ్య జరిగిన యుద్ధంలో, ఆదిత్యచోళుడు అపరాజితవర్మను అంతమొందించాడు. దీంతో, దక్షిణదేశ, లేక తొండైమండల ఆధిపత్యం చోళులకు దక్కింది. రాజకీయ అధికారం

మారినా, పల్లవులు నాటిన తమిళ సంస్కృతి బీజాలు, చోళుల కాలంలో వృద్ధిచెంది, శాశ్వత రూపురేఖలను దిద్దుకున్నాయి.

తంజావూరు చోళులు (క్రీ.శ.900–1279)

షుమారు నాల్గు శతాబ్దుల సుదీర్ఘకాలం, దక్షిణదేశంలో చోళులు సుస్థిర పాలనను గావించారు. దక్షిణాపథ వివిధ ప్రాంతాల నేలిన రాజవంశాల -- కల్యాణి చాళుక్యులు, దేవగిరి యాదవులు, ఓరుగల్లు కాకతీయులు, ద్వారసముద్ర హొయసాలులు, మధుర పాండ్యులు -- వారితో, చోళులు రాజకీయ సంబంధాలను నెరపారు. సామాజిక సంస్థలు, పరిపాలన, మత, లలిత కళా రంగాల్లో గూడ ఈ యుగంలో, గుణాత్మకమైన, విశాల ప్రభావ సమన్వితమైన మార్పులు చోటుచేసుకున్నాయి. ఇదే యుగంలో చోళ సంస్కృతి ఆగ్నేయాసియా రాజ్యాలకు వ్యాపించడం, ఈ రాజ్యాలు, దక్షిణ భారతదేశం మధ్య, రాజకీయ, ఆర్థిక సంబంధాలు నెలకొనడం, ప్రాముఖ్యతతో కూడుకున్న పరిణామాలు.

తమిళనాడు ప్రాంతంలో సామంతులుగా చోళులు, క్రీ.శ. ఒకటో శతాబ్ది నుంచే కొనసాగుతున్నారు. కలభ్రులు, పల్లవుల విజృంభణ కారణంగా, వీరి అధికారం పెరిగే అవకాశాలు కనిపించలేదు. పలు శతాబ్దులనంతరం, క్రీ.శ.850 ప్రాంతంలో విజయాలయ చోళుడు పల్లవ సామంతుడిగా ఉంటూ, పాండ్యుల సామంతుడైన ముత్తరైయార్ నేడించి, తంజావూరును స్వాధీనం చేసికొనటం, చోళ విజృంభణకు నాంది పలికింది. తమిళనాడుకి ప్రాంతం నడిబొడ్డులాంటిది, స్వతంత్ర పాలకుడిగా తన హోదాను విజయాలయుడు ప్రకటించుకున్నాడు. ఈతని కుమారుడైన ఆదిత్య చోళుడు తెలివైన రాజనీతిని ప్రదర్శించి, అధికార విస్తరణను సాధించాడు. పాండ్యులు, పశ్చిమ గాంగులతో మైత్రిని నెరవి, పల్లవ-పాండ్య యుద్ధాల్లో పాల్గొని, పల్లవ రాజైన అపరాజితవర్మను పదవీచ్యుతుని గావించి, కంచితో సహా తొండైమండలాన్ని అధీనం చేసికున్నాడు.

షుమారు అర్ధ శతాబ్ది (907-54) కాలం పాలన చేసిన మొదటి పరాంతకుడు చోళ వంశ ప్రతిష్ఠాధికారాలను పెంపుచేయగల్గాడు. దక్షిణాన ఉన్న పాండ్యుల నేడించి, రాజధానైన మధురను పట్టుకొన్నాడు. ఫలితంగా, మధురైకొండ అనే బిరుదును ధరించాడు. ఈ ఆక్రమణతో సింహళానికి చేరువకాగా, అనేక దశాబ్దాలుగా సాగిన చోళ-సింహళ వైరానికి నాందీ పలికినట్లైంది. చోళ-రాష్ట్రకూట సంఘర్షణ కూడా, ఈతని కాలంలో ప్రారంభమైంది. క్రీ.శ.916లో జరిగిన వల్లాల యుద్ధంలో రాష్ట్రకూటులోడితే, క్రీ.శ.949లో జరిగిన తక్కోలం యుద్ధంలో చోళులోడిపోయారు. ఫలితంగా, ఇటీవల గెల్చుకున్న ఉత్తర జిల్లాలను, చోళులు కోల్పోవలసి వచ్చింది. ఈ దెబ్బ నుంచి కోలుకోవటానికి, బలహీన పాలకుల కారణంగా, చోళ రాజ్యానికి ముప్పది సంవత్సరాలు పట్టింది. రాజకీయ జాతకాలు తారుమారై, రాష్ట్రకూటులు చాళుక్యుల నుంచి గట్టి పోటీని ఎదుర్కోవల్సి వచ్చింది. ఇదే అదనుగా తీసికొని, చోళులు తాము రాష్ట్రకూటులకు కోల్పోయిన ప్రాంతాలను క్రమంగా తిరిగి స్వాధీనం చేసికున్నారు.

మొదటి రాజరాజు (క్రీ.శ.985–1014)

ఒకటవ రాజరాజు సింహాసనాన్నధిష్ఠించడంతో, చోళ సామ్రాజ్యవాద విధానమారంభమైంది. పాశ్చాత్య వ్యాపారంపై ఆధిపత్యాన్ని నిర్వహిస్తున్న కేరళ, శ్రీలంక, పాండ్య రాజ్యాల సముదాయాన్ని విచ్ఛేదించుటకై పూనుకున్నాడు. పశ్చిమ తీర వ్యాపారంలో బాగా పాతుకొనిపోయిన అరబ్బులకు కేరళ పాలకుల మద్దతు ఉండింది. ఆగ్నేయాసియా

వ్యాపారంలో కూడా అరబ్బుల పోటీని చోళులు గుర్తించి, దీనిని అంతం చేసేందుకై మలబార్ ప్రాంతాన్ని తమ వశం చేసికునేందుకై ప్రయత్నించారు. అరబ్బుల వ్యాపారంలో ముఖ్యపాత్ర వహించిన మాల్దీవులపై, రాజరాజు నౌకా దాడిని జరిపాడు. సింహళంపై భీకర దండయాత్రను నిర్వహించి, అనురాధపుర రాజధానిని ధ్వంసం చేయటంతో, రాజధాని "పొలోన్నరువా" కు మార్చబడింది. సింహళ ఉత్తర భాగం స్వాధీనం చేసికోబడి, 'ముమ్మడిచోళ మండలం' గా నామకరణం చేయబడింది.

రాజరాజు కావించిన విస్తృత సైనిక దాడుల ఫలితంగా, వేనాడు, కేరళ, కదమలైనాడు, గంగవాడి, బనవాడి, దోలంబవాడి, రట్టపడిలాంటి భాగాలన్నీ చోళ సామ్రాజ్యంలో లీనమయ్యాయి. కళ్యాణి చాళుక్య సోమేశ్వరుని ప్రయత్నాలన్నీ వమ్ముచేసి, తూర్పున ఉన్న వేంగిపై కూడా చోళాధిపత్యం నెలకొల్పబడింది.

సువిశాల సామ్రాజ్య స్థాపనతోబాటు, క్రమబద్ధమైన పాలనావిధానాన్ని కూడా రాజరాజు ఏర్పరచాడు. ముఖ్యంగా, గ్రామ స్వయంపాలనా విధానం విస్తృత ప్రాతిపదికపైన, మార్గదర్శకంగా ప్రవేశపెట్టబడింది. పంటపొలాలను సర్వేచేయించి న్యాయమైన పన్నులను వసూలు చేశాడు. రాజరాజు శివారాధకుడు. ఐనప్పటికీ, ఇతర మతాల వారి పట్ల సహన భావాన్ని ప్రదర్శించాడు. శైలేంద్ర రాజైన శ్రీమార విజయోత్తుంగ వర్మ నాగపట్టణంలో బౌద్ధ విహారాన్ని నిర్మించటానికి అనుమతినివ్వడమేగాక, దాని నిర్వహణకై ఒక గ్రామాన్ని దానమిచ్చాడు. రాజరాజు కళలను గూడా విశేషంగా పోషించాడు. చోళ వాస్తుకళా శైలికి గొప్ప ప్రతీకగా నిల్చిన తంజావూరు బృహదీశ్వరాలయాన్నితడు నిర్మించాడు. చోళ చరిత్రలో రాజరాజు కాలం మహోజ్వల ఘట్టంగా పరిగణించబడుట, ఎంతైనా సమంజసమనిపిస్తుంది.

రాజేంద్ర చోళుడు (క్రీ.శ.1014–1044)

మొదటి రాజేంద్రుడు తన తండ్రి రాజరాజుతో రెండు సంవత్సరాలు సంయుక్తపాలన చేసి, క్రీ.శ.1014లో సంపూర్ణ బాధ్యతను చేపట్టాడు. ఇతడు కావించిన సైనిక విజయాలు, తండ్రిని మించిన శూరునిగా ఖ్యాతిని తెచ్చాయి. చోళ సామ్రాజ్యవాద విధానం కొనసాగింది. వంశ ప్రాభవం పరాకాష్ఠనందుకుంది. వాయవ్యాన కల్యాణి చాళుక్యులు, ఈశాన్యాన వేంగి చాళుక్యులు ఓడించబడి, చోళ సార్వభౌమాధికారానికి లోబడ్డారు. వేంగి, సింహాసనం మీద రాజరాజనరేంద్రుడు ప్రతిష్ఠించబడ్డాడు. ఈ సందర్భంలోనే, రాజేంద్రుడు కళింగ మీద దాడి చేసి, గంగాతీరం వరకూ వెళ్లి, బెంగాల్ నేలుతున్న మహీపాలునోడించి, గంగైకొండచోళ' బిరుదాన్ని ధరించాడు. అయితే, ఏడు శతాబ్దుల క్రిందట సముద్రగుప్తుడు జయించిన దక్షిణ భారతదేశ రాజ్యాలవలె (చూడు. సముద్రగుప్తుడు, అధ్యాయం-7) రాజేంద్ర చోళుడు గెల్చిన ఉత్తర దేశ భాగాలు అతని సామ్రాజ్యంలో భాగాలు కాలేదు. చోళ రాజకీయాధిక్యతను మాత్రమే ఇవి ప్రదర్శించాయి. కేరళ, పాండ్య, సింహళ ప్రాంతాల్లో చెలరేగిన తిరుగుబాట్లు అణచివేయబడి, సుస్థిర పాలన కొనసాగించబడింది.

ఆగ్నేయాసియాలో శ్రీ విజయ రాజ్యంపై ఇతడు జరిపిన సైనిక, నావికా దాడులు అత్యంత ఆసక్తికరమైనవి. చైనా, దక్షిణ భారతదేశాల మధ్య సాగుతున్న వ్యాపారంలో దక్షిణ మలయా, సుమత్రాలలోని భారతీయ వర్తకుల ప్రయోజనాలను పరిరక్షించేందుకై, ఇవి చేపట్టబడ్డాయి. శైలేంద్ర వంశస్థుడైన సంగ్రామ విజయోత్తుంగ వర్మ పరాజితుడుగావించబడి, మలక్కా జలసంధి వెంట ఉన్న పలు కీలక స్థలాలు, చోళుల వశమయ్యాయి. శ్రీ విజయ రాజ్యం గుండా భారతీయ నౌకలు, వ్యాపారం క్షేమంగా నడవసాగాయి. వ్యాపారాభివృద్ధి కారణంగా, చైనా-భారతదేశాల మధ్య దౌత్య సంబంధాలు నెలకొన్నాయి. క్రీ.శ.1016,

1033, 1037 లలో, చైనాకు రాయబారులు పంపబడ్డారు.

రాజరాజువలె రాజేంద్రుడు కూడా సారస్వత, వాస్తుశిల్ప కళలను బాగా పోషించాడు. 'గంగైకొండ - చోళపుర'మనే నూతన నగరాన్ని నిర్మించి, తన రాజధానిగా చేసికున్నాడు. తంజావూరులో తన తండ్రి నిర్మించిన ప్రసిద్ధ బృహదీశ్వరాలయాన్ని పోలిన శివాలయాన్ని, రాజేంద్ర చోళుడు గంగైకొండచోళపురంలో నిర్మించాడు. చోళుల కీర్తిప్రతిష్ఠలకు రాజేంద్ర చోళుడు వన్నె తెచ్చాడనడంలో, అతిశయోక్తి కన్పించదు.

తదనంతర చోళ పాలన విశేషాలు

రాజేంద్ర చోళుని తరవాతి చోళ చక్రవర్తులు, లోగడ అవలంబించిన రాజకీయ విధానానికి భిన్నంగా, దక్షిణ ద్వీపకల్పంలో తమ రాజ్య భాగాలను శత్రుదాడుల నుంచి వదిలం చేసుకొవడానికి, తమ దృష్టిని ప్రసరించారు. కల్యాణి చాళుక్యులు, పాండ్యులు, కేరళ, సింహళ సామంతులతో తరచూ యుద్ధాలు జరుగుతూ వచ్చాయి. ఇలాంటి పరిస్థితుల్లో, క్రి.శ.1070 చోళ వంశానుక్రమణికలో, ముఖ్యమైన మార్పొకటి సంభవించింది. వీరరాజేంద్రుని మరణంతో చోళ ప్రధానవంశమంతరించింది. ఫలితంగా, తూర్పు చాళుక్య రాకుమారుడైన రాజేంద్రుడు చోళ రాజ్యాధిపతయ్యాడు. ఇతడే కులోత్తుంగ చోళుడు (క్రి.శ.1070-1118). ఈతని వారసులు చాళుక్య-చోళులుగా ప్రసిద్ధినొందారు.

కుళోత్తుంగుడు షుమారు అర్థ శతాబ్ది పాలన గావించి, చోళ సామ్రాజ్య ప్రతిష్ఠను ఇనుమడింపజేయటానికై కృషి సల్పాడు. వేంగి ఆక్రమణకై చాళుక్యులు జరిపిన ప్రయత్నాలను వమ్ముచేసి, 1076లో సైనిక స్థావరాలను నెలకొల్పి, శాంతి భద్రతలను పరిరక్షించాడు. సింహళాధీశునికి తన కుమార్తెనిచ్చి, సఖ్యత వహించాడు. సైనిక విజయాలతో బాటు, పరిపాలన, సాంస్కృతిక విషయాల పట్ల కూడా కులోత్తుంగుడు శ్రద్ధ వహించాడు, పంట పొలాలకు నీటివసరులను కల్పించాడు. విద్యాసారస్వతాలసభివృద్ధి పరచాడు. ఈతని ఆస్థానకవులైన జయంగొండార్, ఈతని కళింగ దాడులను 'కళింగట్టుపరణి' అనే కావ్యంలో వివరంగా వర్ణించాడు.-

కుళోత్తుంగ చోళుని అనంతరం, చాళుక్య-చోళ ప్రాబల్యం క్షీణించసాగింది. ఒక్క మూడో కులోత్తుంగుడు (క్రి.శ.1178-1216) తప్ప, మిగతా వారెవరూ సామంతుల విజృంభణను అణచలేకపోయారు. చాళుక్యులను చోళులనణచటంలో, వారి సామంతులైన యాదవులు, హొయసాలులు, కాకతీయులు స్వతంత్రాధికార స్థాపనకు ఉద్యుక్తులయ్యారు. దీనికితోడు, చోళ సామంతులైన పాండ్యులు కూడా తిరుగబడ్డారు. ఫలితంగా, నామమాత్రపు చివరి చోళ సార్వభౌముడైన మూడోరాజేంద్రుడు (క్రి.శ.1256-70), పాండ్య రాజైన కులశేఖర పాండ్యునిచేత ఓడించబడి, సింహాసనాన్ని కల్పోయాడు. చోళమండలం పాండ్య రాజ్యంలో లీనమైంది. అయితే, క్రి.శ.1300 నాటికి దాక్షిణాత్య స్వతంత్ర రాజ్యాలన్నీ ఒకదాని వెంట మరొకటి, ఉత్తరాన్నుంచి తురుష్క సుల్తాన్‌ల భీకర దండయాత్రలకు గురికావల్సొచ్చింది.

దక్షిణ భారతదేశ అధిపత్య పోరాట యుగ పాలనా మార్పులు

పాలనా రంగంలో శాతవాహనులు మౌర్య విధానాన్ని ఆదర్శంగా తీసికోగా, శాతవాహనుల అడుగుజాడల్లో చాళుక్య, రాష్ట్రకూట, పల్లవ, చోళ వంశాలు నడిచాయి.

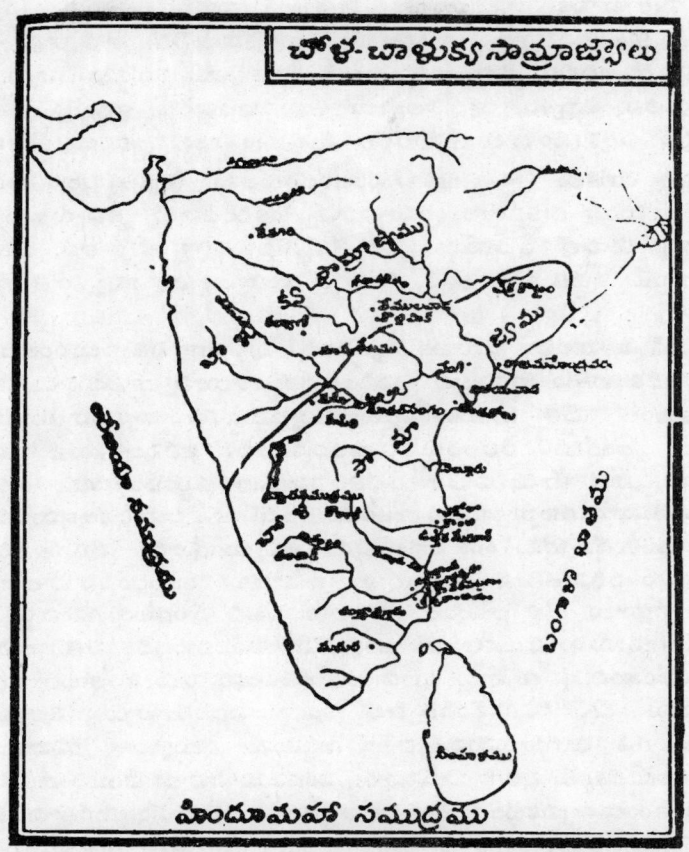

పటం : చోళ- చాళుక్య సామ్రాజ్యాలు
(మూలం : భారతదేశ చరిత్ర-సంస్కృతి, ప్రథమ భాగం, పేజి 217, తెలుగు అకాడమి ప్రచురణ)

వంశపారంపర్యకమైన, దైవాంశ సంభూతకమైన రాచరిక ప్రభుత్వ వ్యవస్థ అమలులో ఉండింది. పరిపాలన, సైనిక, న్యాయ రంగాల్లో చక్రవర్తి సర్వాధికారిగా పరిగణించబడ్డాడు. అయితే ఆచరణలో మాత్రం, సామంతులు, మంత్రిమండలి, అధికారులు, గ్రామ సభలు, వృత్తి సంఘాలు అధికార నిర్వహణలో పాలు పంచుకొని, వికేంద్రీకరణను పెంచాయి. కనుకనే, ఈ యుగపు పాలనా వ్యవస్థ గట్టి కేంద్రీకృత పాలన, సంపూర్ణ స్వేచ్ఛాయుత పాలనలకు మధ్యస్థంగా వుండి, సమతూకాన్ని సాధించిందనుట ఎంతైనా సమంజసం.

పరిపాలనా సౌలభ్యం కొరకు రాజ్యం, అనేక విభాగాలుగా విభజించబడేది. రాష్ట్రం (నాడు, మండలం, ఆహార), జిల్లా (వెలానాడు), తాలూకా (విషయ, కుర్రం, కొట్టం), గ్రామం, ముఖ్య విభాగాలుగా ఉండేవి. రాష్ట్ర పాలకులుగా రాజకుటుంబీకులు, లేక సామంతులు నియమించబడేవారు. సామంతులు నిర్ణీత కప్పాన్ని చెల్లిస్తూ, అవసరమైనప్పుడు సైనిక సహాయాన్ని అందించాలి. అయితే, వీరు తరచుగా జరిగే

యుద్ధాల్లో స్వలాభాపేక్షతో గెలుపొందిన పక్షంవైపు చేరేవారు. ఫలితంగా, ఎప్పటికప్పుడు రాజకీయ అనైక్యత, పరిపాలనా అస్థిరతలు చోటు చేసుకునేవి. నాటి రాజ్య వ్యవస్థలోని ప్రధాన లోపాల్లో ఇదొకటి. జిల్లా అధిపతులను కూడా రాజే నియమించేవాడు. తాలూకా, గ్రామాధికారులను మాత్రం, రాష్ట్రపాలకులు నియమించేవారు. 'గ్రామణి' గ్రామాధికారి. నగరపాలనలో వర్తక సంఘాలు (నగరమ్), వృత్తి సంఘాలు (శ్రేణులు) ముఖ్య పాత్ర వహించాయి. దూతలు (Messengers) సంజరంతకులను (Spies) నియమించి, రాజ్య నలుమూలల నుంచి చక్రవర్తులు సమాచారాన్ని సేకరించేవారు. ఉద్యోగులకు జీతాలను ద్రవ్య, ధాన్య రూపాల్లో ఇచ్చేవారు. ఉన్నతోద్యోగులకు గ్రామాన్ని కాని, జిల్లాను గాని భరణంగా యిచ్చే పద్ధతి కూడా ఉంది. ఈ పద్ధతి భూస్వామ్య విధానాన్ని సూచిస్తుంది.

నాటి పరిపాలనా, సామాజిక వ్యవస్థలకు పునాదిగా నిల్చినటువంటిది, గ్రామం. ప్రజలలో అధిక భాగం గ్రామాలలో నివసించి, వ్యవసాయాన్ని చేపట్టేవారు. ముఖ్యంగా, చోళుల కాలంలో ప్రతి గ్రామం స్వయంసమృద్ధమై, స్వపరిపాలనాధికారముస్న గణరాజ్యంగా ఉండేది. పరాంతకుని ఉత్తరమేరూర్ శాసనంలోను, కుళోత్తుంగుని శాసనాలలోను, నాటి గ్రామ పాలనా పద్ధతి విపులంగా వర్ణించబడింది. 'ఉర్' 'సభ,' 'నగరమ్' అనేమూడురకాల గ్రామ సభలుండేవి. 'ఉర్' అనే సభలో భూకామందులందరూ సభ్యులుగా ఉంటే, 'నగరమ్' అనే సభలో వర్తక సభ్యులుండేవారు. 'సభ' అనేది పూర్తిగా బ్రాహ్మణులకు పరిమితమైన 'బ్రహ్మదేయ' గ్రామాలకు సంబంధించిన పాలనా వ్యవస్థ. ఇటువంటి గ్రామాలు చోళ రాజ్యంలో 300లకు పైబడి వుండటం గమనార్హం. పాలనా నిర్వహణకై గ్రామసభ ఉపసంఘాలను (వారియమ్) నియమించేది. ప్రతి గ్రామాన్ని 30 వార్డులుగా విభజించి, ప్రతి వార్డు నుంచి ఒక ఉపసంఘ సభ్యుని లాటరీ పద్ధతి మీద ఎన్నుకునేవారు. 25-70 సంవత్సరాల మధ్య వయస్సువారు, విద్యావంతులు, ఆస్తిపరులు, గత మూడు సంవత్సరాలు ఉపసంఘ సభ్యులుగా లేనివారు, లోగడ సభ్యుడిగా ఉండి లెక్కలు సరిగా చూపినవారు, పంచమహాపాపాలు చేయని వారు మాత్రమే, సభ్యత్వానికి అర్హులుగా ప్రకటించబడ్డారు. ధనార్హతను మినహాయిస్తే, మిగతా నిబంధనలన్నీ పరిపాలనలో ప్రజలకున్న క్రమశిక్షణ, నీతి, శ్రద్ధలను చూపెడుతున్నాయి. ఎన్నుకున్న 30 మంది వివిధ ఉపసంఘాల్లో పనిచేసేవారు. చెరువులు, సత్రాలు, ఆలయాలు, తోటలు, పాఠశాలలు, నేరవిచారణ, పన్నుల వసూలు మొదలగు వాటి నిర్వహణకై, ప్రత్యేక ఉపసంఘాలుండేవి. 'పంచవార వారియం' అనే ఉపసంఘం, మిగిలిన సంఘాల కార్యక్రమాలను పరిశీలించేది. గ్రామ సభలు, ప్రభుత్వం మధ్య సంబంధాన్ని నిలుపుతూ, సలహానిచ్చే అధికారులుండేవారు. చోళుల గ్రామపాలనా విధానాన్ని, భారతీయ స్థానిక స్వపరిపాలనా చరిత్రలో ప్రథమాధ్యాయంగా పేర్కొనవచ్చు.

నాటి ప్రభుత్వాలకు భూమిశిస్తు ముఖ్యాదాయంగా ఉండేది. భూసారాన్ని బట్టి, పంటలో ఆరు నుంచి మూడోవంతు వరకు, ధాన్య రూపంలోగాని, ధనరూపంలోగాని వసూలు చేయబడేది. చక్రవర్తికి స్వంతభూముల (Crown lands) నుంచి కూడా ఆదాయం లభించేది. భూమిశిస్తుకు తోడు, అనేక ఇతర రకాల పన్నులను నాటి ప్రజలు చెల్లించవలసివచ్చేది. నీటివనరులపై పన్ను, అడవులపై పన్ను, ఖనిజాలపై పన్ను, ఇంటి పన్ను, రహదారి పన్ను, వృత్తిపన్ను, ఉప్పు, పంచదారల తయారీపై పన్ను, ఇత్యాదివి ఉన్నాయి. కేంద్రంతోబాటు, ప్రభువులు (Nobles), సామంతులు, దేవాలయాలకు కూడా పన్నులు వసూలు చేసే హక్కును ఇచ్చినందున, ప్రజలకు పన్నుల భారం, ఆర్థిక ఇబ్బందులు ఎక్కువైనాయని చెప్పాలి. పన్నులు చెల్లించనిచో, భూమి, లేక రైతు ఆస్తిజప్తు చేయబడేది.

ప్రభుత్వ వ్యయంలో సైన్య నిర్వహణ ప్రధానమైంది. గజ, తురగ, పదాతి, నౌకాదళాలకు ప్రాధాన్యతనిచ్చారు. అన్ని సైన్య విభాగాలకు రాజే అధిపతి. సైనిక విభాగాల అధిపతులుగా 'సేనాపతులు' ఉండేవారు. కోటలు 'దుర్గపతి' చే నిర్వహించబడేవి. కత్తులు, ఈటెలు, గండ్రగొడ్డళ్లు సాధారణ ఆయుధాలుగా ఉన్నాయి. యుద్ధాల్లో శత్రువులు, శత్రు నగరాలపట్ల క్రూరత్వాన్ని ప్రదర్శించడం పరిపాటైంది. సాధారణ సైనికులు క్షత్రియ, శూద్ర వర్ణాల నుంచి, సేనాపతులు బ్రాహ్మణ వర్గాన్నుంచీ ఎక్కువగా తీసికోబడ్డారు. 'కడగమ్' లనే పేరుతో రాజ్యంలో పెక్కుచోట్ల సైనిక స్థావరాలు నెలకొల్పబడ్డాయి. రాజసేనలు (కైక్కోలార్) ప్రత్యేకంగా ఉన్నాయి.

న్యాయపాలన అంతగా వ్యవస్థితం, క్రమబద్ధమూ, కాలేదని చెప్పాలి. రాజే ఉన్నత న్యాయాధికారి. రాచరిక వ్యతిరేక చర్యలను స్వయంగా పరిశీలించి, శిక్షించేవాడు. న్యాయస్థానాలను 'అధికరణ', 'ధర్మాసన' అని వ్యవహరించేవారు. 'ధర్మాసన' అనేది గ్రామ న్యాయస్థానం. గ్రామ సభలోని ఒకానొక ఉపసంఘం న్యాయవిచారణ జరుపుతుంది. 'అధికరణ' న్యాయస్థానం నగరాలలో ఉండేది. 'అధికార' అనే ఉద్యోగి, న్యాయపాలనాధికారిగా వ్యవహరించేవాడు. 'చౌరాధికరణ', అపరాధ పరిశోధనాధికారి, రక్షక భటుడు వంటి పదాలు దహరించబడ్డాయి. కాని, వివరాలు అంతగా కానరావు.

ఆర్థిక రంగ ప్రగతి

ఈ యుగపు ఆర్థిక వ్యవస్థకు, వ్యవసాయం మూలాధారంగా ఉండింది. ఉద్యోగ నిర్వహణకై ఇచ్చిన భూదానాల కారణంగా, విశాలమైన నూతన భూభాగాలు సాగు లోనికి తేబడ్డాయి. దీనికి తోడు, భూమి శిస్తు, నీటి వనరుల మీద పన్ను, ప్రభుత్వానికి ముఖ్యాదాయ మార్గాలుగా ఉండటంచేతకూడా, వ్యవసాయం ప్రోత్సహించబడుతూ వచ్చింది. నదీ తీరాల్లో, డెల్టా భూముల్లో, పంటలు ఎక్కువగా పండేవి. వరి. జొన్న, జనుము, నువ్వులు, చెరకు పంటలను గురించి ప్రస్తావన, 'గాథాసప్తశతి'లో కనిపిస్తుంది. వీటికి తోడు, మొక్కజొన్న, ప్రత్తి పంటలు, కొబ్బరి, తాటి, పోక తోటలు కూడా, విస్తారంగా పెంచబడ్డాయి.

పల్లవులు, చోళులు పంట భూములను సర్వే చేయించి, చెరువుల త్రవ్వకం, నిర్వహణ పట్ల అత్యంత శ్రద్ధ వహించారు. భూమి సారవంతమైందని, ప్రజలు కష్టించి పనిచేసేవారని, చైనా యాత్రికుడైన హ్యూయాన్‌త్సాంగ్ తన సందర్శనలో పేర్కొన్నాడు. గ్రామాలలో భూమి లేనివారు వ్యవసాయ కూలీలుగా పనిచేస్తూ, ధాన్యరూపంలో కూలిని తీసికొనేవారు. పంట పొలాల్లో స్త్రీ పురుషులు కలిసి పనిచేసేవారు. మెట్ట పొలాల్లో ప్రత్యేకంగా సాగుకై, నీటి యంత్రాలను ఏర్పాటు చేసికొనేవారు.

గ్రామాల్లో వ్యవసాయానికి అనుబంధంగా, అనేక రకాల కుటీర పరిశ్రమలు వర్ధిల్లాయి. కుమ్మరులు, సాలెవారు, కమ్మరులు, కంచరులు, వడ్రంగులు, శిల్పులు, నూనెను తీసేవారు, నీటియంత్రాలను పనిచేయించేవారు, ధాన్యపు లావాదేవీలను జరిపేవారు (Corn-dealers), పిండిని తయారు చేసేవారు (flourists), మొదలైనవారు ముఖ్యంగాప్రస్తావించబడ్డారు. ప్రతి కుటీర పరిశ్రమకు చెందినవారొక వృత్తి సంఘంగా, లేక 'శ్రేణి'గా ఏర్పడ్డారు. ఆకాలంలో మొత్తం పదిహేడు శ్రేణులున్నట్లుగా శాసనాల ద్వారా తెలుస్తోంది. వీటిలో కూడా, వ్యవసాయానికి ప్రధానంగా తోడ్పడే కంసాలి, కుమ్మరి వృత్తులకు, ఇతోధికమైన పోషణ లభించింది. రాగితో, పంచలోహాలతో విగ్రహాలను, పాత్రలను పోత పోయడంలో, దాక్షిణాత్య లోహకారులు గొప్ప ప్రావీణ్యాన్ని సంపాదించారు. ప్రతి శ్రేణికి 'శ్రేష్ఠి' అనే అధ్యక్షుడుండేవాడు. ఇవి క్రమంగా బలపడి, 'బ్యాంకింగ్'

కార్యక్రమాలను కూడా చేపట్టసాగాయి. శ్రేణులు నిజాయితీకి పేరుపొంది, కడు సమర్థవంతంగా పనిచేయటంవల్ల, రాజులు, వారి తాబేదారులు కూడా తమ నిధులను ఈ సంఘాల ధర్మకర్తృత్వానికి అప్పగించి, వాటిపై వచ్చు వడ్డీలను తాము నిర్దేశించిన బౌద్ధ భిక్షువులకుగాని, ఆలయ పూజాదికాలకుగాని, అందజేయమని కోరెడివారు. సాలీనా నిల్వధనం మీద 12 శాతం వడ్డినిస్తుండేవి.

ఆర్థిక రంగంలోనాడు, దేశీయ, విదేశీయ వాణిజ్యం కూడా విరివిగా సాగింది. పశ్చిమాన గ్రీస్, రోమ్, తూర్పు ఆఫ్రికా, అరేబియాలతోను, ఆగ్నేయంగా చైనా, బర్మా, జావా, సుమత్రా, శ్రీవిజయలతోను, దక్షిణ భారతదేశ పశ్చిమ, తూర్పు కోస్తాలు వ్యాపారాన్ని సాగించాయి. యజ్ఞశ్రీ శాతకర్ణి వేసిన 'నౌక' బొమ్మగల నాణేలు, క్రీ.శ. ఒకటవ శతాబ్దికి చెందిన 'పెరిప్లస్ ఆఫ్ ది యూర్రెత్రియన్ సీ' అనే గ్రంథం, రాజరాజ, రాజేంద్రచోళుల నౌకా దాడులు, నాటి నౌకా వ్యాపారాన్ని సూచిస్తున్నాయి. పశ్చిమ తీరంలో భరుకచ్ఛ, సొపారా, కల్యాణ్, చౌల్, కాలికట్‌లు, తూర్పు తీరంలో కొడ్డూర, ఘంటసాల, మోటుపల్లి, మహాబలిపురం, నాగపట్టణం, కావేరీపట్టణం, కృష్ణా పట్టణం, ప్రసిద్ధ రేవుపట్టణాలు. దేశీయ వర్తక కేంద్రాలను కలుపుతూ, బాటలుండేవి. రెండెడ్లబండి ముఖ్య ప్రయాణ సాధనంగా ఉండి, నదులు కూడా రహదారులుగా పనిచేశాయి. వర్తకం ప్రధానంగా, వర్తక సంఘాలద్వారా నిర్వహించబడేది. 'మణిగ్రామం', 'నానాదేశి', 'ఐన్నూర్‌వార్' అనేవి నాటి ప్రముఖ వర్తక సంఘాలు. బంగారం, వెండి, రాగి మొదలైన లోహాలు, గాజు సామానులు, మైపూతలు, అందెలు, పత్తులు, గుర్రాలు ముఖ్యమైన దిగుమతులు. దంతం, వజ్రవైఢూర్యాలు, పట్టు, నూలుబట్టలు, ముత్యాలు, మిర్చి, మిరియాలు, ఏలకులు ప్రధానంగా ఎగుమతి చేయబడేవి. దక్షిణాపథ వివిధ ప్రాంతాల్లో పుష్కలంగా లభించిన రోమన్ బంగారు నాణేలు, తూర్పు ఆఫ్రికా, ఆగ్నేయాసియాలో స్థాపించబడిన వర్తక స్థావరాలద్వారా భారతీయ సంస్కృతి కూడా ఆయా ప్రాంతాల్లో వ్యాపించుట గమనించదగ్గ పరిణామం.

సామాజిక వ్యవస్థ

దక్షిణ భారతదేశ అధిపత్య పోరాట యుగ సామాజిక వ్యవస్థ, ఉత్తరాపథాన్ని పోలి, సాంప్రదాయకతను సంతరించుకుంది. వర్ణ వ్యవస్థ, కుల విధానం, వర్ణాశ్రమ ధర్మాలు ఆచరణలో ఉన్నాయి. గౌతమీపుత్ర శాతకర్ణి మొదటిపులకేశి, రెండో పులకేశి, మొదటి నరసింహవర్మ, ధ్రువుడు, మూడో గోవిందుడు, రాజరాజనరేంద్ర చోళులాదిగాగల దాక్షిణాత్య రాజ్యాధినేతలు వైదిక క్రతుకాండల నాచరించి, వర్ణసాంకర్యాన్ని తొలగింప ప్రయత్నించారు. ఫలితంగా, బ్రాహ్మణుల సామాజిక హెూదా, గౌరవాలధికమయ్యాయి. అయితే, అంతమాత్రంచేత, సంప్రదాయ వృత్తి ధర్మాల్లో మార్పిడి జరగక పోలేదు. శాతవాహనులు, పల్లవుల లాంటి బ్రాహ్మణులు పాలనా వృత్తి నవలంబించటం, క్షత్రియులు వాణిజ్యాన్ని నిర్వహించటడం, వైశ్యులు ఉద్యోగాలను చేపట్టడం, వైష్ణవాళ్వారులు, శైవనాయనారుల్లో చాలామంది క్రింది వర్ణాలవారుండడం, వ్యవస్థలోని సరళత్వాన్ని సూచిస్తున్నాయి. దీనికి తోడుగా, శకులు, పహ్లవులు, యవనులు, కుషాణుల లాంటి విదేశీ తెగల వారు (హీన) క్షత్రియులుగా భావించబడి, వైదిక, బౌద్ధమతాల్లో చేర్చుకోబడ్డారు. శాతవాహన చక్రవర్తులు శకులతో వైవాహిక సంబంధాలను సైతమేర్పరచుకోవడం, గమనించదగ్గ విషయం. ఈ పరిణామం కూడా, వర్ణవ్యవస్థ సడలింపుకు, హైందవ, బౌద్ధమతాల విశాల దృక్పథానికీ దోహదం చేశాయి.

నాటి సామాజిక వ్యవస్థలో, సాంప్రదాయిక ఉమ్మడి కుటుంబ విధానమే కొనసాగింది. కుటుంబంలో పురుషాధిక్యత ఉన్నప్పటికీ, స్త్రీలకు కూడా గౌరవ ప్రతిపత్తులు లేకపోలేదు.

వీరికి స్వంత ఆస్తి హక్కు ఉంది. స్వతంత్రంగా ధార్మిక, మత సంస్థలకు దానాలు చేసినటట్లాధారాలున్నాయి. మరొక విశేషమేమంటే, గౌతమీపుత్ర శాతకర్ణి, వాసిష్ఠీపుత్ర పులోమావిలాంటి శాతవాహన చక్రవర్తులు తమ తల్లి నామాన్ని తమ పేరుకు ముందు చేర్చుకొనుట, నాటి స్త్రీల విశిష్ట హోదాను తెలియజేస్తుంది. గౌతమీ బాలశ్రీ, రెండో శాతకర్ణి భార్య నాగానికలు తమ కుమారుల రాజ్య భార నిర్వహణలో కూడా తోడ్పడుట వారి ప్రజ్ఞా పాటవాలకొక చక్కని ఉదాహరణ. అయితే, కొన్ని సాంఘిక దురాచారాలకు గుర్తై, నాటి స్త్రీలు బాధల పాలగుట గూడా జరిగింది. తమిళ దేశంలో సతీసహగమనాచారముండింది. చోళ చక్రవర్తిన రెండో పరాంతకుని పట్టపురాణి వాసవన్ మహాదేవి సహగమనాన్నాచరించింది. దేవాలయాల్లో దేవదాసీలు పెద్ద సంఖ్యలో ఉండేవారు. వీరు అవినీతికరమైన, హేయమైన జీవితాలను గడపవల్సొచ్చేది. నిరుపేదలు బానిసలుగా అమ్ముడుపోయే సామాజిక దుస్థితి కూడా ఉంది.

గోధుమలు, వరి జొన్నలు నాటి ప్రజల ముఖ్యమైన ఆహారధాన్యాలు. వీరు మాంసాహారులు కూడా. దేశంలో తయారైన సారాయి, విదేశాల నుండి దిగుమతయ్యే మత్తుపానీయాలను వాడేవారు. పురుషులు ధోవతి, ఉత్తరీయం, తలపాగను ధరించగా, స్త్రీలు ఒకే వస్త్రంతో శరీరాన్నంతా కప్పుకునేవారు. స్త్రీ పురుషులిరువురూ ఆభరణాలను ధరించేవారు. నాటి ప్రజలకు విద్య, తొలుత ప్రాకృతం, తదనంతరం సంస్కృత, ప్రాంతీయ భాషల్లో అందించబడుతుండేది. తొలుత, దేవాలయాలే విద్యా కేంద్రాలుగా పనిచేశాయి. తదనంతరం, 'ఘటికలు' , కళాశాలలు స్థాపించబడుతూ వచ్చాయి. పల్లవులకాలంలో 'కాంచీపుర ఘటిక' దేశవ్యాప్తమైన ప్రసిద్ధిని బడసి, దూర ప్రాంతాల నుంచి విద్యార్థుల నాకర్షించసాగింది. ఈ ఘటికల్లో వేదాలు, శిక్ష, వ్యాకరణం, ఛందస్సు, జ్యోతిష్యం, పురాణ, తర్క, మీమాంసలు, ధర్మశాస్త్రాలు, ఆయుర్వేదం, ధనుర్వేదం ఆదిగాగల అష్టాదశ విద్యలలో శిక్షణ జరిగేది. 27 వసతి గృహాలు (Boarding Houses) ఉన్న పెద్ద కళాశాలలు రాష్ట్ర కూటుల కాలంలో నిర్వహించబడినట్లు, సెలోత్గి శాసనం పేర్కొన్నది. రాష్ట్ర కూటులు ఈ కళాశాలలకు మాన్యాలిచ్చి పోషించారు. చోళ చక్రవర్తులు కూడా కళాశాలలను స్థాపించి, ఉన్నత విద్యను ప్రోత్సహించినట్లు, వారి శాసనాలు తెలియజేస్తున్నాయి. రాజేంద్ర చోళుడు ఎన్నాయిరం (దక్షిణ ఆర్కాట్ జిల్లా) అనే చోట, క్రీ.శ.1025లో పెద్ద కళాశాలను స్థాపించాడు. దీనిలో 340 మంది విద్యార్థులు, 14 మంది ఉపాధ్యాయులుండేవారు. వేద, వేదాంత, వ్యాకరణ, మీమాంసలనిక్కడ బోధించేవారు. మద్రాస్ సమీపంలోని తిరువొరియూర్‌లో వ్యాకరణ పాఠశాల, తిరువదుత్తురై (తంజావూర్ జిల్లా)లో వైద్య కళాశాలలుండుట, విశేషాత్మకమైంది. ఈ వైద్య కళాశాలల్లో 'చరక సంహిత', వాగ్భటుని అష్టాంగ హృదయసంహిత' లను బోధించేవారని శాసనం పేర్కొంటుంది.

సారస్వతాభివృద్ధి

మౌర్యుల వలెనే శాతవాహనులు కూడా ప్రాకృతాన్ని రాజభాషగా అభివృద్ధిపరచారు. ఈ భాషలో ఉత్కృష్టమైన రచనలు చేయబడ్డాయి. హాలుని 'గాథాసప్తశతి', గుణాఢ్యుని 'బృహత్కథ' లు పేరెన్నికగన్నవి. హాలుడు రచనా వైశిష్ట్యానికి గుర్తింపుగా 'కవివత్సలు' డనే బిరుదాన్ని పొందాడు. శాతవాహన పాలనాకాల ఉత్తరార్థంలో సంస్కృత భాష కూడా ప్రోత్సహాన్ని పొంది, మంచి రచనలకు మాతృక కాసాగింది. బ్రాహ్మణ పండితులే కాకుండా, బౌద్ధులు కూడా తమ మత గ్రంథాలను సంస్కృతంలో రూపొందించ సాగారు. శర్వవర్మ అనే హాలుని మంత్రి 'కాతంత్ర' మనే సంస్కృత వ్యాకరణాన్ని రచించాడు. ప్రసిద్ధ బౌద్ధాచార్యుడైన నాగార్జునుడు, తన సిద్ధాంత

గ్రంథాలనన్నిటినీ సంస్కృతంలోనే రాశాడు. ఈతని 'సుహృల్లేఖ' పండిత పామరుల దృష్టినాకర్షించినట్లు, ఇత్సింగ్ అనే చైనా బౌద్ధ యాత్రికుడు పేర్కొన్నాడు.

సంస్కృతం

సారస్వత పరిణామ రూపంగా, శాతవాహనులనంతరం -- అంటే పశ్చిమ చాళుక్యుల నుంచి -- సంస్కృతం రాజభాష స్థానాన్ని పొందింది. రెండో పులకేశి సామంతుడైన గాంగదుర్వినీతుడు 'శబ్దావతార' మనే సంస్కృత వ్యాకరణాన్ని భారవి 'కిరాతార్జునీయ' కావ్యంపై వ్యాఖ్యానాన్ని, రచించాడు. పల్లవ రాజైన మహేంద్రవర్మ స్వయంగా 'మత్తవిలాస ప్రహసన', 'భగవదజ్జుక' లనే రచనలను మత విరోధాలపై హాస్యపూరిత ధోరణిలో రూపొందించాడు. 'కావ్యదర్శ' మనే అలంకార శాస్త్ర గ్రంథాన్ని, 'దశకుమార చరిత్ర' మనే గద్య రచననూ గావించి ప్రసిద్ధిగాంచిన దండి, నరసింహవర్మ ఆస్థానకవిగా వెలశాడు. కులశేఖరుని 'ముకుందమాల' క్రీ.శ.9వ శతాబ్దపు భక్తి కావ్యంగా వెలుగొందింది.

సంస్కృతంలో మొదటి 'చంపు' (పద్యగద్య సంకలనం) కావ్యాన్ని, రాష్ట్రకూట రాజైన ఇంద్రుని సమకాలీనుడైన త్రివిక్రమభట్టు వెలువరించాడు. జనసేనుడు 'ఆదిపురాణా'న్ని, శాకటాయనుడు 'అమోఘవృత్తి'నీ, మహావీరాచార్యుడు 'గణితసార సంగ్రహా'న్నీ ఇదే కాలంలో రూపొందించారు. వేములవాడ చాళుక్యుల (క్రీ.శ.950 ప్రాంతం) ఆస్థానంలో ఉన్న జైనకవి సోమదేవసూరి 'యశస్తిలక', 'నీతికావ్యామృత' మనే కావ్యాలను రచించాడు. ఇవి నాటి ప్రజా జీవితాన్ని, పాలనా విధానాన్నీ, తెలియజేస్తున్నాయి. చోళ యుగంలో కూడా సంస్కృత భాషాభివృద్ధి ధారావాహికంగా నడచింది. శైవ, వైష్ణవ, జైనాచార్యులు తమ మత ప్రచారం కోసం, రచనలను సాగించారు. మొదటి పరాంతకుని కాలంలో వెంకట మాధవుడు రుగ్వేదానికి భాష్యాన్ని రాశాడు. రెండో రాజరాజు పోషణలో కేశవ స్వామి 'నానార్థ నవసంక్షేమం' అనే సంస్కృత నిఘంటువును తయారు చేశాడు. శంకరాచార్యుడు 'బ్రహ్మసూత్రాలు', 'ఉపనిషత్తులు', 'భగవద్గీత'లపై వ్యాఖ్యలను, రామానుజాచార్యుడు 'బ్రహ్మసూత్రాలపై' 'శ్రీభాష్యాన్ని' ఇదే యుగంలో వెలువరించారు.

కన్నడం

బాదామి చాళుక్యుల కాలంలో సంస్కృతంతో బాటు, ప్రాంతీయ భాషలైన కన్నడం, తెలుగు కూడా పోషించబడి, ప్రగతిని గాంచాయి. ఈ దేశభాషల్లోని పదాలు, ఛందాలు నాటి శాసనాల్లో ప్రత్యక్షం కాసాగాయి. రాష్ట్రకూటులు, వారి సామంతులైన వేములవాడ చాళుక్యుల ఆచరణలో, కన్నడ భాష గొప్ప వికాసాన్ని చెంది, ఉత్కృష్టమైన రచనలు చేయబడ్డాయి. రాష్ట్రకూట రాజైన అమోఘవర్షుడు కన్నడంలో గొప్ప కవిగా రాణించాడు. ఈ భాషలో మొట్టమొదటి అలంకారశాస్త్ర గ్రంథమైన 'కవిరాజమార్గ' (క్రీ.శ.850) కర్త ఈతడే. 'ప్రశ్నోత్తర మాలిక' అనే నీతి కావ్యం కూడా ఈతని రచనే అని కొరిదరి భావన. మూడో కృష్ణుని ఆస్థానంలో, కన్నడ కవిత్రయంలోని రెండో వాడైన పొన్న ఉండేవాడు. 'శాంతి పురాణ' మీతని కృతి.

కన్నడంలో ఆది కవి, కవిత్రయంలో ప్రథముడైన పంప,, వేములవాడ చాళుక్యుల ఆదరణను పొందాడు. 'ఆది పురాణం' 'విక్రమార్జున విజయం' (క్రీ.శ.941 ప్రాంతం) ఈతని ప్రసిద్ధ రచనలు. వీటిలో మొదటిది, తీర్థంకరుని జీవిత చరిత్రగాను, రెండోది మహాభారత కథకనుసరణగా ఉన్నాయి. ఇదే శతాబ్దంలో రన్న కవి, రెండో తీర్థంకరునిపై 'అజిత పురాణ' మనే చంపూ కావ్యాన్ని రూపొందించాడు. ఋషులు, రాజుల జీవిత

చరిత్రలనెనుబది మూడింటిని కలిపి, క్రీ.శ.978లో చాముండరాయడు చాముండరాయ పురాణా'న్ని రూపొందించాడు.

తెలుగు

ఈ భాషావిర్భావం క్రీ.శ.6,7 శతాబ్దాల నాటిదిగా భావించబడుతూంది. చాళుక్యుల శాసనాల్లో తెలుగు, పద్య, గద్య, రూపాల్లో కనిపిస్తుంది. అయితే, లభ్యమౌతున్న ప్రథమ తెలుగు గ్రంథం, నన్నయ విరచితమైన 'మహాభారత' మే. ఈతడు తూర్పు చాళుక్య రాజైన రాజరాజనరేంద్రుని ఆస్థానాన్నలంకరించాడు. వ్యాసమహర్షి సంస్కృతంలో రాసిన ఆది, సభాపర్వాలను, అరణ్య పర్వంలో సగ భాగాన్ని, నన్నయ ఆంధ్రీకరించాడు. మిగిలిన 15 పర్వాలను తిక్కన, అరణ్య పర్వ శేషభాగాన్ని ఎఱ్ఱన, తెనిగించారు. నెల్లూరు మండలాన్నేలిన (క్రీ.శ.13వ శతాబ్దం) మనుమసిద్ధి ఆస్థానంలో తిక్కన సోమయాజి, కొండవీడు నేలిన రెడ్డి రాజుల (క్రీ.శ.14వ శతాబ్దం) ఆస్థానంలో ఎఱ్ఱాప్రెగడ, కొలువుతీర్చి, తమ ప్రఖ్యాత రచనలను వెలువరించారు. తెలుగు భాషా రచనలకు ఒరవడి దిదాద్దరుగాన, ఈ ముప్పురూ ''కవిత్రయం' గా పేరుగాంచారు.

తమిళం

క్రీ.శ. 7వ శతాబ్ది నాటికే, 'మహాభారతం' , 'రామాయణం' లాంటి ఇతిహాసాలకు, తమిళ అనువాదాలు వచ్చాయి. తదనంతరం, దక్షిణాపథంలో విజృంభించిన శైవ, వైష్ణవ భక్తి మతోద్యమాలు ప్రాంతీయ భాషల్లో ఒకటైన తమిళ భాషాభివృద్ధికి ఇతోధికంగా దోహదమొనర్చాయి. మత ప్రచారకులు, గురువులు ప్రసిద్ధ రచనలను చేశారు. శెక్కిలార్, శైవులకు పవిత్రమైన 'పెరియపురాణ' గ్రంథాన్నందించాడు. శైవ సిద్ధాంతం మీద ప్రామాణిక గ్రంథాలను రచించిన నంబి అండార్ నంబి, చోళుల కాలానికి చెందిన వాడు. ఈ కోవకు చెందినవే తిరుమూలార్ విరచితమైన 'తిరుమందిరమ్' , సుందరార్ రూపొందించిన 'దేవారమ్', సంబందార్ తీర్చిదిద్దిన 'స్తోత్రాలు' మన్నిక్కవసాగర్ వెలువరించిన 'తిరువసగమ్' లు.

వైష్ణవ ఆళ్వారులు కూడా తమిళంలో భక్తి స్తోత్రాలను రచించారు. 4000 స్తోత్రాలతో కూడుకొని, వెల్వడిన 'నళయిర దివ్య ప్రబంధం' ప్రసిద్ధిని గాంచింది. కులశేఖరుని 'తిరుమొళి', నమ్మాళ్వారుని 'తిరువైమొళి' వైష్ణవ మత సాహిత్యంలో గొప్ప గౌరవాన్ని ఖ్యాతినీ పొందాయి. జైనులు కూడా రచనలను చేశారు. తిరువత్తక్క దేవర అనే జైన భిక్షువు రచించిన 'జీవక చింతామణి' అనే కావ్యం, విఖ్యాత కంబన్ కవికి గూడా మార్గదర్శకమైంది. అమితసాగరుడనే మరొక జైన కవి, 'యాప్పరుంగళం' అనే ఛందో గ్రంథాన్ని తయారుచేశాడు. చోళయుగ కవులందరిలో అగ్రగణ్యుడు, కంబన్. 'రామాయణాన్ని' తమిళంలో రచించి, 'కవిచక్రవర్తి' గా ప్రసిద్ధిగాంచాడు.

మత సాహిత్యం అగ్రస్థానాన్ని వహించినా, ఈ యుగంలో లౌకిక సాహిత్యం లేకపోలేదు. మొదటి కుళోత్తుంగుని ఆస్థాన కవి జయంగొండార్, అతడొనరించిన కళింగ దండయాత్రలను 'కళింగట్టు పరణి' అనే కావ్యంలో విపులంగా వర్ణించాడు. చోళుల కాలంలో వివిధ రకాల ఉత్కృష్ట రచనలు తమిళంలో చేసినందున, తమిళ సారస్వత చరిత్రలో ఈ యుగాన్ని, స్వర్ణయుగంగా పరిగణిస్తున్నారు.

కళాభివృద్ధి

దక్షిణభారతదేశ ఆధిపత్య పోరాట యుగంలో, వాస్తు, శిల్ప, చిత్రలేఖన కళలు ప్రశంసాత్మకమైన ప్రగతిని సాధించాయి. శాతవాహనుల నుంచి చోళుల వరకు గల రాజ్యాధినేతలు, కళాభివృద్ధికి కడు ప్రోత్సాహాన్నిచ్చారు. ఫలితంగా, ఒక్కో రాజవంశ పాలనావైభవానికి ప్రతీకగా, ఒక్కో వాస్తు, శిల్ప శైలి రూపుదిద్దుకోసాగింది. అయితే, ఐక్యతా లక్షణాలు, పూజాసంస్కారాల వ్యాప్తి, ప్రచారాలు, నాటి కళానిర్మాణాలకు ప్రధాన వస్తువులుగా నిల్చాయి. సమకాలీన సామాజిక, ఆర్థిక జీవన ప్రతిబింబన, ప్రాధాన్యతలో తరవాతి స్థానాన్ని కల్గివుంది.

శాతవాహన కాల నిర్మాణాలు

శాతవాహన కాలం నాటి బౌద్ధ కట్టడాలు తప్ప, మిగిలినవేవీ లభ్యం కావటం లేదు. బౌద్ధ వాస్తుకళ ముఖ్యంగా, రెండు రకాలుగా వుంది. అవి : 1. పశ్చిమ దక్కన్ ప్రాంతంలో, శిలలను తొలిచి నిర్మించిన గుహాలయాలు; 2. తూర్పు దక్కన్ ప్రాంతంలో, ఇటుకలతో, నిర్మించిన కట్టడాలు. గుహాలయంలో ఒక 'చైత్యం' ఒక 'విహారం' లేక అనేక 'విహారాలు' నిర్మితమయ్యేవి. 'చైత్యం' అనగా ప్రార్థనా మందిరం. 'విహారం' సన్యాస, సన్యాసినుల నివాసానికుపయోగపడేది. పశ్చిమ భారతంలో కార్లే, కన్హేరి, నాసిక్, భజ, బేడ్సా మొదలైన చోట్ల, పర్వత సానువులను తొల్చి, చైత్యాలయ విహారాలు నిర్మించబడ్డాయి. కళా రీత్యా, కార్లే చైత్యం ఎక్కువ ప్రాశస్త్యాన్ని పొందింది. గుహల ద్వార ఉపరితల భాగాలు, లోపలగల స్తంభకిరీటాలు, సుందర శిల్పసమన్వితులై ఉన్నాయి. తూర్పు తీరప్రాంతంలో గల అమరావతి, జగ్గయ్యపేట, శ్రీపర్వతం ఆదిగాగల చోట్ల, ఇటుకలతో నిర్మించబడిన 'స్థూపాలు' 'విహారాలు' వెలిశాయి. 'స్తూపం' బుద్ధుని పరినిర్వాణాన్ని తెల్పు ప్రతీక. స్థూపాలపై, శిల్పం చెక్కబడిన పాలరాతి ఫలకాలను అమర్చేవారు. స్థూపాల చుట్టూ, శిల్పంతో కూడుకున్న మనోహర శిలాప్రాకారాలుండేవి. సాంచి, బార్హుత్ (లేక ఉత్తర భారతదేశ) శిల్ప సంప్రదాయానికి భిన్నమైన కళారీతులను అమరావతి శిల్పులు ప్రదర్శించగల్గారు. ఇక్కడి స్తూపంపై చెక్కబడిన ప్రతిమలు గుండ్రంగా, ఎత్తుగా, సన్నగా, నాజూకుగా తీర్చిదిద్దబడ్డాయి. ఇవి అతి క్లిష్టమైన భంగిమల్లో ముద్రల్లో మల్చబడ్డాయి. నాటి వ్యాపార ప్రాబల్య సామాజికార్థిక వ్యవస్థను ప్రతిబింబిస్తూ, క్షణికమైన సుఖసంతోషాలు, విలువలు, రాజఠీవి, వైభవం వ్యక్తీకరించబడ్డాయి. మొత్తం మీద, మనుషులు, జంతువులు, చెట్లు చేమల చిత్రీకరణ, ఉత్తరాది శిల్పకళ కంటే అమరావతి శిల్పకళలో ఎక్కువ వాస్తవికంగా, వైభవంగా జరిగింది.

సాంచి, బార్హుత్ (లేక ఉత్తర భారతదేశ) శిల్ప సంప్రదాయానికి భిన్నమైన కళారీతులను అమరావతి శిల్పులు ప్రదర్శించగల్గారు. ఇక్కడి స్తూపంపై చెక్కబడిన ప్రతిమలు గుండ్రంగా, ఎత్తుగా, సన్నగా, నాజూకుగా తీర్చిదిద్దబడ్డాయి. ఇవి అతి క్లిష్టమైన భంగిమల్లో ముద్రల్లో మల్చబడ్డాయి. నాటి వ్యాపార ప్రాబల్య సామాజికార్థిక వ్యవస్థను ప్రతిబింబిస్తూ, క్షణికమైన సుఖసంతోషాలు, విలువలు, రాజఠీవి, వైభవం వ్యక్తీకరించబడ్డాయి. మొత్తం మీద, మనుషులు, జంతువులు, చెట్లు చేమల చిత్రీకరణ, ఉత్తరాది శిల్పకళ కంటే అమరావతి శిల్పకళలో ఎక్కువ వాస్తవికంగా, వైభవంగా జరిగింది.

చాళుక్యుల వాస్తు శిల్ప నిర్మాణాలు

బాదామి చాళుక్యులు తమ దీర్ఘ పాలనా కాలంలో, బాదామి, అయ్యవేలు,

పట్టడకల్, అలంపురం, మహాకూట, సత్యవోలు, మహానంది, అదిగాగల ప్రదేశాల్లో ఆలయాలను నిర్మించారు. వీటిలో, 'నగర' అని పిల్వబడిన ఉత్తర భారత నిర్మాణ శైలి, 'ద్రావిడ' అనే పేరుగాంచిన దక్షిణ భారత నిర్మాణ శైలి, రెండూ ఉపయోగించబడ్డాయి. వీరి కాలంలో రెండు ప్రాంతాల మధ్య నెలకొన్న సన్నిహిత రాజకీయ, సాంస్కృతిక సంబంధాలకు సంకేతంగా నిల్చినటువంటిదీ పరిణామం. ఆలయాలు అధిక సంఖ్యలో రాళ్లతో నిర్మించబడ్డాయి. ఆలయ కుడ్యాల మీద, పౌరాణిక గాథల్లోని ఘట్టాలు, నాటి శిల్పుల చేత ఎంతో వైభవంగా చెక్కబడ్డాయి. మత విద్యలు, సంగీత, నాట్య కళలు, కవిపండితుల

చిత్రం : అమరావతీ శిల్పం

(మూలం : Indian Art by Roy C.Craven, Plate No.43 (B & W), Page No. 75, Available in APOU Reference Library)

పోషణాదారణలు, పాఠశాలలు, భిక్షాగృహాల నిర్వహణకు కూడా, చాళుక్యుల నాటి ఆలయాలు కేంద్రాలగుట గమనించదగ్గ విషయం.

మొట్టమొదట వీరు నిర్మించినవి, గుహాలయాలు. బాదామి కోట దక్షిణ శిఖరాల మీద మల్చబడ్డాయి. విశేషమేమంటే, చాళుక్య చక్రవర్తుల సర్వమత సమానత్వానికి నిదర్శనంగా, ఒక గుహను శివునకు, రెండు గుహలు, విష్ణువునకు, చివర గుహ జైన మతానికి అంకితం చేయబడ్డాయి. ఈ గుహాలయాలు సున్నితంగా మల్చబడిన స్తంభాలకు, శివ-నటరాజ, విష్ణు అవతారాల శిల్పాలకు ప్రసిద్ధిగాంచాయి. తరవాత రూపొందించబడినవి మండప మందిరాలు. వాటిలో కొన్ని 'ద్రావిడ' శైలిని, మరికొన్ని 'నగర' శైలినీ, ఇంకొన్ని ఈ రెండిటినీ కనబరుస్తున్నాయి. మహాకూట, ముక్తేశ్వర, మల్లిఖార్జున ప్రాంతాల్లో, 'ద్రావిడ' శైలిననుసరిస్తూ, పెద్ద పెద్ద ఆలయాలు, నిర్మించబడ్డాయి. వీటిలో, లోపలివైపున గర్భగుడి చుట్టూ ప్రదక్షిణ పథం, చావడి, మండపం ఉన్నాయి. మీది కట్టడం షట్భుజాకార శిఖరాన్ని కల్గివుంది.

పట్టడకల్, అలంపూర్‌లోని దేవాలయాలు, చాళుక్య వాస్తు శిల్ప కళాశైలి ఉన్నత దశను గోచరింపజేస్తున్నాయి. పట్టడకల్‌లోని 'విరూపాక్ష', 'మల్లిఖార్జున' అలంపూర్‌లోని 'నవబ్రహ్మ ఆలయాలు' ప్రసిద్ధికెక్కాయి. ఇవి ఎక్కువగా 'నగర' శైలిననుసరించినాయి.

సాధారణంగా, ఈ ఆలయాలు ఒక మండపం, పూజామందిరంతో సహా ఒక చావడిని కల్గి ఉన్నాయి. పై భాగాన, అమలకంతోనున్న వక్రరేఖా వృతమైన ఉపరితల నిర్మాణముంది.

విరూపాక్ష ఆలయం, పట్టడకల్
(మూలం: భారతదేశ చరిత్ర - సంస్కృతి, ప్రథమభాగం, తెలుగు అకాడమి ప్రచురణ, హైదరాబాద్, పుట నెం.)

భిన్న భాగాల్లో పెరిగిన కొలతలతో గోడల్లో ముందుకు అమర్చబడిన భాగాల్లో, వెనుక భాగాల్లో ప్రవేశపెట్టబడిన క్లిష్టరీతుల వల్ల, రకరకాల అలంకరణలవల్ల, క్లిష్టమైన గోపురాలు, నంది మండపాలవల్ల, ప్రాకారాన్ని, ద్వారాలను ఆనుకొని వెలసిన చిన్న తరహా పూజామందిరాలవల్ల, ఈ ఆలయాలు ప్రసిద్ధిగాంచాయి.

పట్టడకల్‌లోని 'పాపనాథ ఆలయం' రెండు విధాలైన శైలీ లక్షణాలను కల్గిన పెద్ద కట్టడం. దీనిలో ఒక మండపం, రెండు కూటాలు, లోపలివైపు ప్రదక్షిణ మార్గంతో కూడిన గర్భగుడి, ఉత్తర రీతిలోనున్నాయి. కప్పు అంచుకు క్రింది భాగంలో తొల్చబడిన కిటికీలలోని నమూనా, పూజామందిరాల దండలో, దాక్షిణాత్య లక్షణాలు కనిపిస్తున్నాయి. దేశ సాంస్కృతైక్యతకు వాస్తుకళ తోడ్పడుట ఈ సందర్భంలో ప్రశంసించదగ్గ పరిణామం.

చిత్రం : కైలాసనాథ ఆలయం, ఎల్లోరా
(మూలం : The Art and Architecture of the Indian Subcontinent by J.C.Harle, Plate No.136 (B & W), Page No.180, Available in APOU Reference Library)

రాష్ట్రకూటుల వాస్తు శిల్ప కళాభివృద్ధి

ఎల్లోరా, ఎలిఫెంటా మొదలైన చోట్ల గుహాలయాలను నిర్మించి, చాళుక్య శిల్ప సంప్రదాయాలకు రాష్ట్రకూటులు మెరుగులు దిద్దారు. వీరి నిర్మాణాలన్నింటిలో, ఎల్లోరా లోని 'కైలాసనాథ ఆలయం' ప్రశస్తమైంది. ఏకశిలానిర్మితమైన ఈ ఆలయాన్ని రాష్ట్రకూట రాజగు ఒకటో కృష్ణుడు (క్రీ.శ.756-75) నిర్మించాడు. దీనిలో గర్భగుడి, ముఖమండపం, ముంగిలిలో కప్పబడిన చావడి ఉన్నాయి. మండపం కప్పు పీద మధ్య భాగంలో, పెద్ద పెద్ద రేకులుగల తామరపువ్వు ఉంది. దీని ఉపరితల కట్టడం నాల్గు అంతస్తుల్లో ఉంది. ప్రధాన పూజామందిరం చుట్టూ, ఏడు చిన్న ఆలయాలు, ఒక నంది మండపం ఉన్నాయి. ఈ లక్షణాలు 'ద్రావిడ' శైలిని పోలివున్నాయి. గోపురం రెండంతస్తులు కల్గి, పై భాగం గుడిశ బండి ఆకారపు కప్పును కల్గివుంది. ఈ ఆలయం శివుని అన్ని రూపాలను, పౌరాణిక గాథలను తెల్పే కళాఖండాలను కల్గివుంది. విన్సెంట్ స్మిత్ అభిప్రాయంలో "ఇది ప్రపంచంలోని వాస్తు నిర్మాణాల్లో అత్యద్భుతమైంది. దీనికి కారణమైన ప్రజలకు, వారి ప్రభువుకు కూడా ఇది గర్వకారణం".

ఎల్లోరాలోని మిగతా గుహాలయాల్లో, 'భేటాకైలాస ఆలయం' పదిహేనవ గుహ ముంగిలిలో ఉన్న మండపం, పేరు గాంచాయి. రాష్ట్రకూటులు నిర్మించిన ఆలయాలు బహుకొద్ది. పట్టదకల్‌లోని 'జైన దేవాలయం' క్రీ.శ.9 లేక 10 శతాబ్ది తొలి భాగానికి చెందినదై ఉండవచ్చని భావించబడుతూంది. ఈ ఆలయంలో కనిపించే యంత్ర (lathe) సహాయంతో మల్చిన స్తంభాలు, ఉపరితల నిర్మిత భాగాల కుదింపు వివరణ, కల్యాణి చాళుక్య యుగ వాస్తుకళలో వచ్చిన పరిణామాలను సూచిస్తున్నాయి.

కంచి పల్లవుల కళాభివృద్ధి

దక్షిణ భారత వాస్తుశిల్ప కళాభివృద్ధికి పల్లవులు విశేషంగా తోడ్పడ్డారు. తమ స్వంత కళారీతిని ప్రవేశపెట్టారు. ఇదే 'మామల్ల శైలి', పల్లవ వాస్తుకళను స్థూలంగా రెండు దశలుగా విభజించవచ్చు. అవి: 1. క్రీ.శ.610-690 మధ్యకాలంలో, 'మండపాలు' లేక 'రథాలు' అనే పేరుతో తీర్చిదిద్దబడిన ఏకశిలానిర్మిత వాస్తుకళ; 2. క్రీ.శ.690-900 మధ్యకాలంలో **'కట్టడ దేవాలయాలు' అనే పేరుతో అభివృద్ధి చెందిన కట్టడ వాస్తుకళ.**

రాతిలో ఆలయాలను మలచే విధానాన్ని, ఒకటవ మహేంద్రవర్మ ప్రారంభించాడు. ఈ గుహాలయాలకే 'మండపాలు' అని పేరు. ఇవి సాధారణంగా, స్తంభాలు కల్గిన పెద్దగది, దీనికి వెనుక భాగంలో ఒకటి, లేదా రెండు చిన్న గదులను కల్గి ఉన్నాయి. మహామల్లపురం (మహాబలిపురం) లోని 'వరాహదుర్గ మండపాలు' వళ్లం, పల్లపరం, దళవానూర్‌లలోని ఆలయాలు, మహేంద్రవర్మ కాలం నాటివే. గుహాలయ వాస్తుకళలోని తరవాతి దశ 'మామల్ల శైలి' తో మొదలైంది. దీన్ని ఒకటో నరసింహవర్మ ప్రవేశపెట్టాడు. నమూనాలు, వంపుసొంపులను తీర్చిదిద్దుటలో, ముఖతలం, స్తంభాలు, ఆదిగాగల అన్ని విషయాల్లో నూతన పోకడలు చోటుచేసుకున్నాయి. మామల్ల (నరసింహవర్మ) కాలానికి చెందిన 'పది మండపాలు' మహాబలిపురంలో ఉన్నాయి. వీనిలో 'కోనేరి, వరాహ, త్రిమూర్తి, మహిషాసుర మర్దిని మండపాలు' ప్రసిద్ధి పొందాయి. ఇవి, తొలచబడిన పీఠాలు, స్తంభాలు, చుట్టబడిన చెజ్జా, చెజ్జాలపైన ఆలయనమూనాల వరసలను కల్గివున్నాయి. లోపలి గోడలపై వరాహ, వామన అవతారాలు, మహిషాసురమర్దిని, దుర్గ, కృష్ణా-గోవర్థనధారి, మున్నగువారి శిల్పాల వరుసలున్నాయి.

ఏకశిలానిర్మితాల అపురూప సృష్టి మహాబలిపురంలో ఒకటో నరసింహవర్మ నిర్మించిన 'పంచపాండవ రథాల'లో చూడవచ్చు. వీటి అడుగు భాగాలు, 'విమానం' (లేక శిఖరం) భిన్న రీతుల్లో ఉన్నాయి. ఉదాహరణకు, 'ద్రౌపది రథం' అడుగుభాగం చతురస్రంగా ఉండి, అపైన నాల్గు ప్రక్కలు ఏకముఖ కప్పుగా కలిసిపోగా, 'భీమ, గణేశ రథాల' అడుగు భాగం దీర్ఘచతురస్రాకారంగా ఉండి, గుడిశబండి ఆకార కప్పును కల్గివున్నాయి. కొంత భాగం అసంపూర్ణంగా ఉన్నప్పటికీ, 'ధర్మరాజు రథం' పల్లవ వాస్తు నిర్మాణాల్లో అత్యద్భుతమైంది (కె.ఆర్.శ్రీనివాసన్). ఇది మూడంతస్తుల 'విమానాన్ని' కల్గివుంది. పై అంతస్తులో కూడా, లోపలివైపు ప్రదక్షిణ పథముంది. అంతస్తుల వైశాల్యాల అనురూపత (Proportion) భాగాల్లోని కౌశల్యం, శిల్పకళ, అలంకరణ అసమాన వైభవం, ఇవన్నీ కలిసి, 'ధర్మరాజ రథా' న్ని ఒక మనోహర కట్టడంగా తీర్చిదిద్దాయి.

చిత్రం : పంచపాండవుల రథాలు, మహాబలిపురం
(ధర్మరాజ, భీమ, అర్జున రథాలు, ఎడమ నుంచి కుడికి)
(మూలం : Indian Art by Roy C.Craven, Plate No.105, (B & W), Page No.148, Available in APOU Reference Library)

కట్టడ దేవాలయాల నిర్మాణాన్ని, ఒకటవ పరమేశ్వరవర్మ (క్రీ.శ.670-700) కాలం నుండే పల్లవులు చేపట్టారు. కురమ వద్ద ఈతడు నిర్మించిన అర్ధచంద్రాకారపు దేవాలయమటువంటిదే. నరసింహవర్మ రాజసింహుడు (700-728) మహబలిపురంలో నిర్మించిన 'తీర దేవాలయం', కంచిలో తీర్చిదిద్దిన 'కైలాసనాథ ఆలయం', నందివర్మ (731-96) కట్టించిన, 'ముక్తేశ్వర, వైకుంఠ పెరుమాళ్ ఆలయాలు' ప్రత్యేకంగా, వాస్తుకళ రీత్యా, పేరెన్నికగన్నవి. 'తీరదేవాలయం'లో మూడు పూజామందిరాలున్నాయి. మధ్యదానిలో శయన విష్ణువున్నాడు. ఎక్కువ ఎత్తుగల వివిధ అంతస్తులు, ఉపరితల కట్టడాల సౌకుమార్యం, ఈ ఆలయ విశిష్ట లక్షణాలుగా ఉన్నాయి. 'కైలాసనాథ ఆలయం'లో ప్రధానంగా గమనించదగ్గ అంశం, ఏకీకరణ. ఏడు ఉపమందిరాలు ముఖ్యమందిరంతో సంలీనమయ్యాయి. లోపలి, బయటి గోడల నిండా పలురకాల శైవ, వైష్ణవ దేవతా ప్రతిమలున్నాయి. వైకుంఠ పెరుమాళ్ ఆలయ గోడల మీద పల్లవ చరిత్రలోని ముఖ్య ఘట్టాలు శిల్పాలుగా చెక్కబడ్డాయి. పల్లవ శిల్పాలు అమరావతీ శిల్పసంప్రదాయాలను అనుసరించినట్లు తెలుస్తుంది. మహాబలిపురంలోని 'గంగావతరణం', కంచి కైలాసనాథ ఆలయ ఆరుబయటున్న 'కిరాతార్జునీయ శిల్పసముదాయం' అనే చెక్కడాలు పల్లవ శిల్పాల్లో కడు ప్రసిద్ధిని గాంచాయి. 'గంగావతరణాన్ని' 'శిలలో సంతరించిన కుడ్యచిత్రం'

అని గ్రూసెట్ (Grousset) అనే విమర్శకుడు మెచ్చుకున్నాడు. ధృఢమైన రూపురేఖలు, అలంకరణకు ప్రాధాన్యత, చేతనాచేతనమైన వైఖరి, వీటి ముఖ్య లక్షణాలుగా ఉన్నాయి.

వాస్తు శిల్ప కళలకు చోళుల సేవ

పల్లవుల నాటి కళాభివృద్ధిని చోళులు కొనసాగింపజేసి, పరిపూర్ణతను, పరిపక్వతను సాధించగల్గారు. గతంలో శైవులకు చెందిన ఇటుకలచే నిర్మించిన దేవాలయాలను, క్రి.శ.9వ శతాబ్ది చివరి భాగంలో చోళులు రాతితో పునర్నిర్మింప చేశారు. తంజావూరు, గంగైకొండ చోళపురం, కొడుంబాలూర్, చిదంబరం, శ్రీరంగం ఆదిగాగల పుణ్యస్థలాలు, రాజధానీ నగరాల్లో చోళ చక్రవర్తులు పలు ప్రసిద్ధ ఆలయాలను నిర్మాణం గావించారు. పెద్ద పెద్ద ప్రాకారాలు, గోపురాలు వీటి ముఖ్య లక్షణాలుగా ఉన్నాయి. పద్మ అచ్చులతో కూడిన నూతన రకపు పునాదిని ప్రవేశపెట్టడాన్ని, తరచుగా చూడవచ్చు. గోడలమీద గుండ్రని చతుర్భుజ, అష్టభుజ స్తంభాకారాలు, లోపలికి దాచబడిన గూళ్ళు కనబడతాయి. వివిధ రకాలైన ప్రతిమా శిల్పకళ వాడబడింది. చతురస్రాకార 'శిఖరం' ఎక్కువగా ఉపయోగించబడింది.

చోళుల వాస్తుకళా శైలికి తలమానికం లాంటిది, రాజరాజు తంజావూరులో నిర్మించిన (క్రి.శ.1009) 'బృహదీశ్వరాలయం'. కేవలం చోళ ఆలయాల్లోనే కాకుండా, మొత్తం "భారతదేశంలోని మత నిర్మాణాలన్నింటిలోను పెద్దది, ఉదాత్తమైనది"గా దీన్ని గురించి ఒక విమర్శకుని అభిప్రాయం. ఈ ఆలయ గర్భగృహం మీద విమానం ఎత్తు, షుమారు రెండు వందల అడుగులు. ఇంత ఎత్తైన ఆలయ విమానం ఇంకొకటి లేదు. గర్భగృహలోపలి భాగంలో, పొడుగాటి 'లింగం' నెలకొల్పబడింది. ఆలయ వెలుపలి గోడల నిండా మనోహరమైన శిల్పాలు, లోపలి భాగంలో వర్ణచిత్రాలున్నాయి. చిత్ర, నృత్య, గాన కళలకు కూడా ఇది కేంద్రంగా పనిచేసింది. ఒక్క మాటలో చెప్పాలంటే, రాజరాజ కీర్తిప్రతిష్ఠలకు ఉజ్జ్వలదశలో ఉన్న చోళ సామ్రాజ్య విస్తరణ విధానానికి, ఈ 'బృహదీశ్వరాలయం' చక్కని చిహ్నంగా వెలసింది. రాజరాజు కాలంలో, చోళ వాస్తుకళాశైలి శ్రీలంకకు కూడా వ్యాప్తిచెందనారంభించింది. దీని ప్రభావం 'పొలోనురువా దేవాలయం'లో కనపడుతూంది.

రాజకీయ, పాలనా రంగాల్లో తండ్రైన రాజరాజు విధానాలను పరాకాష్ఠకు తీసుకెళ్లిన రాజేంద్రచోళుడు, కళారంగంలో కూడా అదే బాటననుసరించాడు. తన నూతన రాజధానిపైన గంగైకొండచోళపురంలో, 'బృహదీశ్వరాలయాన్ని' పోలిన 'శివాలయాన్ని' (క్రి.శ.1035) నిర్మించాడు. మొదటిది 16 అంతస్తులను కల్గివుంటే, రెండో దానిలో 9 అంతస్తులున్నాయి. వర్ణనలో, నిర్దిష్టమైన లక్షణాల్లో తంజావూరు దేవాలయాన్ని పోలినా, శిల్పకళా నాణ్యతలో మాత్రం చోళపుర దేవాలయం గొప్ప వైభవాన్ని ప్రదర్శించింది. 'అమ్మన్'కు ప్రత్యేక పూజామందిరం, మలచిన స్తంభాలతో కూడిన " మండపాల" సంఖ్య పెరగడం, ఎన్నో అంతస్తులతో కూడిన పెద్ద పరిమాణంగల గోపురాలు, ఇత్యాదివి కుళోత్తుంగుని (క్రి.శ.1070-1122) కాలం నుంచి నిర్మించబడిన చోళ ఆలయాల ప్రధాన లక్షణాలైనాయి. రెండో రాజరాజు (క్రి.శ.1146-1172) దరసురా వద్ద నిర్మించిన 'ఐరావతేశ్వర ఆలయం' ఈ చివరి దశకు చెందిన ఆలయాల్లో ప్రసిద్ధమైంది.

చోళుల కాలంలో లోహకారకళ కూడా వికాసాన్ని పొందింది. కంచుతోను, పంచలోహాలతోను, పెక్కు భంగిమల్లో దేవతా విగ్రహాలను పోతపోసేవారు. నాటి లోహ విగ్రహాల్లో 'నటరాజ' విగ్రహం, సౌందర్యానికి, భావవైశిష్ట్యానికీ కడు ప్రాశస్త్యాన్ని పొందింది.

చిత్రం : బృహదీశ్వరాలయం, తంజావూరు
(మూలం : Indian Art by Roy C.Craven, Plate No.110 (B & W), Page No.152. Available in APOU Reference Library).

చిత్ర లేఖనం

దాక్షిణాత్య అధిపత్య పోరాట యుగంలో చిత్రకళ కూడా ఆదరించబడింది. సామాజిక, మత జీవనం, రాజులు, వారి పరివారం, ప్రకృతి సంపద, ఇత్యాదివి నాటి చిత్రలేఖనానికి వస్తువులుగా నిల్చాయి. అలయాల కప్పు క్రింది భాగాన, గోడల లోపలి, వెలుపలి భాగాల్లో చిత్రీకరణ జరిగింది. చాళుక్యుల నాటి బాదామి వద్దనున్న మూడో గుహంలోని కప్పు క్రింది భాగాస వున్న చిత్రలేఖనాలు ఒక రాణిని, ఎగురుతున్న విద్యాధరులను, వింజామరలను వీచువారిని చూపిస్తున్నాయి. పల్లవుల కాలానికి చెందిస కంచిలోని 'కైలాసనాథ ఆలయం'లో సోమసూదుని, ఒక రాకుమారుని చిత్రాలు, చాలా కొట్టువచ్చినట్లు కన్పిస్తూన్న రేఖా చిత్రాలు. క్రీ.శ.9వ శతాబ్దానికి చెందిన సిత్తన్నవాసల్

గుహాలయంలోని చిత్రలేఖనాలు, రాకుమారుడు, రాకుమార్తెలు, ఇద్దరు నృత్యకారులు, తామరతూళ్లు, చేపలు, బాతులతో నిండివున్న ఒక నీళ్ల తొట్టిని చూపిస్తున్నాయి. ఇవి నిరాడంబర అలంకరణకు, సుందర చిత్రీకరణకు పేరుగాంచాయి.

రాష్ట్రకూటుల కాలానికి చెందిన ఎల్లోరాలోని 'కైలాసనాథ ఆలయ' గోడల మీద, కప్పుల కిందిభాగాన వేసిన చిత్రాలు ఉత్తమ నమూనాలుగా ఉన్నాయి. 'నటరాజ', 'లింగోద్భవ', 'విద్యాధరు'ల చిత్రాలు, ఆకర్షణీయమైన రంగులతో, ప్రస్ఫుటమైన చిత్రీకరణలతో ఉన్నాయి. ఇదే స్థలానికి చెందిన 'ఇంద్రసభ' అనే జైన గుహాలోని చిత్రాలు, చక్కని రీతిలో, విశాలమైన, విప్పారిన నేత్రాలతో కూడుకొని ఉన్నాయి.

చోళుల కాలం నాటి చిత్రలేఖనాన్ని, తంజావూరులోని 'బృహదీశ్వరాలయం' లో చూడవచ్చు. గర్భగుడి చుట్టూరా ఉన్న ప్రదక్షిణపథం గోడల మీదా, పైకప్పు మీదా, చిత్రాలు వేయబడ్డాయి. 'యోగదక్షిణామూర్తి', 'త్రిపురాంతక', 'నటరాజ' వంటి శివుని రూపాలను వేర్వేరు భాగాల్లో చిత్రీకరించారు. 'రాజరాజు', 'యుద్ధవీరుల' చిత్రాలు పేర్కొనదగినవిగా ఉన్నాయి. ఈ చిత్రలేఖనాలు, రేఖాలాలిత్యానికి, ఆభరణ విలాసానికి, భావోద్రిక్తతకు ప్రసిద్ధిని గాంచాయి.

[illegible] మతరంగంలో మార్పులు

దక్షిణ భారతదేశంలో ఆధిక్యతా పోరాట యుగంలో సంభవించిన మతరంగ పరిణామాలు ప్రాముఖ్యత కలవిగా ఉన్నాయి. క్రీ.పూ. ఆరవ శతాబ్ది నుంచి ఉత్తర భారతంలో కొనసాగుతూ వస్తున్న పౌరాణిక, జైన, బౌద్ధ మతాలు, ఈ యుగంలో కూడా వర్ధిల్లాయి. అయితే, వీటిలో భక్తిమత శాఖలు, అద్వైత, విశిష్టాద్వైతాలు ప్రజ్వరిల్లుట విశేష పరిణామం. జుగుప్స, రక్త పాతాలకు దారితీసే ఆచారాలను ప్రబోధించే తీవ్రవాదులు కూడా వీరిలో ఉండుట గమనించదగ్గ విషయం. భిన్న మతాల జన, రాజాదరణల్లో కూడా వ్యత్యాసాలున్నాయి.

పౌరాణిక మతం : శైవ, వైష్ణవ భక్తి మత, వేదాంత శాఖలు

శాతవాహనుల కాలంలో పౌరాణిక మతం, మంచి ఆదరణాభివృద్ధులను సాధించింది. అశ్వమేధ, రాజసూయాది క్రతువులనాచరించుట, బ్రాహ్మణులకు దానాలొనరించుట, ఆదిగాగల మతచర్యల్లో మొదటి శాతకర్ణి, గౌతమీపుత్ర శాతకర్ణిలాంటి చక్రవర్తులు కడు దీక్షతో పాల్గొన్నారు. ఉత్తరాన మధురానగర ప్రాంతంలో బయల్దేరిన వాసుదేవ భక్తి, దక్షిణాపథంలో ప్రవేశించింది. రామాయణ, మహాభారత, పౌరాణిక గాథలు, వ్రతాలు, తీర్థాటనం, దానధర్మాల పట్ల ప్రజాదరణ, శ్రద్ధాసక్తులు పెంచినట్లుగా, 'గాథాసప్తశతి', క్షహరాటుల శాసనాల ద్వారా తెలుస్తుంది. చాళుక్యులు కూడా వైదిక క్రతు కాండలను, బ్రాహ్మణ దానాలను ప్రధానంగా జరిపారు. మొదటి పులకేశి అశ్వమేధ, వాజపేయాది క్రతువులొనర్చాడు. వీరిలో అధిక సంఖ్యాకులు విష్ణు భక్తులు అయితే, శైవులు లేకపోలేదు. విక్రమాదిత్యుడు (క్రీ.శ.642-81), అతని వారసుల శాసనాల ప్రకారం, దేశమంతటా విస్తరించిన శైవమత తీవ్రవాద శాఖైన 'పాశుపతం', చాళుక్య రాజ్యంలోని మహాకూట, ఆలంపూర్ క్షేత్రాలను ముఖ్య కేంద్రాలుగా చేసికొంది. దయాళువు,

చిత్రం : గంగావతరణ చిత్రలేఖనం
(మహాబలిపురం, క్రీ.శ.7-8 శతాబ్దాలు)
(మూలం : Indian Art by Roy C.Craven, Plate No.103 (B & W), Page No.146, Available in APOU Ref. Library)

భయభీతావహులైన రుద్ర-శివ ద్విపాత్ర స్వభావాల సమగ్ర ఏకైక రూపమైన ఘోరదశకు, వీరు ప్రాతినిధ్యం వహించారు. విశేషమేమంటే, బాదామి, అయ్యవోలు, పట్టడకల్ నగరాల్లో త్రిమూర్తులకు ఆలయాలను నిర్మించడం, పట్టడకల్‌లో వెలసిన 'హరిహర' విగ్రహం, వివిధ పౌరాణిక మత శాఖలపట్ల ప్రదర్శించిన సమధోరణి, సహన దృష్టిని వ్యక్తపరుస్తున్నాయి.

రాష్ట్రకూటుల్లో చాలామంది జైన మతస్థులైనప్పటికీ, శైవ, వైష్ణవాలననుసరించిన వారు లేకపోలేదు. వీరి కాలంలోని దక్కన్‌లో, 'పాశుపత' విధాన తెగలైన 'కాలాముఖ', 'కాపాలిక' లు ప్రచారంలో ఉన్నాయి. సామాజిక స్థిరత్వానికి, లేదా క్రమానికి కట్టుబడి ఉండని 'అతిమార్గిక'గా, ఇవి వర్ణించబడ్డాయి. మరొక విశేషమేమంటే, 'గురవ' వర్గమనబడే బ్రాహ్మణేతర భక్త బృందం కార్యరంగంలో ఉన్నట్లు, క్రీ.శ.9వ శతాబ్దపు శాసనాలు తెలియజేస్తున్నాయి. వీరు బ్రహ్మచర్యవ్రతాన్ని స్వీకరించి, శివాలయాల్లో పూజారులుగా పనిచేయాలి.

పౌరాణిక మత సంస్కర్తలైన కుమారిలభట్టు, శంకరాచార్యుడు ఈ యుగంలోని వారగుట గొప్ప విశేషం. భక్తిమార్గం నిరసించబడి, జ్ఞానమార్గం ప్రబోధించబడింది.

ప్రసిద్ధిగాంచిన అద్వైతతత్వాన్ని శంకరుడు ప్రవచించి, ప్రచారం చేశాడు. 'బ్రహ్మ' లేక పరమాత్మ ఒక్కటే నిజమైనదనియు, ప్రపంచమంతా మిథ్య అనియు, జీవాత్మ పరమాత్మ లొక్కటేననియూ, ఈయన ప్రధాన సూత్రాలుగా తెలియజేశాడు. మోక్ష సాధనకు జ్ఞానమార్గంతోబాటు, సన్యాసత్వాన్ని కూడా సాధనంగా ప్రజల ముందుంచాడు. వ్యవస్థాపనరీత్యా శంకరాచార్యుడు, ఉత్తరాన 'బద్రీనాథ్'లో, తూర్పున 'పూరి'లో, పశ్చిమాన 'ద్వారక' లో, దక్షిణాన 'శృంగేరి' వద్ద మఠాలను స్థాపించి, శైవ మతాభివృద్ధికి శాశ్వత పునాదులను నిర్మించాడు. తాను శృంగేరీ మఠాల స్థాపన ద్వారా సన్యాస జీవితానికి ఒక క్రమబద్ధత నేర్పాటు చేశాడు. హైందవ మత సంస్కర్తగా శంకరాచార్యుని సేవలు సదా శ్లాఘనీయమైనాయి.

పల్లవులు వైదిక మతాభిమానులు. వీరిలో ఎక్కువమంది శైవులు, రాజసింహాది వైష్ణవులు కూడా లేకపోలేదు. ఒకటవ మహేంద్రవర్మ (క్రీ.శ.600-30) కాలాన్నుంచి 'నాయనారుల' అధ్వర్యంలో, శైవం భక్తి ప్రధానమైంది. మొత్తం 63 మంది నాయనార్లలో, అప్పార్, జ్ఞానసంబందార్, సుందరమూర్తి, మాణిక్యవాశగర్‌లనేవారు పల్లవుల కాలంలో ప్రసిద్ధిని గాంచారు. ఇదేరీతిలో, వైష్ణవ మత ప్రచారాన్ని 'ఆళ్వారు'లనే ఆచార్యులు చేపట్టారు. ఈ యుగంలోని వారిలో తిరుమంగై, తొండరడిప్పొడి (విప్రనారాయణ) ప్రసిద్ధులు. ఈ రెండు మతాల ఆచార్యులు సంఘంలోని అన్ని వర్గాలకు చెందినవారుగా ఉండుట గమనించదగ్గ విషయం. వీరి రచనలు ప్రజల్లో సాత్వికమైన భక్తిని ప్రేరేపించి, నీతి మార్గావలంబులుగా చేయుటలో గొప్పగా ఉపకరించాయి. కంచి, కొడంబలూర్, శైవ కేంద్రాలుగాను, శ్రీరంగం, తిరుమల, శ్రీ కూర్మం వైష్ణవ కేంద్రాలుగాను వెలుగొందాయి.

చోళులు కూడా ప్రధానంగా హిందూ మతాభిమానులే. ఈ మత శాఖలైన శైవ వైష్ణవాలు రెండూ, విరివిగా ప్రచారంలో ఉన్నాయి. అయితే, చోళ చక్రవర్తుల్లో ఎక్కువమంది శైవులైనారు. ఒకటవ రాజరాజు పాలనాకాలంలో, నంబి అండార్‌నంబి శైవమతసాహిత్యాన్ని క్రమబద్ధీకరించాడు. శివుని పరబ్రహ్మ స్వరూపునిగా పరిగణించే 'శివ-విశిష్టాద్వైత' విధానాన్ని శ్రీకంఠ అను శైవాచార్యుడు ప్రవచించాడు. దీనికి, చిదంబర మూలకేంద్రంగా పేరుగాంచింది. ఒకటవ రాజరాజు కాలంలో అనేకమంది శైవాచార్యులు, గంగాతీరాన్నుంచి దక్షిణాపథానికి చొచ్చుకురావడం, ఈ మతశాఖకు చోళులిచ్చిన గొప్ప ఆదరణను చాటుతూంది. వైష్ణవమతం కూడా ప్రగతి పథంలో పరిణామాలను పొందుతూ వచ్చింది. ఆండాళ్, కులశేఖరుడు, నమ్మాళ్వార్, ప్రసిద్ధ ఆళ్వారులుగా వైష్ణవ భక్తి సాహిత్యానికి, తాత్విక చింతనకు దోహదం చేశారు. క్రీ.శ.10వ శతాబ్దాంతానికి, నాథముని అనే వైష్ణవాచార్యుడు, వైష్ణవమత సాహిత్యాన్నంతటినీ క్రమపద్ధతిలో పెట్టినట్లుగా పేరుగాంచాడు. భగవంతుని ఎడల భక్తికి, వేదాంతతత్వ శాస్త్రానికి, సమాన ప్రాముఖ్యతనిస్తూ, రామానుజుడు 'విశిష్టాద్వైత' తత్వాన్ని ప్రవచించి, ప్రబోధించాడు. శ్రీరంగంలోని వైష్ణవ మఠానికి అధిపతిగావుంటూ, ఈతడు శూద్రుల్లో, పంచముల్లో భక్తి సిద్ధాంత వ్యాప్తికై కృషిచేసిన మహనీయుడు. పంచములకు ఏడాదికొక్కసారి దేవాలయ ప్రవేశం అనుమతింపబడింది. ఆ విధంగా రామానుజుడు హైందవ మతంలో ఆనాడు ప్రబలివున్న కులతత్వం, అంటరానితన దురాచారాలను రూపుమాప ప్రయత్నించిన వ్యక్తగుట, ప్రశంసాత్మక విషయం. వీటికి తోడు, దక్షిణ భారతంలో క్రీ.శ.12వ శతాబ్ది నుంచి, శైవులకు వైష్ణవులకు మధ్య శాఖాసంబంధమైన వైషమ్యాలేర్పడడం, పౌరాణిక మత ప్రశాంతతకు, భద్రతకు భంగకరంగా పరిణమించడమైంది.

బౌద్ధ మతం

శాతవాహనుల కాలంలో బౌద్ధమతం ఉజ్జ్వలమైన దశలో ఉండింది. వృత్తిపనివారు, వర్తకులు, స్త్రీలు విశేషంగా ఈ మతాన్ని ఆదరించి, పోషించినట్లు శాసనాలు చాటుతున్నాయి. గౌతమీపుత్ర శాతకర్ణి బ్రాహ్మణ మతాభిమాని అయినప్పటికీ, నాసిక్, కార్లేలలోగల బౌద్ధ స్తూపాలకు, విహారాలకు భూరి విరాళాలొసంగినాడు. ఈయన తరవాత పాలించిన కడపటి శాతవాహనుల్లో అనేకులు, బౌద్ధమత పోషకులే. బౌద్ధమతానికి చెందిన ప్రసిద్ధ తత్వవేత్త ఆచార్య నాగార్జునుడు, యజ్ఞశ్రీ శాతకర్ణి పోషణలో ఉండి, 'మహాయాన' మనే నూతన మతశాఖకు, 'మాధ్యమిక' సిద్ధాంతానికీ, అంకురార్పణ చేశాడు. ఇంతేకాకుండా, 'చైత్యాలు' అనబడే బౌద్ధ పూజామందిరాలు, వీరి కాలంలోని దక్కన్ అంతటా విస్తారంగా వెలశాయి. మహారాష్ట్రలోని కార్లే, నాసిక్, కన్హేరి, భాజ, మధ్యప్రదేశ్‌లోని సాంచి, ఆంధ్రలోని అమరావతి, నాగార్జున కొండ, భట్టిప్రోలు, శాలిహుండం, కొండాపురం, ప్రసిద్ధ బౌద్ధ కేంద్రాలైనాయి.

అయితే, క్రీ.శ.7వ శతాబ్ది ప్రథమార్ధానికి దేశ వ్యాప్తంగా బౌద్ధం క్షీణదశలో ఉన్నట్లు, హుయాన్‌త్సాంగ్ పేర్కొన్నాడు. పెక్కు చోట్ల బౌద్ధ విహారాలు నిర్మానుష్యంగా ఉన్నట్లీతడు తెలిపాడు. ఈ మార్పుకు పలు కారణాలున్నాయి. గౌడ శశాంకుని వంటి స్వదేశపాలకులు, హూణులనే విదేశీ దండయాత్రికులు బుద్ధగయ, తక్షశిల, మథుర మొదలైనచోట్లగల ప్రసిద్ధ బౌద్ధ విహారాలు, స్తూపాలపై దాడిచేసి, తీవ్ర విధ్వంసాన్ని కల్గించారు. అనాదిగా బౌద్ధాన్ని పోషించింది, ప్రధానంగా వర్తక వర్గం. క్రీ.శ.5వ శతాబ్ది నుంచి ఈ వర్గం క్షీణించడంతో, బౌద్ధ సంస్థలకు ఆదాయం తగ్గి, విహారాలు నిర్జనం కాసాగాయి. దీనికి తోడు, చాళుక్యుల నాటినుంచి శైవ, వైష్ణవాల విజృంభణ ప్రారంభమై, చోళుల నాటికి పరాకాష్ఠనందుకుంది. వీటి ధాటి, దాడులకు బౌద్ధం గుర్రై మరింత బలహీనమైంది. వీటన్నింటికంటే మించి, బౌద్ధుల్లో ఏర్పడిన సిద్ధాంతపరమైన తీవ్ర అనైక్యత -- 18 శాఖలుగా చీలుట -- మహాయానంలో తొలుతేర్పడిన విగ్రహారాధన, భక్తి సంప్రదాయం, క్రీ.శ.7వ శతాబ్ది నుంచి దీనిలో 'వజ్రయాన' మనే పేరుతో, దుష్టాచారాలతో కూడిన తాంత్రిక సంప్రదాయమేర్పడటం, ఇత్యాది అంతరంగిక పరిణామాలు ఒకప్పటి బౌద్ధానికున్న ప్రత్యేకతను, పవిత్రతను, జనాదరణను కోల్పోవటానికి దారితీశాయి. హైందవులు బుద్ధుని విష్ణుమూర్తి అవతారాల్లో ఒకటిగా భావించి ఆరాధించసాగడంతో, బౌద్ధమత అస్తిత్వానికే ఎసరు పెట్టినట్లైంది.

జైన మతం

దక్షిణ భారతదేశ ఆధిపత్య పోరాట యుగంలో, బౌద్ధం కంటే జైనమతమే ఎక్కువ ఆదరణను పొంది, వ్యాప్తిని చెందుట గమనించదగ్గ పరిణామం. చాళుక్యుల కాలంలో, కర్ణాటకాంధ్రదేశాల్లో జైన మతానికి మంచి పోషణ లభించింది. రెండో పులకేశి సేనాపతయిన రవికీర్తి జైనుడుగా ఉండి, అయ్యవోలులో జినాలయాన్ని నిర్మించాడు. విజయాదిత్య, రెండో విక్రమాదిత్యులు జైన మతాచార్యుల నాదరించి, పోషించారు. రాష్ట్రకూటుల్లో గూడా చాలా మంది జైన మతస్థులయ్యారు. ఒకటవ అమోఘవర్ష చక్రవర్తి, చాముండరాయ అనువారు ప్రసిద్ధిగాంచిన జైనమత పోషకులు. దేశంలోని అనేక జైనమత కేంద్రాల్లో 'శ్రావణ బెలగోళ' మిక్కిలి పేరుగాంచింది. కర్ణాటక ప్రాంతంలో, 'దిగంబర' జైన శాఖ ఆదరణలో ఉండింది.

తమిళభూమిలో కూడా జైనమత ఆదరణకేమీ కొదువ లేదు. ఒకటో మహేంద్రవర్మ పల్లవ చక్రవర్తి తొలుత జైనమతస్థుడైనాడు. క్రీ.శ.641లో

హ్యుయాన్‌త్సాంగ్ కాంచీపురాన్ని దర్శించినపుడు, అక్కడ నూరు సంఘారామాలున్నట్లు, 'నిగ్రంధులు' (జైనులకుగల మరొకపేరు) కూడా అధికసంఖ్యలో ఉన్నట్లు, తెలియజేశాడు. వెడల్, శ్రీరామ్యూర్, ఆనందమంగలం, సిత్తన్న వాసల్, కలుగుమలై, తిరుమలై, తిరుమావాడి, జినకంచి అనేవి, అనాడు వర్ధిల్లిన ప్రసిద్ధ జైన కేంద్రాలు. ఇక్కడ కూడా 'దిగంబర' శాఖ ఎక్కువగా ప్రచారంలో ఉంది. చోళుల కాలంలో కూడా, ప్రజల్లోని కొన్ని వర్గాల వారిలో జైనమతం ప్రాబల్యతను వహించింది.

బహుశా, మతాచారాల్లో హైందవాన్నుంచి తన ప్రత్యేకతను నిల్పుకొనుట, అహింస, దిగంబరత్వాన్ని, సన్యాసత్వాన్ని పాటించుటలో పరిపూర్ణత, చిత్తశుద్ధులక కృషి, బౌద్ధంలో వచ్చినన్ని (18) చీలికలు దీనిలో రాకపోవటం, క్రమంగా వ్యాపార వర్తక వర్గాలు బౌద్ధంకంటే జైనమతాన్ని ప్రధానంగా స్వీకరించి, ఆదరించటం, ఇత్యాది కారణాల దృష్ట్యా, ఈ దాక్షిణాత్య ఆధిక్యతా పోరాటయుగంలో, బౌద్ధమతంకంటు జైనమతమెక్కువ ఆదరణ, వ్యాప్తులను సాధించింది. అయితే, రెంటి స్థితిలో సామ్యత కూడా లేకపోలేదు. బౌద్ధంవలె జైనమతం కూడా, శైవవైష్ణవాల దాడులకు, ధాటికి గుర్వ నష్టాన్ని పొందడం జరిగింది. 'నాయనారుల' చేతుల్లో జైనాచార్యులు పరిహాసం పాలైనట్లు, అప్పర్ జీవితాన్ని బట్టి తెలుస్తోంది. ఆరామాల్లోను దోచుకోవడం కూడా జరిగింది. పల్లవ, చోళ రాజుల్లో అధికులు, ఈ చర్యలను సహించినారనే చెప్పాలి. మరొక విశేషమేమంటే జైనబౌద్ధాల అంతిమ స్థితిలో ముఖ్య వ్యత్యాసం కూడా లేకపోలేదు. తాను జన్మించిన దేశంలో బౌద్ధం క్రమంగా అదృశ్యం కాసాగితే, జైనమతం మాత్రం, రాజస్థాన్, గుజరాత్, కర్ణాటకలాంటి ప్రాంతాల్లో, నేటికీ కొనసాగుతూ వస్తోంది.

క్రీ.పూ.230 నుంచి క్రీ.శ.1300ల వరకు --- పది శతాబ్దాలు పైబడి -- దక్కన దక్షిణ భారతావనిలో నేలిన శాతవాహన, చాళుక్య, రాష్ట్రకూట, పల్లవ, చోళ రాజవంశాలు, కేవలం ఈ ప్రాంతంలో ఆధిపత్య, పోరాటాన్ని సాగించడమేకాక, సమర్థులైన కొందరధినేతలు -- గౌతమీపుత్ర శాతకర్ణి, రెండో పులకేశి, మూడో గోవిందుడు, రాజేంద్రచోళుడు -- ఉత్తర భారతదేశ ప్రాంతాలను కూడా నోడించి, రాజకీయైక్యతా సాధనక కృషిసల్పారు. రాజరాజు, రాజేంద్రచోళులు సింహళ, శ్రీవిజయ రాజ్యాలను జయించి, సామ్రాజ్యవాదానికి అంకురార్పణ చేసి, విదేశ వ్యాపారాభివృద్ధికి దోహదపడుట గమనీయాంశం. పరిపాలన, ఆర్థిక, సామాజిక, సాంస్కృతిక రంగాల్లో ఈ దాక్షిణాత్య రాజవంశాలవారు, ఉత్తరాది అంశాలను ప్రాతిపదికలుగా చేసుకొంటూ, తమ వ్యక్తిత్వాలు ఇక్కడి ప్రజలు, ఆచారాలు, సాంప్రదాయాలు, ప్రాంతీయతలకు ప్రతిబింబాలుగా, ప్రత్యేక రీతులను వెలయింపచేశారు. పరిపాలనా రంగంలో, ఉత్తర భారత కేంద్రీకృత వ్యవస్థకు, దాక్షిణాత్య స్వపరిపాలనా లక్షణాలు -- ముఖ్యంగా గ్రామాల్లో -- జోడించబడ్డాయి. ఆర్థికంగా, ఉత్తరాది దేశీయ వ్యాపారానికి, దక్షిణాది విదేశ వాణిజ్యం -- తూర్పు ఆఫ్రికా, ఆగ్నేయాసియా రాజ్యాలతో -- తోడై, వర్తక వలసల స్థాపనకు, తద్వారా భారతీయ సంస్కృతీ వ్యాప్తికి దారితీసింది. సామాజికంగా, ఉత్తరావనిలోని సాంప్రదాయకత, వర్ణవ్యవస్థ, కులవ్యవస్థ, కులవిధానాలకు, దక్షిణాదిలో క్రింద వర్ణాల వారికిచ్చిన (నాయనార్లు, అళ్వారులు) ప్రాధాన్యత, రాజ్యపాలనలో స్త్రీలకిచ్చిన విశేషపాత్ర -- శాతవాహనుల కాలంలో వలె -- ప్రత్యేకమైనాయి. సాంస్కృతికంగా, ఉత్తర భారతదేశ ప్రాకృత సంస్కృతాలకు, 'నగర' నిర్మాణశైలి, తీవ్రవాద శైవవైష్ణవాలు, అద్వైతవిశిష్టాద్వైతాలు ప్రత్యేకమై, విరాజిల్లాయి. ఈ రెండు రీతుల అవినాభావ కలయికే, భారతీయ సంస్కృతీ విశిష్టరూపం.

***

6.

భారతీయ సంస్కృతీ విస్తరణ

ప్రాచీన భారతీయ సంస్కృతీ విస్తరణ, ఆసియా చరిత్రలో ప్రాధాన్యత నొందింది. చైనా, జపాన్, కొరియాలాంటి దూరప్రాచ్య రాజ్యాలు, సింహళం, బర్మా, సయామ్, ఇండో-చైనా, మలయా, ఇండోనేషియాలలాంటి దక్షిణ, ఆగ్నేయాసియాదేశాలు, ఆఫ్ఘనిస్థాన్, బెలూచిస్తాన్, టర్కీస్తాన్‌లలాంటి వాయవ్య, మధ్య ఆసియా రాజ్యాలు, భారదేశంతో వాణిజ్య, సాంస్కృతిక సంబంధాలను ఏర్పాటు చేసుకున్నాయి. అశోకునితో మొదలైన ఈ సంబంధాలు, కుళోత్తుంగ చోళుని వరకు కూడా, దిగ్విజయంగా కొనసాగాయి. భిన్న ఆసియా రాజ్యాల్లో నెలకొన్న సంస్కృతులతో భారతీయ సంస్కృతీ రీతులు మిశ్రమం చెంది, వాటి ప్రగతి, వికాసాలకు దోహదపడటం కూడా, అత్యంత గమనార్హమైన పరిణామం. ఫలితంగా, నూతన జాతులు, సంస్కృతులు, జీవన విధానాలు రూపొందాయి.

భారతీయ సంస్కృతీ విస్తరణ : దోహదకాలు

విభిన్న ఆసియా ప్రాంతాల్లో భారతీయ సంస్కృతీ వ్యాప్తి, సైనిక పద్ధతులకంటే శాంతియుత మార్గాల ద్వారా సంభవించింది. ఈ రాజ్యాలతో గల బహుళమైన వ్యాపారావకాశాలను పురస్కరించుకొని, అనేకమంది భారతీయ వర్తకులు సముద్ర వ్యాపారాన్ని చేపట్టారు. 'సువర్ణద్వీపం'గా పేరు పొందిన జావా, సుమత్రా, మలయా దీవులు విశేషంగా ఆకర్షించాయి. ఇక్కడ నివసించే అనాగరిక ఆటవిక జాతుల ప్రజలు, భారతీయ వర్తకుల ప్రభావానికిగురై, సంస్కృతీ వాసనలను ప్రప్రథమంగా పీల్చసాగారు.

భారతీయ వర్తకులతోబాటు, బౌద్ధమత ప్రచారకులు, బ్రాహ్మణ గురువులు కూడా, సుదూర ప్రాంతాలకు ప్రయాణించి, సంస్కృతీ విస్తరణకు దోహదమయ్యారు. అశోకుని కాలం నుంచే బౌద్ధమత ప్రచారకులు, గొప్ప ధైర్య సాహసాలతో, అకుంఠిత దీక్షతో, మధ్య ఆసియా, చైనా, టిబెట్, సింహళం, ఆగ్నేయాసియా రాజ్యాలకు వెళ్ళి, ధర్మ ప్రచారం చేయసాగారు. తదనంతరం, ఉత్తరాన కనిష్కుడు, హర్షుడు, దక్షిణాన శాతవాహనులు, ఇట్టి కార్యక్రమాన్ని ప్రోత్సహించారు. ఫలితంగా, బౌద్ధమతం ఈ ప్రాంతాల్లో బలంగా వేళ్ళూనుకుంది. క్రీ.శ.7వ శతాబ్ది ద్వితీయార్ధ భాగాన్నుంచి శైవ, వైష్ణవ, హైందవ మతాల విజృంభణ భారతదేశంలో మొదలవడంతో, ఈ మత శాఖకు సంబంధించిన ఆచార్యులు, ఆగ్నేయాసియా రాజ్యాల్లో బోధనకు ఉపక్రమించారు. కౌండిన్యుడు, అగస్త్యుడు లాంటి గురువులు స్థాపించిన ఆశ్రమాలు, భారతీయ సంస్కృతీ కేంద్రాలుగా పనిచేశాయి.

ఆసియా రాజ్యాల్లో స్థిరపడిన అనేకమంది భారతీయులు కూడా, సంస్కృతీ వ్యాప్తికి తోడ్పడ్డారు. వీరు తమ సొంత వలసల నేర్పాటు చేసుకున్నారు. స్థానికుల అలవాట్లు, జీవనవిధానంపై వీరి సంస్కృతీ ప్రభావం బలంగా పడింది.

దూర ప్రాంతాల్లో తమ అధికార స్థాపనకై కృషిచేసిన భారతీయ రాకుమారులు కూడా, సంస్కృతీ విస్తరణకు దోహదమయ్యారు. ఇండో-చైనా చరిత్రలో వీరిని గురించిన ఉదాహరణలు లభ్యమౌతాయి. ఈ సందర్భంలో, రాజరాజ, రాజేంద్ర చోళుల నౌకాదాడుల ప్రభావఫలితాలు ఎంతైనా గమనించదగ్గవి.

భారతీయ సంస్కృతీ విస్తరణ-అఫ్ఘనిస్తాన్

ప్రాచీన కాలంలో, సాంస్కృతికంగా, రాజకీయంగా, అఫ్ఘనిస్తాన్ భారతదేశంలోని భాగంగా ఉండింది. వైదిక, ఇతిహాసయుగాల ఆర్యులు అఫ్ఘనిస్తాన్‌ను వేరే దేశంగా భావించలేదు. క్రీ.పూ. 6వ శతాబ్ది నాటి షోడశ మహాజనపదాల్లో గాంధార (కాందహార్) ఒకటిగా ఉండింది. మౌర్య, కుషాణ సామ్రాజ్యాల్లో అఫ్ఘనిస్తాన్ భాగంగా ఉంది. బౌద్ధ, బ్రాహ్మణ మతాలు రెండూ అక్కడ ప్రజల ఆదరణను పొందాయి. స్వాట్ నదీలోయ, హిందూకుష్ పర్వతపాదంలోని బమియన్‌లాంటి పలు ప్రాంతాలు, భారతీయ సంస్కృతీ కేంద్రాలుగా వెలశాయి. బమియన్‌లో సంస్కృత గ్రంథాలు, భారతీయ శైలిలో వున్న చిత్రలేఖనాలు, బౌద్ధ విహారం లభ్యమైనాయి.

ఇదేవిధంగా, ప్రాచీన కాపిశీలో ఉన్న బెగ్రాంలో భారతీయ దంతవస్తు సామగ్రి బయల్పడింది. కాబూల్‌కు ఈశాన్యంగా ఉన్న 'ఖాయిర్‌ఖనే' పర్వత శిఖరం మీద గుప్తుల నాటి దేవాలయం, సూర్య విగ్రహం కన్పించాయి. ఫాహియాన్, హుయాన్‌త్సాంగ్‌లు భారతదేశాన్ని దర్శించినప్పుడు అఫ్ఘనిస్తాన్‌లో బౌద్ధం ఆదరణలో ఉన్నట్లు, తదనంతరం క్రీ.శ.10వ శతాబ్ది చివరి పాదం నాటి తురుష్క దండయాత్రలప్పుడు హైందవమతం కాబూల్‌లోయ ప్రాంతంలో బలంగా ఉన్నట్లు, తెలుస్తూంది. బహుళ ప్రజానీక జీవన విధానాలపైన భారతీయ సంస్కృతీ కేంద్రాలు సత్ప్రభావాలను వేశాయి.

మధ్య ఆసియా

అఫ్ఘనిస్తాన్ ఆవలనున్న మధ్య ఆసియా ప్రాంతాలకు కూడా, భారతీయ సంస్కృతి బాగా విస్తరించింది. వాయవ్యదిశగా మౌర్య సామ్రాజ్య వ్యాప్తి, అశోకుని ధర్మమత ప్రచార కార్యక్రమాలు, మధ్య ఆసియాలోని భాగాలపై కుషాణుల ఆధిపత్యం, ఇత్యాది పరిణామాలు భారతదేశానికి మధ్య ఆసియాతో సన్నిహిత సంబంధాన్నేర్పర్చాయి. ఈ ప్రాంతంలో నివసించే పార్థియన్, యూచీ, సొగ్గియన్ జాతులవారు, అశోకుని కాలంలోనే బౌద్ధ ధర్మాన్ని స్వీకరించారు. చైనా యాత్రీకులైన ఫాహియాన్, హ్యూయాన్‌త్సాంగ్‌లిద్దరూ కూడా, మధ్య ఆసియా ప్రాంతాన్ని దర్శించి, అక్కడ బౌద్ధమతం, భారతీయ సంస్కృతి ప్రబల వ్యాప్తిలో ఉన్నట్లు పేర్కొన్నారు. క్రీ.శ.260లో చైనా బౌద్ధ భిక్షువైన చూ-షి-కింగ్ బౌద్ధ ధర్మాభ్యాసానికై, బయల్దేరి, ఖోటాన్‌ను దర్శించి తరవాత భారతదేశానికి వెళ్లే ప్రయత్నాన్ని విరమించుకున్నాడు. చైనా భాషలోకి అనేక బౌద్ధ గ్రంథాలను అనువదించిన కుమారజీవుని (క్రీ.శ.400) కుటుంబం, కాశ్మీర్ నుంచి వెళ్లి, కుచలో స్థిరపడింది. ఈ విధంగా, ప్రాచీనకాలంలో భారతీయ, చైనీయ సంస్కృతులకు కూడలి స్థలమైంది మధ్య ఆసియా.

కాష్గర్ చైనాల మధ్యవున్న ఖోటాన్, కుచ, కారాసాహర్‌లు, భారతీయ వలసల్లో ప్రధానమైనవి. ఇక్కడి పాలకులు, ప్రజలపైన బౌద్ధ, హైందవ మతాలు, సంస్కృత భాష, గాంధారకళ ప్రభావం బాగా ప్రసరించింది. ఖోటాన్ రాజుల్లో ఒకరికి 'మహారాజాధిరాజ దేవవిజితసింహ', కుచరాజులకు 'హరదేవ' వంటి పేర్లున్నాయి. కారాసాహర్‌ను 'అగ్నిదేశ' మనేవారు. దీని రాజుల్లో 'ఇంద్రార్జున', 'భండనార్జున' అనేవారున్నారు. ఈ స్థావరాల్లో బౌద్ధమతం విశేష ప్రచారంలో ఉంది. ఖోటాన్‌లోని గౌతమీ విహారం, బౌద్ధ విద్యా కేంద్రంగా ప్రసిద్ధిగాంచింది. కుచలో వేయి స్తూపాలు, దీని రాజధానికి ఎదురుగా 90 అడుగుల ఎత్తైన బౌద్ధ విగ్రహం ఉన్నాయని హ్యూయన్‌త్సాంగ్ పేర్కొన్నాడు. బలక్‌లోని

నవవిహారంలో వేయి మంది బౌద్ధ భిక్షువులుండేవారు. ఇక్కడి స్తూపాలు, విహారాలు గాంధార కళ, భారతీయ నమూనాల ననుసరించి నిర్మించబడ్డాయి. ఖోటాన్, ఇతర దక్షిణ వలసల్లో క్రీ.శ.13వ శతాబ్దిలో ప్రాకృతం అధికారభాషగా, ఖరోష్టిలిపి అధికారలిపిగా ఉన్నట్లు, సమాచారముంది. ఈ ప్రాంతాలలోనే 'ధమ్మపదం', అశ్వఘోషుని 'సారిపుత్ర ప్రకరణం' అనే గ్రంథాలు లభ్యమయ్యాయి. ఇది బ్రాహ్మీ, ఖరోష్టి లిపుల్లో రాసి ఉన్నాయి. ఇక్కడ కాతంత్రవ్యాకరణ సూత్రాలననుసరించి, సంస్కృత భాషనభ్యసించేవారు. ఇస్లాం విజృంభణ మధ్య ఆసియాలో ప్రారంభంకాకముందు, అక్కడ భారతీయ సంస్కృతీనాగరికతలు ప్రబలినాయనే విషయం, స్పష్టమౌతుంది.

టిబెట్

క్రీ.శ.639 ప్రాంతంలో, బౌద్ధమతం, దాంతోబాటు భారతీయ సంస్కృతి, టిబెట్‌లో ప్రవేశించాయి. స్ట్రాంగ్-త్సన్ గంపూ అనే లాసా నిర్మాత, బౌద్ధులైన తన ఇద్దరు సతీమణులచేత ప్రభావితుడై, బౌద్ధాన్ని ప్రవేశపెట్టాడు. ఖోటాన్‌లో వాడుకలోనున్న భారతీయ లిపిని (alphabets) కూడా ఈతడు టిబెట్‌లో ఉపయోగింపచేశాడు. తదనంతరం, ఇరు దేశాల మధ్య బౌద్ధ భిక్షువులు, పండితుల రాకపోకలు నిరంతరం కొనసాగుతూ వచ్చాయి. క్రీ.శ.747లో పద్మ సంభవుడనే కాశ్మీర్ పండితుడు, క్రీ.శ.11వ శతాబ్దిలో విక్రమశిల విశ్వవిద్యాలయానికి చెందిన అతిష పండితుడు, బెంగాల్‌కు చెందిన దీపంకర్శ్రీజ్ఞాన్ విద్యావేత్త, టిబెట్‌ను సందర్శించి, బౌద్ధమత వ్యాప్తికై కృషిచేశారు. అదేవిధంగా, టిబెట్‌కు చెందిన భిక్షువులు నలందా, ఉద్దంతపురి, విక్రమశిల, జగద్దల లాంటి భారతీయ బౌద్ధ విశ్వవిద్యాలయాల్లో పఠించడం జరిగింది.

ఇరు దేశాల మధ్య దూరం స్వల్పమవటం గూడ, సాంస్కృతిక ప్రభావాలను పెంపొందింపజేసింది. వందల కొద్దీ పవిత్ర బౌద్ధ గ్రంథాలు టిబెటన్ భాషలోకి అనువదించడం జరిగింది. అట్టి వాటిలో ప్రసిద్ధిగాంచిన 'తన్‌జూర్' (Tanjur), కన్‌జూర్ (Kanjur)లు నేటికీ ఉన్నాయి, చైనా, టిబెట్, భారతదేశాల పండితులు కలిసి 'మహావ్యుత్పత్తి' అనే బౌద్ధ పదకోశాన్ని తయారు చేశారు. టిబెట్ కళ కూడా భారతీయ కళను పోలి, విలువైన రాళ్ళ (precious stones) తో పొదిగి, రాగి పోతపోసిన అనేక మహాయాన దేవతా మూర్తుల విగ్రహాలు వైభవంగా తయారు చేయబడ్డాయి. టిబెట్ నుండి కూడా భారతదేశానికి సాంస్కృతిక సేవ జరగకపోలేదు. మహమ్మదీయ దాడుల కారణంగా నలందా, విక్రమశిల లాంటి బౌద్ధకేంద్రాలు ధ్వంసమైనప్పుడు, అనేక విలువైన బౌద్ధ గ్రంథాలు బూడిత పాలయ్యాయి. అయితే, ఇవి టిబెట్ భాషా అనువాదాల రూపంలో భద్రంగా ఉన్నాయి. ఈ అనువాద గ్రంథాలు బౌద్ధమత, వేదాంత సంప్రదాయాల పరిణామంపై, పుష్కలమైన సమాచారాన్నిస్తున్నాయి.

చైనా

చైనా, భారతదేశాల మధ్య ప్రాచీన కాలం నుంచి కూడా సన్నిహిత సంబంధాలున్నట్లు తెలుస్తూంది. తొలుదొల్త, వాణిజ్య సంబంధాలు నెలకొన్నాయి. మౌర్యయుగంలో చైనా నుంచి పట్టుబట్టలు దిగుమతయ్యేవి. దక్షిణ ప్రాంతంలోని నాగపట్టణం, మోటుపల్లి రేవుల గుండా సముద్ర వాణిజ్యం జరిగేది.

వ్యాపార సంబంధాలు క్రీ.శ. 1వ శతాబ్దినాటికి, సాంస్కృత సంబంధాలకు దారితీశాయి. బౌద్ధమత ప్రవేశమే ప్రధాన పరిణామమైంది. క్రీ.శ.65 ప్రాంతంలో హాన్‌వంశ చక్రవర్తైన మింగ్‌తి దీనిని ప్రోత్సహించాడు. ఈయన అహ్వానం మీదనే, ధర్మరత్న, కశ్యపమతంగ అనే భారతీయ బౌద్ధాచార్యులు చైనాకు వెళ్లగా, వారి బసకు

'శ్వేతాశ్వ' విహారాన్ని కట్టించాడు. పెద్ద సంఖ్యలో బౌద్ధ గ్రంథాలకు చైనీయ అనువాదాలు తయారైనాయి. క్రీ.శ.4వ శతాబ్ది నాటికి, నాన్‌కింగ్, చంగ్‌నగన్ రాష్ట్రాల్లో 180కి మించిన బౌద్ధ విహారాలు వెలశాయి. టాంగ్ వంశపాలనాకాలం (క్రీ.శ.618-907) చైనాలో బౌద్ధమత స్వర్ణయుగంగా పేరుగాంచింది.

క్రమంగా, ఇరుదేశాల మధ్య బౌద్ధాచార్యుల భిక్షువుల రాకపోకలు పెరగసాగాయి. ఫాహియాన్, హుయాన్‌త్సాంగ్, ఇత్సింగ్‌లు భారతదేశాన్ని సందర్శించగా, కుమారజీవుడు, గుణవర్మన్ బోధిధర్ముడు, పరమార్థుడు లాంటి ప్రసిద్ధులు చైనాను దర్శించారు. ఫలితంగా, వేలకొలది బౌద్ధ గ్రంథాలు, రాతప్రతులు చైనాకు తరలించి, అనువదించారు. దీని కొరకై, అనేక చైనీయులు సంస్కృత, పాళీ భాషల నభ్యసించడంతోబాటు, పలు భారతీయ ఆచార్యుల సహాయాన్ని పొందారు. ఉదాహరణకు, క్రీ.శ.546లో చైనా వెళ్లిన పరమార్థుడు డెబ్బదికి మించిన బౌద్ధ గ్రంథాలను అనువదించాడు.

బౌద్ధమతంలోబాటు, అనేక ఇతర సాంస్కృతిక సంప్రదాయాలను, చైనా భారత దేశాన్నుంచి గ్రహించింది. కళ, సంగీతం, గణిత, ఖగోళ, వైద్య శాస్త్ర రంగాల్లో వీటి ప్రభావం ప్రస్ఫుటంగా కనిపిస్తుంది. ఇక్కడి దేవాలయాలు భారతదేశ స్థూపాలకు అనుకరణాలయ్యాయి. ముస్‌హుయాంగ్, యున్‌కాంగ్, టంగ్‌మున్ అనే గుహల్లోని బౌద్ధ విగ్రహాలు, గుప్తయుగ శిల్పరీతిలో మధురలో తయారైనట్లు కనిపిస్తాయి. క్రీ.శ.581లో భారతీయ సంగీత విద్వాంసుల బృందం చైనాలో పర్యటించింది. చైనా రాజులు తమ పంచాంగాన్ని తయారు చేయడానికి, భారతీయ శాస్త్రజ్ఞులను నియమించారు. ఏడో శతాబ్దంలో, చాంగన్‌గన్‌లో భారతీయ ఖగోళశాస్త్ర గ్రంథాలు, 'రావణకుమార చరితము' అనే వైద్య గ్రంథం, సంస్కృతాన్నుంచి చైనా భాషలోనికి తర్జుమా చేశారు.

కొరియా

చైనా, టిబెట్ దేశాల నుంచి భారతీయ సంస్కృతి మంగోలియా, కొరియాలకు వ్యాపించింది. క్రమంగా ఈ దేశాలు బౌద్ధమతం ద్వారా, భారతదేశంతో సంబంధాల నేర్పరచుకున్నాయి. ఇత్‌సింగ్ కథనం ప్రకారం, క్రీ.శ.7వ శతాబ్దిలో ఐదుగురు కొరియా బౌద్ధాచార్యులు భారతదేశాన్ని సందర్శించారు. భారత బౌద్ధాచార్యుని గౌరవార్థం, కొరియా రాజు సిల్లా అనేచోట ఒక దేవాలయాన్ని నిర్మించాడు. దీనిలోని శిల్పాలు, భారతీయ శిల్పాలను పోలినట్లున్నాయి.

జపాన్

కొరియా నుంచి బౌద్ధమతం జపాన్‌లో ప్రవేశించింది. క్రీ.శ.538లో కొరియా రాజు, బుద్ధ విగ్రహాన్ని, బౌద్ధ ధర్మగ్రంథాలనిచ్చి, జపాన్ దేశానికి రాయబారాన్ని పంపాడు. జపాన్ రాజైన షొటొకొ (593-622) బౌద్ధ ధర్మానికి ఎనలేని సేవ చేశాడు. క్రీ.శ.8వ శతాబ్దిలో మరో జపాన్ రాజు "బౌద్ధ త్రిరత్నదాస" (Slave of Buddhist Trinit) అనే అర్థం వచ్చే బిరుదాన్ని ధరించాడు. ఇతడే వారా అనేచోట బుద్ధుని కంచు విగ్రహాన్ని నిల్పాడు. ఇది ప్రపంచంలోని కంచు విగ్రహాలన్నింటిలోకెల్లా పెద్దది. భారతదేశాన్నుంచి బోధిసేనుడనే బౌద్ధాచార్యుడు క్రీ.శ.736లో చైనా మీదుగా జపాన్ వెళ్లాడు. జపాన్ ప్రజలు, ప్రభువులు బోధిసేనుని గొప్పగా గౌరవించారు. ఇతడు జపాన్ పూజారులతో సంస్కృతంలో ధారాళంగా ప్రసంగించడాన్నిబట్టి, జపాన్‌లో సంస్కృత భాషను అభ్యసించేవారని తెలుస్తుంది.

జపాన్‌లోని సంగీత, చిత్రకళలపై కూడా, భారతీయ ప్రభావముంది. బోధి అనే బ్రాహ్మణుడు జపాన్ వెళ్లి అక్కడ "బోధిసత్వ" సంగీత పద్ధతిని ప్రవేశ పెట్టినట్లుగా

భావించడం జరుగుతుంది. "బుగకు" (Bugaku) అనే నృత్య సంగీత పద్ధతి, చైనా, భారతీయ సంప్రదాయాల సమ్మేళనమే. హెురియాజి (Horiyuzi) దేవాలయంలోని కుడ్య చిత్రాలకు, అజంతా చిత్రాలు నమూనాలైనాయి.

సింహళం

సింహళ ద్వీపం భారతదేశం మధ్య, అతి ప్రాచీనకాలం నుంచి కూడా సన్నిహిత సంబంధాలు ఏర్పడ్డాయి. 'లంక' అనే నామాంతరమున్న ఈ దీవి ముత్యాలకు ప్రసిద్ధి గాంచినందున, వీటికోసమై భారతీయులు వర్తకాన్ని సాగించారు. అయితే, చారిత్రక సంబంధాలు మాత్రం, క్రీ.పూ. ఆరో శతాబ్ది నుంచి మొదలయ్యాయి.

సింహళ బౌద్ధ గ్రంథమైన 'మహావంశం' ప్రకారం, క్రీ.పూ. 500ల ప్రాంతంలో బెంగాల్ రాజైన విజయుడు లంకను జయించి, రాజ్యస్థాపన చేశాడు. భారతీయ నాగరకతా సంస్కృతులను ప్రవేశపెట్టాడు. ఇతడు గౌతమ బుద్ధునికి సమకాలికుడు. అప్పటి నుంచి, బెంగాల్, ఒరిస్సా, బొంబాయి, కథియవారలనుంచి భారతీయ సమూహాలు లంకకు వెళ్లసాగాయి. ఉత్తరాన్నుంచి ఆర్యులు, దక్షిణాన్నుంచి ద్రావిడులు అక్కడ మిళితం కాసాగారు. వారితోబాటు, వారి సాంఘిక ఆచారాలు, మత విశ్వాసాలు, కళలు, వృత్తులు సింహళానికి చేరాయి. సంబంధాలను పెంపొందించే విధంగా, క్రీ.పూ.2వ శతాబ్దిలో అశోకుడు తన బంధువులైన మహేంద్ర, సంఘమిత్రలను బౌద్ధధర్మ ప్రచారానికై, లంకకు పంపించినట్లుగా మనం లోగడ తెలుసుకున్నాం. వీరు సింహళ రాజైన దేవానాంప్రియతిస్సను బౌద్ధమతాన్ని స్వీకరింపజేసారు. ఈతడు బోధి వృక్షశాఖను, బుద్ధుని ధాతువును సంపాదించి, అనూరాధపురంలో ఒక స్థూపాన్ని నిర్మించాడు. క్రమంగా, బౌద్ధమతం అధికార మతమై, బౌద్ధ సంఘాలేర్పడ్డాయి. పల్లవ, చోళ, పాండ్య, రాజులు సింహళ రాజకీయాల్లో జోక్యం చేసికున్నట్లు, మనం లోగడ తెలుసుకున్నాం. కరికాళచోళుడు లంకపై దండెత్తాడు. చేరరాజైన నేడుంజెలియాన్ ఆహ్వానం మీద, సింహళ రాజైన గజబాహు భారతదేశాన్ని సందర్శించాడు. విజయనగర రాజులు "దక్షిణ సముద్రాదీశ్వర" అనే బిరుదాన్ని ధరించా

బౌద్ధమత చరిత్రలో శ్రీలంకకు ప్రత్యేక ప్రాముఖ్యత ఉంది, కారణం, అతి ప్రాచీన శాఖైన స్థవిరులకు చెంది, పాళీభాషలో రాసి, త్రిపీటకాలు, ఇక్కడనే లభ్యమౌతున్నాయి. పాళీ భాషతోబాటు బ్రాహ్మీలిపి, భారతీయ వాస్తు శిల్పచిత్రకళారీతులు, బౌద్ధమతం ద్వారా సింహళంలో ప్రవేశించాయి. ఇసుర్మునియా, అనురాధపుర, పాలోన్నరువాల్లోని నిర్మాణాలు గుప్తుల శైలి ప్రభావాన్ని, సిగిరియా చిత్రాలు అజంతాశైలి అనుసరణను చూపుతున్నాయి. మత, సాహిత్య, వేదాంత, కళారంగాల్లో శ్రీలంక భారతదేశానికి ఎంతైనా రుణపడివుందని పైవిషయాల ద్వారా స్పష్టమౌతూంది.

ఆగ్నేయాసియా రాజ్యాలు

బర్మా, మలయా, ఇండొనేషియా, ఇండోచైనాలే, ఆగ్నేయాసియా రాజ్యాలు. ఇండొనేషియా ప్రాంతాన్నే ప్రాచీన భారతీయులు సువర్ణద్వీపమనేవారు. దీనిలో మలయా ద్వీపకల్పం, జావా, సుమత్రా, బాలి, బోర్నియో దీవులు ఇమిడి ఉన్నాయి. ఆగ్నేయాసియాలో భారతీయ వలసల స్థాపనకు, సాహసోపేతమైన సముద్ర వ్యాపారానికి పూర్తి అవకాశం లభించింది. ప్రపంచం సుగంధద్రవ్యాల వ్యాపారంపై గుత్తాధిపత్యం, ఈ ప్రాంతానికే ఉంది. దీనికి తోడు, ఈ విశాల సారవంత ప్రదేశాల్లో ఖనిజ సంపద బాగా ఉంది. ఫలితంగా, భారతీయుల దృష్టిని ఈ ద్వీపసముదాయమాకర్షించింది. తూర్పు తీరాన ఉన్న

తామ్రలిప్తి, కోడూరు, ఘంటసాల, పాలూరు, కాంచీపురం మొదలైన రేవుపట్టణాల నుంచి భారతీయ వర్తకులు, ఆగ్నేయాసియాతో వ్యాపారాన్ని సాగించారు.

భారతీయ వర్తకులతోబాటు, తమ వారసత్వ రాజ్యాలను కోల్పోయిన క్షత్రియ రాజకుమారులు, ఆగ్నేయాసియాలో అధికారస్థాపనకై ప్రయత్నించసాగారు.క్రీ.శ.రెండు, ఐదు శతాబ్దాల మధ్య భారతీయులచే మలయా ద్వీపకల్పం, కంబోడియా, అనామ్, సుమత్రా, జావా, బాలి, బోర్నియోల్లో రాజ్యాలు ఏర్పాటుచేయబడ్డం జరిగింది. ఉదాహరణకు, క్రీ.శ.132లో జావా ద్వీపాన్ని దేవవర్మ అనే రాజు పాలిస్తున్నట్లు, చైనా గ్రంథాల నుంచి తెలుస్తూంది. స్థానిక అనాగరిక ప్రజల అలవాట్లు, సాంప్రదాయాలు, భారతీయ సంస్కృతి ప్రభావానికి గురయ్యాయి. దాదాపు వేయి సంవత్సరాల కాలం, ఇది ప్రబల పరిణామంగా నిల్చింది. భారతీయ సంస్కృతీ కళలకు చిహ్నంగా, ఈ ప్రాంతంలో నేటికీ నిల్చిన నిర్మాణాలు, ప్రాచీన భారతీయ వలసస్థాపనా ప్రయత్నాలకు చెరగని ముద్రలైనాయి.

మలయా

దూర ప్రాచ్యంలో భారతీయ సంస్కృతి వ్యాప్తికి, మలయా ద్వీపకల్పం ద్వారంగా పనిచేసింది. భారతదేశంలో బయల్దేరిన నౌకలు, మలయాలోని తకువాపా రేవుపట్టణాన్ని చేరి, అక్కడ నుంచి ఇతర ప్రాంతాలకు వెళ్లేవి. ఈ రేవుపట్టణ సమీపంలో అనేక హిందూ దేవతా ప్రతిమలు, తమిళ భాషలో ఉన్న శాసనాలు లభ్యమయ్యాయి. ఈ విగ్రహాలు పల్లవ శిల్పకళారీతిలో మలచడం జరిగింది. ఇవి క్రీ.శ.9వ శతాబ్దికి చెందినవిగా భావిస్తున్నారు. మలయాలో వెలసిన భారతీయ వలసల్లో నఖన్ శ్రీధర్మరాట్ (లిగర్), క్షైయ, పాలటుంగ్ అనేవి ముఖ్యమైనవి. వీటిలోగల తగరం, బంగారాలను త్రవ్వి తీసేవారు. ఇక్కడ కూడా భారతీయ వర్తకులు శ్రేణులుగా ఏర్పడి, వాణిజ్యం, పరిశ్రమలను నిర్వహించేవారు. క్షైయలో కూడా అనేక శైవ, వైష్ణవ విగ్రహాలు లభించాయి. మరొక విశేషం, మలయాలోని కడారం, శ్రీవిజయ రాజ్యానికి ముఖ్యపట్టణమైంది.

సుమత్రా : శ్రీవిజయరాజ్యం

సుమత్రా కేంద్రంగా శ్రీవిజయ రాజ్య స్థాపన క్రీ.శ.4వ శతాబ్ది ప్రాంతంలో జరిగింది. ఇది శైలేంద్ర (పర్వత ప్రభువు) వంశస్థుల ద్వారా సంభవమైంది. మలయా ద్వీపకల్పం, సుమత్రా, జావా, బాలి, బోర్నియోలతో కూడిన విశాల రాజ్యమిది. ఇదే ప్రసిద్ధిగాంచిన సువర్ణద్వీపప్రాంతం. శైలేంద్ర రాజులు సుమత్రాలో శ్రీవిజయ అనే నూతన పట్టణాన్ని నిర్మించి, దానిని తమ రాజధానిగా చేసికొన్నారు. కావుననే, వారి రాజ్యం శ్రీవిజయ సామ్రాజ్యంగా పేరొందింది. ఈ వంశస్థులు భారతదేశ తూర్పుతీరప్రాంతమైన కళింగ నుంచి వెళ్లినట్లుగా చరిత్రకారులు భావిస్తున్నారు. క్రీ.శ.11వ శతాబ్దివరకు శైలేంద్రుల పాలన కడు ప్రసిద్ధిని గాంచింది. ఆ ప్రాంతంలో వ్యాపారాన్ని చేపట్టిన అరబ్బులు వీరి అధికార వైభవాన్ని గురించి గొప్పగా శ్లాఘించారు. ఈ రాజుల రోజువారీ ఆదాయం రెండు వందల మణుగుల బంగారమని పేర్కొనడం జరిగింది. 11వ శతాబ్ది ప్రథమార్థభాగంలో రాజేంద్రచోళుడు జరిపిన పలు విజయవంతమైన నౌకాదాడుల కారణంగా, శైలేంద్రులు తమ రాజ్యంలోని విశేష భాగాన్ని కోల్పోయారు. అయితే, శ్రీవిజయ రాజ్యాన్నుంచి, జయించిన ఈ ఆగ్నేయాసియా రాజ్యభాగాలు బహుదూరంలో ఉన్నందున, వీటి మీద గట్టి అజమాయిషీ కష్టమయ్యాయి. ఫలితంగా, ఒక శతాబ్ది అనంతరం, శైలేంద్రులు చోళ సార్వభౌమాధికారాన్ని తోసిపుచ్చారు. అయినప్పటికీ, శైలేంద్ర రాజుల

అధికారం క్రమంగా బలహీనమై, 14వ శతాబ్దిలో నూతన జావా హైందవ రాజ్యానికి దాసోహమంది.

శైలేంద్ర రాజులు ఇండొనేషియా ప్రాంతానికి రాజకీయైక్యతను ప్రసాదించడంతోబాటు, సాంస్కృతికాభివృద్ధికి విశేషంగా కృషిసల్పారు. బెంగాల్ బౌద్ధ భిక్షువైన కుమారఘోషుని ప్రేరణ, అధ్వర్యంలో శ్రీవిజయ పాలకులు మహాయాన బౌద్ధాన్నాచరించి, వ్యాప్తిని గావించారు. 9వ శతాబ్ది మధ్య భాగంలో, బాలపుత్రదేవుడనే శైలేంద్ర రాజు నలందాలో ఒక బౌద్ధ మఠాన్ని నిర్మించగా, దాని పోషణార్థం పాలవంశ (బెంగాల్, బీహార్ నేలిన) రాజైన దేవపాలుడు ఐదు గ్రామాలను దానమిచ్చాడు. మరో శైలేంద్ర రాజైన శ్రీమార విజయోత్తుంగవర్మ క్రీ.శ.11వ శతాబ్ది మొదటి పాదంలో, నాగపట్టణం వద్ద బౌద్ధ విహారాన్ని నిర్మించగా, దాని నిర్వహణార్థమై, చోళ రాజొక గ్రామాన్ని దానమిచ్చాడు. శిల్పకళాభివృద్ధికి గూడా శైలేంద్ర రాజులు గొప్ప ప్రోత్సాహాన్నిచ్చారు. ఫలితంగా, జావాలో 'చండీకలశన్', 'బొరోబుదూర్' లనే ప్రసిద్ధిగాంచిన నిర్మాణాలు తీర్చిదిద్దడం జరిగింది. మధ్య జావాలో కొండమీద మలచిన బొరోబుదూర్ స్థూపాలు, క్రీ.శ.750-850 కాలానికి చెందినవై, శ్రీవిజయరాజ్యాధినేతల వైభవానికి సజీవ తార్కాణంగా నిల్చివున్నాయి. ఇవి గుప్తకళననుసరించి ఉన్నాయి.

జావా

తూర్పు ఇండియా దీవులన్నింటిలో ఐశ్వర్యవంతమైంది జావా. ఇది వలసగా ఏర్పడటం, క్రీ.శ.1వ శతాబ్దిలోనే మొదలైనట్లు కనిపిస్తుంది. ఇక్కడకు వచ్చిన తొలి భారతీయ సమూహం కళింగ నుంచి బయల్దేరింది. జావా ఐతిహ్యాల ప్రకారం, క్రీ.శ. 2వ శతాబ్దిలో 20,000 భారతీయ కుటుంబాలు వలస వచ్చినట్లుగా తెలుస్తుంది. ఈ శతాబ్ది ప్రారంభంనాటికి హైందవ రాజ్యం స్థాపించడం జరిగింది. రాజైన దేవవర్మ క్రీ.శ.132లో చైనాకు రాయబారాన్ని పంపాడు. ప్రసిద్ధ చైనా బౌద్ధ యాత్రికుడైన ఫాహియాన్ క్రీ.శ.414లో భారతదేశాన్నుంచి చైనాకు తిరుగు ప్రయాణంలో జావాకు వచ్చి, ఐదు మాసాలుండటం జరిగింది. బ్రాహ్మణమతానికి బలమైన కేంద్రంగా జావాను ఇతడు వర్ణించాడు. ఇక్కడ కనుక్కొన్న నాల్గు సంస్కృత శాసనాల ప్రకారం, 5వ శతాబ్ది నాటికి పశ్చిమ జావా ప్రాంతంలో పూర్ణవర్మనే రాజు పాలించుచుండేవాడు. జావాలో హైందవ సంస్కృతి ప్రబలంగా ఉన్నట్లు, ఈ శాసనాలు తెలుపుతున్నాయి.

క్రీ.శ. ఎనిమిదో శతాబ్దిలో సంజయుడనే రాజు మధ్య జావాలో బలమైన భారతీయ రాజ్యాన్ని స్థాపించాడు. దీని రాజధాని మత(క)రం వద్ద ఉందిగాబట్టి, ఇది మత(క)ర రాజ్యంగా పిలువబడింది. దీని పాలకులు శైవులు. వీరి కాలంలోనే జావా శైలైంద్ర సామ్రాజ్యంలో భాగంగా ఉంది. తదనంతరం, అది స్వతంత్రతను సంపాదించుకుంది. తూర్పు జావా రాజకీయాధికార కేంద్రమైంది. 'కదిరి', 'సింఘశరి' అనే రెండు బలమైన హిందూ రాజ్యాలేర్పడ్డాయి. 13 శతాబ్దాంతానికి, విజయుడనే రాజు 'ముజాపహిత్' రాజధానిగా, ఈ రాజ్యాలన్నింటిని సమైక్యం చేసి, ఐక్య సామ్రాజ్యాన్నేర్పాటు చేశాడు. ఈతడే, బాలి, బోర్నియో దీవులను సైతమాక్రమించాడు. ఈ వంశానికి చెందిన అతిముఖ్య పాలకుడు రాజ శనగర (1350-89).------- ముజాపహిత్ సామ్రాజ్య కాలం, జావా సాంస్కృతిక చరిత్రలో స్వర్ణ యుగంగా వర్ణించడం జరుగుతూంది. జావాలోని 'కవి' భాషలో గొప్ప సారస్వత సృష్టి జరిగింది. క్రీ.శ. 14వ శతాబ్దిలో ముజాపహిత్ సామ్రాజ్యం క్షీణించడంతో, ఇండొనేషియా ముస్లింల వశమైంది.

మరే ప్రాంతంలో కనపడనంత మోతాదులో, భారతీయ కళా సాహిత్యాలు జావాలో అభివృద్ధి చెందాయి. మధ్యజావాలో ప్రసిద్ధిగాంచిన లారాజాన్‌గ్రాంగ్ (Larajongrang) హైందవ దేవాలయముంది. శివ, విష్ణు, బ్రహ్మ విగ్రహాలతో కూడుకున్న ఎనిమిది ముఖ్య దేవాలయాలు, దీనిలో ఉన్నాయి. రాముని, కృష్ణుని జీవిత సంఘటనలను తెల్పే తేజోవంతమై శిల్పాలు చెక్కబడ్డాయి. జావాకు చెందిన నృత్యాలు నాటకాలు, నాటికలు, పద్య, గద్య రచనలు, సంస్కృతం, భారతీయ కథావస్తువులు, సారస్వత సంప్రదాయాల చేత ప్రభావితమయ్యాయి. మలయా ద్వీపకల్ప, ఇండొనేషియా పేర్లు, వారి ఆస్థాన ఆచారసాంప్రదాయాలు, వారి న్యాయసృతులు, భారతీయ నామాలు, ఆచారసంప్రదాయాలు, న్యాయవిధానం మీద రూపకల్పన చేయబడ్డాయి. శైవవైష్ణవాలు, మహాయాన బౌద్ధం, తాంత్రిక శాఖలు జావాలో ప్రజాదరణ, రాజాదరణను పొందాయి. ఒక్కమాటలో చెప్పాలంటే, జావాపై భారతీయ ప్రభావం పలు తెరంగుల ప్రసరించింది.

బాలి, బోర్నియో

దూర ప్రాచ్యంలో నేటికి మిగిలిన ఏకైక హైందవ వలస ప్రాంతం, బాలి ద్వీపం. క్రీ.శ.4వ శతాబ్దిలో ఇక్కడ హిందూ రాజ్యమేర్పడింది. క్రీ.శ. ఆరవ శతాబ్దిలో కౌండిన్య క్షత్రియుల అధ్వర్యంలో హైందవ రాజ్యం సుసంపన్నమైంది. చైనా యాత్రికుడైన ఇత్సింగ కథనం ప్రకారం, మూల్-సర్వప్తివాద (Mul-Sarvaptivadi) బౌద్ధశాఖ, కౌండిన్యుల ఆదరణలో క్రీ.శ.7వ శతాబ్ది ద్వితీయార్ధంలో ఇక్కడ వ్యాప్తిలో ఉంది. ఈ రాజుల్లో ఒకరు క్రీ.శ.518లో చైనాకొక రాయబారిని పంపాడు. 10వ శతాబ్దిలో భారతీయ పేర్లుగల ఉగ్రసేనుడు, కేసరి, తదితరులు పాలించారు. ఈ శతాబ్ది అంతిమార్ధంలో బాలి ద్వీపం, జావా ఆక్రమణ కిందికి రావడమైంది. పలు శతాబ్దుల పర్యంతం, జావా రాజ్యంలో భాగంగా ఉండింది. విచిత్రమేమంటే, క్రీ.శ.14వ శతాబ్దిలో జావా ముస్లిం వశంకాగా, అక్కడి హిందూ రాజు బాలి దీవిలో తలదాచుకోవడమైంది. అవిధంగా, బాలి ద్వీపం దూరప్రాచ్యంలో బ్రాహ్మణమత, హైందవ సంస్కృతులకు చివరి కేంద్రంగా నిల్చింది.

బోర్నియో, సుమత్రాకు తూర్పుగా ఉన్న పెద్ద ద్వీపం. ఇక్కడ హిందువులు క్రీ.శ. ఒకటో శతాబ్ది నాటికే, తమ వలసనేర్పరచుకున్నారు. ఈ దీవిలో మహకమ్ నదీముఖద్వారంలో మౌరాకామన్ దగ్గర, నాల్గో శతాబ్దినాటి శాసనాలు బయల్పడ్డాయి. ఇవి సంస్కృత భాషలో, కావ్యశైలిలో, వేంగిలిపిలో ఉన్నాయి. వీటి ప్రకారం, కుడుంగుడనేవాడు బోర్నియోలో రాజ్యస్థాపన చేశాడు. ఈతని కుమారుడు అశ్వవర్మ కుమారుడైన మూలవర్మ, ఈ వంశంలోకెల్లా శ్రేష్ఠుడు. ఈతడు వేయించినవే మౌరాకామన్ శాసనాలు మూలవర్మ వప్రకేశ్వర క్షేత్రంలో బహుసువర్ణ యజ్ఞాన్ని చేసి, 20,000 గోవులను బ్రాహ్మణులకు దానం చేయడంతోబాటు, కల్పవృక్ష, భూ, జలధేను, ఘృతధేను, తిల, కపిల దానాది మహాదానాలు చేసినట్లు శాసనాలు చాటుతున్నాయి. పై యజ్ఞానికి చెందిన యూప స్తంభాల మీదనే ఈ శాసనాలను చెక్కారు. దీనిని బట్టి, క్రీ.శ.4వ శతాబ్ది నాటికి బోర్నియోలోగల హిందూమత సంప్రదాయాల ప్రభావం విశదమౌతుంది. కళారంగంలో కూడా భారతీయ ప్రభావం లేకపోలేదు. ఈ దీవిలోనే సార్వక్ అనేచోట శివలింగాలు, విష్ణు, కార్తికేయ, విఘ్నేశ్వర విగ్రహాలు, సంబన్ అనేచోట గుప్తశైలిలో ఉన్న రెండు బుద్ధ విగ్రహాలు దొరికాయి. భారతీయ సంస్కృతి ఇక్కడ ఇప్పటికీ వాడుకలో ఉంది.

ఇండోచైనా

ఇండోచైనా, సయామ్ ప్రాంతాల్లో కూడా, క్రీ.శ. ఒకటి, రెండు శతాబ్దాలనాటికే, భారతీయ సంస్కృతి ప్రబలింది. ఇక్కడ నివసించే ప్రజల్లో యూవాన్, ఖ్మేర్ అన్నామైట్ తెగలవారున్నారు. కొన్ని తెగలలో చైనా సంస్కృతి వ్యాపించింది. కొందరి మీద భారతీయ ప్రభావం అధికంగా ఉంది. భారతీయులీ ప్రాంతాలకు బర్మానుంచి భూ, సముద్ర మార్గాల ద్వారా వచ్చినట్లు తెలుస్తూంది.

చంపా

ఇండో చైనాలో స్థాపించబడిన రెండు బలమైన వలస రాజ్యాల్లో చంపా ఒకటి. దక్షిణ అనామ్, కొచ్చిన్‌లతో కూడుకొని, అమరావతి రాజధానిగా, క్రీ.శ.రెండో శతాబ్దిలోనే ఈ రాజ్యం వెలసింది. ఇది పదమూడు శతాబ్దుల సుదీర్ఘ కాలం (క్రీ.శ.150-1471) వర్ధిల్లి, భారత్, చైనాల మధ్య వాణిజ్య, సాంస్కృతిక సంబంధాల అభివృద్ధికి ముఖ్యమైన మధ్య కేంద్రంగా వ్యవహరించింది. చంపా రాజ్యాన్నేలిన తొలి పాలకుల్లో, భద్రవర్మ (క్రీ.శ.387-413) పేరుగాంచాడు. మిసన్‌లో భద్రేశ్వరస్వామిగా పిలువబడుతున్న ప్రసిద్ధ శివాలయాన్ని నిర్మించాడు. మూడో ఇంద్రవర్మ (క్రీ.శ.911-972) హిందూ, బౌద్ధ వేదాంతాలు, పాణిని వ్యాకరణం, శైవ మత సిద్ధాంతాలలో సంపాదించిన విజ్ఞానానికి, పాండిత్యానికీ, విశేషంగా ప్రసిద్ధినొందాడు. మరికొందరు చంపారాజ్యాధినేతలు -- జయపరమేశ్వరవర్మదేవ ఈశ్వరమూర్తి (1050-1060), రుద్రవర్మ (1060-1069), హరివర్మన్ (1070-1081), మహారాజాధిరాజ శ్రీ జయ ఇంద్రవర్మన్ (1163-1180) జయసింహవర్మన్ (1257-1287) -- గొప్ప సమరాధివీరులుగా వెలుగొందారు. పశ్చిమానవున్న కాంభోజులు, పేరుగాంచిన మంగోల్ అధిపతైన కుబ్లైఖాన్‌ల దాడులను వీరు విజయవంతంగా త్రిప్పికొట్టగల్గారు.

పదమూడు శతాబ్దులు వైభవంగా వర్ధిల్లినానంతరం, అనామ్‌లు, మంగోల్‌ల నిరంతర దాడులకు గురై, క్రమంగా ఈ భారతీయ వలసరాజ్యం పతనావస్థను చేరుకుంది. చంపా రాజ్యంలో మిసాంగ్ (Mi-song), దాంగ్‌దువాంగ్ (Dong-Duong) లాంటి దేవాలయ సమన్వితమైన సుందర నగరాలు అనేకం అభివృద్ధి చెందాయి. స్థానిక ప్రజలు పూర్తిగా హైందవులయ్యారు. శివుడు, శక్తి, విష్ణువు, కృష్ణుడు, బుద్ధుడు, గణేశుడు, స్కందుడాదిగాగల భారతీయ దేవీదేవతలను పూజించారు. సంస్కృతం అధికార భాషైంది. దీనిలో గొప్ప రచనావ్యాసంగం జరిగింది. బ్రాహ్మణులు, క్షత్రియులు సమాజంలో ఉన్నత వర్గాలుగా ఆధిక్యతననుభవించారు. చంపారాజ్య కళాశైలి గుప్తుల కళాశైలిని పోలి, విస్తారమైన, బహుముఖమైన అలంకరణలు, గంభీరమైన ముఖద్వారాలు, స్తంభాలతో నాటి దేవాలయాలు శోభను వెదజల్లాయి.

కాంభోజ

క్రీస్తుకు పూర్వమే, చంపా రాజ్యానికి దక్షిణంగా, కాంభోజ రాజ్యమేర్పడింది. చైనీయులు దీన్ని ఫూనాన్ అని పిల్చారు. నేటి కంబోడియా, కొచ్చిన్-చైనాలే, ప్రాచీన కాంభోజ రాజ్యం. కౌండిన్యుడనే బ్రాహ్మణ వీరుడు గౌతమీపుత్ర శాతకర్ణి కాలంలో, దక్షిణాపథాన్నుంచి ఇక్కడకొచ్చి, సోమ అనే నాగవంశపు రాజకుమార్తెను వివాహమాడి, రాజ్యస్థాపన చేసినట్లుగా, కె.పి.జయస్వాల్ చరిత్రకారుని అభిప్రాయం. నూతన రాజ్యంలో భారతీయ పాలనా విధానాన్ని, సాంఘికాచారాలను ప్రవేశపెట్టాడు.

కాంభోజ రాజులందరిలో యశోవర్మ (క్రీ.శ.882-908) అగ్రగణ్యుడు. ఈతడు అనేక కావ్యశాస్త్రాలను అభ్యసించడమేగాక, పతంజలి మహాభాష్యంపై వ్యాఖ్యానాన్ని రాశాడు. కవి పండితులను పోషించాడు. తన రాజ్యమంతటా ఆలయాలు, ఆశ్రమాలను అసంఖ్యాకంగా నిర్మించాడు. కంబపురమనే నామాంతరమున్న యశోధరపురాన్ని నిర్మించి, రాజధానిగా చేసుకున్నాడు. రెండో సూర్యవర్మ (1133-45) వాస్తు శిల్పకళాభివృద్ధికి విశేషంగా సేవలొనరించాడు. ప్రపంచంలోని మహాద్భుతాల్లో చేర్చదగ్గ అంగ్కోర్‌వాట్ దేవాలయాన్ని నిర్మించాడు. ఇది శివునికి అంకితమై, పిరమిడ్ ఆకారంలో ఉంది. పరిమాణ విస్తృతితో బాటు, శిల్పకళావైభవాన్ని పుణికిపుచ్చుకుంది.

ఏడో జయవర్మ కాలంలో కాంభోజ రాజ్యం మహోన్నత స్థితికి చేరుకుంది. క్రీ.శ.1181లో ఈతడు సింహాసనాన్నధిష్ఠించాడు. ఈతని రాజ్యంలో ఎగువబర్మా, ఇండోచైనా, టాన్‌కన్, దక్షిణ మలయాలు చేరాయి. ఇతడే యశోధరపురాన్ని అంగోర్‌థోమ్ (నగరథాను) అనే ప్రఖ్యాత నగరంగా తీర్చిదిద్దాడు. రెండు మైళ్ళ పొడవు, రెండు మైళ్ళ వెడల్పున్న ఈ ఉండేది. నగరానికి మధ్య ప్రసిద్ధ బాయన్ దేవాలయముంది. ఏబది గోపురాలతో, పరిమాణంలో అంగ్కోర్‌వాట్ తరవాత ద్వితీయ స్థానాన్ని పొందింది.

కాంభోజ రాజులు ఇండియా, చైనాలకు రాయబారులను పంపారు. క్రీ.శ. 15వ శతాబ్దిలో, తూర్పు నుంచి అన్నామైట్‌లు, పశ్చిమాన్నుంచి థాయ్‌ల దాడులకు గురై, కాంభోజ రాజ్యం విచ్ఛిన్నమై, చిన్న రాజ్యంగా మారింది. చివరకు 1854లో చివరి కాంభోజరాజైన అంగ్ ద్వాంగ్, ఫ్రెంచి రక్షణను కోరవలసి వచ్చింది. కాంభోజ రాజ్యంలో శైవమతం ప్రధానంగా ప్రబలింది. అదేవిధంగా, సంస్కృతం అధికార భాషైంది. రామాయణం, మహాభారతం, పురాణాలు, అత్యంత శ్రద్ధతో పఠించబడ్డాయి. భారతీయ వైద్య గ్రంథాలు, వైద్యుల సహాయం తీసికోబడింది. భారతీయ నాగరకతా సంస్కృతులను వ్యాపింపజేస్తూ, రాజు, వ్యక్తుల ఆదరణతో అనేక ఆశ్రమాలు నెలకొన్నాయి.

బర్మా

తూర్పు సరిహద్దునున్న బర్మా, భారతదేశ రాజకీయ, సాంస్కృతిక ప్రభావానికి లోనగుటలో ఆశ్చర్యానికి తావులేదు. క్రీ.పూ. 7వ శతాబ్దినాటికే, ఇక్కడ భారతీయ వలసలేర్పడ్డట్లు భావించడం జరుగుతుంది. తలైంగులు లేక త్రిలింగులు, క్రీ.పూ.543లో బర్మాలోని థాటన్ రాజ్య నిర్మాణాన్ని కావించారు. కళింగ నుంచి వర్తకులు, మత ప్రచారకులు బర్మా ప్రజలతో సంబంధాలను నెరపి, తీరానికి సమీపంల కొన్ని స్థావరాలనేర్పర్చుకున్నారు. బర్మాలో బౌద్ధమతం అశోకుని కాలంలో ప్రవేశించింది. మూడో సంగీతి అనంతరం, ఈతడు సోన, ఉత్తర అనే భిక్షువులను మత ప్రచారానికై, బర్మాకు పంపినట్లు తెలుస్తోంది. వీరికంటెకూడా, క్రీ.శ.450లో బర్మా వెళ్ళిన సింహళ పండితుడైన బుద్ధఘోషుడు ఇక్కడ హీనయాన బౌద్ధాన్ని స్థాపించాడు. తరవాత, 11వ శతాబ్దిలో చోళ రాజైన మొదటి రాజేంద్రుడు బర్మాను జయించి, తన సామ్రాజ్యంలో కలుపుకున్నాడు. 13వ శతాబ్దిలో లంకకు చెందిన బౌద్ధం, పాళీ పవిత్ర గ్రంథాలు బర్మాలో ప్రవేశించాయి.

శతాబ్దాల పర్యంతం కొనసాగిన ఈ సంబంధాల కారణంగా, భారతీయ భావనలు, కళలు బర్మీయుల జీవనంపై ప్రభావాన్ని వేశాయి. ఫలితంగా, గుప్త యుగానికి చెందిన బౌద్ధ, హైందవ అవశేషాలు థాటన్, పెగు, ప్రోమ్‌లనే బర్మా ప్రాంతాల్లో కనుగొనడం జరిగింది. దిగువ బర్మాలో, కన్నడ-తెలుగు లిపిని పోలిన లిపిలో రాసిన పత్రమొకటి లభ్యమైంది. వివిధ బర్మా ప్రాంతాల్లోని అధినేతలు భారతీయతను పొంది, విక్రమ్, వర్మన్ ఆదిగాగల భారతీయ బిరుదులను పొందసాగారు. నేటికి కూడా, బర్మాలో అధికులు

బౌద్ధులుగా ఉండటమే కాకుండా, వారి భాష, లిపి, మతాచారాలు, ఉత్సవాలు, భారతీయ సంస్కృతిపై ప్రగాఢ ముద్రను కలిగి ఉన్నాయి.

సయామ్

క్రీ.శ. రెండో లేక మూడో శతాబ్దిలో, సయామ్ మధ్యప్రాంతంలో ద్వారవతి అనే భారతీయ రాజ్యం, మాన్స్ ద్వారా స్థాపించడం జరిగింది. ఇది భారతీయ వలస రాజ్యంగా అభివృద్ధి చెందింది. క్రమేణా, సయామ్ అంతా భారతీయీకరణను చెందింది. మహాయాన, హీనయాన బౌద్ధాలు రెండూ, ఇక్కడ చోటుచేసుకున్నాయి. పాళీ భాష నుంచి, రాజకీయ, సామాజిక రంగాలకు సంబంధించిన అనేక సాంకేతిక పదాలను సయామ్ భాష తీసుకుంది. అమరావతి శైలిలో రూపొందించిన బుద్ధుని కంచు విగ్రహాలు, గుప్తుల శైలిని పోలిన స్థూప, మతాల శిథిలాలు సయామ్‌లో కనుగొనడం జరిగింది. అనేక హైందవ క్రతువులు, సంస్కారాలు, అభిరుచులు, పండుగలు, సయామ్ రాజులు, ప్రజలు, పట్టణాల పేర్లు, బిరుదులు, ఈనాడు కూడా హైందవ ప్రభావాన్ని కనబరుస్తున్నాయి. క్రీ.శ.16వ శతాబ్ది వరకు సయామ్, భారతదేశ సాంస్కృతిక పలుకుబడి క్రింద కొనసాగింది.

వలసల్లో భారతీయ సంస్కృతి

పదిహేను వందల సంవత్సరాలకు పైబడి, భారతీయ పాలకులు ఇండోచైనా, ఆగ్నేయాసియా రాజ్యాలపై తమ పాలనను నిర్వహించారు. స్థానిక సంస్కృతిని నిర్మూలించటానికి వీరెప్పుడూ ప్రయత్నించలేదు. వాస్తవంలో, దీనికి భారతీయ సంస్కృతి రీతులను జోడించి, రెండింటి సమన్వయ స్థితిని, స్వరూపాన్ని రూపొందించుటకై, సదా కృషిచేశారు. ఫలితంగా, జాతులకలయిక, భారతీయ ఆధ్యాత్మిక వారసత్వ ప్రబోధం సంభవించి, విశాల భారతావని స్థాపించడం జరిగింది.

సామాజిక వ్యవస్థ

భారతీయ వలసల్లో సామాజిక వ్యవస్థ, జీవనం భారతీయ నమూనాపై ఆధారపడి ఉన్నాయి. హైందవ కుల విధానం ప్రవేశపెట్టబడింది. అయితే, వలస సమాజం బ్రాహ్మణ, క్షత్రియ, వైశ్య, శూద్రులనే చాతుర్వర్ణాలుగా విభజించబడినప్పటికీ, కుల విధానం భారతదేశంలో పొందినంత ఘనీభవాన్ని ఇక్కడ పొందలేదు. భిన్న కులాల వారి మధ్య వివాహ నిషేధంలేదు. వివాహాలు నిర్వహించే విధానం, భార్యాభర్తల సంబంధాలు, భారతీయ ఆచారాలు, పద్ధతులను పోలి ఉన్నాయి. బ్రాహ్మణులు తాము కొల్చే శివుడు, లేక బుద్ధుని బట్టి రెండు వర్గాలుగా విభజించారు. రాజులు క్షత్రియత్వాన్ని పొంది, 'వర్మన్' లేక రక్షకుడనే బిరుదును ధరించేవారు. అంటరానితనం వలసల్లో తెలియనప్పటికీ, శూద్రులు ప్రత్యేక కులంగా ఏర్పడ్డారు.

వలస సమాజంలో, స్త్రీలకు గౌరవప్రదమైన, ఉన్నతమైన స్థానం కల్పించడం జరిగింది. వీరిలో కొందరు సింహాసనాలనధిష్ఠించితే, మరికొందరు పరిపాలనలో ఉన్నత పదవులను నిర్వహించారు. తూర్పు జావాలో గుణప్రియా మహారాణి ప్రజానురంజకంగా రాజ్యపాలన చేసింది. శాసనాల్లో ఆమెపేరు తరవాతనే ఆమె భర్తపేరు కనిపిస్తుంది. వీరు సతీసహగమనాన్ని పాటించినప్పటికీ, పరదా పద్ధతిని తిరస్కరించారు. తమ జీవిత భాగస్వాములనెన్నుకోటంలో వీరికి పూర్తి స్వేచ్ఛ ఉండింది.

భారతదేశంలో వలె, వలస రాజ్యాల ప్రజలకు జూదం, కోడి పందేలు, సంగీతం, నృత్యం, నాటకాలు, వయాంగ్ లేక తోలుబొమ్మలాట, వినోదాలుగా పనిచేశాయి. వీరి ఆహారం, దుస్తులు, ఆభరణాలు భారతదేశపు వాటిని పోలిఉన్నాయి. గిటార్, పిల్లనగ్రోవి, రాగి వాయిద్యాలు (cymbals) ఇనుప ఢంకాలు వీరి సంగీత వాయిద్యాలుగా ఉన్నాయి. చనిపోయిన వారిని అగ్నికి ఆహుతిచేసి, బూడిదను ఒక బంగారు పాత్రలోనికి తీసికొని, దానిని సముద్రంలో ముంచివేసేవారు.

రాజనీతి, పరిపాలన

రాజకీయ భావాలు, పాలనా విధానాల మీద కూడా భారతీయ నాగరకతా ప్రభావం ప్రసరించింది. చైనీయ ఆధారాలు, వలసల్లోని ప్రభుత్వాన్ని గురించి సమాచారమిస్తున్నాయి. రాజుకు "ఎనిమిది హోదాలు" (Eight Seats) అనే ఎనిమిది మంది మంత్రి ప్రముఖులుండేవారు. వీరంతా బ్రాహ్మణుల నుంచి తీసుకొనేవారు. రాజు తన శరీరానికి సుగంధాలను పట్టించుకొని, ఎత్తైన టోపీని ధరించి, వివిధ రకాల మణులతో పొదగబడ్డ కంఠహారాన్ని ధరించేవాడు. తేలికైన, నాజూకైన వస్త్రాలను (muslin) ధరించి, రథాలపైగాని, లేక ఏనుగులపైగాని, ప్రయాణించేవారు. యుద్ధంలో, ప్రజలు శంఖాలను ఊది, ఢంకాలను మ్రోగించేవారు. ఇదంతా కూడా భారతీయ సంస్కృతి ప్రభావ ఫలితమే.

భాషా సాహిత్యాలు

ఆగ్నేయాసియా, ఇండోచైనాల్లో లభ్యమైన శాసనాలను బట్టి, అక్కడి ప్రజలు సంస్కృత భాషను అభ్యసించి, పోషించినట్లు తెలుస్తుంది. ఈ శాసనాల్లో వేదాలు, ఇతిహాసాలు, పాణినీయ వ్యాకరణం, అర్థశాస్త్రం మొదలైన విజ్ఞానశాస్త్రాల పేర్లు కనిపిస్తాయి. గొప్ప సారస్వత విలువ కల అనేక సంస్కృత శాసనాలు, వలసల్లో కనిపిస్తున్నాయి. కంభోజ రాజ్యంలో దొరికిన ఒక శాసనంలో, చక్కని కావ్యశైలిలో రచించిన 298 సంస్కృత శ్లోకాలున్నాయి. దీన్ని బట్టి, ఈ ప్రాంతాల్లోని రచయితలకు, సంస్కృత సారస్వతం, వ్యాకరణం, తర్కం, భారతీయ ఇతిహాసాలు, పురాణాలు, కావ్యాలు వేదాలు, వేదాంతం, స్మృతులు, మను, శుశ్రుత, పాణినీ కాళిదాసుల రచనలతో మంచి పరిచయమున్నట్లుగా అవగతమౌతుంది.

బౌద్ధ జైన మతాలకు సంబంధించిన గ్రంథాలు చదవడం జరిగింది. రాజులు, మంత్రులు, ఉన్నతాధికారులు పండితులై, సారస్వత కార్యక్రమాల్లో చురుగ్గా పాల్గొనేవారు. సంస్కృత భాషా పలుకుబడి క్రింద, ఇండో-జావా సాహిత్యం అభివృద్ధి చెందింది. కథా వస్తువును, అది భారతీయ సారస్వతాన్నుంచి తీసుకొంది. ప్రాచీన జావా రామాయణం, మహాభారతానికి గద్య అనువాదం, అనేక కావ్యాలు, పురాణాల కథలవై చేసిన రచనలు, ఇత్యాదివి, దీని ప్రముఖమైన, శాశ్వతమైన సారస్వత కల్పనలు. ఇండో-జావా సారస్వతం, భారతీయ వలసీకరణకు సంబంధించి, అత్యంత విశేషకరమైన ఫలితంగా నిల్చింది. బర్మా, శ్రీలంకల్లో పాళి భాషలో ఉన్న బౌద్ధగ్రంథాల పఠన, ఒక నూతన, ఉజ్జ్వల (classical) సారస్వతాభివృద్ధికి దారితీసి, ప్రతిచోట అనుసరించడం జరిగింది.

కళలు

వలసలోని అన్ని వాస్తు, శిల్ప నిర్మాణాలు మత సంబంధమైనవే. వాటి పరిమాణ, కళాత్మక వైభవానికి, విశిష్టతకు పేరు గాంచాయి. భారతీయ వాస్తు శిల్ప రీతులనే ఇక్కడి ప్రజలనుసరించి, తమ నిర్మాణాలను రూపొందించుకున్నారు. కొన్నిచోట్ల వారి ఆలయాలు,

శిల్పాలు, భారతదేశంలోని వాటికి ప్రతిబింబాలుగా ఉన్నాయి. మరికొన్నిచోట్ల, స్థానిక రీతులు ప్రస్ఫుటించాయి. మలయాలోని లిగర్ హిందూ ఆలయాల్లో మహామల్లపుర 'రాతిరథాల' ప్రభావం స్పష్టంగా కనిపిస్తుంది. అదేవిధంగా, పాలెంబాంగ్ సమీపంలోని బుకిట్ సెగున్‌టాంగ్ (సుమత్రా) దగ్గర; అమరావతీ శైలిలో ఉన్న పెద్ద బుద్ధ విగ్రహం బయటపడింది.

చిత్రం : అంగ్కోర్ వాట్ దేవాలయం (కంబోడియా)

మూలం : (Plate No.52 in the Reference book, entitled 'Angkor' by Kalman & Cohen in Osmania University Library Reference Section of Ancient Indian History& Archaeology : Call No. RL 731. 760 9596 ACC. No.67399. C 67 A.

భారతీయ వలస రాజ్యాల కళారీతులు, సంపదకు నిదర్శనంగా, కాంభోజ, జావా, బర్మాల్లో కొన్ని ప్రపంచ ప్రఖ్యాత ఆలయాలు, నేటికి నిల్చి ఉన్నాయి. వీటిలో

చిత్రం : బొరోబుదుర్ మహాస్థూపం (జావా)

మూలం : Page No.176 of the book, entitled 'Splendour of the East Wheeler, M.in Osmania University Library Reference Section of Ancient Indian History & Archaeology. Call No.915/W565, ACC. No.49997.

మొదటగా పేర్కొనదగింది, కంబోడియాలోని అంగ్కోర్‌వాట్ శైవ దేవాలయం. మానవ నిర్మితమైన అతిపెద్ద దేవాలయమిది. నాల్గు కిలోమీటర్లు పొడవుగల అగడ్త దీని చుట్టూ ఉంది. ఇది పిరమిడ్ ఆకారంలో ఉంది, అనేక శిఖరాలు, గోపురాలతో, మూడు

అంతరువులతో (terraces), 900 మీటర్ల ఎత్తుండి, అంతరువులు, పక్షులు, పువ్వులు, నర్తకీలు, రామాయణ, మహాభారత, పురాణాల్లోని గాథలతో రమణీయంగా అలంకరించడం జరిగింది. అంగ్కోర్‌వాట్ ఆలయాల్లో పల్లవ, చాళుక్య వాస్తురీతులు అనుసరించినట్లు డాక్టర్ ఆర్.సి.మజుందార్ గారి అభిప్రాయం. "రాతిలో మానవ కల్పనాశక్తి అందుకున్న మహోన్నత శిఖరం అంగ్కోర్‌వాట్" అని ఆల్బర్ట్ సిటివెల్ ప్రస్తుతించాడు.

ఇండో-జావా కళకు అత్యుత్తమ నిదర్శనంగా నిల్చి, నేటికీ అలరారుచున్న నిర్మాణం, బొరోబుదుర్ మహాస్థూపం. కుమార ఘోషుడనే తమ ఆచార్యుని ప్రోత్సాహంతో, శైలేంద్రులీ స్థూపాన్ని నిర్మించారు. 'బొరోబుదుర్' అను మాటలకు 'బహుబుద్ధులు' అనే అర్థం చెప్పడం జరుగుతుంది. శిఖరాగ్రాన మహాస్తూపమున్న తొమ్మిది అంతరువుల (terraces) ఉదాత్త నిర్మాణంగా, ఇది ఒక పర్వతాన్నుంచి తొలగించబడింది. మకర తోరణాలంకృతమైన ద్వారాలున్న సోపానాలతో, బౌద్ధగాథలున్న శిల్పఫలకాలతో, ఈ అంతరువులు బొరోబుదుర్‌ను శిలల్లో రూపొందించిన మనోహర ఇతిహాసంగా, ప్రపంచంలోని అద్భుతాల్లో ఒకటిగా తీర్చిదిద్దడం జరిగింది. ఇక్కడి బుద్ధుని ప్రతిమలు, గుప్తుల కాలంనాటి ప్రతిమలతో పోలి ఉండటం గమనార్హం.

జావాలోని లారాజాన్‌గ్రాంగ్ హైందవ దేవాలయ సమూహం, అంగ్కోర్‌థోమ్‌లోని బాయన్ దేవాలయం, బర్మాలోని పగన్ వద్దగల ఆనంద్ దేవాలయం, భారతీయ వలసీకరణ కళకు ప్రతీకలుగా నిల్చిన మరికొన్ని అద్భుత నిర్మాణాలు. వాస్తు శిల్ప భవన, నిర్మాణ కౌశలం, అలంకరణ, ముగింపుల్లో భారతదేశంలో కంటే కూడా, హెచ్చు మోతాదును ప్రదర్శిస్తున్నాయనటం ఎంతైనా ప్రశంసాత్మకమైంది.

మతం

వలస రాజ్య ప్రాంతాల్లో బౌద్ధ, బ్రాహ్మణ మతాలు రెండూ ప్రజాదరణ, రాజాదరణ పొందాయి. ఈ రెంటిలో, ఈ ప్రాంతాల్లో బౌద్ధమే ముందు ప్రవేశించింది. హీనయాన, మహాయాన శాఖలు రెండూ, ఇక్కడ వ్యాపించాయి. మిగతా ప్రాంతాల్లో కంటే, బర్మా, సయామ్‌లలో బౌద్ధమతం బాగా నిలదొక్కుకుంది. మధ్య జావాలో కలశన్ దగ్గర ఉన్న 'తారా' మొదలైన దేవతల దేవాలయాలను బట్టి, ఆగ్నేయాసియాలో తంత్రవాద బౌద్ధం కూడా ప్రచారంలో ఉన్నట్లు స్పష్టమౌతుంది. శైలేంద్రులు బౌద్ధాన్నెక్కువగా ఆదరించారు. ఈ రాజ్యాల వారు ముఖ్యంగా సుమత్రా ప్రభువులు నలందా, విక్రమశిల బౌద్ధ కేంద్రమై, ఇత్సింగ్, నలందా ధర్మపాలుడు, విక్రమశిలకు చెందిన దీపాకర శ్రీజ్ఞానులను మహాపండితులను పఠనకై ఆకర్షించటం ఎంతైనా ఆసక్తికర విషయం.

బౌద్ధమతం తరవాత వైదిక మతం ఈ రాజ్యాల్లో అడుగిడింది. బర్మా, సయామ్‌లు మినహా, మిగిలిన వలసల్లో ఇది గట్టిగా వేళ్లూనుకుంది. బర్మా రాజైన కింజిత్థ పట్టాభిషేకం, వైదిక ధర్మాన్ననుసరించి జరిగింది. ఆగ్నేయాసియాలోని రాజులు బహు సువర్ణాది యజ్ఞాలు, గోదానాలను చేశారు. శైవ, వైష్ణవాలు విశేషంగా ప్రజాదరణ, రాజాదరణను పొందాయి. శైవంలో 'పాశుపత' శాఖ ఎక్కువగా ప్రచారంలో ఉంది. భారతదేశంలో వలె, ఆగ్నేయాసియా రాజ్యాల్లో సైతం హరిహరులకు భేదం లేదన్నట్లుగా, 'హరిహర' మూర్తి ప్రతిమలను రూపొందించి, కొల్చారు. శివ కేశవులతోబాటు గణపతి, దుర్గ, సరస్వతి మొదలైన ఇతర హైందవ దేవతలు కూడా, పూజలందుకున్నారు. హిందువుల పవిత్ర మతసారస్వతం, -- రామాయణం, మహాభారతం, పురాణాలు -- ఇక్కడి ప్రజలు ఆరాధించి పారాయణం చేసేవారు. మత విద్యాబోధనకు ఆశ్రమాలు, శైవ, వైష్ణవ మఠాలు,

వలస ప్రాంతాల్లో అసంఖ్యాకంగా వెలశాయి. ఏ దేవతను కొల్చినప్పటికి, వ్యక్తిలో నైతిక ప్రవర్తననూ, సహనశీలాన్నీ పెంపొందించడమే మత లక్ష్యంగా ఇక్కడి ప్రజలు గుర్తించటం వారి ప్రగతిశీలక, పురోగామి దృక్పథాన్ని తెలియజేస్తుంది.

భారతదేశంలో హైందవ రాజుల పాలన ఉచ్ఛ దశలో ఉన్నంతకాలం, వలస రాజ్యాల్లో భారతీయ సంస్కృతి కీలకమైన శక్తిగా పనిచేసింది. క్రీ.శ.10వ శతాబ్దానంతరం భారతదేశంలో సంభవించిన హిందూ రాజ్యాల క్షీణతతో, దూర ప్రాచ్య, ఆగ్నేయాసియా, ఇండోచైనాల్లో వాటి వలసాధిక్యత కూడా పతనం కాసాగింది. ఆగ్నేయాసియాలోని వలసల్లో, క్రీ.శ.11వ శతాబ్ది నుంచి స్థానిక శక్తులు విజృంభించసాగాయి. అయితే, భారతీయ ముస్లింల ద్వారా ఇస్లాం మతం ఇక్కడ ప్రవేశించి 15, 16 శతాబ్దాల్లో గట్టిగా వేళ్లూనుకుంది.

ప్రాచీన భారతీయ సంస్కృతీ సామ్రాజ్య చరిత్ర ద్వారా, కొన్ని ముఖ్య సత్యాలు స్పష్టమౌతున్నాయి. భారతీయ సంస్కృతిని విదేశీయులనుసరించలేరు. అది కేవలం ఈ గడ్డ మీద జన్మించినవారికే ఉద్దేశించిందనే అభిప్రాయం, సరైందికాదనే విషయం విదితమైంది. విదేశీ సంస్కృతిని ఎంతో పటిష్టంగా దానిలో మిళితం చేసుకొని, నూతన శక్తినీ, తేజాన్నిస్తుందనీ అత్యంత అనాగరిక జాతులవారిని కూడా ఉన్నత సంస్కృతీ నాగరకతా దశలకు తీసుకవెళ్లగలదనీ స్పష్టమౌతూంది. పశ్చిమ, మధ్య, తూర్పు ఆసియాల్లో కూడా, భారతీయ సంస్కృతీ నాగరకతలు తక్కువ మోతాదులో ఇదే పాత్రను నిర్వహించటంతో భారతదేశపు వాస్తవిక మహిమను మనం గ్రహించవచ్చు. అయితే, సంస్కృతీ విస్తరణ ప్రభావం రెండు వైపులా ఉంటుంది. ప్రధానంగా మతం, వేదాంత, కళారంగాల్లో, భారతదేశపు అవలి ఆసియావాసుల ప్రభావం, పరిశీలించ దగింది.

***

7

రసపుత్ర యుగం (క్రీ.శ.650–1200): పరిణామాలు, ప్రభావాలు

క్రీ.శ. 647లో హర్ష చక్రవర్తి మరణానంతరం ఉత్తర భారతంలో నాల్గున్నర శతాబ్దుల కాలం, రాజపుత్ర రాజ్యాలు ప్రధాన పాత్రను వహించాయి. రాజకీయ, సైనిక, అర్థిక, సామాజిక, సాంస్కృతిక రంగాల్లో వీటి ప్రభావ ముద్రలు పటిష్టంగా పడ్డాయి. ఫలితంగా, మధ్యయుగ భారతదేశ చరిత్రలోని తొలి నాల్గున్నర శతాబ్దుల కాలం (క్రీ.శ.650-1200) రసపుత్రయుగంగా ప్రశస్తిని గాంచింది. రాజకీయ, సామాజిక అనైక్యతల బలంగా ప్రబలినప్పటికీ, అరబ్బులు, తురుష్కుల విదేశీ దాడులను సమర్థవంతంగా, వీరోచితంగా రాజపుత్రులెదిరించారు. హర్షుని అనంతరం ఒక శతాబ్ది కాలంపాటు, ప్రతీహార, పాల, రాష్ట్రకూట వంశాల వారి మధ్య, ఉత్తర భారతదేశ సార్వభౌమాధికార స్థాపనకై నిరంతర సంఘర్షణ జరిగింది. ఫలితంగా, అనేక చిన్న ప్రాంతీయ రాజ్యాలేర్పడ్డాయి. వీటి మధ్య అంతఃకలహాలు తురుష్క రాజ్య స్థాపనను సుగమం చేశాయి. అయితే, భారతీయ మతాచారాలు సంస్కృతీ పరిరక్షణకై, రసపుత్ర రాజులు అహర్నిశం పాటుపడ్డారు.

పుట్టుపూర్వోత్తరాలు

రాజపుత్రుల పుట్టుపూర్వోత్తరాల గురించి,చరిత్రకారుల్లోభిన్నాభిప్రాయాలున్నాయి. వీరు తమ శాసనాల్లో తాము సూర్య, చంద్ర వంశాలకు చెందిన క్షత్రియులమని పేర్కొన్నారు. ఇదే విషయాన్ని, వీరి అస్థాన విద్వాంసులు, కవులు ఉటంకించారు. చాంద్‌బర్దాయ్ అనే హిందీకవి, 'పృధ్వీరాజ్ రాసో' అనే తన కావ్యంలో, ప్రతీహార, పరమార, సోలంకి, చహమాన అనే ప్రముఖ రసపుత్ర వంశాలవారు అగ్నికుల క్షత్రియులంటూ వర్ణించాడు. లోకంలోని క్షత్రియులనందరినీ సంహరించిన తదుపరి, అబూ శిఖరంమీద పరశురాముడు జరిపిన హోమాగ్ని నుంచి ఉద్భవించిన వీరుని సంతతి వారైనందువల్ల, అగ్నికుల క్షత్రియులైనారనేది బర్దాయ్ కవి వివరణ.

అయితే, శాసనాలు చాంద్‌బర్దాయ్‌ల అభిప్రాయానికి భిన్నంగా కల్నల్ టాడ్, రసపుత్రులు విదేశీయ జాతుల సంతతివారనే విషయాన్ని ప్రకటించాడు. రాజపుత్ర చరిత్రలో విశేష పరిశోధన చేసి *'రాజాస్థాన్ కథావళి'* **(Annals of Rajasthan)** అనే ప్రఖ్యాత గ్రంథాన్ని కల్నల్‌టాడ్ రాశాడు. యుద్ధాల్లో రథాలను ఉపయోగించడం, ఆయుధాలను, గుర్రాలను పూజించడం, విపరీతమైన మధుపానాసక్తి, శకునాల్లో గట్టి విశ్వాసం, అదిగాగల రాజపుత్రుల ఆచారాలు వైదేశికమైనవని, టాడ్ నిర్ణయించాడు. వీరి వైవాహిక ఆచారాలు సైతం, పూర్తిగా భారతీయమైనవి కావు. వీటినిబట్టి, భారతదేశం మీద దాడి చేసి స్థిరపడిపోయిన శక, పహ్లవ, ఘూర్జర, హూణాది జాతుల సంతతివారే రాజపుత్రులని, కల్నల్ టాడ్ తీర్మానించాడు. 'హూణ' అనే పేరున్న రసపుత్ర తెగ ఒకటున్నట్లుగా, టాడ్ పరిశోధించాడు.

దేశీయ చరిత్రకారులైన సి.వి.వైద్య, జి.పి.ఓఝాలు, టాడ్ వాదాన్ని తిరస్కరిస్తున్నారు. రసపుత్రులలకు భారతదేశపు మతాచారాల పట్ల ప్రగాఢ భక్తి విశ్వాసాలుండడంవల్ల, వారిని విదేశీయులుగా భావించటానికి వీలుపడదంటూ అభిప్రాయపడ్డారు. రాజపుత్రుల అవయవ సౌష్టవం, శరీర నిర్మాణాన్ని, ఇతిహాస వీరుల విగ్రహాలతో పోల్చడం లాంటి వీరి ప్రతిపాదనల్లో అనేక వివాదాస్పదాంశాలున్నాయి.

విభిన్న వాదాలున్నప్పటికీ, రాజపుత్రులు తమ అసమాన పరాక్రమ, పాలనాదక్షతవల్ల, క్షత్రియత్వానికి అర్హులనిపించుకున్నారు. ఈ రంగాలకు సంబంధించిన భారతీయ సంప్రదాయాలకు విశిష్టతను చేకూర్చారు.

ప్రతీహారులు

రసపుత్రయుగంలో మొదట ప్రశస్తిని గాంచినవారు ప్రతీహారులు. వీరిది ఘూర్జరజాతి. 'ప్రతీహారి' అనేమాటకు ద్వారపాలకుడనే అర్థముంది. తన అన్నైన శ్రీరామునికి ద్వారపాలకుడిగా ఉండిన లక్ష్మణుని సంతతి వారైనందువల్ల, వీరికిపేరొచ్చినట్లు ఒక కథనముంది. ప్రతీహారుల ప్రథమ రాజధాని, జోధ్‌పూర్ ప్రాంతంలోని భిన్‌మల్. అరబ్ దండయాత్ర, గౌడ, కాశ్మీర రాజుల దండయాత్రల వల్ల ఏర్పడ్డ కల్లోల పరిస్థితిలో కనూజ్‌నాక్రమించి, కొంతకాలం ఉత్తరాపథం మీద వీరు సార్వభౌమాధికారాన్ని చెలాయించారు.

ప్రతీహార రాజ్యస్థాపకుడు నాగభటుడు. ఈతడు అరబ్ సైన్యాల మీద విజయాన్ని సాధించాడు. ఈతని రాజ్యం బరుకచ్చం వరకు విస్తరించింది. క్రీ.శ.783-815 సంవత్సరాల మధ్య పాలించిన వత్సరాజు కాలంలోనే, ఉత్తరాపథంలో సార్వభౌమాధికార స్థానమైన కనూజ్ కోసం, పాల, రాష్ట్రకూట; ప్రతీహార వంశాల మధ్య పోటీ ప్రారంభమైంది. ఈతడు గౌడాధీశుడైన ధర్మపాలునోడించి, కనూజ్ నాక్రమించాడు. అనతి కాలంలో రాష్ట్రకూట రాజైన ధృవుడు దండెత్తి వచ్చి, వత్సరాజు నోడించి, తరిమివేశాడు. అయితే, ధర్మపాలుడు చివరకు కనూజ్‌ను వశపర్చుకొని, చక్రాయుధుడనే వానిని తన ప్రతినిధిగా నియమించాడు. ఈ పోటీలో తరచుగా మారుతున్న పరిణామాల సూచనగా, వత్సరాజు కుమారుడైన రెండో నాగభటుడు చక్రాయుధుని పారద్రోలి, కనూజ్‌లో ప్రతీహార సార్వభౌమత్వాన్ని పునఃప్రతిష్ఠింపచేశాడు. కాని, రాష్ట్రకూట మూడో గోవిందుని చేతిలో పరాజయుడైనాడు.

మిహిరభోజుని పాలనాకాలంలో (క్రీ.శ.836-885) ప్రతీహారుల కీర్తిప్రతిష్ఠలు ఇనుమడించాయి. ఇతడు మంచి పరాక్రమశాలి. గౌడ దేవపాలుని, రాష్ట్రకూట రెండో కృష్ణునోడించి, కనూజ్‌ను రాజధానిగా చేసుకున్నాడు. హిమాలయాలు, నర్మదానది, గుజరాత్, బీహార్‌ల మధ్య, అతని రాజ్యం విస్తరించింది. మిహిరభోజుని రాజ్యాన్ని క్రీ.శ.851లో సందర్శించిన అరబ్ యాత్రికుడు సులేమాన్, అది సిరిసంపదలతో తులతూగుతుందని, ప్రజలకు దొంగల భయం లేదని, చక్రవర్తి అశ్వికదళం శక్తివంతమైందనీ, కొనియాడాడు.

మిహిరభోజుని కుమారుడైన మహేంద్రపాలుని (క్రీ.శ.885-907) కాలంలో, బీహార్, బెంగాల్ ప్రాంతాల్లోని అధిక భాగం ప్రతీహార రాజ్యంలో చేరింది. ప్రతీహారులు ఉత్తరాపథానికి సార్వభౌములై, మరోసారి రాజకీయ ఐక్యతను సిద్ధింపచేశారు.

అయితే, ప్రతీహార సార్వభౌమత్వం ఎక్కువ కాలం కొనసాగలేదు. మహేంద్రపాలుడు మరణించిన కొద్ది కాలానికే, రాష్ట్రకూట మూడో ఇంద్రుడు దండెత్తి, కనూజ్ నగరానికి, ప్రయాగ వరకుగల భూములకు తీవ్ర నష్టాన్ని కల్గించాడు. ఫలితంగా, ప్రతీహారుల అధికారం క్షీణించి, వారి సామంతులైన సోలంకి, పరమార, చౌహాన్, చేది, తోమర వంశాలవారు బలవంతులై, స్వతంత్ర రాజ్యాలను స్థాపించుకున్నారు. గజనీ

మహమూద్ దాడుల్లో ప్రతీహారులు కాశ్మీర్ రాజులతో సహకరించగా, దానికాగ్రహించి మహమూద్ క్రీ.శ.1010 లో దండెత్తి, కనూజ్‌ను దోచుకొని ధ్వంసం చేశారు.

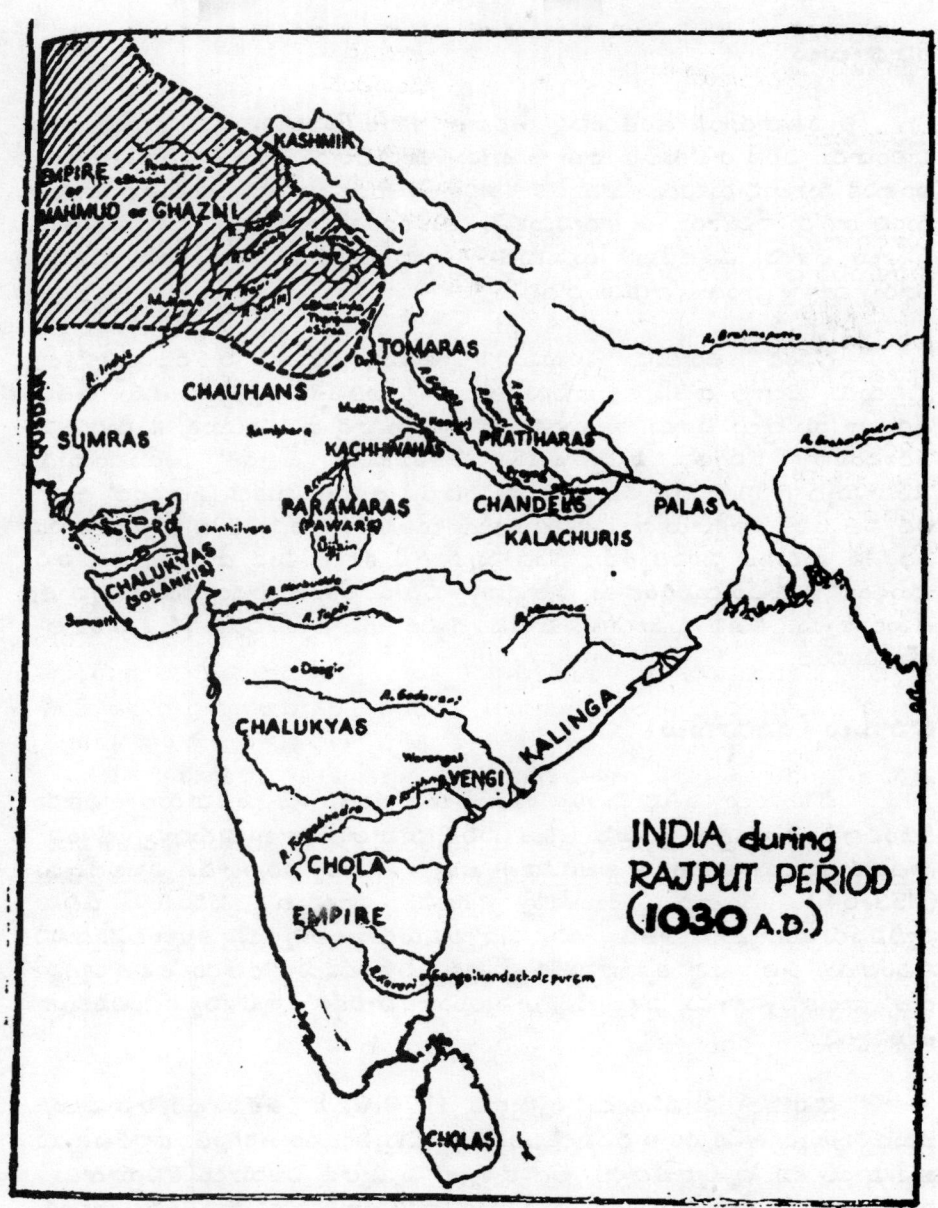

పటం : రసపుత్ర యుగంలో భారతదేశం (క్రీ.శ.1030)

మూలం : భారతదేశ చరిత్ర - అనాది నుంచి క్రీ.శ.1526 వరకు ఖండికలు : 5-16, పుట నెం.218, ఆంధ్ర ప్రదేశ్ సార్వత్రిక విశ్వవిద్యాలయ ప్రచురణ, హైదరాబాద్.

గహద్వాలులు

ప్రతీహారులు అంతరించిన తరవాత కనూజ్‌ను ఆక్రమించి, గహద్వాలులు పాలించారు. వీరినే రాఠోరులని కూడా అంటారు. చంద్రదేవుడు (క్రీ.శ.1085-1100) ఈ వంశానికి మూల పురుషుడు. షుమారొక శతాబ్దికాలం మధ్య భారతాన్ని తురుష్క దాడుల నుంచి రాఠోర్లు కాపాడారు. ఈ కార్యనిమిత్తమై 'తురకదండ' అనే పన్ను, సైన్య పెంపునకై వసూలు చేశారు. చంద్రదేవుని మనుమడైన గోవింద చంద్రుడు (1114-1155) మగధ, తూర్పు మాళ్వా ప్రాంతాల నాక్రమించాడు.

గోవింద చంద్రుని మనుమడైన జయచంద్రుడు, రాఠోరులందరిలోకెల్లా ప్రసిద్ధుడు. బెంగాల్ రాజైన లక్ష్మణసేనునితోను, ఢిల్లీ అధిపతైన పృధ్వీరాజుతోను, ఈతడు తరచుగా యుద్ధాలు చేశాడు. స్వయంవరంలో తన కుమార్తె రాణీసంయుక్త, పృధ్వీరాజును వరించిందన్న కోపంతో, పృధ్వీరాజును తుదముట్టించే లక్ష్యంతో జయచంద్రుడు మొహమ్మద్ గోరీని దండెత్తి రమ్మని అహ్వానించాడనే ఉదంత మొకటి ప్రచారంలో ఉంది. ఇది నిజమైనా, కాకపోయినా రెండో తరాయిన్ యుద్ధం (క్రీ.శ.1192)లో పృధ్వీరాజును వధించిన మరుసటి సంవత్సరమే, మొహమ్మద్ గోరీ కనూజ్ మీద దాడిచేసి, చంద్‌వార్ యుద్ధంలో జయచంద్రునోడించాడు. పరాభవాన్ని సహించలేక, జయచంద్రుడు ఆత్మహత్య చేసుకున్నాడు. ఈతని కుమారుడైన హరిచంద్రునితో, గహద్వాల వంశం క్రీ.శ.1202లో అంతరించింది.

చౌహానులు (చహమానులు)

చౌహానులు ప్రతీహారులకు సామంతులుగా ఉండేవాళ్లు. ప్రతీహారుల అధికారం క్షీణించగానే, సింహరాజ చౌహాన్ (క్రీ.శ.956) మహారాజాధిరాజ బిరుదాన్ని ధరించి, స్వతంత్రుడైనాడు. అనంతరం, అజయరాజు అజ్మీర్ నగరాన్ని నిర్మించాడు. విశాలదేవుడు (1153-64) పంజాబ్ నేలుతున్న గజనీ వంశస్థుల నోడించి, ఢిల్లీని స్వాధీనపర్చుకున్నాడు. ఈతడు కవి, విద్యాపోషకుడు. అజ్మీర్‌లో కళాశాలనొకదానిని స్థాపించాడు. ఈతని అస్థానకవైనసోమదేవ మహాకవి, విశాలదేవుని గౌరవార్థం 'లలిత విగ్రహ రాజ' నాటకాన్ని రాశాడు. విశాల దేవుడు స్వయంగా 'హరకేళి' నాటకాన్ని రచించినట్లుగా తెలుస్తొంది.

చౌహాన్‌ల్లో సుప్రసిద్ధుడు పృధ్వీరాజ్ (1179-92). ఈతని ధైర్యసాహసాలు, యుద్ధనైపుణ్యం, అనేక రకాల రచనల్లో విరచితమై ప్రస్తుతించడం జరిగింది. చాంద్‌బర్దాయ్ అనే హిందీ కవి 'పృధ్వీరాజ్‌రాసో' అనే కావ్యంలో పృధ్వీరాజ్ విజయాలు కొనియాడాడు. సంస్కృతలో 'పృధ్వీరాజ్ విజయ' మనే మరో కావ్యముంది. పొరుగున ఉన్న సోలంకి, చండేల, గహద్వాల రాజులతో పోరాడి, పృధ్వీరాజ్ తన అధికారాన్ని పటిష్ఠం చేసుకున్నాడు. ఈతని ప్రత్యర్థులందరిలోకెల్లా బలవంతుడు, గహద్వాల జయచంద్రుడు.

తురుష్క దండయాత్రల నరికట్టడానికి ప్రయత్నించిన మధ్యయుగ చక్రవర్తిగా, పృధ్వీరాజ్ చరిత్రలో వాసికెక్కాడు. అయితే, అంతఃకలహాలను మాని,

రాజపుత్రులనందరినీ సమీకరించి, విదేశీయుల నెదిరించినట్లైతే, పరిణామాలు మరో విధంగా ఉండేవి. చౌహాన్ రాజ్యం మీద మొహమ్మద్ గోరీ రెండు దాడులను జరిపాడు. మొదటి తరాయిన్ యుద్ధం (1191) లో గోరీని పృధ్వీరాజ్ ఓడించాడు. అయితే, నిరుత్సాహపడక, తగు బలాన్ని సమకూర్చుకొని మరుసటి సంవత్సరమే గోరీ తిరిగి అదే యుద్ధ భూమిలో రాజపుత్రుల నెదిరించాడు. జయచంద్రుడు కక్షసాధింపుకై తటస్థంగా ఉన్నాడు. రసపుత్ర సైన్యాలు ఓటమిని చవిచూశాయి. పృధ్వీరాజ్‌ను బందీగా చేజిక్కించుకొని చంపారు. ఢిల్లీ, అజ్మీర్ నగరాలు శత్రుదోపిడికి గురయ్యాయి. చౌహాన్ వంశ ప్రతిభ నామమాత్రమైంది. ఈ వంశంవారు కొంతకాలం రణతంభోర్ ప్రాంతంలో పరిపాలన సాగించారు. అయితే, క్రీ.శ.1302లో అల్లాఉద్దీన్‌ఖిల్జీ రణతంభోర్‌పై దాడిచేసి, తన సామ్రాజ్యంలో కలుపుకున్నాడు.

పరమారులు

పరమారులు రాష్ట్రకూటులకు చెందిన శాఖగా, శాసనాలు పేర్కొంటున్నాయి. దీన్ననుసరించే, క్రీ.శ.8వ శతాబ్దారంభంలో పరమారుల మూలపురుషుడైన ఉపేంద్రుడు, రాష్ట్రకూట రాజప్రతినిధిగా మాళ్వాను పాలించాడు. క్రీ.శ.950 ప్రాంతంలో వీరు స్వతంత్రులై, ధారా నగరం రాజధానిగా దాదాపు మూడు శతాబ్దాల కాలం పాలించారు.

పరమారుల్లో ముంజరాజు పరాక్రమవంతుడు. ఇతనికే వాక్పతిరాజని కూడా పేరు. కాలచుర్యులతోను, చౌహాన్‌లతోను పోరాడి, అబూ ప్రాంతాన్ని కైవసం చేసుకున్నాడు. ఈతని ప్రబల శత్రువైన చాళుక్య తైలపుని దాడులకు ప్రతీకారంగా, చాళుక్య రాజ్యం మీద దాడి చేశాడు. కాని, క్రీ.శ.993లో నిహతుడైనాడు. ముంజరాజు యోధుడేగాక, పాలనాదక్షుడూ, సారస్వత పోషకుడు కూడా. ఈతని ఆస్థానంలో ధనంజయ, హలాయుధ, ధనిక, పద్మగుప్తాది మహాకవులుండేవారు. ముంజరాజు అనేక ఆలయాలను నిర్మించాడు. ధారానగర సమీపంలో 'ముంజేశ్వరం' అనే తటాకాన్ని నిర్మించి, వ్యవసాయదారులకు నీటివసరులను కల్పించాడు.

ముంజరాజు సోదరుని కుమారుడైన భోజరాజు (క్రీ.శ.1010-1055) మిక్కిలి ప్రశస్తిని పొందాడు. ముఖ్యంగా, సంస్కృత సారస్వతాభివృద్ధికి ఈతడు ఎనలేని సేవ చేశాడు. అనేకమంది కవులను పోషించటంతోబాటు, భోజుడు స్వయంగా కవియై వివిధ విషయాల మీద పలు గ్రంథాలను రాశాడు. 'భోజపురి' అనే నగరాన్ని అందులో 'భోజశాల' అనే కళాశాలను ఏర్పాటుచేశాడు. ఈ కారణంగానే, మన దేశంలో సాహిత్య పోషకులు, స్రష్టలకు 'భోజ' పదం బిరుదుగా వాడుకలోకి వచ్చింది.

సారస్వత కార్యక్రమాల్లో తలమునకలైనప్పటికీ, భోజుడు తన వంశ, సామ్రాజ్య ప్రతిష్ఠలకు భంగం వాటిల్లకుండటానికై పలు యుద్ధాలను చేసి, విజయాన్ని సాధించాడు. కాని, చివరిదశలో సోలంకీలు, కాలచుర్యులు కలసి, మాళ్వా మీద దండెత్తి, భోజుని వధించి, పరమార రాజ్యాన్ని పంచుకున్నారు.

చండేలులు

చండేలులు బుందేల్‌ఖండ్ ప్రాంతంలో స్వతంత్ర రాజ్య స్థాపన చేశారు. రాజధాని ఖజురాహో. మొదట ప్రతీహారుల సామంతులుగా ఉండి, క్రీ.శ.950 ప్రాంతంలో యశోవర్మ కాలంలో స్వతంత్రులైనారు. క్రమంగా వీరి రాజ్యం, యమునానది నుంచి సాంచి

వరకు, పశ్చిమాన వారణాసి వరకు విస్తరించింది. దీనిలో గ్వాలియర్ కలంజర్‌లనే రెండు దుర్భేధ్యమైన కోటలను నిర్మించడం, శత్రువులు జొరబడ అలవికానివైనాయి.

చందేల రాజుల్లో అగ్రగణ్యుడు విద్యాధరుడు. గజనీ మహమూద్‌కు దాసోహమన్నాడని కనూజ్ రాజ్యపాలునీతడు వధించాడు. దీనికాగ్రహించి, 1019లోను, 1022లోను, మహమూద్ చందేల రాజ్యంపై దాడులు జరిపాడు. కాని, గ్వాలియర్, కలంజర్ దుర్గాల నాక్రమించుట ఈతని శక్యం కాలేదు. ఫలితంగా, విద్యాధరునితో సంధిచేసుకుని, తిరోగమించవల్సివచ్చింది. యావత్ ఉత్తర భారతావనిలో మహమూద్ దాడులను త్రిప్పికొట్టగల్గిన ఘనత, గౌరవం విద్యాధరునికే దక్కాయి.

విద్యాధరుని అనంతరం చందేలులు, ఒక వైపున తురుష్కులతోను, మరోవైపు పరమారు, చౌహాన్, కాలచుర్య రసపుత్ర తెగలతోను పోరాడవలసి వచ్చింది. సోలంకిలు, సాంచీ ప్రాంతాన్నాక్రమించారు. క్రి.శ.1202లో కుతుబుద్దీన్ ఐబక్ అనే మొహమ్మద్ ఘోరీ సేనాని, కలంజర్ నాక్రమించాడు. మరో శతాబ్ది కాలం, చందేలుల పాలన కొనసాగింది. తుదకు, 1309లో చందేలుల నంతమొందించి, అల్లావుద్దీన్ ఖిల్జీ ఢిల్లీ సుల్తాన్‌గా, బుందేల్‌ఖండ్‌ను తన సామ్రాజ్యంలో కలుపుకున్నాడు.

సోలంకిలు

'సోలంకి' అనే పదాన్ని 'చాళుక్య' అనే పదానికి భ్రష్టరూపంగా భావించి, సోలంకిలు కూడా చాళుక్య వంశ శాఖేనని చారిత్రకులు భావిస్తున్నారు. గుజరాత్‌లోని అన్‌హిల్‌వాడ్ రాజధానిగా, క్రి.శ.945 ప్రాంతంలో మూలరాజు సోలంకీ రాజ్యాన్ని ఏర్పాటు చేశాడు. ఈ రాజ్యం తరచుగా ముస్లిం దాడులకు, చౌహాన్, పరమార దాడులకు గురైంది.

మొదటి భీమరాజు కాలంలో (1022-64) గజనీ మహమూద్ గుజరాత్ మీద దండెత్తి, ప్రసిద్ధ సోమనాథ దేవాలయాన్ని విధ్వంసానికి గురిచేశాడు (1024). అయితే మహమూద్ మరలి వెళ్లగానే భీమరాజు విజృంభించి, మాళ్వా, అబూ, ఖిన్‌మల్ ప్రాంతాలను జయించాడు. ఈతని మనుమడైన జయసింహుని కాలంలో (1094-1143) సోలంకి రాజ్యం ఉన్నత దశలో ఉంది. ప్రఖ్యాత జైన విద్వాంసుడైన హేమచంద్రుడు, జయసింహుని మంత్రిగా వ్యవహరించాడు. సింహసంవత్సరమనే శకాన్ని, జయసింహుడు ప్రారంభించాడు.

జయసింహుని అనంతరం, సింహాసనానికై రాకుమారుల మధ్య జరిగిన పోరాట కారణంగా, సోలంకి వంశ బలగౌరవాలు క్షీణించసాగాయి. ఫలితంగా, గుజరాత్ ముస్లింల రాజ్యం దేవగిరి యాదవుల దాడులకు గురైంది.

ఈ పరిస్థితులనవకాశంగా తీసుకొని, సామంతులైన వాఘేల వంశస్థులుసోలంకిలను తొలగించి, సింహాసనాన్నాక్రమించారు. వాఘేల రాజుల్లో అర్జునుడు (క్రి.శ.1274-96) ప్రసిద్ధుడు. అయితే అనంతరం, ఈతని కుమారుడైన కర్ణదేవునోడించి, అతని భార్య కమలాదేవిని అల్లావుద్దీన్ ఖిల్జీ పరిగ్రహించాడు. గుజరాత్ ఢిల్లీ సల్తనత్‌లో భాగమైంది.

కాలచుర్యులు

వీరిది చేది రాజ్యం. కోకల్లుడు (క్రీ.శ.845-880) కాలచుర్య వంశాధికారాన్ని స్థాపించాడు. వీరు హైహయ తెగకు చెందినవారనీ, కార్తవీర్యార్జునుని సంతతివారనీ చెప్పు కున్నారు. వీరి రాజధాని త్రిపురి. క్రీ.శ.9, 10 శతాబ్దాల్లో కాలచుర్యులు రాష్ట్రకూట, చాళుక్య రాజకీయాల్లో పాల్గొని, పరాజయాన్ని పొందారు. కోల్పోయిన వంశ ప్రతిష్ఠను గంగయదేవుడు (క్రీ.శ.1019-1041) తిరిగి పునరుద్ధరించాడు. ఈతడు కాశ్మీర్ మొదలు కర్ణాటకం వరకూ, దిగ్విజయ యాత్రలు సల్పిన పరాక్రమశాలి. విక్రమాదిత్య, *"త్రికళింగాధిపతి"* అనే బిరుదాలను కూడా ధరించాడు.

గంగయదేవుని కుమారుడైన కర్ణదేవుడు (1041-1072) శతాధిక యుద్ధవీరునిగా ఖ్యాతిగాంచాడు. ఈతని సామ్రాజ్యం బెంగాల్ మొదలు గుజరాత్ వరకు, గంగానది మొదలు నర్మదానది వరకూ వ్యాప్తి చెందింది. ఈతని కుమారుడైన యశఃకర్ణదేవుడు (1072-1120) ఉత్తరాపథంలో సామ్రాజ్య నిర్మాణానికి పూనుకొన్న చివరి రసపుత్ర రాజైనాడు. కాని, రాఠోరులు విజృంభించటంతో, కాలచుర్య సామ్రాజ్యం విచ్ఛిన్నమైంది. యశఃకర్ణుని కాలంలోనే ప్రయాగ, వారణాశి ప్రాంతాలు రాఠోరుల వశమైనాయి. చివరిగా, క్రీ.శ.1212లో చందేల త్రైలోక్యమల్లుడు చివరి కాలచుర్య రాజైన విజయసింహుని ఓడించి, పారదోలాడు.

పాల రాజులు

బెంగాల్, బీహార్ ప్రాంతాలను పాలించిన పాల వంశీయులు, ప్రతీహారులకు సమకాలికులు. వీరు రాజపుత్ర తెగలకు చెందిన వారు కాదు. స్థానిక ప్రభు వంశానికి చెందిన గోపాలుడు, ఈ వంశానికి మూలపురుషుడు. బెంగాల్లో ఉత్పన్నమైన అరాజక పరిస్థితులను భరించలేక, ప్రజలే క్రీ.శ.750 ప్రాంతంలో గోపాలుని తమ రాజుగా ఎన్నుకున్నారు. ఈతని వంశస్థులు క్రమంగా బలవంతులై ఉత్తరాపథ సార్వభౌమత్వానికై ప్రతీహార, రాష్ట్రకూట వంశాల వారితో పోరాడి, దేశ చరిత్రలో బెంగాల్‌కు ముందెన్నడూలేని గౌరవప్రదమైన స్థానాన్ని సమకూర్చారు.

గోపాలుని కుమారుడు ధర్మపాలుడు (770-810). ఈతడు ప్రతీహార నాగభటునోడించి, కనూజ్ సింహాసనం మీద తనకు ఇష్టుడైన చక్రాయుధుని ప్రతిష్ఠించాడు. ఈతని దిగ్విజయ యాత్రల ఫలితంగా, పాల రాజ్యం బ్రహ్మపుత్రానది మొదలు వారణాశి వరకే విస్తరించింది. ధర్మపాలుని కుమారుడైన దేవపాలుడు (810-850) ఒరిస్సా, కామరూపలను ఆక్రమించాడు. తదనంతరం, మహీపాలుని కాలంలో (క్రీ.శ.908-1030) చోళ చక్రవర్తి రాజేంద్రుడు, గంగానది వరకూ దాడి సల్పాడు. చోళ దండయాత్ర మరలినంతనే, మహీపాలుడు తీరభుక్తి, మగధ ప్రాంతాలను కైవశం చేసుకున్నాడు.

మహీపాలుని తరవాత కొద్దికాలానికే పాల రాజ్యం క్షీణించసాగింది. పాల రాజులు కాలచుర్యులతోను, కళింగాంగులతోను, పోరాడాల్సివచ్చింది. వీరికి తోడు, కాంభోజ, కైవర్తాది అనాగరక జాతులవారు దండెత్తి, రాజ్యంలో సంక్షోభాన్ని కల్గించారు. కామరూప క్రమంగా స్వతంత్రమైంది. మగధను రాఠోరులు ఆక్రమించారు. తీరభుక్తిని అనంతవర్మ చోడగంగు కైవశం చేసుకున్నాడు. ఈ పరిస్థితులనవకాశంగా తీసుకొని, పాలరాజుల సామంతులైన సేన వంశస్థులు పశ్చిమ బెంగాల్లో తమ అధికారాన్ని నెలకొల్పారు. క్రీ.శ.1138 ప్రాంతంలో విజయసేనుడు, చివరి పాలరాజైన మదనపాలుని పారదోలటంతో, పాల వంశ మంతరించింది.

పాలరాజులు ఎక్కువ మంది బౌద్ధమతాన్ని పోషించి, దాని పునరుజ్జీవనానికి దోహదం చేశారు. ధర్మపాలుడు నలందా నమూనాలో "విక్రమశిల" విశ్వవిద్యాలయాన్ని ఏర్పాటు చేశాడు. పాలరాజుల కాలంలోనే, ఉద్దంతపుర, జగద్దల విశ్వవిద్యాలయాలు కూడా వెలశాయి. ఈ విశ్వవిద్యాలయాలు ఉన్నత విద్యా కేంద్రాలై, విదేశాల నుంచి విద్యార్థులను ఆకర్షించసాగాయి. పాల రాజులు అనేక బౌద్ధమత విహారాలను కూడా నిర్మించారు. వీరి నిర్మాణాలు వినూత్న శిల్ప సంప్రదాయాలకు, సహజ కళకు పేరుగాంచాయి.

సేనవంశస్థులు

సేన వంశస్థులు కర్ణాటక ప్రాంతాల నుంచి వలస వచ్చి, బెంగాల్‌లో స్థిరపడినట్లు భావించడం జరుగుతుంది. వీరి నాయకుడైన విజయసేనుడు స్థానిక ప్రభుకుటుంబాలతో వివాహ సంబంధాల నేర్పర్చుకొని, బలపడ్డాడు. పాల రాజులు బౌద్ధాన్ని అభిమానించి ప్రజలకు దూరంకాగా, విజయసేనుడు హైందవ మతాన్ని స్వీకరించి, సనాతన వర్గాల మద్దతును సంపాదించాడు. ఈతని కుమారుడైన బల్లాలసేనుడు రాజ్య విస్తరణకు పూనుకొని, మిథిలను జయించాడు. ఈతని కాలంలో బెంగాల్, బీహార్ ప్రాంతాల్లో హిందూ ధర్మశాస్త్రానుగుణంగా సామాజిక పునర్వ్యవస్థీకరణ జరిగింది. బ్రాహ్మణ, క్షత్రియ వర్ణాల్లో వారి వారి వంశ గౌరవాన్ని బట్టి తరగతులేర్పడ్డాయి.

బల్లాల సేనుడి కుమారుడైన లక్ష్మణసేనుడు తన వంశంలో కెల్లా ప్రసిద్ధుడు. ఈతడు దాడులను జరిపి, పూరీ, వారణాసి, ప్రయాగల్లో విజయస్తంభాలను నాటాడట. స్వయంగా కవి, పండిత పోషకుడూను. ఈతని ఆస్థానంలో "పంచ రత్నాలు" అని ప్రసిద్ధులైన కవులుండేవారు. వీరిలో ధోయి, జయదేవుడు అగ్రగణ్యులు. జయదేవుని "గీతగోవింద" కావ్యం అత్యంత ప్రశస్తిని గాంచింది. లక్ష్మణ సేనుడు తన పేర స్థాపించిన కొత్త శకం, నేటికీ మిథిల ప్రాంతంలో వాడుకలో ఉంది.

లక్ష్మణసేనుని కాలంలో తురుష్కులు, మహమ్మద్ భక్తియార్ ఖిల్జీ నాయకత్వంలో బెంగాల్ మీద దండెత్తారు. రాజధానియైన నాడియాను తురుష్కులు క్రీ.శ.1199లో ముట్టడించగా, లక్ష్మణసేనుడు పారిపోయాడు. బెంగాల్ ముస్లింల వశమైంది.

షాహి వంశం

పంజాబ్, గాంధార ప్రాంతాలను షాహి వంశాలవారు పాలించారు. అల్‌బెరూనీ గ్రంథం, కల్హణుని 'రాజతరంగిణి' వీరిని గురించి సమాచారాన్నిస్తున్నాయి. ఈ వంశంలో మొదటివారిని 'హిందూ తుర్కులు' (తురుష్కషాహి) అని, అల్‌బెరూని పేర్కొన్నాడు. వీరు కుషాణ వంశంలోని వారు. కాబూల్ రాజధానిగా, గాంధార పంజాబ్‌లను పాలిస్తూ, అరబ్బుల వ్యాప్తిని నిరోధించేందుకు కృషి చేశారు. వీరిలో చివరి రాజైన లగితూర్మానేను, బ్రాహ్మణ మంత్రైన కల్లర్‌ను తొలగించి, సింహాసనాన్నధిష్ఠించాడు

కల్లర్ వంశస్థులను 'హిందూషాహీ' లుగా అల్‌బెరూని వ్యవహరించాడు. క్రీ.శ.870-71లో కాబూల్ నగరాన్ని శత్రువులాక్రమించడం చేత, షాహీలు సింధునది మీదున్న ఉదభాండపురాన్ని రాజధానిగా చేసుకున్నారు.

జయపాలుని కాలంలో హిందూషాహి రాజ్యానికి ముస్లింల బెడద ఎక్కువైంది. అఫ్ఘనిస్తాన్ మహమ్మదీయుల వశం కావడంతో, జయపాలుడు తన రాజధానిని త్రిభాండపురానికి (భటిండా) మార్చాడు. సబక్తజన్‌తో పలుమార్లు సంఘర్షణ పడ్డాడు. రసపుత్ర రాజులను కూడగట్టి, మహమ్మదీయుల నెదిరించడానికై, ఈతడు ప్రయత్నాలు చేశాడు. ఢిల్లీ, అజ్మీర్, కలంజర్, కనూజ్ పాలకులీతనికి సైనిక సహాయాన్నందించారు. కాని, లంఘన్ యుద్ధంలో సబక్తజన్ చేతిలో పరాజితుడైనాడు. తరవాత 1001లో, గజనీ మహమూద్ చేతిలో కూడా ఓడింపబడి, అవమాన భారంతో ఆత్మహత్య చేసుకున్నాడు. ఈతని కుమారుడైన ఆనందపాలుడు చేసిన రాజ్య రక్షణా ప్రయత్నాలు విఫలమయ్యాయి. క్రమంగా, షాహి రాజ్యం ముస్లింల కైవసమైంది.

రసపుత్రయుగ పాలనా వ్యవస్థ

రసపుత్ర రాజ్యాల్లో చాలా వరకు, స్థానికమైన మార్పులతో గుప్త, హర్షయుగాల నాటి పాలనా విధానమే కొనసాగింది. మంత్రి, మహామాత్య, ధర్మకార్యాధికారి, సంధివిగ్రహిక, భాండాగారిక, వంటి పేర్లతో ఉద్యోగులున్నట్లు, శాసనాల ద్వారా తెలుస్తూంది. రాష్ట్రాలకు భోగ, విషయ అనే పేర్లున్నాయి. గ్రామం పరిపాలనా వ్యవస్థకు పునాదిగా ఉంది. రాజవంశాల అధికార హెచ్చుతగ్గుల ప్రభావం గ్రామీణ జీవితంపై పడలేదు. గ్రామపెద్దల సభ సాంప్రదాయక విధులను నిర్వర్తిస్తూం డేది. పన్నులు వీరి ద్వారా పట్వారి, ముఖ్య గ్రామాధికారి **(Headman)** వసూలు చేసి, చక్రవర్తి ఖజానాలో జమకట్టేవారు.

రసపుత్ర రాజులు యుద్ధాలు ఎక్కువగా చేసేవారు కావున, పరిపాలనా యంత్రాంగం భూస్వామ్య వ్యవస్థా స్వరూపాన్ని తీసుకుంది. రాజ్యాన్ని అనేక జాగీర్లుగా విభజించారు. జాగీర్దార్లు సైన్యాన్ని పోషిస్తూ, చక్రవర్తికి అవసరమైనప్పు డు సరఫరా చేయాలి. దీనికిగాను వీరికి పంట పొలాలు ముట్టాయి. ఉద్యోగులకు సైతం జీతాలకు బదులుగా, గ్రామాల ఆదాయాన్ని కేటాయించేవారు. చక్రవర్తి శక్తిసామర్థ్యాలననుసరించి, ఈ విధానం పనితీరు ఉండేది. అసమర్థుల పాలనాకాలంలో, భూస్వామ్య ప్రభువులు అంతఃకలహాలకు దిగి, అరాజకత్వాన్ని సృష్టించేవారు. రాజులు స్వయంగా యుద్ధాల్లో పాల్గొనేవారు. గజ, అశ్వ, పదాతి దళాలు వీరి సైన్యాల ప్రధానాంగాలుగా ఉన్నాయి. సాంప్రదాయక ఆయుధాలైన విల్లంబులు, కత్తులు, ఈటెలతోనే యుద్ధాలు చేసేవారు. రాజపుత్రులు యుద్ధప్రియులైనప్పటికీ, వ్యూహరచనలో గాని, ఆయుధాల్లోగాని, పశ్చిమదేశాల్లో వచ్చిన మార్పులను గ్రహించి, అనుసరించలేకపోవుట, దురదృష్టకరంగా పరిణమించింది. అత్యల్పమైన సైన్యంతో భక్తియార్ ఖిల్జీ లక్ష్మణసేనుని పారదోలి, బెంగాల్‌ను కైవశం చేసుకోటం రసపుత్రుల సైనిక బలహీనతను వ్యక్తం చేస్తూంది.

రాజతరంగిణి, విష్ణుధర్మశాస్త్రం, క్షేమేంద్రుని రచనల్లో, క్రమబద్ధమైన ఉద్యోగ స్వామ్యవ్యవస్థ ఉన్నట్లుగా సమాచారం లభిస్తూంది. క్రీ.శ.8వ శతాబ్ది నుంచి కూడా, కాయస్థులనే అధికార వర్గమున్నట్లుగా శాసనాలు తెలియజేస్తున్నాయి. ఉద్యోగులను ప్రధానంగా బ్రాహ్మణుల నుంచి నియమించేవారు. విద్యా సాంప్రదాయాలుగల కొన్ని శూద్ర కుటుంబాల నుంచి కూడా అధికారులు ఎంపికయ్యేవారు.

ఆర్థిక పరిస్థితులు

నాటి ఆర్థిక వ్యవస్థలో నగరాల కంటే గ్రామాలే ఎక్కువగా పటిష్టంగా ఉండేవి. గ్రామాలు తమ అవసరాలకు తగిన వస్తువులను ఉత్పత్తి చేసేవి. రవాణా సౌకర్యాలు కొరవడినందున అధికోత్పత్తికి వ్యవసాయదారు

పూనుకునేవారుకాదు. దీనికి తోడు పంటలో 1/3 పంతును పన్నుగా వసూలు చేయటం రైతులపై భారంగా పరిణమించింది. మరో ముఖ్య విశేషమేమంటే, రాజపుత్ర ప్రభుత్వాలు దేవాలయ, బ్రాహ్మణ మాన్యాల మీద పన్ను వేసేవికావు. వ్యవసాయం ప్రజల ప్రధాన వృత్తిగా ఉంది. ప్రభుత్వం నీటివనరులను కల్పించి, నిర్వహించే బాధ్యతను చేపట్టేది.

వివిధ వృత్తుల వాళ్లు ఆయా వృత్తుల్లో శిక్షణ పొంది, శ్రేణులుగా ఏర్పడి, తమ పనులను నిర్వహించుకునేవారు. రవాణా సౌకర్యాలు అభివృద్ధికానందున స్వదేశీ వ్యాపారం, ధర్మశాస్త్రాలు విదేశీ పర్యటనను నిషేధించినందున విదేశీ వ్యాపారం కుంటుపడ్డాయి. ప్రభువర్గీయులు, రాజస్థానీయులు, భూస్వాములు విలాస జీవితంలో మునిగి సంపదను దుర్వినియోగం చేసిన కారణంగా, వ్యాపారపరిశ్రమలకు పెట్టుబడి ధనం కూడా కరువైంది. అయితే, చైనా, అరబ్ దేశాలతో సముద్ర వాణిజ్యం కొనసాగకపోలేదు. నాణ్యమైన చేనేత వస్త్రాలను ఎక్కువగా ఎగుమతి చేస్తూ, గుర్రాలు, ముత్యపుసీయాలు, పరిమళద్రవ్యాలు, విలాసవస్తువులను దిగుమతి చేసుకునేవారు. అయితే, నాటి వ్యవస్థలో వడ్డీ వ్యాపారస్తులు బాగా లాభాలను గడించేవారు. వడ్డీరేటు 15 నుంచి 30 శాతం వరకు కూడా ఉండేది.

సామాజిక పరిస్థితులు

రసపుత్ర యుగ సమాజం వర్ణవ్యవస్థ ప్రాతిపదికపై నడచింది. ఆది నుంచి ఉన్న బ్రాహ్మణ, క్షత్రియ, వైశ్య, శూద్ర వర్ణాల వారిలో బ్రాహ్మణులు ప్రథమంగా, తదుపరి క్షత్రియులు ప్రాధాన్యత వహించారు. దీనికి సూచనగా, బ్రాహ్మణులకు మరణదండన శిక్ష నిషేధించారు. అదే విధంగా, చండేల లాంటి రసపుత్ర రాజ్యాల్లో యుద్ధంలో మరణించిన సైనికుల కుటుంబాలకు, భూములిచ్చే ఆచారముండేది. చతుర్వర్ణాలతో బాటు, వృత్తుల సంఖ్య పెరగటం కారణంగా, అనేక ఉపకులాలు ఏర్పడ్డాయి. వర్ణాలు అవలంబించాల్సిన వృత్తులకు సంబంధించి నిబంధనలు, కొంతవరకు సడలినాయి. వర్ణవైషమ్యాల ప్రస్తావన నాటి సారస్వతంలో అక్కడక్కడ కనిపిస్తుంది. అయితే, వర్ణ ధర్మాల అనుసరణ ప్రతివారి ధర్మమై, వాటికి వ్యతిరేకంగా ప్రవర్తించిన వారికి సమాజంలో గౌరవం ఉండేది కాదు.

నాటి సమాజానికి కుటుంబమే పునాదిగా ఉంది. వివాహాలను కుదిర్చేవారు. ప్రేమ వివాహాలు, రాక్షస వివాహాలు, రాజుల్లో స్వయంవరాలు లేకపోలేదు. రసపుత్ర రాజుల్లో బహుభార్యాత్వం ఎక్కువగా ఉండేది. వివాహ నిబంధనలు కఠినతరమైనందున, రాజపుత్ర కన్యలకు వివాహం కావడం కష్టతరమై, బహుభార్యాత్వానికి దోహదం చేసింది. కొన్ని రసపుత్ర తెగల్లో ఆడపిల్ల పుట్టిన వెంటనే చంపే ఆచారం ప్రారంభం కావడానికి కూడా, ఇదే కారణం. అయితే, విద్యావంతులు, లలితకళలు, ఆయుధధారణలో ఆరితేరిన, ఆదర్శగృహిణులైన స్త్రీలు లేకపోలేదు. ప్రాణంకంటే మానాభిమానాలకు విలువనిస్తూ, శత్రువుల నుంచి ప్రమాదమేర్పడినప్పుడు, అగ్నిలో దూకి 'జౌహర్' చేసేవారు.

మొత్తంమీద రసపుత్ర యుగ సమాజంలో స్త్రీల పరిస్థితి సంతోషజనకంగా లేదనే చెప్పాలి. వరదాపద్ధతి వాడుకలో ఉంది. కన్యాశుల్క, వరశుల్క, సతీసహగమన సాంఘిక దురాచారాలు స్త్రీలను దుస్థితికి గురిచేశాయి. విడాకుల పద్ధతి లేకుండటం, వితంతు పునర్వివాహాలు సమ్మతింపకపోవటం, స్త్రీలకు చట్టపరంగా ఆస్తి హక్కు శూన్యమవడం, ఇత్యాది అసౌకర్యాలు స్త్రీ స్వాతంత్ర్య, సమానతలకు గొప్ప విఘాతాలుగా పరిణమిల్లాయి.

ధనవంతులైన ఉన్నత వర్గాల వారు పెద్ద భవనాల్లో ఉంటూ, కొన్ని సమయాల్లో బానిసలను కూడా పోషించేవారు. ఆహారం విషయంలో అహింసను పాటిస్తూ, మాంస

భక్షణకు పాల్పడేవారుకాదు. అయితే, అగ్ర వర్గాలవారు నల్లమందు, మద్యంలాంటి మత్తుపానీయాలను హెచ్చు మోతాదుల్లో, సర్వసాధారణంగా వాడేవారు. పొగత్రాగుడు వాడుకలోకి రాలేదు. అయితే తాంబూల చర్వణం మామూలైంది. స్త్రీ, పురుషులిరువురూ ఆభరణాలను ధరించేవారు. రకరకాల దుస్తులు, నాణ్యత, రమణీయత, వైవిధ్యం కలవి ఉపయోగించేవారు.

ప్రజలు నీతి, నిజాయితీపరులని, అప్పులు తీర్చడంలో శ్రద్ధ వహించేవారనీ, మార్కోపోలో వంటి విదేశీ యాత్రికులు ప్రస్తావించారు. వీరిలో మూఢ విశ్వాసాలు బాగా ప్రబలినాయి. శకునాలు, స్వప్నాలు, మంత్రాలు, తాయెత్తులు, జాతకాల్లో విపరీతమైన నమ్మకముంచేవారు. హైందవమతం ఈ మూఢ విశ్వాసాలకు దోహదం చేసినట్లు కన్పిస్తుంది. ఇవి, నాటి సమాజ ధోరణిని సంకుచితం చేశాయి. సంవత్సరం పొడవునా, పండుగలు, ఉత్సవాలుండేవి. సంగీతం, నృత్యం, నాటకం, చదరంగం, పాచికలు, పడవ ప్రయాణం, వేట, ప్రజల వినోదాలుగా ఉండేవి.

విద్య, సాహిత్యం

నాటి విద్యా విధానం పురాతన పద్ధతిలో, కులవ్యవస్థ ప్రాతిపదికగా నడచింది. బ్రాహ్మణులకు ప్రత్యేక విద్యా సంస్థలుండేవి. వీరికి ఆధ్యాత్మిక విద్య బోధించేవారు. సంస్కృత భాషలో వీరు విద్య నేర్చుకునేవారు. బ్రాహ్మణేతరుల విద్య, వృత్తి సంబంధంగా ఉండేది. శ్రేణులు వీరి విద్యా బోధనకు ప్రత్యేక ఏర్పాట్లను చేశాయి. దేవాలయాలు, శైవ, వైష్ణవ మఠాలు, విద్యా కేంద్రాలుగా పనిచేశాయి. నలంద, విక్రమశిల, ఉద్దంతపుర బౌద్ధ విశ్వవిద్యాలయాలు దూరదేశాల నుంచి కూడా విద్యార్థులనాకర్షించసాగాయి. సౌరాష్ట్ర, గుజరాత్, రాజస్తాన్‌లలో, జైన విద్యా సంస్థలు పని చేశాయి. గమనించాల్సిన విషయమేమంటే, వైజ్ఞానిక విద్య నాడు అంతగా లేదు. దీనిపట్ల ప్రోత్సాహం, ఆదరణలు కూడా తక్కువగా ఉండేవి.

రసపుత్ర రాజుల్లో పలువురు స్వయంగా కవులై, గొప్ప రచనలను చేశారు. వీరిలో పరమార ముంజ, భోజరాజులు, సోలంకి మహీపాలుడు, లక్ష్మణసేనుడు గణనీయులు. ముఖ్యంగా మహాకవిచక్రవర్తైన భోజుడు, అనేక విజ్ఞానశాఖల మీద ప్రమాణికమైన గ్రంథాలను రాశాడు. చంపూ శైలిలో రాసిన ఈతని 'రామాయణం' ప్రథమ కావ్యమై, తరవాతి కవులకు మార్గదర్శకమైంది. 'సరస్వతీ కంఠాభరణం', 'శృంగార ప్రకాశం', అనే అలంకారశాస్త్ర గ్రంథాలు, 'యుక్తికల్పతరువు' అనే రాజనీతి గ్రంథం, వాస్తు విద్య మీద 'సమరాంగణ సూత్రధార' 'తత్వప్రకాశం' అనే శైవతత్వ పరమైన గ్రంథం, ఈతని ఇతర రచనలు.

రాజపుత్ర రాజుల పోషణలో కావ్య, నాటక, గీత ప్రక్రియల్లో, వ్యాకరణ, అలంకార, నిఘంటు గ్రంథాల రచనలో విశేష ప్రగతిని సాధించడం జరిగింది. మాఘుని 'శిశుపాల వధ' కావ్యరచనకు, క్షేమేంద్రుని 'బృహత్కథాకోశం' జయదేవుని 'గీతగోవిందం' గేయరచనకు, భవభూతి 'ఉత్తర రామచరితం', 'మాలతీమాధవం', కృష్ణమిశ్రుని 'ప్రబోధ చంద్రోదయం' రాజశేఖరుని ప్రాకృత 'కర్పూరమంజరి' నాటక రచనకు, ఆనంద వర్ధనుని 'ధ్వన్యాలోకం' అలంకార గ్రంథ రచనకు, హేమచంద్రుని 'కుమారపాల చరితం' సంస్కృత ప్రాకృత వ్యాకరణ గ్రంథరచనకు, హేమచంద్రునిదే అయిన 'అభిదానచింతామణి' నిఘంటు గ్రంథ రచనకు ప్రశస్తిని గాంచాయి.

చారిత్రక రచనా ప్రారంభం, ఈ యుగ సారస్వత చరిత్రలోని మరో ముఖ్య లక్షణం. ఇట్టి రచనలు చేసిన వారిలో మొదటగా పేర్కోదగ్గవాడు, కల్హణుడు. ఈతని 'రాజతరంగిణి' కాశ్మీర్ రాజ వంశాల చరిత్రను తెలియజేస్తుంది. నాటి ముఖ్యమైన ఆధారాలను పరిశీలించి రాసిన ప్రథమ చారిత్రక గ్రంథం. క్షేమేంద్రుని 'నృపావళి', పద్మగుప్తుని 'నవసాహసాంక చరిత్రం' బిల్హణుని 'విక్రమార్క చరితం' ఈ యుగంలో పేరుగాంచిన మరికొన్ని చారిత్రక రచనలు.

సంస్కృతం రాజభాషగా ఉండేది. రసపుత్రరాజుల చాలా శాసనాలు సంస్కృతంలోనే ఉన్నాయి. అయితే, ప్రాకృతం కూడా కావ్య, నాటక, వ్యాకరణ రచనకు వాడ్డం కనిపిస్తూనే ఉంది. సారస్వత చరిత్రలోని మరో ముఖ్య పరిణామం, ప్రాంతీయ భాషల అభివృద్ధి. హిందీ బాగా వాడుకలోకి వచ్చింది. చాంద్‌బర్దాయ్ విరచితమైన 'పృధ్వీరాజ్‌రాసో' ప్రారంభ రచనగా స్థానాన్ని పొందింది. మరాఠీ, గుజరాతి, బెంగాలీ భాషల్లో కూడా గ్రంథరచన మొదలైంది.

రసపుత్రయుగంలో ఏర్పడ్డ వివిధ ప్రాంతీయ రాజ్యాలు, ప్రాంతీయ చారిత్రక రచనలకు, ప్రాంతీయ భాషల అభివృద్ధికి దారితీయుట, గమనించదగ్గ విషయం. వాస్తు శిల్పాల విషయంలో కూడా, ఇదే ప్రభావం కనిపిస్తుంది.

చిత్రం : కోణార్క సూర్య దేవాలయం

వాస్తు శిల్ప కళలు

రసపుత్ర రాజులు వాస్తుశిల్ప కళలకు మంచి ప్రోత్సాహాన్నిచ్చారు. ఫలితంగా ఈ రెండు కళలు గొప్ప ఔన్నత్యాన్ని, వైభవాన్ని, రమణీయతను సంతరించుకున్నాయి. దుర్భేద్యాలైన గిరి దుర్గాలు, వాటిలో అందమైన రాజప్రాసాదాలు, అనేకమైన దేవాలయాలు నిర్మితాలయ్యాయి. కలంజర్, అజ్మీర్, గ్వాలియర్, చిత్తోడ్, జయపూర్, జోధ్‌పూర్ మొదలైనచోట్ల నిర్మించిన రాజపుత్రుల దుర్గాలు, ప్రాసాదాలు నేడు శిథిల రూపంలో ఉన్నప్పటికీ, వాటి ప్రాచీనౌన్నత్యాన్ని, వైభవాన్ని చాటుతున్నాయి.

రసపుత్ర దేవాలయాలు ఒరిస్సా, మధ్య భారత్, గుజరాత్‌ల్లో ప్రధానంగా కేంద్రీకృతమైనాయి. ఒక్కొక్క ప్రాంతశైలి ప్రత్యేకతను రూపుదిద్దుకుంది. ఒరిస్సాలోని ఆలయాల్లో భువనేశ్వర్‌లోని లింగరాజ ఆలయం, రాజారాణి ఆలయం, కోణార్కలోని సూర్యదేవాలయం, పూరి జగన్నాథాలయం, ప్రసిద్ధిని గాంచాయి. ఈ ఆలయాల్లో ప్రధాన విమానం అనువృత్తాకారంలో ఉండి, మీద అమలక శిల ఉంటుంది. వీటి కుడ్యాలు శృంగారయుతమైన శిల్పాలతో శోభిల్లుతున్నాయి.

కోణార్క సూర్యదేవాలయాన్ని క్రీ.శ.1238-64 మధ్యకాలంలో ఒరిస్సా నేలిన నరసింగ దేవుడు నిర్మించాడు. సూర్యుడు చక్రాల రథం, ఏడు గుర్రాలపై బయల్దేరే హిందూ మత భావనకు కళారూపాన్నిచ్చారు. ఎత్తైన వేదిక, దానిపైన 30 మీటర్ల వెడల్పు, 30 మీటర్ల ఎత్తున్న పెద్ద చావడి (Hall) నేల నుంచి 68 మీటర్ల ఎత్తున్న పెద్ద గోపురం ఉన్నాయి. గోపుర అడుగు భాగంలో సూర్యదేవుని నిలువెత్తు విగ్రహాలతో కూడిన మందిరాలున్నాయి. విశాల ఉపరితలాలు సుందరమైన, పుష్కలమైన ప్లాస్టిక్ కళలో చెక్కిన శిల్పాలతో నిండి ఉన్నాయి. అయితే, ఈ మనోహర కళాసృష్టిలో సమావేశ చావడి మినహా, మిగిలిన భాగాలన్నీ శిథిలమైనాయి.

మధ్య భారత్‌లోని ఖజురాహోలో ముప్పై ఆలయాల సమూహం తీర్చిదిద్దబడింది. ఇవి, జైన, తీర్థంకరులకు, హైందవ దేవతలైన శివ, విష్ణువులకు అంకితం చేయబడ్డాయి. ఎత్తైన వేదిక, మిరుమిట్లు గొలిపే శిఖరం, ఉపరితల మనోహర శిల్పాలు వీటి ముఖ్య లక్షణాలుగా కనిపిస్తున్నాయి. గుజరాత్ ఆలయాల్లో మొడేరాలో నిర్మించిన సూర్యదేవాలయం, అబూ కొండలమీద నిర్మించిన జైన ఆలయాలు, ఈ ప్రాంతపు శిల్పశైలికి అత్యంత ప్రసిద్ధిని గాంచాయి. పాలరాతితో తీర్చిదిద్దిన జైన ఆలయాలు, సున్నితమైన శిల్పాల పనితనానికి, రేఖాలంకరణలోని వైవిధ్యానికి, గొప్ప భావనాశక్తికి నిలయాలని కొనియాడబడ్డాయి. అయితే కోణార్క, ఖజురాహో దేవాలయాల్లో కామక్రీడలను చిత్రించే శిల్పాలు, చిత్రాలు లేకపోలేదు. ఇవి, నాటి సమాజపు నైతిక విలువలను సూచిస్తున్నాయనే భావనను కొందరు చరిత్రకారులు వ్యక్తం చేశారు.

మత పరిస్థితులు

రాసపుత్రయుగంలో మత రంగంలో గణనీయమైన మార్పులు సంభవించాయి. హిందూ మతానికి రాజాదరణ, ప్రజాభిమానం బాగా లభించాయి. ఫలితంగా, దీనికి నూతన చైతన్యం, బలం చేకూరాయి. ఈ మతానికి చెందిన భక్తిమత శాఖలైన శైవ, వైష్ణవాలు అమితోత్సాహంతో విజృంభించసాగాయి. పూర్వమీమాంసా పద్ధతిద్వారా వేదమతాధిక్యాన్ని నెలకొల్పబూనిన కుమారిలభట్టు (క్రీ.శ.700 ప్రాంతం), బ్రహ్మసత్యం, జగత్తు మాయ,

జీవాత్మ పరమాత్మలొక్కటే, జ్ఞానమే మోక్షానికి ముఖ్యమార్గమనే అద్వైత సిద్ధాంతాన్ని ప్రవచించి, వ్యాప్తిచేసిన శంకరుని జ్ఞాన మార్గం అవగాహనకాదు. కనుక, మోక్షానికి విష్ణు భక్తే సాధనమనీ, జీవాత్మ పరమాత్మ సామీప్యాన్ని పొందడమే మోక్షమనే విశిష్టాద్వైత మార్గాన్ని ప్రవచించి, వ్యాప్తిగావించిన రామానుజాచార్యులు (క్రి.శ.1037-1177), భక్తి ద్వారా జ్ఞానాన్ని సాధించేవానికి మోక్ష ప్రాప్తి కలుగుతుందనీ జీవాత్మ, పరమాత్మలు వేరని బోధించే ద్వైత సిద్ధాంతాన్ని ప్రవచించి, వ్యాప్తిగావించిన మధ్వాచార్యులు (క్రి.శ.1198-1275), శైవ, వైష్ణవాలు, వీటికంటే మించి హైందవ మతానికి, నూతనోత్తేజాన్ని, శక్తినీ, మార్గదర్శకత్వాన్ని కల్గించారు. ఈ ముగ్గురు ఆచార్యులు త్రిమతాచార్యులుగా ప్రసిద్ధిగాంచారు.

తమ సిద్ధాంతాల ప్రచారం, వ్యాప్తికై, శంకర, రామానుజులు శైవ, వైష్ణవ మఠాలను దేశంలోని వివిధ చోట్ల నెలకొల్పారు. శంకరుడు శృంగేరి (కర్ణాటక), ద్వారక (గుజరాత్), బదరీనాథ్ (కాశ్మీర్), పూరీ (ఒరిస్సా), కంచి (తమిళనాడు)లలో మఠాలను స్థాపించగా, రామానుజుడు కంచి, శ్రీరంగం, తిరుపతి క్షేత్రాలను తన ప్రధాన కేంద్రాలుగా చేసుకున్నాడు. స్మృతులైన పురాణాలు, ధర్మశాస్త్రాలు ప్రచారాన్ని పొందాయి. వ్రతాలు, దాన ధర్మాలు, తీర్థాటన, దేవతారాధనల్లో ప్రజల ఆసక్తి హెచ్చుకాసాగింది. శక్తి ఆరాధన, మంత్రతంత్రాలు, జుగుప్సను కల్గించే కొన్ని అసభ్యకర చర్యలతో కూడిన తాంత్రిక పూజా విధానం కూడా రాజపుత్ర యుగంలో లేకపోలేదు. ఇది పండితుల మితవాదుల విమర్శకు గురైంది.

హైందవ మతం అమితాదరణను పొందినప్పటికీ, బౌద్ధ జైనాలు పూర్తిగా క్షీణించలేదు. పాలవంశ రాజులు బెంగాల్, బీహార్ ప్రాంతాల్లో బౌద్ధ మతాన్ని పోషించారు. కాని, అప్పటికే ఈ మతం దాని వ్యక్తిత్వాన్ని కోల్పోయింది. హైందవంలో చోటు చేసుకున్న తాంత్రిక విధానం వజ్రయాన మనే పేరుతో మహాయాన బౌద్ధమతంలో ప్రబలటం బుద్ధుని విష్ణుమూర్తి అవతారంగా పరిగణించి, హిందువులు సైతం పూజించనారంభించుట, బౌద్ధంలోని తాత్విక పరమైన ముఖ్యాంశాలు అద్వైతమతంలో చోటు చేసికొనుట, బౌద్ధమత ప్రాశస్త్యాన్నీ, వ్యక్తిత్వాన్నీ దెబ్బతీశాయి. ఫలితంగా ఈమతం భారత దేశంలో తన స్థానాన్ని, ఆదరణను త్వరితగతిన కోల్పోసాగింది. జైన మత ప్రాబల్యం గుజరాత్, రాజస్థాన్, కర్ణాటకలాంటి కొన్ని ప్రాంతాలకు మాత్రమే పరిమితమైంది. సోలంకి రాజుల్లో కొందరు దీన్ని పోషించారు. దీనిలోని తీవ్ర అహింసా విధానం, హైందవ ఆచారాలైన విగ్రహారాధన, పితృ దేవతారాధనను అవలంబించటం, జైన మత వ్యాప్తి, ప్రతిష్ఠలకు అశనిపాతాలైనాయి.

మహమ్మదీయుల రాకతో (క్రి.శ.701) ఉత్తర భారతావనిలో ఇస్లాం అనే నూతన మతం ప్రవేశించింది. దీని సూత్రాలు, ఆచారాలు, సంప్రదాయాలు భారతీయ మతాల వాటితో పూర్తి భిన్నత్వంతో ఉన్నాయి. ఫలితంగా, ఇరు మతాల వారి మధ్య సమైక్యతకు బదులుగా సఖ్యత క్రమంగా కార్యరూపాన్ని దాల్చి, ఆచరణయోగ్యం కాసాగింది.

రసపుత్రయుగం (క్రి.శ.650-1200)లో సంభవించిన రాజకీయ అనైక్యత, ఆర్థిక ప్రగతి కుంటుపడటం, సామాజిక అసమానతలు, సాంస్కృతిక ప్రాంతీయతత్వం, మత వైవిధ్యం కారణంగా ఈ యుగాన్ని 'చీకటియుగం'గా పలువురు చరిత్రకారులు భావించారు. అయితే, ఈ పరిగణన సరికాదని, ప్రఖ్యాత చరిత్రకారులు రోమిల్లా థాపర్ అభిప్రాయపడ్డారు. తరవాతి యుగాల్లో భారతదేశంలో నెలకొన్న భిన్న వ్యవస్థలకు ఈ యుగ పరిణామాలే మూలమైనట్లుగా భావిస్తున్నారు. రాజకీయ, సామాజిక, ఆర్థిక వ్యవస్థలకు ప్రధాన భూమికైన భూస్వామ్య వ్యవస్థ, ప్రాంతీయ భాషల అభివృద్ధి, వాస్తు శిల్ప రంగాల్లో ప్రాంతీయ శైలులు రూపొందటం, ప్రాంతీయ రాజ్యాల ఏర్పాటు, ఇత్యాది రసపుత్ర

యుగ పరిణామాలు ఈ కోవకు చెందుతాయి. హిందూమత తాత్విక చింతనలో గొప్ప వైవిధ్యం, నూతనోత్తేజాలు చోటుచేసుకొని, ఈ యుగ ప్రత్యేకతను చూపుతున్నాయి.

•••

8.

ఇస్లాం, హిందూ సంస్కృతులు : సాహచర్య, సంఘర్షణలు (క్రీ.శ.712—1526)

క్రీ.శ. 711-13 ల మధ్య సింధ్, ముల్తాన్‌రాష్ట్రాలను అరబ్బులాక్రమించారు. దీంతో, భారతావనిలో 'ఇస్లాం' పేరుతోగల నూతన మత సంస్కృతులు అడుగుపెట్టాయి. రాజకీయంగా, అరబ్బుల దాడి ఎటువంటి సత్ఫలితాలనివ్వలేకపోయింది. అయితే, వాణిజ్య, సాంస్కృతిక రంగాల్లో మాత్రం, భారతదేశం, మధ్య ఆసియా రాజ్యాల మధ్య సన్నిహిత సంబంధాలు నెలకొన్నాయి. సిరిసంపదల కైవసానికి, ఇస్లాం మత వ్యాప్తికి రాజకీయాధికార స్థాపనకూ భారతదేశ అనుకూలతను స్పష్టంగా గుర్తించిన 'తురుష్క' జాత్యధినేతలైన మహమూద్ గజనీ, మొహమ్మద్ ఘోరీలు క్రీ.శ.10వ శతాబ్ది చివరి నుంచి 11వ శతాబ్ది చివరి వరకు, ఉత్తర భారతదేశ రాజ్యాల మీద భీకర దాడులను జరిపారు. ఫలితంగా, క్రీ.శ.1206 నుంచి ఢిల్లీ రాజధానిగా సుల్తానుల పాలన ప్రారంభమైంది. 320 సంవత్సరాలు, వరుసగా బానిస, ఖిల్జీ, తుగ్లక్, సయ్యద్, లోడీ రాజవంశాలు, ఈ రాజ్యాన్నేలాయి. ఈ సుదీర్ఘకాలంలో, విభిన్నాలైన హిందూ, ఇస్లాం సంస్కృతుల మధ్య సాహచర్య, సంఘర్షణలు రెండూ చోటుచేసుకున్నాయి. క్రమంగా, రెంటి లక్షణాలతో కూడుకొన్న మిశ్రమ సంస్కృతీ విధానం రీతులు రూపుదాల్చాయి. అయితే, 14వ శతాబ్ది చతుర్థ పాదం నాటికల్లా (క్రీ.శ.1336) తలెత్తిన ఢిల్లీ సుల్తానుల రాజకీయ, సైనిక అసమర్థత, ఇస్లాం మతేతరుల పట్ల అసహనం కారణంగా, దక్కన్, దక్షిణ భారత దేశంలో బహమనీ, విజయనగర స్వతంత్ర రాజ్యాల స్థాపన జరుగుట, మరొక చారిత్రక మలుపు. వీటి మధ్య సంఘర్షణ తీవ్రరూపం దాల్చి, రెంటి వినాశనానికి మూలమైంది. ఇస్లామిక్, హైందవ సంస్కృతులకద్దం పట్టుట గూడా, గుర్తించదగిన పరిణామం. చివరగా, అనైక్యతా శక్తుల నణచి, దేశ ఐక్యతా సిద్ధికై కృషి చేయబూనిన మొగల్ రాజ్య స్థాపనతో (క్రీ.శ.1526), భారతదేశ చరిత్ర నూతన యుగంలో అడుగిడిగినట్లైంది.

అరబ్బుల సింధ్ ఆక్రమణ — స్వరూపం, ఫలితాలు

మూడో ఖలీఫా ఉమర్ (633-44) కాలం నుంచి అరబ్బులు భారతదేశంపై దండెత్త ప్రారంభించారు. బొంబాయి వద్ద గల థాణాపై క్రీ.శ.636వ సంవత్సరంలో ప్రథమ నౌకా దాడి ప్రయత్నం జరిగింది. తదుపరి, క్రీ.శ.643లో సింధులోని దేబాల్ పట్టణాన్ని ఆక్రమించడానికై, అరబ్బులు ప్రయత్నించారు. అయితే, సఫలత నొందలేదు. వాయవ్యాన ఉన్న ఆఫ్ఘనిస్తాన్‌ను క్రీ.శ.700ల్లో అరబ్బులాక్రమించడంతో, భారతదేశంలో వారి విజయావకాశాలు మెరుగయ్యాయి. ఇరాన్ పాలకుడైన అల్‌హజాజ్‌కు సింహళాన్నుంచి కానుకలను తీసుకొని వస్తున్న నౌకపై సింధ్ ప్రాంతంలో లూటీ జరగడంతో, సైనిక చర్యలు పునఃప్రారంభమయ్యాయి. ప్రతిచర్యగా అల్‌హజాజ్ పంపిన సైన్యాన్ని, సింధ్ రాజైన దహీర్ తిప్పి కొట్టాడు. దీనికి కినిసి, అల్‌హజాజ్ తన అల్లుడు, 17 సంవత్సరాల యువకుడైన మొహమ్మద్ బిన్ కాసిం నాయకత్వంలో క్రీ.శ.711లో పెద్ద ఎత్తున దాడిని జరిపించాడు. ఈసారి దహీర్ ఓడిపోయి, మరణించాడు. క్రీ.శ.713 నాటికి సింధ్, ముల్తాన్‌లు అరబ్బుల అధీనమయ్యాయి. అపార ధనరాశులు వీరి చేతికి చిక్కాయి.

ఉత్తర భారతంలోని మార్వర్, మాళ్వా, ఉజ్జయిని, గుజరాత్ ప్రాంతాలను కూడా, అల్‌హజాజ్ వారసులాక్రమించ ప్రయత్నించారు. అయితే, అక్కడ పరిపాలిస్తున్న రసపుత్రులు వీటిని వమ్ముచేశారు. దీనికి తోడు, క్రీ.శ.750లో బాగ్దాద్‌లో సంభవించిన రాజకీయ విప్లవం కారణంగా, ఉమర్ వంశస్థులను అధికారాన్నుంచి తొలగించి, అబ్బాస్

వంశీయులు అధికారాన్ని చేజిక్కించుకున్నారు. వీరు భారతదేశంలోని అరబ్ రాజ్యాల పట్ల శ్రద్ధ చూపలేదు. ఫలితంగా, సింధ్, ముల్తాన్‌లు స్వతంత్ర ముస్లిం రాజ్యాలైనాయి.

అరబ్ దండయాత్రకు లేన్‌పూల్ చరిత్రకారుడు "ఫలితాలు లేని ఘన విజయం" గా, దీనిపై అభిప్రాయాన్ని వ్యక్తం చేశాడు. అయితే, దీని కారణంగా, భారతదేశం, పశ్చిమాసియా రాజ్యాల మధ్య వాణిజ్య, సాంస్కృతిక సంబంధాలు సన్నిహితంగా నెలకొన్నాయి. అరబ్ వర్తకులు భారతదేశ వ్యాపారం ద్వారా బాగా ధనవంతులయ్యారు. వీరి ద్వారా భారతీయ సంస్కృతి ఐరోపా దేశాలకు వ్యాపించింది. భారతీయ వేదాంత, గణిత, ఖగోళ, వైద్య శాస్త్రాలను అరబ్ పండితులు అభ్యసించసాగారు. భారతీయ పండితులు శాస్త్ర విషయాల బోధనకై, అరబ్ దేశాలకు కూడా ఆహ్వానించబడ్డారు. ప్రసిద్ధ భారతీయ ప్రాచీన గ్రంథాలైన 'బ్రహ్మసూత్రాలు', 'చరక సంహిత', 'పంచతంత్ర' అరబ్బీ భాషలోనికి అనువదించబడ్డాయి. సంఖ్యా శాస్త్రాన్ని కూడా అరబ్బులు భారతీయుల నుండే నేర్చుకున్నారు.

అయితే, భారతీయులు మాత్రం అరబ్ దండయాత్ర నుంచి ఎటువంటి గుణపాఠాన్ని నేర్చుకోలేకపోయ్యారు. మహమ్మదీయుల సమతాభావం, ఐకమత్యం, యుద్ధతంత్రాలను తమ మనస్సులకు పట్టించుకొని, తద్వారా తమ సమాజాన్ని, సైన్యాన్ని సంస్కరించి, పటిష్ఠపర్చే ప్రయత్నాలను వీరు చేపట్టలేదు. మీదు మిక్కిలి, తరవాతి కాలంలో తురుష్కుల దాడి ఆగమనాన్ని ఊహించుటకాని, దానిని సమైక్యంగా ఎదిరించే ఆవశ్యకతను గుర్తించుటను గానీ, భారతీయులు చేయలేకపోవుట శోచనీయం.

తురుష్క దండయాత్రలు : గజనీ మహమూద్

క్రీ.శ.750లో ఉమర్ వంశ పతనంతో ఆగిపోయిన ఇస్లాం విస్తీకరణోద్యమాన్ని, తురుష్కులు తిరిగి క్రీ.శ.10వ శతాబ్ది చివరి పాదంలో చేపట్టారు. వీరు మధ్య ఆసియా జాతులలోని వారు. అరబ్బులతో పోల్చితే, తీవ్రమైన మతావేశం, క్రూర స్వభావం కలవారు తురుష్కులు. భారత దేశానికి వాయవ్యాన ఉన్న గజనీ, ఘోర్ రాజ్యాధినేతలు ఈ ఉద్యమానికి శ్రీకారం చుట్టిన వారు. (రసపుత్రయుగ పటాన్ని చూడండి)

పర్షియాను పాలిస్తున్న సమానీద్‌ల కొలువులో ఉన్నత సైనికోద్యోగిగా ఉన్న అలప్తజిన్ క్రీ.శ.962లో గజనీ నాక్రమించి స్వతంత్ర రాజ్య స్థాపన చేశాడు. ఈతని అల్లుడు, క్రీ.శ.977లో గజనీ రాజ్యాధికారాన్ని చేపట్టిన సబక్తజిన్, గొప్ప యోధుడేగాక, మంచి సామ్రాజ్య కాంక్ష కలవాడయ్యాడు. మధ్య ఆసియాతోబాటు, తూర్పున ఉన్న షాహీ రాజైన జయపాలుడు క్రీ.శ.978లో ఏక పక్షంగా, క్రీ.శ.991లో అజ్మీర్, కలంజర్, కనూజ్ రాజుల సాయంతో తురుష్కుల నెదుర్కొన్నాడు. కాని, పరాజయాన్ని చవిచూసి, లాంఘన్, పెషావర్ ప్రాంతాలకు సబక్తజిన్‌కు దత్తం చేశాడు. రసపుత్రుల సైనిక బలహీనత, లోపాలు తురుష్కులకు తెలియవచ్చాయి.

సబక్తజిన్ మరణానంతరం, క్రీ.శ.998లో అతని కుమారుడైన మహమూద్, గజనీ సుల్తానైనాడు. తండ్రిని మించిన యోధుడుగా, సామ్రాజ్య కాంక్ష కలవాడిగా ఈతడు రూపొందాడు. అయితే, తన సామ్రాజ్యాన్ని పర్షియా, మధ్య ఆసియా, ఆఫ్ఘనిస్తాన్‌లను కలిపి ఏర్పర్చాలని ఈ లక్ష్యసాధనకు కావల్సిన ఆర్థిక వనరులను, భారతదేశాన్ని కొల్లగొట్టి సంపాదించాలనీ, మహమూద్ నిశ్చయించుకున్నాడు. ఉత్తర భారతంలో తాను కావించిన విస్తారమైన సైనిక దాడులకు స్థావర కేంద్రంగా ఉపయుక్తమయ్యేటందుకుగాను, ఈతడు పెషావర్‌నంటియున్న పంజాబ్ ప్రాంతాన్ని మాత్రం తన సామ్రాజ్యంలో కలుపుకున్నాడు.

ఇస్లాం మత వ్యాప్తి పట్ల కూడా, మహమూద్ గజనీ ప్రగాఢ అభిమానాన్ని కృషిని కనబర్చాడు.

క్రి.శ.1000 నుండి 1029 వరకు, ఇటు ఉత్తర భారతదేశం, అటు మధ్య ఆసియా రాజ్యాలపై మహమూద్ తన దండయాత్రలను వెంటవెంట నిర్వహించాడు. పెషావర్, లాహోర్, నాగర్‌కోట, ముల్తాన్, ఢిల్లీ, అజ్మీర్, కలంజర్, గ్వాలియర్, స్థానేశ్వర్, మథుర, కనూజ్, కథియవాడ్‌లపై, తురుష్క దాడులు జరిగాయి. ఒక్క చండేల విద్యాధరుడు తప్పితే, మిగతా రసపుత్ర రాజులెవ్వరూ మహమూద్‌ను విజయవంతంగా త్రిప్పికొట్టలేకపోయారు. తురుష్కదాడుల ప్రమాదాన్ని గుర్తించి, తమ ఆర్థిక, సైనిక వనరులను సమీకరించి, రసపుత్ర రాజులందరూ ఐక్యమై, మహమూద్‌ను ప్రతిఘటించలేకపోవుట, యుద్ధ తంత్రం, సాధనాల్లో శత్రువును అధిగమించలేకపోవుట, ప్రధాన కారణాలైనాయి. దుర్భేద్యమైన కలంజర్, గ్వాలియర్ దుర్గాలున్న విద్యాధరుని ఓడించలేక, మహమూద్ రాజీ పడ్డాడు. కథియవాడ్ నేలుతున్న పరమార భోజునిపై కూడా ఈతడు స్పష్టమైన, ప్రత్యక్షమైన విజయాన్ని పొందినట్లుగా సమాచారంలేదు.

రసపుత్ర రాజులతోబాటు పలు నగరాలు, ప్రసిద్ధ దేవాలయాలు, తురుష్కుల దోపిడీ, విధ్వంసానికి గురయ్యాయి. నాగర్‌కోట, స్థానేశ్వర్, మథుర, కనూజ్, సోమనాథ్‌లు విపరీత నష్టానికి గురిచేయడం జరిగింది. మథురలో గల సుందర దేవాలయాల్లాంటివి నిర్మించడానికి, అత్యంత నిపుణులైన కళాకారులను నియోగించి, వదికోట్లు దినార్లను ఖర్చుపెట్టినప్పటికీ, 200 సంవత్సరాల్లో కూడా పూర్తికాదనే ప్రశంసాపూర్వక అభిప్రాయాన్ని మహమూద్ తన స్వీయచరిత్ర (Memoirs) లో వ్యక్తం చేసినట్లుగా, ఉత్బి అనే సమకాలీన చరిత్రకారుడు తెలియజేస్తున్నాడు. విచారకరమేమంటే, ఇటువంటి ప్రాచీన, రమణీయ కళాసృష్టిని తీవ్ర విధ్వంసానికి గురిచేశాడు మహమూద్. పదివేల గ్రామాలను మాన్యంగా కల్గిన సోమనాథ్ దేవాలయంలో వెయ్యి మంది బ్రాహ్మణులు, 500 మంది దేవదాసీలు, దైవార్చనా కార్యక్రమానికై నియోగితులయ్యారు. 200 మణుగుల బంగారు గొలుసును రాత్రి సమయాల్లో దైవ పూజకై బ్రాహ్మణులను మేల్కొల్పే గంటగా ఉపయోగించేవారు. ఈ దేవాలయ రక్షణకై, డిసెంబర్ 1025లో 50,000 మంది తురుష్కుల నెదిరించి, తమ ప్రాణాలను కోల్పోయారు. ఈ ఒక్క దేవాలయం నుంచి దోచుకోబడిన సువర్ణ టంకాలు, ముత్యాలు, వజ్రాలు, ఆభరణాలు మొత్తం విలువ ఆధునిక ద్రవ్యమానం ప్రకారం, కొన్నివేల కోట్లలో ఉంటుందని భావన.

మహమూద్ దండయాత్రల ఫలితాలు

మహమూద్ గజనీ దాడుల కారణంగా, రసపుత్ర రాజ్యాలు ఆర్థికంగా, సైనికంగా కోలుకోలేనంతగా దెబ్బతిన్నాయి. అనేక నగరాలు, కోటలు ధ్వంసమైనాయి. బయటి నుంచి వచ్చే శత్రు దాడుల నెదుర్కొనే శక్తి సామర్థ్యాలు, ఆత్మవిశ్వాసాలను ఉత్తర భారత రాజ్యాధినేతలు కోల్పోయారు. పరోక్షంగా, భారతదేశంలో భవిష్యత్ తురుష్క రాజ్య స్థాపనకు ఈ పరిస్థితులు అనుకూల వాతావరణాన్నేర్పరచాయి.

అనేక ఉత్తర భారత నగరాలు, దేవాలయాల సంపద దోచుకొన్న ఫలితంగా, ప్రజా బాహుళ్య ఆర్థిక జీవనం, స్థితిగతులు దెబ్బతిన్నాయి. ధనిక కుటుంబాలు, వ్యాపారులు, వృత్తికళాకారులు, బ్రాహ్మణ పూజారులు, దేవదాసీలు, నృత్యగాన కళాకారులు పరోక్షంగాగాని, ప్రత్యక్షంగాగాని, తమ జీవనాధారాలను కోల్పోయారు. దేవాలయాలు, కోటల రక్షణలో అనేక కుటుంబాలు తమ ముఖ్య సభ్యులను పోగొట్టుకొని, నిరాశ్రయులైనాయి.

రాజకీయ, ఆర్థికపరమైన ప్రయోజనాలను కాంక్షించి, కొంతమంది హిందువులు ఇస్లాంలోకి మార్పిడి చెందారు. క్రీ.శ.1006లో ముల్తాన్‌ను వశం చేసుకున్న తరవాత షాహీ రాజ్య జయపాలుని మనుమడైన సుఖపాలుని మతాంతరుని చేసి, నవాసాషా అనే పేరు పెట్టి, రాజ్యాన్ని మహమూద్ అతని పరం చేయడం, మహమూద్ వెళ్లగానే సుఖపాలుడు మతాన్ని మార్చుకొని స్వతంత్రుడవగా, మహమూద్ తిరిగి వచ్చి సుఖపాలుని బంధించి, ముల్తాన్‌ను ఆక్రమించుకోవడం, ఈ సందర్భంలో గమనించదగ్గ సంఘటనలు. దేవతా విగ్రహాలను ముద్దలు చేయడం, ఇతర మతాలు, ఆచారాల పట్ల, మహమూద్ అసహనాన్నీ తెలియజేస్తున్నాయి.

మహమూద్, గజనీ వ్యక్తిత్వ పరిశీలన

మధ్య ఆసియా, ఉత్తర భారతదేశంలో ఇతడు పొందిన పలు సైనిక విజయాలు, ఇతడు గొప్ప యోధుడనే విషయాన్ని విశదపరుస్తున్నాయి. మధ్య ఆసియాలో గజనీ సామ్రాజ్య స్థాపనా లక్ష్యంలో కూడా, మహమూద్ కృతకృత్యుడయ్యాడనే చెప్పాలి. ఇతని ఉత్తర భారతదేశ దాడులు ప్రధానంగా ఆర్థిక, రాజకీయపరమైనవి. ముస్లిం రాజ్యమైన ముల్తాన్‌పై గూడ దండయాత్ర చేసి, ధనవంతులను దోచుకొనుట, గమనించదగ్గ విషయం. అపార ధనరాసులకు ఆలవాలమై, హిందూ సైనికులకు రక్షణ స్థావరాలుగా కూడా నాటి దేవాలయాలు ఉపకరించినందున, మహమూద్ వాటిపై దాడి చేయటానికి ప్రబల కారణాలైనాయి. వీటికి, అతని ప్రగాఢ స్వమత దీక్ష, ఆవేశం తోడైనాయి.

మహమూద్ గజనీకి హిందూ సంస్కృతి పట్ల గొప్ప అభిమానముంది. ఇతని ఆస్థాన సభ్యుడైన అల్బెరూని సంస్కృతాన్ని అభ్యసించి, భారతీయ దర్శనాలు, తదితర గ్రంథాలను చదివి, భారతదేశ పరిస్థితులను గూర్చి 'తహ్‌కిక్-ఇ-హింద్' అనే గ్రంథాన్ని రాశాడు. మధ్యయుగ చరిత్ర పునర్నిర్మాణానికెంతైనా ఉపకరించే గ్రంథమిది. మహమూద్ తన ఆస్థానానికి హిందూ విద్వాంసులనాహ్వానించి, ఆదరించాడు. నాణేలపైన తన పేరును సంస్కృతంలో ముద్రించుకున్నాడు.

సారస్వత, కళాభివృద్ధికి మహమూద్ మంచి ప్రోత్సాహాన్నిచ్చాడు. గజనీలో ఒక పెద్ద కళాశాల స్థాపించబడింది. దీనిలో పనిచేసేందుకై, విదేశాలనుంచి విద్వాంసులు ఆహ్వానించబడ్డారు. ఈతని ఆస్థానంలో అల్బెరూనితో బాటు ఫిరదౌసి, ఫరూకి, ఇత్యాది కవులుండేవారు. ఫిరదౌసి పారశీక భాషకు 'హోమర్' వంటి వాడు. ఇతడు రచించిన 'షానామా' మహమూద్ గుణగణాలను విజయాలను తెలుసుకోటానికి ఉపకరించే ముఖ్య ఆధార గ్రంథం. ఇతడు సమకాలీన ఇస్లామిక్ అత్యుత్తమ వాస్తుకళా రీతులనుపయోగిస్తూ, గజనీలో ఒక గ్రంథాలయం, వస్తు ప్రదర్శనశాల, మసీదు నిర్మించాడు. అన్ని విషయాల సమగ్ర పరిశీలన మీద, మధ్య యుగ చరిత్రలో కనుపించే గొప్ప వ్యక్తుల్లో ఒకడుగా మహమూద్ గజనీ తన స్థానాన్ని ఆక్రమిస్తాడు.

మొహమ్మద్ ఘోరీ దండయాత్రలు : తురుష్క రాజ్య స్థాపన

మహమూద్ గజనీ మరణించిన (క్రీ.శ.1030) షుమారు ఒకటిన్నర శతాబ్దులనంతరం, మొహమ్మద్ గోరీ భారతదేశంపై, ముస్లిం దాడులను పునః ప్రారంభించాడు. ఆఫ్ఘనిస్తాన్ లోనే గజనీ, హీరట్‌లకు మధ్య ఉండే గోరీ రాజ్యం. మహమూద్ తరవాత అతని వారసుల మధ్య కలహాలు, వారి అసమర్థత కారణంగా, గజనీ

రాజ్యాధిపత్యం క్షీణించి, సామంతులుగా ఉన్న గోరీ పాలకులు విజృంభించారు. క్రీ.శ.1173లో గజనీ రాష్ట్ర పాలకుడిగా నియమితుడైన గోరీ మొహమ్మద్, త్వరితగతిన స్వతంత్రాధిపత్యాన్ని సంపాదించి, క్రీ.శ.1175లోనే ఉత్తర భారతదేశంపై తన మొదటి దండయాత్రను నిర్వహించాడు. అయితే, మహమూద్ గజనీ వలె ఇక్కడి సిరిసంపదలను దోచుకోవడానికి కాకుండా, ఇక్కడ శాశ్వతమైన తురుష్క రాజ్య స్థాపన చేయడమే, గోరీ మొహమ్మద్ ప్రధాన లక్ష్యమనే విషయాన్ని ముఖ్యంగా గమనించాలి.

తన మొదటి దాడిని గోరీ మొహమ్మద్ ముల్తాన్‌పై కావించి, దాన్ని స్వాధీనం చేసుకున్నాడు. అదే సంవత్సరం, ఉచ్ (సింధ్) రాజ్యాన్ని కూడా జయించి, ఆక్రమించాడు. క్రీ.శ.1179లో గుజరాత్‌పై దాడి చేసి, సోలంకి రాజైన రెండో మూలరాజు చేతిలో ఓటమిని పొంది, వెనుదిరిగాడు. గమ్యాన్ని మార్చి, 1180లో పెషావర్‌ను, 1181లో లాహోర్, సియాల్ కోటలను జయించి, వశపర్చుకున్నాడు. క్రీ.శ.1186లో గజనీ వంశస్థుడైన ఖుస్రూ మాలిక్ నోడించి, ఘోరీ మొహమ్మద్ పంజాబ్‌ను తన అధీనం కిందికి తెచ్చుకున్నాడు. ఖుస్రూమాలిక్ ఖైదు చేయటంతో, గజనీ వంశం అంతరించింది. పంజాబ్ ఆక్రమణతో, దానికి దక్షిణ సరిహద్దులో ఉన్న చౌహాన్ రాజైన పృధ్వీరాజ్‌తో ఘోరీ మొహమ్మద్ సంఘర్షణకు దిగి, క్రీ.శ.1190లో సరిహింద్‌ను పట్టుకున్నాడు. 1191లో తరాయిన్ వద్ద జరిగిన యుద్ధంలో పృధ్వీరాజ్ విజయాన్ని సాధించాడు. సర్‌హింద్‌ను తిరిగి, తన స్వాధీనం చేసుకున్నాడు. అయితే, ఘోరీ మొహమ్మద్ పట్టు విడువక, ద్విగుణీకృతమైన బలోత్సాహాలతో మరుసటి సంవత్సరమే (క్రీ.శ.1192), అదే తరాయిన్ వద్ద పృధ్వీరాజ్ నాయకత్వంలోని రసపుత్ర కూటమి సైన్యాలనెదుర్కొన్నాడు. ఈసారి గోరీ గెల్చి, పృధ్వీరాజ్ వధించబడడం జరిగింది. ఢిల్లీ, అజ్మీర్‌లు తురుష్కుల స్వాధీనమైనాయి. తన విజయదాడులను గంగా-యమునా మైదాన ప్రాంతంలోకి విస్తరింపజేస్తూ, కనూజ్ రాజ్యాధినేత, పృధ్వీరాజ్‌కు ప్రబల శత్రువైన జయచంద్రుని క్రీ.శ.1193లో చంద్రావార్ యుద్ధంలో మొహమ్మద్ గోరీ నోడించి, మీరట్ నుంచి వారణాశి వరకు గల సారవంతమైన ప్రాంతాన్ని కైవశం చేసుకున్నాడు. రెండు సంవత్సరాల తరవాత, బయానా, గ్వాలియర్‌లు గోరీ స్వాధీనమయ్యాయి. ఈ విజయాల నాధారంగా చేసుకొని ఈతని సేనానులైన భక్తియార్ ఖిల్జీ, కుతుబుద్దీన్ ఐబక్‌లు వరసగా క్రీ.శ.1197లో బీహార్, బెంగాల్‌లను, క్రీ.శ.1202లో చండేల, బుందేల్‌ఖండ్‌ను జయించి, గోరీ రాజ్య భాగాలకు జోడించారు. బీహార్ ఆక్రమణ సందర్భంగా, నలందాలోని ప్రసిద్ధ బౌద్ధ విశ్వ విద్యాలయం, శతాబ్దాల నుంచి ప్రోగుచేసిన విశేష గ్రంథాలతో కూడిన గ్రంథాలయం, విధ్వంసానికి గురవటం కడుంగడు శోచనీయ పరిణామం.

మొహమ్మద్ గోరీ సైనిక విజయాల కారణంగా, తురుష్క రాజ్య భాగాలు పెషావర్, సింధ్, ముల్తాన్‌ల నుంచి, బెంగాల్ వరకు వ్యాపించాయి. వీటి పాలనకై తన ప్రతినిధిగా, సేనానియగు, కుతుబుద్దీన్ ఐబక్‌ను నియమించి, గోరీ స్వదేశానికెళ్లాడు. అక్కడి రాజకీయ పరిస్థితుల కారణంగా, క్రీ.శ.1206లో మొహమ్మద్ గోరీ హత్య చేయబడ్డాడు. అయితే, ఈతని లక్ష్యం ప్రకారం భారతదేశ రాజ్యభాగాలపై, ఢిల్లీ రాజధానిగా, కుతుబుద్దీన్ ఐబక్ తురుష్క అమీర్‌లచేత సుల్తాన్‌గా ఎన్నుకోబడ్డాడు. ఆ విధంగా ఉత్తర భారతంలో, ఢిల్లీ సల్తనత్ రాజ్యమేర్పడింది. భారతదేశ చరిత్రలో ఇది ఒక విశేషమైన, విలక్షణమైన మలుపు.

ముస్లిం రాజ్యస్థాపనా ప్రాముఖ్యత, దోహదకాలు

రసపుత్రులు, హైందవులు ఊహించని, జాగ్రత్తపడని ఇస్లామిక్ రాజ్య నిర్మాణం జరిగింది. గత ఐదు శతాబ్దాలుగా బయటి ప్రపంచంతో ఎటువంటి సంబంధసాన్నిహిత్యాలు

లేకుండా, కూపస్థమండూకాల వలె ఉంటున్న వీరికి, ఈ పరిణామం గట్టి చురక లాంటిదైంది. భిన్న మతాచారాలు, భాష, సంస్కృతి, సంప్రదాయాలుగల అల్ప సంఖ్యాకులైన మహమ్మదీయ పాలనలో, అధిక సంఖ్యాకులైన స్వదేశీ రాజులు, ప్రజలు మనవలసి వచ్చింది. మరో గమనించదగ్గ విశేషమేమంటే, గతంలో ఇక్కడకు వచ్చిన పారశీకలు, యవనులు, శకులు, కుషాణులు, హూణుల లాంటి విదేశీ జాతుల వలె కాకుండా, ముస్లిముల, హైందవ సంస్కృతి, జీవనంలో పూర్తిగా విలీనం కాక, తమ ప్రత్యేకతను నిలుపుకున్నారు. ఫలితంగా, ఈ రెండు విభిన్న సంస్కృతుల మధ్య కలయిక ఏర్పడి, రాజకీయ, ఆర్థిక, సామాజిక, మత, కళా, రంగాల్లో ఒకదాని ప్రభావం మరో దాని మీద ప్రసరించి, విలక్షణమైన మిశ్రమ లక్షణాలు రూపొందాయి. 18వ శతాబ్ది ద్వితీయార్థంలో తూర్పు ఇండియా కంపెనీ పాలన ప్రారంభమయ్యేటంత వరకు కూడా, ఇట్టి ప్రభావపరిణామాలు కొనసాగుతూ, శాశ్వత, సంపూర్ణ రూపాలను దాల్చాయి.

తురుష్క రాజ్య స్థాపనకు మహమ్మదీయుల శక్తి సామర్థ్యాలు, గుణగణాల కంటే, రజపుత్రుల రాజకీయ, సైనిక, సామాజిక, మతపరమైన లోపాలు, బలహీనతలే, ప్రధానంగా దోహదకాలైనాయి. అరబ్బుల, గజనీ మహమూద దాడుల నుంచి రాజపుత్రులు రాజకీయంగా, సైనికంగా ఎటువంటి గుణపాఠాలను నేర్చుకోలేక పోవడం గొప్ప దురదృష్టకరం. ఖైబర్, బోలాన కనుమల నుంచి తురుష్కుల రాకను నిరోధించుటకై సరిహద్దు కోటల నిర్మాణాన్నిగాని, భద్రతా చర్యలనుగాని వీరు ధృడంగా, సంయుక్తంగా చేపట్టక, ఆయా స్థానిక రాజుల బాధ్యతగా వదలి వేశారు. మొహమ్మద్ ఘోరీ దాడుల నెదిరించటంలో గూడ, రజపుత్రులందరూ ఏకం కాలేకపోయారు. సైనికంగా, తురుష్కులు మంచి గుర్రాలను, నిపుణులైన అశ్వికులనుపయోగించి, దాడులను అతివేగంగా జరిపితే, రాజపుత్రులు దీనికి భిన్నంగా బక్కచిక్కిన గుర్రాలను, సామంతులందించే భిన్నరకాలైన సైనికులను, ముఖ్యంగా గజ, పదాతి దళాలను ప్రధానాంశాలుగా ఉపయోగించి, అతిమందకొడిగా యుద్ధాలను నిర్వహించేవారు. విదేశీ పర్యటన, సముద్రయానం, మత, సామాజిక పరంగా నిషేధాలైనందున, గత ఐదు శతాబ్దాల్లో పాశ్చాత్య దేశాల్లో యుద్ధతంత్రం, పరికరాలు, శాస్త్రసాంకేతిక రంగాల్లో సంభవించిన మార్పులను భారతీయులు గమనించి, అనుసరించలేకపోయారు. ఆర్థికంగా, రజపుత్రుల నిరంతర అంతర్యుద్ధాల కారణంగా ప్రజలపై విపరీత పన్నుల భారంపడి, వారి శక్తి ఉత్సాహాలను కుంగదీశాయి. సామాజికంగా, సంకుచిత ధోరణితో బాటు, కుల విధానం, వర్ణ వ్యవస్థ, అంటరానితనం, అనైక్యతకు దారితీశాయి. వీటికి భిన్నంగా, దోచుకునే సొమ్ములో మహమ్మదీయ సైనికులకు కూడా వాటా ఉండేది గావున, దాడుల్లో విజయాన్ని సాధించటానికై గొప్ప ఆర్థిక ప్రేరణ ఏర్పడింది. ఏకేశ్వరోపాసన, సాంఘిక సమతాభావాన్ని కల్గిన ఇస్లాం మత దీక్షావిశ్వాసాలు గూడా తురుష్కులను ఆవేశపర్చి, నూతన ప్రాంతాల్లో దీని వ్యాప్తికై వారిని పురికొల్పింది. ఘోరీకి దీటైన నాయకుడు కూడా రజపుత్రుల్లో లోపించుట, వారి ఓటమికి ఎంతైనా కారణభూతమైంది. ఆతనిలో ఉన్న పట్టుదల, ఆత్మ విశ్వాసం, పృథ్వీరాజ్‌లోగాని, జయచంద్రునిలోగాని, లక్షణసేనుడిలోగాని లేకుండుట ఎంతైనా గమనార్హం.

ఢిల్లీ సల్తనత్ పాలన : బానిస వంశం (క్రీ.శ.1206–1290)

తొలుదొల్త మొహమ్మద గోరీ బానిసగా ఉండి, తదనంతరం భారతదేశంలో అతని సేనానుల్లో ఒకటిగా సైనిక విజయాల్లో ప్రముఖ పాత్ర వహించి, తదుపరి పాలనా బాధ్యతలను చేపట్టిన కుతుబుద్దీన్ ఐబక్, క్రీ.శ.1206లో గోరీ మరణానంతరం ఢిల్లీ సుల్తాన్‌గా ఎన్నికైనాడు. ఈతని తొలి హెూదా ననుసరించి, ఈతని వంశం బానిస వంశంగా పేరుగాంచింది. తమ శక్తి సామర్థ్యాలను బట్టి బానిసలు సైతం సుల్తాన్ పదవి నధిష్టించటం, ఇస్లాంలోని సాంఘిక సమతాభావానికి చక్కని నిదర్శనం.

క్రీ.శ.1210 వరకు కొనసాగిన తన సూక్ష్మపాలనా కాలంలో ఐబక్, గజనీ, బుందేల్‌ఖండ్, కనూజ్, బెంగాల్‌ల్లో చెలరేగిన తిరుగుబాట్లను అణచి, సుస్థిరతను నెలకొల్పాడు. విశాల హృదయం, ఉదారబుద్ధి కలవాడై, కవిపండితులను, మసీదుల నిర్మాణాన్ని, ఆదరించి, ప్రోత్సహించాడు. భారతభూమిపై ఇస్లాం విజయానికి చిహ్నంగా ప్రసిద్ధ 'కుతుబ్ మినార్' నిర్మాణానికి ఢిల్లీలో ఇతడే పునాదులను వేశాడు,

ఈతని మరణం తరవాత, ఈతని వారసుడైన ఆరామ్‌షా (క్రీ.శ.1210-11) అసమర్థుడగుటచేత, తురుష్క సర్దారులు ఈతని అల్లుడు, బానిస, బదయూన్ రాష్ట్రపాలకుడైన ఇల్‌టుట్‌మిష్‌ను సుల్తాన్‌గా ఎన్నుకొన్నారు. తన శక్తి సామర్థ్యాల చేత, బానిసకు బానిసైనవాడు రాజగుట, కడు విశేషకరమైన విషయం.

ఇల్‌టుట్‌మిష్ (1211-36)

బానిసవంశ సుల్తాన్‌ల్లో అగ్రగణ్యుడిగా పేరుగాంచాడు ఇల్‌టుట్‌మిష్. దేశీయ, విదేశీయ శత్రు దాడులను శైశవ దశలో ఉన్న సల్తనత్ ఎదుర్కోవలసి వచ్చింది. గజనీ, సింధ్, బెంగాల్, గుజరాత్, గ్వాలియర్, కనూజ్, వారణాశి పాలకులు తిరుగుబాటు ధ్వజమెత్తగా, ఇల్‌టుట్‌మిష్ వరుసగా వీరందరినీ ఓడించి, తన అధికారానికి లోబడి ఉండేటట్లు చేసుకున్నాడు. రసపుత్రుల నేడించి, మాళ్వాను తన రాజ్యంలో చేర్చాడు. మధ్య ఆసియా నుంచి చెంఘీజ్‌ఖాన్ నాయకత్వంలో మంగోల్‌లు దాడి చేసే ప్రమాదం కూడా ఏర్పడింది. అయితే, ఇల్‌టుట్‌మిష్ ప్రదర్శించిన తెలివైన రాజనీతి, భారతదేశ అత్యుష్ణ వాతావరణం, ఉత్తర భారతాన్ని దీన్నుంచి కాపాడాయి.

తన సేవలకు గాను, క్రీ.శ.1228లో ఇల్‌టుట్‌మిష్ ఖలీఫా నుంచి గుర్తింపు పత్రాన్ని పొందాడు. ఇస్లామిక్ ప్రపంచంలో సుల్తాన్ ఔన్నత్యం దీని ఫలితంగా, ఎంతైనా ఇనుమడించింది. పండితులు, పవిత్రులు ఈతవి ఆదరణను పొందారు. కుతుబుద్దీన్ ఐబక్ ప్రారంభించిన కుతుబ్‌మీనార్ నిర్మాణాన్ని ఇతడు పూర్తి చేశాడు. ఇది నిర్మాణ సౌందర్యానికి, నిలువెత్తునకు ప్రసిద్ధి గాంచి, నేటికీ సజీవంగా నిల్చింది.

అసమర్థ వారసులు (1236-45) : సుల్తానా రజియా (1236-40)

తన కుమారులెవ్వరూ సమర్థులు కానందున, కుమార్తె రజియాను తన వారసురాలిగా ఇల్‌టుట్‌మిష్‌ప్రకటించాడు. అయితే, ఒక స్త్రీ పరిపాలన చేయడం, తురుష్క సర్దారులకు సుతరామూ ఇష్టం లేదు. ఫలితంగా, ఇల్‌టుట్‌మిష్ మరణానంతరం అతని పెద్ద కుమారుడైన ఫిరోజ్ షాను సింహాసనం మీద కూర్చొబెట్టారు. అయితే, ఈతని భోగలాలసత్వం, తల్లి షాతుర్కాన్ అవినీతి కారణంగా రాజ్యంలో అశాంతి పెరగడంతో, రజియా తన సోదరుని మట్టుబెట్టి అధికారాన్ని హస్తగతం చేసుకుంది.

ఢిల్లీ సింహాసనాన్ని అధిష్టించిన ఏకైక రాణిగా, రజియా చరిత్రలో ప్రత్యేక స్థానాన్ని పొందింది. సమకాలీన చరిత్రకారుడైన మిన్‌హాజ్-ఉస్-సిరాజ్ ఈమె శక్తి సామర్థ్యాలను చక్కగా వివరించాడు. పరిపాలనా దక్షత, సైన్య నిర్వహణ ప్రజా రక్షణ, న్యాయ నిర్వహణలో రజియా సుల్తానా అత్యంత సమర్థురాలనియు, పురుషులకేమాత్రం తీసిపోదనియూ పేర్కొన్నాడు. అయినప్పటికీ 'చిహల్‌గనీ'గా పేరుగాంచిన 40 మంది తురుష్క సర్దారుల కూటమి, తమ అయిష్టతను, వ్యతిరేకతను వ్యక్తం చేస్తూ వచ్చారు.

తురుష్క, తురుష్కేతర ముస్లిం సర్దారుల మధ్య ప్రారంభమైన సంఘర్షణలో, రజియా తురుష్కేతరుల పక్షం వహించింది. ఇది కూడా, ఆమెపట్ల వ్యతిరేకతను పెంచింది. చివరకు క్రీ.శ.1240 లో రజియా సుల్తానా, ఆమె భర్త, భటిండా రాష్ట్రపాలకుడైన అల్‌తునియాతోబాటు, హత్యకు గురైంది.

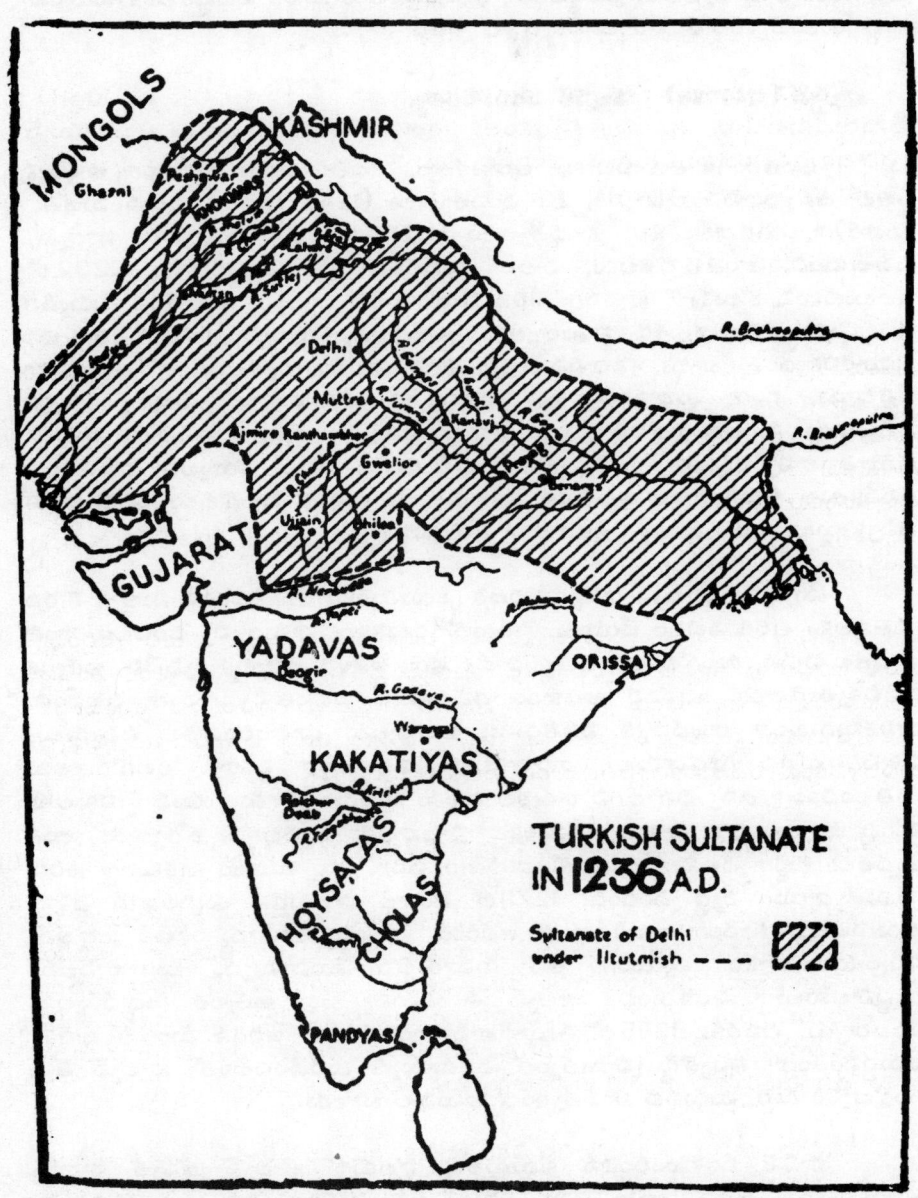

పటం : ఇల్‌టుట్‌మిష్ కాలంలో (క్రీ.శ.1236) తురుష్క సల్తనత్

మూలం : 'భారతదేశ చరిత్ర - అనాది నుంచి క్రీ.శ.1526 వరకు', ఖండికలు : 5-16 పేజి 239, ఆంధ్రప్రదేశ సార్వత్రిక విశ్వ విద్యాలయ ప్రచురణ, హైదరాబాద్

అనంతరం, రజియా తమ్ములైన బహరాంషా (క్రీ.శ.1240-42), మసూద్‌షా (1242-45)లు, ఛిహల్‌గనీ చేతిలో కీలుబొమ్మలై, పరిపాలనను అస్తవ్యస్తం గావించారు. క్రీ.శ.1246లో బాల్బన్ అనే తురుష్క సర్దార్, నాసిరుద్దీన్ మహమూద్ కింద ప్రధానమంత్రి బాధ్యతలను చేపట్టడంతో, ఢిల్లీ సల్తనత్‌కు సుస్థిర పటిష్ఠతలు చేకూరాయి.

బాల్బన్ (1246-86) : సల్తనత్ సంఘటితత్వం

అంతరంగిక తిరుగుబాట్లు, అరాజకత్వం, మంగోల్ దాడుల కారణంగా అస్తవ్యస్త స్థితిలో ఉన్న బానిస రాజ్యానికి, 20 సంవత్సరాలు (1246-1266) ప్రధాన మంత్రి (వజీర్)గా, తరవాతి 20 సంవత్సరాలు (1266-1286) సుల్తాన్‌గా బాల్బన్ సేవలందించి, శాంతిభద్రతలను, పాలనా సుస్థిరతలను నెలకొల్పగల్గాడు. 1232లో ఇల్‌టుట్‌మిష్ కొలువులో బానిసగా చేరిన ఘియాసుద్దీన్ బాల్బన్, ఛిహల్‌గనీ సభ్యుడిగా తన సైనిక, పాలనా శక్తి సామర్థ్యాలను ప్రదర్శించి, సుల్తాన్ నాసిరుద్దీన్‌కు తన కుమార్తెనివ్వడంతో బాటు, ప్రధానమంత్రిగా పూర్తి పాలనాబాధ్యతలను తానే స్వయంగా చేపట్టాడు. గంగా మైదానంలో శిస్తు బకాయిపడి తిరుగుబాటు చేస్తున్న హిందూ జమీందారులను అదుపులోనికి తెచ్చుట ఢిల్లీ చుట్టుపట్లగల అడవుల్లో స్థావరాలేర్పరచుకొని భయోత్పాతాన్ని కల్గిస్తున్న " మీవాటీలు" అనే దొంగల గుంపు నిర్మూలన, రణతంభోర్ రసపుత్రుల తిరుగుబాటు అణచివేత, హలగు నాయకత్వంలో మంగోల్‌లు చేసిన దాడిని తిప్పికొట్టుట, ఈతని ముఖ్య విజయాలుగా పేర్కొనవచ్చు.

సుల్తాన్‌గా బాల్బన్ రాజ్య విస్తరణకై ప్రయత్నించలేదు. క్షీణించిన సుల్తాన్ గౌరవ ప్రతిష్ఠలను తిరిగి పటిష్ఠం చేయుట, సైన్యంలో క్రమశిక్షణ, సామర్థ్యాన్ని పెంచటం, శాంతి భద్రతల స్థాపన, మంగోల్ దాడుల నుంచి దేశరక్షణ, ఇత్యాది లక్ష్యాలకై కృషిచేసి, అత్యంత సఫలీకృతుడైనాడు. చక్రవర్తి అధికారం దైవదత్తమనే సిద్ధాంతాన్ని గొప్పగా విశ్వసించి, దానికనుగుణంగా రాజదర్బార్ పనితీరును, అచారాలను రూపొందించాడు. సమర్థులు, విశ్వసనీయులైన గూఢచారులు, వార్తాహరుల సేవల ద్వారా సుల్తాన్ బలగౌరవాలకు ప్రతిబంధకంగా ఉన్న ఛిహల్‌గనీ కార్యకలాపాలను నిర్వీర్యం చేశాడు. యువ సైనికులకు మంచి జీతాలు, ప్రోత్సాహానిస్తూ, క్రమశిక్షణా పాటవాలను పెంచటానికి తోడ్పడ్డాడు. శాంతి భద్రతలు గట్టిగా నెలకొల్పబడటంతో, వాణిజ్యం పెరిగి, శిస్తు వసూలు సక్రమంగా జరిగి, ప్రభుత్వాదాయం వృద్ధి చెందింది. 1279లో బెంగాల్ పాలకుడైన తుగ్రిల్‌ఖాన్ చేసిన తిరుగుబాటు క్రూరంగా అణచివేయడం జరిగింది. వాయవ్య సరిహద్దు రక్షణకై దుర్గాలను నిర్మించుటతోబాటు, స్వయంగా తన కుమారులైన మొహమ్మద్, బుగ్రాఖాన్‌లను రాష్ట్రపాలకులుగా నియమించి, బాల్బన్ ఈ సమస్య పట్ల అత్యంత శ్రద్ధాసక్తులను కనబర్చాడు. చివరకు, 1285లో తమూర్‌ఖాన్ నాయకత్వంలో జరిగిన మంగోల్ దాడిని సమర్థవంతంగా త్రిప్పికొట్టే ప్రయత్నంలో మొహమ్మద్ మరణించటంతో, బాల్బన్ తీవ్ర సంక్షోభానికి గురై, మరుసటి సంవత్సరంలో అసువుల బాశాడు.

బానిస వంశమందించిన సమర్థులైన పాలకుల్లో బాల్బన్ ఉన్నత స్థానాన్ని అలంకరిస్తాడు. ఈతని పాలనా, సైనిక చర్యలు ఖల్జీ, తుగ్లక్‌ల ప్రముఖ సంస్కరణలు, రాజ్య విస్తరణకు ముఖ్యంగా దోహదమయ్యాయి. సారస్వత కళా పోషణకు కూడా బాల్బన్ తోడ్పడ్డాడు. 'భారతదేశ చిలుక' నని తనకు తానే సగర్వంగా చెప్పుకున్న ప్రఖ్యాత పారశీక కవి అమీర్ ఖుస్రూ, ఈతని అస్థానాన్ని అలంకరించాడు. ఢిల్లీ సల్తనత్ పై బాల్బన్ వ్యక్తిత్వ దృఢ ప్రభావం, అతని తరవాత అసమగ్ర పాలన, అరాజకతామేర్పడి, నాలు సంవత్సరాలకే

బానిస వంశ పాలన అంతరించటాన్ని బట్టి విశదమౌతుంది. సింహాసనానికై, జరిగిన పెనుగులాటలో, అమీర్, సైన్య నిర్వహణాధికారి 'మస్టర్-మాస్టర్' అయిన జలాలుద్దీన్ ఖిల్జీది పై చేయికాగా, క్రీ.శ.1290 లో ఖిల్జీ వంశ పాలనను ప్రారంభించాడు.

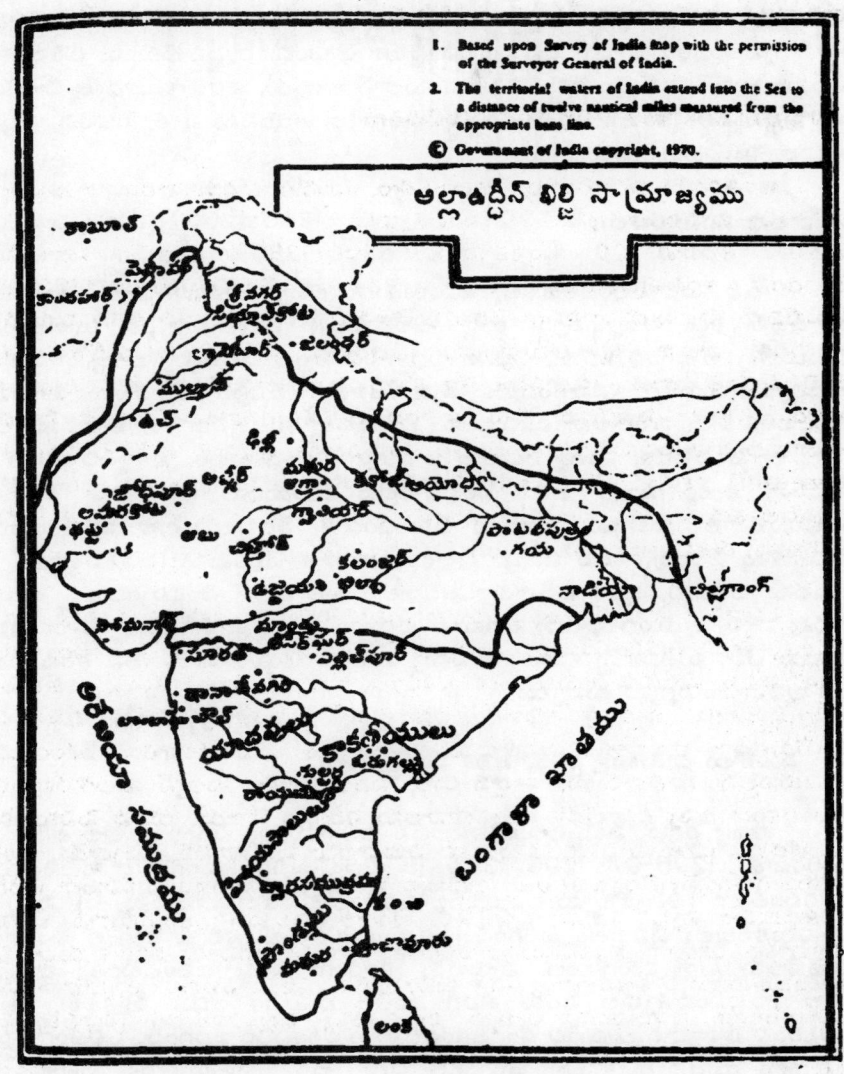

1. Based upon Survey of India map with the permission of the Surveyor General of India.
2. The territorial waters of India extend into the Sea to a distance of twelve nautical miles measured from the appropriate base line.
© Government of India copyright, 1970.
అల్లాఉద్దీన్ ఖిల్జి సామ్రాజ్యము

పటం : అల్లాఉద్దీన్ ఖిల్జీ సామ్రాజ్యం

మూలం : 'భారతదేశ చరిత్ర - సంస్కృతి', ప్రథమ భాగం, పుట నెం.271, తెలుగు అకాడమీ ప్రచురణ, హైదరాబాద్.

ఖిల్జీ వంశ పాలన (1290–1320) : అల్లావుద్దీన్ ఖిల్జీ (1296–1316)

ఖిల్జీలు తురుష్క జాతిలోని ఒకతెగ. షుమారు రెండు శతాబ్దాలుగా ఆఫ్ఘనిస్తాన్‌లో ఉంటూ వచ్చారు. వంశ స్థాపకుడైన జలాలుద్దీన్ ఖిల్జీ, సుల్తాన్ అయ్యేనాటికే, డెబ్భై సంవత్సరాల వయోవృద్ధుడు. పైగా, రాజ్య విస్తరణను ఆశించక, శాంతి కాముక విధానాన్నవలంబించసాగాడు. దీన్ని బలహీనతగా భావించి, రాష్ట్రపాలకులు, రసపుత్రులు తిరుగుబాట్లను ప్రారంభించారు. చివరకు సుల్తాన్ అల్లుడు, కారా, అయోధ్యల పాలకుడైన అల్లావుద్దీన్ ఖిల్జీ, క్రి.శ.1296లో తెలివైన కుట్రద్వారా ఆయనను హత్య గావించి, సల్తనత్ అధిపత్యాన్ని చేజిక్కించుకున్నాడు.

పాలనా సంస్కరణలు

ఢిల్లీ సుల్తాన్‌లందరిలోకెల్లా సమర్థుడుగా, గొప్ప పరిపాలకుడిగా పేరుగాంచాడు అల్లాఉద్దీన్ ఖిల్జీ. రాజ్య వ్యవహారాల్లో 'ఉలేమాలు'గా పిల్చే ఇస్లామిక్ మతగురువుల ప్రమేయాన్ని తొలగించి, లౌకిక పాలనా విధానానికి నాంది పలికాడు. బాల్బన్ వలె గట్టి కేంద్రీకృత ప్రభుత్వ కొనసాగింపునకై కృషి చేశాడు. ముస్లిం సర్దార్‌లను అదుపులో ఉంచుటకై, కొన్ని పరిపాలనా మార్పులను ప్రవేశపెట్టాడు. భరణాలు, ఈనామ్‌ల రద్దు, సమావేశాలపై నిషేధం, మత్తు పదార్థాల వాడకాన్ని నిల్పివేయటం, ఇత్యాదివి ఈ కోవకు చెందినవే. రాజ్య ప్రజల్లో అధిక సంఖ్యాకులైన హిందువుల నుంచికూడా తన పట్ల అవిధేయత, తిరుగుబాటు ధోరణులు లేకుండేందుకై, వీరిపై, పంటలో 50% మేరకు భూమి శిస్తు విధింపు, ఇంటి పన్ను, పుల్లరి, జిజియాల చెల్లింపును ప్రవేశపెట్టాడు. వీరి సంపదను హరించి, కటిక బీదవారిగా ఉంచాలని అల్లావుద్దీన్ సంకల్పించాడు. అయితే, గుర్రపు స్వారి, ఆయుధ ధారణ, తాంబూల చర్వణం లాంటి వాటిని కూడా హైందవులకు లేకుండా చేసి, మతపరమైన జిజియా పన్ను వసూలు చేయటంలో, ఈతని కఠిన వైఖరి, మత అసహనం వ్యక్తమౌతున్నాయి.

మంగోలు దాడులు, సైనిక, ఆర్థిక సంస్కరణలు

రాజ్య రక్షణ, పటిష్ఠతలకు కావలసిన అన్ని ముఖ్య చర్యలను అల్లాఉద్దీన్ ఖిల్జీ నిర్వర్తించాడు. 1296-97, 1299, 1306, 1307 లలో జరిగిన మంగోల్ దాడులనీతడు సమర్థవంతంగా త్రిప్పికొట్టాడు. వాయవ్య సరిహద్దులో కోటల మరమ్మతు, నిర్మాణం, సైన్యసమీకరణలు చేపట్టటం జరిగింది. 1306, 1307 లలో జరిగిన దాడుల్లో షుమారు యాభైవేలకు పైగా మంగోలులు పట్టుబడి, క్రూరంగా హత్య కావించటంతో, హడలెత్తి మరల 25 సంవత్సరాల వరకు తిరిగి దండెత్త సాహసించలేదు. రక్షకభట శాఖను సంస్కరించి రహదారుల నుంచి దొంగల బెడదను తొలగించడం జరిగింది. ఫలితంగా, వర్తక వ్యాపారాలు యధేచ్ఛగా కొనసాగాయి. సైన్య నిర్వహణకు, ప్రజల ఆర్థిక సుఖజీవనానికి అల్లావుద్దీన్ ఖిల్జీ తీసుకున్న చర్యలు కడు ప్రశంసాత్మకమైనవి. ఈతని సైన్యంలో అత్యధిక భాగం -- 4,85,000 -- అశ్వికదళంతో కూడుకుని ఉంది. అశ్వికుని సాలుసరి, జీతం 234 టంకాలుగా నిర్ణయించబడింది. ఈ జీతంలోనే గుర్రం, సైనికుని పోషణ జరగటానికి వీలుగా, సంబంధిత నిత్యావసర వస్తువుల ధరలన్నీ ఖచ్చితంగా నిర్ణయించబడ్డాయి. ఈ ధరలనతిక్రమించినా, తక్కువ తూకాన్ని తూచినా, వర్తకులు కఠిన శిక్షలకు గురయ్యేవారు. దేశ చరిత్రలోనే ప్రప్రథమంగా అమలుపర్చబడిన ఈ ఆర్థిక విధాన కారణంగా, సామాన్య ప్రజానీకం కూడా లాభాన్ని పొందగల్గారు. జాగీర్‌దార్లు సరఫరా చేసే అశ్వికదళ నిర్వహణలో మోసాలు జరగకుండేందుకై, గుర్రాలపై ముద్రలను వేసే పద్ధతిని, సైనికుల

వర్ణ పట్టికలను తయారుచేసే విధానాన్ని, అల్లావుద్దీన్ ఖిల్జీ ప్రవేశపెట్టి, షెర్షాలాంటి తరవాతి ఢిల్లీ పరిపాలకులకు మార్గదర్శకుడైనాడు.

సైనిక విజయాలు, ఖిల్జీ రాజ్య విస్తరణ

అల్లాఉద్దీన్ ఖిల్జీ అది నుంచి కూడా సల్తనత్ విస్తరణకై పూనుకున్నాడు. 'రెండో అలెగ్జాండర్'గా పేరుగాంచాలని ఆశించాడు. ఉత్తర భారత సార్వభౌమాధికారంపై మొదట దృష్టిని కేంద్రీకరించాడు. క్రి.శ.1297 లోనే ప్రథమ దాడిని గుజరాత్‌పై చేసి, దాన్ని అవలీలగా స్వాధీనపర్చుకున్నాడు. ఉలుగ్‌ఖాన్, నస్రత్‌ఖాన్ అనే ప్రసిద్ధ సేనానుల నాయకత్వంలో ఖిల్జీ సైన్యాలు వరసగా, రణతంభోర్, చితోడ్, మాళ్వా రాజ్యాలపై దండెత్తి, తమ విజయపతాకాన్ని ఎగురవేశాయి. ఇవన్నీ బలమైన దుర్గాలను కల్గిన రసపుత్ర రాజ్యాలవటం గమనించదగ్గ విషయం. ఈ విషయాల ఫలితంగా, క్రి.శ.1305 నాటికి అర్యావర్తమంతా ఖిల్జీల వశమైంది.

క్రి.శ.1306 నుంచి అల్లాఉద్దీన్ ఖిల్జీ తన దిగ్విజయ యాత్రను వింధ్యపర్వతాలకు దక్షిణంగా కొనసాగించ పూనుకున్నాడు. దేవగిరి యాదవులు, ఒరుగల్లు కాకతీయులు, ద్వార సముద్ర హొయసాలులు, మధుర పాండ్యులు, నాటి దక్షిణ భారతంలో ప్రబల రాజవంశాలుగా ఉన్నాయి. అయితే, ఉత్తరాన్నుంచి వస్తున్న ప్రమాదాన్ని వీరు లేశమైనా గుర్తించక, తమలో తాము కలహించుకుంటూ, గొప్ప అనైక్యతను ప్రదర్శించారు. ఫలితంగా, మాలిక్ కపూర్ అనే ప్రసిద్ధ సేనాని నాయకత్వంలో బయల్దేరిన ఖిల్జీ సైన్యం ఈ దాక్షిణాత్య రాజులందరినీ వరుసగా ఓడించి, క్రి.శ.1310 నాటికి మధుర ఆక్రమణలో విజయ యాత్రను ముగించాయి. అల్లాఉద్దీన్ ఖిల్జీ ఎంతో రాజనీతి కుశలతనుపయోగించి, ఈ రాజ్యాలను తన సామ్రాజ్యంలో కలుపుకోకుండా, వీటి నుంచి సామంతత్వాన్ని, కప్పాన్ని మాత్రమే అంగీకరించాడు. సమకాలీన పాలనా విధానం, రవాణా సౌకర్యాలు, రాజ్య పరిస్థితుల దృష్ట్యా, ఈ ఏర్పాటు కడు సమంజసంగా తోస్తుంది. వందలు, వేల కొలది గజాలు, అశ్వాలు అపార ధనరాశులు దాక్షిణాత్య రాజ్యాల నుంచి ఖిల్జీ సుల్తాన్ వశమయ్యాయి. సముద్రగుప్తుని అనంతరం, దక్షిణ భారతదేశంలో ఇంతటి విస్తృత సైనిక విజయాలను సాధించిన మరో హిందూస్తాన్ అధినేత లేకుండటం, ఎంతైనా గమనార్హం.

అల్లాఉద్దీన్ ఖిల్జీ సాంస్కృతిక సేవలు, ఖిల్జీ రాజ్య పతనం

నిరక్షరాశ్యుడైనప్పటికీ అల్లావుద్దీన్ ఖిల్జీ సారస్వత, లలిత కళలను చక్కగా ఆదరించి, పోషించాడు. ప్రఖ్యాత పారశీక కవులైన అమీర్ ఖుస్రూ, అమీర్ హసన్‌లు ఈతని ఆస్థానాన్ని అలంకరించారు. ఢిల్లీలోని కుతుబ్ మినార్ సమీపంలో, ప్రసిద్ధ 'అలాయ్ దర్వాజా' నీతడే నిర్మించాడు. తెలుపు, ఎరుపు రంగుల పాలరాతితో నిర్మితమైన ఈ ద్వారం, తురుష్క వాస్తుకళారీతులకు ప్రతీకగా నిల్చివుంది.

అయితే, ఖిల్జీ సామ్రాజ్య వైభవం క్రి.శ.1312 తదుపరి, క్షీణించసాగింది. అల్లాఉద్దీన్ సైనిక నియంతృత్వ పాలన, సుల్తాన్ శక్తి సామర్థ్యాల మీద పూర్తిగా ఆధారపడింది. ఈతని వార్ధక్య కారణంగా, ప్రభుత్వంపై పట్టు సడలసాగింది. కుమారుల విద్యా బుద్ధుల పట్ల అల్లాఉద్దీన్ శ్రద్ధ వహించని కారణంగా, వారెవ్వరూ సమర్థులు కాలేక పొయ్యారు. పరిస్థితుల నవకాశంగా తీసికొని, మాలిక్ కపూర్ అధికారాన్ని చేజిక్కించుకొన్నాడు. ఫలితంగా, క్రి.శ.1316లో అల్లాఉద్దీన్ ఖిల్జీ మరణించిన తరవాత, నాల్గు సంవత్సరాలు రాజ్యంలో అస్తవ్యస్త పరిస్థితులు నెలకొని, సింహాసనం కొరకు తరచుగా పెనుగులాట సాగింది. చివరకు, క్రి.శ.1320లో దిపాల్‌పూర్ సరిహద్దు రాష్ట్రపాలకుడైన

గాజీ మాలిక్, ఈ సంఘర్షణలో విజయాన్ని సాధించి, 'గియాసుద్దీన్ తుగ్లక్ షా' అనే బిరుదంతో ఢిల్లీ సింహాసనాన్నధిష్ఠించి, తుగ్లక్ వంశ పాలనను ప్రారంభించాడు.

తుగ్లక్ వంశ పాలన (క్రీ.శ.1320–1413) : మొహమ్మద్ బిన్ తుగ్లక్ (1325–51)

ఢిల్లీ సల్తనత్‌ను పాలించిన మూడో ప్రసిద్ధ వంశం, తుగ్లక్‌లు. షుమారు శతాబ్దికాలం, గద్దెనధిరోహించారు. మొదటి పాలకుడైన ఘియాసుద్దీన్ తుగ్లక్ తన స్వల్పకాల పాలన (1320-25)లో, రాజ్య విస్తరణ, పటిష్టతలను, ప్రజాసంక్షేమ సంస్కరణలను చేపట్టాడు. బెంగాల్, ఒరుగల్లులో చెలరేగిన తిరుగు బాట్ల నణచి, ఒరిస్సా (జాజ్‌నగర్) ప్రాంతాన్ని జయించాడు. పంటపొలాలకు క్రొత్త నీటి వనరులను కల్పించి, భూమి శిస్తును పంటలో ఐదోవంతుకు తగ్గించాడు. నూతన రహదార్ల నిర్మాణం, దోపిడీ దొంగల బారి నుంచి ప్రజలకు రక్షణ, అంచెలవారీగా గుర్రాలమీద వార్తలను పంపే తపాలా పద్ధతిని కూడా ఇతడు చేపట్టాడు.

ఘియాసుద్దీన్ తుగ్లక్ కుమారుడైన జునాఖాన్, మొహమ్మద్ బిన్ తుగ్లక్ అనే బిరుదుతో సింహాసనాన్నధిష్ఠించాడు. తన గుణగణాలు, పాలనా విశేషాలు కారణంగా, ప్రసిద్ధ మధ్యయుగ చక్రవర్తుల్లో ఒకడిగా స్థానాన్ని సంపాదించాడు. ఇతడు తుర్కి, పారశీక భాషల్లో మంచి పాండిత్యం, వాదనాపటిమగలవాడు. అల్లావుద్దీన్ ఖిల్జీవలె నీతడు రాజ్య వ్యవహారాల్లో ఉలేమాల ప్రమేయాన్ని లేకుండా చేశాడు. ఇంతేకాకుండా, హిందువులను ఉద్యోగాల్లో నియమించాడు. అయితే, ప్రజాభిప్రాయాలను సరిగా, సరైన సమయంలో తెలిసికోలేకపోవటం, వివిధ విధానాల సాధ్యాసాధ్యాలను పరికించలేకపోవటంలాంటి ముఖ్య లోపాలు ఇతనిలో లేకపోలేదు. ఇవి ఈతని చర్యల్లో ప్రతిఫలించి, సత్ఫలితాలనందించలేక పోయాయి.

గంగా యమునా నదీమైదాన ప్రాంతంలో క్షామపరిస్థితులున్న సమయంలో భూమిశిస్తు హెచ్చింపును విధించుట, 1326-27లో ఢిల్లీ నుంచి రాజధానిని దేవగిరికి మార్చినపుడు ప్రజలందరినీ తరలింప ప్రయత్నించుట, 1329-30లో రాగి, ఇత్తడి నాణేలను ప్రవేశపెట్టినపుడు, వాటి తయారీపై గట్టి ప్రభుత్వ అజమాయిషీ, నిఘాకల్పించకపోవడం, ఇండియా, చైనాల మధ్య పర్వత ప్రాంతంగా ఉన్న ఖరాచల్, పర్షియాలోని ఖొరాసన్‌లను జయించాలనే తలంపుతో, నిష్ప్రయోజన, ఊహాత్మక పథకాలపై అధిక ధన వ్యయం చేయడం, 1335 నుంచి తన అధికారానికి వ్యతిరేకంగా బెంగాల్, సింధ్, గుజరాత్, దక్కన్ ఆదిగాగల ప్రాంతాల్లో చెలరేగిన తిరుగుబాట్లనణచటంలో చెందిన తీవ్ర వైఫల్యత, మొహమ్మద్ బిన్ తుగ్లక్ పాలనా విధాన లోపాలను, వాటి తీరుతెన్నులను తెలియజేస్తున్నాయి. ఫలితంగా, ప్రజలు పలు కష్టాలకు గురికావడం, సల్తనత్ ఖజానా వట్టిపోవడం, రాజ్యంలో పరిపాలనా అస్థిరత, ఉత్తర, దక్షిణ భారతావనిలో అనేక స్వతంత్ర రాజ్యాలేర్పడడం, తటస్థించింది. విజయనగర (1336), బహమనీ (1347) రాజ్యాలు దక్కన్‌లో ఆవిర్భవించి, క్రమంగా ప్రబలమైనాయి. ఈ పరిణామాలను అసహాయంగా ఎదిరిస్తూ, 1351లో మరణించగా, సల్తనత్ పతనానికి అంకురార్పణ చేసినట్లైంది.

ఫిరోజ్ తుగ్లక్ (1351–88) : సామ్రాజ్య క్షీణత

మొహమ్మద్ బిన్ తుగ్లక్‌కు మగవారసులు లేనందున, ఈతని పినతండ్రి కుమారుడైన ఫిరోజ్ తుగ్లక్ సుల్తాన్ పదవిని చేపట్టాడు. మతం, విద్య, శాంతి, నీటిపారుదల, నిర్మాణాల పట్ల ఇతడు ఆసక్తిని కనపర్చాడు. కాని, సామ్రాజ్య విచ్ఛిత్తిని ఆపగల ధీరత్వం, ఉదార రాజనీతి ఇతనిలో లోపించాయి. ఫలితంగా, ఈతని పాలనలో ఢిల్లీ

సల్తనత మరింత బలహీనమైంది. బెంగాల్, ఒరిస్సా, సింధలలో ఈతడు నిర్వహించిన దాడులు సత్ఫలితాలను ఇయ్యలేదు. మొహమ్మదబీన్ తుగ్లక్ కాలంలో ఏర్పడిన స్వతంత్ర రాజ్యాలను తొలగించుటకీతడట్టి ప్రయత్నాలు చెయ్యలేదు. మీదు మిక్కిలి, ఫిరోజ్ తుగ్లక్ అమలుపర్చిన జాగీర్దారీ విధాన పునరుద్ధరణ, ఇస్లామిక్ మత రాజ్య పునరుద్ధరణ, సైన్యంలో వారసత్వ విధానం, 1,80,000 బానిసలకు ప్రభుత్వ పోషణ ఇత్యాది పాలనా సంస్కరణలు, రాజ్య సుస్థిరత, క్షేమానికి ప్రమాదకరంగా పరిణమించాయి. ఖజానా

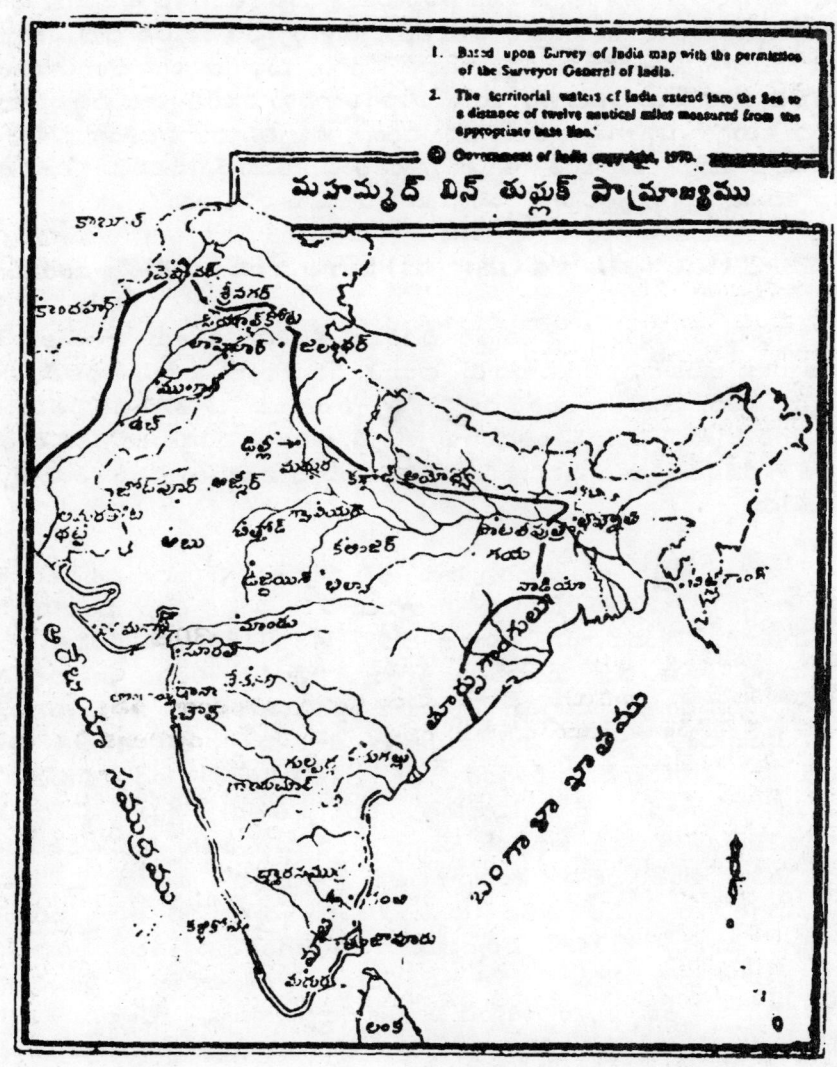

పటం : మొహమ్మద్-బీన్ తుగ్లక్ సామ్రాజ్యం (1335కు ముందు)

మూలం : 'భారతదేశ చరిత్ర సంస్కృతి' ప్రథమ భాగం, పుట నెం.282, తెలుగు అకాడమి ప్రచురణ

వర్ధిల్లపోవడమేగాక, ప్రజల్లో అధికారుల్లో వైషమ్యాలు, విభేదాలు పొడసూపుటకు హేతువులయ్యాయి. అయితే, ఈతడు వ్యవసాయ సాగుకై తవ్వించిన నాల్గు కాల్వలు, 150 బావులు ప్రజాబాహుళ్య సౌకర్యార్థమై నిర్మించిన 200 సత్రాలు, ఐదు ఆసుపత్రులు, వంద వంతెనలు, 1200 ఉద్యానవనాలు, నేరవిచారణలో కఠిన శిక్షల రద్దు, ఆదిగాగల చర్యలు ప్రజాసంక్షేమానికెంతైనా తోడ్పడ్డవనుటలో సందేహంలేదు.

ఫిరోజ్ తుగ్లక్ మరణానంతరం, బలహీన వారసుల కారణంగా, అధికారానికై తరచు తగవులేర్పడి, అశాంతి, అరాజక పరిస్థితులు ప్రబలినాయి. ఇదే అదనుగా, 1398 తురుష్క దండయాత్రికుడైన తైమూర్ వాయవ్య భారతాన్నుంచి భీకరమైన దాడి సల్పాడు. సింధ్, ముల్తాన్, దిపాల్‌పూర్, ఢిల్లీ రాజధానీ నగరం, సునాయాసంగా లొంగిపోయాయి. కోట్లకొలది ధనరాసులు దోచుకోబడి, ముస్లిమేతర ప్రజానీకం విపరీత ప్రాణ నష్టానికి కూడా గురైంది. తుగ్లక్ సామ్రాజ్యం కోలుకోలేని విధంగా దెబ్బతిన్నది. ఫలితంగా, 1413లో మహమూద్ తుగ్లక్ మరణంతో ఈ వంశమంతరించి, తైమూర్ ప్రతినిధైన ఖిజీర్‌ఖాన్ ఢిల్లీనాక్రమించి, తురుష్కేతరమైన సయ్యద్ వంశ పాలనను స్థాపించాడు.

సయ్యద్ (1414–1451), లోడీ (1451–1526) వంశాల పాలన : సల్తనత్ అంతం

సయ్యద్ వంశంలో, స్థాపకుడైన ఖిజీర్‌ఖాన్‌తో సహా, నల్గురు పాలకులు 37 సంవత్సరాలు అధికారాన్ని నిర్వహించారు. అయితే, వీరి కాలంలో సుల్తాన్ అధికారం నామ మాత్రమై, సింధ్, పంజాబ్ అంతర్వేదిలోని కొన్ని ప్రాంతాలకు మాత్రమే పరిమితమైంది. ఉత్తర భారతదేశంలో పెక్కు ప్రాంతీయరాజ్యాలేర్పడి, అనిశ్చిత పరిస్థితులు నెలకొన్నాయి. సల్తనత్ గౌరవ ప్రతిష్ఠలను పునరుద్ధరించటానికి సయ్యద్ పాలకులు చేసిన ప్రయత్నాలు ఫలించలేదు.

లోడీలు ఆఫ్ఘన్ తెగకు చెందిన వారు. ఢిల్లీ సల్తనత్‌ను పాలించిన చిట్టచివరి, లేక ఐదవ రాజవంశం. మొత్తం ముగ్గురు సుల్తాన్‌లు 75 సంవత్సరాలు సింహాసనాన్ని అధిరోహించారు. మొదటివాడైన బహలూల్ లోడీ (1451-1489) 39 సంవత్సరాల సుదీర్ఘ పాలన చేశాడు. సింధ్ ముల్తాన్, అంతర్వేది, జౌన్‌పూర్, గ్వాలియర్, మేవార్‌ల్లో తన అధికారాన్ని సుస్థిరం చేసుకున్నాడు. న్యాయపాలనకు పేరుగాంచాడు. ఆఫ్ఘన్ ప్రభువుల పట్ల సంఘీభావంతో మెలగి, వారి మద్దతును పొందాడు. ఈతని తరవాత రెండో కుమారుడైన నిజామ్‌ఖాన్, సికిందర్ షా (1489-1517) అనే బిరుదుతో సింహాసనాన్నధిష్ఠించాడు. లోడి పాలకుల్లో కెల్లా, ఈతడు కడు సమర్థుడుగా పరిగణించబడ్డాడు. సల్తనత్ అధికారం బెంగాల్ సరిహద్దుల వరకు గౌరవించబడేటట్లు చేయబడింది. అంతర్వేదిలోని సంస్థానాధీశులను అదుపులో ఉంచటానికి, ఎంతో సమయస్ఫూర్తి, దూరదృష్టితో ఈతడు యమునా నది ఒడ్డున, నేటి ఆగ్రా ప్రదేశంలో బలిష్ఠమైన దుర్గాన్ని 1504లో నిర్మించాడు. ఉపయోగకరమైన పలు పరిపాలనా సంస్కరణలను కూడా సికిందర్ లోడి ప్రవేశపెట్టాడు. గూఢచారులను నియమించి, అవినీతిపరులైన ఉద్యోగులను శిక్షించుట, జాగీర్దార్ల కప్పపు లెఖ్ఖలను గట్టిగా తనిఖీచేయించుట, అనేకమైన చిల్లర పన్నులను తొలగించి వర్తకాన్ని ప్రోత్సహించుట, పేదసాదలు, పండితుల నాదరించుట, ఇత్యాదివి వాటిలో చోటుచేసుకున్నాయి. అయితే, ఇస్లామిక్ సనాతనవాదిగా, హిందువుల పట్ల వివక్షత, కాఠిన్యాన్ని చూపుట, ఈతని కీర్తికి ఏకైక మచ్చగ పరిణమించింది.

లోడీ సుల్తాన్‌ల్లో చివరివాడు, సికందర్‌లోడి కుమారుడైన ఇబ్రహీంలోడి (1517-1526). ఈతడు తండ్రివలె యోధుడు గాని, పరిపాలనా దక్షుడుగాని, కాదు. మేవార్

ఆక్రమణలో ఘోర వైఫల్యాన్ని పొంది, రాజ్య విస్తరణకు స్వస్తి పలికాడు. దీనికంటే, తీవ్రమైన విషయం, ఈతడు అఫ్ఘన్ ప్రభువుల, రక్తబంధువుల శత్రుత్వాన్ని కొనితెచ్చుకున్నాడు. ఈతని అహంకారం, నిరంకుశ, క్రూర ధోరణులు, వారికి సహించరానివైనాయి. ఫలితంగా, బీహార్, లాహెూర్, దీపాల్‌పూర్ పాలకులు తమ స్వతంత్ర్యాన్ని ప్రకటించుకొనుటయేకాక, కాబూల్ నేలుతున్న బాబర్‌ను, ఇబ్రహీంలోడీపై దాడి చేయమని ఆహ్వానించారు. పర్యవసానంగా సంభవించిన మొదటి పానిపట్ యుద్ధంలో (12-4-1526) ఇబ్రహీం లోడి ఓడి, వధించడం జరిగింది. ఢిల్లీ సల్తనత్ అంతమై, ఉత్తర భారతంలో మొగల్ రాజ్య స్థాపనకు అంకురార్పణ జరిగింది.

320 సంవత్సరాల కాలంలో, ఐదు రాజవంశాల పాలనలో, సైనిక శక్తి ప్రధానాధారంగా, ఆయా సుల్తాన్‌ల శక్తి సామర్థ్యాలను బట్టి, ఢిల్లీ సల్తనత్ అధికారపుటెత్తు పల్లాలను సమంగా కాంక్షించింది. మతం, భాష, ఆచార సాంప్రదాయాల భిన్నత్వాననుసరించి, పాలకులు, పాలితుల మధ్య తాదాత్మ్యత ఉండాల్సిన మేరకు లేదనే చెప్పాలి. అయితే, ఇండో-ఇస్లామిక్ సంస్కృతీ రీతుల సమ్మేళన, పరస్పర ప్రభావాలు ఎలా లభించాయో, మనం (తరువాయి పుటల్లో) చూద్దాం.

దక్కన్, దక్షిణ భారత దేశ రాజ్యాలు (1150–1565) : పాలనా విశేషాలు

1335 నుంచి దక్కన్, దక్షిణ భారతదేశంలో చెలరేగిన తిరుగుబాట్లను మొహమ్మద్‌బిన్ తుగ్లక్ సమర్థవంతంగా అణచలేకపోవటంతో, అనేక స్వతంత్ర రాజ్యాలేర్పడినట్లు తెలుసుకున్నాం. విజయనగర, బహమనీ, మాబార్ రాజ్యాలు ఈ కోవకు చెందినవే. సారవంతమైన కృష్ణ-తుంగభద్ర అంతర్వేది ఆక్రమణ, తద్వారా దాక్షిణాత్య రాజకీయాల్లో ఆధిపత్య సిద్ధికై, మొదటి రెండు రాజ్యాలు 1565 వరకు కూడా పోటీపడ్డాయి. అయితే, మరికొన్ని హైందవ రాజ్యాలు, ఢిల్లీ సల్తనత్ స్థాపనకంటే దాదాపు శతాబ్ది ముందునుంచే స్వతంత్ర రాజ్యాలుగా వెలుగొందుతూ, తదనంతరం ఖిల్జీ,తుగ్లక్ సుల్తాన్‌ల తరచు దాడులకు గురై, పతనం చెందాయి. దేవగిరి యాదవులు, ఓరుగల్లు కాకతీయులు, ద్వారసముద్ర హొయసాలులు, మధుర పాండ్యులు, ఈ కోవకు చెందిన రాజవంశాల వారు. తమ ప్రాంతీయ ప్రజల సామాజిక, ఆర్థిక, సాంస్కృతిక ప్రగతికై వీరు ఎనలేని కృషి సల్పారు. దురదృష్టమేమంటే, తమ మధ్య విభేదాలను విస్మరించి, తురుష్క దాడులను సమైక్యంగా ప్రతిఘటించలేక పొయ్యారు. సమకాలీన ఉత్తర భారతావనిలో సంభవించిన రాజకీయ పరిణామాల నుంచి, వీరెటువంటి గుణపాఠాన్ని నేర్చుకోలేక పొయ్యారనే విషయం విదితమౌతుంది.

దేవగిరి యాదవులు (1187–1318)

కల్యాణి చాళుక్యుల సామంతులుగా, క్రీ.శ.860 ప్రాంతంలో, మహారాష్ట్రంలోని నాసిక్ ప్రదేశంలో తమ రాజకీయ జీవితాన్ని ప్రారంభించి, తదనంతరం కల్యాణి చాళుక్యులు బలహీనమవడంతో, యాదవులు ఐదో భిల్లముని (1187-1191) కాలంలో స్వతంత్ర రాజ్యాన్ని స్థాపించుకున్నారు. రాజకీయాధిపత్యం కొరకు పొరుగు దాక్షిణాత్య రాజ్యాలైన హొయసాలులు, కాకతీయులు, ఉత్తరాన గుజరాత్‌ను పాలించిన సోలంకీలతోను, తరచు యుద్ధాలు చేశారు. వీటిలో పైచేయి 1294 నుంచి 1318 వరకు యాదవ రాజ్యందే. అది ఖిల్జీ, తురుష్క నిరంతర దాడులకు గురై, పతనమైంది. భక్తి మతాభివృద్ధికి, వైదిక విద్యల వికాసానికి, మరాఠీ భాషాభివృద్ధికి యాదవరాజులు గొప్ప సేవ చేశారు.

కాకతీయులు (1150-1323)

కాకతీయులు కూడా యాదవుల వలె; కల్యాణి చాళుక్యుల సామంతులుగా, తెలంగాణాలోని ఓరుగల్లు ప్రాంతంలో క్రీ.శ.950లో, తమ రాజకీయ జీవితాన్ని ప్రారంభించారు. ప్రోలరాజు (1055-75) కాలంలో 'అనుమకొండ' వీరి రాజధానీ నగరమైంది. రెండో ప్రోలరాజు (1115-50) చాళుక్య రాజైన తైలపదేవునోడించాడు. ఈతని కుమారుడు కాకతి రుద్రుని (1150-95) పాలనలో, స్వతంత్ర రాజ్యమారంభమైంది. బంగాళాఖాతం, కల్యాణి, ఒరిస్సా, శ్రీశైలాల మధ్య ఉండే దక్కన్ మొత్తం, ఈతని ఏకైక రాజ్యమైంది. శాతవాహనులనంతరం, తెలుగు మాట్లాడే ప్రజలందరూ ఐక్య పాలన కిందకు తేబడుట, గమనించదగిన పరిణామం. ఈతని సోదరుని కుమారుడైన గణపతిదేవుని (1199-1262) కాలంలో, కాకతీయుల బలప్రతిష్ఠలు అత్యున్నత స్థాయికి చేరుకున్నాయి. రాజధానిని 1254లో అనుమకొండ నుంచి ఓరుగల్లు దుర్గ నగరానికి మార్చినదీతడే. వెలనాటి, గాంగ, యాదవరాజుల నోడించాడు. గణపతిదేవుని అనంతరం, కుమార్తె రుద్రమదేవి (1262-1289) సామ్రాజ్యంపై వచ్చిన యాదవ, చోళ, పాండ్య శత్రుదాడులను ధైర్యంగా త్రిప్పికొట్టింది. ఉదార పరిపాలన ద్వారా ప్రజల ఆదరాభిమానాలను చూరగొన్నది. కాకతీయులలో చివరివాడు ప్రతాపరుద్రుడు (1289-1323). రుద్రమదేవి దౌహిత్రుడైన ఈతడు, సామంతుల తిరుగుబాట్లను, పాండ్యుల దాడులను అణచగల్గాడు. అయితే, 1300 నుంచి 1323 వరకు జరిగిన ఖిల్జీ, తుగ్లక్‌ల తరచు దాడుల ధాటికి తట్టుకోలేక, మృతి చెందాడు. ఓరుగల్లు 'సుల్తాన్‌పూర్'గా మారి సల్తనత్ రాష్ట్రమైంది.

పాఖాల రామప్ప, లక్నవరం లాంటి భారీ చెరువుల నిర్మాణం ద్వారా వ్యవసాయాభివృద్ధికి, విలువైన తివాచీలు, వస్త్రాల ఉత్పత్తికి, దేశీయ, విదేశీయ వాణిజ్యాభివృద్ధికి, వీరశైవమతాభివృద్ధికి సంస్కృత, తెలుగు భాషలలో విఖ్యాతిగాంచిన కావ్య, శాస్త్ర, శతక రచనల ప్రగతికి రామప్ప, పాలంపేట, హనుమకొండ, పిల్లలమర్రి ఆదిగాగల స్థలాల్లో నేటికీ అలరారుచున్న సర్వాంగ సుందర శిల్ప సమన్వితమైన దేవాలయ నిర్మాణానికి, కాకతీయులు, వారి సామంతులు, ఉద్యోగులు, గణనీయమైన కృషిసల్పారు. విద్యానాథుడు, పాల్కురికి సోమనాథుడు, తిక్కన సోమయాజిలాంటి విఖ్యాత కవులు ఈ యుగాన వెలశారు. తెలుగు జాతి ఐక్యతకు, వికాసానికి, జాగృతికి కాకతీయులు మరపురాని సేవలందించారు.

హొయసాలులు (1106-1342)

యాదవ, కాకతీయ రాజుల వలె, హొయసాలులు కూడా తొలుత కల్యాణి చాళుక్యులకు సామంతులుగా నుండి, తదుపరి స్వతంత్రించినవారే. వీరి అధికారానికి మైసూరు మండలంలో పునాది వేసినవాడు, బిత్తిదేవ విష్ణువర్ధనుడు (1106-41). సామంతుడిగా ఉంటూనే, కదంబ, గాంగ, చోళ, పాండ్య రాజుల నోడించి, తన రాజ్యం మైసూర్, సేలం, కోయంబత్తూర్, బళ్లారి, ధార్వార్ ప్రాంతాలకు విస్తరించేటట్లు చేశాడు. ఈతని మనుమడైన రెండో బల్లాలుడు (1179-1220) స్వతంత్రుడై, మహారాజాధిరాజ బిరుదును ధరించి, కల్యాణి చాళుక్యులు, యాదవులనోడించి, హొయసాల రాజ్యాన్ని కృష్ణానది వరకు విస్తరింపజేసాడు. దక్షిణాన సుందర పాండ్యుని కూడా ఓడించి తన అధికృతను ప్రకటించుకున్నాడు. తరవాతి రాజుల కాలంలో కూడా, పాండ్య, యాదవ రాజ్యాధినేతలతో, హొయసాలులు సంఘర్షణకు దిగవలసి వచ్చింది. ఈ వంశంలో చివరి ప్రముఖుడు, మూడో బల్లాలుడు (1291-1342), ఇతడు గొప్ప యోధుడు.

తుళువనాడును జయించి, ఆక్రమించాడు. యాదవ, పాండ్య రాజులతో ఎడతెగని యుద్ధాలు జరిపాడు. అయితే, 1310 నుంచి హొయసాల రాజ్యంపై తురుష్క దాడులు మొదలైనాయి. ఇతడు వారితో రాజీపడి, కప్పం చెల్లించాల్సి వచ్చింది. 1342లో ఈతని మరణంతో, హొయసాలులు అధికారమంతరించింది.

జైన, విశిష్టాద్వైత, ద్వైత మత సిద్ధాంతాల బహుళ వ్యాప్తికి, సంస్కృత, కన్నడ భాషల అభివృద్ధికి, జిలుగు పనితనంతో కూడిన శిల్ప సమన్వితమైన సుందర దేవాలయాల నిర్మాణానికి, హొయసాలులు శాశ్వత కృషిని సల్పారు. బేలూరు చెన్నకేశవాలయం, హళిబీడు హొయసలేశ్వరాలయం, వీరి కీర్తిని అజరామరం చేస్తున్నాయి.

బహమనీ (1347-1527) - విజయనగర (1336-1565) రాజ్యాలు

14వ శతాబ్ది ద్వితీయార్ధం లగాయితు 16వ శతాబ్ది ప్రథమ పాదం వరకు, బహమనీ, విజయనగర రాజ్యాలు దక్షిణ భారతదేశ రాజకీయ, ఆర్థిక, సాంస్కృతిక చరిత్రలో కీలక శక్తులుగా పరిణమించాయి. ఉత్తర దక్కన్‌లోని తురుష్క గవర్నర్‌గా వ్యవహరిస్తున్న జఫర్‌ఖాన్ తిరుగుబాటు కారణంగా, బహమనీ రాజ్య స్థాపన 1347లో జరిగింది. దీనికి దక్షిణంగా, దశాబ్ది ముందుగానే (1336), లోగడ హొయసాలులు పాలించిన ప్రాంతంలో, హరిహర, బుక్కరాయలు అనే సంగమ వంశ సోదరుల నాయకత్వంలో, విజయనగర రాజ్య స్థాపన సంభవించింది. రెంటి మధ్య కృష్ణానది సహజ సరిహద్దైంది. సారవంతమైన భూములు, విలువైన ఖనిజ సంపదతో కూడి ఉన్న రాయచూర్ మైదాన ప్రాంత ఆక్రమణ, గోల్కొండలోని వజ్రాల గనుల స్వాధీనతకై, ఈ రెండు రాజ్యాలు నిరంతరం పోటీపడ్డాయి. 15వ శతాబ్ది చివరలో (1498), అరేబియా సముద్రం ద్వారా భారతదేశానికి నూతన సముద్ర మార్గాన్ని కనుగొన్న పోర్చుగీస్‌వారు, ఈ ప్రాంతంలో వ్యాపారం, వలసల స్థాపన, క్రైస్తవ మత వ్యాప్తికి పూనుకొనుట, గమనించదగ్గ మరో పరిణామం. కొలది సంవత్సరాల్లో వీరు, ఆసియా వాణిజ్యంలో అరబ్బులతో పోటీపడసాగారు. 1518లో బహమనీ సామ్రాజ్యం ఐదు రాజ్యాలుగా (అహమ్మద్ నగర్, బీజాపూర్, గోల్కొండ, బీరార్, బీదర్) విచ్ఛిత్తి అయిన తదుపరి కూడా (1565 వరకు) ఇవి, విజయనగర సామ్రాజ్యం మధ్య సంబంధాల స్వరూపం పైన పేర్కొన్న పంథాలో తీవ్రమైంది.

రెండు రాజ్యాల మధ్య సంఘర్షణ, ప్రారంభ పాలకుల కాలం నుండే మొదలైంది. క్రీ.శ.1354 నాటికే, సుల్తాన్ అల్లావుద్దీన్ బహ్మన్‌షా (1347-58) విజయనగర సామ్రాజ్యంపై రెండోసారి దాడి జరిపాడు. బుక్కరాయలు (1357-77) కృష్ణా-తుంగభద్ర అంతర్వేదిలోని ముద్గల్ కోటను పట్టుకోగా, మొదటి మహమ్మద్‌షా (1358-75) దాడి జరిపి, దీన్ని తిరిగి స్వాధీనపర్చుకున్నాడు. పశ్చిమతీర రేవుపట్టణాల ఆక్రమణకై గూడా, పెనగులాట జరిగింది. పశ్చిమ దేశాలతో వర్తక వ్యాపారాభివృద్ధికై, ఇది సంభవించింది. మూడో మహమ్మద్‌షా (1463-82) 1472 నాటికి, సమర్థుడైన తన మంత్రి, సేనానాయకుడైన మహ్మూద్ గవాన్ కృషి కారణంగా, ముఖ్య రేవు పట్టణమైన గోవానాక్రమించాడు. విరూపాక్షుడు (1465-85) దీన్ని తిరిగి పొందే ప్రయత్నంలో విఫలుడయ్యాడు. అయితే, దక్కన్ ముస్లిం ప్రభువుల కుట్రకారణంగా, గవాన్ చంపటంతో, బహమనీ రాజ్య పతనం మొదలవగా, తుళు వంశానికి (1505-1576) చెందిన శ్రీకృష్ణ దేవరాయల (1509-29) దిగ్విజయాల కారణంగా, రాజ్యాల బలప్రతిష్ఠలు తారుమారైనాయి. 1509లో రాయచూర్ అంతర్వేది ఆక్రమణకై, బహమనీలు చేసిన ఆఖరి ప్రయత్నం వమ్మైంది. తూర్పు, పశ్చిమ కోస్తా ప్రాంతాలు గూడా, విజయనగరాధీశుని అధీనమైనాయి. అయితే, ఐదుగా చీలిన బహమనీ సల్తనత్ రాజ్యాలు, తమపట్ల

"విభజించి పాలించు" విధానాన్ని తమ అధికార ప్రతిష్ఠలకు భంగకరంగా పరిణమించే విధంగా అమలుపర్చుతున్న రామరాయల రాజనీతికి కినిసి, అందరూ సైనికంగా ఐక్యమై, 1565లో తాళికోట వద్ద విజయనగర సైన్యాల నెదిరించి, సర్వనాశనాన్ని సృష్టించి, పగతీర్చుకొనటం, ఈ సంబంధాల చరిత్రలో చరమాంకం.

ఇస్లామిక్ యుగ ప్రధాన లక్షణాలు

మూడు వందల సంవత్సరాల పైబడి నడచిన ఇస్లామిక్ యుగంలో, ఢిల్లీ సల్తనత్ నేలిన ఐదు రాజవంశాలతో బాటు, పలు సామంత, స్వతంత్ర రాజ్యాధినేతలు పాలన నెరపారు. తురుష్క ఆచారాలు, సంప్రదాయాలు, పద్ధతులు, భారతీయ రీతులు ఒకేసారి ప్రచారంలో ఉండినాయి. పరస్పర ప్రభావాలకు, మార్పులకు లోనైనాయి. ఇస్లాం, హైందవ సంస్కృతులు సహజీవన, సంఘర్షణలను సాగించాయి. అయితే, ఒకదానినొకటి తొలగించుటనేది లేదు. వీటి మధ్య నెలకొన్న సుదీర్ఘ సాహచర్యం కారణంగా, మిశ్రమ రీతులు, లక్షణాలు రూపుదాల్చాయి. ఇవి భిన్న రంగాలకు -- పరిపాలన, సామాజిక, ఆర్థిక, మత, సాంస్కృతిక -- విస్తరించాయి. వీటి స్వరూపస్వభావాలను అవలోకించటం, సంస్కృతీ పరిణామ దృష్ట్యా ఎంతైనా అవసరం.

పాలనా వ్యవస్థ

ఉత్తర, దక్షిణ భారతాల్లో రాజరిక వ్యవస్థ ప్రధానంగా ఆచరణలో ఉంది. సుల్తాన్ లేక చక్రవర్తి అధికారాలు నిరపేక్షమైనవిగా ఉన్నాయి. అయితే, మత గ్రంథాలు, ధర్మ శాస్త్రాల్లోని నియమ సూత్రాలను పాటించే సంప్రదాయం లేకపోలేదు. అయినప్పటికీ, పాలనా వ్యవహారాల్లో మత గురువుల (ఉలేమాలు) ప్రమేయం లేకుండా చేయడానికి అల్లాఉద్దీన్ ఖిల్జీ, మొహమ్మద్‌బిన్ తుగ్లక్ లాంటి ఢిల్లీ సుల్తాన్‌లు, యాదవ, కాకతీయ, హొయసాల, విజయనగర రాజ్యాధినేతలు కృషి సల్పారు. మంత్రివర్గ సలహా సహకారాలున్నప్పటికీ, వాటిని తప్పనిసరిగా పాటించవలసిన ఆంక్ష ఏదీ లేదు. సింహాసనాధికారం వారసత్వ రీత్యా ఉన్నప్పటికీ, తరచుగా శక్తిమంతులు, సమర్థులకే ఇది దక్కడం జరిగింది. ఫలితంగా, ప్రభుత్వ పటిష్ఠతా సుస్థిరతలు రాజ్యాధినేత శక్తి సామర్థ్యాలు, సైనిక బలం మీద ముఖ్యంగా ఆధారపడ్డాయి.

సామంతులు, రాష్ట్రపాలకులు, జాగీర్దార్లు (ఇక్తాదారులు, నాయంకరులు) సుల్తాన్ అధికారాలపై పరిమితులను విధించే వ్యవస్థలుగా పరిణమించారు. ఎప్పటికప్పుడు చక్రవర్తి బలహీనతలను, ఇబ్బందులను అవకాశంగా తీసుకొని, స్వతంత్రతను పొంద ప్రయత్నించేవారు. జిల్లా, పరగణా, గ్రామ పాలనా వ్యవస్థలో పేర్కొనదగ్గ మార్పులేవీ చోటు చేసుకోలేదు. రసపుత్ర, చోళ యుగాల నాటి సంప్రదాయబద్ధ, పాలనా విధానాలు కొనసాగాయి. తత్ఫలితంగానే, రాజ్యాలు, రాజవంశాలు, రాజులు మారినా స్థానిక గ్రామీణ బహుళ ప్రజానీకం వీటిని పట్టించుకోకుండా, తమ బ్రతుకు బాటలను వెళ్ళబుచ్చుతూ వచ్చారు.

భూమి శిస్తు, సాగునీటి పన్ను, యుద్ధాల్లో శత్రు రాజ్యాల నుంచి చేజిక్కే సొమ్ము, వర్తకం, పరిశ్రమలపై సుంకాలు, ఇంటి పన్ను, పుల్లరి, ఇత్యాదివి ప్రభుత్వ ప్రధాన ఆదాయ మార్గాలుగా పనిచేశాయి. భూమి శిస్తు పంటలో 5 నుంచి 50 శాతం వరకు వసూలు చేయడం జరిగింది. ముస్లిమేతరులపైన ఢిల్లీ, బహమనీ సుల్తాన్‌లు 'జిజియా'

పన్నును విధించి, ఆదాయాన్ని రాబట్టేవారు. రాజ్యాదాయంలో అధిక భాగం సైన్య నిర్వహణకై ఖర్చు చేయడం జరిగింది. అశ్వికదళం, కాల్బలం, గజదళం ముఖ్య అంగాలుగా

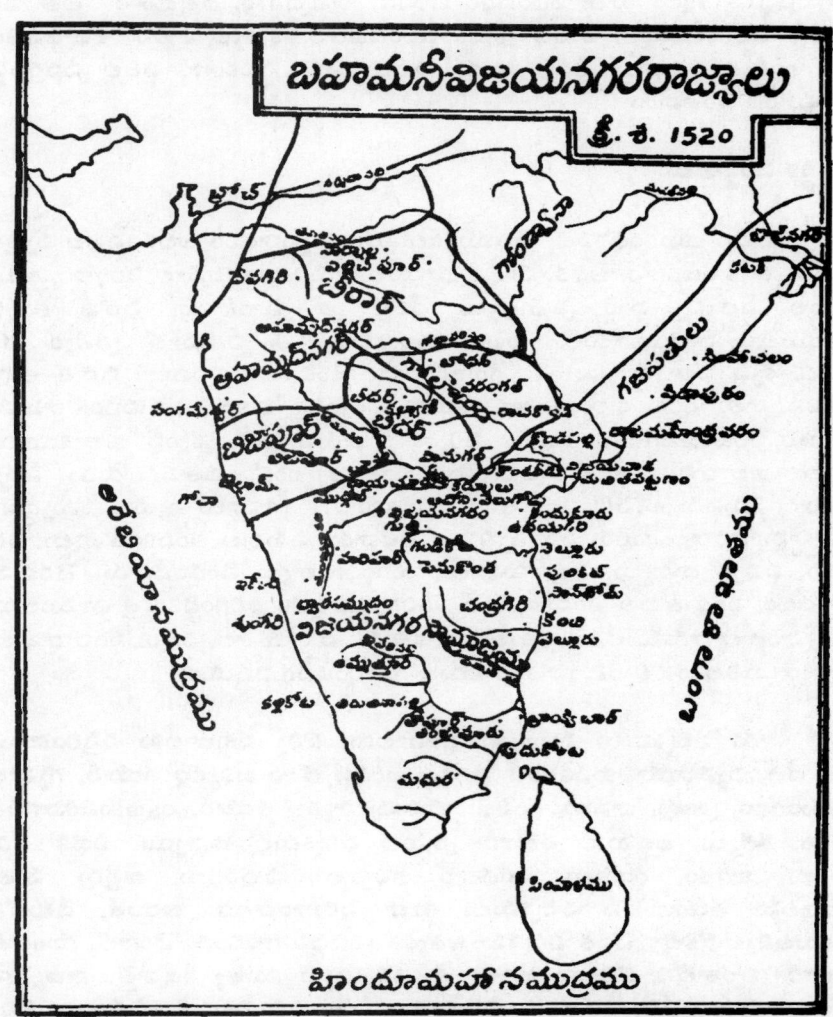

పటం : బహమనీ, విజయ నగర రాజ్యాలు (1520)

మూలం : 'భారత దేశ చరిత్ర-సంస్కృతి', ప్రథమ భాగం, పుట 338, తెలుగు అకాడమి ప్రచురణ

ఉన్నై. తన అశ్విక సమర్ధ నిర్వహణకై, అల్లా ఉద్దీన ఖిల్జీ నిత్యావసర వస్తువుల ధరల స్థిరీకరణనములు పరచటం, గమనించ దగ్గ విషయం. సామంతులు,జాగీర్దార్లు కూడా సైన్య నిర్వహణలో పాలు పంచుకునేవారు.

న్యాయ నిర్వహణలో సుల్తానే అగ్రాసనాధిపతి. స్మృతులు, ఇతర పవిత్ర గ్రంథాలు, స్థానిక ఆచారాలు, సంప్రదాయాలు, నేర విచారణలో గణనకు తీసికొనబడేవి. గ్రామాల్లో గ్రామ ప్రముఖులు సభ్యులుగా ఉండే 'ధర్మాసనాలు' నేర విచారణ నిర్వహించేవి. సాధారణంగా శిక్షలు కఠినంగా ఉండేవి. అంగచ్ఛేదం, శరీరంలోకి మేకులు కొట్టడం లాంటి అమానుషమైన శిక్షలు కూడా విధించడం జరిగేవి. రాజద్రోహం, దేశద్రోహం అతి పెద్ద నేరాలుగా పరిగణించబడి, మరణ శిక్షలు విధించబడేవి. కొత్వాల్ పోలిస్ శాఖాధిపతిగా ఉండి, శాంతి భద్రతలను పరిరక్షించేవాడు. ముహతసిబ్ స్థానికంగా, ప్రజల ప్రవర్తనపై గట్టి నిఘావేసి ఉంచేవాడు

ఆర్థిక పరిస్థితులు

ప్రాచీన యుగంలో వలె, ఈ యుగంలో కూడా వ్యవసాయం అధిక ప్రజల వృత్తిగా ఉండింది. ఈ కారణంగానే, అధిక, నూతన భూముల సాగుకై, జలాశయాల నిర్మాణం, అటవీ భూముల సేద్యాన్ని నాటి ప్రభుత్వాలు చేపట్టి ప్రోత్సహించాయి. ఫిరోజ్ తుగ్లక్, కాకతీయులు, బహమనీలు, విజయనగరాధీశులు, ఈ విషయాల్లో ప్రత్యేక శ్రద్ధ వహించి, కృషి సల్పారు. ఘుక్కర్, గంగా నదుల నుంచి నీటి సరఫరాకై ఫిరోజ్ తుగ్లక్ తవ్వించిన నాల్గు పంట కాల్వలు, కాకతీయులు నిర్మించిన పాకాల, లక్నవరం, రామప్ప తటాకాలు, విజయనగర రాజులు నిర్మించిన పోరుమామిళ్ళ, హంపీ జలాశయాలు, కర్నూలు జిల్లాలోని అటవీ ప్రాంతాన్ని కాకతీయ రెండో ప్రతాపరుద్రుడు సేద్య, వాసయోగ్య మొనర్చుట,పేర్కొనదగ్గ కొన్ని కార్యక్రమాలు. గ్రామాలు స్వయం సమృద్ధంగా ఉండి, స్థానికావసరాల మేర్లకు వస్తూత్పత్తిని కావించేవారు. పశువుల పెంపకంతోబాటు, వరి, గోధుమ, పప్పు ధాన్యాలు, పత్తి, సువ్వులు, సుగంధద్రవ్యాలు పండించేవారు. చెరకును పండించటం, పండ్ల తోటల పెంపకం గూడా విరివిగా చేపట్టడం జరిగింది. కొత్త భూములను, అటవీ ప్రాంతాల సాగును చేపట్టే రైతులకు, కాకతీయ, బహమనీల, విజయనగర రాజులు ప్రత్యేక రాయితీలను కల్పించి, ప్రోత్సహించుట గమనించదగ్గ విషయం.

నాడు పరిశ్రమలు ముఖ్యంగా గ్రామాలకు, కొన్ని పట్టణాలకు విస్తరించాయి. బట్టల నేత, వ్యవసాయానికుపకరించే నాగళ్ళు, బండ్లు, తోలు బక్కెట్లు తయారీ, గృహాల్లో వాడే కుండలు, త్రాళ్ళు, చాపలు, గంపలు, లోహపు పాత్రల తయారీ, రక్షణకువయోగపడే చాకులు, కత్తులు, ఖడ్గముల తయారీ, గ్రామీణ పరిశ్రమల్లో ఉన్నాయి. వీటికి తోడు ఇటుకలు, కాగితం, రంగులు, పంచదార, కప్పులు, పాదరక్షలు, అత్తర్లు, మత్తు పానీయాలను తయారుచేసే పరిశ్రమలు కూడా పేరుగాంచాయి. అయితే, దేశంలోని పరిశ్రమలన్నిటిలోకెల్లా, చేనేత పరిశ్రమ అత్యంత ప్రసిద్ధిని గాంచింది. బెంగాల్, గుజరాత్, మలబార్ ప్రాంతాల్లోని కొన్ని పట్టణాలు ఈ పరిశ్రమకు ముఖ్య కేంద్రాలై, నాణ్యమైన వస్త్రాలను తయారుచేసి, విదేశాలకు ఎగుమతి చేసేవి. ఢిల్లీ సల్తనత్ ప్రభుత్వం, కొన్ని కార్ఖానాలను నెలకొల్పి ప్రభువర్గానికి అవసరమైన వస్తువులను ఉత్పత్తి చేయించేది. ఢిల్లీలో నెలకొల్పిన సిల్క్ కార్ఖానాలో 4,000 నేతగాండ్రను నియోగించారనటం, వీటి ప్రాముఖ్యతను, బాహుళ్యాన్ని తెలియజేస్తుంది. నాటి పరిశ్రమల్లో వాడిన సాధనాలు, పద్ధతులు పురాతనమైనవైనా, అవసరాలకు తగిన ఉత్పత్తిని అందించగల్గాయి. ప్రతి వృత్తికి సంబంధించిన కళాకారుల ప్రయోజన, రక్షణ నిమిత్తం 'శ్రేణి' లేక వృత్తి సంఘముండేది.

వ్యవసాయ, పారిశ్రామికాభివృద్ధి వ్యాపార ప్రగతికి దోహదం చేసింది. పట్టణాలు, రాష్ట్ర రాజధానులు స్వదేశీ వ్యాపార కేంద్రాలుగా పనిచేశాయి. ఢిల్లీ ప్రసిద్ధినొందిన వ్యాపార కేంద్రంగా ఉందని, విదేశీ యాత్రికుడైన ఇబన్ బటూట (Iban Batuta) పేర్కొన్నాడు.

గుజరాత్ వైశ్యులు, ముల్తానీలు, రాజస్తాన్ మార్వాడీలు, బంజారాలు, నాటి వ్యాపార ప్రముఖులు. అయితే, విదేశీ వాణిజ్యం మాత్రం, తురుష్కుల, అరబ్బుల చేతుల్లో ఉండింది. ఐరోపా, మలయాదీవులు, చైనా, మధ్య ఆసియా, ఆఫ్ఘనిస్తాన్, పర్షియా, టిబెట్, భూటాన్ అదిగాగల దేశాలతో వ్యాపారం విరివిగా సాగేది. తూర్పు తీరాన మోటుపల్లి, పులికాట్, మద్రాస్, నాగపట్నం, పశ్చిమ తీరాన గోవా, భట్కల్, కళ్లికోట, కొచ్చిన్, కాంబే, ప్రధాన రేవు పట్టణాలుగా పనిచేశాయి. వస్త్రాలు, మిరియాలు, అల్లం, సుగంధద్రవ్యాలు, ధాన్యం, చక్కెర, నల్లమందు, నీలిమందు, అదిగాగల వస్తువులు ప్రధానంగా ఎగుమతి చేయగా, అశ్వాలు, విలాస వస్తువులు, అత్తర్లు, బంగారం, వెండి, సీసం, రాగి, ఇత్యాది వస్తువులు దిగుమతి చేసికొనేవారు. వ్యాపారాభివృద్ధి కారణంగా, 'జీటల్' అనే రాగి నాణెం, 'టంక' అనే వెండి నాణెం, 'మొహర్' అనే బంగారు నాణెం, విరివిగా వాడ్డం జరిగింది. రవాణా సౌకర్యాలు అంతగా లేనందున, వ్యాపారస్తులకు దారి దోపిడీ దొంగల బాధ ఉండేది. వడ్డీ వ్యాపారం కూడా నశించింది. పది నుంచి ఇరవై శాతం వడ్డీ పుచ్చుకొనెడివారు.

నాటి ఆర్థిక పరిస్థితులు మొత్తం మీద సంతృప్తికరంగా తోచినప్పటికినీ, భిన్న తరగతులకు చెందిన ప్రజల జీవన ప్రమాణాల్లో ఎంతో వ్యత్యాసముంది. ప్రభు, ఉన్నత వర్గాలవారు సంపదల్లో మునిగితేలితే, కార్మిక, కర్షక, కూలిపనివారు కనీస అవసరాలు గడవక, అనేక అగచాట్లకు గురైనారు. కరువు, క్షామం, అంటు వ్యాధులు ప్రబలినప్పుడు, వీరి పరిస్థితి మరింత దుర్భరమయ్యేది. స్వదేశీ, విదేశీ సమకాలీన రచయితలైన షమ్సినిరాజ్, ఇబన్ బటూటా, అథ్నానియస్ నికిటిన్ లు నాటి ఈ జీవన ప్రమాణ అగాథాలను గుర్తించి, పేర్కొనడం గమనించదగ్గ విషయం.

సామాజిక వ్యవస్థ

సల్తనత్, బహమనీ పాలన కారణంగా, సామాజిక వ్యవస్థలో హిందువులకు తోడు మహమ్మదీయులు ప్రముఖ వర్గంగా ఏర్పడ్డారు. విభిన్న ఆచారాలు, సంప్రదాయాలు, సంస్కృతి కలవారైనప్పటికీ, శతాబ్దాల తరబడి సహజీవన ఫలితంగా, ఇద్దరి విధానాలు, నమ్మకాలు, వ్యవహారాల్లో మార్పులు రాసాగాయి. యుద్ధ సమయాల్లో 'జనానా' స్త్రీలను హతమార్చడం, శకునాలు, తాయెత్తులు, జాతకాల్లో నమ్మకం, యోగులు, మత గురువుల పట్ల భక్తి శ్రద్ధలెక్కువగుట, ఇత్యాదివి మహమ్మదీయుల్లో పెంపొందడానికి హైందవ ప్రభావం దోహదమైంది. అదేవిధంగా, ఏకేశ్వరోపాసన, సాంఘిక సమతాభావం విగ్రహారాధన నిరసన, ఇత్యాది లక్షణాలతో కూడుకొన్న భక్తి మతం హైందవుల్లో ప్రబలడానికి, ఇస్లాం మతస్థుల ప్రభావ మెంతైనా ఉంది. వస్త్రధారణ, శరీరాలంకరణ, ఆహారపానీయాదులు, పండుగలు, వ్రతాల ఆచరణలో కూడా, పరస్పర ప్రభావం, ఫలితంగా మార్పులు లేకపోలేదు.

హిందు, మహమ్మదీయ ప్రబల వర్గాల్లో అంతర్గత వ్యవస్థలున్నాయి. హైందవ సమాజంలో ఆర్యుల నాటి నుంచి వస్తూన్న చాతుర్వర్ణ వ్యవస్థ ఈ యుగంలో కూడా కొనసాగింది. అయితే, శాస్త్రాలు విధించిన వృత్తి ధర్మాలకు భిన్నమైన విధులను చేపట్టుట కూడా జరిగేది. శూద్రులు రాజ్యపాలనను నిర్వహించుట ఇటువంటిదే. ముస్లింలలో సైతం, సున్నీ, షియా, సూఫీ తెగలే గాక, బొహరా, ఖోజా మొదలైన ముఠా లేర్పడ్డాయి. మహమ్మదీయ సమాజం కులాన్ని గుర్తించక పోయినా, జాతి పరమైన అంతరాలు, వ్యత్యాసాలకు తావిచ్చింది. 'విదేశీయులు', 'దక్కనీయులు', 'హిందూ మతాన్నుంచి ఇస్లాంలోనికి మారిన ఉన్నత కులాల వారు'గా వర్గీకరణ చెంది, ఇదే క్రమంలో సామాజిక గౌరవం, హోదాలను పొందటం జరిగింది.

హిందువులు, మహమ్మదీయుల్లో కూడా, స్త్రీ శిశు జననం సంతోషదాయకంగా భావించలేదు. అయితే, పాలక వంశాలకు చెందిన రజియా సుల్తానా, రాణి రుద్రమదేవి, రూపమతి, గంగాదేవి, ఆదిగాగల వారు విద్యాధికులై, పాలన, సంగీత, సారస్వత రంగాల్లో గొప్ప ఖ్యాతిని గడించుట మనమెరిగిన విషయమే. కాని, సంప్రదాయికత, సంకుచితత్వం, అవిద్యల కారణంగా, 'జనానా', 'పర్దా', 'జౌహార్', 'సతి' ఇత్యాది దురాచారాలకు నాటి స్త్రీలు గురి అయి, సాంఘిక సమానత్వాన్ని కోల్పోవటం దురదృష్టకరమైన విషయం. పైతృక కుటుంబ వ్యవస్థ పురుషులకు గల ఆస్తి హక్కులు ఈ పరిస్థితికి దోహదకారులుగా పని చేశాయి.

నాటి మధ్య తరగతి ప్రజలు డాబా ఇండ్లలో నుండగా, సామాన్య ప్రజలు పూరిండ్లలో తల దాచుకునేవారు. వరి, జొన్నలు, ఇతర ధాన్యాలు ముఖ్య ఆహార పదార్థాలుగా ఉండేవి. నాటి రాజులు, ప్రజలు శాకాహారులు, మాంసాహారులు కూడాను. సామాన్య ప్రజలు ధోవతి, చొక్కా, తలపాగలు లేక టోపీలను ధరించేవారు. రాజులు మాత్రం ఖరీదైన మెత్తని, బంగారు జరీకల పట్టు వస్త్రాలను ధరించేవారు. ప్రజల్లో అధిక సంఖ్యాకులు పాదరక్షల నుపయోగించేవారు కాదట.

సాంస్కృతికాభివృద్ధి

సాంస్కృతిక పరిణామ స్రవంతిలో సల్తనత్ యుగం వెల్లివిరిసింది. దేశ చరిత్రలో ప్రప్రథమంగా రెండు విశిష్ట సంస్కృతులు ఏక కాలంలో సహజీవనం చేసి, సమన్వయం చెందాయి. ఫలితంగా, భిన్న సాంస్కృతిక రంగాల్లో నూతన రీతులు, లక్షణాలు రూపాన్ని దాల్చాయి. భక్తి, సూఫీ మతోద్యమాలు, హిందూస్థానీ జీవిత విధానం, వీటికి మచ్చుతునకల్లాంటివి. ఒక పక్క ఉత్తర భారతంలో ఈ వినూత్న సాంస్కృతిక సమ్మేళనం కొనసాగుతూండగా, దక్షిణాన, యాదవ, కాకతీయ, హొయసాల, విజయనగర రాజ్యాధినేతలు ప్రాంతీయ, హైందవ సంస్కృతి విలక్షణతను, వికాసాన్ని ప్రాముఖ్యతను ఎలుగెత్తి చూపటానికి అహర్నిశలు కృషిచేయటం ఎంతైనా పరిశీలించదగ్గ పరిణామం.

విద్య, సారస్వతాలు

నాడు విద్య ప్రధానంగా మతపరమైందిగా ఉండేది. కారణం, పాఠశాలలు దేవాలయాలకు, మసీదులకు అనుబంధంగా ఉండేవి. విజ్ఞాన, సాంకేతిక శాస్త్రాలకు బదులుగా, వేదాంత, ఇతిహాస, పురాణాదులు, వ్యాకరణ, గణిత, అలంకార, జ్యోతిష్య శాస్త్రాదులను అభ్యసించేవారు. మహమ్మదీయ పాఠశాలలు (మదరసాలు) ఎక్కువగా ప్రభుత్వ సహాయంతో నడిచేవి. అయితే, విదేశాలతో పెంపొందిన వైజ్ఞానిక సంబంధాల ఫలితంగా, శాస్త్రీయ విజ్ఞానం కూడా కొంత మేరకు అందించడం జరిగింది. ఉదాహరణకు, భారతీయ వైద్య విధానాలు పశ్చిమాసియాలో ఆదరణను పొందగా, అక్కడి యునాని వైద్యాన్ని భారతదేశంలో నేటివరకు కూడా అధికంగా వాడుతున్నారు. వృత్తి విద్యా శిక్షణ, వృత్తి కళాకారులు, ప్రభుత్వ కార్ఖానాల ద్వారా ఇవ్వడం జరిగేది. నాటి సమాజంలో వైజ్ఞానిక సంబంధాలు కొద్దిమందికి మాత్రమే పరిమితమయ్యాయి. అచ్చుయంత్రాల లేమి కారణంగా, గ్రంథాలు చేతితో రాయడం, కొద్ది సంఖ్యలో మాత్రమే లభ్యమయ్యేవి. ప్రజల్లో అధిక సంఖ్యాకులు నిరక్షరాస్యులుగా ఉండేవారు.

రాజులు, సామంతులు, ఉన్నతోద్యోగులు, ప్రభువర్గాల వారి ఆదరణ, పోషణల ఫలితంగా, ఇస్లామిక్ యుగంలో ఇతోధిక, బహుముఖ సాహిత్యాభివృద్ధి జరిగింది. పారశీక

సంస్కృతాలతో బాటు ప్రాంతీయ భాషలైన హిందీ, పంజాబీ, బెంగాలీ, మరాఠీ, మైథిలీ, తెలుగు, తమిళ, కన్నడాలు మంచి ప్రగతిని సాధించాయి. భక్తిమత సంస్కర్తలైన చైతన్యుడు, కబీర్, నానక్, మీరాబాయి, నామదేవుడు, జ్ఞానేశ్వరుడు, తుకారాంలు తమ రచనలను, బోధనలను ఆయా ప్రాంతీయ భాషల్లో జరిపి, వీటి అభివృద్ధికి ఘనంగా తోడ్పడ్డారు. అదేవిధంగా, దక్షిణ ప్రాంతంలో వెల్లువిరిసిన వీరశైవ, వైష్ణవోద్యమాలు, అద్వైత, ద్వైత, విశిష్టాద్వైత సిద్ధాంతాల వ్యాప్తి, ప్రచారాలు, తెలుగు, తమిళ, కన్నడ భాషల ప్రగతికి విశేషంగా దోహద పడ్డాయి. ఢిల్లీ, మీరట్ నగరాల పరిసరాల హిందూ, ముస్లిం సైనికోద్యోగుల అవసరాల నిమిత్తమై, వ్యావహారిక హిందీతో పారశీక, టర్కీ, అరబ్బీ భాషల పదజాలం చేరి, ఉర్దూ భాషోత్పత్తి జరగడం, నాడు భాషాపరిణామ చరిత్రలో సంభవించిన గణనీయమైన సంఘటన.

నాటి సాహిత్య రచనల్లో మొదటగా పేర్కొనవలసినవి, చారిత్రక రచనలు. పారశీక గద్యంలో రాసిన *తబకాత్-ఇ-నాసిరి* (మిన్హాజుద్దీన్) మస్నవి; *తారిఖ్-ఇ-అలాయ్* (అమీర్ ఖుస్రూ), *తారిఖ్-ఇ-ఫిరోజ్ షాహి* (జియాఉద్దీన్ బరనీ, షమ్సి సిరాజ్ అఫీఫ్), *తారిఖ్-ఇ-ముబారక్ షాహి* (సర్హింది; యాహ్యాబిన్ అహ్మద్)లు, ఢిల్లీ సల్తనత్ చరిత్ర మీద రాయబడ్డ ముఖ్య ప్రామాణిక గ్రంథాలుగా ఉన్నాయి. అదే విధంగా, ఇసామి, తాబ్తాబి, ఫిరోజ్, ఫెరిస్తాలు బహమనీ సుల్తాన్‌ల చరిత్రపై ముఖ్యమైన రచనలను చేశారు. తెలుగులో (శ్రీకృష్ణదేవరాయలు) రచించిన *జాంబవతీ పరిణయం*, తిరుమలాంబ విరచితమైన *వరదాంబికా పరిణయం*, గంగాదేవి రాసిన *మధురా విజయం*, విజయనగర రాజ్య చరిత్రను తెలిసికోటానికి ఆధారాలుగా ఉపకరిస్తున్నాయి. పృథ్వీరాజ్ ఆస్థాన కవైన చాంద్‌బర్దాయ్ హిందీలో తీర్చిదిద్దిన మహాకావ్యం *పృథ్వీరాజ్ రాసో* కూడా, ఈ కోవకు చెందిందే.

మత, తాత్విక, వ్యాకరణ, అలంకార శాస్త్ర, పద్య, ప్రబంధ, శతక ప్రక్రియలకు సంబంధించిన ఉత్కృష్ట రచనలు, ఈ యుగంలో భిన్న భాషల్లో ఉన్నాయి. అమీర్ ఖుస్రూ, హేమాద్రి, విద్యానాథుడు, పాల్కురికి సోమనాథుడు, జాయపుడు, విద్యారణ్యుడు, సాయనుడు, తిక్కన, అల్లసాని పెద్దన, నంది తిమ్మన, వేమన, భీమకవి, కుమార వ్యాస, కుమార వాల్మీకి ఆదిగాగల రచయితలు, ఈ యుగ సాహిత్య సృష్టికి కారణభూతులైన కొందరు ప్రముఖులు. కాకతీయ రుద్రుడు (*నీతిసారం*), శ్రీకృష్ణ దేవరాయలు (*ఆముక్త మాల్యద*) లాంటి పాలకులు, కవి పోషణతోబాటు, తాము స్వయంగా విద్వత్ రచనలను గావించారు. సమకాలీన మతపరిస్థితులు, అవసరాలను దృష్టియందుంచుకొని, వేదాలు, బ్రాహ్మణాలు, ఆరణ్యకాలు, రామాయణ, మహాభారతాలపై విద్యారణ్య, సాయన, రామానుజ, మధ్వాచార్య, వేదాంత దేశికుడు లాంటి తత్వవేత్తలు, ప్రసిద్ధిగాంచిన వ్యాఖ్యాన రచనలను వెలువరించారు. *తిబ్-ఇ-సికిందరి*, *సంగీత రత్నాకరం* (సారంగదేవుడు), *నృత్తరత్నావళి* (జాయపుడు) లాంటి వైద్య సంగీత, నాట్య శాస్త్రాలకు సంబంధించిన ఉత్తమ గ్రంథాలు కూడా, ఈ యుగమందు రూపుదాల్చాయి.

మతోద్యమాలు

ఇస్లాం, హిందూ మతాల మధ్య నెలకొన్న సన్నిహిత సంబంధాల ఫలితంగా మత రంగంలో విశేషాత్మకమైన మార్పులు చోటు చేసుకున్నాయి. ఒక దాని ప్రభావం మరోదాని మీద పడింది. బహుదేవతారాధన, వ్యయ ప్రయాసలతో కూడిన కర్మకాండలు వర్ణ వ్యత్యాసాలు, ఇత్యాది అరిష్టాలతో నీరసించిపోతున్న హైందవ మతస్థులకు ఇస్లాంలో ఉన్న ఏకేశ్వరోపాసన, నిరాడంబర పూజా విధానం, నిర్గుణోపాసన, సాంఘిక సమతా భావం, ఆలోచనను, వివేకాన్ని కల్గించాయి. అదేవిధంగా, హిందూమతం తో ఉన్న ... సుగన్న

సిద్ధాంతాలు, పరమత సహనం, భగవంతుని కరుణలో అచంచల విశ్వాసం, ఆయనలో ఐక్యమవడానికి భక్తుని కృషి, ఇత్యాది లక్షణాల పట్ల, మహమ్మదీయులు ఆకర్షితులై, ప్రభావాన్ని పొందారు. ఇట్టి వైజ్ఞానిక పరిస్థితులు ప్రభావాల ఫలితంగా, భక్తి, సూఫీ మతోద్యమాలు రూపుదాల్చి విస్తృత వ్యాప్తినొందాయి.

మోక్ష సాధనకై భక్తి మార్గావలంబన, ప్రచారం, ఉపనిషత్తుల నాటి నుంచే లేకపోలేదు. అయితే, మధ్యయుగ సంస్కర్తలు, విగ్రహారాధనను, బహుదేవతారాధనను, క్రతుకర్మకాండలను, కుల విభేదాలను గట్టిగా ఖండించి, వీటి నిర్మూలనకై తదేకంగా పోరుసల్పటం, ప్రత్యేకంగా గమనించదగ్గ పరిణామం. ఆరాధ్య దైవం శంకరుడైనా, రాముడైనా, విఠోబా అయినా, కృష్ణుడైనా, లేక నిరాకార, నిర్గుణుడైనా, భక్తి మత ప్రబోధకుల ముఖ్య సందేశాలు, సూత్రాలు మాత్రం ఒకటిగానే ఉండేవి. త్రిమతాచార్యుల్లో ప్రథముడైన శంకరాచార్యుడు (క్రీ.శ.788-820) నుంచి ఛత్రపతి శివాజీకి (1627-1680)కి సమకాలికుడైన సంత్ తుకారామ్ వరకు, పలువురు సంస్కరణ కర్తలు తమ ప్రచారాలను, ప్రజలకర్థమయ్యే ఆయా ప్రాంతీయ భాషల్లో, దేశం నలుమూలలా అద్వితీయంగా నిర్వహించారు. రామానుజ, మధ్వాచార్యులు దక్షిణ ప్రాంతంలో, రామానందుడు, కబీర్ ఉత్తర ప్రదేశ్‌లో, వల్లభాచార్యుడు, చైతన్యుడు బెంగాల్‌లో, మీరాబాయి రాజస్తాన్‌లో, నానక్ పంజాబ్‌లో, జ్ఞానేశ్వరుడు, నామదేవుడు మహారాష్ట్ర ప్రాంతంలో, భక్తిమత వ్యాప్తిని భిన్న రూపాల్లో గావించారు.

దాక్షిణాత్య రాజ్యాలైన యాదవ, కాకతీయ, హొయసాల, విజయనగర ప్రాంతాల్లో భక్తి మత విజృంభణ, వ్యాప్తి, వీరశైవ, వైష్ణవ రూపాలను దాల్చింది. విశ్వేశ్వర శంభువు, బసవుడు, మల్లికార్జున పండితారాధ్యుడు, వేదాంత దేశికర్, వ్యాసతీర్థుడు, విద్యారణ్యుడు, ఈ సందర్భంగా పేర్కొనదగియున్నారు. అయితే, ప్రజల్లో వైదిక ధర్మాసక్తి కల్గించడానికి, తద్వారా దాని రక్షణకు వారిని పురికొల్పటానికి, కొంతమంది దాక్షిణాత్య మత తత్వవేత్తలు, పవిత్ర గ్రంథాలైన వేదాలు, స్మృతులకు, ధర్మ శాస్త్రాలు, ధర్మసూత్రాలకు వ్యాఖ్యానాలు, భాష్యాలు రాయసాగారు. బెంగాల్‌లో విశ్వేశ్వర, కుల్లుక పండితులు, విజయనగరంలో సాయన, మాధవాచార్యులు, ఈ రంగంలో గొప్ప కృషి సల్పారు. కాని, వీరి కృషి ప్రభావం సంప్రదాయ వర్గాలకు మాత్రమే పరిమితమైందని చెప్పవచ్చు. నాటి దాక్షిణాత్యాధినేతలు మాత్రం, శైవ, వైష్ణవాలను అభిమానించినా జైనులు, ముస్లింలు, క్రైస్తవుల లాంటి ఇతర మతాల వారికి కూడా ఆదరణ, స్వాతంత్ర్య, స్వేచ్ఛలు కల్పించటం, గుర్తించాల్సిన విషయం.

భగవంతునియందు ప్రేమను నిల్పి, తద్వారా మానవుడు ఆయనలో ఐక్యాన్ని పొందవచ్చుని, ఇదే జీవిత చరమ లక్ష్యంగా ఉండాలని, సూఫీలు విశ్వసించి, బోధించారు. వీరి ప్రేమతత్వ కారణంగా, సర్వమతాలు, కులాలు, అంతస్తుహెూదాల వారిని, వీరు పూర్తి సమభావంతో చూడగల్గారు. సంప్రదాయ ప్రియులైన ఉలేమాలకు, ఈ హృదయ, భావ వైశాల్యత నచ్చలేదు. అదే విధంగా, ఇస్లాం మత గురువులు, మత విషయాలతో రాజకీయ విషయాలను జోడించటంవల్ల సూఫీలు తమ అసంతృప్తిని వ్యక్తపర్చారు. వీరు పలు శాఖీయులుగా ఉన్నారు. అట్టి వాటిలో, చిస్తి, సుహ్రావర్ది, ఫిరదౌశి శాఖలు, వరుసగా, ఢిల్లీ, సింధ, బీహార్ ప్రాంతాల్లో బహుళ ప్రచారం, వ్యాప్తిని గాంచాయి. భక్తిమత ప్రబోధకుల వలె వీరు కూడా, భగవంతుని యందు విశ్వాసప్రేమలు, ఆయనతో ఐక్యాన్ని ప్రవచించినప్పటికీ, వీరు వైరాగ్య, ఏకాంత జీవితాన్ని అవలంబించి, సామాజిక జీవనా స్రవంతికి దూరంగా ఉండటం, భక్తిమత సంస్కర్తల పంథాకు భిన్నంగా ఉండటమే కాకుండా, వీరి సేవలు నాటి సమాజానికంతగా ఉపకరించలేకపొయ్యాయి.

వాస్తు, శిల్ప, చిత్రకళలు

సల్తనత్ యుగం నాటి పాలకులు వివిధ రకాల సుందర నిర్మాణాలను గావించారు. నూతన నగరాలు, గిరి, జల్య దుర్గాలు, ప్రాసాదాలు, పౌరభవనాలు, దేవాలయాలు, మసీదులు, విద్యాసంస్థలు నిర్మించడం జరిగింది. ఇతర రంగాల్లో వలె, కళారంగంలో కూడా, ఇస్లామిక్, హిందూ వాస్తు, శిల్ప కళారీతులు ప్రత్యేకంగా ఉండి, ఏక కాలంలో ఉపయోగించడం జరిగింది. తత్కారణంగా, పరస్పర ప్రభావాలేర్పడి, నూతన పరిణామాలకు దోహదమైంది. దీనికి, మరికొన్ని ఇతర పరిస్థితులు కూడా అనుకూలించాయి. ఢిల్లీ, బహమనీ సుల్తాన్‌లు తమ నిర్మాణాలకు గాను ప్రత్యేక స్థపతులను, అరేబియా, పర్షియా, మధ్య ఆసియా దేశాల నుంచి రప్పించినప్పటికీ, వీరు తయారు చేసిన నమూనాలకు కార్య రూపాన్నిచ్చింది దేశీయ కళాకారులు, పనివారే. కొన్ని సందర్భాల్లో దేశీయ దేవాలయాలు, కళాశాలల్లో కొద్ది మార్పులు చేసి, వాటిని మసీదులుగా మార్చడం కూడా జరిగింది. వీటన్నింటి ఫలితంగా, ఇస్లామిక్, హిందూ కళారీతులు సమ్మేళనం చెంది, నూతన, విభిన్నమైన "హిందూస్తానీ శైలి" ఏర్పడింది. దీనికి తోడు, రాష్ట్ర ప్రాంతాలైన బెంగాల్, జౌన్‌పూర్, మాళ్వ, గుజరాత్, బీదర్, దాక్షిణాత్య రాజ్యాల్లో స్థానిక శైలులు జనించి, కళారంగ విలక్షణతను, శోభను పెంపు చేశాయి.

సల్తనత్ నేలిన ప్రథమ వంశమైన బానిస రాజుల కాలంలో, ఢిల్లీలో నిర్మించబడిన కుతుబ్‌మీనార్, కువ్వతుల్ ఇస్లామ్ (ఇస్లామ్ శక్తి) ప్రసిద్ధిని గాంచాయి. ప్రార్థనా పిలుపివ్వటానికై ఉద్దేశించిన కుతుబ్‌మీనార్ నిర్మాణాన్ని కుతుబుద్దీన్ ప్రారంభించగా, ఇల్‌టుట్‌మిష్ పూర్తి చేశాడు. ఎత్తుకు, ఆకృతికి, అందమైన చెక్కడాలకు పేరుగాంచిన ప్రపంచ మీనార్ (tower)ల్లో ఒకటిగా, ఇది ప్రసిద్ధిని సంపాదించింది. దీని గాంభీర్యత, నిశ్చలత, కింది నుంచి పైకి పోయే కొద్దీ ఆకృతి లేక పరిమాణం చిన్నదవటం ఇత్యాది వాస్తు లక్షణాలు, పెర్సీబ్రౌన్, ఫర్గూసన్ లాంటి కళా పరిశీలకులను ముగ్ధులను చేయడం జరిగింది. కువ్వతుల్ ఇస్లామ్ అనే మసీదు, అక్కడ ఉన్న 10.వ శతాబ్ది చౌహాన్‌ల దేవాలయాన్ని తగు వాస్తు మార్పులు కావించి, నిర్మించినటువంటిది. దీని చుట్టూ కొరాన్ సూక్తులతో, ఖండవృత్తద్వారాలతో ఉన్న శిలావరణం, ఇక పెద్ద శిల్ప కళాఖండంగా ఏర్పడింది. ఖిల్జీల కాలంలో అలంకరణ, వర్ణవైచిత్రి పెరిగాయి. అల్లావుద్దీన్ ఖిల్జీ కుతుబ్‌మీనార్ వద్ద నిర్మించిన అలాయ్ దర్వాజా, వీటికి నిదర్శనంగా ఉంది. ఈ ద్వారం ఆర్చీల ఆకృతిలో అద్భుత ముగ్ధత్వం, సుందరత దర్శనమిస్తాయి. తుగ్లక్‌ల మత నిరాడంబరత, పవిత్రత, పరిమిత ఆర్థిక వనరుల కారణంగా, వీరి వాస్తు శిల్ప నిర్మాణాల్లో అలంకరణ, లాలిత్యం, వైవిధ్యం మృగ్యమై, వీటి స్థానంలో నిరాడంబరత, స్థూల గాంభీర్యం, ధృఢత్వం చోటు చేసుకున్నాయి. అయితే, తుగ్లకాబాద నూతన నగరంలో నిర్మించిన ఘియాసుద్దీన్ తుగ్లక్ సమాధిలో, హిందూ దేవాలయంలో వలె, ఆమలకం, కలశం వాడటం గమనించదగ్గ విషయం. సికిందర్ లోడి సమాధి పై కప్పు అంతర్భాగ అలంకరణ, ద్వార ఆకృతి రూపకల్పనలో, హైందవ వాస్తు శిల్ప ప్రభావముండుట కూడా విశేషం.

హిందూస్తానీ శైలిని దక్కన్‌లో బహమనీ సుల్తాన్‌లు ప్రోత్సహించారు. గుల్బర్గా, బీదర్, బీజాపూర్, గోల్కొండలు ముఖ్య నిర్మాణ కేంద్రాలైనాయి. గుల్బర్గాలోని జామీ మసీదు, బీదర్‌లోని గవాన్ మదర్సా బీజాపూర్‌లోని గోల్ గుంబజ (మెహమ్మద్ అదిల్షా సమాధి), హైదరాబాదులోని చార్మినార్, నాటి ప్రసిద్ధ కట్టడాల్లో పేరెన్నికగన్నవి. ఖాళీ ప్రాంగణం లేకుండా, పూర్తిగా పై కప్పు తో కప్పిన జామీ మసీదు లాంటి నిర్మాణం, భారత

చిత్రం : కుతుబ్ మీనార్

మూలం : Plate No.3 in the book, entitled 'Cities of Mughal India' by Hambly,G. in Osmania University Library Reference Section of Ancient Indian History & Archaeology. Call No.R 913-54 : Acc.No.67397. H. 19C.

దేశంలో అరుదైందిగా భావించడం జరుగుతుంది. బహమనీ రాజ్యం ద్వారా హిందూస్తానీ శైలి, విజయనగర రాజ్యంలో ప్రవేశించింది. దీని ప్రభావం, హంపీ శిథిలాల్లో నేటికీ మిగిలిన పద్మమహల్, గజశాల అదిగాగల భవనాల్లో, చంద్రగిరి భవనాల్లో, మధురలోని తిరుమల నాయకుని మహల్‌ల్లోను చక్కగా కనిపిస్తుంది.

ఉత్తర, దక్షిణ ప్రాంతీయ రాజ్యాలు, రాష్ట్రాల్లో కూడా ఈ యుగంలో వాస్తు, శిల్ప, చిత్రకళలు గొప్పగా అభివృద్ధి చెందాయి. ఉదాహరణకు, పాండువా (బెంగాల్) లోని అదీనా మసీదు, మాండు (మాళ్వా)లోని హిందోళా మహల్ (ఉయ్యాల మండపం), రాణా కుంభా చితోడ్ దుర్గంలో నిర్మించిన విజయ గోపురం (Tower of Victory), వాస్తు, శిల్పకళా రీత్యా,

చిత్రం : రామప్ప దేవాలయ శిల్పం
మూలం : Plate No.63 in the book 'Immortal India' in Osmania University Library Reference Section of Ancient Indian History & Archiaelogy. Call No. 722-41 N.32 I : Acc. No. 3210

కడు ప్రసిద్ధిని గాంచాయి. అదీనా మసీదులో గల **400** గుమ్మటాల్ని బట్టి వాని విస్తృత పరిమాణాన్ని గ్రహించవచ్చు. హిందోలా మహల్ గోడలు **77** డిగ్రీల ఆదోకగా ఉన్నందువల్ల ఊగుతున్నట్లు అనిపిస్తాయి. కనుకనే, దీనికి ఉయ్యాల మందిర నామం సార్థకమైంది.

చాళుక్య వాస్తు శిల్ప సంప్రదాయాలకు వారసులుగా కాతీయులు హనుమకొండ, పాలంపేట, పిల్లమర్రి, పానగల్లు ఆదిగాగల ప్రదేశాల్లో సుందర దేవాలయ నిర్మాణాన్ని

గావించారు. హనుమకొండ వేయి స్తంభాల గుడి వస్తు గాంభీర్యానిక, పాలంపేట (రామప్ప) ఆలయం మనోహర శిల్ప సౌందర్యానికి మచ్చుతునకలుగా ఉన్నాయి. ఇంటి ముంజూరులకు పెట్టు వంకరైన ఆధారాలపై చెక్కిన ఆకృతుల శోభకు, నాట్యం చేయువారి స్వరూపాలను చిత్రించటంలో గల సౌందర్యానికి, కాకతీయ వాస్తు శిల్పకళలు పేరుగాంచాయి. హొయసాలులు ఇవే సాంప్రదాయాలను కొనసాగిస్తూ, తమ ప్రత్యేకతను నిలుపుకున్నారు. బేలూరులోని చెన్నకేశవాలయం, ద్వారసముద్రం (హళిబీడు)లోని హొయసలేశ్వరాలయం, వీరి నిర్మాణశైలి, కౌశలానికి ప్రతీకలుగా ఉన్నాయి. జిలుగు పనితనంతో కూడిన శిల్పాలంకరణ, వీరి నిర్మాణాల ప్రముఖ లక్షణంగా ఉంది. చాళుక్య, హొయసాల శిల్పసంప్రదాయాలకు పరాకాష్ఠగా, విజయనగరాధీశులు విజయనగరం, అహోబిల కాళహస్తి, తిరుపతి, లేపాక్షి, ఇత్యాది చోట్ల ప్రసిద్ధ ఆలయాలను నిర్మించారు. ఎత్తైన గోపురాల (సింహద్వారాల వద్ద)తో కూడిన శిలా ప్రాకారాలు, విశాలమైన రంగమండపాలు, వీటి ముఖ్య లక్షణాలుగా ఉన్నాయి, విజయనగరం విఠలాలయంలోని ఏకశిలా నిర్మిత రథం, అక్కడే సప్త స్వరాలు పలికే స్తంభాలున్న మండపం, విజయనగర శిల్పకళా చాతుర్యానికి మకుటాలుగా వెలుగొందుతున్నాయి.

సంగీత, చిత్రలేఖన కళలను సుల్తానులు అంతగా ఆదరించినట్లు కనపడదు కాని, విజయనగర రాజులు వీటిని శ్రద్ధతో పోషించారు. పలు సంగీత శాస్త్ర గ్రంథాలు రాయడం జరిగింది. వాటిలో విద్యారణ్యుని "సంగీతసారం" ప్రౌఢరాయల "మహానాటక సుధానిధి", రామయ మంత్రి "సర్వమేళకళానిధి" పేర్కొనదగ్గవి. కూచిపూడి భాగవతం, యక్షగానం బాగా ఆదరించడం జరిగింది. లేపాక్షిలోని వీరభద్రేశ్వరాలయంలో, ఈ కాలంనాటి చిత్రలేఖనాలు దర్శనమిస్తున్నాయి. రంగులతో కలిపిన నీటిని, తడి ఆరని గచ్చుపై పూయు పూర్వ పద్ధతికి బదులుగా, సున్నపునీటితో కలిపిన రంగులను, గోడలపైనున్న తడి ఆరిన గచ్చుపై పూయు నూతన ప్రక్రియ చేపట్టడం జరిగింది. రామాయణంలోని కొన్ని కొన్ని ఘట్టాలు, విష్ణువు అవతారాలు, ఇక్కడ సుందరంగా చిత్రించడం జరిగింది.

అరబ్బుల సింధ్ ఆక్రమణ నుంచి ఢిల్లీ సుల్తాన్ పతనం వరకు, ఎనిమిది శతాబ్దుల పైన సుదీర్ఘ చారిత్రక కాలం గడచింది. దీనిలో ప్రధానంగా, ఇస్లాం, హిందూ సంస్కృతులు తారసిల్లాయి. రాజకీయ, పాలనా, ఆర్థిక రంగాల్లో మాత్రం, ప్రశస్తమైన, శాశ్వతమైన మార్పులేవీ సంభవించలేదు. యావద్భారత రాజకీయైక్యతగాని, సుస్థిర కేంద్ర ప్రభుత్వ పాలనా వ్యవస్థగాని, పటిష్టమైన ఆర్థిక సంస్కరణలుగాని, ప్రవేశపెట్టలేదు. కాని, సామాజిక, సాంస్కృతిక రంగాల్లో మాత్రం, ముఖ్యమైన, శాశ్వతమైన పరిణామాలేర్పడ్డాయి. భక్తి, సూఫీ మతోద్యమాలు విజృంభించాయి. సాంఘిక సమతా భావం, నిరాడంబర పూజావిధానం, ఏకేశ్వరోపాసన, ఎలుగెత్తి చాటడం జరిగింది. పారశీక, సంస్కృతాలతోబాటు, ప్రాంతీయ, లేక దేశీయ భాషల ప్రగతి అద్వితీయంగా సాగింది. హిందీ, అరబిక్, టర్కీ, పారశీక భాషల మేలుకలయికగా, ఉర్దూ భాష జనించింది. ఇస్లామిక్, హిందూ వాస్తు శిల్పకళా రీతుల సమ్మేళనంగా, హిందూస్తానీ శైలి ఉద్భవించింది. రామ్, రహీమ్, ఈశ్వర్, అల్లా, హిందువు, ముస్లిమ్, బ్రాహ్మణుడు చర్మకారుడు, అంతా ఒక మూసలోని వారే అని విశ్వసించి, చాటిన కబీర్, నానక్‌లు ఈ యుగ సామాజిక, సాంస్కృతిక ఐక్యతా భావాలకు సంకేతాలకు నిల్చిన మూర్తులు. ముస్లిమీయం, హైందవీయంకాని, హిందూస్తానీ జీవిత విధానం ఉత్తర భారతంలో 1527లో తాను కన్నట్లు, బాబర్ తన స్వీయ చరిత్రలో పేర్కొనటం, ఎంతైనా గమనించదగ్గ విషయం. ఇట్టి సాంస్కృతిక సహజీవనం, సమన్వయం, తర్వాతి మొగల్, మరాఠా యుగంలో మరింతగా అభివృద్ధి చెంది, బలపడటం, మనం తెలుసుకోబోతున్న గొప్ప చారిత్రక స్రవంతి పరిణామం.

9

మొగల్, మరాఠా యుగం : జాతీయ రాజరికాలు (1526 - 1764)

ఢిల్లీ సల్తనత్, దాక్షిణాత్య రాజ్యాల పతనానంతరం, మొగల్‌లు, మహారాష్ట్రులు, మధ్యయుగ చరిత్రలో, ప్రముఖ స్థానాన్ని అలంకరించారు. మొగల్‌లు మంగోలియా, మధ్య ఆసియా, ప్రాంతాల నుంచి బయల్దేరి, భారతదేశ అక్రమణ, అధిపత్యాలకు పూనుకోగా, మరాఠీలు ఈ గడ్డమీదనే జన్మించి, జాతీయత ఐక్యతలతో కూడుకొన్న రాజ్య స్థాపనకై నడుంకట్టి, పోరు సల్పారు. మత ప్రమేయం లేని, ఉదార రాజనీతి విధానాన్ని అవలంబించి, జాతీయ రాజరిక వ్యవస్థను నెలకొల్పటంలో మొగల్‌లు, అక్బర్ (1556 - 1605)ద్వారా, శాశ్వత కీర్తిని సంపాదించారు. అయితే, ఈ విషయం, ఇంకా అనేక ఇతర పాలనా సంస్కరణల విషయంలో, షేర్షా సూర్ (1540 - 45) మొగల్‌లకు మార్గదర్శకుడవటం ఎంతైనా గమనించదగ్గ పరిణామం. అక్బర్ తరవాతి మొగల్ అధినేతలు, శివాజీ (1647 - 1680) తరవాతి మరాఠా పాలకులు, ఈ విధాన ప్రాముఖ్యతా పటిష్టతలను విస్మరించి, నిర్లక్ష్యం చేయటం కారణంగానే వారి రాజ్యాల క్షీణత క్రమానుగతిన పుంజుకుంది. రెండోవైపున, 1615లో సూరత్‌లో తమ ప్రథమ వర్తక స్థావరాన్నేర్పరచుకున్న ఆంగ్లేయుల నుంచి, భవిష్యత్తులో తమ రాజ్య, అధికార, సుస్థిరతలకు రాబోయే ప్రమాదాన్ని వీరూహించి, తగు సంఘటిత చర్యలు తీసికోని కారణంగా, వీరి పరిస్థితి మరింత క్లిష్టమైంది. అయినప్పటికీ, ఈ సుదీర్ఘ యుగంలో ప్రవేశపెట్టబడిన పరిపాలన, ఆర్థిక, సామాజిక సంస్కరణలు, ఇస్లామిక్ యుగం నుంచి వస్తూ, దీనిలో కొనసాగి, పరిపూర్ణ స్వరూపాన్ని తీసుకున్న భిన్న సంస్కృతుల సమ్మేళనం, దాని నుంచి లభించిన అత్యంత విలువైన పరిణామాలు, దీనికెంతో శోభను, ప్రాముఖ్యతను చేకూర్చాయి.

మొగల్ పాలనా స్థాపన (1526 - 30)

జహిరుద్దీన్ మహమ్మద్ బాబర భారతదేశంలో మొగల్ పాలనా స్థాపకుడయ్యాడు. తల్లిదండ్రుల పరంగా ఈతడు మంగోల్, తురుష్క వంశాల వారసత్వ గుణాలను పుణికి పుచ్చుకున్నాడు. చరిత్రలో గణుతికెక్కిన తన పూర్వీకులైన చంగీజ్‌ఖాన్, తైమూర్‌లు పాలించిన ప్రాంతాలను ఆక్రమించాలనే కాంక్ష, ఈతనిలో ప్రబలంగా ఉండింది. భారతదేశ సిరిసంపదల గురించి కూడా, బాబర్ వినటం జరిగింది. తన పదకొండవ యేటనే (1494) తండ్రి మృతి కారణంగా ఈతడు మధ్య ఆసియాలోని 'ఫర్గానా' అనే చిన్న రాజ్యానికి పాలకుడయ్యాడు. తైమూర్ రాజధానిగా పనిచేసిన సామర్కండ్, దీనికి పశ్చిమంగా ఉంది. ఉజ్‌బెగ్‌ల అధీనంలో ఉన్న దీన్ని జయించాలని బాబర్, మిదుమిక్కిలి, తన

పితృరాజ్యమైన ఫర్గానాను కూడా కోల్పోయాడు. అయితే, బాబర్ ధైర్యాన్ని వీడకుండా, 1504లో భారతదేశ వాయువ్య దిశన ఉన్న కాబూల్ రాజ్యాన్ని తన వశం చేసుకున్నాడు.

కాబూల్‌లో 20 సంవత్సరాలు పాలించిన తదుపరి, సమకాలీన ఉత్తర భారతంలో నెలకొన్న రాజకీయ అనైక్యతను అవకాశంగా తీసికొని, బాబర్ భారతదేశ ఆక్రమణకు పూనుకున్నాడు. తన అకుంఠిత దీక్ష, సైనికశక్తి సామర్థ్యాలు, నాయకత్వ లక్షణాల కారణంగా, వరసగా విజయాలను సాధించాడు. మొదటి పానిపట్ యుద్ధం (1526)లో ఢిల్లీ సుల్తాన్ ఇబ్రహీం లోడీని, కాణ్వా యుద్ధం (1527)లో రాణా సంగా నాయకత్వంలోని రసపుత్ర కూటమిని, గోగ్రా యుద్ధం (1529)లో మొహమ్మద్ లోడీ నాయకత్వంలో తలపడ్డ బీహార్, బెంగాల్‌లకు చెందిన అఫ్ఘన్‌లను ఓడించాడు. ఈ మూడు యుద్ధాల మధ్యలో, ఇతర ప్రాంతాలైన ఆగ్రా, గ్వాలియర్, బుందేల్‌ఖండ్, శంభాల్‌లు, బాబర్ సైన్యాధిపతుల వశమయ్యాయి. పర్యవసానంగా, కాబూల్ కాందహార్‌ల నుంచి బీహార్ వరకు, హిమాలయాల నుంచి గ్వాలియర్, చందేరీల వరకు గల విశాల ఉత్తర భారతావని బాబర్ ఏలుబడి క్రిందికొచ్చింది. దీనితో, మొగల్ రాజ్యస్థాపన జరిగింది.

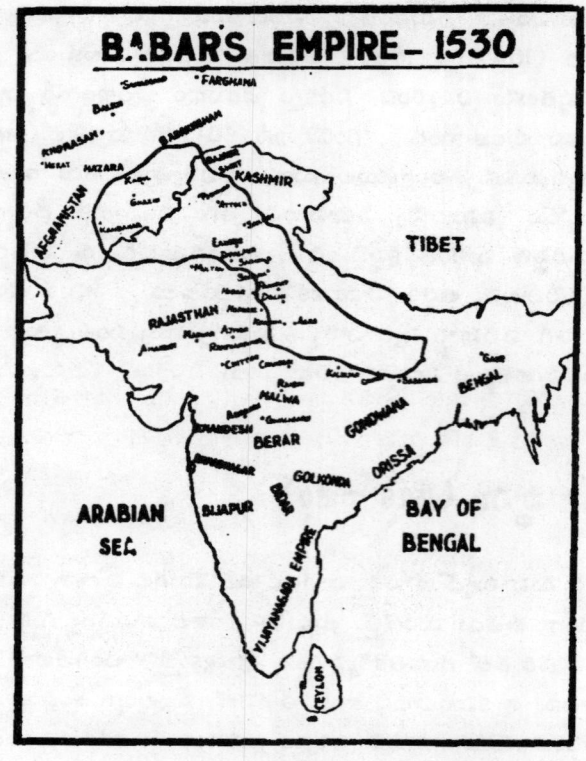

పటం ః బాబర్ స్థాపించిన మొగల్ రాజ్యం (1530)
మూలం ః డేవీస్ 'హిస్టారికల్ అట్లాస్'

మొగల్ రాజ్య ప్రతిష్ఠత : హుమాయూన్ (1530–40; 1555–56)

గోగ్రా యుద్ధానంతరం, సంవత్సర కాలంలోనే బాబర్ కన్నుమూశాడు. ఫలితంగా నూతన రాజ్యంలో సువ్యవస్థిత, సుస్థిర పాలనా యంత్రాంగాన్ని ఏర్పర్చ లేకపోయాడు. ఈ పనిని, ఈతని పెద్ద కుమారుడు, సింహాసనాధిపత్యాన్ని చేపట్టిన నాసిరుద్దీన్ మొహమ్మద్ హుమాయూన్ చేపట్టవలసి వచ్చింది. అయితే, తండ్రివలె యోధుడు, సాహితీ ప్రియుడైనప్పటికీ, ఇతనిలో చోటు చేసుకున్న భోగలాలసత్వం, నల్లమందు సేవ్యం, సోదరులు, శత్రువుల పట్ల మితిమీరిన దయాదాక్షిణ్యాలను ప్రదర్శించుట, ఇత్యాది బలహీనతల కారణంగా, దీనిలో సఫలీకృతుడు కాలేకపొయ్యాడు. బెంగాల్, బీహార్‌ల్లో అఫ్ఘన్‌లు, గుజరాత్‌లో బహదూర్‌షా, వాయువ్యాన సోదరుడైన కమ్రాన్, హుమాయూన్ అధికారాన్ని వ్యతిరేకించ పూనుకొన్నారు. వీరిలో ఎవ్వరినీ సంపూర్తిగా అణచలేకపోవడమే గాక, బీహార్‌లో అఫ్ఘన్‌ల నాయకుడైన షేర్ ఖాన్ (తరవాతి షేర్షా)తో చేసిన చౌసా (1539) కనోజ్ (1540) యుద్ధాల్లో పరాజయాన్ని పొంది, మొగల్ సింహాసనాన్ని త్యజించి, ప్రాణరక్షణకై పారిపోవడమైంది. ఫలితంగా, సూర్ వంశస్థుడైన షేర్షా ఉత్తర భారతంలో అఫ్ఘన్‌ల పాలనా పునరుద్ధరణ కావించాడు. పారశీక రాజైన పాతమాస్ప్ సహాయ శరణులను హుమాయూన్ ఆశ్రయించాల్సిన గడ్డు పరిస్థితి ఏర్పడింది. ఇవి లభించినప్పటికీ, షేర్షా మరణించి (1545), బలహీన వారసుడైన సికిందర్ సూర్ సింహాసనాన్ని అధిష్ఠించిన తదుపరే, 1555లో హుమాయూన్ తిరిగి, కోల్పోయిన ఢిల్లీ సింహాసనాన్ని తన కైవసం చేసుకోగల్గాడు. దురదృష్ట మన్నట్లుగా, ఏడు మాసాల కాలంలోనే ఈతడు తన గ్రంథాలయ మేడ మెట్లపైనుంచి జారిపడి, అశువులను బాశాడు.

షేర్షా సూర్ మొగల్‌ల కందించిన ఉదాత్త పాలనా సూత్రాలు, విధానాలు

షేర్షా స్వల్పకాలమైన ఐదు సంవత్సరాలు (1540-45) మాత్రమే పరిపాలించ గల్గినా, చక్రవర్తయ్యేనాటికి ఈతని వయస్సు ఏబది (పుట్టుక 1486) దాటినప్పటికీ, తన సైనిక శక్తి సామర్థ్యాలను క్రమానుగతిలో ప్రయోగించి, ఉత్తర భారతంలో తొలి ఇద్దరు మొగల్ చక్రవర్తులు, వారి పూర్వీకులైన లోడీలకంటే గూడా, విస్తృత సామ్రాజ్యాన్ని ఏర్పర్చుకో గల్గాడు. ఇది తూర్పున బెంగాల్ నుంచి పశ్చిమాన మాళ్వా వరకు, ఉత్తరాన సింధ్, ముల్తాన్, పంజాబ్‌ల నుంచి దక్షిణాన బుందేల్‌ఖండ్, రాజస్థాన్‌లో అబూ పర్వతం వరకు విస్తరించింది. అయితే, తన సైనిక విజయాల కంటే, షేర్షా ప్రవేశపెట్టిన పరిపాలన, ఆర్థిక, సైనిక, మతపరమైన సంస్కరణలు, విధానాలు రాజ్య ప్రజలకు అత్యంత మేలును చేకూర్చుటయే కాక, తదనంతరం పాలించిన మొగల్ చక్రవర్తులకు, వీరిలో ప్రధానంగా అక్బర్(1556-1605)కు మార్గదర్శకాలైనాయి.

పరిపాలనా రంగంలో ప్రాజ్ఞ నిరంకుశ రాజరిక విధానం అమలు, మత గురువుల ప్రమేయాన్ని లేకుండా చేసి, లౌకిక పరమైన ప్రభుత్వాన్నేర్పరచుట, గ్రామాలు, పరగణాలు, సర్కార్‌లుగా రాజ్య విభజన, వీటి పాలనా విధానం, ఇత్యాది చర్యలను షేర్షా ప్రవేశపెట్టగా, అక్బర్ వీటిని స్వల్ప మార్పులతో కొనసాగించాడు. 18వ శతాబ్ది ద్వితీయార్ధంలో గొప్ప పరిపాలనా ప్రయోగంగా ఐరోపా రాజ్యాధినేతలు ప్రవేశపెట్టిన ప్రాజ్ఞ నిరంకుశ రాజరిక విధానాన్ని షేర్షా, అక్బర్‌లు 16వ శతాబ్ది ప్రథమ, ద్వితీయార్ధాలలోనే అమలు పర్చుట, వీరి దూరదృష్టి, మార్గదర్శకత్వాన్ని తెలియజేస్తుంది. ఆర్థిక రంగంలో రెవిన్యూ సంస్కరణలు ప్రథమంగా వస్తాయి. రైతులు, ప్రభుత్వం మధ్య ఉన్న జాగీర్దార్‌ల ప్రాముఖ్యతను తగ్గించి, రైతులకు ప్రభుత్వంతో ప్రత్యక్ష సంబంధాల నేర్పరచి, తద్వారా రైత్వారీ విధాన ఆగమనానికి నాంది పలకటం, శిస్తు, శ్రేష్టం, మధ్యమం, అధమం అనే మూడు తరగతులుగా వర్గీకరణ చేయటం, ఇట్టి మూడు తరగతులకు చెందిన ఒక 'భిగా' నేల సరాసరి పంటలో 1/3వ వంతును శిస్తుగా నిర్ణయించుట, నగదు రూపంలో శిస్తును చెల్లించడానికి, దగ్గరలో ఉన్న మార్కెట్‌లోని ధాన్యపు ధరలను పరిగణనలోకి తీసికోవడం, రైతుకు, ప్రభుత్వానికి మధ్య జరిగిన సెటిల్‌మెంట్‌ను లిఖితపూర్వకంగా నమోదు చేసి, రైతుకు పట్టా లేదా హక్కు పత్రాన్నివ్వడం, షేర్షా ప్రవేశపెట్టిన అత్యంత ప్రయోజనకారులుగా పనిజేసిన భూమి శిస్తు సంస్కరణలుగా పేర్కోవచ్చు. స్వల్ప మార్పులతో అక్బర్ వీటిని కొనసాగించుట, వీటి ప్రాముఖ్యతను చెప్పకయే చెపుతుంది. కరెన్సీ విధానంలో కూడా షేర్షా ముఖ్యమైన మార్పులను చేశాడు. ఈతడు ప్రవేశపెట్టిన 'రూపాయి' అనే వెండి నాణెం, 'దామ్' అనే రాగి నాణెం, వాటి నాణ్యత, ప్రామాణికానికి కడుంగడు పేరొంది, శతాబ్దాల తరబడి కొనసాగించబడ్డాయి.

సైనిక రంగంలో అశ్విక, ఫిరంగి దళాలకు ఎక్కువ ప్రాధాన్యతనిచ్చుట, సైన్య నిర్వహణలో సామంతులు, రాష్ట్ర గవర్నర్‌లు ప్రభుత్వాన్ని మోసం చేయకుండా నిరోధించేందుకై, గుర్రాలకు ముద్రలు వేయడం, వీటి, అశ్వికుల వర్ణ పట్టికలను తయారు చేయించటం, సిద్ధ సైన్యంలోని సైనికులను చక్రవర్తే స్వయంగా ఎన్నుకొని, జీతభత్యాలను నిర్ణయించుట, సైనికులకు జీతాల స్థానే జాగీర్లనిచ్చే పద్ధతిని తిరస్కరించుట, సైన్యంలో క్రమశిక్షణ ఎల్లప్పుడూ ఉన్నతంగా ఉండేందుకై, అన్ని జాగ్రత్తలు తీసుకోటం, ఆదిగా గల మార్పులు ముఖ్యంగా పేర్కోదగ్గ షేర్షా చర్యలు. వీటి అమలు కారణంగా, నాటి సైన్యాల శక్తి సామర్థ్యాలు ఉచ్ఛ స్థాయిలో ఉండేవి. నాటి రాజ్యాల మనుగడ, ఉనికికి ఇవే మూలమైనాయి.

మతపరమైన మార్పులు, రాజ్య ఐక్యత, పరిపాలనా పటిష్ఠత, ప్రజల్లో జాతీయత్వ పెంపుకు తోడ్పడ్డాయి. షేర్షా గాఢ సున్నీ మతావలంబైనా, ముస్లిమేతరులకు పూర్తి మత స్వేచ్ఛ కల్పించబడింది. 'జిజియా' పన్ను విధించినప్పటికీ, వీరి విద్యా సంస్థల అభివృద్ధికి భూములను (వక్ఫ్‌లు) మంజూరు చేసి, వాటి నిర్వహణను వారికే వదిలివేశాడు. ఈ మత సహనభావం అక్బర్ కాలంలో ద్విగుణీకృతమై, గొప్ప ఖ్యాతిని, మేలును సమకూర్చింది. కళాసారస్వత రంగాల్లో కూడా షేర్షా కాలంలో హిందూ పారశీక రీతుల, శైలుల సమ్మేళనం

కొనసాగి, అపూర్వ సృష్టికి దారితీసింది. మాలిక్ మహమ్మద్ జయాసి హిందీలో ప్రథమంగా వ్రాసిన 'పద్మావత్' అనే కావ్యం, ఢిల్లీ సమీపంలో పురానాఖిల్లాలో షేర్షా నిర్మించిన మసీదు, ఈ. మేలు కలయికకు మచ్చు తునకలై, విరాజిల్లుతున్నాయి. అనంతర మొగలుల కాలంలో ఈ సాంస్కృతిక సమన్వయం మరింత వికాసాన్ని పొందింది.

అక్బర్ (1556–1605) : జాతీయ రాచరిక ప్రభుత్వ స్థాపన

పదమూడు సంవత్సరాల పిన్న వయసులో తండ్రిని కోల్పోయి, అతి క్లిష్ట, రహస్య పరిస్థితుల్లో, పంజాబ్‌లోని కలనౌర్ వద్ద, ఒక తోటలో 1556 ఫిబ్రవరి 14న పాదుపాగా పట్టాభిషిక్తుడైన జలాలుద్దీన్ మహమ్మద్ అక్బర్ (మహమ్మద్ మతానికి జాబిల్లి), తన ప్రజ్ఞా పాటవాలను, గుణ సంపదను, ఉదార రాజనీతిని వెంట వెంట ప్రదర్శిస్తూ, నామమాత్రంగా నెలకొన్న మొగల్ రాజ్యాధికారాన్ని, విశాల, సుస్థిర, మహా సామ్రాజ్యంగా తీర్చి దిద్దగల్గాడు. దీనికి ప్రథమ సోపానంగా పనిచేసినటువంటిది, చరిత్రాత్మక రెండో పానిపట్ యుద్ధం (5-11-1556)లో అఫ్ఘన్‌ల ప్రతినిధిగా, ఢిల్లీ, ఆగ్రాల పాలకుడిగా నిల్చి పోరాడిన హేమూపై మొగల్ సైన్యాలు సాధించిన అఖండ విజయం. అక్బర్‌లో ఉన్న సామ్రాజ్య కాంక్షకు ఇది నీరు పోసింది. నాటినుంచి మొదలుకొని, వార్ధక్య ఛాయలు కనిపించే 1601 వరకు కూడా, అక్బర్ ఉత్తర, దక్షిణాల్లో తన రాజ్య విస్తరణ పథకాలను యథేచ్ఛగా, పట్టు సడలకుండా కొనసాగిస్తూ వచ్చాడు. అనేక ముఖ్యమైన దాడులకు తానే స్వయంగా నాయకత్వం వహించాడు. ఫలితంగా మొగల్ సామ్రాజ్యం కాందహార్ నుంచి బెంగాల్ వరకు, కాశ్మీర్ నుంచి అహమ్మద్‌నగర్ వరకు విస్తరించ గల్గింది. ఇంతటి సువిశాల ప్రాంతంలో, మేవాడ్ రాణా ప్రతాప్ సింగ్ (1571-1597) ఒక్కడే అక్బర్ సార్వభౌమత్వాన్ని అంగీకరించకుండా మిగిలిన వ్యక్తిగా నిల్చాడు. ఉత్తర భారతం (12), దక్కన్ (3) కలిసి, 15 సుబాలు లేక రాష్ట్రాలుగా మొగల్ సామ్రాజ్యం ఏర్పడింది.

అయితే, తన పితామహుడు బాబర్ వలె, కేవలం రాజ్య స్థాపనతోనే తృప్తి పడకుండా, సుస్థిర, సౌమ్య పాలనావిధాన ఏర్పాటు కొరకు కూడా అక్బర్ నిరంతరం శ్రమించాడు. ముఖ్యంగా గమనించదగ్గ విషయమేమంటే లోగడ పాలించిన ఢిల్లీ సుల్తాన్‌లైన బాల్బన్, అల్లావుద్దీన్ ఖిల్జీ, ఫిరోజ్ తుగ్లక్, సికిందర్ లోడీల వలె, అల్ప సంఖ్యాకులు, పాలక వర్గమైన ముస్లిం ప్రజానీక ప్రతినిధిగా ఉండి మెలగటానికి అక్బర్ ఎపుడూ వాంఛించలేదు. వీరితోబాటు, అధిక సంఖ్యాకులు, ప్రధానంగా పాలిత వర్గంగా ఉన్న హిందువుల విశ్వాసాభిమానాలను, సలహా సహకారాలను పొందటానికి ఈతడు తన పాలనా ప్రారంభాన్నుంచీ ప్రయత్నించాడు. దీనికి సంకేతంగా ఈతడు 1562లో అంబర్ (జైపూర్) రాజైన రాజా బిహారీమల్ కూతురు జోధ్‌బాయిని వివాహమాడాడు. ఈ విధానంలో భాగంగానే, రాజా మాన్‌సింగ్, రాజా తోడర్‌మల్, రాజా బీర్బల్ లాంటి రసపుత్ర ప్రముఖులను, వారి వారి అర్హతలనుబట్టి, తన సైనిక, పాలనా, సాంస్కృతిక విభాగాల్లో నియమించి, వీరి అమూల్యమైన, అపారమైన సేవలను పొందసాగాడు. తోటి రసపుత్ర రాజైన రాణా ప్రతాప్‌తో, అక్బర్ సైన్యాధిపతిగా రాజా మాన్‌సింగ్ ప్రసిద్ధ హల్దిఘాట్ యుద్ధాన్ని (1576) జరిపి, విజయాన్ని సాధించిపెట్టుట, ప్రత్యేకంగా గమనార్హం.

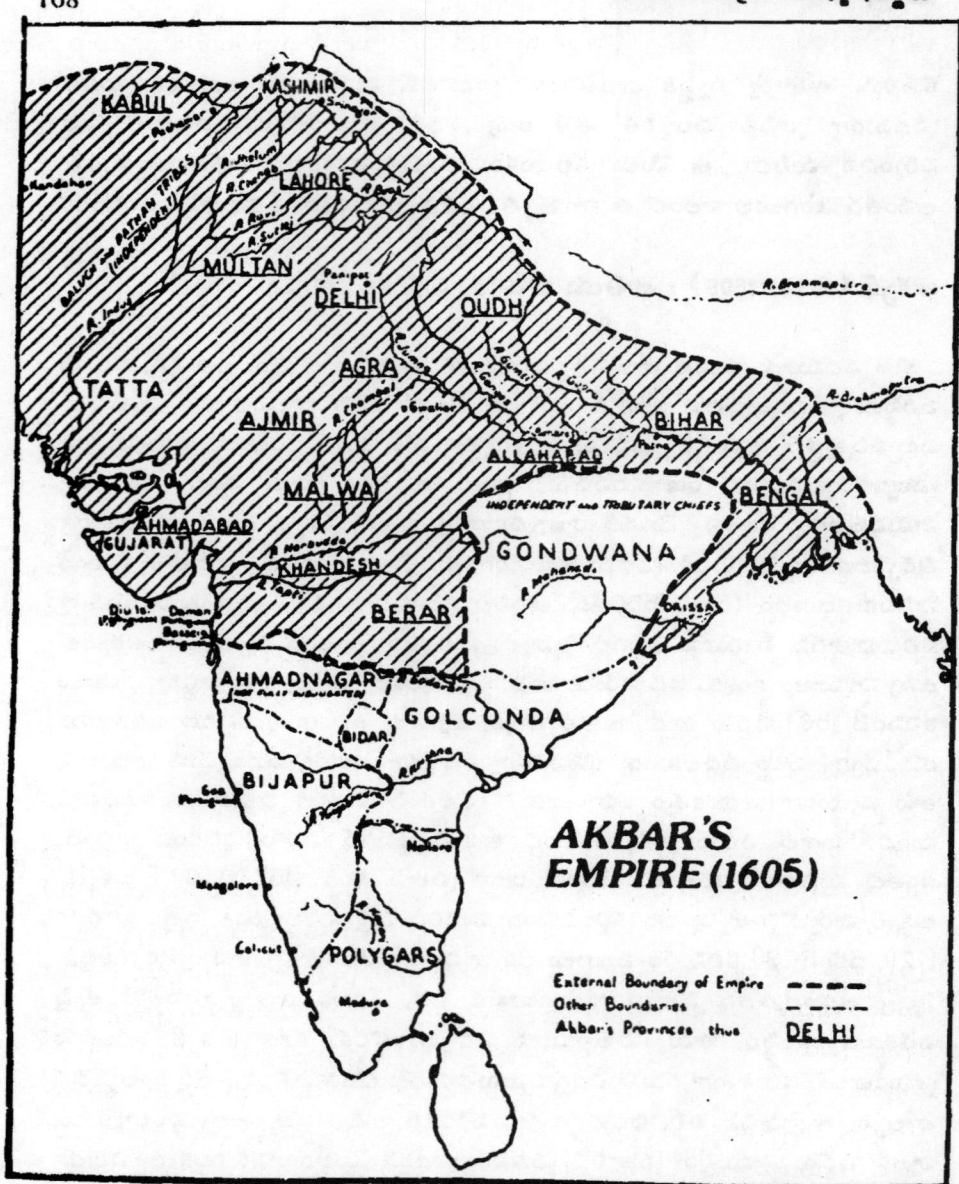

పటం : అక్బర్ సామ్రాజ్యం (1605)

మూలం : 'Historical Atlas' by Davis లేక 'భారతదేశ చరిత్ర (1526-1947),
ఖండికలు 1:6, పుట 15, ఆంధ్రప్రదేశ్ సార్వత్రిక విశ్వవిద్యాలయ ప్రచురణ

ఈ దిశలో తదనంతర చర్యగా, హిందూ యాత్రికులపై విధించెడి పన్ను తొలగించబడింది. బెనారస్, హరిద్వార్, గయ, అజ్మీర్ మొదలైన చోట్ల గల పుణ్య క్షేత్రాలను దర్శించే వేలకొలది హైందవులకు ఇది ఎంతో ఊరటను, ఉత్తేజాన్ని కల్గించిదనడంలో ఆశ్చర్యం లేదు. దీనితోబాటు, 1563లో అక్బర్ ముస్లిమేతరులపైన ఢిల్లీ సుల్తాన్‌ల కాలం నుంచి విధించబడుతూ వస్తున్న 'జిజియా' లేక 'తల పన్ను'ను కూడా రద్దు చేసి, వీరి

విశ్వాసాదరాభిమానాలను చూరగొనడం మరొక విశేషం. ఇక్కడ ముఖ్యంగా గమనించాల్సిన విషయమేమంటే, ఈ రెండు పన్నుల రద్దు కారణంగా మొగల్ ఖజానా కొన్ని కోట్ల రూపాయల ఆదాయాన్ని కోల్పోవలసి వచ్చినప్పటికీ, తన జాతీయ రాచరిక ప్రభుత్వ లక్ష్య సాధనకై, అక్బర్ ఈ త్యాగాన్ని చేయటానికై పూనుకొన్నాడు. తన రాజ్య ప్రజల్లో జాతీయత, ఐక్యతా భావాలను పెంపొందించి, తద్వారా తన ప్రభుత్వాన్ని, అధికారాన్ని పటిష్టపరచుకొనటానికై ఈతడు కృషి చేశాడు. ఈతడవలింబించిన ఉదార, ఉదాత్త రాజనీతి విధానానికి ఇది ప్రబల తార్కాణం.

అక్బర్ సంస్కరణలు

అక్బర్ గొప్ప పరాక్రమవంతుడు, రాజనీతిజ్ఞుడే గాక, మంచి సంస్కరణాభిలాషి కూడా. పరిపాలన, ఆర్థిక, సామాజిక, సాంస్కృతిక రంగాల్లో ఈ లక్షణం ప్రస్ఫుటంగా కనిపిస్తుంది. అయితే, ఈతడు అమలుపర్చిన వివిధ సంస్కరణలు, వ్యక్తిగత, వర్గ ప్రయోజనాల కొరకు గాకుండా, ప్రజాబాహుళ్య క్షేమానికై ఉద్దేశించబడుట, ప్రధానంగా గమనార్హం. ఐరోపా దేశాల్లో 18వ శతాబ్దిలో గొప్ప రాజకీయ ప్రయోగంగా అమలు చేయబడ్డ ప్రాజ్ఞ నిరంకుశ విధానాన్ని (Enlightened Despotism), షేర్షా అక్బర్‌లు 16వ శతాబ్దిలోనే ఆచరణలో పెట్టటం వీరి దూరదృష్టి, విజ్ఞతను ఎంతైనా చాటుతూంది.

ఎ. పరిపాలనా సంస్కరణలు

ఒక్క మాటలో చెప్పాలంటే, పరిపాలనా రంగంలో అక్బర్, షేర్షా నాటి విధానాలకు మెరుగులు దిద్ది, నాటి ప్రయోజకత్వాన్ని పెంచాడు. కొన్నిటి విషయంలో, వాటినే అనుసరించాడు. ఉదాహరణకు రాజ్య వ్యవహారాల్లో ఇస్లాం మత గురువుల (ఉలేమాలు) ప్రమేయాన్ని తొలగించి, షేర్షా వలె లౌకిక పరమైన ప్రభుత్వాన్ని ఏర్పాటు చేశాడు. మతంతో నిమిత్తం లేకుండా, వ్యక్తుల శక్తి సామర్థ్యాలు, యోగ్యతా విధేయతలను ప్రాతిపదికగా, ఉద్యోగ నియామకాలు జరిగాయి. ఆర్థిక, అంతఃపుర నిర్వహణ, సైనికుల జీతాల చెల్లింపుల లెఖ్ఖల నిర్వహణ, న్యాయ, మత సంబంధమైన విరాళాలు, ప్రజల నీతిబద్ధ ప్రవర్తన, ఫిరంగి దళం, తపాల, రహస్య సమాచారం, అనే ఎనిమిది మంత్రిత్వ శాఖలను కేంద్ర ప్రభుత్వంలో అక్బర్ మొదటిసారిగా ఏర్పాటు చేయడం గమనించదగింది. రాష్ట్ర ప్రభుత్వ వ్యవస్థలో, సుబాలు లేక రాష్ట్రాలనే పాలనా విభాగాలను కూడా, అక్బరే ప్రవేశపెట్టాడు. అయితే పరగణాలు (తాలూకా), సర్కార్‌ల (జిల్లాలు) పాలన మాత్రం, షేర్షా సరళిలోనే నడిచింది. సిద్ధ సైన్యం, రాష్ట్ర గవర్నర్లు, సామంతులు, మన్సబ్‌దార్లు పోషించే సైన్యం, అనే విధంగా రెండు రకాల సైన్య నిర్వహణ, సైన్యంలో అశ్విక, ఫిరంగి దళాలకు ప్రాధాన్యత, నిర్వహణా మోసాలను అరి కట్టేందుకు, గుర్రాలమీద ముద్రలను వేయడం, వీటి, అశ్వికుల వర్ణ పట్టికలను తయారు చేయడం, సిద్ధ సైన్యంలోని సైనికుల నియామకం, జీత భత్యాల విషయాలను చక్రవర్తే స్వయంగా నిర్ణయించటం, ఇత్యాది సైన్య విషయాల్లో వీరిద్దరూ ఒకటిగానే ఉన్నారు. అశ్విక దళ నిర్వహణకై, 33 గ్రేడులతో,

వంశపారంపర్యత లేకుండా ఏర్పాటు చేయబడింది. నిర్వహణలో కొన్ని లోపాలున్నప్పటికీ, ఈ విధానం మొగల్ యుగమంతా అమలులో ఉండింది.

బి. ఆర్థిక సంస్కరణలు

షేర్షా ప్రవేశపెట్టిన రెవిన్యూ సంస్కరణలను ప్రక్కకు నెట్టి, హుమాయూన్ జాగీర్దారీ విధానాన్ని పెద్దఎత్తున పునఃప్రతిష్ఠించాడు. అయితే, అక్బర్ మాత్రం, ఎంతో విజ్ఞత, రైతుల పట్ల ఉదారీ భావం కలవాడై, దీనికి స్వస్తి పలికి, రైత్వారీ విధాన లక్షణాలుగా పలు ప్రయోజనకర సంస్కరణలను ఆవిష్కరించాడు. భూమిని కొలిచే సాధనంగా షేర్షా వాడిన 'తనబ్' అనే తాడు స్థానే 'జరీబ్' అనే ఇనుప వలయాలతో కూడిన వెదురు కర్రను ప్రవేశ పెట్టటం, భూసారంతో బాటు భూసాగుబడిని బట్టి కూడా భూమిని నాల్గు రకాలుగా వర్గీకరించడం, ఈ రెంటినీ పరిగణనకు తీసుకొని, శ్రేష్ఠ, మధ్యమ, అధమ రకాలకు చెందిన ఒక 'భిగ' భూమి పంట సరాసరిలో మూడో వంతును శిస్తుగా నిర్ణయించటం, ఏక సంవత్సర శిస్తు నిర్ణాయక విధాన స్థానే దశ సంవత్సర నిర్ణాయక పద్ధతిని అమలుపర్చటం ఇత్యాది ముఖ్యమైన మార్పులను ఈతడు ప్రవేశ పెట్టటం జరిగింది. క్షామ పరిస్థితుల్లో శిస్తును మాఫీ చేసి, రైతులకు రుణాల్వీడం, రెవిన్యూ అధికారుల లంచగొండితనం, అవినీతిని నిరోధించడం, భూమి శిస్తు చెల్లింపు, భూమి సాగు, తత్సంబంధ వివరాలతో కూడిన రసీదులను రైతులకు పట్వారీలిచ్చేటట్లు చూడడం, రైతులు భూమిశిస్తును నేరుగా ప్రభుత్వ కోశాగారంలో చెల్లించే సదుపాయాన్ని కల్పించడం లాంటి కార్యక్రమాలను చేపట్టి అక్బర్ షేర్షా వలె, రైతుల బాగోగుల పట్ల అత్యంత శ్రద్ధాసక్తులను కనపర్చడం, ఎంతైనా గమనించదగ్గ విషయం.

కరెన్సీ విధానంలో కూడా అక్బర్, విశేషమైన నూతనత్వాన్ని తీసుకు రావడమైంది. లోహ స్వచ్ఛత, సమతూకం, కళాత్మక పనితనం, ప్రామాణికత కల్గిన వివిధ బంగారు, వెండి, రాగి నాణేలను ఈతడు ముద్రింపించాడు. భిన్న బరువులు, విలువలున్న 26 రకాల బంగారు నాణేలుండేవి. అయితే, వ్యాపార వ్యవహారాలకు మాత్రం, గుండ్రని బంగారు 'మొహర్లు', 172.5 గింజల బరువు గల వెండి 'రూపాయి', 323.5 గింజల బరువుగల రాగి 'దామ్' వాడబడేవి. వాడుక మానంలో 40 'దామ్‌లు' ఒక 'రూపాయి'కి సమానంగా ఉండేవి. అక్బర్ నాటి నాణేలు, స్వచ్ఛత, తూకం, పనితనంలో, సమకాలీన ఐరోపా చక్రవర్తుల నాణేలకంటే మెరుగైనవని, పాశ్చాత్య చరిత్రకారులు **(Edwards & Garret : Mughal Rule in India)** మెచ్చుకొనుట, విశేషంగా పరిగణించాల్సిన విషయం.

సి. సామాజిక సంస్కరణలు

రాజకీయ సుస్థిరతకు సామాజిక సుస్థిరత అవశ్యకమని భావించి, ప్రజా శ్రేయస్సు దృష్ట్యా పలు సంస్కరణలను అక్బర్ అమలు పర్చాడు. క్రీ.శ. 1562లోనే ఈతడు, యుద్ధ ఖైదీలను బానిసలుగా చేయటం కాని, అమ్మటం కాని, వారి భార్యాబిడ్డలను సైతం

ఇట్టి అకృత్యాలకు గురి చేయడం కాని, ఎవ్వరినీ బలవంతంగా ఇస్లాం మతంలోనికి మార్చడం కాని, పనికిరాదని శాసనాన్ని చేశాడు. బాల్య వివాహాలు నిషేధించబడ్డాయి. పురుషులకు 16వ సంవత్సరం, స్త్రీలకు 14వ సంవత్సరం, వివాహ యుక్త వయస్సుగా నిర్ణయించటం జరిగింది. వివాహాలు రిజిస్టర్ చేయటానికి ఒక కార్యాలయం కూడా స్థాపించబడటం నాటి పరిస్థితుల ప్రకారం మిక్కిలి అభినందనీయమైన విషయంగా భావించవచ్చు. ఇంకా, హిందూ వితంతు పునర్వివాహం చట్టబద్ధం చేయబడింది. సతీ సహగమన ఆచరణను కూడా నిలుపుదల చేయటానికి, ప్రయత్నాలు జరిగాయి; కాని, హైందవ సాంప్రదాయ వర్గాల వ్యతిరేకత, ప్రజల మూఢాచార ప్రియత్వ కారణంగా, ఇవి అంతగా ఫలించలేదు. అవినీతిపరులైన స్త్రీలను, వేశ్యలను సంఘానికి దూరంగా ఉంచేందుకై ఆజ్ఞలు జారీ చేయబడ్డాయి. యాత్రికులపై పన్ను, హిందువులపై 'జిజియా' పన్ను తొలగించబడినట్లుగా, మనం తెలుసుకున్నాం. కొన్ని ముస్లిం ఆచారాలను కూడా సంస్కరించటానికి అక్బర్ పూనుకొన్నాడు. ఉపవాస దీక్షలను నిషేధించటం, గడ్డం తీసివేయటానికి అనుమతి, ముస్లిం ప్రార్థనలు, పండుగల్లో సడలింపు, అడవి పంది, పంది, పులి మాంస భక్షణను అనుమతించటం, ఇత్యాది చర్యలను చేపట్టినట్లుగా బదాయుని చరిత్రకారుడు పేర్కొన్నాడు. అయితే, సంప్రదాయప్రియుడైన ఈయన భావించిన మాదిరిగా, మహమ్మదీయులను హింసించడానికి బదులుగా, వారిని సంస్కరించి, ఆధునికులుగా చేయడానికే, అక్బర్ చక్రవర్తి ఈ మార్పులను ప్రవేశపెట్టినట్లుగా ఇతరులు అభిప్రాయపడుతున్నారు.

డి. సాంస్కృతిక రంగ మార్పులు

సాంస్కృతిక రంగం అక్బర్ పాలనా కాలంలో ప్రముఖ పరిణామాలను చవి చూసింది. మత రంగంలో నూతన ప్రయోగం చేయబడింది. బృహత్తర రాజకీయ ప్రయోజన సాధనకై, తన మత విధానాన్ని ఈతడు రూపకల్పన చేశాడు. భిన్న మతాలు, భాషలు, జాతులు, ఆచారాలు, సంప్రదాయాలకు చెందిన తన రాజ్య ప్రజలనందరినీ ఐక్యపర్చి, వారిలో జాతీయతా భావాలను పెంచే నూతన మతం, లేక మత విధానానికై అక్బర్ అహర్నిశలు కృషి చేశాడు. 1575లో 'ఇబాదత్ ఖానా' అనే ప్రార్థనా మందిరాన్ని నిర్మించి, అక్కడికి వివిధ మతాలకు చెందిన పండితులను ఆహ్వానించి, వారి నుంచి ఆయా మతాల మూల సూత్రాల్ని గ్రహించటానికి ప్రయత్నించటం; 1579లో 'అమోఘుత్వ ప్రకటన'ను జారీ చేసి, తద్వారా మత విషయాల్లో కూడా తుది నిర్ణయాధికారం చక్రవర్తిదిగా ప్రకటించటం, తుదిగా 1582లో 'దీన్-ఇ-ఇల్లాహి' అనే నూతన మత స్థాపన, ఇవన్నీ అట్టి కృషిలో భాగాలైనాయి. ఈ 'దివ్య మతం' (దీన్-ఇ-ఇల్లాహి)లో హిందూ, ఇస్లాం, జొరాస్టర్, క్రైస్తవ, శిక్కు మతాల్లోని విశిష్టమైన సిద్ధాంతాలు, విషయాలు చేర్చడం జరిగింది. దేవుడొక్కడే; చక్రవర్తి ఆతని ప్రతినిధి; మూఢ విశ్వాసాల విసర్జన, సూర్యుని పూజ, సభ్యుని పుట్టినరోజు విందు, మాంసాహార నిషేధం, ఇత్యాది ముఖ్య లక్షణాలు దీనిలో చోటు చేసుకున్నాయి. తన మతంలో చేరమని అక్బర్ ఎవ్వరినీ బలవంతం చేయలేదు. దీన్-ఇ-ఇల్లాహి అక్బర్ మరణంతో అంతమైనప్పటికీ, ఈ

మతం ఆతని నిరంకుశాధికారానికి, అవిజ్ఞతకు నిదర్శనమనే (విన్సెంట్ స్మిత్) విమర్శ ఉన్నప్పటికీ, దీని స్థాపన ద్వారా చక్రవర్తి బృహత్తర రాజకీయ లక్ష్యం సిద్ధించడమే గాక, ఈతడు అన్ని మతాల్లో ఉన్న మంచిని గ్రహించి, ఆదరించిన గొప్ప ఆధ్యాత్మికవాదిగా ప్రసిద్ధి గాంచాడు.

సారస్వత రంగంలో అక్బర్ పాలనా కాలం, హిందూ - మహమ్మదీయ సారస్వతాభివృద్ధికి విశేషంగా పేరొందింది. ఈతడు స్వతహాగా విద్యావంతుడు కాకపోయినప్పటికీ, ఇతరుల చేత చదివించుకొని, చరిత్ర, మత తత్వశాస్త్రం, పద్య రచనా విభాగాల్లో, తన జ్ఞాపక, మేధా శక్తులతో ఎంతో విజ్ఞానాన్ని సంపాదించాడు. ఆరోజుల్లో, ఈయన గ్రంథాలయంలో 24,000 గ్రంథాలుండటాన్ని బట్టి, ఈయన సాహిత్యాభిరుచి వ్యక్తమైతుంది. హిందూ, మహమ్మదీయ రచయితలు, పారశీక, తుర్కీ, సంస్కృత, హిందీ, ఉర్దూ భాషలు, చక్రవర్తి ఆదరణను పొందటం జరిగింది. ఈతని కాలంనాటి పారశీక రచనలు, చరిత్ర సారస్వత రచనలుగా విభజన చెందాయి. అక్బర్ చరిత్రను తెలుసుకోటానికి, ఈ చరిత్ర రచనలు ప్రధానాధారాలుగా ఉన్నాయి. ఈయనకు సన్నిహితుడు, 'ఐనీ-అక్బర్', 'అక్బర్ నామా'ల రచయితైన అబుల్ ఫజల్, పారశీక పద్య రచయితల్లో సుందర శైలికి, ఉదాత్త భావాలకు ప్రసిద్ధి గాంచుట గమనించదగ్గ విషయం. భిన్న మతాలపై తనకుండే ఆసక్తి ననుసరించి, హిందూ మత సంబంధమైన కొన్ని ప్రఖ్యాత గ్రంథాలను అక్బర్ సంస్కృతం నుంచి పారశీకం లోకి తర్జుమా చేయించాడు. రామాయణం, మహాభారతం, అధర్వణ వేదం, 'లీలావతి' అనే గణిత శాస్త్ర గ్రంథం, అనువదించడం జరిగింది. హిందీ భాషాభివృద్ధికి పలువురు మొగల్ మంత్రులు, ఉన్నతాధికారులు, భక్తి మత ప్రబోధకులు, తమ రచనల ద్వారా తోడ్పడ్డారు. బీర్బల్, అబ్దుల్ రహీం ఖాన్-ఐ-ఖానాన్, సూర్దాస్, తులసీదాస్, వీరిలో ప్రసిద్ధి గాంచారు. సూర్దాస్ రాసిన 'సూర్ సాగర్', తులసీదాస్ రాసిన 'రామ్ చరిత్ మానస్', సులభశైలికి, నీతికి, పవిత్రతకు నేటికీ పేరుగాంచాయి. ఉర్దూ భాషాభివృద్ధి మాత్రం, ఉత్తర హిందూస్థానంలో కంటే, దక్కన్‌లోని బీజాపూర్, గోల్కొండ సుల్తాన్‌ల రాజ్యాల్లో ఎక్కువగా జరిగింది.

కళా రంగంలో కూడా, అక్బర్ కాలంలో హిందూ, పారశీక రితులు, శైలులు, జోడించి వాడడం జరిగింది. ఈతడు ఆగ్రా కోటలో నిర్మించిన 'జహంగీర్ మహల్', ఢిల్లీలో నిర్మించిన తన తండ్రి 'హుమాయూన్ సమాధి' దీనికి మంచి తార్కాణాలుగా ఉన్నాయి. అయితే, అక్బర్ నాటి ప్రసిద్ధ వాస్తు నిర్మాణాలు ఫతేపూర్ సిక్రీ, ఆగ్రా, సికిందరాల వద్ద ఉన్నాయి. మొదటి రెండు చోట్ల సుందరమైన కోటలు పాలరాయి, ఎర్రని ఇసుక రాళ్ళతో నిర్మించడం జరిగింది. వీటి లోపల పలు కళాత్మకమైన కట్టడాలున్నాయి. ఉదాహరణకు ఫతేపూర్‌సిక్రీలోని 'బులంద్ దర్వాజా' ప్రపంచంలోని మిక్కిలి ఎత్తైన గొప్ప ముఖ ద్వారాలల్లో ఒకటిగా పేరుగాంచింది. రహదారి నుంచి 176 అడుగుల ఎత్తులో నిర్మితమైంది. భారతదేశంలో మరే ద్వారం ఇంత ఎత్తుగా లేదు. దక్కన్‌లో అక్బర్ సాధించిన సైనిక విజయాలకు గుర్తుగ, 1602 లో దీన్ని నిర్మించడం

చిత్రం : బులంద్ దర్వాజా

మూలం : Plate No. 147 in the book, entitled 'Splendours of the East' by Wheeler, M. in Osmania University Library, Reference Section of Ancient Indian History & Archeology. Call No. 915/w565 G : Acc. No. 49997.

జరిగింది. అదే విధంగా, ఆగ్రా సమీపంలోని సికిందరా వద్ద గల 'అక్బర్ సమాధి', ఆసియాలోని సమాధుల్లోకెల్లా ప్రత్యేకతను సంపాదించింది. బౌద్ధ విహారపు నమూనాలో, ఆర్చిలు, బాల్కనీలతో కూడి, ఉద్యానవన మధ్యభాగంలో నిర్మితమై, రమణీయతను, రమ్యతను వెదజల్లుతూంది. సంగీత, చిత్రకళలు అక్బర్ అత్యంత ఆదరణను పొంది, వికాసాన్ని చెందాయి. ఈతని ఆస్థానంలో 36 మంది గాయకులుండే వారు. వీరిలో తాన్‌సేన్ అగ్రగణ్యుడు. ఎన్నో నూతన రాగాలను, స్వరాలను కనిపెట్టి, హిందుస్తానీ సంగీతానికి ఎనలేని సేవ చేశాడు. చిత్రకళ విషయంలో, వారానికొకసారి చిత్రకారులు వేసిన చిత్రాలను పరీక్షించి, అక్బర్ తగిన బహుమతులను, వేతన హెచ్చింపులను కల్గచేసేవాడు. అబ్దుల్ సమద్, దశ్వంత్, బసవన్ నాటి ప్రసిద్ధ చిత్రకారులు. సూక్ష్మ విషయాలను చూపించడంలో, రంగులను కలపడంలో, బొమ్మ కూర్పు ముగింపుల్లో నాటి చిత్రకారులు, విశేష ప్రజ్ఞను కనబర్చారు.

చంగీజ్‌నామా, రజంనామా, రామాయణ్, నల్‌దమన్, మొదలైన నాటి ప్రసిద్ధ గ్రంథాలు చిత్రరూపంలోకి మార్చడం నాటి కళా ప్రగతికి నిదర్శనంగా ఉంది.

జహంగీర్ (1605 - 27), షాజహాన్ (1627 - 58), ఔరంగజేబ్ (1658 - 1707)ల కాలం : విధానాలు, పరిణామాలు

అక్బర్ తరవాత శతాబ్ది కాలంపాటు, అయన కుమారుడైన జహంగీర్, మనుమడైన షాజహాన్, ముది మనుమడైన ఔరంగజేబ్‌లు మొగల్ సామ్రాజ్యాధికారాన్ని నిర్వహించారు. అయితే జ్యేష్ఠ పుత్రుడే సింహాసనానికి రావాలనే నియమ నిబంధన లేని కారణంగా, వీరు ముగ్గురూ అధికారాన్ని కైవసం చేసుకొనే నిమిత్తం, తమ సోదరులు, తదితర ప్రత్యర్థుల పోటీని ఎదుర్కొని, రక్తపాతాన్ని కల్గింప వలసి వచ్చింది. అక్బర్ చక్రవర్తి ఎంతో దూరదృష్టి, విజ్ఞత, విజయంతో రూపొందించి, అనుసరించిన జాతీయ రాజరిక వ్యవస్థ, రాజపుత్రులతో మైత్రీ సంబంధాలు, దేశ రాజకీయ ఐక్యతా లక్ష్యాలు వీరి ముందు రాచబాటలుగా నిల్చాయి. వాటిని వీరు అర్థం చేసుకొని, పాటించిన తీరు, స్థాయిలను బట్టే, నాటి పరిణామాలు సంభవించాయి.

జాతీయ రాజరిక వ్యవస్థ, రాజపుత్రులతో సంబంధాలు

జహంగీర్, షాజహాన్ బిద్దరూ, ఈ రెండు విధానాలను కూడా పాటించడానికి ప్రయత్నించారు. వీరు ఇస్లాం మతానికి చెందినా, అనుసరించినా, దీన్ని వ్యక్తిగత విషయంగా మాత్రమే ఉంచారు. రాజ్య శ్రేయస్సు, రాజరిక వ్యవస్థ సుస్థిరతలకై, అధిక సంఖ్యాకులైన ముస్లిమేతరులు, రాజ పుత్రులతో మైత్రీ సత్సంబంధాలను నెరపటానికి వెనుకాడలేదు. తండ్రి వలెనే జహంగీర్ కూడా తన మొదటి భార్యగా రసపుత్ర వనిత, రాజా భగవాన్‌దాస్ కూతురు, రాజామాన్‌సింగ్ సోదరైన మన్‌బాయిని వివాహమాడాడు. ఈతని పెద్ద కుమారుడైన ఖుస్రూ ఈమెకు జన్మించిన వాడే. తన రాజ్య ప్రజల ఇబ్బందులను సత్వరమే తెలుసుకొని, వాటిని పరిష్కరించేందుకై, జహంగీర్ ధర్మగంటను ఆగ్రా కోట వెలుపల అమర్చటం, ఈతని ధర్మ నిరతిని సూచిస్తూంది. బంగారు గొలుసు గల ఈ గంటను మ్రోగించిన వారి అభియోగాలను వెంటనే విని, న్యాయం చేకూర్చేవాడట. తన తండ్రికి దాసోహమనని మేవాడ్ రాణాను, ఈతడు 1614లో లొంగదీసికొనుట, ఈతని ప్రతిష్ఠను ఇనుమడింప జేసింది. అయితే, జహంగీర్ ఉదార రాజనీతిని ప్రదర్శిస్తూ, ఓడిపోయిన రాణా అమరసింహుడు, అయన కుమారుడైన కర్ణుని నిలువెత్తు విగ్రహాలను ఆగ్రాలోని దర్శన గవాక్షం (ఝరోకా-ఇ-దర్శన్) కింద ప్రతిష్ఠించి, గౌరవించుటతో బాటు, కర్ణునికి ఉన్నత మన్సబ్‌దారీ హోదానిచ్చి ఆదరించాడు. మొగల్‌లకు, మేవాడ్‌కు గల చిరకాల వైరం అంతమొందె, గాఢ స్నేహం నెలకొంది. వ్యాపార నిమిత్తం భారతదేశంలో అడుగిడిన పోర్చుగీస్, ఆంగ్లేయ దౌత్య, వ్యాపార ప్రతినిధి వర్గాలతో కూడా, చాకచక్యంగా మెలగి, రాజ్య భద్రత, ఐరోపీయులతో సత్సంబంధాలను, రెంటినీ జహంగీర్ కాపాడుకుంటూ వచ్చాడు.

షాజహాన్ తన తండ్రి జహంగీర్ కంటే, కొంతమేరకు ఇస్లాం సాంప్రదాయికతను అలవర్చుకున్నాడు. ఫలితంగా, విధానాలు, పరిణామాలలో కొద్ది భిన్నత్వం గోచరిస్తుంది. రాజపుత్ర స్త్రీని పరిణయమాడే విధానాన్ని ఈతడు అవలంబించలేదు. అయితే, రసపుత్ర అధికారులు, సైన్యాధ్యక్షుల సలహా, సహాయ సహకారాలను మాత్రం ఈతడు క్రమం తప్పకుండా పొందుతూ వచ్చాడు. తనకు వ్యతిరేకంగా 1657లో తిరుగుబాటు చేసిన తన మూడో కుమారుడైన ఔరంగ్‌జేబ్‌ను అణచటానికి నియోగించిన చక్రవర్తి సైన్యానికి అధిపతిగా జోధ్‌పూర్ రాజైన జస్వంతసింగ్ రాథోర్‌ను చేయటం షాజహాన్ నాటి జాతీయ రాజరిక ప్రభుత్వ స్వరూపానికి నిదర్శనంగా భావించవచ్చు. ఇదే విధంగా అధికార విస్తరణ, రాజ్యాల సిరిసంపదలను ప్రధానంగా దృష్టిలో ఉంచుకొని, ఈతడు దక్కన్‌లో మహమ్మదీయ రాజ్యాలైన అహమ్మద్‌నగర్, గోల్కొండ, బీజాపూర్‌ల ఆక్రమణకు 1633-56ల మధ్య పూనుకొన్నాడు. 1633లో అహమ్మద్‌నగర్ మొగల్ సామ్రాజ్యంలో చేర్చగా, గోల్కొండ, బీజాపూర్ సుల్తాన్‌లు కూడా ఓడి షాజహాన్‌కు కప్పం చెల్లించటానికి అంగీకరించారు. అయితే, మతపరంగా చివరి రెండు రాజ్యాధినేతలు షియా శాఖీయులు కావటం చేత కూడా, చక్రవర్తి దృష్టి వీటిమీద పడటం జరిగిందనే విషయం, ఈతనిలో కొంతమేరకు చోటుచేసుకున్న అసహ్య ద్వేష భావాలను చూపుతూంది.

ఔరంగ్‌జేబ్, తన తండ్రి షాజహాన్ కంటే మత సాంప్రదాయికత, అసహన, ద్వేష భావాల్లో ఎంతో ముందుకు వెళ్ళాడు. జాతీయ రాజరిక ప్రభుత్వాన్ని, ఇస్లాం మతపరమైందిగా ఈతడు భావించి, తన ఆదర్శంగా పెట్టుకొన్నాడు. ఫలితంగా ఈతడు 1669 నుంచే ఈ దిశలో చర్యలను తీసుకోవటం ప్రారంభించాడు. హిందువుల దేవాలయాలు, పాఠశాలల విధ్వంసన, వీరిపై శతాబ్ది పైబడి నిలిపివేసిన జిజియా పన్ను విధింపును తిరిగి (1679) ప్రవేశ పెట్టటం వీటిలో ఉన్నాయి. కాశీ విశ్వనాథ ఆలయం, మధుర కేశవ రాయ ఆలయం, గుజరాత్‌లోని సోమనాథ ఆలయం లాంటి ప్రసిద్ధ మందిరాలు విధ్వంసానికి గురిచేయటం జరిగింది. ఈ చర్యల కారణంగా, రాజ్యంలోని వివిధ ముస్లిమేతర వర్గాలు ప్రభుత్వానికి, ప్రభువుకి దూరమై, వైరానికి దిగాయి. జాట్‌లు 1669లో, సత్నామీలు 1672లో శిక్కులు 1675 నుంచి, రాజ పుత్రులు, 1679లో మొగల్ ప్రభుత్వానికి వ్యతిరేకంగా తిరుగుబాటుకు పూనుకున్నారు. ఈ జాతీయ శక్తుల పోరాటాన్ని, తాను 1707లో మరణించేటప్పటి వరకు గూడా ఔరంగ్‌జేబ్ పూర్తిగా అణచలేక పోవటం గమనించదగ్గ విషయం. ముఖ్యంగా, రాజపుత్రులతోటి వైరం, సామ్రాజ్యానికి మిక్కిలి హానికరంగా పరిణమించింది. అక్బర్ కాలాన్నుంచి పరిపాలన, సైనిక, సాంస్కృతిక రంగాల మొగల్ సామ్రాజ్యానికి తమ అమూల్య సేవలందిస్తున్న రసపుత్రులు బద్ధ శత్రువులుగా మార్చబడ్డారు. ఫలితంగా ఔరంగ్‌జేబ్ తన సుదీర్ఘ దక్కన్ యుద్ధాల్లో గాని, ప్రత్యేకించి ప్రబల ప్రత్యర్థులైన మహారాష్ట్రుల నెదిరించుటలోగాని, రసపుత్రుల విలువైన అండదండలను పొందలేక పొయ్యాడు. పర్యవసానంగా, ఈ కార్యక్రమాలలో సంపూర్ణ, శాశ్వత విజయాన్ని సంపాదించలేకపోవటం జరిగింది. 1679 నుంచి పోరు కొనసాగించిన మేవాడ్, మార్వాడ్‌లలో, 1681లో మేవాడ్‌తో ఔరంగ్‌జేబ్ సంధి చేసికోగా, మార్వాడ్ మాత్రం వీరుడైన దుర్గాదాస్ రాథోర్ నాయకత్వంలో 30 సంవత్సరాలు (1709 వరకు) నిర్విరామ

పోరాటాన్ని సాగించి, ఔరంగ్‌జేబ్ అనంతర పాలకుడైన బహదూర్‌షా, దాన్ని స్వతంత్ర పాలకుడిగా అజిత్‌సింగ్‌ను గుర్తించేటట్లు చేసింది.

దేశ రాజకీయ ఐక్యత : విధానాలు, పరిణామాలు

జహంగీర్ తన తండ్రి ప్రారంభించిన రాజకీయ ఐక్యతా లక్ష్యాన్ని కొనసాగించాడు. మేవాడ్‌ను లోబరుచుకోవటంతో బాటు, 1620లో కాంగ్రా దుర్గాన్ని జయించాడు. అయితే, అక్బర్ స్వాధీనపర్చుకొన్న కాందహార్‌ను 1622లో పర్షియా రాజైన షా అబ్బాస్‌కు కోల్పోవడంతోబాటు, దక్కన్‌లోని అహమ్మద్‌నగర్‌లో కూడా మొగల్ అధికారాన్ని కొనసాగించలేకపోయాడు. ఇంతకుమించి, రాజకీయ వ్యవస్థలో ఈతని కాలంలో గణనీయమైన మార్పులేవీ లేవు. 1611లో నూర్జహాన్‌తో వివాహమైన తదుపరి, త్రాగుడుకు లోనై, రాజ్య వ్యవహారాల్లో ముఖ్య ప్రమేయాన్ని ఆమెకు, ఆమె సలహాదారులకు ఇవ్వటం, సామ్రాజ్య కాంక్ష జహంగీర్‌లో ప్రబలంగా లేకపోవటం, ఇత్యాదివి ఈ సందర్భంగా పరిశీలించదగ్గ విషయాలు.

షాజహాన్ తన తండ్రి, తాతల అడుగు జాడల్లో రాజకీయ ఐక్యతా సాధన లక్ష్యంలో కొంత వరకు శ్రమించాడనే చెప్పాలి. దక్కన్ పాలకుడిగా ఉన్న ఖాన్‌జహాన్ లోడి తిరుగుబాటును 1631లో అణచాడు. ఈ తిరుగుబాటుదారుడికి సహాయం చేసిన అహమ్మద్‌నగర్ సుల్తాన్‌పై యుద్ధాన్ని ప్రకటించి, ఈతని రాజ్యాన్ని 1633లో మొగల్ సామ్రాజ్యంలో చేర్చాడు. 1636 నాటికి, గోల్కొండ, బీజాపూర్ సుల్తాన్‌లు చక్రవర్తికి కప్పాన్ని చెల్లించి, ఆయన సార్వభౌమాధికారాన్ని గుర్తించేటట్లు చేయడం జరిగింది. మధ్య ఆసియాలోని బాల్ఖ్ రాష్ట్రాన్ని, 1646లో వశపర్చుకున్నాడు. కాని, 1647లో దీన్ని ఉజ్బెగ్ పాలకుడు ఆక్రమించుకోగా, తిరిగి దీన్ని మొగల్ సైన్యాలు తమ వశం చేసుకోలేక పోయాయి. అదేవిధంగా, సైనిక పరంగా, వ్యాపార రీత్యా కీలకమైన కాందహార్‌ను 1638లో దాని గవర్నర్‌కు లంచమిచ్చి సంపాదించినప్పటికీ, 1648లో దాన్ని పారశీకులు తిరిగి ఆక్రమించుకోగా, షాజహాన్ దీన్ని తిరిగి పొందేందుకు మూడుసార్లు ప్రయత్నించినప్పటికీ, ఫలితం శూన్యమైంది.

ఔరంగ్‌జేబ్ అర్ధ శతాబ్ది పాలనా కాలంలో, దేశ రాజకీయ ఐక్యతా లక్ష్య అర్థం, స్వరూపం, తీవ్ర భిన్నత్వాన్ని సంతరించుకోడం ప్రధానంగా గమనార్హం. జాతీయ రాజ్యాన్ని ఇస్లామిక్ రాజ్యంగా ఈతడు పరిగణించాడు. షియా ముస్లిం రాజ్యాలైన బీజాపూర్, గోల్కొండలను, వీటి సుల్తాన్‌లు మొగల్ సార్వభౌమాధికారాన్ని మన్నించినప్పటికీ, వరసగా 1686, 1687 లలో వీటిపై దాడి చేసి, మొగల్ సామ్రాజ్యంలో వీటిని కలుపుకోటంలో, ఈతని గాఢ సున్నీ మతావేశం వ్యక్తమౌతుంది. దీని ఫలితంగా సామ్రాజ్య విస్తీర్ణం పెరిగినా, పరిపాలనా ఇబ్బందులు అధికమై, ప్రభుత్వ సుస్థిరతను దెబ్బతీశాయి. ముస్లిమేతరుల పట్ల ఔరంగ్‌జేబ్ అవలంబించిన కఠిన అసహన చర్యల కారణంగా మధుర ప్రాంతంలో జాట్లు, ఢిల్లీ సమీపంలోని మేవాట్, నార్నౌల్ ప్రాంతంలో సత్‌నామీలు, పంజాబ్ శిక్కులు,

రాజస్థాన్ లోని మేవాడ్, మార్వార్ రాజ్యాల రసపుత్రులు తీవ్ర తిరుగుబాట్లకు దిగినట్లుగా మనం తెలుసుకున్నాం. మొదటి రెండు తెగలను అణచినా, చివరి రెంటి విషయంలో మాత్రం ఈతడు సంపూర్ణ, శాశ్వత విజయాన్ని తాను మరణించేంతవరకు కూడా సాధించలేకపోయాడు. లోగడ మొగల్ సామ్రాజ్యానికి తమ సంపూర్ణ సహాయ సహకారాలందించిన వీరి ప్రబల, నిరంతర వైరం, సామ్రాజ్య బలహీనతకు దోహదమైంది. ఇవే పరిస్థితులు, రాజకీయ వాతావరణ, విధాన ప్రభావ ఫలితంగా దక్కన్‌లో మహారాష్ట్రులు శివాజీ నాయకత్వంలో విజృంభించి, స్వతంత్ర రాజ్య స్థాపన కావించి, 1660 నుండి 1707 వరకు కూడా ఔరంగ్‌జేబ్‌కు, మొగల్ సామ్రాజ్యానికి పక్కలో బల్లెమయ్యారు. శివాజీ, శంభాజీ, రాజారాం, తారాబాయ్‌లు, ఈ సుదీర్ఘ పోరాటాన్ని అపార ధైర్య సాహసాలతో నడిపించారు. వీరి గెరిల్లా యుద్ధ పద్ధతులకు మొగల్ సైనికులు బెంబేలెత్తారు. 1681 నుంచి తన చివరి 26 సంవత్సరాల పాలనా కాలాన్ని దక్కన్‌లో గడిపిన ఔరంగ్‌జేబ్, మహారాష్ట్రుల విషయంలో పొందిన ఘోర వైఫల్యత అతన్ని కృశింప చేసి, మరణ శయ్యపై చేర్చింది. అయితే 1661-63ల మధ్య కూచ్‌బిహార్, అస్సామ్‌ల ఆక్రమణ, 1666లో అరకాన్ రాజుపై నౌకా విజయాన్ని సాధించి, చిట్టగాంగ్ జిల్లాను వశం చేసుకోడం 1667-75 మధ్యలో వాయువ్య సరిహద్దులోని ఆఫ్ఘన్ జాతీయుల తిరుగుబాట్ల నణచుట, ఇత్యాది సైనిక, ఐక్యతా విజయాలను ఈతడు సాధించక పోలేదు. ఇవి రాజ్య సరిహద్దులకు మాత్రమే పరిమితమగుట గమనార్హం. ఒక్క మాటలో చెప్పాలంటే ఔరంగ్‌జేబ్ కాలంలో, 1690 నాటికి మునుపెన్నడూ లేనంతగా సామ్రాజ్య సరిహద్దులు కాశ్మీర్ నుంచి కన్యాకుమారి, కాబూల్ నుంచి చిట్టగాంగ్‌ల వరకు విస్తరించినప్పటికీ, ఇది క్షణభంగురమై, తదనంతర కాలంలో ఆయన కళ్ళముందరే పేకమేడలా కూలిపోసాగింది.

మహారాష్ట్రులు : స్వతంత్ర రాజ్య పరిణామ దశలు (1646–1817)

క్రి.శ. 1565లో జరిగిన తాళికోట యుద్ధ కారణంగా, విజయనగర సామ్రాజ్య పతనం చెందిన తదుపరి, దక్కన్‌లో స్వతంత్ర హైందవ రాజ్య స్థాపన చేసిన ఘనత మహారాష్ట్రులకే దక్కింది. విశేషమేమంటే, ఇట్టి స్వతంత్ర రాజ్య స్థాపనలో విజయనగర సంగమ వంశజులు, బహమనీ, మధుర సుల్తాన్‌లతో పోరు సల్పితే, మహారాష్ట్ర భోన్స్లే వంశజులు ఒకవైపు బీజాపూర్, గోల్కొండ సుల్తాన్‌లతోను, మరోవైపు మొగల్ చక్రవర్తులతోనూ ఢీకొన్నారు. 17వ శతాబ్ది ప్రథమార్ధాంతంలో ప్రారంభమైన ఈ ఐక్యతా ఉద్యమానికి ముందు మహారాష్ట్రులు అనేకమంది ఉన్నతోద్యోగులుగా, సైనికులుగా, అహమ్మద్‌నగర్ నిజాంషాహి రాజ్యంలో పని చేసేవారు. ఎత్తైన పడమటి కనుమలతో కూడుకొన్న మహారాష్ట్ర ప్రాంతం, శీతల వాతావరణాన్ని, శ్రమ జీవనాన్ని, కోటల నిర్మాణాన్ని ప్రసాదించడం, ఏకనాథ్, తుకారామ్, రామ్‌దాస్ లాంటి భక్తి మత సంస్కర్తలు ప్రజల్లో సాంస్కృతిక పునరుజ్జీవనాన్ని, ఐక్యతను రగుల్కొల్పడం, రాజకీయ, సైనిక శిక్షణను మహారాష్ట్రులు అహమ్మద్‌నగర్ రాజ్యంలో పొందడం, ఔరంగజేబ్ అనుసరించిన మత విద్వేష చర్యలు వీరిని స్వధర్మ రక్షణకై పురికొల్పటం, చివరగా వీరిలో రాజకీయ ఐక్యతను సాధించటానికై శివాజీ భోన్స్లే రంగ ప్రవేశం చేయటం, ఇత్యాది పరిణామాలు మరాఠా రాజ్య స్థాపనకు దోహదకాలైనాయి.

స్వతంత్ర రాజ్య స్థాపన : శివాజీ (1646 – 1680)

పూనా జాగీర్దారైన షాజీ భోన్స్లే, జిజియాబాయ్‌ల కుమారుడు శివాజీ. 1636 వరకు అహమ్మద్ నగర్ సుల్తాన్‌ల కొలువులో, తదుపరి 1664లో తన మరణం వరకు

పటం : ఔరంగజేబ్ సామ్రాజ్యం (1699), తొలి ఐరోపీయ స్థావరాలు
మూలం : 'Historical Atlas' by Davis, లేక 'భారతదేశ చరిత్ర (1526-1947) ఖండికలు 1ః6, పుట 32, ఆంధ్రప్రదేశ్ సార్వత్రిక విశ్వవిద్యాలయ ప్రచురణ.

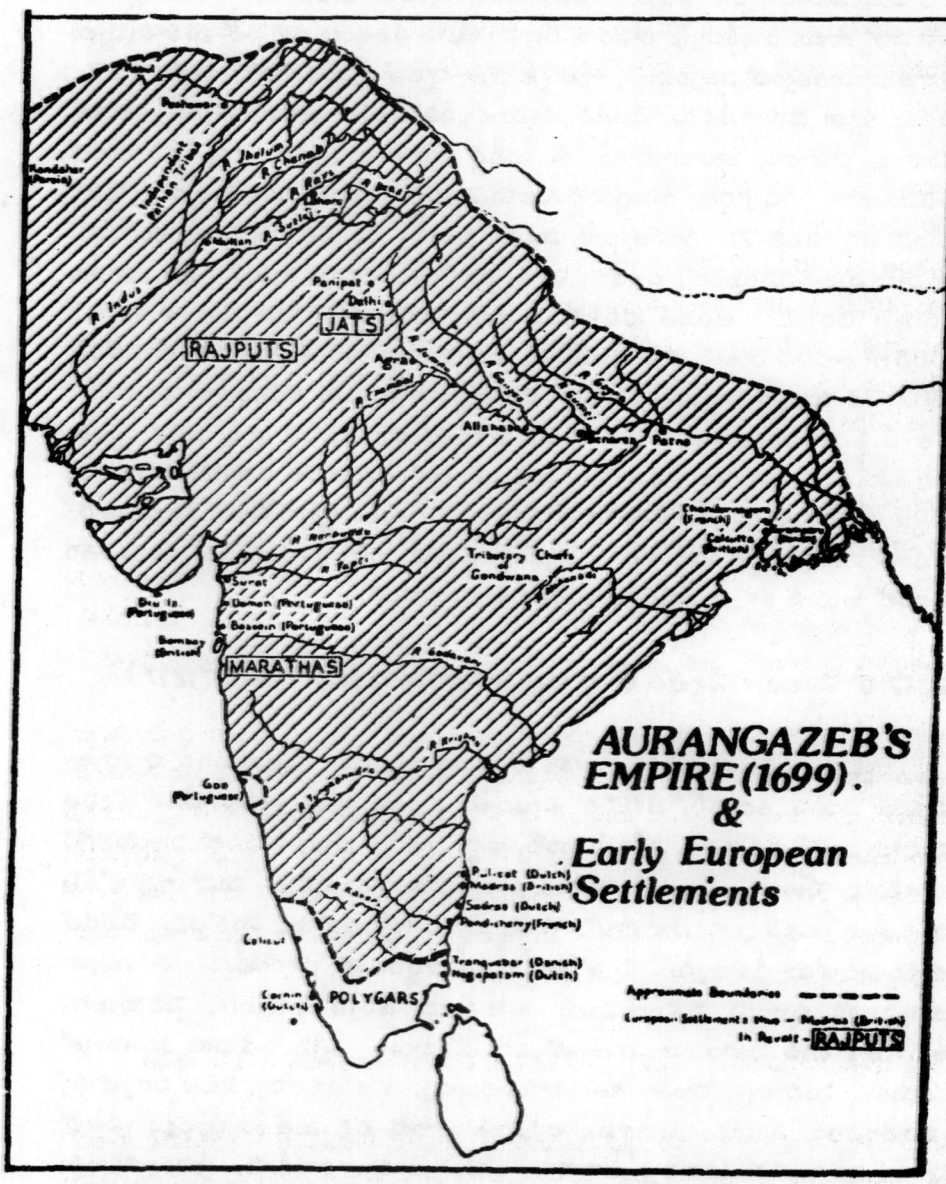

బీజాపూర్ సుల్తాన్‌ల అనుగ్రహంలో షాజీ తన సేవలనందించాడు. అయితే, తన కుమారుని స్వరాజ్య స్థాపనా కృషికి సంపూర్ణ ఆశీర్వాదాల నందించాడు. రామాయణ, మహాభారత వీరోచిత గాథలను విన్పించి, జిజియాబాయి తన కుమారుని వీరునిగా తీర్చిదిద్దింది. 1636 నుండి 1647 వరకు సంరక్షుడిగా పని చేసిన దాదాజీ కొండదేవ్, శివాజీని సాధారణ, యుద్ధ విద్యల్లో సుశిక్షుతునిగా చేశాడు. అలనాటి విద్యారణ్యుని వలె, సమర్థ రామదాస్ హైందవజాతి, ధర్మ రక్షణకై శివాజీని బద్ధకంకణుడిగా చేశాడు.

శివాజీ 1646లో బీజాపూర్‌కు చెందిన తోర్నదుర్గ ఆక్రమణతో తన విజయ యాత్రను ప్రారంభించి, 1648లో చకన్, కొండానా, పురంధర్, సూపా, బారామతి ప్రాంతాలను, 1652-53లో సింహఘడ్ గిరి దుర్గాన్ని, 1656లో జావలిని, 1657లో కొంకణ్ ప్రాంతాన్ని, 1677-78లో కర్ణాటక ప్రాంతంలోని వెల్లూరు, జింజి, తంజావూరులను, తుంగభద్ర, కావేరి నదుల మధ్య ప్రాంతాన్ని జయించి, స్వాధీనపర్చు కున్నాడు. ఇట్టి బృహత్తర కార్యక్రమంలో ఈతడు బీజాపూర్, మొగల్, కర్ణాటక, స్వతంత్ర దేశముఖ్‌ల సైన్యాలు, సైన్యాధ్యక్షులతో తలపడి, గెరిల్లా యుద్ధ పద్ధతులను, సమయానుకూల బుద్ధి కుశలతను ప్రయోగించి తిరుగులేని విజయాన్ని సంపాదించాడు. అఫ్‌జల్ ఖాన్ (బీజాపూర్), షయిస్తఖాన్ (మొగల్) వంటి పేరుమోసిన సైన్యాధ్యక్షులను మట్టికరిపించాడు. శివాజీ కావించిన సుదీర్ఘ, బహుముఖ దిగ్విజయాల ఫలితంగా, ఈతని నూతన రాజ్యం ఉత్తరాన రామ్‌నగర్ నుంచి దక్షిణాన కార్వార్ వరకు గల కొంకణ్ ప్రాంతానికి, తుంగభద్ర, కావేరిల మధ్య ప్రాంతానికి, కర్ణాటక తూర్పు కోస్తా భాగానికీ, విస్తరించింది. ఈ పరిణామాలకు అద్దం పడ్తూ ఈతడు 1674 జూన్ 16న రాజధాని రాయఘడ్‌లో "ఛత్రపతి" బిరుదుతో, పట్టాభిషక్తుడైనాడు. స్వతంత్ర మరాఠా, హైందవ రాజ్య స్థాపన ఎలుగెత్తి చాటినట్లైంది.

శివాజీ గొప్ప పాలనాదక్షుడు కూడా. మంత్రి వర్గం, కార్యదర్శులు, రాష్ట్ర పాలకులు, గ్రామాధికారులు, మొదలైన వారితో సువ్యవస్థిత పాలనా యంత్రాంగ మేర్పరచబడింది. రైతుల బాగోగులను దృష్టిలో నుంచుకొని, పొరుగు రాజ్యాలనుండి "చౌత్" (నాలుగవ వంతు), "సర్దేశ్ ముఖి" (పదో వంతు) అనే పన్నులు వసూలు చేశాడు. ఉద్యోగాలు, పదవులు వంశ పారంపర్యం కాదు. జీతాలివ్వబడేవి. గెరిల్లా, నౌకా యుద్ధాలలో పేరుగాంచిన సిద్ధ సైన్యం, గొప్ప క్రమశిక్షణతో, సమర్థవంతంగా నిర్వహించబడింది. సంపూర్ణ మత సహనం పాటించబడింది.

శివాజీ వారసులు (1680 - 1712) : మొగల్‌ల నెదిరించిన తీరు

శివాజీ తరవాతఈతని పెద్ద కుమారుడు శంభాజీ (1680-89) ఛత్రపతి పదవి నలంకరించాడు. ఈతనిలో ధైర్య సాహసాలున్నా, విషయాసక్తుడు. రాజ్య వ్యవహారాలను మంత్రులకు వదలివేసి, సైనిక వ్యాసంగాలను నిర్లక్ష్యం చేశాడు. వీటికి తోడు, ఔరంగజేబ్ నెదిరించి, దక్కన్‌కు పారిపోయి వచ్చిన అతని కుమారుడైన అక్బర్‌కు ఆశ్రయమిచ్చాడు. పర్యవసానంగా ఔరంగజేబ్ 1689లో దాడిచేయగా, శంభాజీ

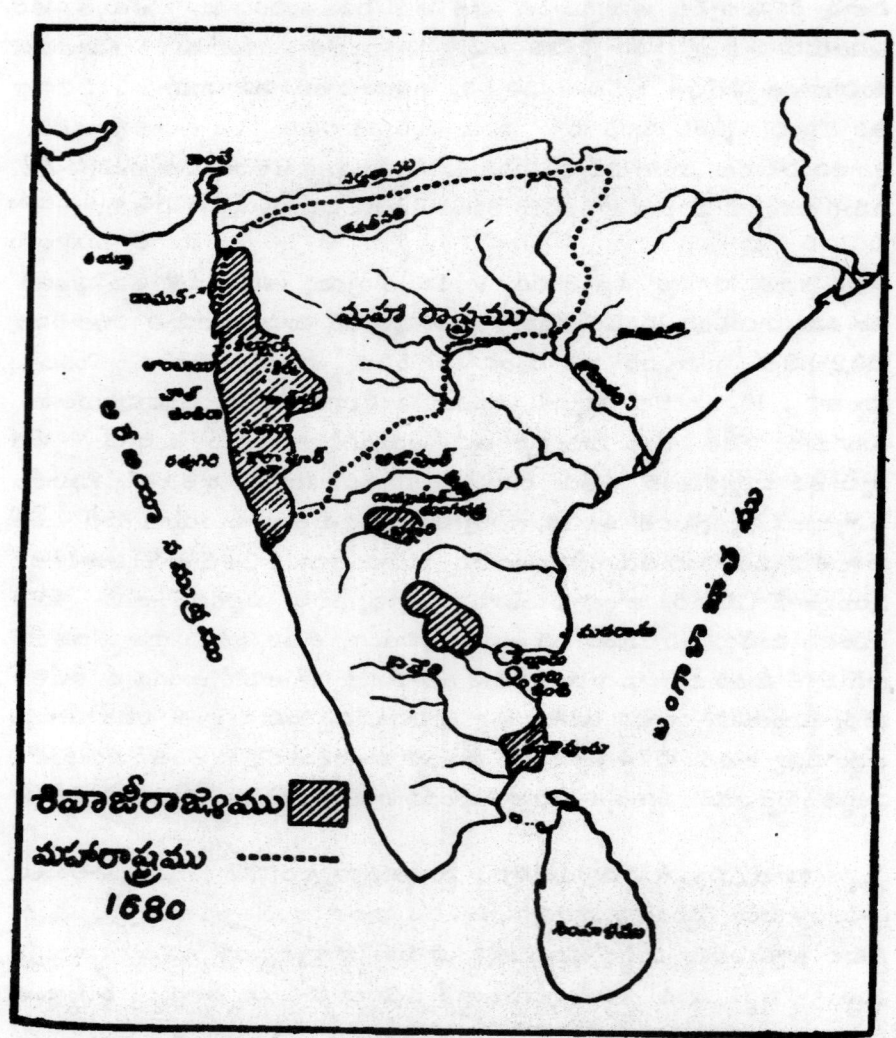

పటం : శివాజీ రాజ్యం (1680)

మూలం : 'భారతదేశ చరిత్ర - సంస్కృతి', ద్వితీయ భాగం, పుట 233, తెలుగు అకాడమీ ప్రచురణ.

హతుడైనాడు. ఈతని దుర్మరణం మహారాష్ట్రుల్లో మొగల్‌లపై తీవ్ర ప్రతీకార జ్వాలలను రేపింది.

శంభాజీ తరవాత శివాజీ, సోర్యాబాయ్‌ల కుమారుడైన రాజారామ్ (1689-1700) సింహాసనాన్ని అధిష్ఠించాడు. శంభాజీ మరణంతో ఇతడు రాయఘడ్‌ను వదిలి, జింజి దుర్గంలో తిష్ఠ వేశాడు. మొగల్‌లు దీన్ని వశం చేసుకునేలోగా, ఇతడు సతారాకు

చేరడమైంది. ఔరంగజేబ్ చక్రవర్తి స్వయంగా దీని ముట్టడిలో పాల్గొనగా, రాజారామ్ అతని కళ్ళు గప్పి, బయటపడి, ఖాందేష్, బీరార్, బగ్లానా అదిగా గల మొగల్ ప్రాంతాలను కొల్లగొట్టి, చౌత్, సర్దేశ్‌ముఖిలను వసూలు చేశాడు. మొగల్‌లకు చిక్కకుండా వారిని ముప్పుతిప్పలు పెట్టిన ఈతడు పిన్న వయసులోనే మరణించాడు.

రాజారామ్ మరణంతో ఈతని వీరోచిత భార్య తారాబాయ్ (1700-1707) సింహాసనానికి ఏర్పడిన ఖాళీని పూరించింది. మహారాష్ట్రుల కోటలపై మొగల్ ఆక్రమణను నిరసింప జేయటంతో బాటు, ఈమెనాయకత్వంలోమరాఠా సైన్యాలు మొగల్ సుబాలను కొల్లగొట్టసాగాయి. 1703లో బీరార్, 1706లో బరోడా, అహమ్మద్‌నగర్ ముట్టడికి గురయ్యాయి. వీరిముందు మొగల్ సైనికులు వెలవెల పోయారు. ఈ నిరాశా నిస్పృహలతోనే 1707లో పరమపదించాడు.

ఔరంగ్‌జేబ్ వారసుడైన బహదూర్‌షా అప్పటివరకు బందీగా ఉన్న శంభాజీ కుమారుడైన సాహూను (1700-1748) విడుదల చేశాడు. ఫలితంగా ఈతనికి, తారాబాయ్‌కి అధికార పోరాటం సంభవించింది. దీనిలో తారాబాయ్ ఓడి, కొల్హాపూర్ చేరి అక్కడ స్వతంత్ర రాజ్యాన్నేర్పరచుకుంది. బాల్యం నుంచి కూడ మొగల్ సంరక్షణలో పెరిగిన సాహూ రాజకీయ, పాలనా వ్యవహారాల్లో, హిందూ సాంప్రదాయాల్లో, మరాఠీ భాషలో ప్రవేశాన్ని పొందలేక పోయాడు. ఫలితంగా పాలనా విషయాల నిర్వహణ పూర్తిగా మంత్రుల కివ్వబడింది. పీష్వా (ప్రధాన మంత్రి) పదవి, వంశపారంపర్య హక్కులతో బాలాజీ విశ్వనాథ్ వంశానికివ్వబడింది. నాటినుంచి మహారాష్ట్ర చరిత్రలో పీష్వాల యుగమారంభమైంది. శివాజీ వారసులు నామమాత్ర పాలకులు కాగా, నిజమైన అధికారాన్ని పీష్వాలు చెలాయించారు. రాజవంశం సతారా నుంచి ఏలితే, వీరు పూనా నుంచి పాలించారు.

పీష్వాల యుగం (1713–1817) : పరిణామాలు

పీష్వాల అధికారం, బాలాజీ విశ్వనాథ్ (1713-20)తో మొదలైంది. ఇతడు చిత్‌పవన్ వంశానికి చెందిన బ్రాహ్మణుడు. ఈతడు గొప్ప రాజనీతివేత్త. దక్కన్‌లోనే కాకుండా, దేశ రాజకీయాల్లో కూడా మహారాష్ట్రులకు పెద్ద పీటను వేయించాడు. ఢిల్లీ రాజ్య స్రష్టలుగా పేరొందిన సయ్యద్ సోదరులు, క్రీ.శ. 1719లో మొగల్ చక్రవర్తైన ఫరూక్ సియర్‌ను సింహాసనభ్రష్టుడిగా చేయటంలో, బాలాజీ విశ్వనాథ్ సహాయాన్ని అర్థించి, పొంది, సఫలీకృతులయ్యారు. ఫలితంగా దక్కన్‌లోని ఆరు మొగల్ రాష్ట్రాల నుంచి "చౌత్", "సర్దేశ్ ముఖి" పన్నులను వసూలు చేసుకునే హక్కు, మహారాష్ట్రులకు లభించింది. మొగల్ అధికారంలో భాగస్వామ్యాన్ని పొందినట్లైంది. రాజ్యంలో శాంతిభద్రతలను నెలకొల్పి, ఆర్థిక పరిస్థితిని మెరుగుపర్చేందుకై కృషి సల్పాడు. మరాఠా నాయకులందరినీ ఒక కూటమిగా ఏర్పరచగల్గే ముఖ్య చర్యను విశ్వనాథ్ తీసుకున్నాడు. ఈ నాయకులు వసూలు చేసిన చౌత్, సర్దేశ్‌ముఖి పన్నులలో, 2/3వంతు తామే వుంచుకొని, 1/3వ వంతు మాత్రమే పీష్వా కివ్వటానికి ఈతడు అనుమతించాడు.

1720లో బాలాజీ విశ్వనాథ్ మరణించటంతో, ఈతని పెద్ద కుమారుడైన బాజీరావు (1720-40) పీష్వా పదవిని పొందాడు. ఈతడు తండ్రిని మించిన యోధుడు, రాజనీతిజ్ఞుడయ్యాడు. పీష్వాలందరిలోకెల్లా కడు సమర్థుడుగా పేరు గాంచాడు. సామ్రాజ్య కాంక్ష కలవాడై, ఉత్తర, దక్షిణ భారతాల్లో కూడా మహారాష్ట్రుల అధికారాన్ని నెలకొల్ప ప్రయత్నించాడు. ఫలితంగా, ఈతని నాయకత్వంలో మరాఠాలు గుజరాత్, మాళ్వా, బుందేల్‌ఖండ్‌లను జయించి, ఢిల్లీ వరకు చొచ్చుకొని పోయారు. మొగల్ చక్రవర్తికి సహాయం చేయ బయల్దేరిన హైదరాబాద్ నిజాం, 1738లో భోపాల్ వద్ద ఓడిపోయాడు. కర్ణాటక నాయక రాజులు, పాళెయగార్లు, ఆర్కాట్ నవాబ్, జింజిర సిద్దీలు, పోర్చుగీస్, ఆంగ్లేయ వర్తక కంపెనీలవారు, మహారాష్ట్రుల పంచన చేరారు. బలవంతులైన భోన్స్లే, గైక్వాడ్, హోల్కర్, సింధియా మరాఠా నాయకులను 'మహారాష్ట్ర సమ్మేళనం'గా ఐక్య పరచి, దానికి తనే అధ్యక్షుడగుట, బాజీరావు సాధించిన మరొక ఘనకార్యం. తన 42వ ఏటనే బాజీరావ్ కన్నుమూశాడు.

బాజీరావు అనంతరం, అతని 18 ఏండ్ల కుమారుడైన బాలాజీ బాజీరావు (1740-1761) పీష్వా పదవి నలంకరించాడు. గొప్ప యోధుడు కాకపోయినా, మంచి పాలనా దక్షత కలవాడు. ఈతని పాలనా కాలంలో మహారాష్ట్రుల అధికారం, ప్రభావం, పలు నూతన ప్రాంతాలకు వ్యాపించింది. దక్షిణంలో కర్ణాటకమంతటా, తూర్పున ఒరిస్సా, బెంగాల్, బీహార్‌ల వరకు, ఉత్తరాన పంజాబ్, గంగ యమునల ప్రాంతం వరకు, వీరి ఆధిపత్యం విస్తరించింది. బెంగాల్, బీహార్‌లలో "చౌత్", "సర్దేశ్‌ముఖి" పన్నులను వసూలు చేసే అధికారాన్ని కూడా పొందారు. అయితే, ఆఫ్ఘన్ రాజైన అహ్మద్‌షా అబ్దాలి కుమారుని పారద్రోలి, పంజాబ్‌ను వశం చేసికొనడంతో, భీకర సంగ్రామాన్ని చేయాల్సొచ్చింది. ఇదే 1761 జనవరి 14న జరిగిన చారిత్రాత్మక మూడవ పానిపట్ యుద్ధం. శివాజీ విజయవంతంగా ప్రయోగించిన గెరిల్లా యుద్ధపద్ధతులను విడనాడి, మరాఠా సైన్యాలు పరాజయాన్ని చవిచూచాయి. దీని ప్రభావ ఫలితంగా, కొలది మాసాల్లోనే బాలాజీ బాజీరావు తనువు చాలించాడు. ఈ ఓటమి ఆంగ్లేయ అధికార పెంపుకు దోహదమైంది.

బాలాజీ బాజీరావు పెద్దకుమారుడైన విశ్వాసరావు పానిపట్టు యుద్ధంలో మరణించగా, రెండో కుమారుడైన మాధవరావు (1761-1772) అధికారాన్ని చేపట్టాడు. దెబ్బతిన్న మరాఠా పేరు ప్రతిష్ఠలను పునరుద్ధరించడానికి, శాయశక్తులా కృషి చేశాడు. 1772లో మాధవరావు మరణించగా, ఈతని తమ్ముడు నారాయణరావు పీష్వాగా ప్రకటించబడ్డాడు. అయితే, ఈతని పిన తండ్రి రఘోబా ఈతనిని చంపించి, తననే పీష్వాగా ప్రకటించుకున్నాడు. కానీ, మహారాష్ట్ర నాయకులు నానా ఫడ్నవీస్ నాయకత్వంలో రఘోబాను గద్దె దింపి, రెండో మాధవరావును పీష్వాగా ప్రకటించారు. అయితే అదను కోసం వేచి చూస్తున్న బ్రిటిష్‌వారు రఘోబాకు మద్దతును తెల్పడంతో, 1775లో మొదటి మరాఠా యుద్ధం మొదలైంది. మహారాష్ట్రులకు 1782లో సాల్బే సంధి చేసికోవాల్సి వచ్చింది. అయినప్పటికీ, రెండో మాధవరావు (1774-95) బ్రిటిష్ వారిచేత పీష్వాగా గుర్తించబడ్డాడు. రఘోబాకు భరణమివ్వడం జరిగింది. దురదృష్టవశాత్తూ, 18వ శతాబ్దాంతానికే మహారాష్ట్రుల్లో నాయకత్వానికై పోటీ ఏర్పడి, ఆంగ్లేయుల జోక్యానికి మరల అవకాశమేర్పడింది. రెండవ

బాజీరావు (1796-1818)ను యశ్వంతరావ్ హెూల్కర్, దౌలత్‌రావ్ సింధియాలు ఎదిరించగా, అతడు బ్రిటిష్ సహాయాన్ని అర్థించాడు. ఫలితంగా, రెండో మహారాష్ట్ర యుద్ధం (1803-05) సంభవించింది. సింధియా, భోన్స్లే సైన్యాలు ఓడి, వీటి నాయకులు ఆంగ్లేయ కంపెనీతో సైన్య సహకార ఒడంబడిక చేసికొని, పలు ప్రాంతాలను - అహ్మద్‌నగర్, బ్రోచ్, గంగా-యమునల మధ్య ప్రాంతం, కటక్, బాలసోర్ - అప్ప జెప్పారు. మూడో మహారాష్ట్ర యుద్ధం (1817-19)తో, మహారాష్ట్రుల అధికారం అడుగంటింది. హెూల్కర్, భోన్స్లేలు, సింధియా, పీష్వాలు సమాఖ్యగా ఏర్పడి, ఆంగ్లేయుల నెదిరించారు. కాని ఓడి, తమ రాజ్య ప్రాంతాలనన్నిటినీ బ్రిటిష్ వారికి ధారాదత్తం చేయాల్సొచ్చింది. చివరగా, పీష్వా పదవే రద్దు చేయబడి, రెండో బాజీరావుకు ఏటా ఎనిమిది లక్షల భరణమివ్వబడింది. బహు నాయకత్వం, అంతఃకలహాలు, ప్రజాభిమానాన్ని తేలేకపోవడం, మొదలైన కారణాలు మహారాష్ట్ర పతనానికి దారి తీశాయి. వీరి పతనంతో దేశంలోని అధిక భూభాగం, ఆంగ్లేయ సామ్రాజ్యంలో విలీనమైంది.

ఔరంగజేబ్ అసమర్థ వారసులు (1707–1764) : పరిణామ, ప్రభావాలు

ఔరంగజేబ్ తరవాత, మొగల్ వంశజులు ఒకటిన్నర శతాబ్దుల కాలం, ఢిల్లీ సింహాసనంపై కూర్చుండగల్గారు. ఔరంగజేబ్ కుమారుడైన బహదూర్‌షా (1707-1712) వీరిలో మొదటి వాడైతే, ఈతని తరవాత ఏడో తరానికి చెందిన రెండో బహదూర్‌షా (1837-57) ఆఖరి వాడైనాడు. వీరిద్దరి మధ్య మరో పదిమంది అధికారాన్ని చవిచూచారు. కడపటి మొగల్‌లలో రెండో షా ఆలమ్ (1759-1806) అత్యధికంగా 47 సంవత్సరాలు చక్రవర్తిగా వుంటే, రఫీ ఉద్దౌల (1719 జూన్ - సెప్టెంబర్) కేవలం మూడు మాసాలు మాత్రమే గద్దెమీద ఉండగల్గాడు. వీరిలో రెండో షా ఆలమ్, రెండో బహదూర్‌షాలు కాక, మరో ఇద్దరు - మహమ్మద్ షా (1719-48), రెండో అక్బర్ (1806-1817) మాత్రమే పది సంవత్సరాల పైబడి పాలన సాగించారు. మంత్రులు, సైన్యాధ్యక్షులు, మహారాష్ట్రులు, ఆంగ్లేయుల ప్రాపు, ఇష్టాల ననుసరించి, వీరు గద్దనెక్కడం, దిగడం జరిగింది గాన, అధిక పాలకులు స్వల్ప పాలనాకాలాలు సంభవమయ్యాయి.

చివరి మొగల్ చక్రవర్తుల పాలనాకాలాన్ని, పరిణామ, ప్రభావాల దృష్ట్యా, రెండుగా విభజించవచ్చు. 1707 నుండి 1761 వరకు మొదటి భాగంగాను, 1761 నుండి 1857 వరకు రెండో భాగంగాను తీసుకోవచ్చు. 1761 వరకు పాలించిన చక్రవర్తులు అసమర్థులు, పాలనా విషయాల్లో శ్రద్ధ లేనివారై, విలాస జీవితాన్ని గడుపుతూ, ప్రజాభిమానాన్ని చూరగొనలేకపోయిన ఔరంగజేబ్ మత సహిత విధానాన్నే కొనసాగించగా, 1761 తరవాత గద్దనెక్కిన వారు పూర్తిగా అధికారాన్ని కోల్పోయి, కేవలం నామమాత్రావశిష్టులుగా, మహారాష్ట్రులు, బ్రిటిష్‌వారి నుంచి భరణాన్ని పొందుతూ కాలం వెళ్ళబుచ్చారు. వీరి బలహీన పాలనకు తోడు, 1739, 1761లలో నాదిర్ షా, అహ్మద్‌షా అబ్దాలీల నాయకత్వంలో జరిగిన పారశీక, అఫ్ఘన్ దండయాత్రలు, మొగల్ సంపదను కొల్లగొట్టి,

రాజకీయంగా, సైనికంగా మొగల్‌లను నిర్వీర్యులుగా చేసి, సామ్రాజ్య విచ్ఛిత్తికి దోహదకారులైనాయి. ఈ పరిస్థితుల నవకాశంగా తీసుకొని, బెంగాల్, ఔధ్, పంజాబ్, దక్కన్, కర్ణాటక ప్రాంతాలు స్వతంత్ర రాజ్యాలయ్యాయి. 1761లో జరిగిన మూడో పానిపట్ యుద్ధంలో సంభవించిన మహారాష్ట్రుల తీవ్ర ఓటమి, ఆంగ్లేయ అధికార పెంపునకు తోడ్పడినట్లు తెలుసుకున్నాం. ప్లాసీ యుద్ధ (1757) విజయం బెంగాల్ ఆక్రమణకు, కర్ణాటక యుద్ధాల (1744-61) గెలుపు దక్కన్, కర్ణాటక, తూర్పు కోస్తా ప్రాంతాల ఆధిపత్యానికి, బక్సర్ యుద్ధ (1764) విజయం బెంగాల్‌లో ఆంగ్లేయ అధికార సుస్థిరతకు దారితీశాయి. బక్సర్ యుద్ధంలో ఓడిన మొగల్ చక్రవర్తి రెండో షా ఆలమ్, అలహాబాద్ సంధిని (1765) చేసుకొని, ఆంగ్లేయ రక్షణను స్వీకరించి, వారికి బెంగాల్, బీహార్, ఒరిస్సా రాష్ట్రాల్లో రెవిన్యూ వసూలు చేసుకునే 'దివానీ' అధికారాన్నిచ్చాడు. ఈ రాష్ట్రాల్లో బ్రిటిష్ అధికార స్థాపనకు ఈ హక్కు తోడ్పడింది.

మొగల్, మరాఠా యుగ పాలనా విశేషతలు

దేశ రాజకీయ ఐక్యతా సాధనలో ప్రథమంగా గొప్ప ప్రగతిని సాధించుటతో బాటు, పాలనా విధాన నిర్మాణంలో కూడా, మొగల్ - మరాఠా యుగం స్పష్టతను, సామ్యతను, మార్గ దర్శకత్వాన్నేర్పరచింది. స్వదేశీ, విదేశీ అంశాల మేలు కలయిక జరిగింది. ఆచార్య జాదునాథ్ సర్కార్ దీన్ని స్పష్టీకరిస్తూ, "మొగల్ పాలనా పద్ధతి" గా పేర్కొన్నాడు. అదే విధంగా శివాజీ కూడా, హిందూ ధర్మ సూత్రాలు, న్యాయ శాస్త్రాలను ప్రధానంగా పరిగణనకు తీసుకుంటూ, దేశంలో అప్పటికి బాగా ప్రచారంలో ఉన్న కొన్ని మహమ్మదీయ సూత్రాలు, పదాలను స్వీకరించాడు. పాలనా పటిష్ఠత, ప్రజా శ్రేయస్సు, రాజవంశ అధికార సుస్థిరత, పెంపు, నాటి పాలనా విధానానికి మూలసూత్రాలుగా నిల్చాయి. మంత్రులు, మన్సబ్‌దార్లు లేక దేశ్‌ముఖ్‌లు, రాష్ట్రాధిపతులు, ఉద్యోగులు, సైనికులు ముఖ్య అంగాలవలె వ్యవహరించారు.

మొగల్ - మరాఠా యుగ పాలనా విధాన విశేషతల్లో మొదటగా గమనించదగింది, దానికి లౌకిక స్వరూపాన్నివ్వటానికై జరిగిన గొప్ప కృషి. షేర్షా, అక్బర్, జహంగీర్, షాజహాన్, శివాజీ ఆదిగా గల అధినేతలు, తమ రాజ్య వ్యవహారాల్లో మతగురువులకు ప్రమేయం లేకుండా చేయడంతో బాటు, పరిపాలనా యంత్రాంగం, సైన్యంలో పదవుల ఎంపికకు, కుల, మత, జాతి వ్యత్యాసాలు కాకుండా, వ్యక్తుల శక్తి సామర్థ్యాలు పరిగణనలోనికి తీసికోబడ్డాయి. అయితే ఔరంగజేబ్, అతని వారసులు మత సహిత విధానాన్ని ఆచరించుట, దురదృష్టకర పరిణామం. మొట్టమొదటిసారిగా, కేంద్ర రాష్ట్ర ప్రభుత్వాల్లో, ఆర్థిక, అంతరంగిక, వైదేశిక, సైనిక, న్యాయ, నీతిబద్ధ ప్రవర్తన లాంటి అన్ని ముఖ్య పరిపాలనా శాఖల నిర్వహణకై మంత్రులను నియమించే పద్ధతి ఆవిర్భవించుట, విశేషమైంది. అయితే, వీరి సలహా సహకారాలను తప్పకుండా పాటించి తీరాలనే రాజ్యాంగ నియమం లాంటిదేదీ లేదు. సివిల్, సైనికోద్యోగులకు కూడా జాగీర్లనిచ్చే పద్ధతికి స్వస్తి చెప్పి, నెలవారీ నగదు, జీతాలనివ్వటం, మరో ముఖ్య పాలనా విధాన లక్షణం. ఉద్యోగుల

పనితీరుపై ప్రభుత్వ అజమాయిషీ, ప్రభుత్వం పట్ల వారి విధేయతను, శక్తి సామర్థ్యాల ప్రదర్శనపై జీతభత్యాలు, ఉద్యోగ హోదాలో పెంపు సాధించ వీలైంది.

సౌమ్య రెవిన్యూ విధాన రూపకల్పన, శక్తివంతమైన సైన్య నిర్వహణకు, ఈ యుగంలో కడు ప్రాధాన్యత ఇవ్వబడింది. భూమి శిస్తు, ముఖ్యంగా మొగల్ సామ్రాజ్యంలో ఇతర ఆదాయ మార్గాలకంటే, ఎన్నో రెట్లు అధిక ఆదాయాన్నిచ్చేది. కావుననే, రైతులనుంచి నేరుగా శిస్తు వసూలు చేయటం, సాగు భూమిని సర్వే చేయించడం, భూసారం, పంట దిగుబడిని బట్టి సరాసరి శిస్తును నిర్ణయించి, దానిలో 1/3 వంతును (మొగల్), 2/5 వంతును (మరాఠా) నికర శిస్తుగా ఖరారు చేయడం, వర్షాభావ, క్షామ పరిస్థితుల్లో రైతులకు రుణాలివ్వడం, ఇత్యాది మార్పులు అమలు చేయడం జరిగింది. ఒకవిధంగా చెప్పాలంటే, రైత్వారీ విధాన ఆవిర్భావానికి నాందీ చర్యలు తీసికోబడ్డాయి. నాడు సైన్య నిర్వహణ, చక్రవర్తి సిద్ధ సైన్యం, మన్సబ్‌దార్లు, లేక దేశ్‌ముఖ్‌లు పోషించే సైన్యం, అని రెండు రకాలుగా ఉండేది. యుద్ధాల వ్యూహ, ఆవశ్యకతలరీత్యా అశ్విక, ఫిరంగి దళాలు ఎక్కువ ప్రాధాన్యతను పొందాయి. దుర్గ రక్షణ, గెరిల్లా యుద్ధ పద్ధతులకు మహారాష్ట్రులు అత్యంత శ్రద్ధాసక్తులను వినియోగించారు. గుర్రాలమీద ముద్రలు వేయడం, అశ్వాల, అశ్వికుల వర్ణ పట్టికలను తయారు చేయడం లాంటి చర్యలను తీసుకున్నప్పటికీ, మన్సబ్‌దార్లు తమ సైన్య నిర్వహణలో పలు అక్రమాలకు పాల్పడటం జరిగింది. ఇంతే కాకుండా, ఐరోపీయులు తూర్పు పశ్చిమ తీరాల వెంబడి నౌకా స్థావరాల నేర్పరచుకొని, స్వదేశీ వర్తకులకు, పాలకులకు కూడా కంటక ప్రాయంగా తయారౌతున్నప్పటికీ, దీన్ని గుర్తించి, తగువిధంగా తమ తమ నౌకా దళాలను పటిష్ఠ మొనరించుకోడానికి మొగల్‌లు కాని, మరాఠాలు కాని, తగు చర్యలు తీసికోడం జరగ లేదు. ముందు కాలంలో ఇది ఆంగ్లేయ రాజ్యాధికార స్థాపనకు దోహదకారైంది.

ఈ యుగంలో లిఖిత న్యాయ చట్టాలేవీ లేవు. కురాన్, హిందూ ధర్మ శాస్త్రాలు, సంప్రదాయాలు, ఆచారాలు, గత తీర్పులు, చక్రవర్తి, న్యాయాధీశుల ఇష్టాయిష్టాలను బట్టి న్యాయ నిర్ణయం జరిగేది. శిక్షలు కఠినంగా, క్రూరంగా ఉండేవని చెప్పాలి. అవయవచ్ఛేదన, మరణదండన, చిత్రహింసలు పెట్టడం, విషప్రయోగం, సజీవదహనం లాంటి శిక్షలు లేకపోలేదు. నేరస్తుడిని సంస్కరించడం కంటే, శిక్ష ద్వారా ఇతరులను భయకంపితులనుగా చేయడమే ముఖ్యోద్దేశంగా ఉండేది. కేంద్ర, సుబా, నగర, సర్కార్, పరగణా, గ్రామ స్థాయిల్లో న్యాయ స్థానాలుండేవి. చక్రవర్తే తుదిన్యాయ నిర్ణేత. గ్రామాల్లో గ్రామ పంచాయతీలు ఈ బాధ్యతను నిర్వహించెడివి. శిక్షలు కఠినమైనా, నాడు నేరాల సంఖ్య కడు స్వల్పమనే విషయాన్ని మనం గ్రహిస్తే, నాటి ప్రజల న్యాయ నిరతి, వ్యవస్థ పని చేసిన వైనం బోధపడతాయి.

మొగల్–మరాఠా యుగంలో ఆర్థికాభివృద్ధి, జీవన ప్రమాణాలు

ఈ యుగంలో ప్రజల జీవన ప్రమాణాల్లో వ్యత్యాసాలున్నప్పటికీ, ఆర్థికాభివృద్ధి

జరిగిందనే చెప్పాలి. వ్యవసాయం ప్రజల ముఖ్య జీవనోపాధిగా ఉంది. వరి, గోధుమ, బార్లీ, జొన్న, రాగి, సజ్జ ఆదిగా గల ధాన్యాలను, గసాలు, నీలిమందు, నల్లమందు, పొగాకు, పసుపు, పత్తి, చెరకు, నూనె గింజలు లాంటి వాణిజ్య పంటలను పండించేవారు. మొగల్‌లు, మరాఠాలు, ప్రవేశపెట్టిన భూమి శిస్తు సంస్కరణలు, కాపించిన నీటి పారుదల సౌకర్యాల వల్ల, వ్యవసాయాభివృద్ధికి ఎంతైనా దోహద మేర్పడింది. అయితే, ఔరంగజేబ్ జరిపిన ఎడతెగని యుద్ధాలు, అక్బర్ కాలాన్నుంచి కూడా తరచుగా సంభవించిన క్షామ పరిస్థితులు, అమీర్‌లు, దేశ్‌ముఖ్‌లు, రాష్ట్ర గవర్నర్ల పీడిత దౌర్జన్యకర చర్యల ప్రభావంగా, రైతులు తీవ్ర ఇబ్బందులకు గురికావటం కూడా తటస్థించింది. మహారాష్ట్రులు మాత్రం, శివాజీ నుంచి కూడా, మధ్యవర్తులను (దేశ్‌ముఖ్‌లు) తొలగించటం, చౌత్ సర్దేశ్‌ముఖి లాంటి భూమి శిస్తేతర పన్నుల వసూళ్ళ ద్వారా, రైతుల పరిస్థితిని మెరుగుపర్చడానికి కృషి చేశారు. ఈ యుగపు వ్యవసాయాభివృద్ధికి సూచకంగా గసాలు, నీలిమందు, నల్లమందు, పసుపు, పత్తి చెరకుల్లో విదేశీ వ్యాపారం విరివిగా సాగటం గమనించదగింది.

పరిశ్రమలు కూడా మొగల్ - మరాఠా యుగంలో మంచి ప్రగతిని సాధించాయి. వ్యక్తులకు తోడు ప్రభుత్వం కూడా కార్ఖానాలను నడిపి, పలు రకాల ఉపయోగకర వస్తూత్పత్తిని కావించేది. ఇట్టి కార్ఖానాలు లాహెూర్, ఆగ్రా, ఫతేపూర్, అహమ్మదాబాద్‌లలో గొప్ప ఉత్పత్తులను సాధించాయి. నాడు నేత, లోహ పరిశ్రమలు బాగా పేరుగాంచాయి. బెంగాల్, బీహార్, ఒరిస్సా, గుజరాత్, ఖాందేష్, బుర్హాన్‌పూర్ అన్ని దక్షిణ రాష్ట్రాలలోను, నేత పరిశ్రమ విస్తరించింది. ఉన్ని పరిశ్రమ లాహెూర్, ముల్తాన్, కాశ్మీర్‌లలో, పట్టు పరిశ్రమ బెంగాల్, బీహార్, ఆగ్రా, ఫతపూర్ సిక్రీల్లో ప్రసిద్ధి గాంచాయి. వీటికి తోడు, శాలువల ఉత్పత్తికి లాహెూర్, తివాచీల తయారీకి ముల్తాన్, ఫతేపూర్ సిక్రీలు, రంగులు వేయటం, అద్దకంలో బెంగాల్, బీహార్, ఆంధ్ర ప్రాంతాలు వాసికెక్కాయి. ఇతర రకాల పారిశ్రామిక ఉత్పత్తుల్లో సియాల్‌కోట కాగితానికి, బీహార్ సూరేకారానికి పేరు గాంచాయి. అయితే, బెర్నియర్ యాత్రికుని కథనం ప్రకారం, కళాకారులు, కార్మికులకు, అమీర్‌లు సక్రమమైన ప్రతిఫలం ముట్టచెప్పేవారు కాదు. కేవలం, చక్రవర్తి, లేక ధనిక ప్రభువుల వద్ద ఉన్న కళాకారులు మాత్రమే తమ వృత్తుల్లో ఔన్నత్యాన్ని పొందగల్గారు.

వర్తక వాణిజ్యాలు ఈ యుగంలో బాగానే సాగాయి. దేశీయ వాణిజ్యాన్ని దేశంలోని వాణిజ్య కులాలు నిర్వహిస్తే, విదేశీ వాణిజ్యం అరబ్బులు, పోర్చుగీసులు, ఫ్రెంచివారు, ఆంగ్లేయులు ఆదిగా గల విదేశీయుల అధీనంలో ఉండింది. దేశీయ వ్యాపారం ఎక్కువగా నదులలో నౌకల ద్వారా జరిగేది. సింధ్, కాంబే, సూరత్, బ్రోచ్, కొచ్చిన్, మచిలీపట్నాల్లో నౌకా నిర్మాణ కేంద్రాలు నెలకొన్నాయి. పడమట సూరత్, గోవా, డయ్యూ రేవుల ద్వారాను, తూర్పున మచిలీపట్నం, కలకత్తా, హుగ్లీ రేవుల ద్వారాను, విదేశ వ్యాపారం నడచింది. వెండి, బంగారం, రాగి, సీసం, ఖరీదైన ఉన్ని బట్టలు, సుగంధ ద్రవ్యాలు, పొగాకు, ద్రాక్షాసవం, గుర్రాలు, అబిసీనియా బానిసలు విలువైన చైనా పింగాణీ సామగ్రి లాంటి విలాస వస్తువులు ప్రధానంగా దిగుమతి చేసుకోబడేవి. సుంకాలు ఎక్కువగా ఉండేవి కావు. ఫలితంగా, విదేశీ వ్యాపారులకు మంచి ప్రోత్సాహం లభించింది.

నీలి మందు, పత్తి, ముడి పట్టు, క్యాలికో, సూరేకారం, సన్నని 'టఫేటా' పట్టు వస్త్రాలు, బంగారు, బుటేదారి పట్టు, ప్రధాన ఎగుమతులయ్యాయి. అయితే వెండి, బంగారాలను వర్తకులు దేశం దాటి తీసికొని వెళ్ళటం నిషేధించబడింది. కాందహార్, పర్షియాల మీదుగా మధ్య ఆసియాకు గల భూమార్గం ఉత్తర, మధ్య, తూర్పు, వాయువ్య భారతాలను కలిపే రాజమార్గాలు కూడా వాణిజ్యానికి తోడ్పడ్డాయి. వర్తకంమీద దిగుమతి, ఎగుమతి పన్నులు, అమ్మకం పన్నును కేంద్ర ప్రభుత్వం వసూలు చేసేది. నాడు వర్తకుల సౌకర్యార్థం, బ్యాంకులు, భీమా పద్ధతి కూడా ఉన్నట్లు తెలుస్తూంది.

మొగల్ - మరాఠా యుగంలో ఆర్థికాభివృద్ధి ఘనంగా ఉన్నప్పటికీ, ప్రజల జీవన ప్రమాణాల్లో మాత్రం గొప్ప వ్యత్యాసాలున్నాయి. వీటినిబట్టి మూడు తరగతులు గోచరిస్తాయి. ఉన్నత తరగతికి చెందిన చక్రవర్తి, ఉన్నతోద్యోగులు విలాసవంతమైన జీవితాలను గడిపేవారు. సకల సౌఖ్యాలు వీరివే. మధ్య తరగతికి చెందిన కింది ఉద్యోగులు, వర్తకులు, వైద్యులు, గాయకులు, కళాకారులు, న్యాయవాదులు మాత్రం ఎటువంటి వైభవ, విలాస ప్రదర్శన లేకుండా, సుఖవంతమైన జీవితాలను సాగించేవారు. తృతీయ తరగతికి చెందిన కార్మిక, కర్షక, సేవక జనాల జీవనస్థాయి కడు దుర్భరంగా ఉండింది. కడుపు నిండా తిండి, ఒంటినిండా బట్ట, నివాస యోగ్యమైన ఇల్లు కరువైనాయి. జనాభాలో అధిక సంఖ్యాకులైన వారికి ఒంటిపూట భోజనం, శరీరంమీద ఒకటే గుడ్డ, మట్టి గోడలు, ఆకు కప్పులతో ఇళ్ళు మాత్రమే దక్కాయి. అధికారుల ఆజ్ఞలకు కట్టుబడిన వీరికి జీవన స్వాతంత్ర్యం కూడా కరువైందనే చెప్పాలి.

సామాజిక వ్యవస్థ

మొగల్ - మరాఠా యుగ సమాజం ఫ్యూడల్ ప్రాతిపదికపై వ్యవస్థీకృతమైంది. సామాజిక హెూదా, జీవన ప్రమాణ రీత్యా వర్గీకరించినట్లైతే, వరసగా చక్రవర్తి, ఉన్నతోద్యోగులు లేక ప్రభువులు, క్రింది ఉద్యోగులతో కూడిన మధ్య తరగతి వారు, కార్మిక, కర్షక, సేవక తదితర శ్రామికులతో కూడుకొన్న నిమ్న తరగతి వారు, వస్తారు. రాజధానిలో చక్రవర్తి పాలనా యంత్రాంగంలో స్థానం లేక రాజదర్బార్‌లో స్థానం, అత్యున్నత సామాజిక హెూదా గౌరవాలకు, సంపదకు సంకేతం కావడమైంది. దీనికి బాహిరంగా పూర్తి భిన్న పరిస్థితి, వాతావరణం నెలకొంది.

మన్సబ్‌దార్లు, ప్రభువులు, ఉన్నతోద్యోగులు, తమ పోషకుడైన చక్రవర్తిని, వేషధారణ, అలవాట్లు, మర్యాద సంప్రదాయాల్లో పూర్తిగా అనుకరిస్తూ, అత్యంత విలాసవంతమైన భోగ లాలసతో కూడిన జీవితాలను గడిపేవారు. ఖరీదైన మద్యాల సేవ్యం, ఉంపుడుకత్తెలు, నాట్యకత్తెలు, ఆభరణాల ధారణ, ఖర్చుతో కూడిన క్రీడలు, వినోదాల్లో పాల్గొనటం ఆదిగా గల అంశాలు వీరి జీవన విధానంలో చోటు చేసుకున్నాయి. ప్రభు వర్గీయులకు తమ సంపదను వారసులకు సంక్రమింపజేసే హక్కు గాని, లేక దానిని విదేశాలకు కొనిపోయే హక్కుగాని లేకపోవటం కూడా, వారు విశృంఖల విలాసాలకు, వ్యసనాలకు దిగటానికి,

కారణభూతమైంది. ఫలితంగా, ఔరంగజేబ్ కాలం నాటికి ప్రభు కుటుంబీకులు, ఉన్నతోద్యోగులు తమ నైతిక పటుత్వాన్ని కోల్పోయి, అటు ప్రభుత్వానికి గాని, ఇటు సమాజానికి గాని పనికిరాకుండా నిర్వీర్యులయ్యారు.

కింది, లేక చిన్న ఉద్యోగులు, వైద్యులు, గాయకులు, కళాకారులు, పండితులు, న్యాయవాదులు, వర్తకులు ఆదిగా గల ప్రజానీకం, మధ్య తరగతి పౌరులుగా ఉన్నారు. వీరు మాత్రం విలాసాల జోలికి పోక, తమ ఆర్థిక స్తోమతు ననుసరించి, నిరాడంబర, సుఖప్రద జీవితాలను గడిపేవారు. వీరు ఎక్కువగా పట్టణాల్లో నివసించేవారు. వర్తకులు మాత్రం, ధన సంపాదన బాగా చేసినప్పటికీ, స్థానిక గవర్నర్ కాని, ఫౌజ్‌దార్ గాని, దాన్ని కాజేస్తారనే భయంతో, తమ సంపదను గుప్తంగా ఉంచేవారు. అయితే, ఐరోపా యాత్రికుల కథనం ప్రకారం, పశ్చిమ తీరంలో ఉండే వణిజులు మాత్రం, భారీ వ్యాపారాన్ని సాగించి, తమ సంపదను విలాసయుతమైన, ఉన్నత జీవన ప్రమాణంతో కూడుకున్న జీవితాలను గడిపేందుకు, నిర్భయంగా వినియోగించేవారని తెలుస్తుంది.

వృత్తి కళాకారులు, కార్మికులు, కర్షకులు, సేవకులు, తదితర గ్రామీణ శ్రామికులు, క్రింది తరగతులకు చెందినవారై ఉన్నారు. మిగిలిన రెండు పై తరగతుల వారితో పోలిస్తే, వీరి జీవనం దుర్భరమైందని చెప్పాలి. జనాభాలో వీరి సంఖ్య అధికమైనప్పటికీ, సరైన తిండి, బట్ట, నివాస వసతులకు నోచుకోలేదు. వీరి నివాసాలు మట్టి గోడలు, ఆకు కప్పులతో ఉండేవి. ఒంటిపూట భోజనం, శరీరం మీద ఒకే వస్త్రం, వీరి జీవన విధానంలో భాగమయ్యాయి. ఉన్ని లేక సిల్క్ బట్టలు, పాదరక్షల గురించి వీరూహించే స్థితిలో కూడా లేరు. ఫ్రాన్సిస్ పెల్సర్ట్ (ఐరోపా యాత్రికుడు) ప్రకారం, కార్మికులు, సేవకులు, అంగడివాళ్ళ పరిస్థితి, బానిసత్వానికంటే భిన్నమేమీ కాదనే విషయం ప్రకటితమైంది. ప్రభుత్వోద్యోగుల, ప్రభువుల పీడనకు గురయ్యారు. జీతాలు తక్కువగా యిచ్చి, ఎక్కువమందిని నియోగించుకునేవారు. కర్షకులు కూడా షాజహాన్ కాలాంతానికి, రాష్ట్ర గవర్నర్ల చేత పీడించబడి, ఆర్థిక దైన్యస్థితిని పొందినట్లుగా, బెర్నియర్ పేర్కొన్నాడు.

నాటి సమాజంలో మరికొన్ని అసమానతలు, దురాచారాలు, మూఢాచారాలు కూడా చోటు చేసుకున్నాయి. స్త్రీలకు, పురుషులతో సమాన హెూదా, గౌరవ ప్రపత్తులు లభ్యం కాలేదు. బహు భార్యాత్వం, చక్రవర్తి, ఉన్నత వర్గాల విలాస జీవితం, బాల్య వివాహాలు, సతీ సహగమనం ఇత్యాది సాంఘిక దురాచారాలు కారణభూతాలయ్యాయి. అయితే, రాజవంశ, ఉన్నత కుటుంబాలకు చెందిన గుల్‌బదన్ బేగం, జహనారా, రోషనార సాహిత్యంలోను, చాంద్‌బీబీ, జిజియాబాయ్, తారాబాయ్, నూర్జహాన్‌లు రాజకీయ, పాలనా రంగాల్లోను, మీరాబాయి మత రంగంలోను, నిష్ణాతులై కడు ప్రసిద్ధిని గాంచక పోలేదు. గంగానదీ పవిత్రతను హిందువులు ఎంతగా విశ్వసించారంటే, దాని జలాలలో మునిగేటందుకై, 500 నుంచి 600 కోసుల దూరాన్ని లెక్కచేయక వెళ్ళేవారు. హిందువులు, ముస్లింలు కూడా, జ్యోతిష్యంలో నమ్మకముంచేవారు. మత దురభిమానానికి ప్రతీకగా, ఇస్లాంలోని సున్నీ, షియా శాఖీయులు ఒకరినొకరు అసహ్యించుకొని, కాఫిర్లు (అపనమ్మకస్తులు)గా పిల్చుకునేవారు.

సాంస్కృతిక పరిస్థితులు, ప్రగతి

సాంస్కృతిక ప్రగతి మొగల్ - మరాఠా యుగంలో అద్వితీయంగా సాగింది. మత, సాహిత్య, కళా రంగాల్లో స్వదేశీ, విదేశీ రీతుల చక్కని సమ్మేళనం జరిగి, నూతన ప్రక్రియలు, విధానాలు రూపుదిద్దుకొన్నాయి. భక్తి, సూఫీ మతాల ఉద్భవం, ఉర్దూ భాషోత్పత్తి, ఇండో-పారశీక శిల్ప కళాశైలి ఆవిర్భావం, ఈ సందర్భంగా పేర్కొనదగి ఉన్నాయి. షేర్షా మత సహన విధానం, అక్బర్ దీన్-ఇ-ఇలాహి నూతన మత ప్రారంభం తరవాతి పాలకులకు మార్గదర్శకాలైనాయి. భాషా పారస్యతలతో బాటు, ప్రాంతీయ భాషలైన పంజాబీ, బెంగాలీ, గుజరాతీ, మరాఠీ, హిందీ, కన్నడ, రాజస్థానీల లాంటివి అభివృద్ధిని సాధించుట గమనించనైంది. వాస్తు నిర్మాణ కళతో బాటు, శిల్పం, చిత్రలేఖనం, సంగీత కళలు కూడా, ఈ యుగంలో విశేష ప్రగతిని సాధించాయి.

మతాభివృద్ధి

మొగల్ - మరాఠా యుగ మత విధానానికి షేర్షా పునాదిని వేస్తే అక్బర్ దానిని పటిష్ఠ పరచి, దానికి స్పష్టమైన స్వరూపాన్నందించాడు. ప్రభుత్వ వ్యవహారాల్లో ఉలేమాల ప్రమేయాన్ని పూర్తిగా తొలగించి వేశారు. షేర్షా కేవలం సహన విధానాన్ని పాటిస్తే, అక్బర్ జాతీయ రాజకీక వ్యవస్థా నిర్మాణానికై, నూతన మత విధానాన్ని రూపొందించాడు. భిన్న జాతులు, భాషలు, ఆచారాలు, సంప్రదాయాలతో కూడుకొన్న అశేష ప్రజలను సమైక్యపరిచే అనుసంధానంగా ఆవిర్భవించింది, దీన్-ఇ-ఇలాహి మతం. మహమ్మదీయులు, హిందువులు, జైనులు, శిక్కులు, క్రైస్తవులు, పార్సీలు, వీరందరూ అక్బరును తమ మతాన్ని అభిమానించే వాడిగా, ఆచరించేవాడిగా భావించారు.

జహంగీర్, షాజహాన్‌లు సహన విధానాన్ని త్రోసిరాజనకపోయినా, కొంత భిన్నత్వాన్ని, కాఠిన్యతను ప్రదర్శించక పోలేదు. శిక్కుల గురువైన అర్జునసింగ్ జహంగీర్ ఆగ్రహానికి హతుడైతే, దక్కన్ షియా రాజ్యాలైన బీజాపూర్, గోల్కొండలు షాజహాన్ దాడులకూ గురైనాయి. ఔరంగజేబ్ ఈ మార్గంలో వీరినధిగమించి, మతసహిత రాజ్య స్థాపనకు పూనుకొని, తీవ్ర నిరంతర ప్రతిఘటనను చవిచూచాడు. జాటులు, సత్నామీలు, రాజపుత్రులు, శిక్కులు, మహారాష్ట్రులు, ఈతని పలు తిరోగామి చర్యలను గట్టిగా గర్హించారు. 1857 వరకు నామమాత్రంగా చక్రవర్తి పదవిలో కొనసాగిన ఈతని వారసులు కూడా, దురదృష్టం కొద్దీ, ఇదే సంకుచిత ధోరణిని అవలంబించసాగారు.

అయితే, ఛత్రపతి శివాజీ హైందవ మతాన్ని అనుసరించి, అభిమానించినా, ఇతర మతాల వారి పట్ల సహన, గౌరవ భావాలను ప్రదర్శించాడు. ఖురాన్ ముస్లిం స్త్రీల పట్ల అత్యంత గౌరవ, మర్యాదలను చూపేవాడు. తన సైన్యం, నౌకాదళంలో హిందువులతోబాటు, మహమ్మదీయులను కూడా చేర్చుకొనుట ప్రత్యేకంగా గమనించదగ్గ విషయం. శివాజీ వారసులు, పీష్వాలు కూడా, ఇదే మత విధానాన్ని కొనసాగించటం మరో విశేషం.

ఈ యుగం, సూఫీ, భక్తి మతోద్యమాల అభివృద్ధికి కూడా ఎంతైనా పేరు గాంచింది. సూఫీలు ఇస్లాం మతంలోనుంచి వెలువడ్డ మార్మిక వాదులు, లేక వేదాంతికులు. ముఖ్యంగా అక్బర్ కాలంలో షేక్ ముబారక్, అతని కుమారులైన అబుల్ ఫజల్, అబుల్ ఫైజీలు, బాబా మొయినుద్దీన్ ఛిస్తి, నిజాముద్దీన్ ఔలియా, ప్రసిద్ధ సూఫీలుగా ఉన్నారు. విశేషమేమంటే, హిందూ వేదాంత మూల సూత్రాలు సూఫీ మతంలో ఇమిడి ఉన్నాయి. దైవమే శరణ్యమనుకొని, అతని ప్రేమ అనే అగ్నికి ఆహుతై, అద్వైత పరాకాష్టైన ఆత్మానందానుభవ సీమకు వెళ్ళడమే దీని పరమార్థం. ఆత్మ పారిశుద్ధ్యం, బ్రహ్మానంద సాధనా లక్ష్యం, ఈ మత తత్వంలో ప్రధాన విషయాలుగా ఉన్నాయి. ఈ మతస్థులు చిస్తి, సుహ్రావర్ది ఫిర్దౌశి, ఖాదిరి ఆదిగా గల పదిహేను శాఖలుగా ఏర్పడి ఉత్తర హిందూస్థాన వివిధ భాగాల్లో తమ మత ప్రచారాన్ని వ్యాప్తిని గావించారు.

ఢిల్లీ సల్తనత్ యుగంలో రామానుజాచార్యుడు, రామానందుడు, కబీర్, మీరాబాయిలు, భక్తి ఉద్యమ ఆరంభం, అభివృద్ధికి చేసిన కృషి, తోడ్పాటుల గురించి మనం (8వ అధ్యాయంలో) తెలుసుకొన్నాం. ఈ ఉద్యమం మొగల్ - మరాఠా యుగంలో కూడా కొనసాగి, వ్యాప్తిని చెందింది. సూఫీ మతతత్వంపై హిందూ వేదాంత సూత్రాల ప్రభావమున్నట్లుగానే, భక్తి మత సిద్ధాంతాలపై ఇస్లాం మత సూత్రాల ప్రభావముండటం, విశేషించి గమనించదగ్గ విషయం. ఏకేశ్వరోపాసన, నిరాకార, నిర్గుణోపాసన, విగ్రహారాధన ఖండన, వర్ణ భేదాల నిరసన, పూజా పునస్కారాల నిరుపయోగత, ఇత్యాది భక్తిమత సూత్రాలన్నీ, ఇస్లాం మత ప్రభావాన్ని పొందాయి. మొగల్ - మరాఠా యుగంలో గురునానక్ పంజాబ్‌లో, చైతన్యుడు బెంగాల్లో, వల్లభాచార్యుడు మధుర, వారణాసిలలో, వేమన ఆంధ్ర ప్రాంతంలో, తులసీదాస్ యమునా నదీ తీర ప్రాంతంలో, తుకారాం రామ్‌దాస్‌లు మహారాష్ట్రలో భక్తిమత శిఖరాలుగా నిల్చి విశేష ప్రచారాన్ని గావించారు. నానక్ శిక్కు మత స్థాపకుడిగా, చైతన్యుడు, వల్లభాచార్యుడు కృష్ణ భక్తి ప్రబోధకుడిగా, వేమన నీతి తత్వ బోధకునిగా, తులసీదాస్ రామ భక్తి వ్యాపకుడిగా, తుకారాం, రామ్‌దాస్‌లు పండరి విఠలుని భక్తి ప్రచారకులుగా, శివాజీ ప్రభావితులుగా ప్రసిద్ధిని గాంచారు. కుల వర్ణ భేదాలను, క్రతుకర్మ కాండలను, విగ్రహారాధనను, బహు దేవతారాధనను వీరంతా ఏకుమ్మడిగా నిరసించారు. నిరాడంబర, నిస్వార్థ భక్తి ద్వారా మోక్ష సాధనను వీరు చాటారు.

సూఫీ భక్తి ఉద్యమాలు, హిందూ-ముస్లిం మైత్రికి దోహదం చేశాయి. ఇద్దరి మధ్య, సహన, సమన్వయ వాతావరణం నెలకొనటానికి వీలైంది. సాంఘిక సమతా భావన కారణంగా, క్రింది వర్ణాలు, జాతుల ప్రజలు ఆత్మ గౌరవాన్ని పొందసాగారు. బ్రాహ్మణాధిక్యత, పూజారుల పెత్తనం బలహీనమయ్యాయి. ఉద్యమ సంస్కర్తలు దేశ భాషల్లో బోధించారు గాన, దేశ భాషల అభివృద్ధికి తోడ్పాటైంది.

సాహిత్య ప్రగతి

ఈ యుగంలో సాహిత్యాభివృద్ధి బహుముఖంగా నడిచింది. చక్రవర్తులు,

రాకుమారులు, రాకుమార్తెలు, మంత్రులు, మున్సబ్‌దార్లు, సామంతులు తాము స్వయంగా సాహితీ పిపాసులై, ప్రఖ్యాత రచనలను చేయడంతోబాటు, ఆయా భాషలు, ప్రక్రియల్లో ప్రసిద్ధులైన కవులు, రచయితలు, చరిత్రకారులు, సూఫీ భక్తి మత సంస్కర్తలకు తమ ఆదరణ, పోషణలనందించి, వారిచేత ఉత్కృష్ట రచనలను గావింప జేశారు. అక్బర్ చక్రవర్తి స్వతహాగా విద్యావంతుడు కాకపోయినప్పటికీ, ఇతరుల చేత చదివించుకొని, చరిత్ర, మత తత్వ శాస్త్రం లాంటి విభాగాల్లో జ్ఞాన సముపార్జనా నిమిత్తం, ఆ రోజుల్లో తన గ్రంథాలయంలో 24,000 గ్రంథాలను ఉంచడాన్నిబట్టి, ఈయన సాహిత్యాభిరుచి కొట్టవచ్చినట్లు కన్పడుతూంది. స్వీయ చరిత్రలు, జీవిత చరిత్రలు, వంశ చరిత్రలు, చారిత్రక రచనలు, పద్య, గద్య రచనలు, న్యాయ శాస్త్ర గ్రంథాలు, అనువాద రచనలు, నీతి, భక్తి రస ప్రధాన గ్రంథాలుగా, ఈ యుగ రచనలు పలు రకాలుగా ఉన్నాయి.

స్వీయ చరిత్రల్లో బాబర్ తుర్కీ గద్యంలో రాసిన 'తుజక్-ఇ-బాబరీ', జహంగీర్ పారసీ భాషలో రాసిన 'తుజక్-ఇ-జహంగీరీ' గ్రంథాలు ప్రసిద్ధాలైనాయి. ఈ ఇద్దరు చక్రవర్తులకు ఆయా భాషల్లో ఉన్న పాండిత్యాన్ని తెల్పడమే గాక, వారి పాలనా కాల చారిత్రక విశేషాలను తెలిసికొనేందుకై గూడా, ఈ రచనలు ఉపకరిస్తున్నాయి. విషయ వివరణలో ఎంతో నిజాయితీని, చిత్తశుద్ధిని ప్రదర్శించి, ఈ ఇద్దరు మొగల్ చక్రవర్తులు ప్రశంసల నందుకున్నారు.

జీవిత చరిత్రలు, చారిత్రక రచనలు, ఈ యుగంలో కడు ప్రధానంగా ఉన్నాయి. బాబర్ కూతురైన గుల్ బదన్ బేగం రాసిన 'హుమాయూన్ నామా', అక్బర్ ఆస్థానంలో ఉన్న అబుల్ ఫజల్ రచించిన 'ఐనీ అక్బరీ', 'అక్బర్‌నామా'లు నిజాముద్దీన్ అహ్మద్ రచించిన 'తబ్‌కాత్-ఇ-అక్బరీ', బదౌనీ విరచితమైన 'ముంతఖబ్ ఉత్ తవారిఖ్', ఫైజి సర్హింది రూపొందించిన 'అక్బర్‌నామా', జహంగీర్ కాలంలో రాసిన 'ఇక్బాల్ నామా-ఇ-జహంగీరీ', 'మాసిర్-ఇ-జహంగీరీ'లు, షాజహాన ఆదరణను పొందిన అబ్దుల్ హమీద్ లహోరీ రచించిన 'పాద్‌షానామా', అమీన్ ఖాజ్వీనీ విరచితమైన మరో 'పాద్‌షానామా', ఇనాయత్ ఖాన్ వ్రాసిన 'షాజహాన్ నామా'; ఔరంగజేబ్ కాలంలో (అయనకు తెలియకుండా) ముహమ్మద్ హాషీం (క్వాఫీ ఖాన్) రూపొందించిన 'ముంతఖబ్-ఉల్-లుబాబ్', ఇతరుల విరచితాలైన 'ఆలంగీర్ నామా', 'మాసిర్-ఇ-ఆలంగీరీ'లు, సుజన్‌రాయ్ ఖత్రీ రచించిన 'ఖులాసత్-ఉల్-తవారిఖ్' పేర్కొనదగ్గ పారశీ గ్రంథాలుగా ఉన్నాయి. వరసగా హుమాయూన్, అక్బర్, జహంగీర్, షాజహాన్, ఔరంగజేబ్‌ల పాలనా విశేషాలను తెలిసికోటానికి, ముఖ్య ఆధారాలుగా తోడ్పడుతున్నాయి. అదేవిధంగా, శివాజీ పోషణను పొందిన భూషణ్ త్రిపాఠి హిందీలో 'శివావళి', 'శివరాజ భూషణ' అనే పేరు గల రచనలను చేశాడు. ఇవి శివాజీ కాల విశేషాలను తెల్పే ఆధారాలుగా ఉపకరిస్తున్నాయి.

నాడు పద్య రచయితలు, పద్య రచనా లక్షణ రచయితలు కూడా అత్యంత ప్రసిద్ధిని పొందారు. వీరిలో మొదటగా అక్బర్ ఆస్థాన కవులైన ఘిజాలి, అబుల్ ఫైజీలు వస్తారు. అబుల్ ఫజల్ సోదరుడైన ఫైజీ విరచితాలైన 'మస్నవి నల-ఒ-దమన్',

'సవతి-ఉల్-ఇల్హాం' పండితుల ప్రశంసలనందుకున్నాయి. సుందర శైలికి, ఉదాత్త భావాలకు ఈతని రచనలు పేరుగాంచాయి. పారశీతో బాటు, దేశీయ భాషైన హిందీలో గూడా ఈ యుగంలో గొప్ప పద్య కావ్యాలు వెలువడ్డాయి. మాలిక్ ముహమ్మద్ జయాసి రూపొందించిన 'పద్మావత్', అక్బర్ మంత్రిగా వ్యవహరించిన అబ్దుర్ రహీం ఖాన్ ఐఖానాన్ విరచితమైన 'రహీం సత్సాయి', అంధ కవి సూర్‌దాస్ సృష్టించిన 'సూర్ సాగర్', తులసీదాస్ రాసిన 'రామ్ చరిత మానస్'లు సర్వదా ఉత్కృష్ట రచనలుగా స్థానాన్ని పొందాయి. మొదటిది మేవాడ్ రాణి పద్మిని ఉదంతాన్ని తల్పే చారిత్రక రచన కాగా, రెండోది నీతి గ్రంథమై, మిగిలినవి కృష్ణ, రామ భక్తిని ప్రబోధించే భక్తి రస కావ్యాలైనాయి. తులసీ రామాయణం, ప్రపంచ సారస్వతపు అత్యుత్తమ కావ్య గ్రంథాల్లో ఒకటిగా గణింపదగ్గదని, కీ చరిత్రకారుడు నుడివినాడు. ఇదేవిధంగా మరాఠీ దేశభాషలో, "మరాఠా కబీర్"గా పేరుగాంచిన తుకారామ్ రచించిన 'అభంగాలు', 'దశబోధ'లు మహారాష్ట్రులను పండరి విఠలుని ఎడల భక్తి భావాన్ని, నీతి, సన్మార్గాలతో కూడిన జీవితాన్ని గడుపుటలో అసక్తిని పొందేటట్లు చేయడంలో ప్రముఖంగా తోడ్పడ్డాయి. పద్యానికి ఉండవలసిన మంచి లక్షణాలు, పద్య రచనకు సంబంధించిన ఇతర విషయాలు, కేశవదాస్ హిందీలో రాసిన 'కవి ప్రియ'లో చక్కగా చర్చించబడ్డాయి. అయితే ఔరంగజేబ్ కాలంలో మొగల్ సామ్రాజ్యం ఎదుర్కొన్న నిరంతర యుద్ధ పరిస్థితుల ప్రభావంగా హిందీ పద్య రచనా ప్రగతి కుంటుపడింది.

ఈ యుగ సారస్వతాభివృద్ధిలో నూతన భాషైన ఉర్దూ జనించి, సాహిత్యస్థాయి నందుకొనుట ఎంతైనా గమనించదగ్గ పరిణామం. ఇది విదేశీయ, దేశీయ భాషలైన ఫారశీ, హిందీల మిశ్రమంగా ఏర్పడుట, ఈ యుగ సాంస్కృతిక లక్షణాల్లో ఒకటిగా నుండింది. ఢిల్లీ, లక్నో, దక్కన్‌లలో ఉర్దూ సాహిత్యాభివృద్ధి జరిగింది. అయితే ఉత్తర భారతానికంటే, దక్కన్‌లోని బీజాపూర్, గోల్కొండ రాజ్యాల్లోనే దీని ముఖ్య ప్రగతి సంభవించింది. బీజాపూర్, ఔరంగాబాదీ నాటి ప్రసిద్ధ ఉర్దూ కవులుగా ఉన్నారు. ఔరంగాబాద్‌కు చెందిన వలీ రచించిన 'దివాన్' అనే పద్య కావ్యం, ఉర్దూ పద్య రచనలకు పునాదిని వేసింది.

ఈ యుగంలో వెలువరించబడ్డ అనువాద సాహిత్యం కూడా ఎంతో విలువైంది, విశేషమైందీను. హైందవ మతం, మత గ్రంథాల ఎడ తమకున్న విశ్వాసాభిమానాలకు సంకేతంగా మొగల్ చక్రవర్తులు, రాకుమారులు కొందరు సంస్కృత గ్రంథాలను కొన్నిటిని పారశీకంలోకి తర్జుమా చేయించారు. అక్బర్ పోషణలో బదౌనీ 'వాల్మీకి రామాయణాన్ని', హాజీ ఇబ్రహీం సర్హింది 'అథర్వణ వేదాన్ని' నకీబ్ ఖాన్ 'మహాభారతాన్ని', ఫైజీ 'లీలావతి' అనే గణిత శాస్త్ర గ్రంథాన్ని తర్జుమా చేశారు. షాజహాన్ పెద్ద కుమారుడైన దారాషికో కృషి, ఆదరణల ఫలితంగా, 'ఉపనిషత్తులు', 'భగవద్గీత', 'యోగవాసిష్ఠ' లు పారశీకంలోకి అనువదించడం జరిగింది. హిందూ-ముస్లింల సాంస్కృతిక ఐక్యతకు ఈ కృషి చక్కని నిదర్శనం.

ఇతరాలైన నాటి రచనల్లో ఔరంగజేబ్ అభీష్టానుసారం తయారు చేయబడ్డ న్యాయ

శాస్త్ర గ్రంథమైన 'ఫత్వా-ఇ-అలంగీగి' షాజహాన్ ఆస్థానంలో వెలసిన ప్రసిద్ధ సంస్కృత కవైన పండితరాజ జగన్నాథ కవి రచించిన 'రస గంగాధర'మనే గొప్ప అలంకార శాస్త్ర గ్రంథం పేర్కొనదగ్గవిగా ఉన్నాయి.

కళాభివృద్ధి

మొగల్ - మరాఠా యుగ కళాభివృద్ధి, స్వదేశీ, విదేశీ శైలుల చక్కని సమ్మేళనంగా రూపొందింది. గతంలో కంటే సుందరంగా, అలంకార యుతంగా ఏర్పడింది. వాస్తు శిల్ప కళా నిర్మాణాలు మొదటగా వస్తాయి. బాబర్ నాటి కట్టడాల్లో, పానిపట్ వద్ద కాబూలీబాగ్‌లో నిర్మించిన పెద్ద మసీదు, శంభల్ వద్ద గల జామీ మసీదు మాత్రమే మిగిలి ఉన్నాయి. వీటి నిర్మాణంలో విదేశీ, స్వదేశీ కళాకారులిద్దరూ నియోగించబడ్డారు. నిరంతర రాజకీయ, సైనిక ఇబ్బందుల కారణంగా, హుమాయూన్ ఎక్కువగా కళాభివృద్ధిపై దృష్టిని నిలపలేక పోయాడు. పారశీక శైలిలో పింగాణీ పోత పోసిన ఇటుకలతో అలంకరణ పొందిన ఈయన కాలం నాటి మసీదు మాత్రం పంజాబ్‌లోని హిసార్ జిల్లాలోని ఫతేహాబాద వద్ద నేటికీ నిల్చి ఉంది. తన పరిపాలనా కాలం స్వల్పమైనా, షేర్షా సూర్ రెండు ప్రసిద్ధ వాస్తు నిర్మాణాలను గావించాడు. అవే ఢిల్లీ సమీపంలోని పురానా ఖిల్లాలో ఉన్న మసీదు, సాసరామ్‌లోని ఆయన సమాధి. తటాకం మధ్యలో 30 అడుగుల ఎత్తున్న వేదికపై, 3000 అడుగుల చతురంలో నిర్మించబడిన చక్రవర్తి సమాధి, చూపరులను ముగ్ధులను చేస్తుంది.

హిందూ, పారశీక శైలులను మిళితం చేస్తూ, అక్బర్ చక్రవర్తి ఫతేపూర్ సిక్రీ, ఆగ్రా, అలహాబాద్, లాహెూర్, అజ్మీర్‌లలో పలు రకాల సుందర వాస్తు కళా ఖండాలను తీర్చిదిద్దాడు. సిక్రీలోని బులంద్ దర్వాజా, ఆగ్రా కోటలోని జహంగీరీ మహల్, ఆగ్రా సమీపంలోని సికిందరా వద్ద గల అక్బర్ సమాధి, గాంభీర్యం, లాలిత్యం, ప్రత్యేకతను వెదజల్లుతున్నాయి. 15 లక్షల రూపాయలు పైబడ్డ భారీ వ్యయంతో జహంగీర్ పూర్తిచేసిన చక్రవర్తి సమాధి, ఉద్యానవన మధ్య భాగంలో బౌద్ధ విహార నమూనాలో, చక్రవర్తి వైభవ-దర్పాలకు, హుందాతనానికి సంకేతంలా రూపొందించబడింది. జహంగీర్ వాస్తుకళ కంటే చిత్రకళకెక్కువ ప్రాధాన్యమిచ్చాడు. అయితే, నూర్జహాన్ రాణి ఈ లోటును పూరించి, తన తండ్రి స్మారకంగా, ఆగ్రాలో పూర్తిగా పాలరాతితో, రాళ్ళు పొదిగిన అలంకరణలతో రాజపుత్రుల శైలిలో ఇత్‌మాద్ ఉద్దౌలా గోరీని నిర్మింప జేసింది. మొగల్ వాస్తు కళాభివృద్ధిలో షాజహాన్ కాలం స్వర్ణ యుగం లాంటిది. ఢిల్లీలో ఎర్రకోట, దివాన్-ఇ-ఖాస్, జామీ మసీదు, నెమలి సింహాసనం, ఆగ్రాలో తాజ్‌మహల్, మోతీ మసీదు, ముసల్మాన్ బుర్జ్, ఆదిగా గలవి ఈయన మనకందించిన అపూర్వ కళాఖండాలు. జామీ మసీదు ప్రపంచంలోని పెద్ద మసీదుల్లో ఒకటిగా స్థానాన్ని పొందింది. ఎర్రకోటలోని దివాన్-ఇ-ఖాస్ భవన సుందర వైభవాన్ని గూర్చి షాజహానే ప్రకటిస్తూ, 'భూతల స్వర్గంగా' పేర్కొన్నాడు. రాణి ముంతాజ్ బేగమ్ స్మృతిగా యమునా నది ఒడ్డున, తెల్లని పాలరాయితో, అలంకరణ కూర్పులతో నిర్మించిన తాజ్‌మహల్, ప్రపంచ వింతల్లో ఒకటిగా

అలరారుతుంది. దేశ, విదేశీ శిల్పులు, కళాకారులు 22 సంవత్సరాలు శ్రమించి, మూడు కోట్ల వ్యయంతో తీర్చిదిద్దిన అద్వితీయ కళాసృష్టి ఇది. ఉద్యానవన అమరిక, నీటి దారులు, ప్రవేశ ప్రాంగణం, ఎత్తైన వేదిక, గుమ్మటాల ఏర్పాటు, పై కప్పు, ఆర్చీలు, రాళ్ళు పొదిగిన అలంకరణలు, గోడలమీద కళాత్మక లేఖనం, రాతి తెల్లదనం, ఇత్యాది అంశాలన్నీ దీనికి శోభను చేకూరుస్తున్నాయి. అయితే అక్బర్ సహజ లాలిత్య సౌందర్యాలకు ప్రాధాన్యతిస్తే, షాజహాన్ అలంకరణాడంబరాలకు అత్యంత విలువ నిచ్చాడన్న విషయం మనం గ్రహించాలి. ఔరంగజేబ్ స్వభావరీత్యా, రాజ్య పరిస్థితుల దృష్ట్యా, కళాభివృద్ధి పట్ల శ్రద్ధాసక్తులను చూపలేదు. అయితే, కొంతవరకు ఈ లోటును రసపుత్ర రాజులు, బీజాపూర్, గోల్కొండ సుల్తాన్‌లు తమ ఆదరణ నిర్మాణాల ద్వారా పూరించగల్గారు.

ఢిల్లీ సుల్తాన్‌ల ఆదరణకు నోచుకోని చిత్రకళ, మొగల్-మరాఠా యుగంలో గొప్పగా పోషణ పొంది, ప్రగతిని సాధించింది. బాబర్, హుమాయూన్‌లిద్దరూ ఈ కళను అభిమానించారు. హుమాయూన్ పారశీక ప్రఖ్యాత చిత్రకారులను రప్పించుకున్నాడు. అక్బర్ హిందూ, పారశీక శైలులను ప్రోత్సహించి, వీటి సమ్మేళన ఫలితంగా, భారతీయ-ఫారశీ చిత్రకళా సంప్రదాయ ఆవిర్భావానికి దోహదపడ్డాడు. నూరు మందికి పైగా సుప్రసిద్ధ హైందవ, మహమ్మదీయ చిత్రకారులు ఈతని ఆస్థానంలో ఆదరించబడ్డారు. అబ్దుస్ సమద్, దశవంత్, బసవన్ గొప్ప కీర్తిని గడించారు. సూక్ష్మ విషయాలను చూపించడంలో, రంగులను కలపడంలో, బొమ్మ కూర్పు, ముగింపులలో, నాటి చిత్రకారులు విశేష ప్రజ్ఞా పాటవాలను ప్రదర్శించారు. చంగీజ్‌నామా, జఫర్‌నామా, రజంనామా, రామాయణ, నల్‌దమన్, కాళీయదమన్ లాంటి ప్రసిద్ధ రచనలు చిత్రీకరించడం జరిగింది.

జహంగీర్ కాలంలో చిత్రకళ అత్యంత ఆదరణ, అభివృద్ధిని అందుకొంది. ఇతనికి స్వయంగా ఈ కళలో గొప్ప అభిరుచి, అభినివేశాలుండుటొక విశేషం. ఈతని కాలంలో చిత్రకళ, పారశీక ప్రభావాన్నుంచి విడివడి, ప్రధానంగా భారతీయతను సంతరించుకుంది. మొక్కలు, పూలు, జంతువులు, పక్షులు, ప్రకృతి దృశ్యాలను చిత్రించడం ముఖ్యంగా చేపట్టడమైంది. జహంగీర్ తరవాత చిత్రకళ క్షీణించసాగింది. షాజహాన్ చిత్రకళ కంటే, వాస్తు కళకెక్కువ ప్రాధాన్యత నిచ్చాడు. సహజ కళ కంటే, బంగారు తళతళల నెక్కువగా ప్రవేశపెట్టాడు. ఔరంగజేబ్ కాలంలో ఆదరణ ఇంకా తగ్గింది. అయితే, అసఫ్‌ఖాన్ లాంటి ఉన్నతాధికారులు, రసపుత్ర రాకుమారులు కూడా చిత్రకళను ప్రోత్సహించారు. సామాన్య ప్రజా జీవితం, మతం, రసపుత్ర చిత్రలేఖనాలకు కథా వస్తువులయ్యాయి.

సంగీత కళ కూడా ఈ యుగంలో మంచి ఆదరణ, అభివృద్ధిని గాంచింది. బాబర్ సంగీత ప్రియుడై కొన్ని పాటలను రచించాడు. సంగీతాన్ని విని, ఆనందించటంలో హుమాయూన్ గొప్ప అభిరుచిని కనబర్చాడు. 1535లో మండూపై దాడి చేసిన సందర్భంలో పట్టుకున్న బచ్చూ అనే గాయకుణ్ణి, తన ఆస్థాన సంగీత విద్వాంసుడిగా నియమించాడు. అక్బర్ పలు జాతులకు చెందిన ప్రసిద్ధ సంగీతకారులను చేరదీసి, ఆద

చిత్రం : తాజ్ మహల్

రించాడు. వీరిని ఏడు విభాగాలుగా ఏర్పరచి, ఒక్కో రోజున ఒక్కో విభాగం వారు ప్రదర్శన ఇచ్చేలా చేశాడు. గ్వాలియర్‌కు చెందిన తాన్‌సేన్ అందరిలోకల్లా అగ్రగణ్యుడయ్యాడు. ఇతడు అనేక నూతన రాగాలను, స్వరాలను కనిపెట్టి, హిందూస్తానీ సంగీతానికి ఎనలేని సేవ చేశాడు. విశేషమేమంటే అక్బర్ స్వయంగా నక్కరా వాయిద్యాన్ని పలికించటంలో గొప్ప కౌశలాన్ని ప్రదర్శించేవాడట. చక్రవర్తితో బాటు మన్సబ్‌దార్లైన అబ్దుల్ రహీం, రాజా తోడర్‌మల్, భగవాన్ దాస్, మాన్‌సింగ్‌లు కూడా సంగీత కళను బాగా పోషించారు. జహంగీర్, షాజహాన్‌లు కూడా సంగీతాన్ని చక్కగా ఆదరించారు. షాజహాన్ స్వయంగా ధ్రుపద్ పాడుతుంటే, శ్రోతలు ముగ్ధులయ్యేవారట. తాన్‌సేన్ అల్లుడైన మిశ్రసింహుడు, ప్రఖ్యా జగన్నాథ పండితుడు, ఈతని ఆస్థానంలో వెలశారు. ఔరంగజేబ్ సంగీతాన్ని ద్వేషించి, నిషేధించాడు. అయితే ఈతని మన్సబ్‌దార్లు ఈ కళను ఆదరించి, కొంతమేరకు ఆదుకున్నారు.

భారతదేశ మధ్య యుగ చరిత్రలో, మొగల్ - మరాఠా యుగం బృహత్తరమైన పాత్రని నిర్వహించిందనడంలో సందేహం లేదు. ఉత్తర, దక్షిణాల్లో మూడున్నర శతాబ్దుల పైబడి మొగలులు, ఒకటిన్నర శతాబ్దుల పైబడి మహారాష్ట్రులు, తమ ప్రాబల్య ప్రభావాలను

ప్రదర్శించ ప్రయత్నించారు. జాతీయ రాజరికాలు స్పష్ట స్వరూపాన్ని, క్రియా శీలతను పొందుట, అత్యంత విశేషకర పరిణామం. షేర్షా నుంచి శివాజీ వరకు గల అధినేతలు (ఔరంగజేబ్ మినహా) ఈ సందర్భంగా గమనించదగి ఉన్నారు. జాతీయ ఐక్యతా లక్ష్యం, ఇట్టి రాజరికాల లక్షణాల్లో భాగమై, ఇమిడి వుంది. అయితే, ఔరంగజేబ్, అతని బలహీన వారసులు, శివాజీ వారసులు, దీని విశాల ప్రాతిపదికను, ప్రాముఖ్యతను గ్రహించి, ఆచరించలేకపోవుట, ఎంతైనా దురదృష్టకరం. పరిపాలన, సారస్వత, మత, కళా రంగాల్లో ఐక్యతా, సహన, సమన్వయ రీతులు దర్శనమిస్తున్నాయి. లౌకిక, ప్రాజ్ఞ నిరంకుశ రాజరికాల అమలు, ఉర్దూ భాషోత్పత్తి, సూఫీ, భక్తి మతోద్యమాల వ్యాప్తి, హిందూ-ఫారసీ కళా శైలి ఆవిర్భావం, ప్రతీకలుగా ఉన్నాయని మనం గ్రహించగలిగాం.

అయితే, ఆర్థిక, సామాజిక అసమానతలు, ఐరోపీయుల ఉనికి, ప్రమాదం పట్ల సమగ్ర అవగాహన, తదనుసార చర్యలలేమి, ఈ యుగ వ్యవస్థలు, విధానాల్లోని లోపాలుగా అంగీకరించాలి. ఆర్థికంగా, సామాజికంగా అల్ప సంఖ్యాకులైన రాజ కుటుంబీకులు, ఉన్నతోద్యోగులు అత్యంత విలాసమయ జీవితాలను గడుపుతూ, గౌరవ హోదాలను పొందితే, అధిక సంఖ్యాకులైన శ్రామిక వర్గాల వారు, మిక్కిలి దారిద్ర్యం, లేమిని, గౌరవ శూన్యతను అనుభవించినట్లుగా, విదేశీ యాత్రికులు స్పష్టీకరించారు. పశ్చిమ, తూర్పు తీరాల్లో ఐరోపీయుల ఉనికి, ప్రాబల్యతలు బలమౌతూ, ప్రమాదాన్ని సూచిస్తున్నా, దీని నివారణకై ఎట్టి సంఘటిత చర్యలు కూడా తీసుకోకపోవడం మృత్యు గహ్వరం లోకి ప్రవేశించినట్లైంది. పర్యవసానంగా, ఐరోపీయుల ఆగమనం, దేశ చరిత్రలో మధ్య యుగానికి చరమ గీతి నాలపిస్తూ, ఆధునిక యుగపు బావుటా నెగురవేసింది.

10

ఐరోపీయుల ఆగమనం (1498 - 1742)

క్రీ.శ. 15వ శతాబ్దాంతంలో భారతదేశానికి నూతన సముద్ర మార్గం కనిపెట్టటంతో పాశ్చాత్య వర్తక కంపెనీలు వ్యాపార నిమిత్తమై అడుగిడసాగాయి. వీరు ప్రధానంగా నౌకా బలం, సముద్రాధిపత్యం మీద ఆధారపడటం, దేశ చారిత్రక సమకాలీన పరిస్థితుల దృష్ట్యా, అత్యంత ప్రాధాన్యతను సంతరించుకుంది. గతంలో ఒక్క చోళులు తప్ప, మిగతా భారతీయ రాజ వంశాల వారెవ్వరూ పటిష్టమైన నౌకాదళాభివృద్ధికిగాని, తూర్పు, దక్షిణ, పశ్చిమ తీరాల్లో స్థావరాల స్థాపనకు గాని, ప్రాదేశికాధికార స్థాపనకు గాని పూనుకోలేదు. సమకాలీన అధినేతలు కూడా ఈ విషయాల పట్ల శ్రద్ధాసక్తులను చూపించలేక పోయారు. ఫలితంగా వీటిలో ఎంతో ప్రజ్ఞా పాటవాలను, అధునాతనను సంపాదించిన పాశ్చాత్యుల ముందు, దేశీయ శక్తుల బలహీనత వ్యక్తమవసాగింది. దీనికితోడు, ఐరోపీయులకు అత్యంతావశ్యకాలైన సుగంధ ద్రవ్యాలు, నూలు, సిల్క్ బట్టలు, పంచదార ఇత్యాదివి, భారతదేశం, తూర్పు ఇండియా దీవులనుంచి విస్తారంగా ఎగుమతి కావటంతో, ఇక్కడి వ్యాపారం మిక్కిలి లాభదాయకమైంది. తత్కారణంగా, వ్యాపార గుత్తాధిపత్యానికై పోర్చుగీస్, డచ్, డెన్మార్క్, ఇంగ్లాండ్, ఫ్రాన్స్ దేశాల వర్తక కంపెనీలు పోటీ పడ్డాయి. భారతీయ పాలకుల అంతఃకలహాలు, అస్థిర పరిస్థితులు, సైనిక బలహీనతలు ఐరోపీయులను ఉసిగొల్పి, క్రీ.శ. 1744 నుంచి దేశ రాజకీయాల్లో పాల్గొని, రాజ్యాధికార స్థాపనకై పెనుగులాడునట్లు చేయటం విశేష ప్రాముఖ్యతతో కూడుకున్న పరిణామం.

నూతన సముద్ర మార్గాన్వేషణావశ్యకత, సాధించిన తీరు

పారశీక, గ్రీక్ దండయాత్రల కాలాన్నుండే, భారతదేశ, పశ్చిమ దేశాల మధ్య వాణిజ్య సంబంధాలు నెలకొన్నట్లుగా మనం తెలుసుకున్నాం. అయితే, నాడు విదేశ వ్యాపారం, ప్రధానంగా, కాబూల్, కాందహార్, పర్షియాల గుండా వెళ్ళిన భూమార్గాల గుండా నడిచింది. సముద్ర వ్యాపారాన్ని క్రీ.శ. 7వ శతాబ్దారంభాన్నుంచి అరబ్బులు చేపట్టారు. వీరు భారతదేశ సరుకులను కొని, వెనిస్, జినోవా ఆదిగా గల ఐరోపా నగర వర్తకులకు అధిక ధరలకు అమ్మి, లాభాలను గడించేవారు. ఈ మార్పిడి వ్యాపారం కాన్‌స్టాంటినోపిల్ నగరం గుండా నడిచేది. అయితే, క్రీ.శ. 1453లో ఈ నగరాన్ని బైజాంటైన్ గ్రీక్‌లనుండి తురుష్కులు వశం చేసుకోవటంతో పరిస్థితి పూర్తిగా తారుమారైంది. వెనిస్, జినోవా నగర వర్తకులకు కాన్‌స్టాంటినోపిల్ ద్వారాలు మూసివేయబడ్డాయి. ఐరోపా వాసుల ఆహార, మత్తు పానీయాల నిల్వకవసరమైన ఉప్పు, మిరియాలు, లవంగాలు, యాలకులు కరువైపోయి, నూతన సముద్ర మార్గాన్వేషణావశ్యకతేర్పడింది. దీనికి తోడు, అట్లాంటిక్ సముద్రతీర రాజ్యాలైన పోర్చుగల్, స్పెయిన్, ఫ్రాన్స్, ఇంగ్లాండ్‌లు పటిష్ఠమైన, అధునాతనమైన నౌకాదళాలనేర్పాటు చేసుకొని, తమ వ్యాపార, అధికార వ్యాప్తికై అజ్ఞాతంగా ఉన్న అమెరికా,

ఆసియా, ఆఫ్రికా ఖండాల్లో వలసల స్థాపనకై నడుం కట్టాయి. ఫలితంగా భౌగోళికాన్వేషణలు ప్రోత్సహించబడ్డాయి. అదృష్టం కొద్దీ నౌకా యాత్రలను చేపట్టటానికి తమ ప్రాణాలను సైతం పణంగా పెట్టిన సుశిక్షితులు, సాహసులైన నావికులు పలువురు ముందుకు వచ్చారు.

నూతన సముద్ర మార్గాన్వేషణలో వలసరాజ్య స్థాపనలో కూడా, పోర్చుగల్ ముందంజ వేసింది. 1486లో పోర్చుగీసు నావికుడైన బార్తలోమ్యూ డయాజ్ ఆఫ్రికా పశ్చిమ తీరం వెంబడి పయనించి, ఆఫ్రికా దక్షిణాగ్రాన్ని చేరుకోగల్గాడు. భారతదేశానికి నూతన సముద్ర మార్గాన్ని చూపించగలదనే ఆశతో, దీనికి "శుభ సూచక అగ్రం" (Cape of Good Hope) అనే పేరివ్వబడింది. ఆశించినట్లుగానే, 1497లో మరొక పోర్చుగీస్ నావికుడైన వాస్కోడగామా, ఇదే అగ్రాన్ని దాటి, హిందూ మహాసముద్రంలో ప్రయాణించి, 1498 మే నెల 17వ తేదీన, మలబార్ తీరంలోని కాలికట్ రేవు పట్టణాన్ని చేరగల్గాడు. ఈ సంఘటన భారతీయ చరిత్రలో అత్యంత కీలకమైన మలుపుకు దారి తీసింది. దీని పరిణామ క్రమ ఫలితంగా, ఆర్థిక, రాజకీయ, పాలన, సామాజిక, సాంస్కృతిక రంగాల్లో భారతదేశం, భారతీయులు, విశేష, ప్రత్యక్ష, ప్రబల పాశ్చాత్య ప్రభావానికి గురి కావడమైంది.

పోర్చుగీస్ వారు : వ్యాపార, వలసల స్థాపన

వాస్కోడగామా అడుగుపెట్టిన మలబార్ ప్రాంతాన్ని జామొరిన్ పాలిస్తుండేవాడు. అప్పటికే పశ్చిమ తీరంలో వ్యాపారాన్ని కొనసాగిస్తున్న అరబ్బులకు, పోర్చుగీస్ వర్తకుల ఆగమనం కంటకంగా తోచింది. అయితే, క్రాబల్ (1500), వాస్కోడగామా (1502-03)ల నాయకత్వంలో పోర్చుగీస్‌లు అరబ్బుల నెదిరించి, తమ బలాధిక్యతను నిరూపించుకున్నారు. ఫలితంగా జామొరిన్ పోర్చుగీసు వారిని కాలికట్, కొచ్చిన్, క్రాంగనూర్ ఆదిగా గల చోట్ల వర్తక కేంద్రాలను ఏర్పాటు చేసుకునేటందుకు అనుమతించాడు. పోర్చుగీస్, అంతకంటే మించి ఐరోపీయ, వలసాధికార స్థాపనకు దీంతో నాంది పలకడమైంది.

ఆల్మీడా (1505 – 1509)

భారతదేశంలో ఉన్న తమ వర్తక స్థావరాల పరిరక్షణకై పోర్చుగల్ ప్రభుత్వం మొట్టమొదటిసారిగా ఫ్రాన్సిస్‌కో ఆల్మీడా అను నతనిని గవర్నర్‌గా నియమించింది. వలసల పాలనా పద్ధతి ఈ విధంగా ప్రారంభమైంది. పోర్చుగీస్ శాశ్వతాధికారాన్ని దృష్టిలో ఉంచుకొని, భూస్థావరాలు, కోటల నిర్మాణం, సైన్యాభివృద్ధికంటే, నౌకలు, నౌకాదళ నిర్మాణ పటిష్టతలు సముద్రాధిపత్యానికి ఎక్కువ ప్రాధాన్యతను ఆల్మీడా ఇచ్చాడు. ఈతడనుసరించిన ఈ విధానానికి "నీలి నీటి విధాన" (Blue Water Policy)మని పేరు. దీనిలో భాగంగానే ఈజిప్ట్‌పై నౌకా యుద్ధాన్ని సాగించి, దానిలో ఈతడు, ఈతని కుమారుడు గూడా తమ ప్రాణాలను కోల్పోయారు.

అల్ఫాన్సో-డి-అల్బూకర్క్ (1509 - 1515)

అల్మీడా మరణం తరవాత భారతదేశ పోర్చుగల్ స్థావరాల పైన అల్ఫాన్సో-డి-అల్బూకర్క్ గవర్నర్‌గా నియమింపబడ్డాడు. ఈతడు తన శక్తియుక్తుల నుపయోగించి, పోర్చుగీస్ వర్తక, వలసాధికారాభివృద్ధికి గట్టి పునాదులను, విధానాల నేర్పరచి, తన దేశీయులచే "మహాశయుడు"గా కీర్తించబడ్డాడు. అల్మీడా అనుసరించిన "నీలి నీటి విధానాన్ని" వెనుకకు నెట్టి, ఈతడు స్థావరాల స్థాపనకై పూనుకున్నాడు. మొదటగా అల్బూకర్క్ 1510 లో పశ్చిమ తీరంలోని గోవాను బీజాపూర్ సుల్తాన్ నుంచి ఆక్రమించి, దీన్ని పోర్చుగీస్ ప్రాచ్య సామ్రాజ్యానికి కేంద్రంగా అభివృద్ధి పర్చాడు. ఈతని విధానంలో భాగంగా, గోవా చుట్టూ గల కొన్ని కీలక తీర ప్రదేశాలు, లేక రేవులు ఆక్రమించాడు. ఎర్ర సముద్ర తీరంలో సొకోట్ర, పారశీక అఖాతంలో అర్ముజ్, గుజరాత్‌లో డయ్యు, తూర్పు ఇండియా దీవుల్లో మలక్కా, చైనాలో మాకోలు ఈ కోవకు చెందినవే. పథకంలో తృతీయ అంశంగా, విజయ నగరాధీశుల లాంటి స్థానిక రాజులతో అల్బూకర్క్ సత్సంబంధాలను నెలకొల్పి, వర్తకాభివృద్ధికి దోహద మొనరించాడు. తన లక్ష్య సాధనలో భాగంగా, తర్ఫీదు పొందిన పోర్చుగీస్ అధికారులు, సైనికులను భారతదేశానికి రప్పించుటతో బాటు, అనేకమంది భారతీయులను ఈ రంగాల్లో నియామకం చేసి, పోర్చుగీస్‌లు స్థానికుల మధ్య వివాహాలను గూడా ప్రోత్సహించాడు. ఇట్టి వివాహాల ఫలితంగా పోర్చుగీస్ జాతి, మతం, భాషలతో కూడుకున్న నూతన వర్గం, ఎంతో విధేయతతో తమ సేవలనందించే వాతావరణ మేర్పడింది. అల్బూకర్క్ విధాన ఫలితంగా శతాబ్ది పైబడి పోర్చుగీస్ అధికారం కొనసాగడంతో బాటు, తరవాతి పాశ్చాత్య వర్తక కంపెనీలకు మార్గం సుగమమైంది.

పోర్చుగీస్ అధికార క్షీణత : కారణాలు

అల్బూకర్క్ మరణం తదుపరి, అధికారాన్ని చేపట్టిన గవర్నర్లెవ్వరూ సమర్థులు కారు. అయినప్పటికీ, 1534లో డయ్యూను, 1538లో డామన్‌ను వీరు స్వాధీన పర్చుకుని, ఇదే సంవత్సరంలో గోవాలో వర్తక స్థావరాన్ని స్థాపించటానికై అనుమతిని పొందారు. అయితే, 16వ శతాబ్దాంతానికి పోర్చుగీస్ వారి ప్రాబల్యం క్షీణించసాగింది. 17వ శతాబ్దంలో ఇది అధికమై వీరు 1656లో సింహళాన్ని, 1662లో అర్ముజ్‌ను, 1739లో బేసిన్‌ను కోల్పోయారు. దీనికి పలు కారణాలను పేర్కొనవచ్చు. ఐరోపాలో పోర్చుగల్ అతి చిన్న దేశం, పరిమిత జనాభా, సంపదతో, భారతదేశంలో ఆక్రమణలు జరపడానికి కావల్సిన ఆర్థిక స్తోమత లేకుండింది. దక్షిణ అమెరికాలో బ్రెజిల్ అనే వలస రాజ్యాన్ని కల్గిన పోర్చుగీస్ వారు, దీనిపైన కూడా తమ దృష్టిని ప్రసరించడంతో, భారతదేశంలోని వీరి అధికారం సన్నగిల్లసాగింది. దీనికితోడు, 1580లో పోర్చుగల్, స్పెయిన్‌తో విలీనం కావటంతో, స్పెయిన్ ప్రభుత్వం పశ్చిమ దేశాల్లోని తమ స్థావరాల పట్ల శ్రద్ధ వహిస్తూ, పోర్చుగీస్ భారత స్థావరాలను నిర్లక్ష్యం చేయసాగింది. 1588లో స్పెయిన్, ఇంగ్లాండ్‌పై నౌకా యుద్ధాన్ని సల్పడంతో, భారతదేశాన్నుంచి పోర్చుగీస్ నౌకాదళం

ఉపసంహరించడమైంది. ఈ యుద్ధంలో స్పెయిన్ ఓడిపోవడంతో, భారతదేశంలో పోర్చుగీస్ ప్రాబల్యం అంతరించసాగింది. పోర్చుగీస్ వారు భారతదేశంలో అవలంబించిన మతం మార్పిడి, అంతర్వివాహ విధానాలు స్థానికుల వ్యతిరేకతకు దారితీశాయి. వీరితో సత్సంబంధాలు నెరపిన విజయ నగర చక్రవర్తులు, 1565లో జరిగిన తాళికోట యుద్ధంలో ఓడిపోవటంతో, వీరికున్న అధికార ప్రాపు అంతర్థానమైంది. వీటన్నింటికి తోడు, 17వ శతాబ్దారంభాన్నుండే భారతదేశ వ్యాపార నిర్వహణలో తాము కూడా పాలు పంచుకోవాలనే లక్ష్యంతో దచ్చివారు, ఆంగ్లేయులు రావడంతో వీరి నుంచి పోర్చుగీస్ వారికి గట్టి పోటీ ఎదురైంది. దీనిలో అంతిమ విజయం ఆంగ్లేయులను వరించడంతో, పోర్చుగీస్ ప్రాబల్యానికి చరమగీతం పాడినట్లైంది.

డచ్ వలస రాజ్యాధికారం – తీరుతెన్నులు

16వ శతాబ్దానికే ఐరోపాలో డచ్ నెదర్లాండ్స్, ముఖ్య వాణిజ్య దేశాల్లో ఒకటిగా రూపొందింది. ఈ శతాబ్ది ద్వితీయార్థంలో స్పెయిన్ ఆధిపత్యాన్నుంచి స్వతంత్రతను సాధించిన తదుపరి, డచ్ ప్రజలు వలస వ్యాపారంపై దృష్టిని కేంద్రీకరించారు. 1602లో డచ్ తూర్పు ఇండియా సంఘం, అమ్‌స్టర్‌డామ్ నగర వర్తకుల చేత స్థాపించడం జరిగింది. ఇది భారతదేశ వ్యాపారం కంటే ఆగ్నేయాసియా దేశాలతోటి వాణిజ్యమే తమకు లాభదాయకంగా భావించి, ఇక్కడి 'సుగంధ ద్రవ్యాల దీవుల' (Spice Islands) ఆక్రమణకై పూనుకుంది. ముందు వచ్చిన పోర్చుగీస్ వారితో 1605-58ల మధ్య పోరాడి, అంబాయినా, బండా మాల్యుకాస్, మలక్కాలను ఆక్రమించింది. సింహళంలో కూడా డచ్ నౌకా దళం, పోర్చుగీస్ వారిని జాఫ్నా నుంచి తరిమి, ఆక్రమణను జరిపింది. దూర ప్రాచ్యంలో బ్రిటిష్ వర్తకులు కూడా, డచ్ వారి గుత్తాధికారాన్ని అంగీకరించక తప్పలేదు.

భారత దేశంలో కూడా డచ్ వర్తక స్థావరాలు నెలకొల్పబడ్డాయి. తూర్పు తీరంలోని మచిలీపట్నం, పులికాట్, నాగపట్నం, చిన్సూరల వద్ద ఇవి వెలిశాయి. అయితే, వీరు పెద్దగా అభివృద్ధిని సాధించలేకపోయారు. దీనికి ముఖ్య కారణాలు లేకపోలేదు. డచ్ తూర్పు ఇండియా సంఘం ప్రభుత్వ సంస్థగా ఉండి, వ్యాపారానికంటే రాజకీయాలకు ఎక్కువ ప్రాధాన్యతనిచ్చింది. దీన్ననుసరించే, సుగంధ ద్రవ్యాల వ్యాపారాన్నుంచి వచ్చిన లాభాలతో సంతృప్తి చెందుతూ డచ్ కంపెనీ వలసలు, రాజ్యాక్రమణపట్ల అంతగా ఆసక్తి చూపలేదు. మరొక కారణం, ఐరోపాలో ఇంగ్లాండ్, ఫ్రాన్స్‌లతో యుద్ధాల్లో మునగటం వలన, డచ్ దేశ ఆర్థిక వనరులు సన్నగిల్లి, భారతదేశంలో వారి అధికార క్షీణతకు దోహదమైంది. వీటికి తోడు, ఆంగ్లేయ, ఫ్రెంచి నౌకా దళాల ముందు డచ్ దళాల పటుత్వం దిగదుడుపైంది.

బ్రిటిష్ ఈస్టిండియా కంపెనీ : వ్యవహరించిన వైనం

భారతదేశానికి వ్యాపార నిమిత్తం విచ్చేసిన పాశ్చాత్యులందరిలోకెల్లా ఆంగ్లేయులు ఎంతో నిగ్రహం, విజ్ఞతను ప్రదర్శించి, వీటికి తగినట్లుగా ఫలితాలను పొందారు. 1579

నుండే బ్రిటిష్ మత ప్రచారకులు, వ్యాపారులు భారతదేశానికి వస్తూ, ఇక్కడి స్థితిగతులను తమ దేశస్థులకు రచనలు, లేఖల ద్వారా తెలియజేస్తూ ఆసక్తిని రేకెత్తించసాగారు. 1587లో లక్ష పౌనులకు మించిన ఎలువగల భారతీయ సరుకులతో వస్తున్న పోర్చుగీస్ నౌకను ఫ్రాన్సిస్ డ్రేక్ అనే ప్రఖ్యాత బ్రిటిష్ నౌకా దళాధికారి పట్టుకోడం, 1588లో స్పెయిన్ నౌకా దళ దాడిని బ్రిటన్ విజయవంతంగా తిప్పికొట్టడం, 1599లో డచ్‌వారు ఇంగ్లాండ్ మార్కెట్లలో మిరియాల ధరను మూడింతలు పెంచడంతో, భారతదేశంతో సరాసరి వర్తక సంబంధాల స్థాపనకై ఆంగ్లేయ వర్తకులు నిర్ణయించుకున్నారు. ఫలితంగా, 1600 డిసెంబర్ 31న తేదీన 'బ్రిటిష్ ఈస్టిండియా కంపెని' స్థాపనకు రాణి ఎలిజబెత్ ప్రభుత్వ అనుమతి లభించింది. దీని వ్యవహారాలను చూడటానికై, వాటాదారులంతా కలిసి, తమలో నుంచి 24 మందిని 'బోర్డ్ ఆఫ్ డైరెక్టర్స్'గా ఎన్నుకున్నారు.

తొలుత ఆంగ్లేయులు మలయా ద్వీపకల్ప వ్యాపారంపై ఎక్కువ శ్రద్ధ చూపారు. కాని, ఇక్కడ డచ్ వారితో వీరికి పోటీ ఏర్పడి, దాని తీవ్ర పర్యవసానంగా, 1623లో అంబాయనాలో కొంతమంది బ్రిటిష్ నిర్వాసితులు చిత్రహింసలకు గురిచేయబడ్డారు. దీంతో, బ్రిటిష్ కంపెనీవారు సుగంధ ద్రవ్యాల దీవులను వదలి, భారతదేశంపై తమ దృష్టిని కేంద్రీకరించ మొదలుపెట్టారు. ఇక్కడ పోర్చుగీస్ వారి వ్యతిరేకతను 1634 నాటికే అధిగమించి మొగల్ చక్రవర్తి జహంగీర్ అనుమతితో (1615) తమ మొట్టమొదటి వర్తక స్థావరాన్ని సూరత్‌లో ఏర్పాటు చేసుకున్నారు. ఈ పశ్చిమ తీర రేవు పట్టణంలో ఉంటున్న ఆంగ్లేయులు విజృంభించి, 1622లో పోర్చుగీస్ వారి నుంచి ఆర్మజ్‌ను స్వాధీనపర్చుకున్నారు. తదుపరి, గోల్కొండ నవాబ్ అనుమతితో వీరు 1613లో తూర్పు కోస్తాలో మచిలీపట్నం వద్ద, మరో వర్తక స్థావరాన్ని ఏర్పర్చుకున్నారు. అయితే, ఇక్కడ డచ్‌వారి పోటీ ఎదురైై దీనినధిగమించిన తదుపరి 18వ శతాబ్దిలో, ఇది బ్రిటిష్ వారి ప్రధాన రేవుగా తయారైంది.

బ్రిటిష్ వారి వలస రాజ్యాధికారానికి ముఖ్య కేంద్రాలుగా మద్రాస్, బొంబాయి, కలకత్తా స్థావరాలు పని చేశాయి. 1639లో చంద్రగిరి రాజు నుంచి మద్రాస్ ప్రాంతాన్ని ఖరీదు చేసి, ఇక్కడ కంపెనీ 'సెయింట్ జార్జి కోట'ను నిర్మించింది. 1652లో ఇది రాష్ట్ర స్థాయికి పెరిగింది. పశ్చిమ కోస్తాలోని సూరత్ రేవుపై తరచు మహారాష్ట్రుల దాడులు జరుగుతున్నందున, 1667లో బ్రిటిష్ ఈస్టిండియా కంపెనీ తమ రాజైన రెండో ఛార్లెస్ నుంచి బొంబాయిని కౌలుకు తీసుకుంది. పోర్చుగీస్ రాకుమార్తె కాథరిన్‌ను వివాహమాడినందుకు కట్నంగా బ్రిటిష్ రాజుకిది లభించింది. నాటి నుంచి బొంబాయి త్వరితగతిన అభివృద్ధి చెంది, అనతికాలంలో పశ్చిమ తీరంలో అతి ప్రధాన వర్తక కేంద్రంగాను, ఒక రాష్ట్రం గానూ రూపొందింది. తూర్పు ప్రాంతంలో ఆంగ్లేయులు, బాలాసోర్, హరిహరపూర్‌లను (1623 నుంచి) హుగ్లీని 1651లో వర్తక స్థావరాలుగా చేసుకున్నారు. అయితే, హుగ్లీ నదీ తీరంలో మొగల్ చక్రవర్తైన ఔరంగజేబ్, గాబ్రియల్ బౌటన్ అనే బ్రిటిష్ వైద్యునికి బహుమానంగా ఇచ్చిన భూమిని కంపెనీ వారు కొని, అక్కడ 1687-90ల మధ్యలో కలకత్తా నగరాన్ని నిర్మించారు. ఇక్కడ 'విలియం కోట'

నిర్మించడం జరిగింది. ఇది అతి పెద్ద వ్యాపార, పాలనా కేంద్రంగా అభివృద్ధి చెందింది. తూర్పు ప్రాంతం, కోస్తాలో ఫల్టా, ఖాసిం బజార్, విశాఖపట్టణం, కడలూర్‌లు బ్రిటిష్ వారి ఇతర వర్తక స్థావరాలుగా ఉండేవి.

డేన్‌లు : స్వల్పకాలిక మనుగడ

డెన్మార్క్ దేశస్థులు తమ వర్తక సంస్థను క్రీ.శ. 1620లో స్థాపించారు. వీరు ప్రథమంగా, తంజావూర్‌లో ట్రాంక్విబార్ వద్ద వర్తక స్థావరాన్నేర్పరచుకున్నారు. తదుపరి, మందకొడిగా 1676లో సేరమ్‌పూర్‌ను సంపాదించారు. కాని ఆశ్చర్యజనకంగా, భారతదేశ

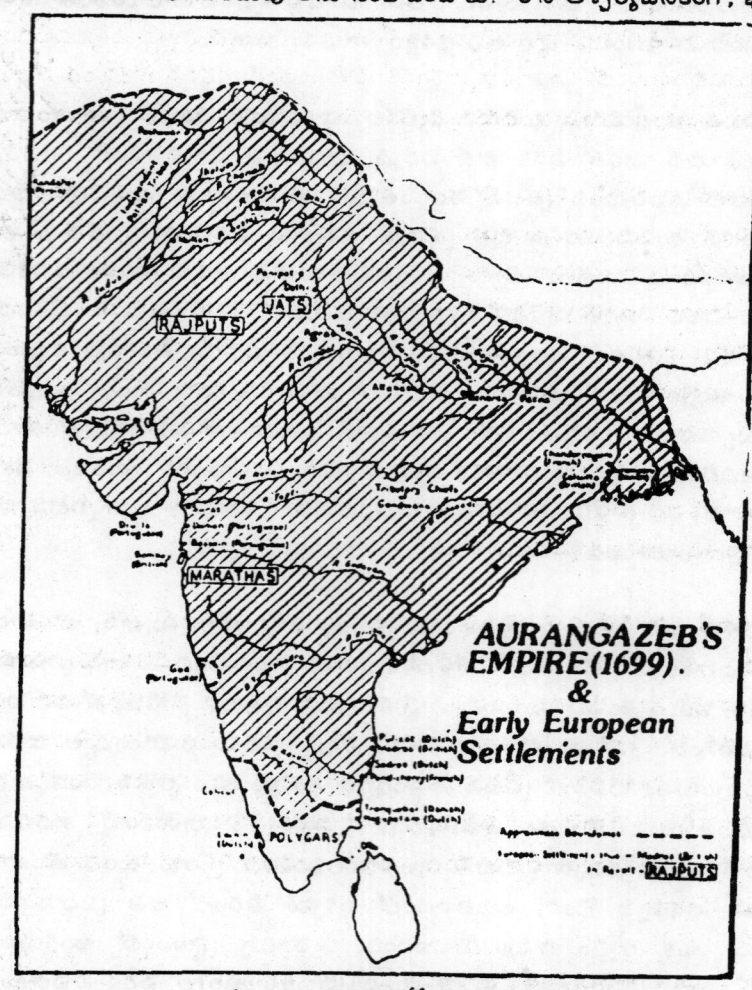

పటం : తొలి ఐరోపీయ స్థావరాలు

మూలం : డేవిస్ 'హిస్టారికల్ అట్లాస్' లేక, భారతదేశ చరిత్ర (1526-1947) ఖండికలు 1-6, పుట 32, ఆంధ్రప్రదేశ్ సార్వత్రిక విశ్వ విద్యాలయం, హైదరాబాద్ వారి ప్రచురణ

వ్యాపారం లాభసాటిగా లేదని భావించి, 1845లో తమ స్థావరాలను ఆంగ్లేయులకు అమ్మి వేశారు. దీంతో డేన్‌లు రంగం నుంచి నిష్క్రమించినట్లైంది.

ఫ్రెంచ్ ఈస్టిండియా కంపెనీ : తొలి కార్యకలాపాలు

భారతదేశ వ్యాపారంలో చివరగా అడుగుపెట్టిన ఐరోపీయులు ఫ్రెంచి వారయ్యారు. బూర్బన్ చక్రవర్తైన పదునాల్గో లూయీ మంత్రైన కోల్బర్ట్, 1664లో ఫ్రెంచి ఈస్టిండియా కంపెనీని స్థాపించాడు. ఇది ప్రధానంగా ప్రభుత్వ సంస్థగా ఉండి, దాని శ్రద్ధాసక్తుల ననుసరించి, అభివృద్ధిని సాధించింది. 1667లో ఫ్రెంచి కంపెనీ, ఫ్రాన్సిస్ కరన్ నాయకత్వంలో సూరత్‌లో వర్తక స్థావరాన్నేర్పాటు చేసుకుంది. ఇక్కడ ఫ్యాక్టరీ నిర్మించబడింది. 1669లో మచిలీపట్టణంలో కూడా కర్మాగారం నెలకొల్పబడింది. కరన్ గోల్కొండ నవాబు నుంచి, తమ వస్తువుల ఎగుమతి, దిగుమతిలపై పన్ను మినహాయింపును కూడా పొందాడు.

1672లో ఫ్రాన్సిస్ కరన్ స్థానంలో మార్టిన్ అనునాతడు ఫ్రెంచి స్థావరాలపై డైరక్టర్ జనరల్‌గా నియమించబడ్డాడు. భారతదేశంలో ఫ్రెంచి అధికార స్థాపనకు ముఖ్య చర్యలనీతడు చేపట్టుట గమనించదగి ఉంది. ఈతడు ఆర్కాట్ నవాబ్ నుంచి, కడలూర్‌కు 15 మైళ్ళ దూరంలో, తూర్పు కోస్తాలో కొంత భూభాగాన్ని సంపాదించి, అక్కడ ఒక నూతన నగరాన్ని నిర్మించాడు. ఇదే పుదుచ్చేరి (కొత్త పట్టణం), లేక పాండిచ్చేరిగా ప్రసిద్ధి చెందింది. భారతదేశంలో ఫ్రెంచివారి ముఖ్య అధికార కేంద్రంగా పనిచేసింది. వీరు చంద్రనగర్, బాలసోర్, ఖాసింబజార్ మొదలైన చోట్ల గూడ తమ వర్తక స్థావరాలను స్థాపించారు. ఇంకా, 1725లో మలబార్ తీరంలో మాహేను, 1739లో తూర్పు తీరంలో కరైకాల్‌ను, కాకినాడ వద్ద యానామ్‌ను తమ స్థావరాలుగా పొందారు. 1740 నాటికి ఫ్రాన్స్, భారతదేశంలో ఒక ప్రముఖ వ్యాపార దేశంగా గణనకెక్కింది.

అయితే, పాండిచ్చేరిలో ఫ్రెంచి అధికార పెంపుతో, ఉత్తరాన వారి పలుకుబడి తగ్గసాగింది. చంద్రనగర్‌లో ఇంగ్లీష్, డచ్ వారి పోటీ ఎక్కువైంది. దీనికితోడు, సూరత్, మచిలీపట్టణాల్లో గూడ 1714 తరవాత, ఫ్రెంచి వారి అస్తిత్వం అదృశ్యం కాసాగింది. అయినప్పటికీ, 1742లో డూప్లే ఫ్రెంచి గవర్నరగుటతో సాహసోపేతంగా స్వదేశీ పాలకుల వ్యవహారాల్లో తెలివిగా జోక్యం చేసికొని, తద్వారా రాజ్యాధికార స్థాపనకు పూనుకోటం మొదలైంది. దీంతో వెనువెంటనే పసిగట్టిన ఆంగ్లేయులు గూడా రంగంలోకి దిగటంతో, ఇరు కంపెనీలు, వీటి ద్వారా దేశాల మధ్య, రాజకీయాధికారానికై, 1744 నుంచి భీకర పోరాటం మొదలైంది.

ఐరోపీయుల ఆగమనంతో, భారతదేశ చరిత్రలో నూతన యుగం అడుగిడినట్లైంది. ప్రాచీన, మధ్య యుగాల్లో ఇక్కడకు వచ్చిన విదేశీయులంతా భూమార్గాల ద్వారా వచ్చి, సైనిక శక్తి నుపయోగించి, స్థిరజీవనులయ్యారు. దీనికై భిన్నంగా ఐరోపీయులు, తమ మాతృ దేశాలతో ప్రత్యక్ష సంబంధాన్ని కల్గి, వాటి ప్రోత్సాహంతో, వాటి ప్రయోజనాలతో

బాటు తమ స్వంత ప్రయోజనాలకై, ఇక్కడి ఆర్థిక, రాజకీయ, సాంస్కృతికావకాశాలను, తమ నౌకా, సైనిక బల, సముద్రాధిపత్య, చతుర దౌత్యనీతి సాధనాల ద్వారా ఉపయోగించుకోసాగారు. వ్యాపారానికై వచ్చి, వర్తక స్థావరాలను స్థాపించుకున్న కంపెనీల వారు, ప్రాంతీయ అనైక్యతను, సైనిక బలహీనతలను గ్రహించి, ప్రాదేశికాధికార స్థాపనకై పూనుకొనుట గమనించదగ్గ పరిణామం. ఇట్టి ప్రయత్నంలో పోటీపడ్డ ఆంగ్లేయ, ఫ్రెంచి కంపెనీలు, దేశీయ రాజులను, రాజ కుటుంబీకులను, సైన్యాధ్యక్షులను, ఎదురెదురుగా నిల్పి, ఎరలుగా వాడుకొనుట, చెరగని చారిత్రక సత్యంగా నిల్చింది. దేశ భిన్న రంగాల్లో కల్గించబడ్డ విశేష ప్రభావ, పరిణామాల దృష్ట్యా, ఆంగ్లేయ కంపెనీ పాలన పరిశీలించదగియుంది.

11

ఆంగ్లేయ కంపెనీ పాలన : ప్రభావ, పరిణామాలు (1744-1858)

18వ శతాబ్ది ద్వితీయార్థాన్నుంచి, భారతదేశ చరిత్ర విశేషాత్మకమైన నూతన మలుపును తీసుకుంది. వ్యాపారార్థమై వచ్చిన ఆంగ్లేయ, ఫ్రెంచి కంపెనీలు క్రీ.శ. 1744 నుంచి రాజకీయ అధికార స్థాపనకై పూనుకొని, కర్ణాటకలో తొలుతగా సంఘర్షణకు దిగాయి. ఇది ఒక కొలిక్కి రాకముందే (1761) కీలకమైన బెంగాల్ ప్రాంతాధిపత్యానిక్కూడ, గట్టి ప్రయత్నాలు జరగక పోలేదు. ఇట్టి పోటీలో ఫ్రెంచివారు వీగిపోవడంతో, ఆంగ్లేయులు వెనక్కు చూడకుండా, 1856 వరక్కూడా, భారతదేశంలో సామ్రాజ్య స్థాపనకై పాటుబడి గొప్ప సాఫల్యతను పొందారు. మహారాష్ట్ర, మైసూర్, శిక్కు యుద్ధాలు, సైన్య సహకార పద్ధతి, రాజ్య సంక్రమణ సిద్ధాంతం, రాజ బిరుదులు, భరణాల రద్దు, ప్రధాన సాధనాలైనాయి. యుద్ధం, దౌత్యనీతి, సైనికబల ప్రాబల్యం, చతుర రాజనీతి, ఏక కాలంలో ప్రయోగించడం ప్రత్యేకించి గమనార్హం. అయితే, గతంలో భారతదేశాన్నేలిన పలు విదేశీ తెగలకు భిన్నంగా ఇక్కడి సంస్కృతీ సమాజాలతో ఐక్యం కాకుండా, బ్రిటిష్ కంపెనీ పాలకులు తమ మాతృదేశ ప్రభుత్వ ప్రత్యక్ష ప్రభావంకింద వ్యవహరిస్తూ, ఆ దేశ ప్రగతి, ప్రతిష్ఠలకై కృషి చేయ పూనుకొన్నారు. ఫలితంగా, రాజకీయ అప్రజాస్వామికం, ఆర్థిక దోపిడీ, సామాజిక అసమానతలు, సాంస్కృతిక వైవిధ్యం లేక భిన్నత్వం పరిణమించాయి. స్వదేశీ రాజులు, సైనికులు, ఉద్యోగస్తులు, ఆస్థాన కవులు, కళాకారులు, మతావలంబులు, సంప్రదాయపరులు, కంపెనీ పాలన కారణంగా తమ అస్తిత్వాన్ని, అండదండల్ని కోల్పోయి, ప్రతీకార భావాలతో ప్రజ్వలితులయ్యారు. ఇట్టి శక్తులు సామూహికంగా విజృంభించి, 1857లో జంఝూ మారుతంలాంటి తిరుగుబాటును లేవదీశారు. దీని ప్రభావంగా, విదేశీ పాలన అంతం కాకపోయినా, కంపెనీ పాలన తొలగి దాని స్థానంలో బ్రిటిష్ రాణి ప్రత్యక్ష పాలన ప్రారంభమైంది. నాటినుంచి భారతీయులు క్రమక్రమంగా, జాతీయతా చైతన్యవంతులై, భిన్నరంగాల్లో స్వావలంబన వైపు పయనించసాగుట ప్రధానంగా గమనించదగ్గ పరిణామం.

కంపెనీ సామ్రాజ్య స్థాపనా ప్రయత్నాలు : భిన్న పద్ధతులు, ఫలితాలు

ఔరంగజేబ్ మరణంతో, మొగల్ కేంద్ర ప్రభుత్వాధికారం బలహీనమై దేశంలోని నలుదిశల పలు స్వతంత్ర ప్రాంతీయ రాజ్యాలేర్పడడంతో, ఆంగ్లేయ, ఫ్రెంచి వర్తక కంపెనీలకు దేశ రాజకీయాల్లో జోక్యం చేసుకొని, తద్వారా అధికార స్థాపనకు పూనుకొనడానికై తగిన వాతావరణం, అవకాశాలేర్పడ్డాయి. అయితే ఇట్టి సామ్రాజ్యవాద పోటీలో ఫ్రెంచి వ్యతిరేకతను 1760 నాటికి విజయవంతంగా అధిగమించిన ఆంగ్లేయ కంపెనీ, వివిధ ప్రాంతీయ, దేశీయ అధిపతులు, బలదర్పాలుడిగిన మొగల్ చక్రవర్తులపై పథకం

ప్రకారం సమయానుచితరీతి భిన్న పద్ధతుల నవలంబించి, గెలుపును కైవసం చేసికొని, 1856 నాటికి అఖిల భారతంలో ప్రత్యక్షంగా, పరోక్షంగా, తిరుగులేని సంపూర్ణాధికార స్థాపనను చేయగల్గింది. యుద్ధాలు, దౌత్యం, కపటం, కుట్ర, అధికార బల ప్రయోగం, ఇత్యాదివన్నీ సాధనాలైనాయి. అధికార విస్తరణకై కొన్ని సందర్భాల్లో స్వలాభాపేక్షకై బ్రిటిష్ కంపెనీ అధినేతలు న్యాయాన్యాయాలు, నీత్య వినీతుల విచక్షణను వదిలివేసి, ఎట్టి మార్గాలనైనా అనుసరించేందుకై వెనుకంజ వేయక పోవుట గమనించదగింది.

ఆంగ్లో – ఫ్రెంచి కర్ణాటక యుద్ధాలు (1744–1763)

ఐరోపాలో ఇంగ్లాండ్, ఫ్రాన్సుల మధ్య, 1740లో ఆస్ట్రియా వారసత్వ యుద్ధం మొదలవడంతో, దీని పర్యవసానంగా దక్షిణ భారతంలో ఆంగ్లేయ, ఫ్రెంచి కంపెనీల మధ్య కూడా పోరు ప్రారంభమైంది. ఇదే మొదటి కర్ణాటక యుద్ధం. దీనిలో భాగంగా తొలుదొల్త 21 సెప్టెంబర్, 1746న ఫ్రెంచి నౌకాదళం, బ్రిటిష్ వర్తక స్థావరమైన మద్రాస్‌ను ముట్టడించి, ఆక్రమించి వేసింది. ఇది ఆర్కాట్ లేక కర్ణాటక నవాబైన అన్వరుద్దీన్ అధికార పరిధిలో ఉంది. పట్టుకోబడిన మద్రాస్‌ను తన కప్పజెప్పవలసిందిగా, ఈతడు పంపిన వర్తమానాన్ని ఫ్రెంచి గవర్నరైన డూప్లే తిరస్కరించాడు. ఫలితంగా ఆర్కాట్ సేనలు మద్రాన్‌ను ముట్టడించాయి. కాని, వీటిని ఫ్రెంచి సైన్యాలు చిత్తుగా ఓడించాయి. 1748లో ఫ్రెంచి స్థావరమైన పుదుచ్చేరిపై బ్రిటిష్ నౌకా దళ దాడి విజయవంతం కాలేదు. చివరకు 1748లో ఎక్స్-లా-చాపెల్ (Aix-la-chapelle) సంధి ద్వారా ఆస్ట్రియా వారసత్వ యుద్ధం ముగియటంతో, దీనికి అనుబంధమైన మొదటి కర్ణాటక యుద్ధం కూడా పరిసమాప్తమైంది. పర్యవసానంగా, మద్రాన్ తిరిగి ఆంగ్లేయులకిచ్చివేయబడగా, ఫ్రెంచి వారికి ఉత్తర అమెరికాలోని కేప్ బ్రిటన్ దీవిని ఇవ్వడమైంది. కంపెనీల పరిస్థితిలో చెప్పుకోదగ్గ మార్పేమీ రాకపోయినా, వీటి ఆలోచనాసరళిలో మార్పు ఏర్పడింది. ఐరోపీయ తుపాకుల ధాటి ముందు, దేశీయ సైన్య బలహీనత గోచరమైంది. దీన్ని గ్రహించిన ఇరు కంపెనీల అధినేతలు, స్థానిక రాజకీయాల్లో జోక్యం చేసుకొని తద్వారా ప్రాంతీయాధికార స్థాపనకై ముందుకురకడమైంది.

ఐరోపా రాజకీయాలతో ప్రమేయం లేకుండానే, రెండో కర్ణాటక యుద్ధం (1749-1754) మొదలైంది. హైదరాబాద్, ఆర్కాట్ సింహాసనాలకై, 1748లో వారసుల మధ్య పోటీ ఏర్పడడంతో ఇరు కంపెనీలు భిన్న పక్షాల వారిని సమర్థించాయి. అయితే ఈ పోటీలో 1751 వరకు డూప్లే సఫలీకృతుడైనప్పటికీ, తదుపరి ఆంగ్లేయులు రాబర్ట్ క్లైవ్ నాయకత్వంలో విజృంభించి, ఆర్కాట్‌ను పట్టుకొని, తిరుచునాపల్లి వద్ద ఫ్రెంచి సేనలను దాసోహమనిపించుకున్నారు. దీంతో, వీరు సమర్థించిన సలబత్‌జంగ్, మహమ్మదాలీలు వరసగా హైదరాబాద్ నైజామ్, కర్ణాటక నవాబులుగా చేయబడ్డారు. 1754లో డూప్లే ఫ్రెంచి గవర్నర్‌గా తొలగించబడగా, ఈతని స్థానంలో వచ్చిన గొడెహ్యూ బ్రిటిష్ కంపెనీతో సంధి కుదుర్చుకున్నాడు. ఈ యుద్ధ ఫలితంగా భారతదేశంలో ఆంగ్లేయుల ప్రాబల్యం, ఫ్రెంచివారి క్షీణత మొదలైనాయి.

రెండు కంపెనీల మధ్య జరిగిన మూడోది, చివరదైన మూడో కర్ణాటక యుద్ధం (1756-1763) ఐరోపాలో ఇదే కాలంలో బ్రిటన్, ఫ్రాన్సులు వ్యతిరేక పక్షాలుగా పాల్గొన్న సప్త సంవత్సర సంగ్రామానికి అనుబంధంగా నడవడం గమనించదగి ఉంది. అడ్మిరల్ కౌంట్ డిలాలి నాయకత్వంలో భారతదేశాన్ని చేరిన ఫ్రెంచి నౌకా దళం, బ్రిటిష్ వర్తక స్థావరమైన కడలూర్‌ను ముట్టడించి, డేవిడ్ కోట నాక్రమించింది. అయితే, తంజావూరును ఆక్రమించ చేసిన ప్రయత్నం విఫలమైంది. తదుపరి మద్రాస్‌ను ఆక్రమించ నెంచి, లాలి హైదరాబాద్‌లో ఉన్న ఫ్రెంచి సైన్యాధ్యక్షుడైన బుస్సీని తరలి రమ్మని ఆదేశించాడు. ఈ చర్య ఫ్రెంచి కంపెనీకి అశనిపాతంగా మారింది. బుస్సీ హైదరాబాద్ నుంచి మరలగానే, అదనుకోసం వేచి ఉన్న ఆంగ్లేయాధికారులు అప్పటి వరకు ఫ్రెంచి వారికి దత్తమైన ఉత్తర సర్కార్‌లను, నిజామ్ నుంచి సంపాదించగల్గారు. దీనికితోడు, 1760 లో వాండివాష్ వద్ద జరిగిన యుద్ధంలో ఫ్రెంచి సైన్యం ఓడిపోయి, బుస్సీ బందీకృతుడైనాడు. అంతిమంగా ఫ్రెంచివారి ముఖ్య స్థావరమైన పుదుచ్చేరి, లాలి అధ్వర్యంలో ఎనిమిది మాసాలు బ్రిటిష్ ముట్టడిని నిరోధించిన తదుపరి దాసోహమంది. భారతదేశంలో ఫ్రెంచి అధికారంపై చావుదెబ్బ తీయడం జరిగింది. సప్తవర్ష సంగ్రామాన్ని పరిసమాప్తి చేసిన పారిస్ సంధి (1763) ప్రకారం పుదుచ్చేరి, మాహె, జింజి స్థావరాలు తిరిగి ఫ్రెంచి వారికివ్వబడ్డా, వాటిని సైనికపరంగా పెంపు చేయకుండా, కేవలం వర్తకానికి మాత్రమే ఉపయోగించేటట్లు ఆంక్షలు విధించబడ్డాయి. ఫ్రెంచివారి ఓటమితో ఆంగ్లేయ కంపెనీ సామ్రాజ్య స్థాపనా ప్రయత్నాలు ద్విగుణీకృతోత్సాహం, శక్తి, వేగంతో చేపట్టబడటం కడుంగడు పరిశీలించదగియుంది.

ప్లాసీ (1757), బక్సర్ (1764) యుద్ధాలు : బెంగాల్, బీహార్, ఒరిస్సాలపై బ్రిటిష్ అధికార స్థాపన

కర్ణాటక యుద్ధాలు ముగియకముందే, 1756 జూన్‌లో ఆంగ్లేయ స్థావరమైన కలకత్తాపై బెంగాల్ నవాబైన సిరాజుద్దౌలా దాడి చేయటంతో నూతన రాజకీయార్థిక పరిణామాలకు దారి ఏర్పడినట్లైంది. తనకు వ్యతిరేకులైన జగత్ సేఠ్ లాంటి వారికి కంపెనీ అండ లభించటం తనిష్టానికి వ్యతిరేకంగా కలకత్తా విలియం కోటలో సైన్య, ఆయుధ సమీకరణ జరగడం బెంగాల్ నవాబుకు బ్రిటిష్ వారిపట్ల ఆగ్రహ విషయాలుగా పరిణమించాయి. కాగా కలకత్తా ముట్టడిలో బందీలుగా చిక్కిన 146 మంది బ్రిటిష్ వారిని, సిరాజుద్దౌలా కఠిన వైఖరి నవలంబించి జూన్ 20వ తేదీ రాత్రి ఒక చిన్న గదిలో బంధించటంతో వీరిలో చాలామంది అశువులను బాశారు. ఈ సంఘటనకే చీకటి గది విషాద (Black Hole Tragedy) మని పేరు. అయితే ఇట్టి బాధకు గురై, బయటపడ్డ వాళ్ళలో ఒకడైన హాల్వెల్ పేర్కొన్నట్లుగా, 18 అడుగుల చిన్న గదిలో బంధిచటమనేది అనూహ్యం, అభూత కల్పనగా భావించబటం జరిగింది. 1757 ప్రారంభంలో క్లైవ్, అడ్మిరల్ వాట్సన్‌ల అధ్వర్యంలో బ్రిటిష్ దళాలు మద్రాస్ నుంచి వచ్చి, కలకత్తాను తిరిగి స్వాధీనం చేసుకున్నాయి. సిరాజుద్దౌలా బ్రిటిష్ వారి షరతులన్నిటికీ అంగీకారాన్ని తెల్పినప్పటికీ, 1756 సంఘటనలను దృష్టిలో ఉంచుకొని, అతన్ని గద్దె దింపి, అతని

స్థానే, కంపెనీ తొత్తుగా భావించే అతని సైన్యాధ్యక్షుడైన మీర్‌జాఫర్‌ను నవాబుగా చేసేందుకై క్లైవ్ కుట్ర పన్నటంతో పరిస్థితులు కీలకమైన మలుపును చేరాయి. బ్రిటీష్ వ్యాపారులకు అనేక సౌకర్యాలు, బ్రిటీష్ అధికారులకు ధనపు సంచులు ముట్టేందుకై రహస్య ఒప్పందం జరగటం ఇట్టి కుట్రలో భాగంగా చోటుచేసుకుంది.

ఇరు సైన్యాలు ప్లాసీ వద్ద, జూన్ 23, 1757న తారసిల్లాయి. నవాబ్ సైన్యం సంఖ్యలో కంపెనీ సైన్యం కంటే ఎన్నోరెట్లు అధికమైనప్పటికీ, మీర్‌జాఫర్ కుట్ర కారణంగా ఓటమిని పొంది, సిరాజుద్దౌలాను చంపి వేయటం, సునాయాసంగా, అధిక రక్తపాతం లేకుండా సంభవించాయి. పథకం ప్రకారం ప్లాసీ యుద్ధ భూమిలోనే మీర్జాఫర్ నూతన నవాబుగా ప్రకటించబడ్డాడు. దీనికి మూల్యంగా అన్యులకు లేని అనేక వ్యాపార సౌకర్యాలతో బాటు, కలకత్తాకు దక్షిణంగా 900 చదరపు మైళ్ళ విస్తీర్ణం గల 24 పరగణాలపై జమీందారీ హక్కు బ్రిటీష్ కంపెనీకి లభించింది. వ్యక్తిగతంగా ముఖ్య సూత్రధారైన క్లైవ్‌కు £2,34,000 ధనం ముట్టింది. బెంగాల్ వ్యాపారంపై గుత్తాధికారాన్ని, బెంగాల్ నవాబులను తమ గుప్పిట్లో ఉంచుకునే పరిస్థితిని ప్లాసీ యుద్ధం ఆంగ్లేయులకు కల్పించటం ద్వారా అది వారి భారతదేశ అధికార స్థాపనకు గట్టి పునాదిని వేసినట్లైంది.

ప్లాసీ యుద్ధానంతరం 1758లో, బెంగాల్‌లో కంపెనీ గవర్నర్‌గా క్లైవ్ నియుక్తుడయ్యాడు. మీర్‌జాఫర్ పాలన, అధికారం నామమాత్రమైనాయి. సైనికాధికారాన్ని తమ చేతుల్లో ఉంచుకొని, కంపెనీ అధికారులు, వ్యాపారులు, రాష్ట్ర ఆదాయాన్ని, వ్యాపారాన్ని నిరాటంకంగా దోచుకోసాగారు. కంపెనీ పేరుమీదుగా బ్రిటీష్ వ్యాపారులు, ఉద్యోగులు, ఎగుమతి, దిగుమతి సుంకాల చెల్లింపు లేకుండా, వాణిజ్య కార్యకలాపాలను సాగించారు. 1760లో గవర్నర్ క్లైవ్ మారి, వాన్సిటార్ట్ నియుక్తుడైనా, బెంగాల్ ఆర్థిక దోపిడి విధానంలో మార్పు లేదు. ఆంగ్లేయాధికారుల గొంతెమ్మ కోర్కెలను మీర్‌జాఫర్ నెరవేర్చలేక పోవటంతో, నవాబ్‌గా అతని అల్లుడైన మీర్ కాసింను గద్దె నెక్కించారు. అయితే, బ్రిటీష్ వారి అంచనాలకు భిన్నంగా, ఈతడు వ్యవహరించసాగాడు. వారికి గల వ్యాపార సదుపాయాలను, రాజ్య ఆదాయం దృష్ట్యా నియంత్రించదమైంది. వీరికి దూరంగా ఉండేందుకై తన పాలనా కేంద్రాన్ని మూర్షిదాబాద్ నుంచి మొంఘీర్‌కు మార్చి వేశాడు. ఫలితంగా ఆంగ్లేయులు ఇతన్ని పదవీ భ్రష్టుని గావించి, 1763లో తిరిగి మీర్‌జాఫర్‌కే పట్టం కట్టారు.

పదవిని కోల్పోయిన మీర్ కాసిం అయోధ్య చేరి, మొగల్ చక్రవర్తైన షా ఆలం, అయోధ్య వజీరైన షుజాఉద్దౌలాతో కలిసి, ఒక సమాఖ్య నేర్పరచాడు. మన దేశ చరిత్రలో ఆంగ్లేయుల ఆగడాల నెదిరించబూనిన మొదటి దేశీయ రాజుల సమాఖ్య ఇదే. వీరు ముప్పురూ మహమ్మదీయులగుట మరొక ఆసక్తికర విషయం. అయితే, వీరి సైన్యాలు 50,000కు మించి ఉన్నా 7,000 సంఖ్య గల ఇంగ్లీష్ సేన 22 అక్టోబర్, 1764న బక్సర్ వద్ద జరిగిన నిర్ణయాత్మక యుద్ధంలో గొప్ప విజయాన్ని సాధించింది. పాశ్చాత్య సైన్య తుపాకి బల ధాటి, నైపుణ్యత మరొక్కసారి రుజువయ్యాయి. షాఆలం బ్రిటీష్ వారితో అల్హాబాద్ సంధిని చేసుకున్నాడు. ఇది క్లైవ్ రెండోసారి క్రి.శ. 1765లో

కలకత్తా గవర్నర్‌గా నియుక్తుడైన తదుపరి చేసికోబడ్డ తుది సంధి. దీని ప్రకారం, షాషుజా నుంచి 50 లక్షల రూపాయల మూల్యాన్ని గైకొని, అతని అయోధ్య రాజ్యాన్ని అతనికివ్వడమైంది. అలహాబాద్ పరిసర ప్రాంతాలను షా ఆలమ్‌కిచ్చి, అతన్ని బెంగాల్, అయోధ్యల మధ్య అడ్డుగోడగా నిల్పడమైంది. సంధి యొక్క చరిత్రాత్మక అంశమేమంటే, 12 ఆగస్ట్ 1765 న మొగల్ చక్రవర్తి నుంచి బ్రిటీష్ కంపెనీ బెంగాల్, బీహార్, ఒరిస్సాలపై దివానీ (Diwani) లేక రెవిన్యూ పాలనాధికారాన్ని పొందటం. దీంతో ఈ మూడు ప్రాంతాలపై కంపెనీ స్థిరమైన అధికారాన్ని సాధించినట్లైంది. సైనిక, రెవిన్యూ అధికారాలు కంపెనీ హస్తగతమవడంతో, బెంగాల్ నవాబు అధికారం నామమాత్రమైంది. ప్లాసీ, బక్సర్ యుద్ధాలు బ్రిటీష్ సామ్రాజ్య స్థాపనకు గట్టి పునాది, ప్రాతిపదికలనేర్పరచాయనటంలో అతిశయోక్తి లేదు.

ఆంగ్ల – మైసూర్ యుద్ధాలు (1767–1799) – ఫలితాలు, పరిణామాలు

బక్సర్ యుద్ధానంతరం ఆంగ్లేయుల దృష్టి మైసూర్‌పై పడింది. గొప్ప యోధుడు, పరిపాలనాదక్షుడైన హైదరాలీ 1761 నాటికి, రాజైన చిన్న కృష్ణ రాయల బలహీనతను అవకాశంగా తీసుకొని, అసలైన అధికారాన్ని చెలాయించసాగాడు. తదనంతరం తన సైనిక శక్తి, సామర్థ్యాల నుపయోగించి పొరుగు రాజ్యాలైన హైదరాబాద్, మహారాష్ట్రుల నుంచి గుత్తి, కడప, బళ్ళారి, కృష్ణా-తుంగభద్రా మధ్య గల ప్రాంతాలను హైదరాలీ కైవసం చేసుకున్నాడు. నైజామ్, మహారాష్ట్రులు కలిసికట్టుగా ఈతని నేడించ చేసిన ప్రయత్నాలు విఫలం కావటంతో వారు ఆంగ్లేయుల సహాయాన్నర్థించారు. కంపెనీవారు దీన్ని మహదవకాశంగా స్వీకరించారు. తన సైన్యాన్ని ఫ్రెంచి వారి సహాయంతో పాశ్చాత్యీకరించి, కర్ణాటక ప్రాంతంలో ఆంగ్లేయ శత్రువులుగా భావించబడ్డ మఫూజ్‌ఖాన్ (మహమ్మదాలి అన్న), రాజా సాహేబ్ (చందా సాహేబ్ కొడుకు)కు రక్షణ, ఉద్యోగాన్ని కల్పించిన హైదరాలీ ఆంగ్లేయుల దృష్టిలో కంటక ప్రాయుడైనాడు. వెల్లూరులో సైన్యాలను నిల్పి తన సామ్రాజ్య విస్తరణా కార్యక్రమానికి అడ్డు తగులుతున్న కంపెనీ వారంటే హైదరాలీకి ఆగ్రహం. ఫలితంగా, ఆంగ్ల-మైసూర్ యుద్ధాలు సంభవించాయి.

అయితే, మొదటి మైసూర్ యుద్ధం (1767-69), రెండో మైసూర్ యుద్ధం (1780-84), ఇరుపక్షాలు సరితూగడంతో రాజ్య స్వరూప, పరిస్థితుల్లో విశేషమైన మార్పులను తేలేకపోయాయి. రెండో యుద్ధం మధ్యలో, 1782 డిసెంబర్ 7వ తేదీన హైదరాలీ వ్యాధితో మరణించినప్పటికీ, ఈతని కుమారుడైన టిప్పు సుల్తాన్ దీన్ని విజయవంతంగా కొనసాగించాడు. మూడో మైసూర్ యుద్ధంలో (1790-92) మాత్రం, ముఖ్య పరిణామాలకు దారి తీసింది. గవర్నర్ జనరల్ కారన్ వాలీస్ స్వయంగా సైన్యాన్ని నడుపుతూ, బెంగుళూర్, పలు దుర్గాలనాక్రమించి, టిప్పు రాజధానీ నగరమైన శ్రీరంగపట్టణాన్ని సమీపించటంతో గత్యంతరం లేని టిప్పు సుల్తాన్ 1792 లో శ్రీరంగపట్టణ సంధిని చేసుకున్నాడు. ఫలితంగా తన రాజ్యంలో సగ భాగాన్ని, నష్ట పరిహారంగా మూడున్నర కోట్ల రూపాయలను ఈతడివ్వాల్సొచ్చింది. మలబార్, కూర్గ్, దిండిగల్,

బారామహల్ ప్రాంతాలను బ్రిటీష్‌వారు, వాయవ్య భాగాన్ని మహారాష్ట్రులు, కృష్ణా - పెన్నా నదుల మధ్య భాగాన్ని హైదరాబాద్ నిజామ్ ఆక్రమించుకున్నారు. పరిణామంగా టిప్పు అధికారం బాగా కుదించబడి, కంపెనీ ప్రాబల్యం విశేషంగా విస్తరించింది.

మూడో మైసూర్ యుద్ధంలో టిప్పు సుల్తాన్ బాగా దెబ్బ తిన్నప్పటికీ, కోల్పోయిన ప్రాంతాలను రాబట్టేందుకై తిరిగి యుద్ధ ప్రయత్నాలను చేయనారంభించాడు. ఈ సందర్భంగా ఫ్రెంచి చక్రవర్తి నెపోలియన్, అరేబియా, కాన్‌స్టాంటినేపిల్, కాబూల్ దేశాధినేతల సహాయాన్నర్థించడంతో, అంగ్లేయులు దీన్ని ప్రమాదంగా పరిగణించి, యుద్ధానికి సన్నద్ధులయ్యారు. మిషగా బ్రిటీష్ వారితో సహాయక సంధి (Subsidiary Treaty) ని చేసుకోమని టిప్పు సుల్తాన్‌ను అడుగగా, అతడు ఈ సంధిని అవమానకరమైందిగా భావించి, నిరాకరించాడు. వెనువెంటనే నాల్గో మైసూర్ యుద్ధం (1799) ప్రారంభమైంది. టిప్పుకు ఎటువంటి సహాయం లభ్యం కాకుండా, కంపెనీ వారు జాగ్రత్త వహించారు. ఒకేసారి, తూర్పు, పశ్చిమాల నుంచి టిప్పుపై దాడి జరిగింది. ఈతడాశించిన ఫ్రెంచి సహాయం తగు సమయంలో లభ్యం కాలేదు. పర్యవసానంగా శ్రీరంగపట్టణానికి 40 మైళ్ళ దూరంలో గల మాలవల్లి దగ్గర మార్చి 5, 1799న జరిగిన భీకర పోరాటంలో టిప్పు పరాజితుడైనాడు. అయితే సంధికై బ్రిటీష్‌వారు పెట్టిన షరతులను అంగీకరించటం తీవ్ర అవమానకరంగా భావించి, వీరోచిత పోరును కొనసాగించాడు. ఫలితంగా శ్రీరంగపట్టణ దుర్గం ముట్టడి జరిగి, మే 4, 1799న టిప్పు సుల్తాన్‌కు వీరగతి సంప్రాప్తించింది. యుద్ధం పరిసమాప్తమైంది.

ఈ అంతిమ యుద్ధ ఫలితంగా మైసూర్ రాజ్యంలోని అధిక భాగాన్ని గవర్నర్ వెల్లస్లీ ఆక్రమించుకున్నాడు. కెనరా, కోయంబత్తూర్, శ్రీరంగపట్నం ఆదిగా గల ముఖ్య ప్రాంతాలన్నీ కంపెనీ వారి వశమయ్యాయి. దత్తమండలాలుగా పేరుగాంచిన ఆంధ్ర ప్రాంతం, హైదరాబాద్ నిజామ్‌కు దక్కింది. మిగిలిన రాజ్య ప్రాంతాల నామమాత్ర పాలకునిగా హైదరాలికి దాసోహమన్న ఒడయార్ వంశానికి చెందిన కృష్ణరాజును ఒక బాలుడిని మైసూర్ సింహాసనంపై కూర్చోబెట్టారు. అయితే ఈతడు అంగ్లేయులతో సహాయ సంధి చేసుకొన్నాడు. దీని ప్రకారం, అవసరమని భావించినప్పుడు ఈ రాజ్య పాలనను గవర్నర్ జనరల్ తన కైవసం చేసికోవచ్చు. ఆవిధంగా వాస్తవరీత్యా మైసూర్ కంపెనీ ఆధారిత ప్రాంతమైంది. ఈ మైసూర్ యుద్ధాల మరొక ముఖ్య ఫలితంగా, భారతదేశంలో బ్రిటీష్ ప్రాబల్య విస్తరణకు సూచనప్రాయంగా ఏర్పడ్డ ఫ్రెంచి వ్యతిరేకతా ప్రమాదం తొలగినట్లైంది. గమనించదగ్గ మరో విషయమేమంటే, ఈ యుద్ధాల కారణంగా అంగ్లేయుల బద్ధ శత్రువులైన హైదరాలీ, టిప్పు సుల్తాన్‌ల బెడద తొలగడంతో బాటు, ఉత్తర భారతంలో జరిగిన ప్లాసీ, బక్సర్ యుద్ధాలనంతరం కంపెనీ రాజ్యాధికార విస్తృతి గణనీయంగా పెరిగింది.

ఆంగ్ల–మహారాష్ట్ర యుద్ధాలు (1775–1818) : స్వభావ, ఫలితాలు

హైదరాలీ, టిప్పు సుల్తాన్‌లనంతరం అంగ్లేయ కంపెనీ సామ్రాజ్య విస్తరణా

ప్రయత్నాల నెదిరించుట మహారాష్ట్రుల వంతైంది. మహారాష్ట్ర, మధ్యప్రదేశ్, రాజస్థాన్, గుజరాత్ ప్రాంతాల్లో మంచి ప్రాబల్యంలో ఉన్న మహారాష్ట్రాధినేతలపై బొంబాయి కంపెనీ పాలకవర్గం వారి దృష్టి పడింది. మరాఠా కూటమి సభ్యులైన పీష్వా, భోంస్లే, హోల్కర్, గైక్వాడ్, సింధియాల మధ్య చెలరేగు అనైక్యత నుండి లాభాన్ని పొందేందుకు ఎదురు చూడసాగింది. 1772లో పీష్వా మాధవరావు మరణించడంతో ఇట్టి వాతావరణం నెలకొంది. పీష్వా గిరికై నానా ఫడ్నవీస్ నాయకత్వంలో మహారాష్ట్రాధినేతలు రెండో మాధవరావును బలపర్చగా, బొంబాయి కంపెనీ వారు ఈతని తండ్రి (నారాయణరావు)కి పిన తండ్రైన రఘునాథరావును సమర్థించటంతో క్రీ.శ. 1775లో ఇరుపక్షాలమధ్య మొదటి మరాఠా యుద్ధం (క్రీ.శ. 1775-1782) అంచెలంచెలుగా ఏడు సంవత్సరాల సుదీర్ఘ కాలం నడిచింది. అయితే, మహారాష్ట్రులు నైజామ్, హైదరాలీలు ఐక్యశక్తిగా ఎదురవడంతో ఆంగ్లేయులది పైచేయి కాలేదు. మహారాష్ట్రులు కూడా ఎదురు దెబ్బలు తీయలేదు. ఫలితంగా ఈ యుద్ధాన్ని పరిసమాప్తి గావించిన సాల్బే సంధి (1782) యుద్ధ పూర్వ స్థితినే ప్రతిష్ఠించింది. బ్రిటీష్‌వారు రెండో మాధవరావును పీష్వాగా గుర్తించి, రఘునాథరావుకు సాలీనా మూడు లక్షల భరణమిచ్చారు.

ఆంగ్లేయులకు వ్యతిరేకంగా మహారాష్ట్రుల ఐక్యతను నిలబెట్టడానికి అహర్నిశం కృషి చేసిన నానా ఫడ్నవీస్, మార్చి 13, 1800ల నాడు కన్నుమూయడంతో వీరిలో విభేదాలు, కలహాలు మొదలై కంపెనీ జోక్యానికి మరోసారి మార్గమేర్పడింది. యశ్వంతరావ్ హోల్కర్, పీష్వా బాజీరావ్, దౌలత్‌రావ్ సింధియాలపై దాడి చేయడంతో, పీష్వా బేసిన్‌కు పారిపోయి, ఆంగ్లేయులతో డిశంబర్ 31, 1802 నాడు తన స్వాతంత్ర్యాన్ని కుదువపెడ్తూ సైనిక ఒప్పందాన్ని చేసుకున్నాడు. ఇట్టి సంధిని అవమానకరంగా భావించి, దీని నెదిరించటానికై సింధియా, భోంస్లే అధినేతలు నిశ్చయించుకోడంతో, రెండో మరాఠా యుద్ధం (1803-1805) ప్రారంభమైంది. గవర్నర్ జనరల్ వెల్లస్లీ ఆశించిన 'విభజించి పోరాడు' (Divide and fight) విధానానికి అనుకూలించే రీతిలో సింధియా, భోంస్లేలు ఆంగ్లేయులతో యుద్ధానికి తలపడితే, పీష్వా సైనిక ఒప్పందిగాను, గైక్వాడ్ సహాయకారిగాను, హోల్కర్ తటస్థవాదిగాను వ్యవహరించారు. పర్యవసానంగా, భోంస్లే, సింధియాలిద్దరూ ఒకరి తరవాత మరొకరు ఓడి, సంధులు చేసుకోవాల్సి వచ్చింది. 1803, డిసెంబర్ 17న జరిగిన దేవగాన్ సంధి ప్రకారం భోంస్లే, కటక్ జిల్లాను, వార్ధా నదికి పశ్చిమాన ఉన్న ప్రాంతాలన్నిటిని బ్రిటీష్ వారికిచ్చి, తన విదేశీ వ్యవహారాలపై కంపెనీ అధివాసి (Resident) అజమాయిషీ కంగీకరించాడు. సింధియా చేసుకున్న సుర్జి అర్జున్ గాంవ్ సంధి ప్రకారం, అహమ్మద్ నగర్, బ్రోచ్, జయపూర్, జోధ్‌పూర్, గోహాడ్‌లతో కూడిన పలు ప్రదేశాలను ఆంగ్లేయుల కివ్వడమైంది. ఇతడు కూడా తన విదేశీ వ్యవహారాల నిర్వహణపై కంపెనీ అజమాయిషీ కంగీకరించి, మొగల్ చక్రవర్తి, నైజామ్, పీష్వాలతో ఎట్టి సంబంధాలను పెట్టుకోనని, వారితో తగాదాలు సంభవిస్తే, బ్రిటీష్ వారి ద్వారా పరిష్కరించుకుంటానని మాటనిచ్చాడు. ఈ సంధుల ఫలితంగా ఈ ఇద్దరి మరాఠా నాయకుల అధికారం, స్వతంత్రతలు ఉడిగినట్లైనాయి.

సింధియా, భోంస్లేలు అణచబడింతర్వాత, హోల్కర్ ఆంగ్లేయులపై యుద్ధాన్ని

ప్రకటించాడు. భరత్‌పూర్ రాజు సహాయంతో ఇతడు ధైర్యంగా ఎదిరించినప్పటికీ, ఆంగ్లేయుల సైనిక ధాటిని పెద్దగా తిప్పికొట్టలేక పోయాడు. అయితే, వెల్లస్లీ సంపూర్ణ విజయాన్ని సాధించకముందే, విపరీత యుద్ధ వ్యయం, ఐరోపాలో నెపోలియన్‌తో ఇంగ్లాండ్ చేస్తున్న భీకర యుద్ధ కారణంగా, ఈ రెండో మరాఠా యుద్ధం అపుచేయబడి, వెల్లస్లీ ఇంగ్లాండ్‌కు రప్పించబడ్డాడు. ఫలితంగా, 1806, జనవరి 7వ తేదీన చేసికోబడ్డ రాజఘాట్ సంధి ప్రకారం ఛంబల్ నదికి ఉత్తరాన ఉన్న ప్రదేశాలు కంపెనీవారు, దక్షిణ భాగాలను హోల్కర్ స్వాధీనం చేసుకోవాలి. హోల్కర్‌ను పూర్తిగా ఓడించుటకు ఆంగ్లేయులు మరొక మరాఠా యుద్ధాన్ని చేయాల్సివచ్చింది.

1806-13 మధ్య, గవర్నర్ జనరల్లైన కారన్ వాలిస్, జార్జి బార్లోలు తటస్థ వైఖరి అవలంబిస్తే, 1813 నుంచి ఈ పదవిని నిర్వహించిన హేస్టింగ్స్ ప్రభువు (1813-23), ఈ విధానానికి స్వస్తి చెప్పి, నాడున్న మరాఠా నాయకుల పాలనా, సైనిక, వ్యక్తిగత బలహీనతలను అవకాశంగా తీసికొని, కంపెనీ సామ్రాజ్యాభివృద్ధి, సుస్థిరతలను సాధించ పూనుకున్నాడు. ఈ లక్ష్యంతో ఇతడు 1816, 1817 లలో భోంస్లే, పీష్వా, సింధియాలతో నూతన సహాయక ఒడంబడికలను చేసుకొని, అదనపు ప్రాంతాలను, వారి విదేశీ వ్యవహారాల నిర్వహణపై అజమాయిషీ పటిష్ఠతను సాధించాడు. అయితే ఇట్టి ఒడంబడిక ఏర్పాట్లపై తీవ్ర మనస్తాపాన్ని చెందిన మహారాష్ట్ర నాయకులు వీటి నెదిరించ రహస్య సమాలోచనలు, ప్రయత్నాలు మొదలెట్టారు. వీటిని కంపెనీ పాలకవర్గం పసిగట్టడంతో, మూడో మరాఠా యుద్ధం (1817-1818) ప్రారంభమైంది. సింధియా, పీష్వా, భోంస్లే, హోల్కర్‌లు అవలీలగా ఓడిపోయారు. దీంతో వీరి నడుము విరిగినట్లైంది.

హేస్టింగ్స్ ప్రభువు సంధి ఏర్పాట్లను కట్టుదిట్టంగా చేశాడు. పీష్వా పదవిని రద్దు చేశాక, రెండో బాజీరావుకు సాలుకు ఎనిమిది లక్షల భరణమివ్వడం జరిగింది. ఈతని రాజ్యంలోని సతారా సంస్థానాన్ని మినహాయించి, మిగతా ప్రాంతమంతా బ్రిటీష్ సామ్రాజ్యంలో కలపబడింది. సతారా సంస్థానానికి, ఛత్రపతి శివాజీ వంశానికి చెందిన ప్రతాప్‌సింగ్ అనే బాలుడిని రాజుగా నియమించారు. రాజపుత్ర స్థానంలో తనకున్న హక్కులన్నీ, హోల్కర్ ఆంగ్లేయులకు వదలినాడు. అట్లే నర్మదా నదికి ఉత్తరానున్న భూములన్నీ, భోంస్లే కంపెనీవారికి దత్తం చేశారు. షుమారు ఒకటిన్నర శతాబ్దుల కాలం కొనసాగిన మహారాష్ట్రుల స్వతంత్రాధికారం అంతమై, మహారాష్ట్ర, మధ్యప్రదేశ్, గుజరాత్, రాజస్థాన్ ప్రాంతాల్లో కంపెనీ అధికారం తిరుగులేకుండా నెలకొన్నది. బహునాయకత్వం, అంతఃకలహాలు, పరస్పర వైషమ్యాలు, సైనిక శిక్షణ, యుద్ధ రచనలో ఆంగ్లేయులను అధిగ మించలేకపోవటం, మొదలైన పరిణామాలు మహారాష్ట్రుల పతనానికి దోహదకాలైనాయి. వీరి ఓటమితో కంపెనీ అధికార దాహాన్ని, దోపిడీ నెదిరించే స్వదేశీ శక్తులు దాదాపు మృగ్యమైనాయి.

సింధ్ (1843), పంజాబ్ (1846-1848)ల ఆక్రమణ

క్రి.శ. 1818 నాటికి భారతదేశంలోని అధిక భాగాన్ని బ్రిటీష్‌వారు స్వాధీనం

చేసుకున్నట్లుగా మనం గమనించాం. మిగిలిన కొద్ది భాగాలపై కూడా వారి దృష్టి ప్రసరించక పోలేదు. ఇట్టి వారిలో సరిహద్దు ప్రాంతాలు, రాజ్యాలైన సింధ్, పంజాబ్, ఆఫ్ఘనిస్తాన్, బర్మాలున్నాయి. భారతదేశం మీద రష్యా, ఆఫ్ఘనిస్తాన్, పర్షియాల ద్వారా దాడి చేస్తుందనే తీవ్ర అనుమానం ఆంగ్లేయులకు కలగటంతో అట్టి దాడిని విజయవంతంగా ఎదుర్కొనేందుకై వీరు పశ్చిమ సరిహద్దు ప్రాంతంగా ఉన్న సింధ్‌ను ఆక్రమించ కృతనిశ్చయులైనారు. అరేబియా సముద్ర తీరాన్నంటుకొని ఉన్న దీని వాణిజ్యావకాశాలను గూడ వీరు గణించడమైంది. 1832, 1839లలో సింధ్ అమీర్లతో సహాయక ఒప్పందాలు చేసికొని, వారు బ్రిటీష్‌వారి చెప్పుచేతలు, సైన్య నియంత్రణలో ఉన్నప్పటికీ, ఈ ప్రాంతాన్ని పూర్తిగా తమ సామ్రాజ్యంలో కలుపుకునే లక్ష్యంతో, అమీర్లను కయ్యానికి రెచ్చగొట్టి, 1843లో వారి నోడించి, కంపెనీ వారు తమ ఆశయాన్ని నెరవేర్చుకున్నారు. ఈ కార్యాన్ని విజయవంతంగా నెరవేర్చిన ఆంగ్ల సైన్యాధ్యక్షుడైన సర్ ఛార్లెస్ నేపియర్‌కు ఏడు లక్షల రూపాయల బహుమతి సొమ్ము నిచ్చుట ఎంతైనా అవలోకించదగ్గ విషయం.

47 సంవత్సరాల (1792-1839) సుదీర్ఘ కాలమేదైతే మహారాజా రంజిత్‌సింగ్ శిక్కుల అధినాయకుడిగా, వారి రాజకీయైక్యతకు మేటి ప్రతీకగా నిల్చి, పంజాబ్ అధిక భాగం, పెషావర్, ముల్తాన్, కాశ్మీర్‌లతో కూడిన విస్తృత వాయువ్య సరిహద్దు రాజ్యాన్ని పాలించాడో, ఆంగ్లేయులకు పంజాబ్ ఆక్రమణ గురించి అభిలషమున్నా, కార్యాచరణకై అతని కాలంలో పూనుకో సాహసించలేదు. రంజిత్‌సింగ్ శక్తి సామర్థ్యాలు, పాలనా దక్షత, తెలివైన దౌత్యనీతి, అతని పాలనా కాలంలో బ్రిటీష్ వారి మనస్సుల్లో చోటుచేసుకున్న ఫ్రెంచి, పారశీక, రష్యా దేశాలనుంచి భారతదేశ వాయవ్య ప్రాంతంపై దాడి జరుగుతుందనే భయాందోళన వారిని కట్టిపడి ఉంచాయి. 1839లో రంజిత్ సింగ్ మరణానంతరం పంజాబ్‌లో ఏర్పడ్డ అరాజక, అస్థిర పరిస్థితులు, ఆంగ్లేయులకు అనుకూలమై, వారిని పంజాబ్ ఆక్రమణకై ఉసికొల్పాయి. దీనికితోడు, నాడు పంజాబ్ బాల పాలకుడిగా ఉన్న దిలీప్ సింగ్, ఈతని తరపున రాజ్య వ్యవహారాలను నిర్వహించే ఈతని తల్లి రాణి జిందాన్, పని లేని పంజాబ్ సైనికులను ప్రమాదకారులుగా భావించి, వీరి బెడదకు నివారణోపాయంగా బ్రిటీష్ వారితో యుద్ధాలను కాంక్షించడమైంది. ఫలితంగా మొదటి శిక్కు యుద్ధం (1845-46), రెండో శిక్కు యుద్ధం (1848), వెంటవెంట జరిగాయి. శిక్కు సైనికులు హోరాహోరీ పోరాడినా, వారి నాయకుల్లో అనైక్యతా శ్రద్ధలు, బ్రిటీష్ సైన్యాల మేలైన శిక్షణ, సామగ్రి, నాయకత్వదక్షతల కారణంగా పరాజయాన్ని చవి చూచారు. ఇదే అవకాశంగా, గవర్నర్ జనరల్ డల్హౌసీ చివరి స్వతంత్ర రాజ్యమైన పంజాబ్‌ను భారతదేశ బ్రిటీష్ సామ్రాజ్యంలో కలుపుకున్నాడు.

వాయవ్య, ఆగ్నేయ సరిహద్దు రాజ్యాలైన ఆఫ్ఘనిస్తాన్, బర్మాలకు కూడా తమ అధికార ప్రాబల్యాలను విస్తరించటానికై బ్రిటీష్‌వారు మొదటి ఆఫ్ఘన్ యుద్ధం (1838-42), రెండో ఆఫ్ఘన్ యుద్ధం (1878-80), మూడో ఆఫ్ఘన్ యుద్ధం (1919), మొదటి బర్మా యుద్ధం (1824-26), రెండో బర్మా యుద్ధం (1852), మూడో బర్మా యుద్ధాలను (1885-86) లను సల్పటం జరిగింది.అం తే, విచిత్రం, విశేషమేమంటే, మూడు బర్మా

యుద్ధాల ఫలితంగా వ్యాపార హక్కులు, దిగువ బర్మా, మొత్తం బర్మాలను వరసగా అంగ్లేయులు పొందగల్గితే, షుమారు అర్ధ శతాబ్ది కాలంలో, అధిక వ్యయంతో మూడు అఫ్ఘన్ యుద్ధాలను నిర్వహించిన వీరి ప్రయత్నాలు వ్యర్థమైనాయి. 1919లో వీరు అఫ్ఘన్‌ల స్వతంత్ర్యాధికారాన్ని, మనుగడను మన్నించడమైంది. రవి అస్తమించని బ్రిటిష్ సామ్రాజ్యవాదులకు దాసోహమనని ఏకైక ప్రాచ్య దేశంగా అఫ్ఘనిస్థాన్ చరిత్రలో ప్రాచుర్యాన్ని గడించింది.

సహాయక సంధి పద్ధతి, రాజ్య సంక్రమణ సిద్ధాంతం : రాజ్య విస్తరణ

భారతదేశంలో తమ రాజ్య విస్తరణకై యుద్ధాలకు తోడు ఇతర మార్గాలు, సాధనాలను కూడా బ్రిటిష్ గవర్నర్ జనరల్‌లు ఎంతో చాకచక్యం, పరిపూర్ణత, సాఫల్యతలతో అవలంబించారు. వెల్లస్లీ అమలు పర్చిన సహాయక సంధి పద్ధతి, డల్హౌసీ ప్రవేశపెట్టిన రాజ్య సంక్రమణ సిద్ధాంతం, స్వదేశీ రాజుల బిరుదులు, భరణాలను రద్దు పర్చుట, అసమర్థ పాలన అనే మిషతో దేశీయ ప్రాంతాలను కలుపుకొనటం, అదిగా గలవి, ఈ కోవలో ప్రధానంగా చేరతాయి. సహాయక సంధి పద్ధతిని అంగీకరించిన భారతీయ పాలకులు, తమ విదేశ వ్యవహారాలు, సైన్య నిర్వహణలో కంపెనీ అజమాయిషీ, పెత్తనానికి లోబడాలి; అంగ్లేయ అధివాసి (Resident), సైన్యం వీరి రాజధానుల్లో ఉంటారు; వీరి నిర్వహణకయ్యే సాలీనా ఖర్చుకుగాను నిర్ణయించబడిన సొమ్మును గాని, లేక కొంత రాజ్య భాగాన్ని గాని, కంపెనీకి దత్తం చేయాలి; బ్రిటిషేతర ఐరోపీయులెవ్వరినీ వీరు, కంపెనీ అనుమతి లేనిదే ఎట్టి పదవులకు, పనులకు నియోగించరాదు; ఇట్టి అమోదం లేనిదే స్వదేశీ రాజులు ఇతర అధినేతలమీద యుద్ధ ప్రకటనలుగాని, వారితో సంప్రదింపులు గాని జరుపరాదు. ఒక్క మాటలో చెప్పాలంటే, ఇట్టి ఒడంబడికను చేసుకున్న పాలకులు తమ స్వతంత్ర్యాధికారాలను కోల్పోయి, బ్రిటిష్‌వారి అండదండలు, దయాదాక్షిణ్యాలపై ఆధారపడ్డారు. అంగ్లేయ సైన్య రక్షణా కవచాన్ని ధరించి, వీరు స్వజన సంక్షేమంపట్ల తీవ్ర నిర్లక్ష్యం, అశ్రద్ధను చూపసాగారు. ఇట్టి సహాయక సంధి పద్ధతిని, ముఖ్య రాజ్యాలైన హైదరాబాద్, అయోధ్య, మైసూర్, పీష్వా, సింధియా, భోంస్లే, తంజావూర్, బీరార్, అర్కాట్, జోధ్‌పూర్, జైపూర్, భరత్‌పూర్‌లు అంగీకరించేటట్లు వెల్లస్లీ చేశాడు. కంపెనీ రాజ్యాధికార విస్తరణా ఘట్టంలో ఇది ఒక మైలురాయి వంటిది.

డల్హౌసీ ప్రవేశపెట్టిన రాజ్య సంక్రమణ సిద్ధాంతం ద్వారా గూడా పెక్కు స్వదేశీ సంస్థానాలను కంపెనీ సామ్రాజ్యంలో కలుపుకొన్నారు. ఈ సిద్ధాంతానికే 'దత్తత స్వీకార రద్దు చట్ట'మనే మరో పేరుంది. దీని ప్రకారం, సంస్థానాధీశులు పుత్రులు లేకుండా మరణించినట్లైతే, వారి రాజ్యాలు దత్తపుత్రులకు గాక, బ్రిటిష్ కంపెనీవారికి చెందుతాయి. అంగ్లేయాధికార వ్యాప్తికై ఎట్టి అవకాశాన్ని జారవిడువదలచుకోని డల్హౌసీ నాడు పుత్రులు లేకుండా మరణించిన సంస్థానాధీశులు పలువురుండుటచే, ఇట్టి రాజకీయ ప్రయోగానికి పాల్పడ్డాడు. ఝాన్సీ, సతారా, సంబల్‌పూర్, నాగపూర్, జైత్‌పూర్, భాగత్, ఉదయపూర్ లాంటి పలు సంస్థానాలు ఇట్టి చర్య కారణంగా బ్రిటిష్ వారి అధీనమైనాయి. అయితే, దీని ఫలితంగా

ఈ రాజ్యాల పాలకులు, ప్రజలు, సైనికులు, ఉద్యోగులు, కంపెనీ వారి పట్ల తీవ్ర అసంతృప్తి, ఆగ్రహాలను చెందారు. రాజులకు వంశపారంపర్యాధికారం, హోదా మర్యాదలు, ఇతరులకు జీవనాధారభృతులు, నెలవులు అంతమైనాయి. ఇట్టి పరిస్థితి, రాజకీయ, ఆర్థిక, సామాజిక, మతపరమైన ఉద్రిక్తతలకు దారితీసి, ఆంగ్లేయుల పట్ల కసి, ద్వేషం, అసహ్యతలను పెంచింది; 1857 ఉద్యమ పోరాటంలో ఇవి వెల్లువలై ప్రవహించి, కంపెనీ పాలకుల్లో చోటుచేసుకున్న మత్తు మైకాలను విదిలించి వేశాయి.

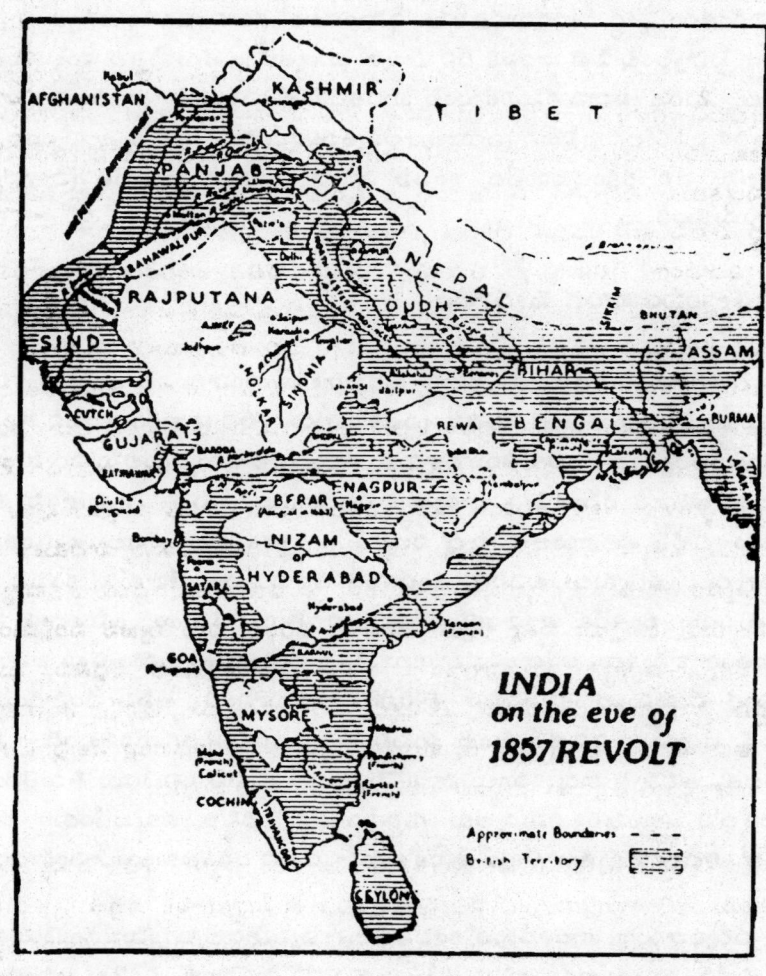

పటం : 1857 విప్లవ సమయాన భారతదేశం
మూలం : డేవిస్ 'హిస్టారికల్ అట్లాస్'

కంపెనీ పాలనా వ్యవస్థలో క్రమ పరిణామాలు, 1757 – 1857

భారతదేశంలో బహుళ సామ్రాజ్యాన్ని స్థాపించిన బ్రిటీష్ తూర్పు ఇండియా కంపెనీ, దీని పాలనా నిర్వహణకై ఎప్పటికప్పుడు తగు విధానాలను, వ్యవస్థలను రూపకల్పన చేస్తూ రావడం జరిగింది. ప్లాసీ యుద్ధం లగాయితు గడచిన శతాబ్ది కాలంలో, కంపెనీ పాలనా విధానంలో తరచుగా మార్పులు సంభవించాయి. అయితే, దీని ప్రధాన ఆశయాలైన కంపెనీ లాభాల పెంపు, భారతదేశ రాజ్య భాగాల నుంచి బ్రిటన్‌కు లాభాలను పెంచుతూండడం, భారతదేశంపై బ్రిటీష్ అధికారాన్ని నిలుపుకుంటూ పటిష్ఠపర్చుకోవడంతో ఇది నిరంతరం శ్రద్ధ, జాగరూకతలను వహించటం గమనించదగియున్నది. ఇంకా స్పష్టంగా చెప్పాలంటే వీటి సాధనకై దీని పాలనా యంత్రాంగం తగు రీతిలో మలచబడుతూ వచ్చింది. మరొక ప్రధాన గమనికేమంటే భారతదేశంతో ప్రశాంతంగా వ్యాపారాన్ని సాగిస్తూ, దాని ఆర్థిక వనరులను బ్రిటన్ ప్రయోజనాలకై తరలించేందుకు ఇక్కడ ఎల్లప్పుడూ శాంతి భద్రతలను పరి రక్షించటమనేది, కంపెనీ పాలనా విధానంలో అత్యంత ప్రాధాన్యతను సంతరించుకుంది.

ప్రభుత్వ యంత్రాంగ స్వరూపం

1765 వ సంవత్సరంలో 'దివాని' అధికారాలను సంపాదించిన తదుపరి, బ్రిటీష్ కంపెనీవారు బెంగాల్లో ద్వంద్వ పాలనను ప్రవేశపెట్టారు. దీని ప్రకారం, కంపెనీ గవర్నర్, అధికారుల పర్యవేక్షణలో, భారతీయాధికారులు గతంలోవలె తమ విధులను నిర్వహించాలి. ఫలితంగా, అధికార రహితమైన బాధ్యత స్థానికాధికారుల చేతుల్లో, బాధ్యతారహితమైన అధికారం బ్రిటీష్ అధికారుల హస్తాల్లో నిల్చాయి. స్థానిక ప్రజలు పలు ఇబ్బందులకు లోనయ్యారు. ఉద్యోగులు అవినీతి, లంచగొండి తనానికి పాల్పడేవారు. కంపెనీ వారు వ్యక్తిగత, చట్ట వ్యతిరేక వ్యాపారాన్ని చేస్తూ, భారతీయాధిపతులు, జమీందార్ల నుంచి బలవంతంగా కానుకలు, లంచాలను వసూలు చేస్తూ, త్వరితగతిన శ్రీమంతులు కాసాగారు. 34 ఏండ్ల వయస్సులో క్లైవ్ సాలీనా £40,000 ఆదాయాన్నిచ్చే ఆస్తిని సంపాదించుకొని ఇంగ్లాండ్ చేరాడు. విచిత్రమేమంటే కంపెనీ ఆర్థిక పరిస్థితి దిగజారినట్లైంది. అధిక అప్పులతో, అభివృద్ధి కార్యక్రమాలు పూజ్యమైనాయి. కంపెనీ పనిచేయు తీరుతెన్నులు, ఇంగ్లాండ్‌లోని పలువురి విమర్శలకు గురైనాయి. పరిస్థితి చక్కబడేందుకై కంపెనీ పాలనలో బ్రిటీష్ ప్రభుత్వం జోక్యం చేసుకోటమవసరమని పరిశీలకులు భావించారు.

పర్యవసానంగా, భారతదేశంలో కంపెనీ పాలనా వ్యవహారాలను క్రమబద్ధం చేయడానికి, వీటిని బ్రిటీష్ ప్రభుత్వ అదుపులోనికి తెచ్చేందుకై బ్రిటీష్ పార్లమెంట్ 1772లో రెగ్యులేటింగ్ చట్టాన్ని ప్రవేశ పెట్టింది. దీన్ననుసరించి, కంపెనీ పాలక వర్గమైన 'బోర్డ్ ఆఫ్ డైరక్టర్ల' నియామకంలో మార్పులు జరిగి, వీరు బ్రిటీష్ ప్రభుత్వాధీనత క్రిందకు వచ్చారు. బెంగాల్ గవర్నర్, గవర్నర్ జనరల్ కాగా, ఇతనికి సలహా సహకారాల నందించేందుకు నల్గురు సభ్యులతో కూడిన కౌన్సిల్ ఏర్పాటైంది. వీరికి యుద్ధం, శాంతి విషయాల

నిర్వహణలో మద్రాస్, బొంబాయి రాష్ట్రాలపై పర్యవేక్షణ, నియంత్రాధికారమిచ్చారు. ఒక ప్రధాన న్యాయమూర్తి, ముగ్గురు సాధారణ న్యాయమూర్తులతో కలకత్తాలో సుప్రీంకోర్ట్ ఏర్పాటు చేశారు. ఉన్నతాధికారులందరి వార్షిక జీతభత్యాలు నిర్ణయించారు. అయితే, రెగ్యులేటింగ్ చట్టం వివిధ విషయాల్లో చేసిన ఏర్పాట్లు అసమగ్రంగా, అశాశ్వతంగా ఉండినాయి. బ్రిటీష్ ప్రభుత్వానికి భారతదేశ కంపెనీపైన, గవర్నర్ జనరల్‌కు అతని కౌన్సిల్‌పైన, గవర్నర్ జనరల్‌కు మద్రాస్, బొంబాయి గవర్నర్లపైన, పటిష్ఠమైన, అవసరమైన నియంత్ర బాజమాయిషీలు కొరవడ్డాయి సుప్రీంకోర్టు పరిధి, అందనుసరించు న్యాయ చట్టాలు గూడ ఇదమిద్ధంగా సూచించ లేదు.

రెగ్యులేటింగ్ చట్టంలోని లోపాలను సరిదిద్దడానికై 1784లో బ్రిటీష్ పార్లమెంట్ పిట్ ఇండియా చట్టాన్ని ప్రవేశపెట్టింది. దీని ద్వారా, కంపెనీ వ్యవహారాలు, భారతదేశ పాలనపై బ్రిటీష్ ప్రభుత్వానికి మంచి అధిపత్యం లభించింది. భారతదేశ వ్యవహారాల పర్యవేక్షణా నిర్వహణకై ఇద్దరు బ్రిటీష్ క్యాబినెట్ మంత్రులతో కలుపుకొని, ఆరుగురు కమీషనర్లతో 'బోర్డ్ అఫ్ కంట్రోల్'ను ఏర్పాటు చేశారు. ముఖ్యమైన శీఘ్ర విషయాల్లో డైరక్టర్ల రహస్య కమిటీ ద్వారా, భారతదేశానికి నేరుగా అజ్ఞలను పంపే అధికారం, దీనికిచ్చారు. గవర్నర్ జనరల్ కౌన్సిల్ సభ్యుల సంఖ్య నాల్గు నుంచి మూడుకు తగ్గించడంతో, ఒక సభ్యుని మద్దతుతో కూడా గవర్నర్ జనరల్ తన అభిప్రాయాలను నెరవేర్చుకోవచ్చు. యుద్ధం, దౌత్యం, అదాయాలకు సంబంధించిన అన్ని విషయాల్లో మద్రాస్, బొంబాయి గవర్నర్లు, గవర్నర్ జనరల్‌కు లోబడేటట్లు చేశారు. విశేషమేమంటే, తన పాలనాధికారాలు హరించుకు పోయినా, భారతదేశ, చైనా వ్యాపారంపై గుత్తాధికారం కొనసాగినందుకు, కంపెనీ సంతృప్తి చెందింది. భారతదేశంలో కంపెనీ అధికార్లను నియమించే అధికారం డైరక్టర్లకే ఇచ్చారు.

పిట్ ఇండియా చట్టం చేసిన పాలనా ఏర్పాటు 1857 వరకు కొనసాగితే, తరవాతి చట్టాలు కంపెనీ అధికార, హక్కుల్లో క్రమేణా తగ్గుదలను తీసుకువస్తూ, పలు ముఖ్య మార్పులను ప్రవేశ పెట్టాయి. 1786లో, భారతదేశ కంపెనీ రాజ్య రక్షణ, శాంతులను ప్రభావితం చేసే ముఖ్య విషయాల్లో, గవర్నర్ జనరల్‌కి తన కౌన్సిల్ నిర్ణయాన్ని తిరస్కరించి, వ్యవహరించే అధికారమిచ్చారు. ఇదే పరంపరలో, 1813 ఛార్టర్ చట్టం భారతదేశంలో కంపెనీ వ్యాపార గుత్తాధికారాన్ని అంతం చేసి, బ్రిటీష్ పౌరులందరికీ ఇట్టి వ్యాపార సౌకర్యాన్ని కల్పించింది. అయితే, చైనాతో తేయాకు వ్యాపారంలో కంపెనీ ఏకైక హక్కు కొనసాగింది. ఇట్టి గుత్తాధికారాన్ని 1833 ఛార్టర్ చట్టం తొలగించింది. అయితే, దీంతోబాటు, కంపెనీ అప్పుల బాధ్యతను భారత ప్రభుత్వం స్వీకరించి, దాని వాటాదార్లకు పెట్టుబడిపై పదిన్నర శాతం ప్రతిఫలాన్ని చెల్లించాలి. ఇదే సంవత్సరంలో బెంగాల్ గవర్నర్‌ని "భారతదేశపు గవర్నర్ జనరల్"గా గుర్తించటం గమనించదగ్గ మార్పుగా ఉంది. కలకత్తా కేంద్ర నగరంగా కొనసాగింది.

పరిశీలించదగ్గ విషయమేమంటే, తమ దేశ పాలనా వ్యవస్థలో భారతీయులకెట్టి

ప్రమేయం లేకుండింది. మూడు అధికార కేంద్రాలైన డైరక్టర్ల కోర్టు, బోర్డ్ ఆఫ్ కంట్రోల్, గవర్నర్ జనరల్‌లకు సంబంధించి, భారతీయులెవ్వరికీ పొత్తుగాని, భాగస్వామ్యం గాని, లేకుండా చేశారు. ప్రజా ప్రాతినిధ్య సంస్థల ఊసే లేదు. ఫలితంగా, కంపెనీ పాలనా విధానానికి అదుపు, అడ్డు తొలగించినట్లైంది.

కంపెనీ పరిపాలనా వ్యవస్థ : ముఖ్య విభాగాలు

సివిల్ సర్వీస్, సైన్యం, పోలీస్ దళమనే మూడు ప్రధాన విభాగాలపైన భారతదేశంలోని కంపెనీ పరిపాలన ఆధారపడుతూ వచ్చింది. దీనికి, రెండు కారణాలున్నాయి. మొదటిది, శాంతి భద్రతల పరిరక్షణ, బ్రిటీష్ అధికార శాశ్వత కొనసాగింపు, భారతదేశ బ్రిటీష్ పాలనా ప్రధానోద్దేశంగా ఉండింది. శాంతి భద్రతలు నెలకొనందే, భారతదేశపు నలుమూలల్లో ఆంగ్లేయ వర్తకులు వస్తూత్పత్తిదారులు తమ అమ్మకాలను స్వేచ్ఛగా జరిపేందుకు వీలుండదు. రెండోది, తాము విదేశీయులు గాన, భారత ప్రజల ప్రేమాభిమానాలను చూరగొని పాలించటం కంటే, సైన్య, పోలీస్ దళాల బలశక్తులమీద కంపెనీ పాలకులు ఆధారపడ్డారు. ఐరోపాలోని ప్రభుత్వాల వలె కాకుండా, భారతదేశ కంపెనీ ప్రభుత్వాధికారానికి ఖడ్గబలమే ఏకైక ఆధారభూతమైనట్లుగా, గవర్నర్ జనరల్ వెల్లస్లీ సోదరుడైన అతని పదవీకాలంలో భారతదేశంలో పనిచేసిన వెల్లింగ్టన్ ప్రభువు పేర్కొనుట ఎంతైనా గ్రహించదగ్గ విషయం.

సివిల్ సర్వీస్

కంపెనీ సివిల్ సర్వీస్ విభాగానికి, గవర్నర్ జనరల్ కారన్‌వాలిస్ స్పష్టమైన రూపాన్నిచ్చాడు. తక్కువ వేతనాలు, ప్రైవేట్ వ్యాపారం, లంచాలతో కూడుకొన్న వ్యవస్థనీతడు సంస్కరించాడు. కంపెని ఉద్యోగుల స్వంత వ్యాపారాన్ని చేపట్టడం, స్వదేశీ పాలకులనుంచి కానుకలు, లంచాలను గైకొనడం నిషేధించబడ్డాయి. అయితే అదే సమయంలో వీరి జీతాలు పెంచారు. ఉదాహరణకు జిల్లా కలెక్టర్‌కు నెలకు రూ 1500/- జీతం, అతడు పనిచేస్తున్న జిల్లా రెవిన్యూ వసూలుమీద ఒక శాతం ఇచ్చేవారు. మొత్తం ప్రపంచంలోనే నాటి భారత సివిల్ సర్వీస్ వేతనాలు అగ్ర స్థానంలో ఉన్నట్లుగా చెప్పడం జరుగుతుంది. ఉద్యోగులపై బయటివారి ప్రభావం లేకుండేందుకై సివిల్ సర్వీస్‌లో హోదా పెంపుదలకై, అనుభవాన్నే ప్రాతిపదికగా కారన్‌వాలిస్ ఏర్పరాడు.

కారన్‌వాలిస్ అనంతరం 1806లో కంపెనీ సివిల్ ఉద్యోగులకు శిక్షణ ఇచ్చే నిమిత్తం ఇంగ్లాండ్‌లోని హైలీబరి వద్ద తూర్పు ఇండియా కళాశాలను స్థాపించారు. మరో ముఖ్య పరిణామాన్ని 1853 ఛార్టర్ చట్టంద్వారా తీసుకొని రావడమైంది. దీని ప్రకారం, నాటి నుంచి సివిల్ సర్వీస్ ఎంపికకై పోటీ పరీక్షని ఏర్పాటు చేశారు. దీంతో కంపెనీ డైరక్టర్లు అంతవరకూ తాము చెలాయిస్తూ వచ్చిన ఉద్యోగుల నియామకాధికారాలను కోల్పోయారు.

కంపెనీ సివిల్ సర్వీస్‌లోని సబార్డినేట్ లేక చిన్న ఉద్యోగాలు మినహా..సంవత్సరానికి

£500 కంటే అధిక వేతనాన్నిచ్చే ఉన్నతోద్యోగాలన్నింటినుండి భారతీయులు పూర్తిగా వెలివేయబడం ఈ వ్యవస్థ ప్రత్యేక లక్షణంగా ఉంది. ఇతర ప్రభుత్వ విభాగాలైన సైన్యం, పోలీస్, న్యాయ, ఇంజనీరింగ్ శాఖల్లో కూడా ఇదే విధానాన్ని అనుసరించారు. భారతదేశంలో జిల్లా కలెక్టర్, రాష్ట్ర గవర్నర్‌లాంటి ఉన్నత పదవులను కడు సమర్థవంతంగా నిర్వహించిన సర్ థామస్ మన్రో ఈ విషయాన్ని గురించి ఇలా ప్రస్తావించాడు :

"హిందూ దేశంలోని బ్రిటిష్ ప్రభుత్వం స్థానికులను ఉద్యోగాల నుంచి వెలివేసిన విధంగా, మరే దేశంలోనూ జరిగినట్లు ఉదాహరణ గూడ లభించదు".

బ్రిటిష్ వారిట్టి విధానాన్నవలంబించుటకు కారణాలు లేకపోలేదు. మొదటగా, ఆంగ్లేయ భావనలు, సంస్థలు, ఆచారాలమీద ఆధారపడ్డ పరిపాలన, ఆంగ్ల ఉద్యోగుల ద్వారానే గట్టిగా ప్రతిష్ఠితమౌతుందనే నమ్మకం చోటుచేసుకుంది. తరవాత, భారతీయుల శక్తి సామర్థ్యాలను, నీతి నిజాయితీలను శంకించారు. కాని, వాస్తవ రూపంలో ఉన్నతోద్యోగాల నుంచి భారతీయులను దూరంగా ఉంచటం, బ్రిటిష్‌వారు కావాలని, పథకంతో చేసినటువంటిదే. బ్రిటిష్ అధికార పటిష్ఠత, బ్రిటిష్ సమాజోన్నత వర్గాల వారికి ఉద్యోగావకాశాల కల్పన, వీరినిట్టి విధానంలో ముఖ్యంగా ప్రభావితం చేశాయి.

క్రమంగా, కంపెనీ సివిల్ సర్వీస్ పటిష్ఠమైన విధానంగా రూపొందసాగింది. బ్రిటిష్ అధికారానికి 'ఉక్కు కవచం'లా తయారు కావడమైంది. ఫలితంగా, భవిష్యత్తులో భారతీయ ప్రగతిశీలక, జాతీయవాద శక్తుల వ్యతిరేకత, దాడులకు గురికావడమైంది.

సైన్యం

సైన్యం మూడు విధాలుగా కంపెనీ ప్రభుత్వానికి తోడ్పడింది. భారతీయ రాజ్యాలను జయించటంలో, విదేశీ శత్రువుల నుంచి సామ్రాజ్య రక్షణ చేయటంలో, అంతరంగిక తిరుగుబాట్ల నుంచి బ్రిటిష్ సార్వభౌమాధికారాన్ని కాపాడటంలో, ప్రధాన భూమికను నిర్వహించింది. ఇట్టి సైన్యంలోని సైనికులందరినీ దాదాపుగా భారతదేశాన్నుంచి తీసికొని, కేవలం సైనికాధికార్లను మాత్రమే ఇంగ్లాండ్ నుంచి రప్పించారు. ఉదాహరణకు 1857లో కంపెనీ సైన్యం 3,11,400గా ఉంటే, దానిలో 2,65,900 మంది భారతీయులున్నారు. అదే సమయంలో, 1856లో కంపెనీ సైన్యంలో నెలకు రు. 300/- జీతాన్ని పొందే భారతీయులు ముగ్గురు మాత్రమే ఉండి, వీరు పొందిన అత్యధిక హోదా సుబేదార్ పదవికి పరిమితమైంది.

ఇట్టి సైన్య నిర్వహణా విధానానికి కారణాలు లేకపోలేదు. ఒకటి, భారతీయ సైనికుల కంటే బ్రిటిష్ సైనికులు, అధికార్లకు ఎక్కువ మోతాదులో ఖర్చు పెట్టాల్సి ఉండేది. రెండోది, జనాభారీత్యా భారతదేశ ప్రభుత్వానికి కావల్సిన సైనికులందరినీ అందివ్వగల స్థితిలో ఇంగ్లాండ్ లేదు. అయినప్పటికీ, కీలక ప్రాంతాల్లో బ్రిటిష్ సేనలను సమీకరి

సహాయక సంధులద్వారా ఏర్పాటు చేసిన సైన్యాలకు పాశ్చాత్య పద్ధతుల్లో శిక్షణ ఇవ్వటం ద్వారా లోటును భర్తీ చేసుకోవడమైంది. భారతీయ సైనికులు కూడా, బ్రిటీష్‌వారి పక్షాన, స్వదేశీయులకు వ్యతిరేకంగా పోరాడేందుకు సంశయించలేదు. ఆధునిక జాతీయతా భావాలు నాడు జనించకపోవడం, కంపెనీవారి ఉప్పు తింటున్నందుకు (అంటే జీతభత్యాలను పొందటం) వారికి విధేయత చూపాలనే దేశీయ సైనికుని పురాతన మనస్తత్వం, ఇట్టి పరిణామానికి దోహదకాలైనాయి.

పోలీస్ దళం

కంపెనీ ప్రభుత్వ పోలీస్ దళ రూపకల్పననుగూడా, కారన్‌వాలీసే చేపట్టాడు. జమీందార్ల పోలీస్ బాధ్యతలను తొలగించి, శాంతిభద్రతల పరిరక్షణకై, శాశ్వత పోలీస్ దళాన్నేర్పరచాడు. షుమారు 20 చదరపు మైళ్ళకొక పోలీస్ ఠాణాను స్థాపించి, దీనిపై 'దరోగా' ((Daroga) అనే భారతీయ అధికారిని నియమించారు. తదుపరి, జిల్లాలోని పోలీస్ వ్యవస్థను పర్యవేక్షించేందుకై జిల్లా పోలీస్ సూపరింటెండెంట్‌ని కూడ నియమించారు. పోలీస్ దళ వ్యవస్థలోకూడా, భారతీయులను అన్ని ఉన్నత పదవులకు దూరంగా ఉంచారు. గ్రామాల్లో పోలీస్ బాధ్యతలను, గ్రామస్థులు పోషించే గ్రామ కాపలాదార్లు (Village Watchmen) నిర్వర్తించేవారు.

కంపెనీ పాలనాకాలంలో పోలీస్ దళం, 'పిండారీ'లు (Pindaries) 'థగ్గులు' (Thugs) అనే దారి దోపిడీ దొంగల ముఠాలను అణచి, మధ్య భారతం, గంగా మైదాన ప్రాంతాల్లో శాంతి భద్రతలను నెలకొల్పటంలో ప్రశంసనీయమైన పాత్రను నిర్వహించింది. ప్రభుత్వ వ్యతిరేక తిరుగుబాట్లు, జాతీయ ఉద్యమాన్ని అణచటానికి గూడా, పోలీస్ దళాలు నియోగించారు. అయితే, ప్రజలతో వ్యవహరించుటలో, బ్రిటిష్ పోలీస్ వ్యవస్థ కనికరం లేకుండా మెలిగేది. స్వయంగా, గవర్నర్ జనరల్ విలియం బెంటింగ్ 1832లో ఈ విషయాన్ని గూర్చి పేర్కొంటూ, దొంగలవలె పోలీసులన్నా ప్రజలు భీతి చెందేవారని వివరించాడు.

న్యాయ వ్యవస్థ : పనితీరు

అంచెలంచల సివిల్, క్రిమినల్ న్యాయస్థానాలద్వారా, న్యాయ నిర్వహణను చేపట్టే నూతన విధానాన్ని, బ్రిటీష్ కంపెనీవారు ప్రారంభించారు. దీన్ని వారన్ హేస్టింగ్స్ ప్రవేశ పెట్టగా, 1793లో కారన్‌వాలీస్ స్థిరీకరించాడు. ప్రతి జిల్లాలో 'దివాని అదాలత్' అనే పేరుగల సివిల్ న్యాయస్థానాన్ని ఏర్పాటు చేశారు. దీనికి అధ్యక్షత వహించే జిల్లా జడ్జి సివిల్ సర్వీస్‌కు చెందినవాడై ఉండాలి. ఈవిధంగా కారన్‌వాలీస్, సివిల్ జడ్జి, కలెక్టర్ ఉద్యోగాలను వేరుపర్చాడు. జిల్లా న్యాయ స్థానాన్నుంచి అప్పీళ్ళను, నాల్గు 'రాష్ట్రీయ సివిల్ అప్పీల్ న్యాయస్థానాలు' వీటిపైన 'సాదర్ దివాని అదాలత్' అనే న్యాయస్థానానికి నివేదించుకోవాలి. జిల్లా న్యాయస్థానాలక్రింద ఐరోపీయుల అధ్యక్షతలో 'రిజిస్ట్రార్ కోర్టులు',

'మున్సిఫ్'లు, 'అమీన్'లు అనబడే భారతీయ న్యాయాధీశులు అధ్యక్షత వహించే దిగువ న్యాయస్థానాలున్నాయి. క్రిమినల్ వ్యాజ్యాల విషయంలో, మొత్తం బెంగాల్ ప్రెసిడెన్సీ నాల్గు డివిజన్‌లుగా విభజించబడి, ఒక్కొదానిలో ఒక 'సర్క్యూట్' న్యాయస్థానాన్ని ఏర్పాటు చేశారు. వీటిని సివిల్ సర్వీస్‌కు చెందిన ఉన్నతోద్యోగులు నిర్వహించేవారు. వీటి కింద, చిన్న కేసులను పరిష్కరించటానికి పలు భారతీయ మేజిస్ట్రేట్‌లుండేవారు. సర్క్యూట్ కోర్టుల నుంచి వచ్చే అప్పీళ్ళను 'సాదర్ నిజామత్ అదాలత్' అనే కలకత్తా ఉన్నత న్యాయస్థానం విని, పరిష్కరించేది. రెగ్యులేటింగ్ చట్ట కారణంగా, ఒక ప్రధాన న్యాయమూర్తి, ముగ్గురు సాధారణ న్యాయమూర్తులతో కూడిన 'సుప్రీమ్ కోర్టు' ఏర్పాటైందని తెలిసికొన్నాం. వీరందరు బ్రిటిష్ ప్రభుత్వం చేత నియమించబడి, ఆంగ్ల చట్టాన్ని అనుసరించేవారు. దిగువ న్యాయస్థానాల్లో మాత్రం, హిందూ, ముస్లిం చట్టాలను అనుసరించేవారు.

న్యాయచట్టాల క్రోడీకరణకై, 1833లో మెకాలే ప్రభువు నాయకత్వంలో న్యాయ సంఘ మేర్పాటు ముఖ్య పరిణామాలకు దారి తీసింది. 'శిక్షా స్మృతి', సివిల్, క్రిమినల్ చట్టాల క్రోడీకరణ జరిగింది. వీటి ఏర్పాటుతో దేశమంతటికి వర్తించే న్యాయ చట్టాలు రూపొందినట్లైంది.

కంపెనీ ప్రభుత్వ న్యాయ విధానంలో, సమన్యాయం చోటు చేసుకొనుట, ఎంతైనా సంతోషకర పరిణామం. చట్టం ముందు అందరూ సమానులనే ఈ భావన లోగడ భారతదేశాన్ని, భారతీయులను పట్టి పీడించిన కుల తత్వ విషయాలకు స్వస్తి పల్కడమైంది. కాని, దురదృష్టవశాత్తూ, బ్రిటిష్ న్యాయస్థానాలు నేర విచారణ, కేసుల పరిష్కారంలో, అధిక వ్యయానికి, కాలహరణానికి, సందిగ్ధతకు చోటిచ్చాయి. ఫలితంగా, బీద ప్రజానీకం వీటి దుష్ఫలితాలను భరించాల్సి రావటం, పలు ఇక్కట్లకు దారితీసింది.

బ్రిటిష్ ఆర్థిక విధానాలు, 1757 – 1857

కంపెనీ ప్రభుత్వ ఆర్థిక విధానాలు, భారతదేశ, ఇంగ్లాండ్ ఆర్థిక వ్యవస్థలపై ప్రగాఢ ప్రభావాన్ని వేశాయి. ప్రధానంగా పరిశీలిస్తే, మాతృదేశ పరిశ్రమలు, పెట్టుబడిదారులు, వ్యాపారుల ప్రయోజనాలకే, ఇవి రూపొందించబడి, అనుసరించబడినట్లుగా, కానవస్తుంది. రమేష్ చంద్రదత్ అను ప్రఖ్యాత భారతీయ ఆర్థిక చరిత్రకారుని ప్రకారం, బ్రిటిష్ ఆర్థిక విధాన పరిణామంలో మూడు దశలు గమనించారు. మొదటిది, 1757 నుంచి 1813 వరకు గల వాణిజ్య ప్రధాన దశ. దీనిలో తన మిగులు ధనాన్ని వెచ్చించి, భారతీయ వస్తువులను తక్కువ ధరలకు కొని, గుత్తాధికారంతో వీటిని ఐరోపాలో అధిక ధరలకు అమ్మి, లాభాలను కంపెనీ గడించసాగింది. బెంగాల్ ఆదాయాన్ని ఎగుమతుల కొనుగోలుకై ఉపయోగిస్తూ, స్థానిక నేతగాళ్ళను రాజకీయ బెదిరింపుకు గురిచేసి, వారి ఉత్పత్తులను అతి తక్కువ ధరలకు అమ్మేటట్లు చేయసాగింది. రెండో దశ, 1814 నుంచి 1858 వరకు నడిచింది, 18వ శతాబ్ది ద్వితీయార్థంలో ప్రారంభమై, త్వరితంగా ప్రవర్థమానమౌతూ వచ్చిన పారిశ్రామిక విప్లవ ప్రభావ కారణంగా, ఇంగ్లాండ్ ప్రభుత్వం స్వేచ్ఛా వ్యాపారాన్ని

ప్రవేశపెట్టి, భారతదేశాన్ని బ్రిటీష్ దిగుమతులకు మార్కెట్‌గా, బ్రిటీష్ పరిశ్రమల కవసరమైన ముడి పదార్థాల నందించే దేశంగా, మార్చివేశారు. ఫలితంగా, భారతీయ సాంప్రదాయిక కుటీర పరిశ్రమలన్నీ, సమూలంగా పతనమయ్యాయి. బ్రిటీష్ నూలు వస్త్రాల దిగుమతుల విలువ, 1813లో £1,10,000 నుంచి 1856 నాటికి £63,00,000లకు చేరుకుంది. అదేవిధంగా, 1856లో ఇండియా £43,00,000 విలువైన ముడి పత్తి, £29,00,000 ఆహార పదార్థాలను £17,30,000 నీలిమందును, £7,70,000 ముడి సిల్కుతో బాటు, కేవలం £8,10,000 నూలు వస్త్రాలను మాత్రమే ఎగుమతి చేయగల్గింది. భారతీయ వస్త్ర దిగుమతులమీద 1824లోనే, 67 1/2 నుంచి 37 1/2 శాతం మేరకు సుంకాలను విధించటం, ఈ సందర్భంలో గమనించదగింది. 1858 నుంచి కొనసాగిన మూడో దశలో పెట్టుబడిదారీ సామ్రాజ్యతత్వం చోటు చేసుకుంది. పెట్టుబడి మొత్తాల ఎగుమతి, బ్రిటీష్ వారి అధ్వర్యంలో బ్యాంకుల, ఎగుమతి దిగుమతి సంస్థల స్థాపన సంభవించాయి. పర్యవసానంగా, ఈ దశలో ఇంగ్లాండ్‌కు భారతదేశ సంపద తరలింపు కార్యక్రమం ఉధృతంగా సాగింది.

వ్యవసాయంపై ప్రభావం

బ్రిటీష్ పాలనకు పూర్వం భారతీయ రైతులు సంప్రదాయ రీతిలో వ్యవసాయాన్ని కొనసాగించేవారు. సహజ ఎరువుల వాడకం, పంట మార్పిడి విధానం, మిగులు ధాన్యాలను స్థానికంగా అమ్మడం, దీనిలో ముఖ్యాంశాలుగా ఉండేవి. బ్రిటీష్ పాలనలో గ్రామాలు, నగరాల మధ్య రవాణా సౌకర్యాలు పెంపొందాయి. ఫలితంగా, రైతులు విక్రయోద్దేశంతో పంటలు పండించ ఉద్యుక్తులైనారు. వ్యవసాయం వ్యాపారీకరణ కాసాగింది.

వ్యవసాయ వ్యాపారీకరణ

వాణిజ్య పంటలు పండించటానికి పలు కారణాలున్నాయి. బ్రిటీష్ ప్రభుత్వం భూమి శిస్తును నగదు రూపంలో వసూలు చేయటం మొదటగా వస్తుంది. 1850 సంవత్సరం తరవాత రోడ్ల - రైళ్ళ నిర్మాణాభివృద్ధి, 1869 సంవత్సరంలో సూయజ్ కాల్వను అంతర్జాతీయ వాణిజ్యానికి తెరవడం, గ్రామాలకు బయటి ప్రపంచంతో సంబంధాలనేర్పర్చాయి. పర్యవసానంగా, వ్యాపారులు గ్రామాలకు వెళ్ళి, వివిధ రకాలైన వ్యవసాయోత్పత్తులను వ్యాపార నిమిత్తం కొనడం మొదలెట్టారు. ఇది, వాణిజ్య పంటలకు గిరాకీని పెంచింది. 1861-65 ప్రాంతంలో నూలు మిల్లులు అమెరికా నుంచి పత్తిని దిగుమతి చేసుకోలేక పోవటంతో పత్తికై భారతదేశం మీద దృష్టి పడసాగింది.

అయితే, వ్యవసాయ వ్యాపారీకరణ కారణంగా, రైతులు లాభపడలేదు. ఎట్లనగా భూమిశిస్తు చెల్లింపు, కౌలు చెల్లింపు, వడ్డీ సొమ్ము చెల్లింపులకు గాను, వాణిజ్య పంటలు పండగానే, రైతులు వీటిలో కొంత భాగాన్ని అమ్మాల్సి వచ్చింది. తక్కువ ధరలున్నా అమ్మాల్సొచ్చేది. వాణిజ్య పంటలను విస్తారంగా పండించడం మూలాన ఆహార ధాన్యాల

ఉత్పత్తి దెబ్బతిన్నది. 1866లో సంభవించిన బెంగాల్, ఒరిస్సా కాటకాలు ఉధృతమవ్వడానికి కారణం, ప్రధానంగా ఆ ప్రాంతాల్లో ఆహార ధాన్యాల ఉత్పత్తి నుంచి వాణిజ్య పంటల ఉత్పత్తికి మారడమే. భారతీయ వ్యవసాయోత్పత్తులకు విదేశీ గిరాకీ పెరిగినా, రైతులకు మాత్రం ఎట్టి లాభాలు చేకూరలేదు. కారణం, వ్యవసాయ రంగంలో సాంకేతికాభివృద్ధి గాని ఇతర సౌకర్యాలు గాని లేవు. ధాన్యపు ధరలు పెరిగినా, రైతులకు లాభించలేదు. రైతులు పలుచోట్ల భూమికి స్వంతదారులుగా లేకుండిరి. పర్యవసానంగా, తగు ఎరువులను వాడి, సాగు విధానాన్ని మెరుగుపర్చు ఆసక్తి లేనందున, భూమి దిగుబడిలో ఎట్టి మార్పు తేకపోవడమైంది.

రైతుల ఋణగ్రస్తత, బీదరికం

కంపెనీ ప్రభుత్వ పాలనలో కర్షకుల పరిస్థితి, ఋణగ్రస్తత, బీదరికాల వైపు, వృద్ధి అవుతూ సాగింది. ప్రభుత్వానికి లేక జమీందార్లకు చెల్లించాల్సిన అధిక భూమి శిస్తు భారం, వడ్డీ వ్యాపారునికి తీర్చవలసిన విపరీత రుణ భారం, సామాన్య రైతులను కృంగదీశాయి. క్లైవ్, వారన్ హేస్టింగ్స్ కాలాన్నుంచి కూడా, భూమి శిస్తును విలువన్నంత మేరకు రాబట్టే ప్రయత్నాలు నడిచాయి. "బెంగాల్లో మూడో వంతు ప్రదేశం, క్రూర జంతువులు నివసించే అరణ్యసీమగా మారిం"దని, గవర్నర్ జనరల్ కారన్ వాలిస్ పేర్కొనడం, ఇట్టి విధాన పరిణామమే. కారన్ వాలిస్ ప్రవేశపెట్టిన శాశ్వత శిస్తు విధానంలో కూడా (1793) రైతులు జమీందార్ల చేతుల్లో భరించరాని భూకౌళ్ళు, చట్టం అనుమతించని ఇతర వసూళ్ళు, బలవంతపు సేవ, లేక బేగార్ (begar) కు గురి చేయబడ్డారు. ప్రభుత్వం రైతుల నుంచి నేరుగా భూమి పన్ను వసూలు చేసే రైత్వారీ, మహల్వారీ (Ryotwari, Mahalwari) ప్రాంతాల్లో కూడా కర్షకుల పరిస్థితి మెరుగ్గా లేదు. మొదట్లో పంటలో మూడో వంతు నుండి రెండో వంతు వరకే పన్ను విధించారు. ఇటువంటి విపరీత భూమి శిస్తు వసూళ్ళే, 19వ శతాబ్దిలో రైతుల బీదరికానికి, వ్యవసాయ క్షీణతకు దారితీసిన ప్రధాన కారణాల్లో చేరతాయి. పలువురు సమకాలీన రచయితలు, అధికార్లు, ఈ విషయాన్ని పేర్కొన్నారు. ఉదాహరణకు, 1826లో బిషప్ హెబర్ ఇలా ఆసక్తికరంగా నుడివాడు :

> ప్రస్తుత పన్ను విధానంలో, దేశీయ లేక ఐరోపీయ కర్షకుడు అభివృద్ధి చెందుతాడని నేననుకోను. భూమి నికర పంటలో సగ భాగాన్ని ప్రభుత్వం పన్నుగా విధించడమైంది. స్వదేశీ రాష్ట్రాల్లో కంటే కంపెనీ రాష్ట్రాల్లోని రైతుల పరిస్థితి, అధిక బీదరికం, నిరాశా నిస్పృహలతో కూడుకున్నట్లుగా, హిందూస్థాన్ (ఉత్తర భారతం) లోని చక్రవర్తి, అధికారుల్లో సార్వత్రిక భావన ఉన్నట్లుగా నేను గమనించాను; బీద నేలలున్న మద్రాస్‌లో, ఈ వ్యత్యాసం ఇంకా ప్రస్ఫుటమైందిగా చెప్పబడుతూంది. వాస్తవమేమంటే, మనం విధించేటంత పన్నును స్వదేశీ పాలకులెవ్వరూ విధించటం లేదు.

అధిక రెవిన్యూ వసూలుకు ప్రతిఫలంగా, ప్రభుత్వం వ్యవసాయాభివృద్ధి చర్యలేవీ చేపట్టనందున, కర్షకుల పన్ను భారం తడిసి మోపెడైంది. బ్రిటిష్ ఇండియా పాలనాపసారాలు,

ఇంగ్లాండ్‌కు ప్రత్యక్ష పరోక్ష చెల్లింపులు, బ్రిటీష్ వ్యాపార పరిశ్రమల ప్రయోజనాలకై, ప్రభుత్వం దాని ఆదాయన్నంతా వెచ్చించసాగింది. శాంతి భద్రతల పరిరక్షణ కూడా, రైతులకంటే వర్తకులు వడ్డీ వ్యాపారులకే లాభించసాగింది.

పన్నును వసూలు చేయ అవలంబించిన కఠిన విధానం కూడా, రైతుల ఇక్కట్లను ఇనుమడించింది. పంట సరిగా లేకున్నా, పూర్తిగా పాడైపోయినా, భూమి శిస్తు మాత్రం నిర్ణయించిన గడువుకు చెల్లించాలి. పంటలు మామూలుగా లేని సంవత్సరాల్లో, ఇట్టి చెల్లింపు రైతులకు కష్టమయ్యేది. గడువు లోపల పన్ను చెల్లించని రైతుల భూములను వేలం వేసే వారు. అయితే, చాలా సందర్భాల్లో కర్షకులే తమ భూముల్లో కొంత భాగాన్ని అమ్మి, ప్రభుత్వ పన్నును చెల్లించే వారు. ఏ విధంగానైనా, కర్షకుడు తన భూమిని కోల్పోవడమైంది.

తరచుగా అధిక భూమి శిస్తును చెల్లించలేని పరిస్థితి, రైతులను అధిక వడ్డీ అప్పులను చేయ పురికొల్పేది. వ్యవసాయపు ఖర్చులు, భూమి కొనుగోలు, పాత అప్పుల చెల్లింపు, గృహ నిర్మాణం లేక మరమ్మత్తు, వివాహాలు, వేడుకలు, ఆభరణాల కొనుగోలు, కరువు పరిస్థితులు, ఇత్యాది ఇతర అవసరాల నిమిత్తమై కూడా, రైతులు రుణాలను పొందేవారు. అయితే అప్పు గురించి భూమిని తాకట్టు పెట్టేవారు. కాని, అట్టి భూమి తిరిగి రైతుకు వెళ్ళకుండా, హెచ్చు వడ్డీలు, దొంగ లెక్కలు, దొంగ సంతకాలు, మోస ప్రయోగం ద్వారా, వడ్డీ వ్యాపారులు జాగ్రత్త పడేవారు. తరచుగా, శ్రీమంతులైన రైతులు కూడా ఇట్టి అప్పుల నిచ్చేవారు. తాకట్టు భూములను స్వంతం చేసుకోడం, వీరి అంతిమ ధ్యేయంగా ఉండేది. బ్రిటీష్ ప్రభుత్వ న్యాయ, పోలీస్, రెవిన్యూ వ్యవస్థలు కూడా వడ్డీ వ్యాపారులు, వారి రైతు దోపిడీ విధానాలకు సంపూర్ణ మద్దతు నిచ్చుట గమనించదగ్గ విషయం. పర్యవసానంగా, 1850-51లో భూమి కౌళ్ళు, అప్పుల వడ్డీ కలసి 1,400 కోట్ల రూపాయలకు చేరుకున్నట్లుగా అంచనా వేశారు. ఇట్టి మొత్తం ఆ సంవత్సర వ్యవసాయోత్పత్తిలో మూడో వంతున్నట్లుగా తెలిసింది. తమను పీల్చి పిప్పి చేసిన వడ్డీ వ్యాపారులపై గల తమ ఆగ్రహావేశాలను కర్షకులు, 1857 విప్లవ కాలంలో వీరిపై, వీరి లెఖ్ఖల పుస్తకాలపై ప్రప్రథమంగా దాడిచేయటం ద్వారా స్పష్టంగా వ్యక్తీకరించారు.

కరువు కాటకాలు; ప్రభావం

భారతీయ వ్యవసాయం ప్రధానంగా వర్షాధారమైనందున తరచుగా సంభవించే వర్షాభావ, క్షామ పరిస్థితుల ప్రభావం, వ్యవసాయదారులు, పశువులపైన దారుణంగా, భరించరానిదిగా ఉండేది. 1860 సంవత్సరానికి ముందు, వర్షాల లేమి ఫలితంగా ఏర్పడ్డ కరువు మూలంగా, ఆహార ధాన్యాల కొరత, పశువుల మేత లోపం సంభవించేవి. ఫలితంగా, ప్రజలు, పశువులు అధిక సంఖ్యలో మరణించేవి. అయితే, బ్రిటీష్ పాలనకు ముందు, దేశీయ పాలకులు తమ ప్రధాన నగరాల్లో ధాన్యాగారాలను నెలకొల్పి, యుద్ధ, కరువు సమయాల్లో ప్రజలకు ధాన్య సరఫరా చేయడంతో బాటు, కరువు ఉపాధికల్పనకై, రోడ్లు,

కాల్వలు, చెరువులు, కోటలు, దేవాలయాల నిర్మాణాన్ని చేపట్టేవారు. నాటి ప్రభుత్వ చర్యలతోబాటు, ప్రభుత్వేతర కార్యక్రమాలు గూడా కరువు నివారణకై వినియోగించేవారు. కాని, ప్రజల బాధలను తెలియజేయు సమాచార సేకరణ లోపం వల్ల, రవాణా సౌకర్యాలు కొరవడినందున, క్షామ నివారణా కార్యక్రమాలను సమర్థవంతంగా అమలుజేయ వీలు పడేది కాదు.

దురదృష్టమేమంటే, కంపెనీ పాలనలో కరువు నివారణా కార్యక్రమాలపై శ్రద్ధ ఏమాత్రం కనపర్చలేదు. రాజ్యాక్రమణ, బ్రిటిష్ పెట్టుబడిదారులకు లాభించే రైల్వేల నిర్మాణంలాంటి పనుల్లో తలమునకలు కావడమైంది. ఉదాహరణకు, 1905లో బ్రిటిష్ ప్రభుత్వం, రైల్వేలపై 360 కోట్ల రూపాయల పైబడి ఖర్చు చేయగా, లక్షల కొలది భారతీయ రైతులకు అపార లాభాన్ని చేకూర్చే నీటి పారుదలమీద 50 కోట్ల రూపాయలకంటే గూడా తక్కువ మొత్తాన్ని ఖర్చు చేయటం ఎంతైనా గమనించదగింది. 1833 నాటి నుంచే కంపెనీ ప్రభుత్వం, ప్రజలకు ఉపాధి సౌకర్యాలను కల్గజేయాల్సిన బాధ్యతను మనస్ఫూర్తిగా స్వీకరించింది.

గ్రామాల్లో ఇతర ఉపాధి సౌకర్యాలు లేనందున, వ్యవసాయం విఫలమైనప్పుడల్లా, ప్రజలు అకలి బాధలకు గురయ్యారు. వీటికి తోడు, కలారా, ప్లేగు వంటి అంటు రోగాలు వ్యాపించి, భీభత్సాన్ని సృష్టించేవి. బాధా నివారణోపశమనాలకై, ప్రజలె పెద్ద ఎత్తున ఇతర ప్రాంతాలకు వలస వెళ్ళుట పరిపాటైంది. కంపెనీ పాలనాకాలంలో, 1770లో బెంగాల్, బీహార్, ఒరిస్సా ప్రాంతాల్లో, 1783లో మొత్తం ఉత్తర భారతం, రాజస్థాన్, బొంబాయి, మద్రాస్‌ల్లో, 1790లో బొంబాయి, గుజరాత్, ఉత్తర సర్కార్‌లు, ఒరిస్సాల్లో, 1802-04 నుంచి 1854 వరకు మద్రాస్ రాష్ట్రంలో దాదాపు ఆరు, బొంబాయిలో మూడు కరువు లేర్పడ్డాయి. 1770 నాటి కరువు కారణంగా 1/3 వంతు జనాభా మరణించారు. 1802-04 మద్రాస్ రాష్ట్ర క్షామ కారణంగా, ఇతర ప్రాంతాల నుంచి ఆహారం దిగుమతి చేసికోబడి, తీవ్ర కొరత నెలకొన్నప్పటికీ, రెవిన్యూ అధికారులు మాత్రం నిర్దాక్షిణ్యంగా వ్యవహరించి, శిస్తు వసూలులో కఠినంగా మెలగసాగారు. గ్రామీణ ఆర్థిక వ్యవస్థా పటిష్ఠత, సుస్థిరతల కవసరమైన శాశ్వత చర్యలైన నీటిపారుదల సౌకర్యాల పెంపు, కుటీర పరిశ్రమలు, రవాణా సౌకర్యాల మెరుగు, వాతావరణ సమాచారాన్ని ముందుగా తెల్పే ఏర్పాటు, మొదలగు వాటిని పట్టించుకోకపోవడం మూలాన, ప్రభుత్వ కరువు నివారణా చర్యలు తాత్కాలికమై, ప్రజలకు మాత్రం కరువు కాటకాలు శాశ్వత పెనుభూతాలయ్యాయి.

గ్రామీణ కుటీర పరిశ్రమల విచ్ఛిన్నం

ఆంగ్లేయ పాలనకు ముందు, శతాబ్దాల తరబడి, భారతదేశ గ్రామీణ ఆర్థిక వ్యవస్థ స్వయంపోషకంగా ఉండేది. వ్యవసాయదారునితో బాటు, ప్రతి గ్రామంలోను వడ్రంగి, కమ్మరి, కుమ్మరి, కంసాలి, పద్మసాలి, చర్మకారుడు, పురోహితుడు,

అదిగా గల ఇతర వృత్తుల వారుండేవారు. ఫలితంగా వైద్యం, ఉప్పు, కొన్ని సుగంధ ద్రవ్యాలు, నాణేలు, ఉత్సవాలకు వాడే బట్టలు తప్ప, మిగతా ఏ అవసరాలకైనా నాటి గ్రామీణులకు, ఇతరులతో గాని ఇతర ప్రదేశాలవైపు చూడనవసరం లేకుండేది. అంటే స్వయం సంపోషకత్వం ఉండేది. నూలు వడకడం, బట్టలు నేయడం, సిల్క్, ఉన్ని బట్టలను నేయడం, ఇనుము, తదితర లోహాలతో వస్తువులు, పరికరాల తయారి, గానుగల నుంచి నూనె తయారి, చర్మకార వస్తువులు, పరికరాల తయారి, బట్టలపై రంగుల అద్దకం, వెదురు బుట్టలు, గంపల ఉత్పత్తి, భవన నిర్మాణం, ఇత్యాది గ్రామ కుటీర, చేతి పరిశ్రమలు వెల్లి విరిసి, పరిపూర్ణతా సమగ్రతలతో కూడుకొన్నాయి. వ్యవసాయేతర అశేష ప్రజానీకం, వీటిద్వారా తమ జీవితాలను నిశ్చింతగా, సంతోషంగా గడిపేది.

ఇట్టి ప్రశాంత ఆర్థిక జీవన వ్యవస్థ, బ్రిటీష్ పాలనలో 19వ శతాబ్ది ద్వితీయ పాదాన్నుంచి, విచ్ఛిన్నం కాసాగింది. రైల్వేలు, ఇతర రవాణా సౌకర్యాల అభివృద్ధి, గ్రామీణ పరిశ్రమలకు అశనిపాతమైంది. దీని ఫలితంగా, బ్రిటీష్ దిగుమతులు గ్రామాల్లో ప్రవేశించి, స్థానికంగా నెలకొన్న నూలు వడకు, నేత పరిశ్రమలు, సిల్క్, ఉన్ని, ఇనుము, మృణ్మయ పాత్రలు, గాజు, కాగితం, లోహాలు, ఓడల తయారి, నూనె తీసే, చర్మాన్ని పూనే, అద్దకపు పరిశ్రమ ఉత్పత్తులతో పోటీపడి, స్థానిక ఉత్పత్తులపై చావుదెబ్బను తీశాయి. యంత్రాలతో తయారైన బ్రిటీష్ ఉత్పత్తుల పోటీకి భారతీయ కుటీర పరిశ్రమల ఉత్పత్తులు నిలువలేకపోయాయి.

విదేశీ దిగుమతులతోబాటు, స్థానిక పరిశ్రమల విచ్ఛిన్నానికి మరికొన్ని ఇతర పరిణామాలు తోడైనాయి. 18వ శతాబ్ది ద్వితీయార్థాన్నుంచి, బెంగాల్ హస్త కళాకారులను తమ వస్తువులను మార్కెట్ ధరకంటే తక్కువగా అమ్మాలని, వాడుకలో ఉన్న కూలిరేట్ల కంటే తక్కువ రేట్లకు పని చేయాలనీ, తూర్పు ఇండియా కంపెనీ, దాని ఉద్యోగులు ఒత్తిడి చేయనారంభించారు. ఫలితంగా చాలామంది కళాకారులు తమ సంప్రదాయ వృత్తులను వదలిపెట్టాల్సొచ్చింది. భారతీయ పాలకులు, వారి ఆస్థానాలు క్రమంగా అంతర్థానమవటంతో, హస్త కళోత్పత్తులకు వీరిస్తూ వచ్చిన ప్రోత్సాహాదరణలు మృగ్యమై, ఈ పరిశ్రమలు గొప్ప విఘాతాన్ని పొందాయి. ముడి సరుకులను ఎగుమతి చేసే బ్రిటీష్ విధానం, వీటి ధరలను పెంచి, కుటీర పరిశ్రమోత్పత్తుల ఖర్చును తదనుగుణంగా హెచ్చించి, విదేశీ వస్తువుల పోటీకి తట్టుకునే వీటి సామర్థ్యాన్ని తగ్గించి, ఈ పరిశ్రమల క్షీణతకు దారితీయటం గమనించదగింది.

బ్రిటన్, పశ్చిమ ఐరోపాలవలె, సంప్రదాయ పరిశ్రమల క్షీణత, తదుపరి ఆధునిక యంత్రాగార పరిశ్రమలభివృద్ధి సంభవించకపోవడంతో, హస్త కళాకారుల దుస్థితి అధికమైంది. వీరికి వేరు ఉపాధి లభించక, వ్యవసాయ కార్మికులు, లేక చిన్న కౌలుదార్లుగా జీవనాన్ని చేపట్టాల్సొచ్చింది. ఫలితంగా, వ్యవసాయాన్నాశ్రయించే వారి సంఖ్య పెరగసాగింది. గ్రామీణ పరిశ్రమలు, వ్యవసాయం మధ్య అనాదిగా నెలకొన్న ఐక్యత నశించి, స్వయం సమృద్ధ గ్రామీణ ఆర్థిక వ్యవస్థ వినాశనానికి దారితీసింది. లక్షల కొలది కర్షకులకు గల

వ్యవసాయేతర ఉపాధులు, హస్త కళాకారులకు గల సంప్రదాయ జీవనాధారాలు నాశనమయ్యాయి.

నగర భారీ పరిశ్రమలు : బ్రిటీష్ పాలనా ప్రభావం

గ్రామ కుటీర పరిశ్రమలవలె, నగరాల్లోని పలు పరిశ్రమలు గూడ, బ్రిటిష్ పాలనకు పూర్వం గొప్ప అభివృద్ధి, నాణ్యత, పేరు ప్రతిష్ఠలను సాధించాయి. నూలు, పట్టుబట్టల పరిశ్రమలు ప్రథమ స్థానాన్నాక్రమించాయి. 1850 సంవత్సరం వరకు, మంచి రకాలైన నూలు బట్టలు, ఒరుగల్లు తివాచీలు (Carpets), ఈజిప్ట్, లండన్ అదిగా గల విదేశాలకు ఎగుమతి చేసేవారు. "పదార్థ నీడ", (Substance shadow) "నేయబడిన గాలి" (Woven air) గా పేరొందిన "మస్లిన్" (Muslin) బట్టలకు, ఢాకా, క్రిష్ణనగర్, చందేరీలు; "చింటిజ్" (Chintez)కు మచిలీపట్నం; "పీతాంబరాల"కు పిఠాపురం; ధోవతులు, దుప్పట్లకు అహమ్మదాబాద్, పట్టుబట్టలకు బెనారస్, సంబల్‌పూర్, అహమ్మదాబాద్, బరోడా, కాంబే, సూరత్, మైసూర్, బెర్హంపూర్, కాంచీపురం, అరణీలు; కాలికో అద్దకానికి జైపూర్; ఉన్ని శాలువలకు కాశ్మీర్, ఉన్ని కంబళ్ళకు అమృత్‌సర్, జైపూర్, ఆగ్రా, వరంగల్‌లు ప్రసిద్ధిగాంచాయి. వివిధ రకాల బట్టలతో బాటు, అతి నాజూకైన అభరణాలను అనేక నగరాల్లో తయారుచేసేవారు. లోహ పాత్రలు, వాటిపైన నగిషీ పనులకు, హైదరాబాద్, మొరాదాబాద్‌లు పేరుగాంచాయి. దంతపు వస్తువుల తయారీ, కఱ్ఱ పని, రాతి శిల్పాల నిర్మాణం, మైసూర్, తిరువాన్కూర్ అదిగాగల ప్రాంతాల్లో చేపట్టారు. భారతదేశంలోని గాజు వస్తువులు కూడా, విదేశాలకు ఎగుమతయ్యేవి.

బ్రిటిష్ పాలన ఫలితంగా, పరిస్థితి పూర్తిగా తారుమారైంది. భారీ యంత్రాగారాల్లో చౌకగా తయ్యారై, దిగుమతి సుంకాలను పేరుకు మాత్రమే విధించి, భారతదేశంలో అడుగిడిన బ్రిటిష్ దిగుమతులతో, భారతీయ ఉత్పత్తులు పోటికి నిల్వలేక కుప్పకూలాయి. బ్రిటన్ దేశ పారిశ్రామిక ప్రగతినే కాంక్షించిన ఆంగ్లేయ ప్రభుత్వం, భారతీయ హస్త కళాకారులకు ఎటువంటి ప్రోత్సాహాన్నివ్వ లేదు. దీనికి భిన్నంగా, భారతీయ ఎగుమతులను అరికట్టేందుకై అకాశాన్నంటే దిగుమతి సుంకాలు 37 1/2 నుంచి 400 శాతం వరకు - బ్రిటన్‌లో విధించేవారు. భారతీయ ఉత్పత్తుల నాదరించే నవాబులు, సంస్థానాధీశులు, ప్రభువులు తమ అధికార స్తోమతులను కోల్పోవుట, నూతనంగా ప్రాముఖ్యతను సంతరించుకున్న మధ్యతరగతి వారు చౌకగా లభించే బ్రిటిష్ ప్రభుత్వం ప్రవేశపెట్టిన స్వేచ్ఛా వ్యాపార విధానం, భారతీయ నగర పరిశ్రమలను మరింతగా దిగజార్చి, కోలుకోకుండా చేయడమైంది.

భారీ యంత్రాగార పరిశ్రమల స్థాపన, 19వ శతాబ్ది ద్వితీయార్థంలో భారతదేశంలో సంభవించిన ముఖ్యమైన పరిణామం. మొదటగా నూలు, జనపనార మిల్లులు, బొగ్గును త్రవ్వే పరిశ్రమలు మొదలయ్యాయి. మొదటి నూలు మిల్లును బొంబాయిలో 1853లో, కోవస్జీ నానాభాయి నెలకొల్పారు. మొదటి జనపనార మిల్లు 1855లో బెంగాల్లోని రిష్రా (Rishra) వద్ద ప్రారంభించారు. 1905 నాటికి, 1,96,000 పనివారిని నియమించిన

206 నూలు మిల్లులు వెలశాయి. ఇదేవిధంగా, 1901 నాటికి 1,15,000 మందిని నియోగించిన జనపనార మిల్లులు, 1906 నాటికి లక్షమందికి ఉపాధి కల్పించిన బొగ్గును త్రవ్వే పరిశ్రమలు అభివృద్ధి చెందాయి. ముడి పత్తిని శుభ్రపరచి, దూది బేళ్ళుగా తయారుచేయు పరిశ్రమలు, బియ్యం, పిండి, చెక్క మిల్లులు, చర్మకార కార్ఖనాలు, ఉన్ని బట్టలు, కాగితం, పంచదార మిల్లులు, ఇనుము-ఉక్కు కర్మాగారాలు, ఉప్పు, అభ్రకం, తుత్తునాగం (saltpetre) లాంటి ఖనిజ పరిశ్రమలు, 19వ శతాబ్ది ద్వితీయార్థం, 20 శతాబ్ది ప్రథమార్థంలో నెలకొన్న మరికొన్ని యంత్రాగార పరిశ్రమలు, సిమెంట్, కాగితం, అగ్గిపెట్టె, పంచదార, గాజు పరిశ్రమలు 1930 దశకంలో అభివృద్ధి చెందాయి. అయితే, ఈ పరిశ్రమల అభివృద్ధంతా కుంటినడక నడిచింది.

భారతదేశంలోని ఆధునిక పరిశ్రమల్లోని అధిక భాగం బ్రిటీష్ పెట్టుబడిదారుల ఆధిపత్యంలో ఉన్నాయి. ఇక్కడి పరిశ్రమల్లోని అధిక లాభాలు వీరినాకర్షించాయి. చాలా పరిశ్రమల్లో భారతీయ పెట్టుబడిదార్లది కిందిచేయిగా మారింది. ప్రతి రంగంలో బ్రిటీష్ 'మేనేజింగ్ ఏజెంట్ల' చెప్పుచేతల్లో వీరుండాల్సొచ్చింది. ఒక్క నేత, పంచదార పరిశ్రమల్లో మాత్రమే భారతీయ పెట్టుబడిదార్లకు అధిక ప్రమేయమేర్పడింది. దీనికితోడు బ్రిటీష్ ఇండియా ప్రభుత్వం కావాలనే బ్రిటీష్ పెట్టుబడిదార్లను ఘనంగా ప్రోత్సహించి, ఇండియా పెట్టుబడిదార్ల పట్ల నిర్లక్ష్యత, నిరాదరణను కనబర్చుట ఎంతైనా గమనించదగ్గ పరిణామం.

ప్రభుత్వ రైల్వే విధానంగూడ భారతీయ ఉత్పత్తులపట్ల పక్షపాత వైఖరి నవలంబించింది. రైల్వే సరుకు రవాణా ఛార్జీలు విదేశీ దిగుమతులను ప్రోత్సహించి, స్వదేశీ వస్తువుల వ్యాపారాన్ని దెబ్బతీశాయి. దిగుమతైన వస్తువులకంటే భారతీయ వస్తువుల సరఫరా ఎక్కువ కష్టం, వ్యయంతో కూడుకుంది.

నాటి భారతీయ పరిశ్రమల రంగంలో మరో తీవ్రమైన లోటు కనిపించింది. పరిశ్రమల సత్వర, స్వతంత్రాభివృద్ధి కవసరమయ్యేభారీ లేక పెట్టుబడి వస్తు పరిశ్రమలు బొత్తిగా లేవు. యంత్రాల తయారీకై అవసరమయ్యే ఇనుము-ఉక్కులనుత్పత్తి చేసే పరిశ్రమలేవీ లేవు. ఉక్కును మొట్టమొదటగా 1913లో మాత్రమే తయారు చేశారు. ఈవిధంగా మూల పరిశ్రమలైన ఉక్కు, లోహాలు, యంత్రాలు, రసాయనాలు, నూనె లేవీ భారతదేశంలో ఏర్పాటు కాలేదు. విద్యుత్ శక్తి అభివృద్ధిలోగూడ భారతదేశం వెనకబడింది.

19వ శతాబ్ది భారతావనిలో యంత్రాగార పరిశ్రమలతోబాటు, నీలిమందు, తేయాకు, కాఫీలలాంటి తోటల పరిశ్రమలుగూడా ప్రారంభమయ్యాయి. వీటిని పూర్తిగా ఐరోపీయులే నడిపేవారు. బెంగాల్, బీహార్‌ల్లో నీలిమందు, అస్సాం, బెంగాల్, దక్షిణ భారతం, హిమాచల్ ప్రదేశ్‌ల్లో తేయాకును, దక్షిణ భారతదేశంలో కాఫీని పండించారు. బట్టల తయారీలో రంగుగా నీలిమందును వాడగా, తేయాకు, కాఫీలు ముఖ్య ఎగుమతులయ్యాయి. అయితే, తోటలు, ఇతర విదేశీ యాజమాన్య పరిశ్రమల ఫలితంగా, భారతీయులకు గాని, దేశానికి గాని ప్రయోజనమేమీ చేకూరలేదు. వీటి వ్యయంలో అధిక భాగం విదేశీయులమీద జరిగేది. వీటిలోని ఉద్యోగుల జీతాల మిగులు, భారతదేశాన్ని దాటివెళ్ళేది. ఈ

పరిశ్రమల కవసరమయ్యే అధికతర సామగ్రి, విదేశాల్లో ఖరీదు చేశారు. వీటి ఉత్పత్తులు విదేశీ మార్కెట్లలో అమ్ముడై వచ్చిన విదేశీమారక ద్రవ్యాన్ని బ్రిటన్ ఉపయోగించుకునేది. తక్కువ వేతనాలు, ఎక్కువ పని గంటలు, బానిసత్వాన్ని పోలిన పని పరిస్థితులతో కూడిన, నైపుణ్యావశ్యకత లేని ఉద్యోగావకాశాలు మాత్రం భారతీయులకు లభించిన ఏకైక మేలు. బెంగాలీ రచయిత దీనబంధు మిత్ర 1860 లో 'నీల్ దర్పన్' నాటికలో, నీలిమందు తోటల యజమానులు, రైతులను బలవంతపెట్టి, భయపెట్టి, వారి ఇష్టానికి వ్యతిరేకంగా నీలిమందును చేయించిందీ చక్కగా చిత్రీకరించాడు. ఇట్టి పరిస్థితిని చక్కదిద్దటానికై 1916 లో గాంధీ నాయకత్వంలో 'చంపారన్ సత్యాగ్రహం' చేపట్టేంతవరకూ నీలిమందు రైతుల ఇక్కట్లు కొనసాగాయి.

మొత్తంమీద భారతదేశ పారిశ్రామిక ప్రగతి, అతి నెమ్మదిగా, బాధాకరంగా నడచింది. ఉత్పత్తి, ఉపాధులను పరిగణిస్తే, ఇండియా ఆర్థికావసరాల దృష్ట్యా, ఇతర దేశాలు సాధించిన ఆర్థికాభివృద్ధి దృష్ట్యా, ఇది స్వల్పమైంది. 1951లో 357 మిలియన్ల దేశ జనాభాలో ఆధునిక పరిశ్రమల్లో ఉపాధి పొందినవారు కేవలం 2.3 మిలియన్లు మాత్రమే ఉండటాన్నిబట్టి, భారతదేశ స్వల్ప పారిశ్రామికీకరణ విదితమౌతుంది. నగర, గ్రామీణ చేతి పరిశ్రమల పతన క్షీణతలు 1858 తరవాత కూడా కొనసాగాయి. నిరాశ్రయులైన హస్త కళాకారుల పునరావాసానికెట్టి చర్యలు తీసికోలేదు. బ్రిటీష్ పారిశ్రామికుల ఒత్తిడి కారణంగా, భారతీయాధునిక పరిశ్రమలకు ప్రభుత్వాన్నుంచి రావలసిన అవసరమైన సహాయ ప్రోత్సాహాలు లభించకపోవటం ఎంతైనా గమనించదగింది. విదేశీ దిగుమతుల పోటీని తట్టుకునేందుకు ఎట్టి సుంకాలు విధించలేదు. భారత జాతీయోద్యమం, భారతీయ పెట్టుబడిదారీ వర్గ ఒత్తిడుల ఫలితంగా ఇట్టి విధానంలో 1920, 1930 దశకాలలో కొంత సడలింపు సంభవించినా, దేశీయ, విదేశీయ పక్షపాత వైఖరి చోటు చేసుకుంది. దేశీయులు నడిపించే సిమెంట్, ఇనుము-ఉక్కు, గాజు పరిశ్రమలకు సుంక రక్షణా కల్పన, శూన్యం లేక నామమాత్రంకాగా, విదేశీయులు నిర్వహించే అగ్గిపెట్టెలాంటి పరిశ్రమలకు కోరినంత రక్షణ కల్పించారు. భారతదేశ పారిశ్రామికాభివృద్ధి లక్షణాల్లో, తీవ్ర ప్రాంతీయ అసమగ్రతలు నెలకొన్నాయి. భారతీయ పరిశ్రమలు కొద్ది ప్రాంతాలు, నగరాల్లోనే కేంద్రీకృతమయ్యాయి. ఫలితంగా, దేశంలోని విశేష భాగాలు అభివృద్ధికి దూరమైనాయి. సామాజిక రంగంలో, ఆధునిక పారిశ్రామికీకరణ కారణంగా, పారిశ్రామిక పెట్టుబడిదారులు, కార్మికులు అనే రెండు నూతన సామాజిక వర్గాలు ఆవిర్భవించి, ప్రాముఖ్యతను సంతరించుకొన్నాయి. నూతన సామాజిక, ఆర్థిక, సాంకేతిక భావాలకు, అఖిల భారతీయ దృక్పధానికి, పారిశ్రామిక ప్రగతికి ఇవి ప్రాతినిధ్యాన్ని వహించాయి. వీరి ఆర్థిక, సామాజిక, రాజకీయ ప్రాముఖ్యత, జనాభాలోని వీరి నిష్పత్తి కంటే ఎంతో మేరకు పెరగసాగింది.

సామాజిక, సాంస్కృతిక చైతన్యం : సంస్కరణోద్యమాలు

1813 వరకు కంపెనీ ప్రభుత్వం, భారతీయుల సామాజిక, మత, సాంస్కృతిక జీవనంలో జోక్యానికి దిగలేదు. కాని, 1813 అనంతరం, దేశ సామాజిక, సాంస్కృతిక

రంగాల్లో మార్పులు తేవటానికై, చర్యలు తీసుకో ప్రారంభించింది. 18వ శతాబ్ది ద్వితీయార్ధాన్నుంచి బ్రిటన్‌లో ఆరంభమైన పారిశ్రామిక విప్లవ కారణంగా ఏర్పడ్డ నూతన అవసరాలు, భావాలే ఇట్టి విధాన పరిణామానికి దోహదమైనాయి. ఇండియాను తమ పారిశ్రామికావసరాల నిమిత్తం, ఒక పెద్ద మార్కెట్‌గా ఏర్పర్చుకోటానికై, శాంతి నిర్వహణతోబాటు, భారతీయ సామాజిక పరిణామాధునీకరణను గూడా, చేపట్టారు. బ్రిటీష్ పాలనా ప్రభావంగా, పాశ్చాత్య రాజకీయ, వైజ్ఞానిక, సామాజిక భావాలు, భారతదేశంలో ప్రసరించాయి. ఐరోపాలో ఫ్రెంచి, అమెరికా విప్లవాల నుంచి ప్రచారంలోకి వచ్చిన ప్రజాస్వామ్యం, ప్రజల సార్వభౌమాధికారం, మానవతా వాదం, హేతువాదం లాంటి భావాలు, భారతీయుల్లో వ్యాప్తి కాసాగాయి. హేతువు, శాస్త్రీయ విజ్ఞానంలో నమ్మకం, మానవుని ప్రేమించటం, ప్రగతికై మానవుని శక్తిమీద విశ్వాసం అనే మూడు లక్షణాలు ఇట్టి భావోద్యమానికి ప్రధానంగా చెంది ఉన్నాయి.

పాశ్చాత్య సంస్కృతీ ప్రభావ కారణంగా భారతీయుల్లో నూతన సామాజిక, సాంస్కృతిక చైతన్యం ఆవిర్భవించింది. ఫలితంగా, తమ సాంఘికాచారాలు, ఆర్థిక స్థితిగతులు, పాలనా యంత్రాంగంపై దృష్టిని నిల్పి, వీటిలోని లోపాలను సరిదిద్దుకొని, వీటిని పటిష్ఠమైనవిగా చేసుకోవాలనే ఆసక్తి, తపన, వీరిలో చోటుచేసుకున్నాయి. ఇట్టి మేధోవికాస కారణంగా, బ్రిటీష్ వారి పాలనా విధానం, సామాజికార్థిక వ్యవస్థల పనితీరును, తార్కిక దృష్టితో మదింపు చేయసాగారు. 19వ శతాబ్దినుంచి ఆధునిక భారతావనిలో ఝంఝామారుతంలా మొదలైన సంస్కరణోద్యమాల ప్రగతి సాఫల్యతలకు, ప్రభుత్వ విధానాలు మత ప్రచారక సంస్థ- కార్యకలాపాలు, భారతదేశ మధ్య తరగతి మేధావి సంస్కర్తల్లో అకుంఠిత కృషి, రూపకల్పనలు, ప్రధానంగా దోహదమైనాయి.

బ్రిటీష్ ప్రభుత్వ సామాజిక, సాంస్కృతిక విధానాలు : పాశ్చాత్య విద్యా విధానం

భారతీయ సామాజిక సంస్కరణకై బ్రిటీష్ ప్రభుత్వం స్వల్ప యత్నాలను మాత్రమే చేపట్టింది. వాటి ప్రభావ ఫలితాలు కూడా అంతంత మాత్రంగానే ఉన్నాయి. ప్రభుత్వం సాధించిన గొప్ప కార్యంగా, 1829లో విలియం బెంటింగ్ ప్రవేశపెట్టిన సతి (Sati) నిషేధ చట్టాన్ని పేర్కోవచ్చు. భర్త శవంతోబాటు భార్యను కూడా చితిపై సజీవ దహనం చేసే క్రూర, అమానుష సాంఘిక దురాచారం విశేషంగా ప్రబలిన రోజులవి. దీని కారణంగా ఒక్క బెంగాల్‌లోనే 1815-18ల మధ్య, 800 మంది అభాగినులు అహుతైనారు. మధ్య యుగంలో అక్బర్, ఔరంగజేబ్‌లు, ఆధునిక యుగంలో పీష్వాలు, జైపూర్ రాజా జైసింగ్‌లు, ఈ దురాచార నిర్మూలనకై చేసిన ప్రయత్నాలు సాఫల్యత నొందలేదు. బెంటింగ్‌కు ముందు గల బ్రిటీష్ పాలకులు, భారతీయ సాంప్రదాయ శక్తుల ఆగ్రహ వ్యతిరేకతల నెదుర్కొనే సాహసానికి పూనుకోలేదు. అయితే, రాజారామ్మోహనరాయ్ లాంటి భారతీయ మేధావి వర్గం, క్రైస్తవ ప్రచారకులు, సతీ సహగమన నిర్మూలనకై నిరంతరాందోళన చేయసాగారు. దీని నండగా తీసికొని, సంస్కరణవాది, ధైర్యశాలైన విలియం బెంటింగ్

గవర్నర్ జనరల్ చట్టరీత్యా సతీ ఆచారాన్ని నిషేధించి, ప్రశంసా పాత్రుడయ్యాడు.

స్త్రీ శిశు హత్య అనే మరో సాంఘిక దురాచారం కొన్ని రసపుత్ర తెగలు, ఇతర కులాల్లో ప్రబలి ఉండేది. యుద్ధాల్లో చాలామంది యువకులు మృతి చెందటం చేత వరుల కొరత ఏర్పడ్డం, నిస్సారమైన ప్రాంతాల్లో జీవనోపాధికై గల ఇబ్బందులు, దీనికి హేతుకాలైనాయి. పశ్చిమ, మధ్య భారతం లోని కొన్ని భాగాల్లో తీవ్రరూపం దాల్చిన వరకట్న దుష్టాచారం, స్త్రీ శిశు హత్యలకు కారణభూతమైంది. 1795, 1802 ల్లో దీన్ని నిషేధిస్తూ ఆజ్ఞలు జారీ చేసినప్పటికీ, వీటిని గట్టిగా అమలు చేసింది బెంటింగ్, హార్డింజ్‌లే. గోండ్ ఆదిమ తెగలోనున్న మరో క్రూరాచారమైన మానవ బలులను, హార్డింజ్ గవర్నర్ జనరల్ అణచి వేశాడు. ఈశ్వరచంద్ర విద్యాసాగర్, ఇతర సంస్కర్తల ఆందోళనా ఫలితంగా, కంపెనీ ప్రభుత్వం 1856లో హిందూ వితంతు పునర్వివాహ చట్టాన్ని కూడా చేసింది. అయితే, దీని సత్వర ఫలితాలు అంతగా లేవు.

ప్రభుత్వం ప్రవేశపెట్టిన ఈ సంస్కరణలన్నీ భారతీయ సామాజిక విధాన అంచులను మాత్రమే తాకాయి. ప్రజా బాహుళ్య జీవనాన్ని ప్రభావితం చేయలేదు. విదేశీ ప్రభుత్వ పరిమితులు ఈ రంగంలో గోచరిస్తున్నాయి.

అయితే, ఆధునిక, పాశ్చాత్య విద్యా విధానాన్ని ప్రవేశపెట్టి, తద్వారా భారతీయుల వైజ్ఞానిక సాంస్కృతిక జీవితంలో విప్లవాత్మక పరిణామాన్ని తీసుకురావటంలో బ్రిటిష్ పాలకులు గొప్ప విజయాన్ని సాధించారు. అయితే, ఈ రంగాల్లో ప్రభుత్వ చర్యలకు క్రైస్తవ మత ప్రచారకుల కార్యకలాపాలు, మధ్య తరగతి మేధావుల గట్టి విన్నపాలు, నాంది క్రియలైనాయి.

క్రైస్తవ మత ప్రచారకుల కార్యకలాపాలు

పాశ్చాత్య వర్తక కంపెనీ స్థావరాలతోబాటు, ఆయా దేశాలకు చెందిన మత ప్రచారకులు క్రైస్తవ మత వ్యాప్తికై పూనుకొన్నారు. అయితే, ఈ కార్యక్రమాన్ని వీరు పరోక్షంగా విద్యా బోధన, వైద్య సదుపాయాల నందించడం లాంటి సేవా కార్యక్రమాల ద్వారా చేపట్టారు. ఆవిధంగా, భారతదేశంలో పాశ్చాత్య విద్యావిధానం, ఆంగ్ల భాషా బోధన ప్రవేశపెట్టిన ఘనత వీరికి దక్కింది. ఇట్టి ప్రచారకుల్లో మార్గదర్శి లాంటివాడు విలియం కేరి. 1818లో బెంగాల్‌లో సెరంపూర్ కళాశాలను స్థాపించాడు. ఇదేవిధంగా, 1830 లో స్కాట్‌లాండ్ దేశస్థుడైన అలెగ్జాండర్ డఫ్ సంస్కరణోద్యమ పితామహుడైన రాజా రామ్మోహనరాయ్ సహకారంతో స్థాపించిన పాఠశాలే నేటి స్కాటిష్ చర్చి కళాశాలగా రూపొందింది. ఆంగ్ల భాషలో విద్యా బోధన జరగాలని 1835లో కంపెనీ ప్రభుత్వం తీసుకున్న నిర్ణయం క్రైస్తవ మత ప్రచారకుల విద్యా వ్యాప్తి కృషికి నూతన ప్రేరణ నిచ్చింది. ఫలితంగా, మద్రాస్‌లోని క్రిస్టియన్ కళాశాల, బొంబాయిలోని విల్సన్ కళాశాల, కలకత్తాలోని సెయింట్ జేవియర్ కళాశాల, ఆగ్రాలోని సెయింట్ జాన్ కళాశాల,

అలహాబాద్‌లోని యంగ్ క్రిస్టియన్ కళాశాల, మథుర లోని అమెరికన్ కళాశాల, అనేక తరాల భారతీయులను, పాశ్చాత్య ఉన్నత విద్యావంతులుగా చేయడంలో ముఖ్యపాత్రను నిర్వహిస్తూ వచ్చాయి.

మత ప్రచారకులు బైబిల్‌ను భారతీయ భాషల్లోకి అనువదించాలనే ప్రయత్నాలు చేసిన కారణంగా, పలు భారతీయ భాషలు అభివృద్ధి చెందాయి. ఫాదర్ థామస్ స్టీవెన్స్ 1615లోనే భారతీయ క్రైస్తవుల కోసం, కొంకణి మాండలికంలో 'క్రీస్తు పురాణం'ను రచించాడు. బైబిల్ అనువాదంలో, విలియం కేరీ మార్గదర్శకుడిగా పేరొందాడు. భారతీయ సంస్కృతి, తత్వశాస్త్రం, న్యాయశాస్త్ర సంబంధమైన సంస్కృత గ్రంథాలను ఆంగ్లంలో కనువదించి, ఇవి వెలుగులోకి రావడానికి క్రైస్తవ మత ప్రచారకులు, ఆంగ్లేయాధికారులు తోడ్పడ్డారు. 1785లో ఛార్లెస్ విమెన్స్ 'భగవద్గీత'ను ఆంగ్లంలోకనువదించి, ప్రచురించాడు. ఆసియా సంఘ స్థాపకుడైన సర్ విలియమ్ జోన్స్ 'మనుస్మృతి'ని ప్రఖ్యాత కాళిదాసు విరచితమైన 'శాకుంతల' నాటకాన్ని ఆంగ్లంలో కనువదించి గొప్ప సేవను చేశాడు.

మధ్య తరగతి మేధావివర్గ సలహా సహకారాలు

భారతదేశంలో ఆంగ్ల భాషలో పాశ్చాత్య శాస్త్రాలు, సాహిత్యం, సామాజిక శాస్త్రాల బోధనావశ్యకతను, రాజా రామ్మోహనరాయ్ లాంటి ఉన్నత, మధ్య తరగతులకు చెందిన మేధావులు గట్టిగా నొక్కి చెప్పారు. భారతీయుల్లో ఆధునీకరణ, విజ్ఞాన శాస్త్ర ప్రగతి, సామాజిక-సాంస్కృతిక చైతన్యాన్ని సాధించటానికి పాశ్చాత్య విద్యనే ప్రవేశపెట్టాలని వీరు కంపెనీ ప్రభుత్వంపై తీవ్ర ఒత్తిడిని చేసారు. ప్రభుత్వం గూడా దాని పరిపాలనావసారాల నిమిత్తం, దీని ఆవశ్యకతను గుర్తించింది. గుమస్తాలు, తదితర క్రిందిస్థాయి పదవులను నిర్వహించేందుకై భారతీయులను నియోగించాల్సొచ్చింది. ఫలితంగా, వీరికి ఆంగ్ల భాషను, పాశ్చాత్య సామాజిక, పాలనా శాస్త్రాలను, విధానాలను బోధించడమైంది. భారతీయుల పాలనా, వ్యాపార సేవలను, పాశ్చాత్యులకంటే తక్కువ వేతనాలపై పొందే అవకాశంకూడా, బ్రిటీష్ ప్రభుత్వ ఈ విధానాన్ని ప్రభావపర్చింది.

క్రైస్తవ మత ప్రచారకులు చేసిన ప్రారంభ కృషిని, మధ్య తరగతి మేధావుల ఒత్తిడి, విన్నపాలను, వీటికంటే బలీయమైన బ్రిటీష్ ప్రభుత్వాధికార పటిష్ఠతా ప్రయోజనాలు దోహదకారులు కాగా, సంస్కరణవాదైన గవర్నర్ జనరల్ విలియం బెంటింగ్ 1835 ఫిబ్రవరిలో అధికారికంగా ఆంగ్ల భాష, పాశ్చాత్య విద్యా బోధనలకు అంకురార్పణ చేశాడు. ఈ ఉద్యమం శీఘ్రగతిని వేగాన్ని పుంజుకుంది. 1857 నాటికి కలకత్తా, బొంబాయి, మదరాసుల్లో వైద్య కళాశాలలు, విశ్వ విద్యాలయాలు, రూర్కిలో ఇంజనీరింగ్ కళాశాల స్థాపించడం జరిగింది. ప్రాథమిక స్థాయి నుంచి విశ్వవిద్యాలయ స్థాయి వరకు గల విద్యా సంస్థల స్వరూప స్వభావాలు, 1854 నాటి ఛార్లెస్ ఉడ్ డిస్పాచ్ (Charles Wood's Despatch) ద్వారా నిర్దిష్టం చేశారు. ప్రతి రాష్ట్రంలోను విద్యా విషయాల పర్యవేక్షణా నిర్వహణలకై పబ్లిక్ ఇన్‌స్ట్రక్షన్ శాఖలు (Departments of Public Instruction) ఏర్పాటు

చేశారు. ఈ నూతన విద్యా విధాన ప్రభావ ఫలితాలు సామాజిక, సాంస్కృతిక రాజకీయ రంగాల్లో స్పష్టంగా, పటిష్ఠంగా గోచరించాయి.

సాంఘిక, మత సంస్కరణోద్యమాలు : చైతన్య, జాగరణల ప్రభంజనం

బ్రిటీష్ పాలన, పాశ్చాత్య విద్యా విధానం, క్రైస్తవ మత ప్రచారకుల కార్య కలాపాలు, రవాణా, వార్తా ప్రసార సౌకర్యాల విప్లవాత్మకాభివృద్ధి కారణంగా, 19వ శతాబ్ది ప్రథమ, ద్వితీయార్థాల్లో, భారతీయుల్లో నూతన చైతన్యం, జాగరణలుద్భవించినట్లుగా తెలుసుకున్నాం. హేతువాదం, మానవతా వాదం, శాస్త్రీయ విజ్ఞానం, ప్రజాస్వామ్యం, జాతీయత, స్వేచ్ఛ సమానత్వ భావాల చేత గాఢంగా ప్రభావితులైనారు. సామాజిక, మత రంగాల్లో దేశస్థులను శతాబ్దాల తరబడి పట్టిపీడిస్తూ, వారి ఐక్యతా ప్రగతులకు గొడ్డలిపెట్టుగా పరిణమించిన అంటరానితనం, స్త్రీలపట్ల అసమానత, విగ్రహారాధన, బహు దేవతారాధన, క్రతు కర్మకాండలతో కూడిన పలు మూఢాచారాలు, వీరిని కలచివేసాయి. దేశ రాజకీయ, ఆర్థిక, సామాజిక ప్రగతికై ఇట్టి లోపాలు, దురాచారాల నిర్మూలనకై, పలు మేధావులు, సంస్కరణవాదులు, జాతీయ వాదులు, దేశభక్తిపరులు, సామాజిక సంస్థలు, మత శాఖలను స్థాపించి, విశాల ప్రభావ సమన్వితమైన ఉద్యమాలను నడిపించారు.

19వ శతాబ్ది సాంస్కృతిక పునరుజ్జీవనానికి పితామహుడులాంటివాడు రాజా రామ్మోహన్ రాయ్. 1772లో బెంగాల్లో ఒక సంపన్న బ్రాహ్మణ, జమీందారీ కుటుంబంలో జన్మించిన ఈతడు యౌవనం నుంచే గొప్ప హేతువాది, మానవతావాదిగా రూపొందాడు. భారతీయ సామాజిక, ఆర్థిక, రాజకీయ పురోభివృద్ధికై, పాశ్చాత్య విద్యా విధానం, ఆంగ్ల భాషా బోధనలు ఎంతైనా అవసరమని గుర్తించి, వీటి ప్రారంభానికి ఈయన కృషి చేయడం తెలుసుకున్నాం. 1828 ఆగస్ట్‌లో బ్రహ్మసమాజాన్ని స్థాపించి, దీనిద్వారా హైందవ మత లోపాలు, అరిష్టాలైన బహు దేవతారాధన, విగ్రహారాధన, సతి, బహు భార్యాత్వం, వితంతు పునర్వివాహ నిషేధాల నిర్మూలనకై, 1833లో తాను మరణించేటంతవరకు కూడా నిరంతర పోరును సాగించాడు. 1829లో చేసిన సతి నిషేధ చట్టానికి, రామ్మోహన్ రాయ్ కృషి ఎంతైనా దోహదమైనట్లుగా గమనించాం. దేవేంద్రనాథ టాగోర్, ఈశ్వర చంద్ర విద్యాసాగర్, కేశవ చంద్రసేన్‌లు బెంగాల్లో రాజా రామ్మోహన రాయ్ కృషిని కొనసాగించారు. 1820లో ఒక బీద కుటుంబంలో జన్మించిన విద్యాసాగర్ మహాశయుడు, వితంతు పునర్వివాహ ప్రోత్సాహం, బాల్య వివాహాలు, బహు భార్యాత్వ రద్దు, స్త్రీ విద్యా వ్యాప్తికై ప్రశంసనీయమైన కృషిని సల్పాడు. ఫలితంగా అనేక బాలికా పాఠశాలల స్థాపనతో బాటు, 1856లో ప్రభుత్వం వితంతు పునర్వివాహాన్ని అనుమతిస్తూ చట్టాన్ని చేసింది. 19వ శతాబ్ది మధ్య భాగానికి బ్రహ్మ సమాజంలో చీలికలేర్పడి ప్రాబల్యాన్ని కోల్పోయినా సామాజిక, సాంస్కృతిక, మత, రాజకీయ రంగాల్లో దీని ముద్ర చెరగనిదైంది.

బ్రహ్మ సమాజం చేత ప్రభావితమై, మహారాష్ట్ర ప్రాంతంలో 'పరమహన్స్ మండలి' (Paramahans Mandali), 'ప్రార్థనా సమాజ్' అనే సంస్థలు, 1840 నుంచి వెలిశాయి.

గోపాల్ హరి దేశ్‌ముఖ్, ఆర్.జి. భండార్కర్, మహాదేవ్ గోవింద్ రెనడేలు వాటికి సంబంధించి గొప్ప కృషి చేశారు. మత, సామాజిక సమానత్వం, ఏకేశ్వరోపాసనను వీరు బోధించారు. ప్రార్థనా సమాజ కార్యక్రమాలు దక్షిణ భారతానికి కూడా వ్యాపించాయి. ఇక్కడ, ఆంధ్ర దేశానికి చెందిన కందుకూరి వీరేశలింగం పంతులు 19వ శతాబ్ది ద్వితీయార్థంలో స్త్రీ జనోద్ధరణకై విశేషంగా కృషి చేశారు. నాటి సామాజిక దురాచారాలైన బాల్య వివాహాలు, వేశ్యాలోలత్వ నిర్మూలన, వితంతు పునర్వివాహాల ప్రోత్సాహానికై ఈయన స్త్రీ విద్యా వ్యాప్తిని చేపట్టాడు. 'వివేక వర్ధిని' అనే పత్రికను, 'హితకారిణీ ధర్మకర్తృత్వ సంస్థ'ను, వితంతు గృహాలు, అనాథ శరణాలయాలు, పాఠశాలలను తన కార్యక్రమ నిర్వహణకై వీరేశలింగం నెలకొల్పి నడిపించాడు.

బెంగాల్లోనే ఒక బీద పురోహిత కుటుంబంలో జన్మించి, పాశ్చాత్య సంస్కృతి ప్రభావం లేకుండా, భారతీయ సాంస్కృతిక పునరుజ్జీవనానికి కృషి చేసినవాడు శ్రీ రామకృష్ణ పరమహంస. 1836లో జన్మించిన ఈతడు తన 16వ ఏట కలకత్తాలోని దక్షిణేశ్వర కాళికాలయంలో పూజారిగా నియుక్తుడై, 12 సంవత్సరాలు కఠోర తపస్సాచరించి, భగవత్ సాక్షాత్కారాన్ని పొందిన మహనీయుడు. ప్రపంచంలోని భిన్నమతాలు భగవంతుని చేరడానికేర్పాటైన భిన్న మార్గాలని, ప్రతి వ్యక్తిలోను భగవంతుడుండుట వల్ల మానవసేవే మాధవసేవని చాటాడు. అహంకారపు తెరను తొలగించుకొని, నిస్వార్థ, నిష్కల్మష భక్తితో ధ్యానించిన యెడల భగవత్ సాక్షాత్కారం లభించగలదని ఈయన ప్రబోధించాడు. శ్రీ రామకృష్ణుని సహజ నిరాడంబరత, పవిత్రత, బోధనా పటిమ కారణంగా పలువురు యువకులు ఈయన శిష్యులుగా ఆకర్షితులయ్యారు. ఇట్టి వారిలో ప్రసిద్ధుడు, స్వామి వివేకానందుడు.

బెంగాల్‌లోనే ఒక కాయస్థ న్యాయవాద కుటుంబంలో 1863లో జన్మించి, భారతీయ వేదాంత తత్వ విశిష్టతను పాశ్చాత్య దేశాల్లో ప్రథమంగా చాటి, భారతదేశంలో మతం, సామాజిక జీవనం మధ్య చక్కని సయోధ్య, సంబంధాలను రూపకల్పన చేసినవాడు స్వామి వివేకానందుడు. ప్రాచీన భారతీయ సంస్కృతీ ఔన్నత్యాన్నుంచి స్ఫూర్తిని పొంది, ఆత్మ విశ్వాసాన్ని పెంపొందించుకొని, స్వయంకృషితో భారతీయ యువత వ్యక్తిగత, సామాజిక సంక్షేమానికై పాటుపడాలని ఈయన ప్రేరణ నిచ్చాడు. జ్ఞాన మార్గంతోబాటు భక్తి మార్గానిక్కూడా ఈయన ప్రాధాన్యతనిచ్చాడు. విద్యావంతులు, ఆకలి, అజ్ఞానాలతో అలమటిస్తున్న అశేష సోదర భారతీయుల బాధోపశమనానికి ప్రయత్నించనివారంతా వివేకానందుని దృష్టిలో దేశద్రోహులు. దేశభక్తి, దేశాభిమానం, సర్వ మత సోదర భావాన్ని, దేశీయుల్లో పెంపొందించ ప్రయత్నించాడు. 'మన మాతృభూమికి ఆశ - హిందూ మహమ్మదీయ ఐక్యత'ని 1898లో ఎలుగెత్తి చాటాడు. అయితే కుల విధానం, అస్పృశ్యత, మూఢాచారాలపై వివేకానందుడు వ్యతిరేక ధ్వజమెత్తాడు. సామాజిక శ్రేయస్సు, ప్రగతిలకై, హైందవ మతం తోడ్పడే లక్ష్యంతో, 1896లో బేలూరు వద్ద రామకృష్ణ మఠం అనే సంస్థ తొలి శాఖను స్థాపించాడు. దేశ, విదేశాల్లో, మత జీవనంతోబాటు, విద్యా సంస్థలు, వైద్యాలయాలు, అనాథ శరణాలయాలు, గ్రంథాలయాల నిర్వహణ, కరువు,

వరద సహాయక కార్యక్రమాలను చేపట్టా, ఈ మఠాలు నాటినుంచి నేటివరకూ, వివేకానందుని నిత్య నూతన సంస్కరణ, చైతన్యాత్మకు ప్రతీకలుగా నిల్చాయి.

బ్రహ్మ సమాజం, ప్రార్థనా సమాజం, రామకృష్ణ మఠానికి చెందిన సంస్కర్తలు పాశ్చాత్య సంస్కృతీ ప్రభావితులు కాగా, ఆర్య సమాజం, దివ్యజ్ఞాన సమాజం (Theosophical Society) కు చెందిన ప్రవచకులు, తత్వవేత్తలు, ప్రాచీన భారతీయ సాహిత్యమైన వేదాలు, ఉపనిషత్తుల చేత ప్రభావితులగుట గమనించదగ్గ పరిణామం. అయితే, సామాజిక, మత సంస్కరణ మాత్రం అందరి ధ్యేయంగా నిల్చింది. 1875లో స్వామి దయానంద సరస్వతి (1824-1883) చేత స్థాపితమైన ఆర్య సమాజం, వేదాలను ప్రమాణంగా తీసికొని, విగ్రహారాధన, కర్మకాండ, మత గురువులు లేక బ్రాహ్మణుల పెత్తనాన్ని తిరస్కరించింది. ప్రాపంచిక జీవితంలో మానవ సమస్యల పరిష్కారం, పాశ్చాత్య విజ్ఞాన శాస్త్రాల అధ్యయనం, సామాజిక సంస్కరణల్లో భాగంగా స్త్రీ జనోద్ధరణ, స్త్రీ విద్యా వ్యాప్తి, అంటరానితన నిర్మూలన, సామాజిక ఐక్యత, పటిష్ఠతలు, ఆర్య సమాజీయులను ఆకర్షించసాగాయి. ఒక భాష, ఒక మతం, ఒక లక్ష్యం ద్వారానే దేశాభివృద్ధి జరుగుతుందని దయానందుడు విశ్వసించాడు. అయితే హైందవులు ఇతర మతాల్లోనికి ప్రవేశించటాన్ని పూర్తిగా నిరోధించ ప్రయత్నించినందున తీవ్ర మతతత్వం ఉత్పన్నమై, హిందూ మహమ్మదీయ ఐక్యతను దెబ్బతీయసాగింది.

దివ్యజ్ఞాన సమాజ స్థాపకులైన మేడమ్ హెచ్.పి. బ్లావట్స్కీ, కల్నల్ హెచ్.యస్. ఓల్కాట్‌లు అమెరికన్ దేశస్థులైనప్పటికీ, 1875లో న్యూయార్క్‌లో వీరి సమాజ స్థాపనా కార్యక్రమానికి, భారతీయ ధార్మిక తత్వ బోధనల చేత ప్రభావితులై, హైందవ మత పునరుద్ధరణ, పటిష్ఠత, భారతీయ సామాజిక చైతన్య కృషిలో పాలుపంచుకొనుట ప్రత్యేకంగా గమనార్హం. అన్ని మతాల మూలం ఒకటేననియు, మోక్ష సాధనలో ఇవి అన్నీ తోడ్పడతాయని, వైయుక్తిక మోక్షానికంటే మానవాళి మోక్షానికి - అజ్ఞానం, దారిద్ర్యం, పతనాల నుంచి రక్షణ - స్త్రీ పురుషులందరూ సంఘీ భావంతో కృషి చేయాలనీ, కర్మ, పునర్జన్మ, ఆత్మ సిద్ధాంతం, భగవంతుని ఉనికిని వీరు విశ్వసించారు. 1879లో భారతదేశంలో అడుగిడిన వీరు, 1886లో మద్రాస్ సమీపంలోని అడయార్ వద్ద సమాజ కేంద్ర కార్యాలయాన్ని స్థాపించి, శీఘ్రగతిన వ్యాపించారు. 1893లో శ్రీమతి అనిబిసెంట్ సమాజ నాయకత్వాన్ని చేపట్టడంవల్ల, దీని కార్యక్రమాలు, ప్రభావం, దేశం నలుమూలలకు ప్రాకాయి. బాల్య వివాహాల నిరోధానికి, విద్యా వ్యాప్తికై ఈమె ప్రధానంగా పాటుపడింది. బెనారస్‌లో ఈమె నాడు ప్రారంభించిన కేంద్రీయ హిందూ పాఠశాల, తదనంతరం పండిత మదన మోహన మాలవ్య సారధ్యంలో నేటి సుప్రసిద్ధ బెనారస్ హిందూ విశ్వ విద్యాలయంగా రూపొందింది. భారతీయులు కోల్పోయిన ఆత్మ విశ్వాసాన్ని, ప్రాచీన సంస్కృతీ వైభవ స్మృతుల పునరుద్ధరణతో దివ్యజ్ఞాన సమాజ కృషి కడు ప్రశంసాత్మకంగా ఉంది.

సమకాలీన భారతదేశంలో హైందవులతోబాటు, మహమ్మదీయులు, పార్సీలు, శిక్కుల్లో గూడా, మత, సామాజిక సంస్కరణోద్యమాలు చెలరేగాయి. సాంప్రదాయికత,

మూఢాచార పరాయణత్వం, పాశ్చాత్య వ్యతిరేకత ప్రబలిన 19వ శతాబ్ది, మహమ్మదీయుల్లో 1863లో కలకత్తాలో మహమ్మదీయ సారస్వత సంఘ స్థాపనతో మార్పు రాసాగింది. మత, సామాజిక, రాజకీయ సమస్యలను చర్చించే విషయంలో ఆధునిక భావాలను దృష్టిలో ఉంచుకొనడం, పాశ్చాత్య విద్య నభ్యసించేందుకై ఉన్నత, మధ్య తరగతి ముస్లిమ్‌లను ప్రోత్సహించే కార్యక్రమాన్ని సంఘం చేపట్టింది. ఈ లక్ష్యాల సాధనకే, సర్ సయ్యద్ అహమద్ ఖాన్ (1817-1898) అలీఘర్ ఉద్యమాన్ని ప్రారంభించాడు. భారతదేశంలో మహమ్మదీయులకు పాశ్చాత్య విద్యను, ఆధునిక భావాల నందించే ప్రధాన విద్యా సంస్థగా 1875లో మహమ్మదీయ ఆంగ్లో-ఓరియంటల్ కళాశాలను స్థాపించాడు. బ్రిటీష్ ప్రభుత్వ మద్దతు కూడా ఈ సంస్థకు లభించసాగాయి. ఇది శీఘ్రగతిని పుంజుకుంటూ, 1890 నాటికి అలీఘర్ విశ్వ విద్యాలయంగా రూపొందటం, ప్రశంసాత్మకమైంది. సామాజికంగా, బహు భార్యాత్వాన్ని, ఘోషా పద్ధతిని, విడాకులను ఖండిస్తూ, స్త్రీలు కూడా పాశ్చాత్య విద్య నభ్యసించాలని, ఈ ఉద్యమకారులు కార్యోన్ముఖులైనారు. ఆధునిక ఉదారవాద సంస్కృతితో ఇస్లాంను సమన్వయ పర్చడానికి, అలీఘర్ ఉద్యమం ప్రయత్నించింది. అయితే, జాతీయోద్యమానికి కాంగ్రెస్ నాయకత్వాన్ని సమర్థించడంలో వీరు కొన్ని అపోహలు, అనుమానాలకు తావివ్వడంతో, ముస్లిం మతతత్వ వేర్పాటువాదం ఏర్పడి, 1906 నుంచి బలం పుంజుకోసాగటం కడు దురదృష్టకరం.

బొంబాయిలోని పార్సీల్లో 1850 తరవాత, మత, సామాజిక సంస్కరణోద్యమం మొదలైంది. దీనిలో భాగంగా 1851లో 'రెహ్నుమాయి మజ్ దయాసన్ సభ' స్థాపించారు. జొరాస్ట్రియన్ మత ప్రాచీన పవిత్రతా పునరుద్ధరణ, మత ఛాందస వ్యతిరేకత, స్త్రీ విద్య, వివాహం, సామాజిక అంతస్థులకు సంబంధించి, పార్సీ సాంఘికాచారాల ఆధునీకరణను ఈ సభ చేపట్టింది. ఈ సంస్కరణల సాధనకై 'రస్త్ గఫ్తర్' అనే వార పత్రిక కూడా నిర్వహించబడింది. నౌరోజీ ఫర్దొంజి, దాదాభాయ్ నౌరోజీ, యస్.యస్. బెంగాలీలు ప్రముఖ పార్సీ సంస్కర్తలుగా కృషి సల్పారు. మలబారీ అనే పార్సీ నాయకుడు స్త్రీలకు, పిల్లలకు అభివృద్ధి కార్యక్రమాల నిర్వహణకై 'సేవా సదన్'ను ప్రారంభించాడు. క్రమంగా, పాశ్చాత్య సభ్యతను అలవర్చుకోటంలో భారతీయ సమాజంలో పార్సీలు అగ్రగామిగా ఏర్పడ్డారు.

1890లో అమృత్‌సర్‌లో ఖాల్సా కళాశాల స్థాపనతో శిక్కుల్లో మత సంస్కరణోద్యమం మొదలైంది. అవినీతిపరులు, స్వార్థపరులైన మహంత్‌లను, గురుద్వారాల నిర్వహణనుంచి తొలగించటానికి "శిరోమణి గురుద్వార ప్రబంధక కమిటీ" ఏర్పాటు చేయబడింది. అయితే, పంజాబ్‌లో 1920 తరవాత అకాలీ ఉద్యమం ప్రజ్వరిల్లిన తరవాతే, మత సంస్కరణ కార్యక్రమం ఊపు అందుకుంది. గురుద్వారాల యాజమాన్యాన్ని ప్రక్షాళన చెయ్యాలనేదే అకాలీల ప్రధానాశయమైంది.

పైనుదహరించిన సామాజిక, మత సంస్కరణోద్యమాలు ప్రధానంగా హేతువాదం, మానవతా వాదాలమీద ఆధారపడ్డాయి. అయితే భక్తి, ప్రాచీన మత విశ్వాసాల పునరుద్ధరణను

ప్రబోధించిన ఉద్యమాలు లేకపోలేదు. అయినప్పటికీ, ఆధునిక ప్రపంచంలో నెలకొన్న విజ్ఞాన శాస్త్ర, సామాజిక భావాల ప్రగతిని గమనించి, భారతీయ మత, సామాజిక పరిస్థితుల్లో తదనుగుణ మార్పులు రావాలనే సార్వత్రిక కాంక్ష వ్యక్తమైంది. గుడ్డి పాశ్చాత్య అనుకరణ నిరసించడం జరిగింది. ఫలితంగా, భారతీయుల్లో ఆత్మవిశ్వాస గౌరవాలు ఇనుమడించాయి. ఈ ఉద్యమాలకు సంబంధించిన రెండు లోపాలు కూడా ప్రస్ఫుటమయ్యాయి. మొదటగా దేశ జనాభాలో కొద్ది శాతమైన పట్టణ మధ్య తరగతి, ఉన్నత వర్గాల వారికి మాత్రమే సంస్కరణోద్యమాల ప్రభావం సోకింది. వీరి అభిరుచులు, అభిప్రాయాలనే ఇవి ప్రతిబింబించాయి. అధిక సంఖ్యాకులైన కర్షక, కార్మిక, బీద ప్రజానీకంపై ప్రభావం ప్రసరించలేదు. రెండోదిగా, ప్రాచీన భారతీయ వైభవానికి అత్యంత ప్రాధాన్యతనిస్తూ, నాటి సామాజిక విధాన లోపాలు, మధ్యయుగ పరిణామాలను పరిగణించకపోవడం తటస్థించింది. ఫలితంగా దేశీయుల్లో మత, సామాజిక విభేదాలు పొడసూపి, జాతీయ సమైక్యతకు భంగకరంగా పరిణమించాయి. ఆధునిక యుగంలో భారతీయులు తమ మత, సామాజిక విధానాల్లోని లోపాలను గుర్తించి, సరిదిద్దుకోడానికి కూడా సంస్కర్తల, ఉద్యమకారుల ఈ అసమగ్ర దృక్పథం ప్రతిబంధకంగా నిల్చింది.

కంపెనీ పాలనపట్ల అసంతృప్తి, ద్వేషం : 1857 తిరుగుబాటు

ప్లాసీ యుద్ధం బ్రిటీష్ అధికార స్థాపనకు నాంది పలికితే, సరిగ్గా శతాబ్ది అనంతరం సంభవించిన 1857 విప్లవం, అట్టి అధికార విఘాతానికి దేశవ్యాప్త మంగళం పాడింది. ఈ శతాబ్ది కాలంలో, ఒకవైపు ఆంగ్లేయ సామ్రాజ్యం దేశం నలుదిశల విస్తరిస్తూంటే, మరోవైపు కంపెనీ పాలన, విధానాల పట్ల ఖిన్న ప్రజలు, భారతీయుల్లో అసంతృప్తి, ద్వేషం వృద్ధి కాసాగాయి. 1856 నాటికి ఇవి తారాస్థాయి నందుకొని తూటాల వ్యవహారంతో తిరుగుబాటుగా పరిణమించాయి. 1804లో చిత్తూరు పాళెగార్ల పన్ను వ్యతిరేక తిరుగుబాటు, 1806లో వెల్లూర్‌లో సైనిక తిరుగుబాటు, 1816ల నాటి బరేలి తిరుగుబాటు, 1846 నాటి కోయిలకుంట నరసింహారెడ్డి తిరుగుబాటు, 1855లో సంభవించిన సంతాల్ తిరుగుబాటు, మధ్యకాల సంకేతాలుగా నిల్చాయి.

తిరుగుబాటు కారణాలు

కంపెనీ పాలనపట్ల ప్రజలు అసంతృప్తి, అనుమాన, ద్వేషాగ్రహాలు, ఆర్థిక, సామాజిక, రాజకీయ, మత, సైనిక రంగాల్లో వ్యక్తమయ్యాయి. తిరుగుబాటుకు ఇవన్నీ దోహదమయ్యాయి. అయితే, వేటి ప్రాధాన్యత వాటికే ఉంది.

ఆర్థిక దోపిడీ, అసంతృప్తి

మాతృదేశ స్వప్రయోజనాల నుద్దేశించి, పథకం ప్రకారం ఆంగ్లేయ కంపెనీ అధికారులు, అధినేతలు, గావించిన భారతదేశ ఆర్థిక దోపిడీ, సంప్రదాయ ఆర్థిక వ్యవస్థా విచ్ఛిన్నతలు

బహుళ ప్రజానీక అసంతృప్తి, వ్యతిరేకతలకు దోహదకాలైనాయి. బ్రిటీష్ పరిశ్రమలు, ప్రజల అవసర నిమిత్తం కావల్సిన పత్తి, నీలిమందు, కాఫీ, తేయాకు, పంచదార లాంటి వస్తువుల ఉత్పత్తికే, భారతీయ వ్యవసాయిక వనరులు, విధానాలను రూపొందించారు. దీనికితోడు, ప్రభుత్వ భూమి శిస్తు, యాజమాన్య విధానాల కారణంగా, అసంఖ్యాక కర్షక భూయజమానులు తమ భూములను వ్యాపారులు, వడ్డీ వ్యాపారులకు కోల్పోయి, తీవ్ర రుణ భారానికి గురైనారు.

ఇదేవిధంగా, బ్రిటీష్ భారీ పరిశ్రమల పెంపుదల కోసం భారతీయ ఎగుమతులపై అపరిమిత సుంకాలను, బ్రిటీష్ దిగుమతులపై నామమాత్రపు పన్నులను విధించారు. ఫలితంగా పేరుగాంచిన భారతీయ సాంప్రదాయిక గ్రామీణ, హస్తకార, నగర కేంద్రక పరిశ్రమలన్నీ మూలనపడ్డాయి. చేనేత, పట్టు, ఉన్ని, నగిషీ, దంతం, ఇనుము-ఉక్కు, ఓడల నిర్మాణం, నూనెలు, పంచదార అదిగాగల పరిశ్రమలన్నీ విపరీతంగా దబ్బతిని, వీని నాశ్రయించిన లక్షలాది కళాకారులు, కార్మికులు, యజమానులు తమ జీవనాధారాన్ని కోల్పోయి, కడగండ్ల పాలైనారు.

సామ్రాజ్య విస్తరణలో కంపెనీ ప్రభుత్వం పలు స్వదేశీ సంస్థానాల నాక్రమించుట, ఆయా ప్రాంత ప్రజలను ఆర్థికంగా క్రుంగదీసింది. పండితులు, సైనికులు, కళాకారులు, తత్వవేత్తలు సంస్థనాధీశుల పోషణాశ్రయాలను పొందేవారు. కంపెనీ అధికార స్థాపనతో వీరంతా తమ ఆశ్రయాలను కోల్పోయి, తీవ్ర దుస్థితికి లోనయ్యారు. మధ్య, ఉన్నత వర్గాలకు చెందిన ప్రతిభావంతులు, విద్యావేత్తలకు గూడా, పాలనాయంత్రాంగంలో ఉన్నతోద్యోగాలు అందకుండా పోయాయి. ఫలితంగా ఝాన్సీ, కాన్పూర్, అయోధ్య, జైత్‌పూర్, సంబల్‌పూర్ ఇత్యాది స్వదేశీ సంస్థానాక్రమిత ప్రజల్లో ఆంగ్లేయ పాలనపట్ల తీవ్ర అసంతృప్తి, ద్వేషాగ్ని రగిలి, తిరుగుబాటులో పాల్గొనేటట్లు చేసింది.

పోలీస్, న్యాయ, పరిపాలనా శాఖల్లోని అధికారుల అవినీతి, అక్రమాల కారణంగా కూడా, దేశ ప్రజల జీవనం దుర్భరమైంది. న్యాయ రక్షకులే ప్రజల పాలిట యమకింకరులైనారు. కింది ఉద్యోగులు రైతులను, జమీందారులను దోచుకోసాగారు. న్యాయ వ్యవస్థ బీదవారిని ధనికుల దోపిడీకి, పెత్తనానికి గురి చేసింది. దేశ ప్రజల్లోని భిన్న వర్గాలు, ప్రాంతాలవారు కంపెనీ ప్రభుత్వ ఆర్థిక దోపిడీ, అన్యాయాలకు గురై, వేరే మార్గాంతరం లేక, ఉపశమనానికి తిరుగుబాటు నాశ్రయించారు.

రాజకీయ అసంతృప్తి, ద్వేషం

రాజకీయంగా, కంపెనీ ప్రభుత్వ రాజ్య విస్తరణా కార్యక్రమాలు దేశ ప్రజల్లో తీవ్ర అసంతృప్తి, ద్వేషాలను రగిల్చాయి. వెల్లస్లీ సైన్యసహకార పద్ధతి, డల్హౌసీ రాజ్య సంక్రమణ సిద్ధాంతం ఈ సందర్భంలో ప్రధానంగా పరిశీలనకు వస్తాయి. సహాయక సంధి పద్ధతి ఫలితంగా హైదరాబాద్, అయోధ్య, మైసూర్, పీష్వా, సింధియా, భోంస్లే, హోల్కర్,

గైక్వాడ్ అదిగాగల దేశీయాధినేతలు, బలవంతంగా బ్రిటీష్ వారి సైనిక అజమాయిషీ, విదేశీ వ్యవహారాల ఆధిపత్యం కిందికి తేబడి, తమ ప్రాంతాల పాలన, ప్రజల అవసరాలు, బాగోగుల పట్ల పూర్తి నిర్లక్ష్యం, అశ్రద్ధలను చూపసాగారు. పర్యవసానంగా, సైనికుల్లో తీవ్ర నిరుద్యోగం, ఇతర వర్గాల వారిలో ఆందోళనా వ్యతిరేకతలు చోటు చేసుకున్నాయి.

కేవలం స్వదేశీ రాజ్యాలను కబళించి వేయాలనే మిషతో, సొంత పుత్రులు లేని రాజుల రాజ్యాలను డల్హౌసీ దత్తత చెల్లదనే నిబంధనను 1856లో ప్రవేశపెట్టి, ఆక్రమించి వేయటం జరిగింది. ఝాన్సీ, సతారా, జైత్‌పూర్, సంబల్‌పూర్, భాగత్, ఉదయపూర్, నాగపూర్ ప్రాంతాలు ఇట్టి విధానానికి గురయ్యాయి. ఇట్టి ఆక్రమణల ఫలితంగా రాజులు అధికార హోదాలను కోల్పోవటంతో బాటు, అధికారులు, సైనికులు, కళాకారులు, పండితులు తమ తమ జీవనాధారాలను పోగొట్టుకొని తీవ్ర ఆర్థిక దుస్థితి, మనస్తాపానికి గురయ్యారు. డల్హౌసీ చర్యలు హిందూ ముస్లిం లిద్దరినీ గాయపర్చాయి. పీష్వా బాజీరావ్ భరణం అతని దత్త పుత్రుడైన నానాసాహేబ్‌కు నిరాకరించబడటం, ఝాన్సీరాణి దత్తపుత్రుని అంగీకార తిరస్కరణ హైందవుల అభిమానాలను రెచ్చగొట్టగా, అయోధ్య ఆక్రమణ, బహదూర్‌షా మొగల్ చక్రవర్తి వారసులు ఎర్రకోటలో ఉండరాదనే ప్రకటన ముస్లింలకు బాధాకరంగా పరిణమించాయి. బహదూర్‌షా అనంతరం మొగల్‌లు, చక్రవర్తి బిరుదానిక్కూడా అనర్హులనే కానింగ్ గవర్నర్ జనరల్ 1856 ప్రకటన, అగ్నికి ఆజ్యం పోసినట్లైంది.

సామాజిక, మత అనుమానాలు, అపోహలు

రాజకీయ అన్యాయాలను ప్రజలు కొంతవరకు భరించగల్గినా, వారిలో చోటుచేసుకున్న సామాజిక, మతపరమైన అపోహానుమానాలు, విపరీత మానసిక అశాంతి, ఉద్రేకాలకు దారి తీశాయి. సామాజికంగా, ప్రజలు, ప్రభుత్వం మధ్య నెలకొనాల్సిన సదవగాహన, ఆత్మీయానుబంధాలు మృగ్యమయ్యాయి. పూర్వపు విదేశీ పాలకులవలే, భారతీయ సమాజ సంస్కృతులతో బ్రిటీష్‌వారు లీనమవక, జాతి అధిక్యతాహంకారంతో దేశ సిరిసంపదలను స్వార్థ ప్రయోజనాల నిమిత్తం దోచుకునే లక్ష్యంతో అద్యంతం కొనసాగి, భారత ప్రజా బాహుళ్య దృష్టిలో పూర్తి విదేశీయులుగా, దోపిడీదార్లుగా మిగిలిపోవటం ఎంతైనా గమనించదగ్గ పరిణామం. ఇటువంటి మానసిక వాతావరణం దృష్ట్యా, విలియం బెంటింగ్ లాంటి కొద్దిమంది ఉదారవాద గవర్నర్ జనరల్స్ ప్రవేశపెట్టిన సతీ సహగమన నిషేధం, బాల్య వివాహాల రద్దు, వితంతు పునర్వివాహానుమతి లాంటి సాంఘిక సంస్కరణలు, హైందవ మత అచారాల్లో జోక్యం, వాటిపై దాడిగా పలువురు సంప్రదాయబద్ధులు భావించసాగారు. చివరకు డల్హౌసీ ఏర్పరచిన తంతి, తపాలా, రైల్వే సౌకర్యాలు, బెంటింగ్ ప్రారంభించిన పాశ్చాత్య విద్యా విధానం కూడ, సామాజిక, మత రంగాల్లో అనవసర జోక్యాలుగా పరిగణించబడ్డాయి. అగ్నికి ఆజ్యం పోసినట్లుగా అదినుంచి సాగుతున్న క్రైస్తవ మత ప్రచారకుల కార్యకలాపాలు వీరికి లభించిన ప్రభుత్వ మద్దతు, క్రైస్తవ మతంలోనికి మార్పిడి చెందిన వారికి ఆస్తి హక్కును కొనసాగింపజేసే 1856 చట్టం లాంటి కంపెనీ

ప్రభుత్వ చట్టాలు, భారతీయుల అపోహానుమానాలను ప్రజ్వలింపజేశాయి.

సిపాయిల అసంతృప్తి, వ్యతిరేకతలు : తిరుగుబాటు ప్రారంభం

కంపెనీ సైన్యంలో అంగ్లేయులు 'సోల్జర్లు'గాను, భారతీయులు 'సిపాయిలు'గాను, వ్యవహరించబడేవారు. సంఖ్యాబలం, హెూదా, సౌకర్యాల్లో వీరి మధ్య గొప్ప తేడాలున్నాయి. 1856 నాటి సైన్యంలో రెండు లక్షలకు పైబడివుంటే, బ్రిటీష్‌వారు కేవలం 45 వేలకు మాత్రమే పరిమితమైనారు. అయితే ఉన్నతాధికార పదవులన్నీ అంగ్లేయులే నిర్వహించడమైంది. నెలకు 60 నుంచి 70 రూపాయల వేతనాన్నిచ్చే సుబేదార్ పదవి మించిన హెూదానే భారతీయుడు పొందేవాడు కాదు. ఇకపోతే పనితనం, సామర్థ్యంలో సిపాయీలు సోల్జర్లతో తూలనాడినా, భోజన, నివాస, భత్యాల విషయంలో సిపాయిల పరిస్థితి చాలా హీనంగా, గౌరవరహితంగా ఉండేది.

ఇట్టి అన్యాయ, హేతురహిత విపక్షతలకు తోడుగా, కంపెనీ ప్రభుత్వం విధించిన కొన్ని అంక్షలు, ప్రవేశపెట్టిన మార్పులు పరిస్థితిని విషమింపజేసి, విప్లవ ప్రారంభానికి నాంది పల్కాయి. పంజాబ్, సింధ్‌ల్లో పనిచేసే సిపాయీలకు వైదేశిక బత్తా నిరాకరించ బడింది. దీని కారణంగా, వారి జీతాల్లో పెద్ద కోతేర్పడింది. కొత్తగా నియమించిన సిపాయీలు అవసరమైతే సముద్ర ప్రయాణానికి సిద్ధంగా ఉండాలనే చట్టం 1856లో చేయడం జరిగింది. సముద్ర ప్రయాణం నాడు హైందవాచారాల రీత్యా నిషిద్ధమై, కుల పవిత్రతను కోల్పోడమౌతుంది గాన చాలామంది ఈ చట్టం మతాచారాలపై దాడిగా భావించారు. చివరగా, 1856లో లార్డ్ కానింగ్ ప్రవేశపెట్టిన ఎన్‌ఫీల్డ్ తుపాకుల తూటాలకు గల సీలు కాగితాన్ని సిపాయీలు నోటితో తొలగించాల్సిరాగా, అట్టి తూటాలకు ఆవు, పంది కొవ్వును పులిమినారనే వదంతి వ్యాపించింది. తమ మత పవిత్రతను దెబ్బతీయటానికే ఇట్టి తూటాలను ప్రవేశపెట్టినట్లుగా హిందూ, మహమ్మదీయ సిపాయీలు గాఢంగా విశ్వసించి, వాటినుపయోగించ నిరాకరించసాగారు. ప్రతిగా, అంగ్లేయాధికారులు అట్టి సిపాయీలను కఠిన శిక్షలకు గురి చేయసాగారు. 1857 మార్చి 29న బారక్‌పూర్‌లో మంగళ్‌పాండే అనే యువ సిపాయి, పై అధికారుల నెదిరించి వీర మరణాన్ని పొందితే, మీరట్‌లో మే 9న 85 మంది బంధితులయ్యారు. మరుసటి రోజే - మే 10న - సిపాయీలు మీరట్‌లో సంఘటితులై, అధికారులను కాల్చి, తోటి సిపాయీలను విడుదల గావించి, విప్లవ శంఖాన్ని పూరించి, ఢిల్లీ వైపు పయనించసాగారు.

తిరుగుబాటు స్వభావం

1857 విప్లవ స్వభావాన్ని గురించి, చరిత్రకారులు భిన్నాభిప్రాయాలను వ్యక్తం చేశారు. దీనికి ప్రధాన కారణం, సమాచార సేకరణకు అంగ్లేయ రికార్డులే ఆధారాలైనాయి. విప్లవ కారులు ఎటువంటి సమాచార సామగ్రిని అందివ్వలేక పోయారు. విప్లవానంతర ప్రభుత్వం అటువంటి ప్రయత్నాలను నిరుత్సాహపర్చడం కూడా గమనార్హం.

తిరుగుబాటు ఒక పథకం ప్రకారం ప్రారంభమైందని కొంతమంది భావిస్తే, మరికొందరు (ఆర్.సి. మజుందార్, యస్.యన. సేన్) ఇది దానంతటదే యథాలాపంగా ఉత్పన్నమైందని భావించారు. సిపాయిలు ఒక రహస్య వ్యవస్థగా సంఘటితమై, 31 మే, 1857 నాడు తిరుగుబాటును అన్ని చోట్ల ప్రారంభించాలని, దీనిలో నానాసాహెబ్, మౌల్వీ అహ్మద్‌షా (ఫైజాబాద్)లు ముఖ్య పాత్ర వహించాలని, వ్యూహ రచన జరిగినట్లుగా మొదటివారు అభిప్రాయపడ్డారు. ఇటువంటి అభిప్రాయానికి దాఖలాలు సాక్ష్యాధారాలు లేవంటూ, రెండో వర్గం చరిత్రకారులు తిరస్కరించారు. పథకమనేదొకటి ఏర్పడినప్పటికీ, అది యథాలాపంగా అమలులోకి రాకముందే, హఠాత్తుగా తిరుగుబాటు ప్రారంభమైందనే విషయం, సత్యసామీప్యంగా ఉండొచ్చు.

మరో అంశంగా, 1857 తిరుగుబాటును వీర్‌సవార్కర్ ప్రథమ భారతీయ స్వాతంత్ర్య సమరంగాను, అశోక్ మెహతా జాతీయతా గుణం కలదిగాను భావిస్తే, వేరే కొందరు దీన్ని కేవలం సిపాయిల పితూరీగాను, క్రైస్తవులు, హిందూ-ముస్లింల మధ్య జరిగిన మత పోరాటంగాను పరిగణించారు. ఈ సంఘటనను కేవలం సిపాయిల చర్యగా భావించటానికి వీల్లేదు. ఉత్తర, మధ్య భారతాల్లో సిపాయిల తిరుగుబాటు కంటే ముందు, వెనకల కూడా ప్రజాందోళనలు చెలరేగాయి. వడ్డీ వ్యాపారులు, నూతన జమీందార్లు, బ్రిటిష్ న్యాయస్థానాలు, రెవిన్యూ కార్యాలయాలు, రికార్డులు, ప్రజల దాడులకు, ఆగ్రహానికి గురికావడమైంది. హిందూ-ముస్లింలు ఐక్యమై, బహదూర్‌షాను తమ చక్రవర్తిగా గుర్తించటం, జాతీయత్వానికి సంకేతమే. ఉద్యమం దేశంలోని అన్ని ప్రాంతాలు, వర్గాలకు విస్తరించక పోయినా, దీని అణచివేతకై సిపాయిలతోబాటు, గ్రామీణ కర్షక, పనివారల నెదుర్కొని, కంపెనీ ప్రభుత్వం తన సర్వశక్తుల సమీకరించి, చావు బ్రతుకుల పోరాటాన్ని సల్పినట్లుగా రెవరెండ్ డఫ్,లండన్ టైమ్స్ విలేఖరి తెల్పటం దీని బలశక్తులను, విస్తృత వ్యాప్తిని, ప్రజావాహినిపై దీని ప్రభావాన్ని సూచిస్తుంది.

తిరుగుబాటు వైనం, వైఫల్యత

10 మే 1857 నాడు మీరట్‌లో ప్రారంభమైన ఉద్యమం, శరవేగంతో ఢిల్లీ, అవధ్, రోహిల్‌ఖండ్, కాన్పూర్, గంగా మైదానం, బీహార్, బుందేల్‌ఖండ్, గ్వాలియర్, ఝాన్సీ, మధ్య భారత్, తూర్పు పంజాబ్‌లకు విస్తరించింది. మీరట్‌లో ఐరోపీయ అధికారులను హతమార్చి, బందీ సిపాయిలను విడుదల చేసిన విప్లవకారులు ఢిల్లీ వెళ్ళి మరుసటిరోజున స్థానిక ఆందోళనకారులతో కలిసి, నగరాన్ని తమ వశం చేసుకున్నారు. ఇది బ్రిటిష్ అధికార ప్రతిష్ఠకు తీవ్ర లోటుగా పరిణమించింది. కాన్పూర్, లక్నో, గ్వాలియర్ కేంద్రాలుకూడా తిరుగుబాటుదారుల వశమయ్యాయి.

విప్లవ అణచివేతలో కీలక ప్రథమ చర్యగా ఢిల్లీ నగర పునరాక్రమణ కొరకు బ్రిటిష్ ప్రభుత్వం పంజాబ్ నుంచి అదనపు బలాలను రప్పించి ఉపక్రమించింది. 1857 సెప్టెంబర్‌లో దీన్ని సాధించి, బహదూర్ షా ఉనికిని అక్కడ నుంచి తొలగించి, వేలాదిమంది

సిపాయీలను, ప్రజలను నిర్దాక్షిణ్యంగా హతమార్చింది. ఢిల్లీ పతనం తదుపరి, ఇతర విప్లవ కేంద్రాలు కూడా అణచడం జరిగింది. నానాసాహేబ్, తాంతియా తోపే, కున్వర్ సింగ్, రాణీ లక్ష్మీబాయ్, మౌల్వీ అహ్మదుల్లా నాయకత్వాల్లో ఆయా చోట్ల జరిగిన వీరోచిత పోరాటాలు బ్రిటీష్ సామ్రాజ్యవాద శక్తిని రూపుమాపలేక పోయాయి. 1858 జూన్ నాటికి విప్లవ ప్రాబల్యం తెరమరుగైంది.

విప్లవ వైఫల్యతకు పలు కారణాలున్నాయి. యావత్ దక్షిణ భారతం, బొంబాయి, రాజస్థాన్, పశ్చిమ పంజాబ్, బెంగాల్ ప్రాంత సిపాయీలు తిరుగుబాటులో చేరలేదు. అనేకమంది స్వదేశీ రాజులు, పెద్ద జమీందార్లు, ఉన్నత, మధ్య తరగతుల వారు, వర్తకులు, ఈ ఉద్యమానికి తమ మద్దతు నివ్వలేదు. అయితే, గ్వాలియర్, ఇండోర్, హైదరాబాద్, జోథ్‌పూర్, భోపాల్, పాటియాలా, కాశ్మీర్, నేపాల్ ఆదిగాగల దేశీయ రాజ్యాధినేతలు మాత్రం తిరుగుబాటువేళలో బ్రిటీష్ ప్రభుత్వానికి విశేష సహాయాన్నందించారు. ఆధునిక ఆయుధాలు, శిక్షణ, క్రమశిక్షణ, ఏక నాయకత్వ, ఐక్య లక్ష్య లేమి కూడా విప్లవ విజయంపై దెబ్బతీశాయి. బ్రిటీష్ వారిపట్ల సార్వత్రిక అసహ్యతా ద్వేషాలను ప్రదర్శించడం తప్ప విదేశీ సామ్రాజ్య శక్తిని తొలగించిన తదుపరి అవలంబించాల్సిన దేశ పునర్నిర్మాణ, పునర్ వ్యవస్థీకరణ గురించి, విప్లవకారులు, నాయకుల్లో ఎటువంటి పథకం, ఆలోచన లేకపోవడం, ప్రజాబాహుళ్య మద్దతును పొందడానికి తీవ్ర లోపంగా పరిణమించింది. దీని కారణంగానే, సంప్రదాయ శక్తులైన భూస్వామ్య, మొగల్, మరాఠా వారసులకు ఉద్యమంలో నాయక పీఠాలు లభించాయి.

వైఫల్యత నొందినప్పటికీ, 1857 విప్లవం ఆధునిక భారతదేశ చరిత్రలో గొప్ప మైలు రాయిలా నిల్చింది. బ్రిటీష్ సామ్రాజ్యవాద శక్తి నెదిరించి, ముప్పుతిప్పలు పెట్టిన ఖ్యాతి ప్రథమంగా దీనికే దక్కుతుంది. ఈ పోరాట ఫలితంగా దేశ ప్రజల్లో జాతీయతా భావాలు, చైతన్యం మొలకెత్తాయి. విప్లవ వీరులు, నారీమణుల పేర్లు, గాథలు భారతీయుల హృదయాల్లో చిరస్మరణీయంగా నిల్చి, ప్రేరకాలైనాయి.

పాలనా వ్యవస్థ, విధానంలో ముఖ్య మార్పులు

భారతదేశ పాలనా వ్యవస్థ, విధానంలో, 1857 విప్లవ ఫలితంగా కొన్ని ప్రధానమైన మార్పులు సంభవించాయి. వీటి నుదహరిస్తూ, 1858లో బ్రిటీష్ పార్లమెంట్ చట్టాన్ని చేసింది. మౌలికంగా, భారతదేశ పాలనాధికారం తూర్పు ఇండియా వర్తక సంఘాన్నుంచి, బ్రిటీష్ ప్రభుత్వానికి మార్పిడైంది. భారతదేశ వ్యవహారాలను లండన్ నుంచి నిర్వహించేందుకై బ్రిటీష్ మంత్రివర్గ సభ్యుడిగా నుండి, పార్లమెంట్‌కు బాధ్యత వహించే 'భారతదేశ కార్యదర్శి' అనే అధికారిని నియమించారు. ఇతనికి సలహా సహకారాల నందించేందుకై, 'భారతదేశ మండలి' అనే సంస్థ ఏర్పాటు చేశారు. అయితే ఈ మండలిలో గాని, బ్రిటీష్ మంత్రివర్గం, పార్లమెంట్‌ల్లో గాని భారతీయులకెటువంటి ప్రాతినిధ్యం లేకపోవడం అత్యంత గమనార్హం.

భారతదేశంలో గవర్నర్ జనరల్ 'రాజ ప్రతినిధి' (వైశ్రాయ్)గా వ్యవహరించబడ్డాడు. ఇతనికి కార్యనిర్వహణలో తోడ్పడేందుకై ఐదుగురు సభ్యులతో కూడిన 'కార్యనిర్వాహక మండలి' ఉండింది. వీరు క్యాబినెట్ మంత్రుల హోదా కల్గి, వివిధ శాఖాధిపతులుగా, అధికార సలహాదార్లుగా వ్యవహరించేవారు. బెంగాల్, మద్రాస్, బొంబాయి రాష్ట్రాలు 'ప్రెసిడెన్సీ'లుగా నిల్చాయి. బ్రిటీష్ ప్రభుత్వం చేత నియమితులయ్యే గవర్నర్, ముగ్గురు సభ్యులతో కూడిన 'కార్యనిర్వాహక మండలి', వీటి పాలనను నిర్వహించేవారు. మిగతా రాష్ట్రాలకంటే వీటికెక్కువ అధికారాలుండేవి. మిగతా రాష్ట్రాధిపతులైన 'లెఫ్టినెంట్ గవర్నర్లు', 'చీఫ్ కమీషనర్ల'ను రాజ ప్రతినిధి నియమించేవాడు.

తిరుగుబాటు ఫలితంగా, స్వదేశీ సంస్థానాలపట్ల బ్రిటీష్ ప్రభుత్వ వైఖరిలో మార్పు చోటుచేసుకుంది. 1857 కు ముందు దొరికిన ప్రతి అవకాశాన్ని సంస్థానాల విలీనీకరణకు ఉపయోగించుకోవడమైంది. అయితే, తిరుగుబాటు కాలంలో స్వదేశీ రాజులు బ్రిటీష్ వారిపట్ల ప్రదర్శించిన విధేయతా విశ్వాసాల కారణంగా, ప్రభుత్వం తన పూర్వ విధానాన్ని మార్చుకుంది. సంస్థానాధీశులకు దత్తత తీసుకొనే హక్కు, వారి ప్రాంతాల ప్రాదేశిక సమగ్రతను, భవిష్యత్తులో కాపాడేందుకు హామీ, బ్రిటీష్ రాణి విక్టోరియా ప్రకటనలో వాగ్దానం చేయడం జరిగింది. భారతదేశంలో తమ సామ్రాజ్యాధికార సుస్థిరతకు, సంస్థానాధీశులు కోటగోడలవలె పనిచేస్తారనే గట్టి నమ్మకం, బ్రిటీష్ వారికి కల్గింది. అయితే, బ్రిటీష్ రాణి సార్వభౌమాధికారాన్ని గుర్తిస్తూ, తమ పాలనా వ్యవహారాలపై సంపూర్ణ బ్రిటీష్ అధిపత్యాన్నంగీకరిస్తూ మాత్రమే, భారతీయ పాలకులు తమ మనుగడను సాగించాల్సొచ్చింది.

విక్టోరియా రాణి ప్రకటనలో భారతదేశంలో జాతిపరమైన వ్యత్యాసాలు తొలగించ బడినట్లుగా చాటబడింది. విద్య, నిజాయితీ, సమర్థతలు మాత్రమే, ఉద్యోగాలకు అర్హతలుగా పెట్టడం జరిగింది. వీటి ననుసరించే ఇండియన్ సివిల్ సర్వీస్ (ఐ.సి.యస్.) ఉద్యోగాలు లండన్‌లో ప్రతి ఏటా జరుగు పోటీ పరీక్షల్లో నెగ్గినవారికి మాత్రమే ఇచ్చేవారు. అయితే, ఆచరణ మాత్రం భారతీయుల విషయంలో, బహు స్వల్పమైంది. పోటీ పరీక్షలు బహుదూరమైన లండన్‌లో, విదేశీ భాషైన ఆంగ్లంలో 23 సంవత్సరాల గరిష్ఠ వయో పరిమితిలో, ప్రాచీన గ్రీక్, లాటిన్ విజ్ఞానం ప్రాతిపదికగా నిర్వహించబడటం, భారతీయుల అవకాశాలను విపరీతంగా దెబ్బతీశాయి. పోలీస్, పబ్లిక్ వర్క్స్, వైద్యం,తంతి-తపాలా, అడవులు, ఇంజనీరింగ్, సుంకాలు, రైల్వేలు, ఆదిగాగల ఇతర ప్రభుత్వ శాఖల్లో గూడ ఉన్నత, అధిక వేతన పదువులన్నీ బ్రిటీష్ పౌరులకు ప్రత్యేకించబడ్డాయి. తమ భారతదేశ పాలనా సుస్థిరతకు, ఉద్యోగస్వామ్యంలో తమ నిరంతర ఆధిక్యతుండాలని, బ్రిటీష్‌వారు స్పష్టంగా నిర్ధారించుకొనుట ఈ సందర్భంలో ఎంతైనా గమనార్హం.

తిరుగుబాటు ఫలితంగా, భారతీయ సైన్య వ్యవస్థలో అనేక ముఖ్యమైన మార్పులు వచ్చాయి. కంపెనీ సైన్యం, బ్రిటీష్ ప్రభుత్వ సైన్యంలో అంతర్భాగమైంది. భవిష్యత్తులో సిపాయీల తిరుగుబాటు జరగకుండేలా అనేక జాగ్రత్తలు తీసుకున్నారు. సైన్యంలో ఐరోపీయుల సంఖ్య గణనీయంగా పెరిగింది. బెంగాల్ సైన్యంలో 1: 2, బొంబాయి,

మద్రాస్ సైన్యాల్లో 2: 5 నిష్పత్తుల్లో ఐరోపీయులు, భారతీయులుంచబడ్డారు. కీలక ప్రాంతాలు, ఫిరంగిదళం, టాంకులు, ఐరోపీయుల చేతుల్లో ఉంచారు. వెనుకటివలె, సుబేదార్ పైబడ్డ అన్ని అధికార పదవులు భారతీయులకు దూరంగా ఉంచారు. మీదుమిక్కిలి భారతీయ రెజిమెంట్లలో భిన్న కులాల, మతాల, భాషల, ప్రాంతాల వారిని నింపి, వారిలో ఐక్యతా భావాలు పెంపొందకుండేందుకై నిరంతర ప్రయత్నాలు జరిగాయి.

1857 విప్లవం కంపెనీ ప్రభుత్వానికి తీవ్ర, హఠాత్ కుదుపును కల్గించినా, దీని నుంచి అది అంతగా గుణపాఠాలు నేర్చుకోలేదనే భావించాలి. అధికార సుస్థిరతకై వ్యవస్థలో కొన్ని మార్పులు చేసినా, ఇట్టి కార్యక్రమంలో భారతీయుల అఖిల ప్రజాభిప్రాయానికి గణన ఏమీ చేకూరలేదు. మీదుమిక్కిలి, స్వార్థపూరిత, తక్షణ ప్రయోజనాల నాశించి, ఎప్పటికప్పుడు 'విభజించు, పాలించు' (Divide and Rule) విధానం అవలంబించబడుతూ వచ్చింది. ఇట్టి బ్రిటిష్ సామ్రాజ్యవాద విచ్ఛిన్నకర విధానాలకు నిరసనగా, ప్రజాభిప్రాయ ప్రతినిధిగా భారత జాతీయ కాంగ్రెస్ ఆవిర్భావంతో జాతీయోద్యమం ప్రారంభమై, దేశ చరిత్ర నూతన మలుపును తీసుకుంది.

ఆంగ్లేయ కంపెనీ పాలన, ఆధునిక భారతదేశ చరిత్రలో అత్యంత ప్రభావయుతమైనదనుటలో సందియానికి తావులేదు. యుద్ధం, దౌత్యం, కాపట్యం, అదిగా లభ్యమైన భిన్న మార్గాలను అధికార స్థాపన, సామ్రాజ్యవ్యాప్తికి, శతాబ్ది పర్యంతం అవలింబిస్తూ, కనీ, వినీ ఎరుగని విజయాన్ని చవిచూడడమైంది. దేశ రాజకీయైక్యతకు దోహదమైంది. సివిల్ సర్వీస్, పోలీస్ దళం, సైన్యం, న్యాయస్థానాలు, ప్రధాన అంగాలుగా, పాలనా విధానాన్ని రూపొందించారు. అధికార సుస్థిరత, బ్రిటిష్ ప్రభుత్వ, పౌరుల ప్రయోజనాలు, కంపెనీ ఉన్నతాధికార్ల స్వార్థచింతన, పేరు ప్రఖ్యాతులాసక్తి, పాలన, ఆర్థిక, సామాజిక, సాంస్కృతిక రంగాల్లో చెరగని లక్ష్యాలుగా నిల్చాయి. భారతీయుల వ్యావసాయిక, పారిశ్రామిక వనరులు, సామాజిక, సాంస్కృతిక వారసత్వం, స్వేచ్ఛా స్వాతంత్ర్యాలు ఫణంగా పెట్టారు. పాశ్చాత్యీకరణ, ఆధునీకరణ, సామాజిక సంస్కరణలు చోటుచేసుకున్నా, వీటికంటే బలియమైన వ్యవసాయ, పరిశ్రమల విచ్ఛిన్నత, ఆర్థిక దోపిడీ, బీదరికం, న్యాయ, పాలనా, సైనిక. రంగాల్లో ఐరోపీయులకు ఉన్నత పదవులు, హోదాలు, భారతీయులపట్ల తీవ్ర వివక్షత, అన్యాయాలు, విలయతాండవం చేశాయి. ప్రజా నిరసన, వ్యతిరేకతలు 1804 నుంచే వెల్లువలా వ్యక్తమౌతూ వచ్చాయి. వీటి వెనుకగల దేశీయుల బాధా ద్వేషాలను పరిగణించని కంపెనీ ప్రభుత్వాన్ని 1857 తిరుగుబాటు కదిలించి వేసింది. అయితే, సామ్రాజ్యవాద నిరంకుశాధికారాన్ని రుచి చూసిన ఆంగ్లేయులు, దీని నుంచి గూడా సరైన గుణపాఠాలను నేర్చుకోకుండా, తమ స్వార్థపూరిత లక్ష్యసాధనకవసరమైన అధికార పటిష్టతకై పరిమిత, బాహ్యయుతమైన మార్పులను మాత్రమే ప్రవేశపెట్టారు. ఫలితంగా భారతీయ మేధావి, మధ్య తరగతి వర్గాల్లో జాగరణ, జాగృతులు పెంపొందుతూ, భారత జాతీయ కాంగ్రెస్ ఆవిర్భావంలో స్వరూపాన్ని పొందాయి. దీని ఆధ్వర్యంలో జాతీయోద్యమం మొదలై, దేశ చరిత్రలో నూతనాధ్యాయం ప్రారంభమైంది.

12

భారత జాతీయోద్యమం, స్వాతంత్ర్యసిద్ధి (1858-1947)

1857 విప్లవం, విదేశీ పాలనను శాశ్వతంగా అంతమొందించలేక పోయినా, భారతీయుల్లో స్వాతంత్ర్య బీజాలను నాటటంలో ప్రథమ భూమికను నిర్వహించటాన్ని గమనించాం. విప్లవానంతరం బ్రిటీష్ ప్రభుత్వమనుసరించిన ఆర్థిక దోపిడీ, విపక్షతా విధానం, ఆంగ్ల విద్యా బోధన, సాంఘిక, మత సంస్కరణోద్యమాలు, రవాణా, సమాచార సాధనాల అభివృద్ధి, ఆయుధాల చట్టం (1878), ప్రాంతీయ పత్రికల చట్టం (Vernacular Press Act, 1878), ఇల్బర్ట్ బిల్లు (1883) లాంటి చర్యల అమలు, ప్రజల్లో జాతీయ భావాలను పెంపొందించుటలో దోహదమయ్యాయి. 1885లో ఆవిర్భవించిన భారత జాతీయ కాంగ్రెస్ ఇట్టి భావాలకు, చైతన్యానికి, ఉద్యమ స్వరూపాన్ని, ప్రాతినిధ్యాన్ని, నాయకత్వాన్ని సమకూర్చగల్గింది. మితవాదులు, అతివాదులు, వేర్పాటువాదులు, తీవ్రవాదులు, సాహసకారులు, సామ్యవాదులలాంటి, విభిన్న రాజకీయ భావోద్యమకారులు, స్వాతంత్ర్య సిద్ధికై 1947 వరకు సాగిన పోరాటంలో తమ తమ విలక్షణా రీతుల్లో పయనించి, శ్రమించారు. యువకులు, విద్యావంతులు, మధ్య తరగతి, కర్షక, కార్మిక జనం, స్త్రీలు, పురుషులు, విద్యార్థినీ విద్యార్థులు, ఉద్యోగస్థులు, న్యాయవాదులు, వైద్యులు, కళాకారులు, ఉద్యమ పిలుపునందుకొని, పాలుపంచుకొనుట, దీని జాతీయతను, ప్రాముఖ్యతను చాటుతూంది. సురేంద్రనాథ బెనర్జీ, గోపాలకృష్ణ గోఖలే, బాలగంగాధర తిలక్, లాలా లజపతి రాయ్, మహాత్మా గాంధి, భగత్‌సింగ్, అల్లూరి సీతారామరాజు, పండిట్ జవహర్లాల్ నెహ్రూ, సుభాస్ చంద్రబోస్, మౌలానా అబుల్ కలామ్ ఆజాద్, మహమ్మదాలీ జిన్నా, అనీబిసెంట్, సరోజినీ నాయుడు, దుర్గాబాయి దేశ్‌ముఖ్ లాంటి వేలాది స్త్రీ, పురుషుల నిస్వార్థ త్యాగనిరతి, పోరాట నాయకత్వం చిరస్మరణీయాలైనాయి. సత్యాగ్రహ, అహింసాయుధాల వినూత, అజేయ ప్రయోగం 1947 ఆగస్ట్ 15న స్వతంత్ర భారత ఆవిర్భావానికి, అద్వితీయంగా కారణభూతమైంది.

జాతీయతా భావాల పెంపుదల : పలు దోహదకాలు

బ్రిటీష్ ప్రత్యక్ష, పరోక్ష తీవ్ర అనర్థాలు, అసౌకర్యాలు, వివిధ తరగతులకు చెందిన భారతీయుల్లో గాఢ అసంతృప్తి, వ్యతిరేకతలను రేకెత్తించి, తద్వారా వారిలో జాతీయైక్యతా భావాలను ప్రేరేపించుటలో, ప్రధాన పాత్ర వహించాయి. తమ పంటలో అధిక భాగాన్ని భూమి శిస్తుగా వసూలు చేసి, తమపై అధిక కౌలును వసూలు చేసే భూస్వాములకు, జమీందార్లకు, తమనుంచి విపరీత వడ్డీలను లాగి, తమ భూములను స్వాధీనం చేసుకునే వడ్డీ వ్యాపారస్తులు, వర్తకులకు, పోలీస్, చట్టపరమైన, అధికారయుతమైన రక్షణనిచ్చేది నాటి ఆంగ్లేయ ప్రభుత్వమని అసంఖ్యాక కర్షకులు గుర్తించారు. తీవ్ర విదేశీ పోటీకి తమ

ఉత్పత్తులను గురిచేసి, దాని నుంచి రక్షణ పొందేందుకు గాని, పునరావాసానికి గాని, ఎటువంటి చర్యలు తీసుకోకుండా, తమ ఆర్థిక వినాశనానికి బ్రిటీష్ ప్రభుత్వమే హేతువైనట్లుగా, వృత్తి కళాకారులు, చేతిపనుల వారు గట్టిగా భావించారు. కర్మాగారాలు, గనులు, తోటల్లో పనిచేసే కార్మికులు, ప్రభుత్వం విదేశీ పెట్టుబడిదార్లను ప్రోత్సహిస్తూ, కార్మిక సంఘాలను, సమ్మెలను, శీఘ్ర పారిశ్రామికీకరణను అణచివేసి, నిరుత్సాహ పరుస్తున్నట్లుగా గమనించారు. భారతదేశం తీవ్ర ఆర్థిక దోపిడి, బీదరికానికి గురై, ప్రజాస్వామ్య, పత్రికా స్వాతంత్ర్యం, జాతి సమానత్వాన్ని కోల్పోయి, దుర్భర నిరుద్యోగానికి నెలవైనట్లుగా, విద్యావంతులైన మధ్య తరగతి మేధావి వర్గం భావించసాగింది. విదేశీ పాలన తొలగింపే తరుణోపాయంగా వీరు తలచారు. విదేశీ పెట్టుబడిదార్ల పట్ల బ్రిటీష్ ప్రభుత్వ ఆదరణాపేక్షలను భారతీయ పెట్టుబడిదార్లు గర్హించసాగారు. క్రమంగా, కాలానుగుణంగా ప్రభుత్వ అనుకూల వర్గాలైన భూస్వాములు, జమీందారులు, రాజ కుటుంబీకులు గూడా జాతీయోద్యమ స్రవంతిలో చేరసాగారు. దేశభక్తి భావన, బ్రిటీష్ వారి జాతి గర్వం, వివక్షత, వీరి కళ్ళను తెరిపించ సాగాయి. విదేశీ పాలన పట్ల విముఖతానిరసనలు సార్వత్రికమైనాయి.

భారతదేశ పరిపాలనార్థిక ఏకీకరణ (Administrative and Economic unification)

19, 20వ శతాబ్దాల్లో ఆంగ్లేయ ప్రభుత్వం దేశానికంతటికీ వర్తించే ఒకే పరిపాలన, ఆర్థిక విధానాలను ప్రవేశపెట్టడం వల్ల, దేశీయుల్లో, జాతీయతా భావాలను పెంపొందడానికి వీలైంది. రాజ ప్రతినిధి, లేక కేంద్ర ప్రభుత్వాజ్ఞలు దేశీయులందరికీ చెందినవైనాయి. ప్రజా సమస్యల నివేదనకు కూడా, నిర్దిష్ట ప్రభుత్వ యంత్రాంగ మేర్పడింది. రైల్వేలు, తంతి, తపాలా సౌకర్యాల ఏర్పాటు గూడా భిన్న, మారుమూల ప్రాంతాలను, ప్రజలనూ కలపటంలో, వారిమధ్య పరస్పర సంబంధాల నేర్పర్చటంలో గొప్పగా సహకరించాయి.

గ్రామీణ, స్వయంసమృద్ధ, ఆర్థిక వ్యవస్థను నాశనం చేసి, అఖిల భారత ప్రాతిపదికపైన వ్యాపారం, పరిశ్రమలను నెలకొల్పడంతో, భారతీయ ఆర్థిక జీవనం కేంద్రీకృతమైంది. భిన్న ప్రాంతాలు, ప్రజల ఆర్థిక మనుగడ పరస్పరాధారభూతమైంది. ఒక ప్రాంతంలో క్షామం సంభవిస్తే, దీని ప్రభావ పరిణామాలు ఇతర ప్రాంతాలకు కూడా సోకేవి. అదేవిధంగా మద్రాస్, బొంబాయి, కలకత్తా నగరాల్లో నివసించే కార్మికులు, పెట్టుబడిదార్ల భవితవ్యం, గ్రామాల్లో ఉండే బహుళ సంఖ్యాక కర్షక వర్గాల వారి యోగక్షేమాలమీద ఆధారపడింది.

పాశ్చాత్య విద్య, భావాలు

19వ శతాబ్దిలో ప్రవేశపెట్టిన పాశ్చాత్య విద్యా విధానం, భారతీయ యువకులు, విద్యా వంతుల్లో ఆధునిక, తార్కిక, లౌకిక, ప్రజాస్వామ్య, జాతీయతా దృక్పథాన్ని ప్రేరేపించడంలో, ఒక ముఖ్య పాత్ర వహించింది. రూసో, పెయిన్ (Paine) బెంథమ్, జాన్ స్టూవర్ట్ మిల్ ఆదిగా గల పాశ్చాత్య మేధావులు, మాజినీ, గారిబాల్డీ, జోన్ ఆఫ్ ఆర్క్ లాంటి దేశభక్తిపూరిత

త్యాగమూర్తులు, భారతీయ యువతకు, విద్యార్థులకు రాజకీయ రంగంలో మార్గదర్శకులైనారు. అధునిక, పాశ్చాత్య భావాలచేత పునీతులైన వీరు దేశాన్ని అన్నివిధాల పీల్చి పిప్పి చేస్తున్న విదేశీ పాలనను తొలగించి, నవ భారత నిర్మాణాన్ని చేపట్టాలని ప్రగాఢంగా కాంక్షించారు. వీరిలో కొందరు ప్రముఖులే జాతీయోద్యమ నాయకులు, నిర్వాహకులగుట గమనార్హం.

పాశ్చాత్య విద్యకు ఆంగ్ల భాషను మాతృకంగా చేయడం, భారతీయుల్లో భాషాపరమైన ఐక్యత నెలకొల్పారు. భిన్న ప్రాంతీయ భాషలున్న దేశంలో, ఆంగ్ల భాష అనుసంధానకర్తగా వ్యవహరించింది. అయితే, దీని వాస్తవిక వ్యాప్తి, అల్ప సంఖ్యాక నగరవాస, ఉన్నత, మధ్య తరగతులవారికే పరిమితమైంది. అశేష గ్రామీణ, పట్టణ సామాన్య ప్రజానీకం, వసతులు, ఆర్థిక స్తోమతలేని కారణంగా ఆంగ్ల విద్యకు దూరంగా నిల్చారు. ఆంగ్ల భాషకంటే, దేశం మొత్తంలోని ఒకే రకమైన కోర్సులు, విధానాలను అమలు చేయడం భారతీయుల్లో ఐక్యతకు ఎక్కువగా ఉపకరించింది. ఒకే రకమైన పాఠ్య గ్రంథాలను పఠించడం ద్వారా, విద్యార్థిని విద్యార్థుల్లో ఐక్య రాజకీయ ఆర్థిక, సామాజిక దృక్పథం చోటుచేసుకోసాగింది. ఫలితంగా, విద్యావంతులైన దేశీయులు ఐక్య భావాలు, ఆశయాలు, లక్ష్యాలు, దృక్పథాలను ప్రదర్శించసాగారు.

పత్రికలు, సాహిత్య పాత్ర

భిన్న తరగతులకు చెందిన ప్రజల్లో దేశభక్తి, అధునిక, జాతీయ భావాలను వ్యాప్తి చేయటంలో పత్రికలు ఎనలేని సేవ చేశాయి. 19వ శతాబ్ది ద్వితీయార్థంలో పలు జాతీయ వార్తా పత్రికలు వెలువడ్డాయి. బెంగాల్‌లో 'హిందూ పేట్రియాట్', 'అమృత బజార్ పత్రిక', 'ఇండియన్ మిర్రర్', 'బెంగాలి', 'సంజీవని'; బొంబాయిలో 'ది నేటివ్ ఒపీనియన్', 'ఇందు ప్రకాష్', 'మరాఠా', 'కేసరి'; మద్రాస్‌లో 'ది హిందు', 'స్వదేశ మిత్రన్', 'ఆంధ్ర ప్రకాశిక', 'కేరళ పత్రిక'; సంయుక్త రాష్ట్రాల్లో 'ది అడ్వొకేట్', 'ది హిందూస్తానీ', 'ఆజాద్'; పంజాబ్‌లో 'ది ట్రిబ్యూన్', 'ది కోహినూర్'లు నాటి ప్రముఖ పత్రికల్లో ఉన్నాయి. వీటిలో ప్రభుత్వ విధానాలను అదేపనిగా విమర్శించడం జరిగేది. భారతీయ వాదాలకు ప్రాధాన్యమివ్వడం జరిగింది. జాతీయ శ్రేయస్సుకై ఐక్యంగా కృషి సల్పాలని ప్రజలకు ఉద్బోధన జరిగేది. స్వయం పరిపాలన, ప్రజాస్వామ్యం, పారిశ్రామికీకరణ లాంటి భావాలు ప్రజల్లో ప్రచారం చేశారు.

దేశీయుల్లో జాతీయ చైతన్యాన్ని కల్గించడంలో జాతీయ సాహిత్యం కూడా ముఖ్య పాత్రను నిర్వహించింది. నవలలు, వ్యాసాలు, దేశభక్తి పద్యాలు దీనిలో ఉన్నాయి. బ్రిటిష్ పాలనా ఫలితంగా ఏర్పడ్డ దేశ దురవస్థను, దీని తొలగింపుకై దేశీయులు చేపట్టవలసిన కార్యక్రమ బాధ్యతలను కన్నులకు కట్టినట్లు, మనస్సులను ప్రేరేపించేవిధంగా తెలియజేయడమైంది. బెంగాలీలో బంకించంద్ర ఛటర్జీ, రవీంద్రనాథ టాగోర్‌లు; అస్సామీలో లక్ష్మీనాథ్ బేజ్‌బారువా; మరాఠీలో విష్ణుశాస్త్రి ఛిప్లంకర్; తమిళంలో సుబ్రమణ్య భారతి; హిందీలో భారతేందు హరిశ్చంద్ర; ఉర్దూలో అల్తాఫ్ హుసేన్ అలి; తెలుగులో గురజాడ

అప్పారావు, చిలకమర్తి లక్ష్మీనరసింహం గార్లు, నాటి ప్రఖ్యాత జాతీయ రచయితల్లో ఉన్నారు. కత్తికన్న కలం గొప్పదన్నట్లుగా, ఈ రచయితలు తమ రచనలద్వారా, బ్రిటిష్ ప్రభుత్వంపై పోరు సల్పారు.

భారతీయ గత వైభవ పునరావిష్కరణ

ఒకటిన్నర శతాబ్దుల పైబడి కొనసాగుతూ వచ్చిన బ్రిటిష్ సామ్రాజ్యవాద పాలన, బ్రిటిష్ అధికారులు, రచయితలు, దీనికి మద్దతుగా చేస్తూ వచ్చిన ప్రచార ఫలితంగా, భారతీయుల్లో నిరాశా నిస్పృహలు చోటు చేసుకున్నాయి. ప్రజాస్వామ్య, స్వపరిపాలనా విధానానికి, దేశీయులనర్హులనియూ, విదేశీ పాలననుభవించుట వారి సామాన్య లక్షణంగా చిత్రీకరించబడింది. ఇట్టి పరిస్థితులను గమనించిన పలు జాతీయ నాయకులు, రచయితలు, భారతీయుల ఆత్మస్థైర్యాన్ని, ఆత్మ గౌరవాన్ని పెంపొందించేందుకు పూనుకొన్నారు. భారతీయ సంస్కృతీ వారసత్వాన్ని; అశోకుడు, చంద్రగుప్త విక్రమాదిత్యుడు, అక్బర్ లాంటి గత చక్రవర్తుల పాలనా వైభవ విశిష్టతలను వీరు తెలియజెప్ప నారంభించారు. దీనికితోడు, ఐరోపీయ, దేశీయ పండితులు కళ, సారస్వత, వేదాంత, శాస్త్రీయ, విజ్ఞాన, రాజనీతి రంగాల్లో నిక్షిప్తమైఉన్న భారతీయ వారసత్వాన్ని, పునరావిష్కరించ సాగారు. అయితే, కొంతమంది జాతీయవాదులు గత చరిత్ర, సంస్కృతులలోని లోపాలను, బలహీనతలను గుర్తించి సంస్కరించుకోటానికి, ఏమాత్రం సిద్ధంగా లేకుండిరి. మీదుమిక్కిలి, గతమంతా వైభవమైనదనే అభిప్రాయం వీరి మనస్సుల్లో గాఢంగా నెలకొంది. ఇంకా ప్రమాదకరమైన విషయమేమంటే, ప్రాచీన భారతీయ వారసత్వాన్నే పరిగణిస్తూ, మధ్య యుగాన్ని శూన్యమైందిగా భావించడం. ఇట్టి భావన మతతత్వానికి దారితీసి, ముస్లింలు, అరబ్, టర్కీల చరిత్ర నుంచి స్ఫూర్తిని పొందేందుకై ప్రయత్నించటం దురదృష్టకరం. జాతీయోద్యమ ప్రగతీ పటిష్టతలకు, సామాజిక, సాంస్కృతిక లోపాల తొలగింపుకు, ఇట్టి సంకుచిత భావనలు ప్రతిబంధకాలైనాయి.

పాలకుల జాతి గర్వం

బ్రిటిష్ పాలకులు దేశీయుల పట్ల భిన్న వ్యవహారాల్లో చూపిన జాత్యహంకారం, వీరి నెటిగా చేయటంలో తోడ్పడింది. అనేకమంది విద్యావంతులైన భారతీయులు కూడా, ఆంగ్లేయుల చేత అవమానితులయ్యారు. న్యాయరంగంలో ఆంగ్లేయులు, దేశీయుల మధ్య ఏర్పడే వివాదాల్లో సమన్యాయం కొరవడి, ఏకపక్ష నిర్ణయాలు ఇచ్చారు. ఒక దేశీయుణ్ణి చంపిన నేరానికి ఆంగ్లేయ నేరస్తునికి కేవలం జరిమానా శిక్షను విధించిన ఉదంతాలను దేశీయ పత్రికలు తరచుగా ప్రచురించేవి. 1864లో జి.వో. ట్రెవిలియన్, నాటి బ్రిటిష ప్రభుత్వం న్యాయ విచారణలో అవలంబిస్తూన్న తీవ్ర అసమాన, ఏకపక్ష ధోరణిని, ఎంతో బాధతో వ్యక్తీకరించాడు. జాతి గర్వ కారణంగా, భారతీయులందరినీ హీనులుగా భావించి, బస్సులు, రైళ్ళలో కూడా ఐరోపీయుల ప్రతిగా, వీరిపైన నికృష్ట ఆంక్షలు విధించారు. ఇట్టి జాతిపరమైన అవమాన హేళనలు, వివక్షతలు, భారతీయులందరినీ పాలకులకు వ్యతిరేకంగా ఐక్యం చేయుటలో గణనీయమైన పాత్రను వహించాయనడంలో సందేహం లేదు.

తక్షణ సంఘటనలు; తీవ్ర ప్రభావం

1870 నాటికి, భారతీయుల్లో జాతీయతా భావాలు బలాన్ని పుంజుకున్నాయి. అయితే, వీటికొక స్పష్టమైన, సంఘటితమైన స్వరూపం, రాజ ప్రతినిధులైన లిట్టన్ (1876-80), రిప్పన్ (1880-84)ల కాలంలో వీరు అమలు చేసిన కొన్ని చర్యలు, చట్టాల ఫలితంగా లభించడమొక విశేషం.

లిట్టన్ పదవీకాలంలో బ్రిటీష్ బట్టల ఉత్పత్తిదార్లను తృప్తిపరచేందుకై బ్రిటీష్ బట్టల దిగుమతుల మీద విధించబడే పలు దిగుమతి సుంకాలను తీసివేయడమైంది. వృద్ధి చెందుతూన్న దేశీయ నూలు పరిశ్రమను నాశనం చేయడానికే ఈ చర్య ఉద్దేశించినట్లుగా భారతీయులు అభిప్రాయపడ్డారు. దేశంలో ఇదొక ఆగ్రహ జ్వాలను సృష్టించి, జాతీయాందోళనకు దారితీసింది.

అఫ్ఘనిస్తాన్‌కు వ్యతిరేకంగా చేసిన ద్వితీయ యుద్ధం (1878-80) సామ్రాజ్యవాద సమరంగా విపరీతమైన ఖర్చుకు దారి తీసింది. ఇట్టి వ్యయ భారం భారత ఖజానాపై మోపారు. దీనిపట్ల ప్రజలు తమ నిరసన, అసంతృప్తిని వ్యక్తం చేయడం జరిగింది.

1878లో ఆయుధాల చట్టం చేశారు. ఇది దేశీయులను నిరాయుధులుగా చేసింది. జాతిని మొత్తం నిర్వీర్యం చేసేందుకే ఈ చర్య ఉద్దేశించినట్లుగా భావించారు.

ఇదే సంవత్సరంలో (1878) దేశీయ పత్రికల చట్టం (Vernacular Press Act) చేయడం జరిగింది. భారతీయ పత్రికల ముద్రణా స్వాతంత్ర్యం హరించడం జరిగింది. విషయాలను అచ్చు వేయకముందు, ప్రభుత్వ తనిఖీదార్ల ఆమోద ముద్రను పొందాలి. బ్రిటీష్ ప్రభుత్వ చర్యలను ప్రజలు విమర్శించకుండేందుకే ఇట్టి అప్రజాస్వామిక, ప్రజా వ్యతిరేక చర్యకు లిట్టన్ పాల్పడినట్లుగా అభిప్రాయమేర్పడింది.

1877లో ఢిల్లీలో సామ్రాజ్య దర్బార్ నిర్వహించారు. అదే సమయంలో దేశ ప్రజలు భయంకర క్షామ పరిస్థితులకు గురికావడం జరిగింది. ఫలితంగా, ప్రజల ప్రాణాలకంటే వైభవ ప్రదర్శనలే ఆంగ్లేయ ప్రభుత్వానికి ముఖ్యమైనవనే విషయం ద్యోతకమౌతూ, భారతీయుల అసహ్యం, జుగుప్సలను ప్రేరేపించింది.

ఇవి చాలవన్నట్లుగా, 1878లో ఇండియన్ సివిల్ సర్వీస్ పరీక్షల నిబంధనల్లో మార్పు చేశారు. పరీక్షలకు కూర్చునేందుకై గల గరిష్ఠ వయోపరిమితిని 21 నుంచి 19 సంవత్సరాలకు తగ్గించి వేయడమైంది. గతంలోనే ఇట్టి పరీక్షలు లండన్‌లో, ఆంగ్లంలో నిర్వహించటంవల్ల, భారతీయులు తీవ్ర ఇబ్బందుల నెదుర్కోవడమైంది. ఇప్పుడు వయోపరిమితి తగ్గింపు, దేశీయుల అవకాశాలనింకా దెబ్బతీసాయి. భారతదేశ ఉన్నతాధికారుల పదవులపై బ్రిటీష్‌వారు తమ గుత్తాధిపత్యాన్ని సడలించటానికేమాత్రం సంసిద్ధులుగా లేనట్లు అవగతమైంది.

లిట్టన్ ప్రవేశపెట్టిన వివిధ మార్పులు ప్రజల అసంతృప్తి, వ్యతిరేకతలను బలంగా ప్రకోపిస్తే, తరవాతి రాజ ప్రతినిధి రిప్పన్ తలపెట్టిన ఇల్బర్ట్ బిల్లు (1883) దేశీయులను జాతీయాందోళనకై సంఘటిత మొనర్చటంలో గొప్పగా తోడ్పడింది. ఈ బిల్లులో, భారతీయులైన జిల్లా మేజిస్ట్రేట్‌లు, సెషన్స్ జడ్జీలకు, ఐరోపీయులను విచారించే అధికారమివ్వటానికి నిర్ణయమైంది. జాతిపరమైన ఒకానొక ప్రస్ఫుట వివక్షతను తొలగించేందుకై రిప్పన్ చేసిన ప్రయత్నమే ఇది. అప్పటి చట్టాన్ననుసరించి, ఇండియన్ సివిల్ సర్వీస్‌కు చెందిన భారతీయులకు గూడా, తమ న్యాయస్థానాల్లో ఐరోపీయులను విచారించు అధికారం లేకుండింది. ఇట్టి బిల్లుకు వ్యతిరేకంగా, భారతదేశంలోని ఐరోపీయులంతా సంఘటితమై, తీవ్రమైన ఆందోళనను లేవనెత్తి, గొప్ప అలజడిని సృష్టించారు. రాజ ప్రతినిధిని బంధించి, ఇంగ్లాండ్‌కు తరలించేందుకై కుట్ర జరిగింది. చివరకు, ప్రభుత్వమే లొంగి, వీరికి దాసోహమని, బిల్లులో వారి కోర్కెలమేరకు సవరణలు చేశారు.

బిల్లు, విమర్శకులు ప్రదర్శించిన జాతి దురభిమానసంపట్ల, భారతీయులు దిగ్భ్రాంతి చెందారు. విదేశీపాలన తమనే దురవస్థకు తీసుకుని వచ్చిందే, వారు స్పష్టంగా గ్రహించారు. బిల్లుకు అనుకూలంగా అఖిల భారత స్థాయిలో ఉద్యమం నిర్వహించారు. అన్నింటికంటే ముఖ్యంగా, ప్రభుత్వం తమ కోర్కెలను ఆమోదించాలంటే, తాము కూడా జాతీయ స్థాయిలో సంఘటితమై, నిరంతర ఐక్య ఆందోళనను జరపాలనే విషయాన్ని వీరు నేర్చుకున్నారు.

ప్రారంభ సంస్థలు

ఆధునిక భారతదేశంలో స్థాపించిన మొట్టమొదటి సంఘం, భూస్వామ్య సంఘం (Landholders' Society). 1837 లో బెంగాల్, బిహార్, ఒరిస్సాల్లో భూస్వాములు, తమ వర్గ ప్రయోజనాలను పెంపొందిచుకోవడానికి ఈ సంఘాన్ని స్థాపించారు. తదుపరి, 1843లో సామాన్య ప్రజల ప్రయోజనాలను కాపాడి, పెంపొందించేందుకై, 'బెంగాల్ బ్రిటీష్ ఇండియన్ సొసైటీ' (Bengal British Indian Society) ఏర్పాటు చేయబడింది. 1851లో ఈ రెండు సంస్థలు ఐక్యమై, 'బ్రిటీష్ ఇండియా సంఘం' (British India Association)గా ఏర్పడ్డాయి. ఇదేవిధంగా, 1852లో 'మద్రాస్ స్థానికుల సంఘం' (The Madras Native Association) 'బొంబాయి సంఘం' (The Bombay Association) స్థాపించడం జరిగింది. దేశ ఇతర పట్టణాలు, భాగాల్లోకూడా ఇటువంటి సంస్థలు నెలకొన్నాయి. ఇవి స్వభావరీత్యా, స్థానిక లేక రాష్ట్రీయ సంఘాలుగా నుంచి, ధనిక, ప్రభువర్గాల ప్రాబల్యానికి లోనయ్యాయి. పరిపాలనా సంస్కరణ, పరిపాలనలో భారతీయులు పాలుపంచుకొనుట విద్యావ్యాప్తి కొరకు, వీరు కృషి చేశారు. దేశీయుల కోర్కెలను నివేదిస్తూ, పెద్ద మహజర్లను బ్రిటీష్ పార్లమెంట్‌కు పంపేవారు.

1858 తరవాతి కాలంలో, విద్యావంతులైన భారతీయులు బ్రిటీష్ ఇండియా ప్రభుత్వం మధ్య, అననుకూలత అధికం కాసాగింది. బ్రిటీష్ పాలనా స్వభావం, పరిణామాలను అవగాహన చేసుకొన్నవీరు, దాని విధానాల ను తీవ్రంగా విమర్శించసాగారు. అసంతృప్తి,

నిరసనలు క్రమంగా రాజకీయ కార్యక్రమంగా రూపాన్ని దాల్చాయి. అప్పుడున్న సంఘాలేవీ రాజకీయ చైతన్యులైన భారతీయులను సంతృప్తిపర్చలేక పోయాయి.

1866లో దాదాభాయి నౌరోజీ లండన్‌లో 'తూర్పు ఇండియా సంఘం' (East India Association) ను ఏర్పాటు చేశాడు. భారతదేశ సమస్యను చర్చించడటానికి, భారతదేశ శ్రేయస్సును పెంపొందించేందుకై బ్రిటీష్ ప్రజాభిప్రాయాన్ని ప్రభావితం చేయటానికి దీని స్థాపన జరిగింది. తదుపరి, దీని శాఖలను ప్రముఖ భారతీయ నగరాల్లోకూడా నౌరోజీ నెలకొల్పాడు. 1825లో జన్మించిన ఈయన తన జీవితాన్నంతటినీ జాతీయోద్యమానికై వినియోగించి, అచిరకాలంలోనే 'గ్రాండ్ ఓల్డ్‌మాన్ ఆఫ్ ఇండియా' (Grand Old Man of India) గా ప్రసిద్ధి గాంచాడు. భారతదేశ మొదటి ఆర్థిక ఆలోచనాపరుడుకూడా ఈయనే. భారతదేశ బ్రిటీష్ దోపిడీ, సంపద తరలింపులే ఈ దేశ బీదరికానికి ప్రధాన కారణమని దాదాభాయి నౌరోజీ తన ఆర్థిక శాస్త్రపరమైన రచనల్లో (Poverty and un-British rule in India) వివరించాడు. మూడుసార్లు భారత జాతీయ కాంగ్రెస్ అధ్యక్షునిగా వ్యవహరించే గౌరవాన్ని పొందాడు. ఒక్కమాటలో చెప్పాలంటే, భారత జాతీయ నాయకుల సుదీర్ఘ జాబితాలో ప్రథమంగా వచ్చేవాడు దాదాభాయి నౌరోజీ.

ఇదే వరుసలో న్యాయమూర్తి రనడే, మరికొందరు కలసి, 1870 దశకంలో 'పూనా సార్వజనిక సభ (Poona Sarvajanik Sabha) ను స్థాపించారు. 1881లో 'మద్రాస్ మహాజన సభ', 1885లో 'బొంబాయి ప్రెసిడెన్సీ సంఘం' కూడా ప్రారంభించారు. ముఖ్య పరిపాలనా, చట్టసంబంధమైన చర్యలను, విరమర్శించటానికి ఈ సంస్థలు ప్రధానంగా కృషి చేశాయి. రెనడే సారథ్యంలో పూనా సార్వజనిక సభ ఒక త్రైమాసిక సంచికను కూడా నిర్వహించింది. ఆర్థిక విషయాలమీద నవభారత మార్గదర్శిగా ఇది పనిచేసింది.

కలకత్తా భారతీయ సంఘం : సురేంద్రనాథ బెనర్జీ

భారత జాతీయ కాంగ్రెస్‌కు ముందు నెలకొన్న జాతీయ సంస్థల్లో అతి ముఖ్యమైనది కలకత్తా భారతీయ సంఘం. బ్రిటీష్ ఇండియా సంఘ సంప్రదాయవాద, భూస్వామ్యానుకూల విధానాలతో బెంగాల్ యువ జాతీయవాదులు క్రమంగా అసంతృప్తి చెందసాగారు. ప్రజా బాహుళ్యానికి ప్రయోజనాన్ని కల్గించే విషయాలపైన నిరంతర రాజకీయ ఆందోళనను వీరు కాంక్షించారు. మహావక్త, రచయితైన సురేంద్రనాథ బెనర్జీ నాయకత్వం వీరిక లభించింది. 1871లో ఐ.సి.యస్. పరీక్షలో కృతార్థుడై, సిల్హెట్‌లో అసిస్టెంట్ మేజిస్ట్రేట్‌గా నియమితుడైనాడు. స్వతంత్రాభిప్రాయాలు కల ఒక భారతీయుని ఉనికిని సహించని ఈతని పై అధికారులు ఈయనను పదవి నుంచి అన్యాయంగా తొలగించివేసేటట్లు చేశారు. తదుపరి, ఈయన కలకత్తా ఫ్రీచర్చి కళాశాల్లో అధ్యాపకునిగా పనిచేశాడు.

1875లో జాతీయాంశాలపైన కలకత్తా విద్యార్థులకు రసవత్తరమైన ఉపన్యాసాలిస్తూ, సురేంద్రనాథ బెనర్జీ తన ప్రజా జీవితాన్ని ప్రారంభించాడు. ఈయన, ఆనంద మోహన్

బోస్‌ల నాయకత్వంలో యువ బెంగాల్ జాతీయవాదులు జూలై 1876లో భారత సంఘాన్ని స్థాపించారు. లండన్‌లో చదువుతూ, దాదాభాయి నౌరోజీ చేత ప్రభావితుడైన ఆనంద మోహన్ బోస్ వలస ప్రాంతమైన భారతదేశ స్వపరిపాలనను కాంక్షిస్తూ, జాతీయోద్యమ కార్యక్రమాల్లో చురుకుగా పాల్గొన్నాడు. రాజకీయ సమస్యల మీద బలమైన ప్రజాభిప్రాయాన్నేర్పరచడం, సాధారణ రాజకీయ పథకం ద్వారా భారత ప్రజల ఐక్యతను సాధించడం, భారత సంఘ ఉద్దేశాలైనాయి. ఎక్కువమంది ప్రజలను సభ్యులుగా చేర్చుకోడానికి, బీద తరగతులవారికి సభ్యత్వ రుసుం తగ్గించడం జరిగింది.

సివిల్ సర్వీస్ నిబంధనలను సవరిస్తూ, ఐ.సి.యస్. పరీక్షల గరిష్ఠ వయో పరిమితిని 19 నుంచి, 21 సంవత్సరాలకు పెంచాలని కోరుతూ, భారత సంఘం తన ప్రథమ ఆందోళనను చేపట్టింది. ఈ సమస్యమీద దేశమంతటా ప్రజాభిప్రాయాన్నేర్పరచేందుకై సురేంద్రనాథ బెనర్జీ 1877-78లో భిన్న భాగాల్లో పర్యటించాడు. లిట్టన్ రాజప్రతినిధి ప్రజాభీష్టానికి వ్యతిరేకంగా ప్రవేశపెట్టిన 'ఆయుధాల చట్టం', 'దేశీయ పత్రికల చట్టా'లను నిరసిస్తూ, భారత సంఘం ఆందోళనను నిర్వహించింది. 1883-85లో కౌలుదార్ల కనుకూలంగా 'కౌలు బిల్లు'ను మార్పిడి చేసేందుకై వేల సంఖ్యలో కర్షకుల ప్రదర్శనను ఏర్పాటు చేసింది. ఇంగ్లీష్‌వారి యాజమాన్యంలోని తేయాకు తోటల్లో పనిచేస్తున్న కార్మికుల పరిస్థితులు, బానిసత్వాన్ని పోలిన స్థాయినుంచి మెరుగుపడేందుకై భారత సంఘం ఆంగోళనను చేపట్టింది. ఈ సంఘ పలు శాఖలు బెంగాల్‌లోని పట్టణాలు, గ్రామాలు, బెంగాల్ అవల పలు పట్టణాల్లో కూడా తెరువబడ్డాయి.

అయితే, కాలానుగుణంగా, అఖిల భారత రాజకీయ సంస్థావశ్యకతను జాతీయవాదులు గుర్తించడమైంది. ఐక్య శత్రువైన విదేశీ పాలన, దోపిడీల నెదిరించటానికి, రాజకీయైక్యత అవసరమైంది. అప్పటి సంస్థలు ఉపయోగకరంగా ఉన్నా, వాటి పరిధి, పనితీరు పరిమితమైనాయి. ఇవి ఎక్కువగా స్థానిక సమస్యలను చేపట్టాయి. వీటి సభ్యత్వం, నాయకత్వం గూడా, ఒక నగరానికి గాని, రాష్ట్రానికి గాని పరిమితమైనాయి. భారత సంఘం కూడా అఖిల భారత వ్యవస్థగా ఎదగలేక పోయింది.

రాజకీయ సమైక్యత ప్రాతిపదికగా, భారతీయ వాదానికి నిర్దిష్ట స్వరూపాన్ని కల్పించేందుకై, భారత సంఘం కలకత్తాలో డిసెంబర్ 1883లో అఖిల భారత జాతీయ సమావేశాన్ని (All India National Conference) ఏర్పాటు చేసింది. బెంగాల్ వెలుపల అనేక నాయకులీ సమావేశానికి హాజరయ్యారు. ఆనాడు భారతీయ విద్యావంతులను కలవరపరుస్తున్న రాజకీయ సమస్యల గురించి చర్చించడమైంది. ఈ సమావేశం ఆమోదించిన కార్యక్రమాన్ని పోలినటువంటిదాన్నే, తరవాత సమావేశమైన భారత జాతీయ కాంగ్రెస్ అంగీకరించటం విశేషం. దీన్ననుసరించే, 1886లో ఈ సమావేశం కాంగ్రెస్‌లో విలీనమైంది. ఏమైనప్పటికీ, ఇది దేశానికంతటికీ చెందిన రాజకీయ సేవకులు, నాయకుల ప్రాతినిధ్య సంస్థగా రూపొందలేకపోయింది.

భారత జాతీయ కాంగ్రెస్ ఆవిర్భావం : తీరుతెన్నులు

అఖిల భారత రాజకీయ సంస్థను స్థాపించే విషయమై పలువురు భారతీయులు ప్రయత్నించసాగారు. అయితే, దీన్ని సాధించిన ఘనత, కీర్తి, ఎ.ఓ. హ్యూమ్ అనే ఇంగ్లీష్ సివిల్ ఉద్యోగికి దక్కటం ఎంతైనా విశేషించదగ్గ విషయం. ఉదారవాద భావాలు గల స్కాటిష్ కుటుంబంలో జన్మించి, 1870 లో భారత ప్రభుత్వ కార్యదర్శిగా పనిచేసిన హ్యూమ్ తన భావాలు నిర్మోహమాటం ఉన్నతాధికారులకు నచ్చని కారణంగా, 1882 లో పదవినుంచి విరమించుకోవాల్సి వచ్చింది. విద్యావంతులైన భారతీయుల అభిప్రాయాలను ప్రతిబింబించే అఖిల భారత సంస్థ ఏర్పాటుకై, హ్యూమ్ శాయశక్తులా కృషి చేశాడు. అప్పటికే దీని విషయమై, జాతీయ నాయకుల్లో ఏర్పడ్డ దృఢ భావాలను ఈతడు చక్కగా ఉపయోగించుకున్నాడు. అయితే ప్రభుత్వం పట్ల భారత ప్రజల అసంతృప్తి ఉధృతమై, విప్లవంలా ప్రజ్వరిల్లుతుందనే భయాందోళనలేవీ పాలకులను కలవరపెట్టినట్లు లేదు. దీని కారణంగానే రాజప్రతినిధి డఫ్రిన్‌ను హ్యూమ్ మే 1885లో సిమ్లాలో కలిసి, బొంబాయిలో జరుగబోయే భారతీయ ప్రతినిధుల రాజకీయ సమావేశాన్ని గురించి ప్రస్తావించగా, అట్టి సమావేశాన్నుంచి దూరంగా ఉండమని బొంబాయి గవర్నర్‌కు రాజప్రతినిధి సలహానిచ్చాడు. అయినప్పటికీ, అధికార వర్గాల్లో హ్యూమ్‌కు గల పలుకుబడి గురించి, భారతీయుల్లో విశేషాభిప్రాయాలేర్పడ్డాయి. ఫలితంగా, భారతీయ నాయకులు హ్యూమ్‌కు తమ సహకారాన్నందించారు.

ఇట్టి కృషి, ప్రయత్నాల ఫలితంగా ఏర్పడ్డదే భారత జాతీయ కాంగ్రెస్ (Indian National Congress). ఎ.ఓ. హ్యూమ్, కె.టి. తెలాంగ్‌లు కార్యదర్శులుగా, 72 మంది సభ్యులతో, డబ్ల్యు.సి. బెనర్జీ అధ్యక్షతన, బొంబాయిలోని తేజపాల్ సంస్కృత కళాశాలకు చెందిన గోకుల్‌దాస్ భవనంలో, 1885వ సంవత్సరం, డిసెంబర్ 28వ తేదీనాడు కాంగ్రెస్ ప్రథమ సమావేశం జరిగింది. ఫిరోజ్ షా మెహతా, దాదాభాయి నౌరోజీ, దిన్‌షా వాచా, మద్రాస్ నుండి పి. రంగయ్యనాయుడు, పి. ఆనందాచార్యులు, సుబ్రమణ్య అయ్యర్, అనంతపురం నుంచి కేశవపిళ్లై అదిగాగల ముఖ్యులు ఈ చరిత్రాత్మక సమావేశానికి హాజరయ్యారు. ఇండియన్ మిర్రర్, కేసరి, హిందూ, ట్రిబ్యూన్ లనే పత్రికా సంపాదకులు కూడా, దీనిలో పాల్గొన్నారు. ఈ ప్రథమ సమావేశ ప్రతినిధుల్లో ఎక్కువమంది, న్యాయవాదులు, పాత్రికేయులు, పారిశ్రామికవేత్తలు, వ్యాపారులు, అధ్యాపకులు, భూస్వాములుగా ఉన్నారు. దేశ భిన్న భాగాలకు చెందిన జాతీయవాద రాజకీయ సేవకుల మధ్య స్నేహపూరిత సంబంధాలను పెంపొందించడం; కుల, మత, రాష్ట్రాలతో నిమిత్తం లేకుండా, జాతీయైక్యతా భావాన్ని పెంపొందించి, పటిష్ఠపరచడం; ప్రజా కోర్కెలను రూపొందించి, వాటిని ప్రభుత్వానికి సమర్పించడం; అన్నింటికంటే ముఖ్యంగా, ప్రజాభిప్రాయ శిక్షణా సమీకరణలు, జాతీయ కాంగ్రెస్ ఆశయాలుగా ప్రకటించారు.

జాతీయోద్యమం; మితవాద యుగం (1885–1905)

భారత జాతీయ కాంగ్రెస్ అవిర్భావంతో, జాతీయోద్యమ సారధ్య నేతృత్వాలు దీని భుజస్కంధాలపైన పడ్డాయి. 1905 వరకు కాంగ్రెస్ మితవాదుల ప్రాబల్యం, ప్రభావం క్రింద కొనసాగింది. ఆ కారణంగా, ఈ రెండు దశాబ్దాల కాలానికి, మితవాద యుగమనే పేరు రావడమైంది. సురేంద్రనాథ్ బెనర్జీ, గోపాలకృష్ణ గోఖలే, దాదాభాయి నౌరోజీ, బద్రుద్దీన్ త్యాబ్జీ, ఫిరోజ్‌షా మెహతా, రమేష్‌చంద్ర దత్, ఆనంద మోహన్ బోస్, మహాదేవ్ గోవింద రానడే; మదన్ మోహన్ మాలవ్య, సుబ్రమణ్య అయ్యర్, పి. ఆనందాచార్లు, నాటి ప్రసిద్ధ కాంగ్రెస్ నేతలు. వీరు బ్రిటీష్ ప్రభుత్వ న్యాయ, నిష్పాక్షిక వైఖరిలో విశ్వాసముంచుతూ, కొన్ని పరిమిత రాజ్యాంగ, ఆర్థిక, పరిపాలన, పౌర హక్కుల సంబంధమైన సంస్కరణలను కోరుతూ, వీటిని పొందేందుకు శాంతియుత, రాజ్యాంగ, చట్టబద్ధమైన ప్రార్థన (Prayer) మహజర్లు (Petitions), అసమ్మతిని ప్రకటించడం (Passive Resistance) లాంటి పద్ధతుల నవలంబించ పూనుకున్నారు. భారతదేశాన్ని పేదరికంలోనికి దిగజార్చిన బ్రిటీష్ సామ్రాజ్యవాద, వలస విధాన దుష్పరిణామాలను ఈ నాయకులు తీవ్రంగా విమర్శించినా, బ్రిటీష్ పరిపాలనను మెచ్చుకున్నారు. అంచెలంచెల సంస్కరణలద్వారా, భారతీయుల స్థితిగతులను, పేదరికాన్ని, బ్రిటీష్ పాలన సంస్కరిస్తుందనీ, దీనికొరకై భారతదేశం, ఇంగ్లాండ్‌ల్లో ప్రజాభిప్రాయ సమీకరణకై ప్రచారాన్ని నిర్వహించాలని నిశ్చయించారు. ఈ లక్ష్యంతోనే 1889లో భారత జాతీయ కాంగ్రెస్ బ్రిటీష్ శాఖ నెలకొల్పబడింది. ఈ శాఖ 1890 లో 'ఇండియా' అనే సంచికను ప్రారంభించింది. తన జీవితం, ఆదాయంలో అధిక భాగాన్ని ఇంగ్లాండ్‌లో బ్రిటీష్ ప్రజాభిప్రాయాన్ని భారతదేశానికి అనుకూలంగా మార్చేందుకు ప్రసిద్ధ మితవాద నాయకుడైన దాదాభాయి నౌరోజీ వినియోగించుట మిక్కిలి గమనార్హం.

మితవాదుల సంస్కరణా ప్రయత్నాలు : స్వరూప స్వభావాలు

రాజ్యాంగ సంస్కరణల రీత్యా, తొలి కాంగ్రెస్ జాతీయవాదులు తమ దేశ పరిపాలనలో అధిక భాగస్వామ్యాన్నీ, ప్రజాస్వామ్య సూత్ర అమలును కాంక్షించారు. 1885 నుంచి 1892 వరకు నడచిన కాంగ్రెస్ వార్షిక సమావేశాల్లో వీరు శాసనమండలుల విస్తరణ, సంస్కరణలను కోరడమైంది. ఎన్నికైన ప్రజాప్రతినిధులకు మండలుల్లో సభ్యత్వం, మండలుల అధికారాల పెంపుదలను కాంక్షించారు.

వీరి ఆందోళనా ప్రభావ కారణంగా, బ్రిటీష్ ప్రభుత్వం 1892 భారత మండలుల చట్టాన్ని (Indian Councils Act of 1892) చేయాల్సొచ్చింది. దీని ప్రకారం, సామ్రాజ్య శాసన మండలి (Imperial Legislative Council), రాష్ట్ర మండలుల్లోని సభ్యత్వం పెంచబడింది. వీరిలో కొంతమందిని ప్రజలు పరోక్షంగా ఎన్నుకుంటారు. కాని, అధికార సభ్యుల అధిక సంఖ్యాక బలం కొనసాగించడం జరిగింది. వార్షిక బడ్జెట్లపై జరుగు చర్చలో మండళ్లు పాల్గొనే హక్కును ఇచ్చారు. కాని, వీటిపై జరుగు వోటింగ్‌లో పాల్గొనటానికి వీలు కల్పించలేదు.

1892 చట్టాంశాలపై జాతీయ వాదులు పూర్తి అసంతృప్తి చెందారు. మండళ్లలో భారతీయులకు అధిక భాగస్వామ్యాన్ని, వీటికి ఎక్కువ అధికారాలను కోరారు. ప్రత్యేకించి స్వాతంత్ర్య యుద్ధానికి ముందు అమెరికన్ ప్రజల వలె, ప్రజాధనంపై భారతీయుల హక్కు, అజమాయిషీలను వాంఛించారు.

ముఖ్యమైన విషయమేమంటే, 20వ శతాబ్ది ప్రారంభానికి జాతీయ నాయకులు ఆస్ట్రేలియా, కెనడాల్లోవలె భారతదేశానికి బ్రిటీష్ సామ్రాజ్యంలో స్వరాజ్యం (Swarajya) లేక స్వయం పాలనాధికారాన్ని కాంక్షించారు. కాంగ్రెస్ వేదికనుంచి ఇటువంటి ప్రతిపాదనను 1905లో గోఖలే, 1906లో దాదాభాయి నౌరోజీలు ప్రకటించారు.

ఆర్థిక సంస్కరణలు

ఆర్థిక రంగంలో బ్రిటీష్ పాలకుల లోపభూయిష్ట, స్వార్థపూరిత విధానాల కారణంగా భారతదేశ వ్యవసాయం, పరిశ్రమలు క్షీణించి, పేదరికం, ఆర్థిక వెనుకబాటు పెరుక్కుంటూ వచ్చాయని, తొలి జాతీయవాదులు ఆరోపించారు. 1881లో దాదాభాయి నౌరోజీ ప్రకటన చేస్తూ, బ్రిటీష్ పరిపాలన "శాశ్వతంగా పాతుకుపోయి, నిత్యమూ పెరుగుతూ పోయే ఒక విదేశీ దురాక్రమణ" లాంటిదని తెల్పాడు. ఆర్థిక పరిస్థితి మెరుగుదలకై ఆధునిక పరిశ్రమల సత్వరాభివృద్ధిని వీరు కాంక్షించారు. పరిశ్రమల అభివృద్ధికై సుంక పరిరక్షణ (Tariff Protection) , ప్రత్యక్ష సహాయాన్ని ప్రభుత్వం నుంచి కోరారు. దీనితోబాటు, స్వదేశీ (Swadeshi) , లేక భారతీయ వస్తువులను వాడుతూ, బ్రిటీష్ ఉత్పత్తులను బహిష్కరించే (boycott) విధానాన్ని వీరు ప్రచారం చేయసాగారు. ఉదాహరణకు, మహారాష్ట్రలోని పూనా, తదితర పట్టణాల్లోని విద్యార్థులు 1896లో స్వదేశీ ఉద్యమంలో భాగంగా విదేశీ బట్టలను బహిరంగంగా దగ్ధం చేశారు.

భారతదేశాన్నుంచి విలువైన సంపద నిత్యం బ్రిటన్‌కు తరలిపోతూ, దేశ ఆర్థిక క్షీణతను పెంచుతూన్న విషయాన్ని మితవాద నాయకులు గమనించి, గర్హించి, దాని నిలుపుదలకై ఘోషించారు. "Poverty and un-British Rule in India" అనే పేరుగల గ్రంథంలో, ఇట్టి విధాన వివరాలను దాదాభాయి నౌరోజీ తెలియజేస్తూ, సాలీనా £30,000,000 లేక £ 40,000,000 భారతీయ ధనం బ్రిటన్‌కు చేరుతున్నట్లుగా సమాచారాన్నిచ్చాడు. మితిమీరిన బ్రిటీష్ దిగుమతుల ఫలితంగా ఏర్పడ్డ విదేశీ వ్యాపార లోటు, ఆంగ్లేయ, పౌర, సైనికాధికారుల జీతభత్యాలు, పెన్షన్‌లు, వీరు తదితరుల పొదుపు మొత్తాలు, మొదలైన వాటి కారణంగా, ఇట్టి పరిస్థితి కొనసాగింది. ఇట్టి తరలింపు సిద్ధాంత దుష్పరిణామాలను రమేష్ చంద్ర దత్, గోవింద రానడే లాంటి మితవాద నాయకులు తమ రచనలు, ఉపన్యాసాలద్వారా తేటతెల్లం చేశారు. వలస రాజ్యాల దోపిడీ స్వభావానికి దీన్ని నిదర్శనంగా వీరు పేర్కొన్నారు. ఇదే సందర్భంలో జాతీయవాదులు, భూమి శిస్తు తగ్గింపు, తోటల్లో (Plantations) పని చేసే కార్మికుల స్థితిగతుల అభివృద్ధి, ఉప్పు పన్ను రద్దు, సైనిక వ్యయంలో తగ్గుదలను కోరారు. రైతుల, కార్మికుల, సర్వ ప్రజానీకంపై పన్నుల భారాన్ని

తగ్గించి, వారిని ఆర్థికంగా ఆదుకునేందుకై ఈ చర్యలను కోరడమైంది.

పరిపాలన, తదితర సంస్కరణలు

పరిపాలనారీత్యా, ఉన్నత పరిపాలనా సర్వీస్‌లను భారతీయీకరణ చేయడాన్ని, కాంగ్రెస్ నాయకులు ప్రధానంగా కాంక్షించారు. ఆర్థిక, రాజకీయ, ధార్మిక ప్రాతిపదికల నాధారంగా దీన్ని కోరారు. ఐరోపీయులకిచ్చే హెచ్చు వేతనాలు, సర్వీస్‌ల భారతీయీకరణ, దేశీయుల అవసరాలకనుగుణ్యంగా పరిపాలనను అందివ్వగల్గటం, దేశీయుల శక్తి సామర్థ్యాల నియోగావశ్యకత, వీటిలో ఇమిడి ఉన్నాయి. ఐ.సి.యస్. పరీక్షలకు గల వయో పరిమితిని పెంచడంలాంటి డిమాండ్లను కాంగ్రెస్ సమావేశాలు చేయసాగాయి. కార్యనిర్వాహకాధికారాల నుంచి న్యాయాధికారాలను వేరు చేయమని కోరడం జరిగింది. జ్యూరీల అధికారాల కోత, ప్రజలను నిరాయుధులను చేయడం నిరసించబడ్డాయి. ప్రజలను నమ్మి, దేశ రక్షణ, వారి రక్షణ నిమిత్తమై ఆయుధాలను ఉంచుకునే హక్కునివ్వాలని అడగడం జరిగింది.

వివిధ సంక్షేమ కార్యక్రమాలను చేపట్టాలని ప్రభుత్వాన్ని కోరడమైంది. సామాన్య ప్రజల్లో ప్రాథమిక విద్యా వ్యాప్తి, సాంకేతిక, ఉన్నత విద్యలకై ఎక్కువ సదుపాయాలు, రైతులను వడ్డీ వ్యాపారుల బాధల నుంచి రక్షించేందుకై వ్యవసాయ బ్యాంకుల అభివృద్ధిని, వ్యవసాయాభివృద్ధి, క్షామాల నుంచి దేశ రక్షణకై నీటిపారుదల బృహత్ పథకాలను వైద్య, ఆరోగ్య వసతుల పెంపుదలను, నీతి, నిజాయితీలతో పనిచేసేవిధంగా పోలీస్ వ్యవస్థను మెరుగుపర్చడాన్ని, నాటి మితవాద నాయకులు డిమాండ్ చేశారు. దక్షిణాఫ్రికా, మలయా, మారిషస్, పశ్చిమ ఇండియా దీవులు, బ్రిటీష్ గయానాల లాంటి విదేశాల్లో మనుగడను సాగిస్తున్న భారతీయ కార్మికుల ఇబ్బందులపట్ల కూడా వీరు ప్రతిస్పందించారు. చాలాచోట్ల క్రూర హింసలు, జాతి వివక్షతలు వికృత రూపాన్ని ధరించాయి. దక్షిణాఫ్రికాలో భారతీయులు, మానవ, పౌర హక్కులకై మోహన్‌దాస్ కరంచంద్ గాంధీ సాగించిన పోరాటం ఈ సందర్భంగా ఖ్యాతిని గాంచింది.

పౌర హక్కుల పరిరక్షణ

తొలి జాతీయవాదులు వాక్స్వాతంత్ర్యం, పత్రికా స్వాతంత్ర్యం లాంటి పౌర హక్కుల విలువను గుర్తించి, వాటి కుదింపులను వ్యతిరేకించసాగారు. వీటి పరిరక్షణ స్వాతంత్ర్యోద్యమంలో భాగమైంది. తమ ఉపన్యాసాలు, రచనలద్వారా ప్రభుత్వ వ్యతిరేక కార్యకలాపాలకు పాల్పడ్డారనే అభియోగంపై 1897లో బొంబాయి ప్రభుత్వం బాలగంగాధర తిలక్, ఇతరులనేకులను దీర్ఘకాలకారాగార శిక్షలకు గురిచేసింది. అదే సమయంలో నాటూ సోదరులనే ఇద్దరు పూనా నాయకులను విచారణ లేకుండా దూర ప్రాంతాలకు పంపించారు. ప్రజల పౌరహక్కులు, స్వాతంత్ర్యాలమీద జరిగిన ఈ దాడిని దేశమంతా నిరసించింది. ఫలితంగా అంతవరకూ మహారాష్ట్ర నాయకుడిగా ఉన్న తిలక్, అకస్మాత్తుగా అఖిల భారత నాయకస్థాయికి, ఖ్యాతికి ఎదిగాడు. అమృతబజార్ పత్రిక రాసినట్లుగా తిలక్ పేరు,

కారాగార శిక్ష ప్రతి గృహంలో మార్మోగింది. ఈ నిర్బంధం దేశంలో నూతన చైతన్యాన్ని రగుల్కొల్పి, జాతీయోద్యమంలో నూతన దశకు నాంది పల్కింది.

మితవాదుల కార్యకలాపాలపట్ల ప్రభుత్వ వైఖరి

భారత జాతీయ కాంగ్రెస్ ఆవిర్భావం తదుపరి దీని కార్యకలాపాలపట్ల బ్రిటిష్ ప్రభుత్వ వైఖరి, క్రమంగా ఒక దిశనుంచి మరో దిశకు పయనించింది. ప్రారంభంలో ప్రభుత్వం స్నేహ వైఖరిని ప్రదర్శించింది. బహుశా హ్యూమ్ నాయకత్వంలో కాంగ్రెస్ పనితీరు ప్రభుత్వానికి హానికరంగా పరిణమించదని భావించి ఉండొచ్చు. 1886 డిసెంబర్‌లో రాజప్రతినిధి డఫ్రిన్, కాంగ్రెస్ ప్రతినిధులను వన భోజనానికి (Garden Party) ఆహ్వానించారు. అయితే, త్వరలోనే పరిస్థితి మారింది. ప్రభుత్వం చేతుల్లో కాంగ్రెస్ కీలుబొమ్మగా వ్యవహరించేది కాదని, అది భారతీయుల జాతీయతను ప్రతిబింబించే వ్యవస్థగా క్రమంగా మారుతోందనే విషయం అవగతం కాసాగింది. కాంగ్రెస్, దాని ముఖ్య నాయకులను బ్రిటిష్ అధికారులు విమర్శించి, తూలనాడసాగారు. ప్రభుత్వంపైన "విశ్వాసం లేని బాబులని", "రాజద్రోహపూరిత బ్రాహ్మణు"లని, "తీవ్ర భావాలు కల దుర్మార్గు"లని విమర్శనా బాణాలు సంధించారు. ప్రజల్లో సూక్ష్మాతి సూక్ష్మమైన (Microscopic) భాగానికి మాత్రమే కాంగ్రెస్ ప్రాతినిధ్యం వహిస్తుందని, 1887 లో డఫ్రిన్ గేలిచేశాడు. "కాంగ్రెస్ పతనం కావడానికి సిద్ధంగా ఉంది. నేను భారతదేశంలో ఉండగానే అది ప్రశాంతంగా కన్ను మూయడానికి సహాయపడాలని నా కోరిక" అని 1900 లో రాజప్రతినిధి కర్జన్ ప్రకటించాడు.

అయితే వీరాశించిన విధంగా జాతీయ కాంగ్రెస్ బలహీనం కాక, ప్రవర్ధమానమౌతూండడంతో, భారత ప్రజల సమైక్యతను, తమ అధికారానికి ముప్పుగా పరిణమిస్తుందని భావించిన బ్రిటిష్ అధికార్లు, దీన్ని దెబ్బతీయడానికై హేయమైన "విభజించి పాలించే" విధానాన్ని అవలంబించ ఉద్యమించారు. సర్ సయ్యద్ అహమ్మద్‌ఖాన్, బెనారస్ రాజా శివప్రసాద్ లాంటి బ్రిటిష్ అనుకూల వ్యక్తుల చేత కాంగ్రెస్ వ్యతిరేక ఉద్యమాన్ని మొదలు పెట్టించి, ప్రోత్సహించారు. హిందువులు, ముస్లిమ్‌లు, సనాతన ఫ్యూడల్ వర్గాలు, నూతన మేధావి వర్గం, వివిధ రాష్ట్రాల వర్గాలు, జాతుల మధ్య వైషమ్యాన్ని పెంచి, ఐక్యతను దెబ్బతీయడానికి బ్రిటిష్ ప్రభుత్వం తీవ్రంగా ప్రయత్నించింది. అయినప్పటికీ, జాతీయోద్యమ ప్రగతి కుంటుపడలేదు.

మితవాద జాతీయోద్యమ ప్రగతీ వైఫల్యాలు

కొందరు విమర్శకుల దృష్టిలో జాతీయోద్యమ తొలిదశలో అంతగా సాఫల్యత చేకూరలేదు. ఉద్యమ నాయకులు డిమాండ్ చేసిన వాటిలో బహు కొద్ది మాత్రమే అంగీకరించబడ్డాయి. ఈ దశలో ఉద్యమం సామాన్య ప్రజల్లో చోటుచేసుకోలేకపోయింది. ప్రభుత్వానికి అదేపనిగా మొరపెట్టుకొని, అది అనుగ్రహించిన మేరకే సంతృప్తి చెందే మితవాద నాయకుల ధోరణిని "రాజకీయ యాచకత్వం" (Political Mendicancy) గా, లాలా

లజపతి రాయ్, బాలగంగాధర తిలక్, బిపిన్ చంద్రపాల్ లాంటి అతివాద నాయకులు ఘాటుగా విమర్శించారు. తీర్మానాలు, ఉపన్యాసాలవల్ల విదేశీపాలన తొలగి, ప్రజా ప్రభుత్వమేర్పడజాలదని వీరు గట్టిగా విశ్వసించారు.

విమర్శల్లో సత్యమున్నప్పటికీ, జాతీయోద్యమ తొలి దశ విఫలమైందనుట సరికాదు. ప్రజల్లో మొట్టమొదటిసారిగా గొప్ప జాతీయ చైతన్యాన్ని రేకెత్తించటంలో ఇది విజయాన్ని సాధించింది. తామంతా ఒకే జాతికి చెందినవారనే భావన, భారతీయుల్లో ఏర్పడింది. ప్రజల్లో ప్రజాస్వామ్యం, జాతీయతా భావాలు పెంపొందించడం జరిగింది. వీరిలో ఆధునిక దృక్పథంతో బాటు, బ్రిటిష్ పాలనా దుష్పరిణామాలు పటిష్టంగా ప్రచారం చేయడం జరిగింది. బ్రిటిష్ సామ్రాజ్యవాద ఆర్థిక స్వరూప స్వభావాలు తేటతెల్లం చేశారు. అంటే, తరవాతి యుగాల్లో భారత ప్రజలు సమైక్యమై, రాజకీయ పోరాటాలను సాగించటానికి కావల్సిన ఐక్య రాజకీయార్థిక కార్యాచరణ పథకాన్ని జాతీయోద్యమ తొలి దశ రూపొందించగల్గింది. భారత స్వాతంత్ర్యోద్యమ అనంతర దశలకు ప్రగతికి, మితవాదయుగ పరిణామాలు పునాదిగా నిల్చాయనటంలో సందేహం లేదు. ఈ యుగ నాయకులు అవలంబించిన పద్ధతులు, వారి లక్ష్యాలు, నాటి దేశ, కాల పరిస్థితులను బట్టే రూపొందాయనుట ఎంతైనా సమంజసం.

జాతీయోద్యమ రెండో దశ : తీవ్రవాదుల విజృంభణ (1905–1919)

కాంగ్రెస్ ఆవిర్భావం తరవాత గడచిన రెండు దశాబ్దాల్లో మితవాదుల నేతృత్వంలో నడచిన జాతీయోద్యమం తలపెట్టిన సంస్కరణలను పెద్దగా అమలు చేయించలేకపోనట్లుగా గమనించాం. వీరి ఈ వైఫల్యత ప్రజల్లో నిరాశా నిస్పృహలను కల్గింపజేసి, వీరి ఆశయాలు, పద్ధతులకు భిన్నమైనవాటిని ప్రతిపాదించి, ప్రచారం చేస్తూ వచ్చిన కాంగ్రెస్‌లోని రెండో వర్గంవారైన అతివాదులు (Extremists) , లేక సమరశీల జాతీయవాదులు (Militant Nationalists) తరవాతి ఒకటిన్నర దశాబ్దుల కాలంలో విజృంభించి,జాతీయోద్యమ గమనంలో ప్రముఖపాత్ర వహించడానికి దోహదమైంది. "స్వరాజ్యం" (Swarajya) లేక విదేశీ పాలన నుంచి విమోచనను, ప్రత్యక్ష సామూహిక రాజకీయ ఉద్యమాల ద్వారా సాధించడానికి, తీవ్రవాదులు పూనుకున్నారు. బాలగంగాధర తిలక్, లాలా లజపతిరాయ్, బిపిన్ చంద్రపాల్‌లు 19వ శతాబ్దాంతానికే సిద్ధహస్తులైన అతివాద నాయకులయ్యారు.

తీవ్రవాదుల విజృంభణ : దోహదకాలు

ప్రథమంగా, భారతీయుల ఆర్థిక, సామాజిక, రాజకీయ ప్రగతి సంపూర్ణ స్వపరిపాలనలోనే సాధ్యమౌతుందనే విషయాన్ని జాతీయవాదులు గుర్తించడమైంది. బ్రిటిష్ పాలన దీనికి బలమైన ప్రతిబంధకమని వీరు గుర్తించారు. ఆర్థికంగా, భారతీయ వ్యవసాయం, పరిశ్రమలు బ్రిటన్ దేశ స్వప్రయోజనాలకు ఎరగా వేయబడి, అత్యంత క్షీణ

దశకు చేరుకోడాన్ని వీరు బాధతో గమనించారు. 1896-1900ల మధ్యకాలంలో తీవ్ర క్షామాలు సంభవించి, 90 లక్షల మందికి పైబడిన నిస్సహాయ ప్రజలు అశువులను బాయుట, ప్రభుత్వ నిర్లక్ష్యం, బాధ్యతారహితాన్ని వెల్లడి చేసింది. రాజకీయ రంగంలో ప్రజల, పత్రికల స్వేచ్ఛా స్వాతంత్ర్యాలు క్రూరంగా అణిచి వేశారు. ప్రభుత్వ వ్యతిరేక ప్రసంగాలను నేరంగా చేస్తూ, 1898లో చట్టం చేశారు. పత్రికల స్వాతంత్ర్యాన్ని కుదించేస్తూ, 1904లో భారతీయ అధికార రహస్యాల చట్టం (The Indian Official Secrets Act) అమలులోకొచ్చింది. 1897లో నాటూ సోదరులను విచారణ లేకుండా ప్రవాస శిక్షకు గురిచేయడం జరిగింది. ఇట్టి బ్రిటీష్ అప్రజాస్వామిక, బాధ్యతారహిత చర్యలపట్ల విసుగుచెందిన ప్రముఖ మితవాద నాయకుడైన గోఖలే, "ఉద్యోగస్వామ్యం స్వార్థపూరితంగా, జాతీయాంశాలకు బహిరంగ వ్యతిరేకంగా తయారౌతోందని" ఆరోపించటం కడుంగడు గమనార్హం.

ఆత్మగౌరవం, నమ్మకాల పెంపుదల

19వ శతాబ్దాంతానికి, భారతీయ జాతీయవాదుల ఆత్మగౌరవ, విశ్వాసాలు బాగా వృద్ధి చెందాయి. తమ పాలనాసామర్థ్యం, దేశ భావి ప్రగతిలో వీరికి నమ్మకమేర్పడింది. కొద్దిమంది విద్యావంతులైన ఉన్నత వర్గాల వారిమీద కాకుండా, ప్రజల సామూహిక శక్తి సామర్థ్యాలమీద జాతీయవాదులు ఆధారపడాలని తిలక్, బిపిన్ చంద్రపాల్‌లాంటి నాయకులు ఉద్బోధించారు. తమ దురవస్థకు తరుణోపాయం, తమ చేతుల్లో ఉందనీ, దీనికోసమై ప్రజలు నిర్భయంగా, పటిష్ఠంగా వ్యవహరించాలనీ, వీరు బోధించసాగారు. ఇంకా, లక్ష్య సాధనకై జాతీయవాదులు రాజకీయోద్యమాన్ని నిరాఘాటంగా కొనసాగించాలిగాని, జాతీయ కాంగ్రెస్ సమావేశమైన కొద్ది రోజులు మాత్రమే కాదనీ, అతివాద నాయకులు వ్యక్తం చేయసాగారు.

విద్య, నిరుద్యోగాల పెరుగుదల

విద్యావంతులైన భారతీయుల సంఖ్య 19వ శతాబ్దాంతానికి గ్రహించేవిధంగా పెరిగింది. వీరిలో చాలామంది అతి తక్కువ వేతనాలపై పరిపాలనా శాఖల్లో నియుక్తులుకాగా, ఇతరులనేకులు ప్రవర్థమానమౌతున్న నిరుద్యోగులుగా మిగిలారు. వీరి ఆర్థిక దీనావస్థ, బ్రిటీష్ పాలనను గర్హించేటట్లు తీవ్ర జాతీయవాద రాజకీయోద్యమం వైపు వీరు మొగ్గేటట్లు చేసింది.

విద్యా వ్యాప్తి ఫలితంగా జనించిన భావనాపరమైన మార్పు ఇంకా ముఖ్యమైంది. పాశ్చాత్య భావాలైన ప్రజాస్వామ్యం, జాతీయత, తీవ్రవాదం, విద్యావంతుల సంఖ్యతోబాటు పెరగసాగాయి. దీనితోబాటు, వీరి అతి స్వల్ప వేతనాలు, అధిక నిరుద్యోగం, వీరిని సమరశీల జాతీయవాద మంచి ప్రచారకులు, అనుసరణీయులుగా చేశాయి

అంతర్జాతీయ ప్రభావాలు

విదేశాల్లో జరిగిన అనేక ప్రముఖ సంఘటనలు భారతీయుల నుత్తేజపర్చి, సమరశీల జాతీయతాభివృద్ధిని ప్రోత్సహించాయి. పాశ్చాత్యుల ఆధిపత్యం లేకుండా, 1868 తరవాతి కొద్ది దశకాల్లో మొదటిశ్రేణి పారిశ్రామిక, సైనిక శక్తిగా, సార్వత్రిక ప్రాథమిక విద్యా వ్యవస్థను ఆధునిక, సామ్య పరిపాలనా విధానాన్నేర్పరచుకొన్న దేశంగా జపాన్ అభివృద్ధి చెందుట ఆసియా, ఆఫ్రికా దేశాలకు మార్గదర్శకమైంది. 1896 లో ఇథియోపియా సైన్యాలు ఇటలీని ఓడించడం, 1905లో జపాన్ రష్యానోడించడం, ఐరోపీయ సైనికాధిక్యతా సిద్ధాంతాన్ని వమ్ము చేశాయి. ఆసియా ప్రజల ఆనందోత్సాహాలు అన్నిచోట్లా వెల్లువికాయి. ఐర్లాండ్, రష్యా, ఈజిప్ట్, టర్కీ, చైనా, దక్షిణ ఆఫ్రికాల్లో సంభవించిన విప్లవోద్యమాలు భారత ప్రజల్లో దేశాభిమాన, త్యాగనిరతుల శక్తి విలువలను పెపొందింప చేశాయి. ఐక్యతను కల్గి, త్యాగానికి సిద్ధమైన ప్రజలు, అత్యంత బలిష్టమైన నిరంకుశ ప్రభుత్వాన్నికూడా ఎదిరించగలరనే విషయం దేశీయ ప్రజలకు అవగతమైంది.

సమరశీల జాతీయవాద భావాల ఉనికి

దాదాపు జాతీయోద్యమ ప్రారంభాన్నుంచి, దేశంలో సమరశీల జాతీయవాద భావాలు ప్రచారంలో ఉన్నాయి. బెంగాల్‌లో రాజ్‌నారాయణ్ బోస్, అశ్వినీకుమార్ దత్, మహారాష్ట్రలో విష్ణుశాస్త్రి చిప్లుంకర్‌లు వీటికి ప్రాతినిధ్యం వహించిన నాయకులుగా ఉన్నారు. ఇట్టివారిలో అత్యంత ప్రసిద్ధుడు లోకమాన్య బాలగంగాధర తిలక్. 1856 లో జన్మించి, బొంబాయి విశ్వవిద్యాలయాన్నుంచి పట్టభద్రుడైన తదుపరి, తన జీవితాన్నంతా దేశసేవలో నిమగ్నం చేశాడు. 1880 దశకంలో ఫెర్గ్యుసన్ కళాశాలగా మారిన 'నూతన ఆంగ్ల పాఠశాల' (New English School)ను, ఆంగ్లంలో 'మరాఠా', మరాఠీలో 'కేసరి' అనే వార్తా పత్రికలను స్థాపించుటలో తోడ్పడ్డాడు. 1889 నుంచి 'కేసరి' పత్రిక సంపాదకుడిగా పనిచేస్తూ, తీవ్రవాద జాతీయ భావాల్ని ప్రజల్లో ఉద్దీపింపసాగాడు. వీటికితోడు, తిలక్ 1893 నుంచి గణపతి ఉత్సవాలను, 1895 నుంచి శివాజీ ఉత్సవాలను జరిపిస్తూ, తద్వారా మహారాష్ట్ర యువతలో జాతీయత, దేశాభిమానాలను పెంచటానికి ప్రయత్నించాడు. అయితే, ఇట్టి ఉత్సవాలు హిందూమత సంకేతాలై, తరవాతి కాలాల్లో హిందూ-ఇస్లామిక్ మతతత్వ ధోరణులకు దారితీయుట దురదృష్టకరం. ప్రాచీన మత, చారిత్రకాంశాల నుంచి జాతీయత్వ ప్రేరణ, సంకుచిత్వానికి చోటిచ్చింది. 1896-97 లో మహారాష్ట్రలో క్షామానికి గురైన రైతులను పన్ను చెల్లించవద్దని, ఉద్యమాన్ని చేపట్టాడు. పర్యవసానంగా విధించిన 18 మాసాల కఠిన కారాగార శిక్షను తిలక్ ఎంతో ధైర్యం, త్యాగ నిరతితో పూర్తిచేసి, అఖిల భారత ఖ్యాతిని, గుర్తింపును పొందాడు.

20వ శతాబ్ది ప్రారంభంతో, సమరశీల జాతీయవాదులకు అనుకూల రాజకీయ వాతావరణ మేర్పడి, జాతీయోద్యమ రెండో దశను వీరు నడిపించ ముందుకొచ్చారు. తిలక్ తరవాత బిపిన్ చంద్రపాల్, అరవింద ఘోష్, లాలా లజపతిరాయ్‌లు ప్రముఖ తీవ్రవాద

నాయకులుగా పనిచేశారు. వీరి రాజకీయ కార్యక్రమ ముఖ్య లక్షణాలు క్రిందివిధంగా ఉన్నాయి :

భారతీయులు తమ ధైర్య సాహసాలు, త్యాగాలద్వారా, తమ స్థితిగతులను తామే మెరుగుపర్చుకోవాలి. దేశం కొరకు ఎంతటి త్యాగాలకైనా వెనుదీయరాదు.

ఆంగ్లేయుల అధిపత్యంలో భారతదేశ మెన్నటికీ వృద్ధి చెందజాలదు. వైదేశిక పాలన అసహ్యించుకోబడి, 'స్వరాజ్యం' లేక స్వతంత్రత, జాతీయోద్యమ లక్ష్యంగా ప్రకటించడం జరిగింది.

ప్రజల శక్తిలో గొప్ప విశ్వాసముంచారు. ప్రజల సామూహిక, ప్రత్యక్ష రాజకీయ ఉద్యమాల ద్వారా స్వరాజ్యాన్ని సాధించాలి.

శిక్షణ పొందిన నాయకత్వం

1905 నాటికి గతంలో రాజకీయ ఆందోళనలు, ఉద్యమాలను నడిపించటంలో అనుభవాన్ని గడించిన నాయకులు, దేశంలో పలువురున్నారు. అట్టివారు లేకున్నట్లయితే, జాతీయోద్యమ రెండో దశను నూతన పంథా, సరళిలో నడిపించుట వీలయ్యేది కాదు. 1905లోనే ఆరంభమైన 'వందేమాతరోద్యమం' (1905-11) విజయవంతంగా, పటిష్టంగా నడచిన తీరు నాటి రాజకీయ నాయకుల అనుభవ, విజ్ఞతలకు తేజోవంతమైన నిదర్శనం.

వందేమాతరోద్యమం (1905–11) : స్వదేశీ, బహిష్కరణలు

భారత జాతీయ కాంగ్రెస్ ఆవిర్భావానికి ఆద్యుడు ఏ.ఒ. హ్యూమ్ అయినట్లుగా, జాతీయోద్యమ ద్వితీయ దశలో ప్రథమ ఘట్టమైన 'బెంగాల్ విభజనా వ్యతిరేకోద్యమానికి' ముఖ్య కారకుడు, నాటి రాజప్రతినిధి కర్జన్ ప్రభువవటం ఆసక్తిదాయకమైన విషయం. 1905 అక్టోబర్ 16వ తేదీన బెంగాల్ రాష్ట్రం రెండుగా చీల్చబడింది. తూర్పు బెంగాల్, అస్సాంలు ఒక విభాగంగా, పశ్చిమ బెంగాల్, బీహార్, ఒరిస్సాలు రెండో విభాగంగా చేయడం జరిగింది. ఇట్టి విభజనకు కారణం పరిపాలనా సౌలభ్యంగా చెప్పినా, వాస్తవంగా ఇతర ముఖ్య విషయాలు ఇమిడి ఉన్నాయి "అవిభక్త బెంగాల్ ఒక శక్తి. బెంగాల్‌ను విభజిస్తే బలహీనమౌతుంది. మన పరిపాలనను ప్రతిఘటించే బలమైన ప్రత్యర్థులను బలహీనపర్చడమే మన ముఖ్య లక్ష్యం" అని ఆనాటి భారత ప్రభుత్వ దేశవ్యవహారాల కార్యదర్శి రిస్లే (Risley) ప్రకటించాడు. దీంతోబాటు, బ్రిటీష్ ప్రభుత్వ హేయమైన "విభజించు, పాలించు విధానం"లో భాగంగా తూర్పు బెంగాల్‌లోని అధిక సంఖ్యాక మహమ్మదీయులను పశ్చిమ బెంగాల్‌లోని అధిక సంఖ్యాక హిందువులనుంచి వేరు చేయడం జరిగింది. పరిపాలనా సౌలభ్యమే ప్రభుత్వ ప్రధాన లక్ష్యమైతే, హిందీ మాట్లాడే బీహార్ ప్రాంతాన్ని, ఒరియా మాట్లాడే ఒరిస్సా ప్రాంతాన్ని, బెంగాలీ మాట్లాడే ప్రాంతాన్నుంచి

వేరుచేస్తే బాగుండేదని జాతీయవాదులు అభిప్రాయపడ్డారు.

1903లో బెంగాల్ విభజన ప్రతిపాదనను కర్జన్ చేసినప్పటినుంచి ప్రజలు తమ తీవ్ర అసంతృప్తి, వ్యతిరేకతలను భిన్న మార్గాలద్వారా వ్యక్తం చేశారు. ప్రతిపాదనను అమలుపర్చే రోజుకు 3000లకు పైబడ్డ బహిరంగ సభల నిర్వహణతో బాటు, 70,000ల మంది సంతకాలు చేసిన వినతి పత్రాన్ని భారతరాజ్య కార్యదర్శికి సమర్పించడం జరిగింది. వీటన్నిటినీ ప్రభుత్వం పెడచెవినిపెట్టినందువల్ల బెంగాల్లో ప్రజల విభజన జరిగింది.

ఇట్టి అప్రజాస్వామ్య చర్యను తీవ్రంగా గర్హిస్తూ, బెంగాల్, బొంబాయి, మద్రాస్‌లతోబాటు, దేశంలోని పలు ఇతర ప్రాంతాల్లో కూడా ప్రజలు ఉద్యమాన్ని చేపట్టారు "వందేమాతరం" నినాదాన్ని తమ ఊపిరిగా చేసుకున్నారు. అందువల్లే ఈ ఉద్యమానికి 'వందేమాతరోద్యమ'మనే పేరు సార్థకమైంది. విభజన అమలైన అక్టోబర్, 16 నాడు దేశవ్యాప్త సంతాపం, హర్తాళ్, ఉపవాసాలు పాటించబడ్డాయి. ప్రభుత్వం మీద ఒత్తిడి తెచ్చేందుకై, 'స్వదేశీ', 'బహిష్కరణ' అనే ఆయుధాలు ప్రయోగించబడ్డాయి. దేశీయ వస్తువులను వాడుతూ, విదేశీ ఉత్పత్తులను వెలివేయడమే వీటి సారాంశం. విదేశీ వస్తువులను ప్రధానంగా దుస్తులను పోగుచేసి, బహిరంగ ప్రదేశాల్లో తగులబెట్టేవారు. విదేశీ వస్తువులను అమ్మజూపే దుకాణాల ముందు ఉద్యమకారులు పికెటింగ్ చేసేవారు.

స్వదేశీ ఉద్యమ కారణంగా భారతీయ పరిశ్రమలెంతో వికాసాన్ని పొందగా, విదేశీ దిగుమతులు, ముఖ్యంగా బ్రిటీష్ వస్త్ర దిగుమతులు విపరీతంగా దెబ్బతిన్నాయి. అనేక నూలు మిల్లులు, సబ్బులు, అగ్గిపెట్టెల కర్మాగారాలు, చేనేత వ్యవస్థలు, జాతీయ బ్యాంక్‌లు, భీమా కంపెనీలు తెరువడం జరిగింది. ఆచార్య పి.సి. రే ప్రసిద్ధ 'బెంగాల్ కెమికల్ స్వదేశీ స్టోర్'ను ప్రారంభించాడు. విశ్వకవి రవీంద్రనాథ టాగూర్ కూడా ఒక స్వదేశీ స్టోర్‌ను ప్రారంభించుట, ఉద్యమ ప్రాముఖ్యత, విస్తృతిని సూచిస్తోంది. అదేవిధంగా, బహిష్కరణ ఫలితంగా కలకత్తా కస్టమ్ కలెక్టర్ సెప్టెంబర్ 1906లో చెప్పిన దాని ప్రకారం 1905 ఆగస్ట్‌తో పోలిస్తే నూలు బట్టల దిగుమతులు 22%, వడికిన నూలు (Yam) 44%, ఉప్పు 11%, సిగరెట్లు 55%, బూట్లు, చెప్పులు 68% పడిపోయాయి.

కేవలం వైదేశిక ఉత్పత్తులే కాక, బిరుదులు, ఉద్యోగాలు, న్యాయస్థానాలు, విద్యా సంస్థలు, క్లబ్బులు కూడా బహిష్కరించారు. జాతీయవాద యుక్తమైన పద్య, గద్య, పత్రికా వాఙ్మయం గొప్ప ప్రగతిని సాధించింది. దేశ వివిధ ప్రాంతాల్లో జాతీయ విద్యా సంస్థలు నెలకొన్నాయి. 1906లో కలకత్తాలో అరవింద ఘోష్ ప్రధానాచార్యుడుగా జాతీయ కళాశాల ఏర్పడింది. 1909లో మచిలీపట్నంలో కోపల్లె హనుమంతరావు కృషి కారణంగా జాతీయ కళాశాల ప్రారంభమైంది.

ఉద్యమ వ్యాప్తి

విద్యార్థులు ఈ ఉద్యమంలో ప్రముఖ పాత్రను వహించారు. స్వదేశీ నాచరించి, ప్రచారం చేయటం, విదేశీ బట్టలను అమ్మే షాపులముందు పికెటింగ్ చేయటంలో కీలక పాత్రను నిర్వహించేవారు. పోలీస్ లాఠీ దెబ్బలే కాకుండా, ప్రభుత్వం కఠిన క్రమశిక్షణా చర్యలను తీసుకునేది. అయినప్పటికీ విద్యార్థులు ఏమాత్రం వెనుకంజ వేయలేదు. మద్రాస్ రాష్ట్రంలోని ఆంధ్ర ప్రాంతంలో, 1907 లో బిపిన్ చంద్రపాల్ పర్యటన, విద్యార్థులను ఉద్యమం వైపు బాగా ఆకర్షింప జేసింది. విజయనగరం, విశాఖపట్టణం, కాకినాడ, రాజమండ్రి, విజయవాడ, మచిలీపట్నంలను సందర్శించి, అద్భుత ఉపన్యాసాలిచ్చాడు. రాజమండ్రి ఆర్ట్స్ కళాశాలలో వందేమాతరం బ్యాడ్జిని తీసివేయ నిరాకరించినందుకు పలువురు విద్యార్థులను డిస్మిస్ చేశారు. అట్టివారిలో గాడిచెర్ల హరి సర్వోత్తమరావు ఒకరు.

స్వదేశీ ఉద్యమంలో స్త్రీలు చురుకుగా పాల్గొనుట గమనించదగ్గ విషయం. పట్టణ మధ్య తరగతులకు చెందినవారు ఊరేగింపులు, పికెటింగ్‌ల్లో పాల్గొన్నారు. నాటినుంచి జాతీయోద్యమంలో చురుగ్గా పాల్గొనసాగారు.

పలువురు ప్రముఖ ముస్లింలు కూడా స్వదేశీ ఆందోళనలో పాలుపంచుకున్నారు. వీరిలో అబ్దుల్ రసూల్ అనే ప్రసిద్ధ న్యాయవాది, పేరుమోసిన ఆందోళనకారుడైన లియాకత్ హుసైన్, వ్యాపారస్థుడైన గుజ్నవి ఉన్నారు. అయితే, అనేక ఇతర మధ్య, ఉన్నత తరగతులకు చెందిన ముస్లిమ్‌లు తటస్థంగా ఉండటం గాని, లేక ఢాకా నవాబు నాయకత్వంలో బెంగాల్ విభజనను, తూర్పు బెంగాల్‌ను ముస్లింల అధిక సంఖ్యాక ప్రాంతంగా చేసిందనే ప్రాతిపదికమీద, సమర్థించసాగారు. ఇట్టి మతతత్వ ధోరణిలో వీరికి, రాజ ప్రతినిధితో సహా బ్రిటిష్ అధికారుల ప్రోత్సాహం లభించింది. "ప్రాచీన మహమ్మదీయ రాజ ప్రతినిధులు, రాజుల నుంచి పొందని ఐక్యతను తూర్పు బెంగాల్‌లోని మహమ్మదీయులకు అందివ్వడం" బెంగాల్ విభజనకు దారితీసిన కారణాల్లో ఒకటిగా కర్జన్ ఢాకాలో పేర్కొనుట ఎంతైనా గమనార్హం.

అయితే, వందేమాతరోద్యమం ప్రజోద్యమంగా నడచినప్పటికీ, సమరశీల జాతీయవాద నాయకుల అభీష్టం మేరకు ఇది బెంగాల్ కర్షకులను ప్రభావితం చేసి, భాగస్వాములుగా చేయలేకపోయింది. ఉద్యమం పట్టణాలకు, రాష్ట్రంలోని మధ్య తరగతుల, ఉన్నత, క్రింది వర్గాల వారికి మాత్రమే పరిమితమైంది.

ఉద్యమంపట్ల ప్రభుత్వ వైఖరి : లక్ష్య సాధనలో అఖండ విజయం

విభజనోద్యమం బ్రిటిష్ ప్రభుత్వాన్ని అనుకోనివిధంగా కదలించి వేసింది. ఫలితంగా ఆందోళనకారులపట్ల తీవ్రంగా వ్యవహరించింది. 1905-09 సంవత్సరాల మధ్య, ప్రభుత్వం వేలాది ప్రజలను నిర్బంధించి, చెరసాలలకు పంపింది. శాంతియుతంగా

ఊరేగింపుల్లో పాల్గొన్న ప్రజలను కూడా పోలీసులు లాఠీలతో బాది, భయానక వాతావరణాన్ని సృష్టించారు. పత్రికలపై నిర్బంధాలను విధించారు. 'వందేమాతరం' సంపాదకుడు అరవింద ఘోష్, 'సంధ్య' సంపాదకుడు, 'యుగంధర్' సంపాదకుడు భూపేంద్రనాథ దత్, శిక్షకు గురయ్యారు. ఈ ఉద్యమాన్ని అణచే ఉద్దేశంతో, బ్రిటీష్ అధికార్లు చాలామంది నాయకులను నిర్బంధించి, దేశం నుంచి పంపించి వేశారు. 1907 లో లాలా లజపతి రాయ్, అజిత్‌సింగ్‌లు బహిష్కృతులయ్యారు. 1908లో ఉద్యమ ఆత్మలాంటివాడైన తిలక్ ఆరు సంవత్సరాల కఠిన కారాగార శిక్షకు గురయ్యాడు. నాయకులను రంగంనుంచి తొలగించడంతో ఉద్యమ ఉధృతి తగ్గింది.

అయినప్పటికీ, జాతీయవాదుల ఆందోళనకారుల సమితి విఫలం కాలేదు. బెంగాల్ ప్రజల అశాంతి, అలజడులకు విభజనే కారణమని, భారత రాజ్య కార్యదర్శి లార్డ్ క్రెవీ గ్రహించాడు. ఫలితంగా, 1912 మార్చి 22 తేదీ ప్రకటన ద్వారా, విభజన రద్దు చేయబడింది. జాతీయవాదులు, ప్రజలు ఆశించినవిధంగా, తూర్పు, పశ్చిమ బెంగాల్‌లు ఐక్య రాష్ట్రంగాను, బీహార్, ఒరిస్సాలు వేరొక రాష్ట్రంగాను ఏర్పాటయ్యాయి. ఉద్యమ ప్రభావంగా కేంద్ర ప్రభుత్వ రాజధాని కూడా కలకత్తా నుంచి ఢిల్లీకి మార్చబడింది.

భారత ప్రజావాహినిలో జాగృతమై ఉన్న జాతీయతా భావాలు, ధైర్య త్యాగాలు మేల్కొల్పబడ్డాయి. గాంధీజీ తరవాత పేర్కొన్నట్లుగా "మహాజర్ల వెనుక ప్రజా బలముండాలని, ప్రజలు బాధలను సహించేట్లుగా ఉండాలనే విషయాలను విభజన తరవాత వారు గ్రహించారు". బెంగాల్ విభజనా వ్యతిరేకోద్యమం భారత జాతీయతను విప్లవాత్మకంగా, ప్రశంసనీయంగా ముందుకు తీసుకువెళ్ళింది.

మతతత్వ విజృంభణ : ముస్లిం లీగ్ ఆవిర్భావం

భారత జాతీయోద్యమం కాంగ్రెస్ సారధ్యంలో ప్రారంభమైన తదుపరి, తన అధికార కొనసాగింపు, సుస్థిరతలకై బ్రిటీష్ ప్రభుత్వం "విభజించు, పాలించు" విధానాన్ని, కుల, మత, ప్రాంతీయ రంగాల్లో అన్వయించసాగింది. జాతీయ కాంగ్రెస్, జాతీయోద్యమాన్నుంచి ముస్లింలను వేరుచేసి, ప్రభుత్వ అనుకూలురుగా మార్చి, తద్వారా అప్రజాస్వామిక, వైదేశిక పాలనాధికారాలను సుస్థిరం చేసుకోడానికి బ్రిటీష్ పాలకులు నాటినుంచి వారి పాలనాంతం వరకు నిరంతరం పథకాలను వేస్తూ వచ్చారు. వీరి ఈ కుటిల రాజనీతి ప్రసాదాలే, 1906 నాటి ముస్లిం లీగ్, 1947 నాటి పాకిస్తాన్ అనే పార్టీ, రాజ్య వ్యవస్థలు. రెండూ, ముస్లిం మతతత్వ ధోరణులతో కూడుకొని, లౌకిక, విశాల జాతీయ భావాలకు చోటులేకుండా చేశాయి.

మతతత్వ ధోరణికి ముస్లింలను ప్రేరేపించిన పరిస్థితులు

౧. భారతీయ ముస్లిమ్‌లను తమ విధేయులుగా, మద్దతుదారులుగా చేసుకోడానికి

బ్రిటీష్ పాలకులు పలు బుజ్జగింపు చర్యలను సమయానుగతంగా తీసుకోసాగారు. వీటిలో మొదటిదే బెంగాల్ విభజన. హిందువుల నుంచి మహమ్మదీయులను విడదీయడంతోబాటు, బెంగాల్ ముస్లింలందరినీ ఏక రాష్ట్రంగా ఏర్పాటు చేశామనే సంతృప్తిని, ఆనందాన్ని, గర్వాన్నీ, అనుభూతిని అందివ్వగల్గడం జరిగిందని, కర్జన్ ఢాకాలో పేర్కొన్నట్లు మనం గమనించాం. బ్రిటీష్ వారి ఈ రాజకీయ వల్లోపద్ధ ఢాకా నవాబ్, ఆయన ముస్లిం అనుచరులు, తూర్పు బెంగాల్ ముస్లింల అధిక సంఖ్యాక రాష్ట్రంగా ఏర్పడిందనే తృప్తితో, విభజనను సమర్థించడం, బెంగాల్, భారత ప్రజల జాతీయైక్యతకు గొడ్డలిపెట్టులా పరిణమించింది.

బి. బ్రిటీష్ ప్రభుత్వమనుసరించిన లోపభూయిష్ట ఆర్థిక విధానం కూడా, ముస్లిం మతతత్వ విజృంభణకు దోహదమైంది. వృత్తి రీత్యా, హిందువులు అధికంగా చేపట్టిన వ్యవసాయం, మహమ్మదీయులు ఎక్కువగా అనుసరించిన గ్రామీణ చేతివృత్తులు, బ్రిటీష్ వ్యవసాయ పరిశ్రమల అభివృద్ధికి ఎరలుగా చేసి, క్షీణించినట్లుగా మనం గ్రహించాం. ఫలితంగా, సైన్యం, ప్రభుత్వ శాఖలు, కర్మాగారాలు, కాఫీ, తేయాకు, రబ్బరు తోటల్లోని పరిమిత పదవులకై దేశీయుల మధ్య పోటీ ఏర్పడింది. ఇట్టి పోటీలో హైందవులకు ప్రతిగా ప్రభుత్వం ముస్లిమ్‌ల నాకర్షించసాగింది.

సి. సమరశీల జాతీయవాద నాయకులు అవలంబించిన పోరాట, ప్రచార పద్ధతులు, నినాదాలు, ముస్లింల్లో అపోహానుమానాలను రేకెత్తించి, కాంగ్రెస్ వారితో సమైక్యమగుటకు ప్రతిబంధకాలైనాయి. మహారాష్ట్రలో తిలక్ ప్రారంభించిన గణపతి, శివాజీ ఉత్సవాలు, ఉగ్రవాదులు కాళికాదేవి ముందు ప్రతినలు బూనటం, బెంగాల్ విభజనా వ్యతిరేకోద్యమాన్ని గంగా స్నానాలతో ప్రారంభించడం, మహమ్మదీయులకు రుచించేవి కావు. భారతీయ సంస్కృతీ పరిణామంలో భిన్న జాతుల, మతాల పాత్ర వుంది. అట్టి సందర్భంలో ఒక జాతి, మతానికి చెందిన ఆచారాలను, నమ్మకాలను ప్రచారంలోకి దింపడం, అందరి విశ్వాస మద్దతులను సంపాదించజాలదు.

డి. విద్య, వ్యాపార, పారిశ్రామిక రంగాల్లో హైందవుల కంటే ముస్లింలు వెనుకబడి ఉండడం కూడా వారి మతతత్వానికి దోహదమైంది. ఆర్థిక, తదితర అనుబంధ ప్రయోజనాల నుద్దేశించి, పాశ్చాత్య విద్యను హైందవులు ప్రారంభం నుంచి అభ్యసిస్తూండగా, సాంప్రదాయిక, ఉన్నత, జమీందారీ, ప్రభు వర్గాల ప్రభావ వ్యతిరేకతల ఫలితంగా, 1870 నుంచి మాత్రమే సర్ సయ్యద్ అహ్మద్ ఖాన విశేష కృషి కారణంగా, మహమ్మదీయులు ఆంగ్ల విద్యాభ్యాసానికి పూనుకొన్నారు. తత్కారణంగా, పాశ్చాత్య విద్యా ప్రాసదాలైన ప్రజాస్వామ్య, జాతీయత, శాస్త్రీయ విజ్ఞాన భావాలు ముస్లింల్లో ఆలస్యంగా చోటుచేసుకున్నాయి. ఇదేవిధంగా వ్యాపార పరిశ్రమల్లో కూడా, బహు కొద్దిమంది ముస్లింలు ప్రవేశించగల్గారు. నాటి ముస్లిం సమాజంలో పలుకుబడి గల్గిన భూస్వామ్య, జమీందారీ, ఉన్నత వర్గాలవారు, సాంప్రదాయిక స్వభావరీత్యా, స్వప్రయోజనాల దృష్ట్యా, బ్రిటీష్ ప్రభుత్వ విధేయ, విశ్వాసపాత్రులుగా ఉండటం మిక్కిలి గమనించదగ్గ విషయం.

ముస్లిం లీగ్ ఆవిర్భావం : లక్ష్యాలు

పైనుదహరించిన భిన్న పరిస్థితుల దృష్ట్యా, 1906లో అగాఖాన్, ఢాకా నవాబ్, నవాబ్ మొహిసిన్-ఉల్-ముల్క్‌ల నాయకత్వంలో అఖిల భారతీయ ముస్లిం లీగ్ ఆవిర్భవించింది. ఇది ప్రధానంగా, నవాబులు, భూస్వాములు, కులీన వర్గాల ప్రయోజనాలకు మాత్రమే ప్రాతినిధ్యాన్ని వహించింది. సామాన్య ప్రజానీకం మద్దతు దీనికి లేదు.

దీని ముఖ్య లక్ష్యాలు : (A) బ్రిటీష్ ప్రభుత్వం పట్ల విధేయతను పెంచడం; (B) భారతదేశంలోని ముస్లింల రాజకీయ హక్కులకు, ప్రయోజనాలకు రక్షణ కల్పించి, పెంపొందించడం; (C) ఇతర వర్గాలపట్ల ద్వేష భావాలు పెంపొందకుండా నిరోధించడం. బ్రిటీష్ ప్రభుత్వానికి విధేయత చూపడం, ముస్లింల వర్గ ప్రయోజనాల సాధన, లీగ్ ముఖ్య, శాశ్వత సూత్రాలుగా నిల్చాయి.

ముస్లిం లీగ్ భిన్న ప్రదేశాల్లో సమావేశాల నేర్పాటు చేయ ప్రారంభించింది. మొదటి సమావేశం అమృత్‌సర్‌లో సర్ సయ్యద్ అలీ ఇమామ్ అధ్యక్షతన జరిగింది. దీనిలో లీగ్ నాయకులు, శాసన సభలు, సివిల్ సర్వీసులో ముస్లింలకు ఎక్కువ ప్రాతినిధ్యాన్ని, రాజ ప్రతినిధి కార్య నిర్వాహక సంఘంలో అధిక సంఖ్యాక వర్గంతో సమానంగా మహమ్మదీయులకు ప్రాతినిధ్యాన్ని, డిమాండ్ చేశారు. అధిక సంఖ్యాకులు, అల్ప సంఖ్యాకులు సమాన ప్రాతినిధ్యం లాంటి పోటీ పదజాలం, భిన్న మనస్తత్వం మొదటి సమావేశంలోనే అంకురించింది. దీనికి బ్రిటీష్ ప్రభుత్వం నిరంతరం ప్రోది చేస్తూ వెళ్ళగా, అది విష వృక్షంలా తయారై, జాతినీ, దేశాన్నీ రెండు ముక్కలుగా చీల్చడం వరకూ సాగింది.

సూరత్ చీలిక, 1907 : అతివాదుల వెలివేత

1905 నాటికే భారత జాతీయ కాంగ్రెస్‌లో అతివాదులు బలమైన వర్గంగా ఏర్పడ్డారు. బెంగాల్ విభజనను మితవాద, అతివాద వర్గాలిద్దరూ వ్యతిరేకించి, వందేమాతరోద్యమాన్ని చేపట్టడం జరిగింది. అయితే, ఇరువర్గాల మధ్య అంతిమ లక్ష్యాలు, వాటి సాధనకై అవలంబించాల్సిన పద్ధతుల గురించి, ప్రాథమిక విభేదాలు లేకపోలేదు. విభజనను ప్రతిఘటిస్తూ బెంగాల్‌లో ప్రారంభమైన సామూహికోద్యమాన్ని, దేశంలోని మిగతా భాగాల్లో విస్తరింప జేయాలని సమరశీల జాతీయవాదులు అభిలషిస్తే, అట్టి ఉద్యమాన్ని కేవలం బెంగాల్‌కు మాత్రమే పరిమితం చెయ్యాలనీ, అక్కడకూడా దాన్ని స్వదేశీ బహిష్కరణలకు బద్ధం చెయ్యాలనీ, మితవాదులు వ్యక్తం చేశారు. ఈ విభేదాలకు తోడుగా, కాంగ్రెస్ అధ్యక్ష పదవికై 1906 ఇరువర్గాలు పోటీపడ్డాయి. కలకత్తాలో జరిగిన 1906 వార్షిక సమావేశంలో తీవ్రవాదులు తిలక్‌ను అధ్యక్షునిగా చేయాలని ఆశించగా, మితవాదులు ఇందుకు భిన్నంగా దాదాభాయి నౌరోజీ అభ్యర్థిత్వాన్ని ప్రతిపాదించి, ఆయన ఎన్నికయ్యేటట్లు చూసుకున్నారు. ఈయన పట్లున్న గౌరవాభిమానాల కారణంగా, తీవ్రవాదులు ఎన్నికపట్ల వ్యతిరేకత చూపలేదు. అధ్యక్షునిగా దాదాభాయి అందరినీ చకితులను చేస్తూ, భారత జాతీయోద్యమ

లక్ష్యం స్వపరిపాలన, లేక "స్వరాజ్య"గా తన అధ్యక్షోపన్యాసంలో పేర్కొన్నాడు. ఇది తీవ్రవాదులకెంతో ఊరటను కల్గించింది.

అయినప్పటికీ, ఇరువర్గాల మధ్య పోటీ మరుసటి సంవత్సరంలో తీవ్రమైంది. మితవాదులను బుజ్జగించి, అతివాదులతో వీరు ఐక్యం కాకుండా చూచి, తద్వారా కాంగ్రెస్, జాతీయోద్యమ పటిష్ఠతా ప్రగతులను దెబ్బతీయడానికి, రాజప్రతినిధి లార్డ్ మింటో రాజ్యాంగ, పాలనా సంస్కరణల గురించి మితవాదులతో 1907 కాంగ్రెస్ వార్షిక సమావేశం జరగకముందే చర్చలను ప్రారంభించాడు. ఇట్టి చర్చలో మితవాదులు ధైర్యంగా వ్యవహరించలేరని భావించిన తీవ్రవాదులు 1907 సమావేశంలో కాంగ్రెస్‌ను తమ స్వాధీనం చేసుకోవాలని నిశ్చయించుకున్నారు. దీన్ని గ్రహించిన మితవాద నాయకులు, సమావేశం జరుగు నగరాన్ని, అతివాదులకు బలంగా ఉన్న నాగపూర్ నుంచి, మితవాద నాయకుడు ఫిరోజ్‌షా మెహతా బలస్థానమైన సూరత్‌కు మార్చారు. అధ్యక్ష పదవికై అభ్యర్థి విషయమై అతివాదులు సంప్రదింపులకు సంసిద్ధులు కాగా, మితవాదులు దీన్ని ఖాతర్ చేయలేదు. పైగా మిక్కలి, సంస్థ నియమావళిలో ఏకపక్షంగా మార్పులను ప్రవేశపెట్టి, ప్రసిద్ధ అతివాద నాయకుడైన లజపతిరాయ్‌కు వ్యతిరేకంగా రాస బిహారీ ఘోష్‌ను అధ్యక్షునిగా ప్రకటించారు. ఇట్టి తిరస్కార, ఏకపక్ష నిర్ణయాలను సహించని తీవ్రవాద నాయకులు, సభ్యులు, సమావేశంలో తీవ్ర గందరగోళాన్ని సృష్టించారు. కొట్లాటలు జరిగి, పోలీసులు సమావేశంలోనికి చొరబడ్డారు. కాంగ్రెస్ నూతన నియమావళినుపయోగించుకుంటూ, అతివాదులను సంస్థనుంచి బహిష్కరిస్తూ తీర్మానం చేయడం జరిగింది.

భారత జాతీయ కాంగ్రెస్ ఈవిధంగా నవ్వులపాలై, రెండు ముక్కలైంది. తీవ్రవాదులకు తిలక, మితవాదులకు గోఖలే నాయకులయ్యారు. ఈ చీలిక ఒక్క బ్రిటీష్ ప్రభుత్వాధికారులకు మాత్రం సంతోషాన్ని కల్గించింది. తీవ్రవాదులను అణచి, జాతీయోద్యమ ప్రగతిని దెబ్బతీయటానికి, వారికి మంచి అవకాశమేర్పడింది.

భీతావహ విప్లవ వాదుల విజృంభణ

జాతీయవాదుల పట్ల బ్రిటీష్ ప్రభుత్వ దమననీతి, రాజకీయ పోరాటాలు ప్రజల పరిస్థితిని మెరుగుపర్చుటలో తీవ్ర వైఫల్యతను చెందడం, భీతావహ విప్లవ వాదుల (Revolutionary Terrorists) ఆవిర్భానికి దారితీశాయి. బ్రిటీష అధికారుల అహంకార, అన్యాయ, క్రూర చర్యలకు కినిసిన యువత, హింసావాదం లేక బాంబు వాదాన్ని చేపట్టి, అట్టి అధికార్లను హతమార్చడానికి పూనుకొన్నారు. సైనిక శక్తిమీద ఆధారపడ్డ బ్రిటీష సామ్రాజ్యపు సవాళ్ళ నెదుర్కోవడానికి రాజకీయ హత్యలు, బాంబు దాడులు సరైన సాధనాలుగా ఎంచడం జరిగింది. అయితే, ఈ యువ విప్లవవాదులు ఒక సామూహిక విప్లవాన్ని తెచ్చేందుకై ప్రయత్నించలేదు. ఐర్లాండ్ భీతావహులు (Terrorists), రష్యన్ నిహిలిస్టుల (Nihilists) వలె, ప్రజల బాధలకు కారకులైన అధికార్లను సంహరించి, తద్వారా అధికార్లలో భీతిని, ప్రజల్లో ధైర్యం, ఆత్మ విశ్వాసాలను కల్గించడానికి వీరు నిశ్చయించుకున్నారు.

వీటికి అండగా, 1905 తదుపరి పలు వార్తాపత్రికలు భీతావహ విప్లవవాదాన్ని సమర్థించి, ప్రబోధించసాగాయి. అటువంటి వాటిలో, 'సంధ్య', 'యుగంతర్', బెంగాల్లో 'కల్' (Kal), అత్యంత ప్రసిద్ధిని గాంచాయి. విప్లవ సాహిత్యాన్ని పంచిపెట్టి, విప్లవకారులను సమీకరించి, వారి కార్యకలాపాల పర్యవేక్షణకై విప్లవ సంస్థలు కూడా స్థాపితమయ్యాయి. బెంగాల్‌లో 'అనుశీలన్ సమితి', 'యుగంతర్', మహారాష్ట్రలో 'అభినవ భారత్' అను పేరుగల సంస్థలు మిక్కిలి ప్రశస్తిని గాంచాయి. ఇవి ప్రధానంగా వ్యాయామ శాలలు, క్లబ్‌ల లాంటి సంస్థల పేరుమీద రహస్య సంఘాలుగా పనిచేశాయి. ప్రముఖ అతివాద నాయకుడైన అరవింద ఘోష్ సోదరుడైన బరీంద్రకుమార్ ఘోష్, అతని సహచరులు స్థాపించిన 'అనుశీలన్ సమితి'కి బెంగాల్ రాష్ట్రంలో 500 శాఖలు, కలకత్తా, ఢాకా నగరాలు రెండు ముఖ్య కేంద్రాలుగా పనిచేశాయి. ప్రముఖ మహారాష్ట్ర విప్లవకారుడైన వినాయక్ దామోదర్ సావర్కర్, గణేశ్ సావర్కార్ సోదరులు, తొలుత స్థాపించిన 'మిత్రమేల' అనే సంస్థ తదుపరి 'అభినవ భారత్' రహస్య, విప్లవ సంఘంగా రూపొందింది. దీని కార్యక్రమాలను గణేశ్ సావర్కార్ నిర్వహించేవాడు.

భీతావహ విప్లవవాదుల కార్యకలాపాలు

బెంగాల్, మహారాష్ట్ర, మద్రాస్, పంజాబ ప్రాంతాల్లో ఉగ్రవాద కార్యకలాపాలు ముఖ్యంగా సాగాయి. 1897లో మహారాష్ట్రకు చెందిన చాపేకర్ సోదరులు, పూనాలోని ఇద్దరు ప్రజా వ్యతిరేకులైన బ్రిటిష్ అధికార్లను హత్య చేయడంతో భారతదేశంలో భీతావహ విప్లవ చర్యలకు నాందీ పలికినట్లైంది.

1907 డిసెంబర్ 6వ తేదీన ఉగ్రవాదులు, బెంగాల్‌లోని మిడ్నాపూర్ వద్ద బాంబు ప్రేలుడు ద్వారా లెఫ్టినెంట్ గవర్నర్ ప్రయాణం చేస్తున్న రైలును పేల్చివేయడానికి ప్రయత్నించారు. అదే నెలలో ఢాకా జిల్లా మాజీ మేజిస్ట్రేట్ ఎలెన్‌ను కాల్చివేశారు. ముజఫర్‌పూర్ మేజిస్ట్రేట్ కింగ్స్‌ఫర్డ్ విప్లవకారులకు దీర్ఘకాల శిక్షలు విధించి, ప్రజల ఆగ్రహానికి గురయ్యాడు. 1908లో ఖుదీరామ్ బోస్, ప్రఫుల్ల చాకిలనే విప్లవకారులు కింగ్స్‌ఫర్డ్ ప్రయాణం చేస్తున్నాడనే దృఢ నమ్మకంతో ఒక శకటంపై బాంబును విసిరారు. వెంట్రుక వాసిలో కింగ్స్‌ఫర్డ్‌కు ప్రమాదం తప్పింది. ప్రఫుల్ల చాకి ఆత్మహత్య చేసుకున్నాడు 15 సంవత్సరాల బాలుడైన ఖుదీరామ్ బోస్‌పై విచారణ జరిపి, ఉరి తీయడమైంది. శోకతప్తులైన ప్రజలు బోస్‌కు ఆప్యాయత, కన్నీటితో వీడ్కోలునిచ్చి తమ హృదయాల్లో శాశ్వతంగా నిల్పుకున్నారు.

ఉగ్రవాదులు కలకత్తాలో బాంబులు తయారుచేసే కర్మాగారాన్ని నిర్వహించారు. పోలీసులు దీనిపై దాడి చేసి, చాలా బాంబులను పేలుడు పదార్థాలను, కొన్ని ముఖ్యమైన ఉత్తరాలను స్వాధీనం చేసుకున్నారు. దీన్నే 'అలిపూర్ కుట్ర కేసు'గా పిలవటం జరిగింది. అరవిందఘోష్, బరీంద్రకుమార్ ఘోష్‌లతో సహా 39 మందిని నిర్బంధించారు. బరీంద్రునితో సహా కొందరు నిందితులకు యావజ్జీవ కారాగార శిక్ష విధించగా, సాక్ష్యాధారాలు లేనందువల్ల,

అరవింద్ ఘోష్‌ను విడుదల చేశారు. 1908 నవంబర్‌లో లెఫ్టినెంట్ గవర్నర్ సర్ ఆండ్రూ ఫ్రేజర్ పైన హత్యా ప్రయత్నం జరిగింది.

ఢిల్లీలో ఒక ప్రభుత్వ ఊరేగింపులో ఏనుగుమీద స్వారీ చేస్తున్న రాజ ప్రతినిధి లార్డ్ హార్డింజ్‌మీద కూడా బాంబు విసిరేందుకు ఉగ్రవాదులు ఏమాత్రం వెనుకాడలేదు. రాజ ప్రతిధి గాయపడ్డా, ప్రాణాలు దక్కాయి.

పంజాబ్‌లో కూడా రహస్య సంఘాలు చురుకుగా పనిచేశాయి. ఇక్కడి ఉగ్రవాదులకు అజిత్‌సింగ్ నాయకత్వం వహించాడు. చిదంబరం పిళ్లై, సుబ్రహ్మణ్య శివ, సి.వి.ఎస్. అయ్యర్ తిరునల్వేలి జిల్లాలో బ్రిటిష్ వారికి వ్యతిరేకంగా విప్లవ పద్ధతుల్లో ఉద్యమాన్ని నడిపించారు. వారు అక్కడి కార్మికులను ప్రభుత్వానికి వ్యతిరేకంగా రెచ్చగొట్టినారన్న అభియోగంపై బ్రిటిష్ ప్రభుత్వం వారిని శిక్షించింది. 1911లో తిరునల్వేలి జిల్లా మేజిస్ట్రేట్ హత్య జరిగింది.

భీతావహ విప్లవ చర్యల ప్రభావ ఫలితాలు

ఉగ్రవాదుల కార్యకలాపాలు క్రమంగా సమసిపోయాయి. బ్రిటిష్ పాలకులను దేశం నుంచి వెళ్ళగొట్టలేకపోయినా, అన్యాయ అక్రమాల్లో మితిమీరిన అధికార్లను హతమార్చి, పాలనా యంత్రాంగంలో భీతిని, సంచలనాన్ని, జాగరూకతను సృష్టింపజేశారు. కార్యకలాపాల నిర్వహణలో వీరు ప్రదర్శించిన ధైర్య సాహసాలు, త్యాగనిరతి నాటి జాతీయవాదుల్లో, ప్రజల్లో దేశాభిమానాన్ని పెంపొందించి, ప్రభుత్వం పట్ల భయాన్ని పోగొట్టి స్వరాజ్య సాధనలో ధైర్యం, సహనాన్ని కల్గి ఉండేట్లుగా చేశాయి. ఉగ్రవాదుల నిస్వార్థత, అకుంఠిత దేశాభిమానం, వీరోచిత కృత్యాలు, జాతీయోద్యమ చరిత్రలో వీరికి విశిష్ట స్థానాన్ని కల్పించాయి.

భీతావహ విప్లవవాదుల కార్యకలాపాలకు సామూహిక పథక రచన కాని, సామాన్య ప్రజానీక మద్దతుగాని లభించలేదు. మితవాదులు బహిరంగంగా వీరిని తిరస్కరిస్తే అతివాదులు వీరిని అంగీకరించడానికి సంసిద్ధులు కాలేదు. ఫలితంగా, వీరి ప్రయత్నాలు ఎక్కువగా విఫలమై, ప్రభుత్వ స్వరూపం, నడవడికలను మార్చుటలో సఫలీకృతులు కాలేకపోయ్యారు.

1909 భారత కౌన్సిళ్ళ చట్టం : ఉద్దేశాలు, అంశాలు, ఫలితాలు

భారత జాతీయ కాంగ్రెస్ సమైక్యతా పటిష్ఠతలను జాతీయోద్యమం ప్రగతిని దెబ్బతీసేందుకై, బ్రిటిష్ ప్రభుత్వం 1909లో రాజ్యాంగ, పాలనా సంస్కరణలను చేపట్టింది. మితవాదులను సంస్కరణలతో బుజ్జగించి, అతివాదుల నుంచి వేరుచేసి, అతివాదుల ఉద్యమ కార్యకలాపాలను తీవ్రంగా అణచివేసి, తద్వారా వందేమాతరోద్యమాన్ని నీరుగార్చడానికై, భారతదేశ రాజ్య కార్యదర్శి మార్లే, రాజ ప్రతినిధి మింటో పన్నాగం పన్నారు. ఈ చట్టంలో

వీరిద్దరూ రూపొందించిన సంస్కరణలున్నాయి కాబట్టి, వీటికి మింటో, మార్లే సంస్కరణలు అనే పేరు వచ్చింది. బ్రిటీష్ పాలకులు హేయంగా అవలంబిస్తున్న "విభజించు, పాలించు" విధానాంశంగా, హిందువుల నుంచి ముస్లింలను వేరుచేసి, వారిని కాంగ్రెస్, జాతీయోద్యమ వ్యతిరేకులుగా బ్రిటీష్ ప్రభుత్వ విధేయులుగా మార్చేందుకే కూడా, 1909 చట్టం ఉద్దేశించడం జరిగింది.

1909 చట్టం : ప్రధానాంశాలు

అ) భారత రాజ్య కార్యదర్శి అధికృత, పర్యవేక్షణ, బాధ్యత, గతంలోవలె కొనసాగాయి. భారతదేశంలో ప్రభుత్వ సక్రమ నిర్వహణకు, ఇతడు బ్రిటీష్ పార్లమెంట్‌కు బాధ్యుడు. ఇండియన్ కౌన్సిల్ సలహా సంఘం మాత్రమే కొనసాగింది.

ఆ) రాజ ప్రతినిధి కార్యనిర్వాహక మండలిలో ఒక భారతీయుణ్ణి నియమించాడు. ఈ మండలిలో న్యాయ వ్యవహారాల (Law) సభ్యుడిగా యస్.పి. సిన్హాను నియమించడం జరిగింది. బొంబాయి, మద్రాస్, కార్యనిర్వాహక మండళ్లలోని సభ్యుల సంఖ్య 3 నుంచి 4 వరకు పెంచడం జరిగింది. 1909లో బెంగాల్‌లో కార్యనిర్వాహక మండలి ప్రారంభించడం జరిగింది. ఈ చట్టం ప్రకారం రాష్ట్ర కార్యనిర్వాహక మండళ్లలో భారతీయులను నియమించారు.

ఇ) మింటో-మార్లే సంస్కరణలు కేంద్ర, రాష్ట్ర శాసనసభల్లో భారతీయ, అదనపు ఎన్నికయ్యే సభ్యుల సంఖ్యను పెంచాయి. కాని ఎన్నికయ్యే సభ్యుల్లో ఎక్కువమంది పరోక్షంగా ఎన్నికయ్యేవారు. కేంద్ర శాసన సభ్యులను రాష్ట్ర శాసన సభ్యులు, రాష్ట్ర శాసన సభ్యులను మున్సిపల్ కమిటీలు, జిల్లా బోర్డులు ఎన్నుకునేవి. కొన్ని ఎన్నిక స్థానాలు భూస్వాములు, భారతదేశంలోని బ్రిటీష్ పెట్టుబడిదార్లకు ప్రత్యేకించబడ్డాయి. ఉదాహరణకు కేంద్ర శాసనసభలోని 68 మంది సభ్యుల్లో, 36 మంది అధికార, 5గురు అనధికార, నామినేటెడ్ సభ్యులున్నారు. 27 మంది ఎన్నికయ్యే సభ్యుల్లో, 6గురు పెద్ద భూస్వాములకు, బ్రిటీష్ పెట్టుబడిదార్లకు ప్రాతినిధ్యాన్ని వహించాలి.

ఈ) సంస్కరించిన శాసనసభలకు కార్యనిర్వాహక శాఖ, ఆర్థిక వ్యవహారాలపై నిజమైన అధికారాలేవీ ఇవ్వలేదు. ఇవి కేవలం సలహా సంస్థలు మాత్రమే. బడ్జెట్, ప్రజాశ్రేయస్సుకు సంబంధించిన అంశాలపై, ఇవి తీర్మానాలను చేయొచ్చు. అయితే, విశేషమేమంటే అదే ప్రజా శ్రేయస్సు దృష్ట్యా, రాజ ప్రతినిధి శాసన సభా తీర్మానాలను వీటో చెయ్యొచ్చు.

ఉ) మహమ్మదీయ సభ్యులనే ఎన్నుకునేట్లుగా, భారతదేశ ముస్లిం ఓటర్లకు ప్రత్యేక నియోజక వర్గాలను ఈ 1909 చట్టం ఏర్పాటు చేయుట అత్యంత దురదృష్టకర పరిణామం. ముస్లింల జనాభా నిష్పత్తికి మించి, వీరికి అధిక ప్రాతినిధ్యం

కల్పించబడింది. కొన్నిళ్ళు, ఉద్యోగాల్లో వీరికి కొన్ని స్థానాలు కేటాయించడం జరిగింది. రాజకీయ, ఆర్థిక ప్రయోజనాలను సమకూర్చేందుకై మతం ప్రాతిపదిగా తీసుకోబడుట మిక్కిలి అలౌకిక, అహేతుకమైన విషయం.

1909 చట్టం : ప్రభావ ఫలితాలు

మింటో-మార్లే సంస్కరణలు, బ్రిటిష్ పాలనా అప్రజాస్వామిక, వైదేశిక స్వభావాన్నిగాని, భారతదేశ వైదేశిక ఆర్థిక దోపిడీని గాని ఏమాత్రం మార్చలేకపోయాయి. శాసనసభలకు ప్రభుత్వం బాధ్యత వహించదు. వోటర్ల సంఖ్య తక్కువ కావడంవల్ల, అవినీతి పెరిగింది. భూస్వాములు, వర్తకులు, పెట్టుబడిదారుల్లాంటి స్వప్రయోజన, సంకుచిత, సంప్రదాయ శక్తులకు ప్రాధాన్యతా పలుకుబడులు పెరిగాయి. శాసన సభలు కేవలం సలహా సంఘాలుగా మాత్రమే నిల్చాయి. అధికార, అనధికార, సభ్యులమధ్య సంఘర్షణలు తలెత్తాయి. ముస్లింలకు ప్రత్యేక నియోజకవర్గాల ఏర్పాటు, భారతీయ సమైక్యతా జాతీయతలకు తీవ్రమైన హానిని కల్గజేసింది. భారతదేశ రాజకీయాల్లో ప్రమాదకరమైన మతతత్వ ధోరణికి ప్రోది చేసినట్లైంది. ఈవిపత్తునుంచి దేశం బయట పడలేకపోయింది.

1909 సంస్కరణలను సమరశీల జాతీయవాదులు తిరస్కరించారు. మితవాదులు కూడా వీటిపట్ల సంతృప్తి చెందలేదు. ఆశించిన ప్రయోజనాల్లో కొద్దిమేరకే ఫలితాలందాయి. అయినా, ఈ చట్టం అమలులో ప్రభుత్వంతో సహకరించడానికి వీరు నిర్ణయించుకున్నారు. ఈ నిర్ణయమే ప్రజల్లో వీరి బలాదరణలను క్షీణింపజేసింది. కారణం, భారత ప్రజావాహినీ చైతన్య స్రవంతి, ఆదరాభిమానాలు అతివాద నాయకుల పక్షాన ప్రధానంగా నిల్చాయి.

మొదటి ప్రపంచ యుద్ధ ప్రభావ పరిణామాలు : హోం రూల్ ఉద్యమాలు

వందేమాతరోద్యమం 1911లో విజయవంతంగా సంపూర్తి చెందిన తదుపరి, భారత జాతీయోద్యమంలో స్తబ్దత ఏర్పడింది. 1914 ఆగస్టులో మొదటి ప్రపంచ సంగ్రామం మొదలవడంతో జాతీయోద్యమం తిరిగి చైతన్యవంతమైంది. యుద్ధకాల పరిణామాల ఫలితంగా, ఉద్యమ లక్ష్యాలు, పద్ధతులు, నాయకత్వం, విధాన నిర్ణయాలు గొప్ప అభివృద్ధి, పరిణతలను సాధించాయి.

మొదటి ప్రపంచ యుద్ధంలో బ్రిటన్ దేశం, మిత్రరాజ్యాలవైపు దిగింది. జాతీయవాదులు బ్రిటన్‌పట్ల తమ విశ్వాసాన్ని ప్రకటిస్తూ, యుద్ధంలో ఆ దేశానికి భారతీయులు తమ సైనిక, ఆర్థికపరమైన సహాయ సహకారాలనందించాలని విజ్ఞప్తులను చేశారు. మిత్రరాజ్యాలు తమ యుద్ధ లక్ష్యాల్లో ప్రజాస్వామ్య పరిరక్షణను చేర్చాయి గాన, యుద్ధానంతరం భారతదేశానికి బ్రిటన్ స్వపరిపాలనా హక్కును అందిస్తుందని ఆశించడమైంది. బ్రిటన్‌లాంటి సామ్రాజ్యవాద దేశాలు, తమ వలసలు, వాటిపై ఆధిపత్య కొనసాగింపు, మరికొన్ని నూతన లాభాలను సాధించేందుకు మాత్రమే యుద్ధాన్ని చేస్తున్నాయనే విషయాన్ని భారత జాతీయవాదులు

అలస్యంగా యుద్ధాంతంలో గ్రహించగల్గారు.

1916 లక్నో సమావేశం : కాంగ్రెస్ ఐక్యత; కాంగ్రెస్–ముస్లిం లీగ్‌ల సఖ్యత

భారత జాతీయ కాంగ్రెస్‌లో 1907 లో సంభవించిన చీలిక ఫలితంగా, ఏ ఒక్క వర్గానికి లాభం చేకూరకపోగా, బ్రిటిష్ ప్రభుత్వానికి ప్రోత్సాహకరమై, జాతీయోద్యమ ప్రగతి పటిష్టతలు కుంటుపడ్డాయనే విషయాన్ని ఇరువర్గాలవారు గ్రహించగల్గారు. మొదటి ప్రపంచ యుద్ధ ప్రారంభం తరవాత జాతీయతా భావాలు కూడా బాగా ప్రజ్వరిల్లసాగాయి. ఫలితంగా, భారత జాతీయ కాంగ్రెస్ వార్షిక సమావేశం 1916లో లక్నోలో జరిగినపుడు చరిత్రాత్మకంగా మితవాద నాయకులు పార్టీ నియమావళని సవరించి, అతివాదులను సంస్థలోకి అహ్వానించడంతో కాంగ్రెస్ ఐక్యత పునరుద్ధరించడం జరిగింది. ఆరు సంవత్సరాల దీర్ఘ జైలు శిక్షను 1914లో పూర్తిచేసి, సమావేశానికి హాజరైన లోకమాన్య తిలక్‌కు సభ్యులంతా బ్రహ్మరథం పట్టి, తిరుగులేని జాతీయ నాయకునిగా చేశారు.

చరిత్రాత్మక లక్నో సమావేశం కాంగ్రెస్ ఐక్యతతోబాటు, కాంగ్రెస్, ముస్లిం లీగ్‌ల మధ్య లక్నో ఒప్పందం ద్వారా సఖ్యతను సాధించటంలో అత్యంత ప్రాముఖ్యతను సంతరించుకుంది. 1906లో అఖిల భారత ముస్లిం లీగ్ ఏర్పడినప్పటికీ, దీని యువ, ఔత్సాహిక సభ్యులైన అబుల్ కలాం ఆజాద్, మౌలానా మొహమ్మదలీ, హకత్ అలీ లాంటివారు, జాతీయవాద రాజకీయాల్లో చురుకైన, సాహసోపేతమైన పాత్రను నిర్వహిస్తూ, కాంగ్రెస్ రాయకీయ అశయాలతో ఏకీభవించసాగారు. ఫలితంగా, ప్రత్యేక ముస్లిం నియోజకవర్గాల ఏర్పాటును ధృవపరుస్తూ, ఇరు సంస్థలవారు బ్రిటిష్ ప్రభుత్వాన్ని త్వరలో స్వపరిపాలనా ఏర్పాట్లను చేయాల్సిందిగా ఒకే రకమైన డిమాండ్లను సమర్పించారు. ఈ ఒప్పందాన్ని కాంగ్రెస్ సభ్యులు అంగీకరించటానికి తిలక్ కీలక పాత్ర వహించి, తన నాయకత్వాన్ని నిరూపించుకున్నాడు. అసంతోషకరమైన విషయమేమంటే, ఇట్టి హిందూ-ముస్లిం సఖ్యతలో మతతత్వానికి సంకేతమైన ప్రత్యేక నియోజకవర్గాలు కొనసాగడమైంది.

ఈ రెండు పరిణామాలు దేశంలో రాజకీయ ఉత్సాహాన్ని ఎన్నడూ లేనంతగా పెంచాయి. పరిస్థితిని గమనించిన బ్రిటిష్ ప్రభుత్వం, జాతీయవాదులను సంతృప్తి పరచటానికి నిర్ణయించుకుంది. దీన్ని తెలియజేస్తూ, భారత రాజ్య కార్యదర్శి మాంటేగ్, 1917 ఆగస్ట్ 20న విధాన ప్రకటన చేస్తూ, "పరిపాలనా శాఖల్లో భారతీయులకు అధిక ప్రాతినిధ్యం ఇవ్వడమౌతుందని, స్వపరిపాలనా సంస్థలు క్రమాభివృద్ధి చెంది, సామ్రాజ్యంలో భారతదేశం క్రమక్రమంగా అంచెలమీద బాధ్యతాయుత ప్రభుత్వాన్ని పొందుతుంది" అని అనాడు. పర్యవసానంగా, 1918 జూలైలో మాంటేగ్-ఛెమ్స్‌ఫర్డ్ సంస్కరణలు ప్రకటించడం జరిగింది.

స్వపరిపాలనోద్యమం (Home Rule Movement) : ప్రభావ ఫలితాలు

మొదటి ప్రపంచ యుద్ధంలో బ్రిటన్‌కు భారత ప్రజలందించిన సహాయ సహకారాలకు బదులుగా, స్వపరిపాలనను అందచేస్తుందన్న జాతీయవాదుల ఆశలు అడియాశలు కాసాగాయి. దీనికై ప్రజలు సమైక్యంగా ఉద్యమించినప్పుడే ప్రభుత్వం అంగీకరిస్తుందనే అభిప్రాయమేర్పడింది. 1916లో సంభవించిన కాంగ్రెస్ ఐక్యత, కాంగ్రెస్-ముస్లిం లీగ్‌ల మధ్య సఖ్యత కూడా చక్కని రాజకీయ వాతావరణాన్నేర్పర్చాయి. 1916 వరకు చీలికతో సతమతమైన జాతీయ కాంగ్రెస్ జాతీయ ఆశయాల సాధనకై పటిష్ఠమైన యంత్రాంగాన్ని లేకపోవడంచేత, స్వపరిపాలనోద్యమాన్ని స్వతంత్రంగా చేపట్టడం జరిగింది.

స్వపరిపాలనోద్యమాన్ని తిలక్, అనీబిసెంట్‌లు చేపట్టి, నేతృత్వాన్ని వహించారు. అనీబిసెంట్ ఐర్లాండ్ దేశస్థురాలైనా, భారతదేశాన్ని, భారతీయులను అభిమానించి, వీరి సర్వోన్నత ప్రగతికై తన జీవితాన్ని ధారపోసిన త్యాగమూర్తి. 1914 వరకు ఈమె మత, విద్యా, సాంఘిక రంగాల్లో మార్పులు తెచ్చేందుకై కృషి చేసి, తదుపరి రాజకీయ వ్యవహారాలమీద దృష్టిని మరల్చింది. భారతీయుల స్వపరిపాలనా స్థాపనకై అనీబిసెంట్ 1916 సెప్టెంబర్‌లో మద్రాస్‌లోని గోఖలే హాల్‌లో హోం రూల్ లీగ్‌ను ప్రారంభించింది. దీనికంటే కొద్దిగాముందే, అంటే 1916 ఏప్రిల్ మాసంలో పూనాలో తిలక్ మరొక హోం రూల్ లీగ్‌ను ప్రారంభించాడు. ఈ సంస్థ ప్రధానంగా మహారాష్ట్ర, కర్ణాటక ప్రాంతాల్లో ఉద్యమాన్ని నడిపింది. 1918 నాటికి తిలక్ నెలకొల్పిన ఈ లీగ్‌లో 32,000 మంది సభ్యులుండేవారు. అనీబిసెంట్ స్థాపించిన లీగ్ శాఖలు దేశంలోని పెక్కుచోట్ల నెలకొన్నాయి 1917 నాటికి దీనిలో 27,000 మంది సభ్యులుండేవారు.

తిలక్, అనీబిసెంట్‌లు స్థాపించిన హోం రూల్ లీగ్‌లు వేర్వేరుగా ప్రారంభించబడినా, రెండూ కలిసే పనిచేశాయి. రెంటి లక్ష్యం, మార్గాలు ఒకటిగానే ఉండడం దీనికి దోహదమైంది. "స్వరాజ్" లేక స్వాతంత్ర్యం, హోం రూల్ ఉద్యమ మహోదాయశయంగా నిల్చింది. "స్వాతంత్ర్యం నా జన్మహక్కు, దాన్ని నేను పొందుతాను" అని లోకమాన్య తిలక్ చేసిన ప్రకటన దేశీయులందరిలో స్వాతంత్ర్య స్ఫూర్తిని కల్గించింది. "స్వదేశీ, జాతీయ విద్యా విధానం, భారతదేశానికి హోం రూల్" లీగ్‌ల నినాదాలైనాయి. పత్రికలు, కరపత్రాలు, సభలు, ఉపన్యాసాల ద్వారా, తిలక్, అనీబిసెంట్‌లు ఉధృత ప్రచారాన్ని కొనసాగించారు. అనీబిసెంట్ నడిపిన 'న్యూ ఇండియా' అనే దిన పత్రిక, దాని కార్యకలాపాలకు ప్రభుత్వ దృష్టిని ఆకర్షించి, నిషేధానికి గురవటం గమనార్హం. ఇద్దరు నాయకుల అకుంఠిత కృషి, ఉద్యమకారుల దీక్షా పట్టుదలలు, అనుకూల రాజకీయ వాతావరణాల ప్రభావంగా స్వపరిపాలనోద్యమం 1917 నాటికి పరాకాష్ఠకు చేరింది.

హోం రూల్ ఉద్యమం పట్ల ప్రభుత్వ వైఖరి

బ్రిటిష్ ప్రభుత్వం దాని సామ్రాజ్యవాద ధోరణిని విడనాడేందుకు ఇష్టపడక, స్వపరిపాలనోద్యమాన్ని అణచటానికే నిశ్చయించుకుంది. దీనికోసమై, యుద్ధకాలంలో అమలులో

ఉన్న ప్రత్యేక చట్టాలను కూడా ఉపయోగించింది. 1917 లో 'న్యూ ఇండియా' పత్రికను నిషేధించి, అనిబిసెంట్‌ను ఉదకమండలంలో నిర్బంధించింది. ఉద్యమ నాయకులు, కార్యకర్తల మితిమీరిన నిర్బంధాలు, అధికారుల దురుసు ప్రవర్తనపట్ల ప్రజలు ఆగ్రహించగా, ప్రభుత్వం గత్యంతరం లేక, అనిబిసెంట్‌ను విడుదల చేసింది. స్వాతంత్ర్యోద్యమానికి ఈమె చేసిన ఉత్కృష్ట సేవలకు గుర్తింపుగా 1917 లో భారత జాతీయ కాంగ్రెస్ అధ్యక్షురాలిగా ఎన్నికైంది. ఉద్యమ అణచివేతలో భాగంగా, తిలక్, బిపిన్ చంద్రపాల్‌లు ఢిల్లీ, పంజాబ్‌ల్లో ప్రవేశించకూడదని ప్రభుత్వం ఆంక్షను విధించింది. ఈ చర్యలకు తోడు, 1917 లో మాంటేగ్ చేసిన విధాన ప్రకటన, హోం రూల్ ఉద్యమాన్ని బలహీనపర్చడమైంది.

స్వపరిపాలనోద్యమ ప్రభావ ఫలితాలు

భారత జాతీయోద్యమంలో స్వపరిపాలనోద్యమం ఒక నూతన పంథాను త్రొక్కింది. లోగడ పెల్లుబికిన వందేమాతరోద్యమం వలె కాకుండా, ఇది ఏ ఒక్క ప్రత్యేక ప్రాంతానికి ముఖ్యంగా పరిమితం కాలేదు. ఇది దేశంలోని అన్ని ప్రాంతాలకు వ్యాపించింది. యావద్భారత స్వరూపాన్ని తీసుకుంది. ఇంతకుముందు జాతీయోద్యమంలో పాల్గొనని గుజరాత్, ఉత్తరప్రదేశ్ ప్రాంతాలు హోం రూల్ ఉద్యమంలో పాల్గొన్నాయి. దీనిలో విద్యార్థులు, కార్మికులు కూడా అధిక సంఖ్యలో పాల్గొన్నారు. 1917 లో మాంటేగ్, స్వపరిపాలనా సంస్థలు, బాధ్యతాయుత ప్రభుత్వ ఏర్పాటుపై విధాన ప్రకటన చేయడంలో ఈ ఉద్యమ ప్రభావమెంతైనా ఉంది. తిలక్ నాయకత్వంలోని సమరశీల జాతీయవాదులకిది గొప్ప ప్రోత్సాహకర విజయం. భారతదేశ భావి స్వాతంత్ర్యోద్యమకారులకు, హోం రూల్ ఉద్యమం గొప్ప స్ఫూర్తి, మార్గదర్శకత్వాలను ప్రసాదించింది.

జాతీయోద్యమ ప్రగతికై ప్రవాస భారతీయుల కృషి

మొదటి ప్రపంచ యుద్ధకాలంలో, ఇండియాలోని భారతీయుల ప్రయత్నాలకు తోడుగా, ప్రవాస భారతీయులు కూడా జాతీయోద్యమ ప్రగతికై, వీరోచిత, విప్లవ పంథాలో ప్రశంసనీయ కృషిని సల్పారు. ఇట్టి కార్యక్రమాల్లో అతిముఖ్యమైంది 'గదర్' పార్టీ స్థాపన. 'గదర్' అంటేనే విప్లవం. అమెరికా సంయుక్త రాష్ట్రాలు, కెనడాల్లోని భారతీయ విప్లవకారులు, 1913 నవంబర్ 1వ తేదీన దీన్ని స్థాపించారు. ఈ పార్టీ ప్రధాన నిర్మాత లాలా హరదయాళ్. ఈయన గొప్ప విప్లవకారుడు, తత్త్వవేత్త, ప్రజానీకాన్ని కదలించగల మహావ్యక్తి. కాలిఫోర్నియా రాష్ట్రంలోని ఒక నగరంలో విప్లవకారుల సమావేశాన్ని నిర్వహించాడు. 'గదర్' పార్టీ స్థాపనతోబాటు, హరదయాళ్ 'గదర్' అనే పత్రికను నిర్వహించాడు. దీన్ని ఇంగ్లీష్, హిందీ, ఉర్దూ, బెంగాలీ, మరాఠీ, గురుముఖి భాషల్లో ప్రచురించాడు. ఈ పత్రిక పార్టీ ఆశయాలను, హృదయాలను కదిలించే వ్యాసాల ద్వారా తెల్పేది. ఇది అమెరికాలోనే కాక, జపాన్, సింగపూర్, జర్మనీ, కెనడా దేశాల్లో కూడా ప్రజాదరణను పొందింది. ఇంగ్లీష్ ప్రతికి లాలా హరదయాళే సంపాదకుడిగా వ్యవహరించారు.

గదర్ పార్టీ సభ్యత్వం, లక్ష్యాలు, కార్యకలాపాలు మిక్కిలి ఆసక్తిదాయకంగా ఉన్నాయి. దీని సభ్యుల్లో చాలామంది సిక్కు కర్షకులు, సైనికులైతే, నాయకులు మాత్రం విద్యావంతులైన హిందువులు, లేక ముస్లింలుగా ఉన్నారు. సభ్యుల్లో తక్కువమంది మాత్రమే చదువుకున్నారు. గదర్ పార్టీ సభ్యులు ధనవంతులకు, ఆస్తిపరులకు దూరంగా ఉండేవారు. స్వేచ్ఛ, సమానత్వం, దీని ప్రధాన ఆశయాలు. రాజకీయ, ఆర్థిక స్వాతంత్ర్యం వాంఛించడం జరిగింది.

గదర్ పార్టీ తీవ్రమైన బ్రిటిష్ వ్యతిరేక విధానాన్ని అనుసరించింది. బ్రిటన్‌ను వ్యతిరేకించిన అన్ని దేశాలను ఇది సమర్థించింది. బ్రిటిష్ సామ్రాజ్యవాదానికి వ్యతిరేకంగా పోరాడుతున్న భారతీయులకు మద్దతునివ్వాలని అమెరికన్లను అర్థించింది. ఈ పార్టీ ఆశయాలతో కొందరు అమెరికన్లు సానుభూతిని ప్రదర్శించారు. ఇది జర్మనీపట్ల అనుకూల భావాన్ని ప్రకటించగానే, బ్రిటిష్‌వారు ఆందోళన చెందారు. గదర్ పార్టీ యందలి చురుకైన సభ్యులు మెక్సికో, జపాన్, చైనా, ఫిలిప్పైన్స్, మలయా, సింగపూర్, థాయ్‌లాండ్, ఇండోచైనా, తూర్పు, దక్షిణ ఆఫ్రికా లాంటి ఇతర దేశాల్లో ఉండేవారు. ఈ విప్లవ పార్టీ విదేశాల్లో ఎంతటి విస్తృతి పొందిందో చెప్పకనే అవగతమౌతుంది.

గదర్ పార్టీ జాతీయోద్యమ కార్యకలాపాలు

భారతదేశంలోని బ్రిటిష్ ప్రభుత్వానికి విరుద్ధంగా విప్లవాత్మక పోరు సల్పటానికి, గదర్ పార్టీ దీక్షను పూనింది. మొదటి ప్రపంచ యుద్ధం ప్రారంభమైనందుకు, ఈ పార్టీ సభ్యులు చాలా సంతసించి, బ్రిటన్ యుద్ధపరంగా క్లిష్ట సమస్యల నెదుర్కొంటున్నపుడే, భారతదేశ స్వాతంత్ర్య నిమిత్తమై మూకుమ్మడి తిరుగుబాటును నిర్వహించాలని నిశ్చయించారు. ఏకకాలంలో బెంగాల్, పంజాబ్, ఉత్తరప్రదేశ్ రాష్ట్రాల్లో సామూహిక తిరుగుబాటును చేపట్టేందుకై వ్యూహ రచన చేశారు. ఈ తిరుగుబాటును జరిపేందుకై కావల్సిన ఆయుధాలను, మందుగుండు సామగ్రిని, నిధులను సరఫరా చేసేందుకై, జర్మని హామీ నిచ్చింది. భారతదేశంలోని విప్లవకారులు, సైనికుల సహకారంతో, దేశ స్వాతంత్ర్యాన్ని సాధించడానికి దగర్ పార్టీ షుమారు 3000ల మంది విప్లవకారులను వివిధ మార్గాలద్వారా బృందాల్లో భారతదేశానికి పంపింది. విప్లవ దళంలో భారతదేశానికి వెళ్ళడానికి వీరి ఖర్చుల నిమిత్తం విరాళా నిచ్చేందుకై గొప్ప ఉత్సాహాసక్తులు ప్రదర్శితమయ్యాయి. దూరప్రాచ్యం, ఆగ్నేయాసియా, భారతదేశమంతటా గల సైనికులతో మంతనాలు జరిపి, పలు రెజిమెంట్లను తిరుగుబాటు చేయాల్సిందిగా గదర్ పార్టీ కోరింది.

అంతిమంగా, ఫిబ్రవరి 21, 1915నాడు సాయుధ తిరుగుబాటు చేసేందుకై నిర్ణయమైంది. దురదృష్టవశాత్తూ ఈ వ్యూహాన్ని గురించి బ్రిటిష్ ప్రభుత్వం ముందుగానే తెలుసుకొని, వెంటనే నివారణా చర్యలను గైకొంది. తిరుగుబాటుకు సన్నద్ధమైన రెజిమెంట్లను రద్దు చేయడం జరిగింది. వీటి నాయకులకు కారాగార శిక్షలు గాని, ఉరి శిక్షలుగాని విధించడం జరిగింది. పంజాబులోని గదర పార్టీ సభ్యులు, నాయకులు, సామూహిక విచారణకు గురై, కఠిన, హింసాత్మక శిక్షలకు బలి అయ్యారు 43 మందికి

ఉరిశిక్ష, 114 మందికి దూరప్రవాస శిక్ష, 93 మందికి దీర్ఘకాల కారాగార శిక్షలు విధించారు. విడుదలైన తరవాత, వీరిలో పలువురు పంజాబ్‌లో కీర్తి (Kirti), కమ్యూనిస్ట్ ఉద్యమాలను ప్రారంభించారు.

మొదటి ప్రపంచ యుద్ధంలో జర్మనీ ఓటమి పొందడంతో భారతీయ విప్లవకారులు వివిధ ప్రదేశాలకు చెదిరిపోయారు. ఈ యుద్ధం తరవాత కూడా, గదర్ పార్టీ మనుగడ సాగించింది. కాని, అది ప్రాధాన్యతను కోల్పోయి, కాలగర్భంలో కలిసిపోయింది.

లాలా హర్‌దయాళ్‌తో బాటు, అనేక ఇతర ప్రముఖ భారతీయ విప్లవకారులు, మొదటి ప్రపంచ యుద్ధ కాలంలో గదర్ పార్టీ కార్యకలాపాల్లోగాని, జర్మనీ సహాయంతో బ్రిటిష్ వ్యతిరేక చర్యలకై పూనుకొని, తమ జీవిత సర్వస్వాలను ధారవేసి, ప్రాణాలర్పించిన త్యాగధనులుగా చరిత్రలో వాసికెక్కారు. జతిన్ ముఖర్జీ, రాష్ బిహారీ బోస్, రాజా మహేంద్ర ప్రతాప్, అబ్దుల్ రహీమ్, మౌలానా ఒబైదుల్లా సింధి, చంపక్ రామన్ పిళ్ళై, సర్దార్ సింగ్ రాణా, దర్శి చెంచయ్య, మదాం కామాలు వీరిలో ముఖ్యులుగా ఉన్నారు. అయితే బ్రిటిష్ ప్రభుత్వ అప్రమత్తత, జర్మనీ ఓటమి వీరి వీరోచిత ప్రయత్నాలకు అవరోధాలుగా నిల్చాయి.

ప్రవాస భారత జాతీయోద్యమ విప్లవ చర్యల ప్రభావం

తమ మాతృదేశ దాస్య విమోచనకై, ప్రవాస భారతీయులు శక్తివంచన లేకుండా ప్రయత్నించారు. బ్రిటీష్ వ్యతిరేక దేశాల సహకార, సానుభూతులను సంపాదించడానికై, సర్వ యత్నాలు చేశారు. ఇవన్నీ, జాతీయతను పెంచి, దేశాభిమానాన్ని పోషించాయి. బ్రిటిష్ ప్రభుత్వ అప్రమత్తత, బలాధిక్యత, జర్మనీ ఓటమిలాంటి బలవత్తర పరిస్థితుల ఫలితంగా విప్లవకారుల స్వాతంత్ర్య సమరయత్నాలు విఫలమైనప్పటికీ, భావి భారత స్వాతంత్ర్య యోధులకు వీరి దేశభక్తి, త్యాగనిరతి, ధైర్య సాహసాలు మార్గదర్శకంగా నిల్చి, స్ఫూర్తినిచ్చాయి.

1919 భారత చట్టం : మాంటేగ్-ఛెమ్స్‌ఫర్డ్ సంస్కరణలు

మొదటి ప్రపంచ యుద్ధ కాలంలో బ్రిటన్ దేశానికి భారతీయ సైనికులు, ప్రజలు, జాతీయ నాయకులు అందించిన సహాయ సహకారాలకుగాను, బ్రిటీష్ ప్రభుత్వం రాజ్యాంగ సంస్కరణల ద్వారా వారిని తృప్తి పర్చాల్సి ఉంది. ఆస్ట్రేలియా, కెనడాలలో వలె, స్వయం ప్రతిపత్తిగల స్వపరిపాలనను, జాతీయవాదులు కాంక్షించారు. దీనికితోడు, 1916లో లక్నో సమావేశ సందర్భంగా ఆవిర్భవించిన భారత జాతీయ కాంగ్రెస్ ఐక్యత, కాంగ్రెస్ - అఖిల భారత ముస్లిం లీగ్‌ల మధ్య సఖ్యత, భారత జాతీయవాదులకు మునుపెన్నడూ లేని గొప్ప అనుకూల రాజకీయ వాతావరణ మేర్పడింది. దీన్ని పురస్కరించుకొని, వీరిని సంతోషపర్చేందుకు, బ్రిటిష్ ప్రభుత్వం 1918 జూలైలో మాంటేగ-ఛెమ్స్‌ఫర్డ్ సంస్కరణలను ప్రకటించింది.

వీటిని ప్రకటించేముందు, 1917 ఆగస్ట్20న భారతదేశంలో స్వపరిపాలనా సంస్థలు, బాధ్యతాయుత ప్రభుత్వ స్థాపన గూర్చి, భారత రాజ్య కార్యదర్శి మాంటేగ్ విధాన ప్రకటనను గూడా చేసినట్లు, మనం గమనించాం. వీటన్నింటి దృష్ట్యా, 1919 భారత చట్టం చేయబడింది. భారత రాజ్య కార్యదర్శి మాంటేగ్, రాజ ప్రతినిధి ఛెమ్స్‌ఫర్డ్‌లు రూపొందించిన సంస్కరణలు ఈ చట్టాంశాలుగా ఉన్నాయి కాబట్టి, దీన్ని మాంటేగ్-ఛెమ్స్‌ఫర్డ్ సంస్కరణలుగా కూడా పరిగణించడమైంది.

1919 భారత చట్టం ప్రధానాంశాలు

1919 భారత చట్టం, 1909 చట్టంలోని అంశాల్లో, ముఖ్యమైన మార్పులను తీసికొని వచ్చింది. కేంద్ర, రాష్ట్ర ప్రభుత్వాల స్వరూప, స్వభావాల్లో మౌలిక మార్పులు జరిగాయి.

అ) శాసనాధికార విషయాలు కేంద్ర, రాష్ట్ర ప్రభుత్వాల మధ్య విభజించారు. కేంద్ర ప్రభుత్వ విషయాలు (Central Subjects), రాష్ట్ర ప్రభుత్వ విషయాలు (Provincial Subjects)గా విభజితమైనాయి. దేశ రక్షణ, విదేశాంగ విధానం, రైలు మార్గాలు, తంతి, తపాలా శాఖ, సివిల్, క్రిమినల్ చట్టాలు, వాణిజ్యం, నాణేలు, ద్రవ్యం (Currency) మొదలైనవి కేంద్ర ప్రభుత్వ విషయాలుగా ప్రకటించగా, అంతరంగిక శాంతి భద్రతలు, న్యాయ శాఖ, చెరసాలలు, విద్య, స్థానిక స్వపరిపాలన, నీటిపారుదల, వ్యవసాయం, పారిశుధ్యం, ప్రజారోగ్యం మొదలైనవి, రాష్ట్ర ప్రభుత్వ విషయాలుగా వర్గీకరించారు. శాఖల విభజనతో బాటు, కొన్ని శాఖల ఆదాయాన్ని పూర్తిగా రాష్ట్రాలకే చెందేటట్లు చేసి, ఈ చట్టం రాష్ట్రాలకు ఆర్థిక వనరుల విషయంలో కొంత స్వాతంత్ర్యాన్నిచ్చింది.

ఆ) ఈ చట్టం భారతీయ పరిపాలనా వ్యవస్థపై బ్రిటీష్ పార్లమెంట్, భారత రాజ్య కార్యదర్శి అజమాయిషీని సడలించింది. భారతదేశంలో రాజ ప్రతిధి అనుసరించ వలసిన విధానాల నిర్ణయ బాధ్యత భారత రాజ్య కార్యదర్శిదే. రాష్ట్ర ప్రభుత్వాలపై భారత రాజ్య కార్యదర్శి అధికారాలను కొంతవరకు తగ్గించారు. ఏజన్సీ విధుల నిర్వహణకు మొదటిసారిగా లండన్‌లో భారత హైకమీషనర్ నియామక ఏర్పాటు జరిగింది.

ఇ) రాజ ప్రతినిధి కార్యనిర్వాహక సంఘంలో కొన్ని మార్పులు చేశారు. ఆరుగురు (6) సభ్యులున్న ఈ కౌన్సిల్లో ముగ్గురు (3) భారతీయులను చేర్చుకోడానికి అవకాశం కల్పించటం జరిగింది. అయితే, ఈ సంఘ అధిక సంఖ్యాల సభ్యుల నిర్ణయాలను రాజప్రతినిధి తిరస్కరించవచ్చు. ఇట్టి విస్తృత కార్యనిర్వాహకాధికారంతో బాటు, రాజ ప్రతినిధికి శాసనరీత్యా కూడా, విశేషాధికారాలిచ్చారు. శాసనసభ ఆమోదించిన బిల్లులు రాజప్రతినిధి ఆమోదం పొందనిదే చట్టాలు కానేరవు. కొన్ని బిల్లుల విషయంలో శాసన సభలో ప్రవేశపెట్టక ముందే, రాజప్రతినిధి అనుమతిని పొందాలి.

బిల్లులను వీటో అధికారం, రూఢీపర్చే అధికారం, అసాధారణ శాసనాలను (Ordinances) ప్రకటించే అధికారం రాజప్రతినిధికివ్వడం జరిగింది. అయితే ఆరు నెలల లోపల ఇట్టి అసాధారణ శాసనాలను శాసన సభ ఆమోదించాలి.

ఈ) కేంద్రంలో ఈ చట్టం ద్వంద్వ శాసనసభ (Bicameral Legislature)ను ప్రవేశపెట్టింది. ఎగువ సభ రాజ్య సభ (Council of State)గాను, దిగువ సభ భారత శాసనసభ (Indian Legislative Assembly)గా ఉన్నాయి. మత ప్రాతిపదికపై ఏర్పడిన నియోజకవర్గాల ద్వారా, సభ్యుల ఎన్నిక జరిగేది. ఎగువ సభ సభ్యుల పదవీకాలం ఐదు సంవత్సరాలుకాగా, దిగువ సభ సభ్యుల పదవీకాలం మూడు సంవత్సరాలుగా చేశారు. శాసనసభల పదవీకాలాన్ని రాజ ప్రతినిధి అత్యవసర పరిస్థితుల్లో పొడిగించవచ్చు. అదేవిధంగా, ప్రత్యేక పరిస్థితుల్లో రాజ ప్రతినిధి శాసనసభల సమావేశాన్ని వాయిదా (Prorogue) చేయవచ్చు, లేదా రద్దు చేయవచ్చు.

రాజ్యసభ (Council of State) సభ్యుల్లో, 34 మంది ఎన్నికైన సభ్యులుగా ఉంటారు. 46 మందిని ప్రభుత్వం నియమిస్తుంది. ప్రభుత్వంచే నియమితులైన సభ్యుల్లో, 20 మంది కంటే ఎక్కువగా అధికారులు ఉండరాదు. మిగిలినవారు అనధికారులుగా ఉండాలి. పరిమిత ఓటింగ్ పద్ధతిపై ఎన్నికలు జరగాలి. ధనవంతులైన భూస్వాములు, వ్యాపారులు, రాష్ట్ర శాసనసభల, మాజీ సభ్యులు, విశ్వ విద్యాలయ సెనేట్ సభ్యులు, మునిసిపల్ సంఘాల అధ్యక్షులకు మాత్రమే ఓటు హక్కు ఇచ్చారు. రాజ్యసభకు, దిగువ శాసనసభతో సమానంగా శాసనాధికారాలు లభించాయి. ఏ శాసనాన్నైనా ఆమోదించడానికి రాజ్యసభ అంగీకరించాలి. ద్రవ్య సంబంధమైన బిల్లుల విషయంలో మాత్రం రాజ్యసభ అధికారాలు తక్కువగా ఉన్నాయి. రాజ్యసభ అధ్యక్షుణ్ణి, సభ్యుల్లో నుంచి రాజ ప్రతినిధి నియమిస్తాడు.

భారత శాసనసభ (Indian Legislative Assembly)లోని మొత్తం 145 మంది సభ్యులుంటారు. వీరిలో 105ని మంది ఎన్నుకొంటారు. 40 మందిని ప్రభుత్వం నియమిస్తుంది. వీరిలో 26 మంది అధికారులుగా, 14 మంది అనధికారులుగా ఉండాలి. చట్టం అమలైన మొదట్లో, శాసన సభాధ్యక్షుని రాజప్రతినిధి, నాల్గు సంవత్సరాలకు నియమించేవాడు. తరవాత, శాసనసభ్యులో తమలో ఒక వ్యక్తిని అధ్యక్షునిగా ఎన్నుకునేవారు. ఉపాధ్యక్షుణ్ణి మొదటినుంచి శాసన సభ్యులే ఎన్నుకునేవారు.

రెండు సభలు కలిసి, బ్రిటిష్ ఇండియా ప్రాంత శాసనాలను ఆమోదించేవి. ద్రవ్య సంబంధమైన బిల్లులను మాత్రం భారత శాసనసభలోనే ప్రవేశపెట్టాలి. విశేషమేమంటే దేశంలో పన్నులను విధించడానికి ప్రభుత్వం నిధులను ఖర్చుచేయడానికి, శాసనసభ విధిగా అనుమతించాలి.

రెండు శాసనసభలు ఆమోదించిన బిల్లు చట్టంగా మారుతుంది. రెండు సభల మధ్య భేదాభిప్రాయాలు తలెత్తి, ప్రతిష్టంభన ఏర్పడితే, రాజప్రతినిధి ఉభయ సభల సంయుక్త సమావేశాన్ని ఏర్పాటు చేయవచ్చు.

ఉ) రాష్ట్రాల్లో ద్వంద్వ పరిపాలన (Dyarchy)ను ప్రవేశపెట్టడం, పాలనా విషయాలను రెండు రకాలుగా విభజించారు. అవే ప్రభుత్వాధీన అంశాలు (Reserved Subjects), శాసన సభాధీన అంశాలు (Transferred Subjects). విత్తం (Finance), చట్టం, శాంతిభద్రతల్లాంటి శాఖలు ప్రభుత్వాధీన అంశాలుగా, విద్య, ప్రజారోగ్యం, స్థానిక స్వపరిపాలన లాంటి శాఖలు శాసన సభాధీన అంశాలుగా ఏర్పాటు చేయబడ్డాయి. ప్రభుత్వాధీన అంశాలను రాష్ట్ర గవర్నర్ తన కార్యనిర్వాహక మండలి సహాయంతో నిర్వహిస్తాడు. దీని సభ్యులు, శాసనసభకు బాధ్యులు కారు. ఈ మండలి సభ్యుల సంఖ్య, భిన్న రాష్ట్రాల్లో రెండు నుంచి నాల్గు వరకుండేది. అనవాయితీ ప్రకారం, వీరిలో సగం మంది భారతీయులుగా ఉన్నారు.

శాసన సభాధీన అంశాలను, గవర్నర్ భారతీయ మంత్రుల సహాయంతో నిర్వహించాలి. ఈ మంత్రులు ప్రజా ప్రతినిధులు. వీరు శాసనసభకు బాధ్యులు. గవర్నర విచక్షణాధికారంపైన, మంత్రులు పదవిలో ఉంటారు. ముఖ్య విషయమేమంటే, వ్యయానికి సంబంధించిన అంశాలు, శాసనసభాధీన అంశాలు కాగా, గవర్నర్ ఆర్థిక వనరులపై పూర్తి పెత్తనాన్ని చెలాయించాడు.

ఊ) రాష్ట్ర శాసనసభల్లో, సభ్యుల సంఖ్యను పెంచారు. ప్రత్యేక నియోజకవర్గాల ఆధారంగా, పరిమిత వోటింగ్ ప్రాతిపదికపై శాసనసభకు ఎన్నికలు నిర్వహించబడాలి. ఈ శాసనసభల్లో 70% ఎన్నికైన సభ్యులు, 30% ప్రభుత్వం నియమించిన సభ్యులుంటారు. శాసన సభా కార్యక్రమాలను అధ్యక్షుడు నిర్వహిస్తాడు. రాష్ట్రంలో శాంతి భద్రతలను కాపాడటానికి, సక్రమంగా ప్రభుత్వ విధులను నిర్వహించడానికి శాసన సభలకు అధికారాలు లభించాయి. సభ్యులకు, ప్రశ్నలను, అనుబంధ ప్రశ్నలను అడిగే హక్కు లభించింది. బడ్జెట్‌ను సభ్యులు తిరస్కరించవచ్చు. కాని, అవసరమైతే, ప్రభుత్వం బడ్జెట్ ప్రకారం ఖర్చు చేయవచ్చు. కేంద్ర శాసన సభ నిర్ణయాలపై సర్వాధికారాలు రాజ ప్రతినిధికే ఉన్నట్లుగానే, రాష్ట్రాల శాసనసభల నిర్ణయాలపై గవర్నర్‌లకు లభించాయి.

మాంటేగ్-ఛెమ్స్‌ఫర్డ్ సంస్కరణలు : ఫలితాలు, ప్రతిస్పందన

1919 భారత చట్టం, భారత ప్రజలు, జాతీయవాదుల ఆశలను అడియాసలు చేసింది. వారాశించిన స్వపరిపాలనాధికారం, బాధ్యతాయుత ప్రభుత్వం, అటు కేంద్రంలోగాని, ఇటు రాష్ట్రాల్లోగాని, ఎక్కడా కార్యరూపం దాల్చలేదు. కేంద్రంలో రాజప్రతినిధి నిరంకుశాధికారాలు కొనసాగాయి. రాష్ట్రాల్లో ద్వంద్వ పరిపాలన మసిపూసిన మారేడు కాయలాగ తయారైంది. వ్యయం మంత్రుల చేతుల్లో, ఆదాయం గవర్నర్ల చేతుల్లో ప్రత్యక్షమయ్యాయి. పైగా మంత్రులు శాసనసభకు గాక, గవర్నర్లకు బాధ్యులు కావడమైంది. ఇంకా, రాష్ట్ర ప్రభుత్వాలపైన కేంద్ర ప్రభుత్వానికి అదుపులేని అజమాయిషీ కొనసాగింది. వోటు హక్కు కూడా బహుకొద్దిమందికి మాత్రమే లభించింది. 1920లో దిగువ సభకు మొత్తం

9,09,874 వోటర్లు, ఎగువ సభకు 17,364 మంది మాత్రమే ఓటర్లుగా ఉన్నారు.

భారత జాతీయ కాంగ్రెస్ నాయకులైన చిత్తరంజన్‌దాస్, బిపిన్ చంద్రపాల్‌లు 1919 చట్టాన్ని తిరస్కరించారు. అయితే తిలక్, గాంధీలు మాత్రం ఈ చట్టాన్ని బ్రిటిష్ ప్రభుత్వం అమలు చేయాలని, అట్టి కృషిలో తాము సహకరిస్తామని ప్రకటించారు. స్వపరిపాలన, బాధ్యతాయుత ప్రభుత్వ స్థాపనకై వీరు బ్రిటిష్ ప్రభుత్వానికి మరో అవకాశమివ్వ నిశ్చయించారు. 1918లో సురేంద్రనాథ బెనర్జీ నాయకత్వంలో కాంగ్రెస్ నుంచి భారతీయ జాతీయ ఉదారవాద సమాఖ్య (Indian National Liberal Federation)గా ఏర్పడ్డ మితవాదులు కూడా, ఇదే అభిప్రాయానికొచ్చారు.

స్వరాజ్య పోరాటం, 1920 – 1947 : గాంధీ యుగం

మింటో-మార్లే సంస్కరణల పట్ల, భారత జాతీయవాదులు పూర్తి అసంతృప్తి చెందినట్లుగా గమనించాం. రౌలట్ చట్టం, జలియన్‌వాలాబాగ్ దురంతాలు, బ్రిటిష్ ప్రభుత్వ అప్రజాస్వామిక దమననీతిని, హింసాకాండను బట్టబయలు చేసి, ప్రజల ఆగ్రహావేశాలను రేకెత్తించి, స్వరాజ్య పోరాటాన్మెఖులుగా చేశాయి. దేశ ప్రజల ఆర్థిక, సామాజిక, సాంస్కృతిక, రాజకీయ ప్రగతికై విదేశీ పాలనను అంతమొందించి, స్వపరిపాలనను స్థాపించుట తప్పనిసరనే విషయాన్ని, జాతీయవాద నాయకులు స్పష్టంగా గ్రహించారు. ఇది ప్రజాబాహుళ్య సామూహిక ఉద్యమం ద్వారానే సాధ్యమౌతుందనే సత్యాన్నికూడా వీరు అవగాహనలోనికి తెచ్చుకున్నారు. 1920 ఆగస్ట్ 1వ తేదీన సమరశీల జాతీయవాద మహానాయకుడైన లోకమాన్య తిలక్ కన్నుమూయడంతో స్వాతంత్ర్యోద్యమ నాయకత్వ భారం మోహన్‌దాస్ కరంచంద్ గాంధీ పైబడింది. స్వాతంత్ర్య సాధన వరకు, ఇది అజేయంగా, అద్వితీయంగా కొనసాగింది. ఈ కారణంగానే, 1920-47 ల మధ్య నడచిన జాతీయోద్యమ తృతీయ దశ గాంధీ యుగంగా ప్రసిద్ధి గాంచింది.

గాంధీ రాజకీయరంగ ప్రవేశం : ప్రారంభ సత్యాగ్రహోద్యమాలు

గుజరాత్ రాష్ట్రంలోని పోర్‌బందర్ గ్రామంలోని ఒక సంప్రదాయ కుటుంబంలో, 1869, అక్టోబర్ 2 వ తేదీన జన్మించిన గాంధీ, 1888లో ఇంగ్లాండ్‌లో బారిస్టర్ పట్టా పొంది స్వదేశానికి తిరిగి వచ్చి న్యాయవాద వృత్తిని చేపట్టాడు. 1893 మే నెల్లో పోర్‌బందర్‌లోని ముసల్మాన్‌ల కంపెనీ తరఫున వకీలుగా దక్షిణాఫ్రికాలోని నేటాల్‌కు వెళ్ళాడు. అక్కడ నివసిస్తున్న భారతీయ కార్మికులు, వ్యాపారులు, శ్వేతజాతి ప్రభుత్వం, సమాజాన్నుంచి పలు అన్యాయాలు, అవమానాలు, అనాగరిక విచక్షణలకు గురిచేయడాన్ని ఈయన స్వయంగా చూడ్డమేగాక, అనుభవించడంకూడా జరిగింది. భారతీయులకు నేటాల్ శాసనసభకు సభ్యులను ఎన్నుకునే హక్కు లేదు. భారతీయ కార్మికులపై తలసరి వార్షిక పన్ను (Poll Tax) విధించారు. ట్రాన్స్‌వాల్‌ల్లోని షుమారు పదివేల మంది భారతీయులు నేరస్థులవలె తమ వ్రేళ్ళ గుర్తులను ముద్రిస్తూ, ప్రభుత్వ రికార్డుల్లో రిజిస్టర్ చేయించుకోవాలి.

క్రైస్తవ పద్ధతుల్లో జరగని, రిజిస్టర్‌కాని వివాహాలు చెల్లనేరవు.

ఇట్టి రాజకీయ, సాంఘిక విచక్షణల తొలగింపు కృషికై, గాంధీ 'నేటాల్ ఇండియన్ కాంగ్రెస్'ను స్థాపించాడు. దీనికంటే విశేషంగా, రాజకీయ, సైనిక పోలీస్ బలాన్ని గల్గిన శ్వేతజాతి ప్రభుత్వంతో, ఇటువంటి శక్తి వనరులు లేకపోయినా, సమర్థవంతంగా భారతీయుల సమాన హక్కుల పోరాటాన్ని జరిపేందుకై, నూతన ఆయుధాలను కనుగొని, ప్రయోగించాడు. ఇవే సత్యం (Truth), అహింస (Non-Violence) లతో కూడిన సత్యాగ్రహం (Passive resistance), శాంతి (Peace). ఈ రెండు సాధనాలు కలిసి, 'శాంతియుత ప్రతిఘటన' (Peaceful Resistance)గా రూపాన్ని తీసుకున్నాయి. సత్యాగ్రహి, చెడుపనులకు శత్రువు. ఎట్టి పరిస్థితుల్లోను దురాలోచనలతో, దుర్మార్గులతో రాజీపడడు. బాధలను సంతోషంగా స్వీకరిస్తూ, ఎదుటివాడిని మార్చడమే సత్యాగ్రహ లక్ష్యం. నిరంతర బాధలను స్వయంగా స్వీకరించడమే అహింసా పద్ధతి."హింసకన్నా అహింస పరమోత్కృష్టమైంది. శిక్షనివ్వటంకన్నా, క్షమించటం ధైర్యవంతుల లక్షణ"మని గాంధీ పలికాడు. సహాయ నిరాకరణ (Non-Co-operation), శాంతియుత శాసనోల్లంఘన (Peaceful Civil Disobedience), సత్యాగ్రహ ఆయుధానికి రెండు బాణాల్లాంటివి. సత్యాగ్రహ ఆయుధం శత్రువు మనస్సుపై పనిచేసి, బలహీనపరుస్తుంది. అతడు నిస్తేజుడై, ఆత్మబలాన్ని కోల్పోతాడు. ఆ కారణంగా బలమైన శత్రువుకూడా సత్యాగ్రహం చేత ఓడిపోగలడని విశ్వసించాడు.

దక్షిణాఫ్రికాలో, గాంధీ నేతృత్వంలో సత్యాగ్రహ పోరాటం 1906లో మొదలై, 1914 వరకు నడిచింది. గొప్ప విజయం లభించింది. హిందూ, పారశీక, ముసల్మాన్‌ల వివాహాలు, చట్టబద్ధంగా అంగీకరించడం జరిగింది. స్వేచ్ఛ పొందిన దక్షిణాఫ్రికాలోని భారతీయ కార్మికులు భార్యాబిడ్డలు వారిని చేరవచ్చు.

గాంధీ నేతృత్వంలో నడచిన ప్రారంభ సత్యాగ్రహాలు

దక్షిణాఫ్రికా నుంచి గాంధీ, 1915లో భారతదేశానికి తిరిగివచ్చాడు. మాతృ దేశానికి, ప్రజలకు సేవ చేయాలని ఉవ్విళ్ళూరాడు. తన రాజకీయ గురువైన గోపాలకృష్ణ గోఖలే సలహా మేరకు, నాటి పరిస్థితులను మొదట పరిశీలించి, అధ్యయనం చేయపూనుకున్నాడు. ప్రారంభ చర్యగా, 1916లో అహమ్మదాబాద్‌లో సబర్మతీ ఆశ్రమం నెలకొల్పాడు. ఇది గాంధీ కార్యక్రమాలకు కేంద్రంగా పనిచేయసాగింది.

అ) తన దేశ పర్యటనలో, ఆంగ్లేయ వలసల్లో పనిచేయడానికి భారతీయ కూలీలను కొనుగోలు పద్ధతిలో తీసుకువెళ్ళటం, అమలులో ఉండటాన్ని గమనించాడు. దీన్ని అమానుషంగా భావించిన గాంధీ, ప్రతిఘటనోద్యమాన్ని నడపగలనని హెచ్చరించాడు. ఫలితంగా ప్రభుత్వం ఈ పద్ధతిని రద్దుచేసింది. ఇది, భారతదేశంలో గాంధీ సత్యాగ్రహోద్యమానికి లభించిన ప్రథమ విజయం.

అ) ప్రథమ రైతుల సమస్యగా చంపారన్ సత్యాగ్రహం చేపట్టడం జరిగింది. చంపారన్ బీహార్‌లోని వెనుకబడ్డ జిల్లా. ఇక్కడ రైతులు తమ భూముల్లోని 3/20 వంతులో నీలిమందును తప్పకుండా పండించాలని ఆంగ్లేయ నీలి తోటల యజమానులు బలవంతపెట్టసాగారు. పైగా, పంటను ఆంగ్లేయ యజమానులు చెప్పిన ధరకే అమ్మాలి. ఈవిధంగా, పలు ఇబ్బందుల పాలౌతున్న చంపారన్ రైతులు, 1917 లో తమను ఆదుకోవలసిందిగా గాంధీని కోరారు. దీని కంగీకరించి, ప్రభుత్వానికి విజ్ఞప్తి చేశాడు. బెదిరింపు చర్యలకు లొంగలేదు. ఎట్టకేలకు విషయ పరిశీలనకు, ప్రభుత్వం ఒక కమిటీని నియమించింది. దీనిలో గాంధీకూడా సభ్యుడిగా ఉన్నాడు. ఫలితంగా రైతులనుభవిస్తున్న ఇబ్బందులు తగ్గించడం జరిగింది. ఇది భారతదేశంలో గాంధీ సాధించిన ప్రథమ శాసనోల్లంఘనోద్యమ విజయం.

ఇ) తదుపరి, 1918లో గాంధీ, అహమ్మదాబాదు నేత మిల్లు కార్మికుల వేతన హెచ్చింపుకై అమరణ నిరాహార దీక్షను చేపట్టాడు. మిల్లు కార్మికులు, యజమానుల మధ్య ఏర్పడ్డ వివాద పరిష్కారానికై, లేక రాజీ కుదిర్చేందుకు, గాంధీ అమరణ నిరాహార దీక్షను పూనాడు. నాల్గు రోజుల దీక్షానంతరం, మిల్లు యజమానులు కార్మికుల వేతనాల్లో 35% హెచ్చింపుకు అంగీకరించడంతో సమస్య పరిష్కారమై, గాంధీ దీక్షను విరమించుకున్నాడు. కర్షకులతోబాటు, కార్మిక సమస్యల పరిష్కారానికూడా, గాంధీ నడుం బిగించి, విజయాన్ని సాధించుట ఆయన విశాల దృక్పథం, అవగాహనకు నిదర్శనం.

ఈ) ఇదే సంవత్సరంలో గుజరాత్‌లోని ఖైరాలో, పంటలు పండని కారణంగా భూమి శిస్తు రద్దు విషయమై రైతుల తరఫున సత్యాగ్రహాన్ని గాంధీ చేపట్టాడు. రైతులను పన్ను చెల్లించవద్దని ప్రోత్సహించాడు. సర్దార్ వల్లభాయి పటేల్ ఎంతో ఆదాయాన్ని పొందుతున్న న్యాయవాద వృత్తిని వదలి, ఈ సత్యాగ్రహంలో గాంధీకి సహాయపడ్డాడు. దీంతో ఆయన రాజకీయ జీవితానికి నాంది పల్కినట్లుంది. భూమి శిస్తు రద్దుకు బ్రిటీష్ ప్రభుత్వం ఒప్పుకోడంతో, ఈ సత్యాగ్రహం ముగిసింది. గాంధీ నిర్వహించిన మరొక శాసనోల్లంఘనోద్యమ విజయమిది.

ఈ ప్రారంభ సత్యాగ్రహోద్యమాలు గాంధీకి సామాన్య ప్రజానీకంతో సన్నిహిత సంబంధాన్నేర్పర్చింది. తన జీవితం, జీవన విధాన్ని, సామాన్య ప్రజానీక జీవనంతో మేళవించిన తొలి భారత జాతీయ నాయకుడీయనే. క్రమంగా, పేద, జాతీయవాద, విప్లవాత్మక భారతదేశానికి సంకేతంగా నిల్చాడు గాంధీ. హిందూ-ముస్లిం ఐక్యత, అంటరానితనంపై పోరాటం, దేశంలో స్త్రీల సామాజిక హోదాను పెంచటం ఈయన పాటుపడిన ఇతర అత్యంత ప్రాధాన్యతా విషయాలుగా ఉన్నాయి.

రౌలట్ చట్టం : రౌలట్ సత్యాగ్రహం — ప్రభావ పరిణామాలు

మొదటి ప్రపంచ యుద్ధకాలంలో బ్రిటీష్ ప్రభుత్వం ఒకవైపు భారతీయ

జాతీయవాదులను సంతృప్తిపర్చడానికి ప్రయత్నిస్తూనే, మరోవైపు వీరిని, వీరి కార్యకలాపాలను తీవ్రంగా, అమానుషంగా అణచి వేయడాన్ని కూడా పెద్ద ఎత్తున చేపట్టింది. ఉగ్రవాదులు, విప్లవకారులు ఉరిశిక్షలు, కఠిన, దీర్ఘ కారాగార శిక్షలు, బహిష్కరణలకు పెద్ద సంఖ్యలో గురిచేయబడటాన్ని మనం గమనించాం. మౌలానా అబుల్ కలాం అజాద్‌లాంటి అనేక ఇతర జాతీయవాదులు కూడా, కటకటాల పాలైనారు. మాంటేగ్-ఛెమ్స్‌ఫర్డ్ సంస్కరణలు ప్రకటించిన తరవాత, వాటిని తిరస్కరించి, విమర్శించిన వారిని అణచేందుకై సర్వజనామోదిత సమన్యాయ సూత్రాలకు విరుద్ధమైన విస్తృత, విశేషాధికారాలను తన హస్తగతం చేసుకునేందుకు ప్రభుత్వం నిశ్చయించుకుంది. ఫలితంగా, 1919 మార్చిలో ఇది రౌలట్ చట్టాన్ని ప్రవేశపెట్టింది. జస్టిన్ రౌలట్ రూపొందించటాన దీనికాపేరు వచ్చింది. కేంద్ర శాసనమండలిలోని ప్రతి భారతీయ సభ్యుడూ ఈ చట్టాన్ని వ్యతిరేకించినా, ప్రభుత్వం ఖాతరు చేయకపోవటం గమనార్హం. వీరిలో ముగ్గురు - మొహమ్మదాలి జిన్నా, మఝురుల్ హఖ్, మదన్‌మోహన్ మాలవ్యా - మండలి సభ్యత్వానికి రాజీనామా చేశారు. ఏ వ్యక్తినైనా విచారణ, నేర నిరూపణ లేకుండానే నిర్బంధించేందుకు ఈ చట్టం ప్రభుత్వానికి అధికారాన్నిచ్చింది. బ్రిటన్‌లో పౌర స్వేచ్ఛలకు మూలమైన హేబియస్ కార్పస్ (Habeas Corpus) హక్కు (శీఘ్ర విచారణ, నేర నిరూపణకు గల హక్కు)ను, భారతీయులకు లేకుండా చేయటానికి ఈ చట్టం ప్రభుత్వానికి వీలు కల్పించింది.

రౌలట్ సత్యాగ్రహం : దేశవ్యాప్త సామూహికోద్యమం

మిగతా జాతీయవాదులతోబాటు, గాంధీ కూడా రౌలట్ చట్టంచేత విచలితుడైనాడు. ఫిబ్రవరి 1919లో సత్యాగ్రహ సభను స్థాపించాడు. రౌలట్ చట్టాన్ని వ్యతిరేకించి, అరెస్టయి, కారాగార శిక్ష ననుభవించేందుకై, దీని సభ్యులంతా శపథాన్ని గైకొన్నారు. 1919 ఏప్రిల్ 6వ తేదీన ఈ చట్టానికి వ్యతిరేకంగా దేశవ్యాప్త నిరసనను ప్రకటించాల్సిందిగా గాంధీ పిలుపునిచ్చాడు. దేశ ప్రజలు దీనికి బ్రహ్మాండంగా ప్రతిస్పందించారు. ఏప్రిల్ 6వ తేదీన దేశంలోని అన్ని ప్రాంతాల్లో నిరసన ప్రదర్శనలు, సమ్మెలు, సామూహిక ప్రదర్శనలు పెద్ద ఎత్తున నిర్వహించారు. ప్రజల్లో రాజకీయ అసంతృప్తి విజృంభించింది. ఢిల్లీ, పంజాబ్‌ల్లో ఉద్రిక్తత ఏర్పడింది. గాంధీ, పంజాబ్, ఢిల్లీల్లో ప్రవేశించకుండా ప్రభుత్వం నిషేధాన్ని విధించింది. ఢిల్లీకి దగ్గరగా ఒక స్టేషన్‌లో గాంధీని బలవంతంగా రైలు నుంచి దింపి, బొంబాయికి పంపించారు. గాంధీని నిర్బంధించిన వార్త దేశ పలు ప్రాంతాల్లో దావానలంలా వ్యాపించింది. ప్రజలు ఆగ్రహావేశాలతో హింసకు తలపడ్డారు. ప్రభుత్వం తీవ్ర కఠిన చర్యలకు పూనుకుంది. ఒక విశేషమేమంటే, వివిధ మతాలవారి మధ్య అపూర్వమైన సహకారం నెలకొంది. ఆర్యసమాజ నాయకుడైన స్వామి శ్రద్ధానంద ఢిల్లీలోని జామా మసీదు నుంచి ఉపన్యసించడం, మహమ్మదీయ నాయకుడైన సైఫుద్దీన కిచ్లూకు శిక్కుల స్వర్ణ దేవాలయ తాళం చెవినివ్వడం, దీనికి గొప్ప నిదర్శనాలు. హింసతో కూడిన సంఘటనలు జరిగిన కారణంగా, గాంధీ హఠాత్తుగా ఉద్యమాన్ని నిలిపివేశాడు.

జలియన్ వాలాబాగ్ మారణహోమం

రౌలట్ సత్యాగ్రహులను కఠినంగా అణచివేయటానికి ప్రభుత్వం నిశ్చయించుకుంది. బొంబాయి, అహమ్మదాబాద్, కలకత్తా, ఢిల్లీ, తదితర నగరాల్లోని నిరాయుధులైన ప్రదర్శకులపై ప్రభుత్వం అదేపనిగా లాఠీలతో కొట్టడం, కాల్చడం లాంటి చర్యలకు పూనుకుంది. ఈ సందర్భంలో పంజాబ్‌లో జరిగిన అణచివేత సంఘటన ఆధునిక చరిత్రలో సంభవించిన అత్యంత అమానుష, దయనీయ, మారణహోమంగా నిల్చింది, జాతినంతటినీ కదలించి వేసింది.

తమ ప్రియ నాయకులైన డాక్టర్ సైఫుద్దీన్ కిచ్లూ, డాక్టర్ సత్యపాల్‌ల నిర్బంధానికి వ్యతిరేకంగా తమ నిరసనను వ్యక్తం చేసేందుకై 13 ఏప్రిల్, 1919 నాడు అమృతసర్‌లోని జలియన్ వాలాబాగ్ అనే ప్రదేశం వద్ద నిరాయుధులైన ప్రజలు పెద్ద సంఖ్యలో గుమిగూడారు. మూడువైపుల భవనాలచేత మూయబడి, ఒకవైపు మాత్రమే వెలుపలికి దారిఉన్న ప్రదేశమది. అమృతసర్ సైన్యాధిపతైన జనరల్ డయ్యర్ అమృతసర్ ప్రజలను లొంగిపోయే విధంగా భయభ్రాంతులను చేసే ఉద్దేశంతో, తన సైన్యంతో ప్రదేశాన్ని చుట్టుముట్టి, వెలుపలికి గల దారిని సైనికులతో మూయించి, మధ్యలో చిక్కుకున్న జన సమూహంపై తన సైనికుల తుపాకులు, మెషీన్‌గన్‌లతో కాల్పులు జరిపించాడు. తూటాలయిపోయేంతవరకు కాల్పులు ఏకధాటిగా, గుళ్ళ వర్షంలా సాగాయి. వేలకొలది మృతి చెంది, క్షతగాత్రులయ్యారు. ఈ మారణకాండ తదుపరి పంజాబ్ అంతటా సైనిక శాసనం ప్రకటితమైంది. ప్రజలు పలు రకాల అత్యంత అనాగరిక, దురంతాలకు గురిఅయ్యారు. వీధుల్లో మనుషులను ఈడ్వటం, మార్గం వెంట మోకాళ్ళు, పొట్టమీద దోగాడుకుంటూ వెళ్ళటం (Crawling), సామూహికంగా వ్యక్తులను తాళ్ళు, లేక గొలుసుతో బంధించి, 15 గంటలు కనిపించేవిధంగా ట్రక్కుల్లో ఉంచడం, భారతీయుల గృహాల్లో నీరు, విద్యుచ్ఛక్తి సరఫరాలను లేకుండా చేయడం లాంటి అమానుష, హేయమైన కృత్యాలు వీటిలో చోటుచేసుకున్నాయి.

దేశం మొత్తంలో భయానక వాతావరణ మేర్పడింది. బ్రిటీష్ సామ్రాజ్యవాదుల నాగరికతా ప్రగల్భాల వెనుక దాగిన వికృత హింసా రూపం ప్రత్యక్షమైంది. ఈ పరిణామం పట్ల కలత చెంది, ద్రవీభూతులైన రవీంద్రనాథ ఠాగూర్ లాంటి భారతీయ రచయితలు, మేధావులు, మానవతావాదులు, ప్రభుత్వమిచ్చిన గౌరవ బిరుదులు, హోదాలను త్యాగం చేసి, సామాన్య ప్రజల కష్ట సుఖాలతో, తమ ఐక్యతను ప్రకటించారు. జలియన్ వాలాబాగ్ హింసాకాండపై దర్యాప్తు జరిపేందుకు ప్రభుత్వం నియమించిన హంటర్ కమీషన్ జనరల్ డయ్యర్ బుద్ధిపూర్వకంగా ప్రజలను హింసించలేదని ప్రకటిస్తూ, నేర విముక్తుని చేయడం కళ్ళుతుడుపే. మోతిలాల్ నెహ్రూ, చిత్తరంజన్ దాస్, ఫజ్‌లుల్ హక్, జయకర్, అబ్బాస్ త్యాబ్జీ, గాంధీలతో కూడిన కాంగ్రెస్ విచారణా సంఘం తన అభిప్రాయంలో ఈ దారుణ హింసాకాండకు పూర్తి బాధ్యత జనరల్ డయ్యర్‌దేనని పేర్కొంటూ, మారణకాండ తదుపరి పంజాబ్‌లో నెలకొన్న భయానక భీభత్స పాలనను తీవ్రంగా ఖండించింది. మరణించిన లేక గాయపడ్డ కుటుంబాలకు నష్ట పరిహారాన్ని చెల్లించాలని ఈ కమిటీ ప్రభుత్వాన్ని కోరింది. కాని దీన్ని ప్రభుత్వం పట్టించుకోలేదు.

ఉద్యమ ప్రభావ ఫలితాలు

అ) రౌలట్ సత్యాగ్రహం ద్వారా, భారత జాతీయోద్యమం మొట్టమొదటిసారిగా సామూహికోద్యమ రూపాన్ని ధరించింది. కేవలం మధ్య తరగతులవారే కాక, కార్మిక, కర్షక వర్గాలకు చెందిన సామాన్య ప్రజలు సత్యాగ్రహంలో పాలుపంచుకున్నారు.

ఆ) సత్యాగ్రహం దేశంలోని అన్ని ప్రాంతాల్లో చెలరేగి, మొట్టమొదటి అఖిల భారత జాతీయోద్యమ స్థానాన్ని పొందింది. రౌలట్ చట్ట ఇబ్బందులు దేశ ప్రజలందరికీ వర్తించడంతోబాటు, గాంధీ కూడా దేశ ప్రజలనందరినీ సత్యాగ్రహంలో పాల్గొనాల్సిందిగా పిలుపు నిచ్చినట్లు మనం గమనించాం.

ఇ) రౌలట్ సత్యాగ్రహం ద్వారా, భారత జాతీయోద్యమ సరళి లేక పద్ధతిలో కూడా మార్పు రావడం విశేషంగా గమనించదగ్గ విషయం. గతంలో జాతీయవాదులు మహజర్లు, సమావేశాలు, సంభాషణలు, ఇత్యాది మౌఖిక (Verbal) పద్ధతులు, లేక సాధనాల ద్వారా తమ డిమాండ్ల అంగీకారానికై ప్రయత్నించినట్లు మనకు అవగతం. దీనికి భిన్నంగా రౌలట్ సత్యాగ్రహోద్యమంలో గాంధీ నేతృత్వంలోని జాతీయవాదులు నిరసన ప్రదర్శనలు, సమ్మెలు, ఊరేగింపులు ఇంకా ముఖ్యంగా నిరాహార దీక్షలు, శాంతియుత శాసనోల్లంఘనల లాంటి క్రియాశీలక (Action Oriented) పద్ధతులు, లేక మార్గాలను తమ కోర్కెల సాధనకై ప్రయోగించారు. ఈ పరిణామం ఉద్యమ ప్రగతి పటిష్ఠతలకెంతైనా తోడ్పడింది.

ఈ) ఈ ఉద్యమం గాంధీని ఎదురులేని జాతీయ నాయకునిగా చేసింది. ఈయనిచ్చిన సత్యాగ్రహ పిలుపుకు దేశ ప్రజలందరూ ప్రతిస్పందించి, ఉద్యమంలో మునుపెన్నడూ లేనంత ఉత్సాహంతో పాల్గొన్నారు. బొంబాయిలో ఈయన నిర్బంధం ప్రజలందరినీ ఆగ్రహావేశపూరితులను చేయటాన్ని మనం అవలోకించాం. హింసాత్మక సంఘటనలు ప్రజ్వరిల్లటంతో గాంధీ ఉద్యమ నిలుపుదలకై ఇచ్చిన సూచన తక్షణమే సర్వత్రా పాటించారని మనకు తెలుసు.

ఉ) జలియన్ వాలాబాగ్ మారణ కాండ గాంధీజీ జాతీయోద్యమ దృక్పథంలో సంపూర్ణమైన మార్పును కల్గజేసింది. 1918 డిసెంబర్ వరకు, ప్రభుత్వంతో సహకరించాలని భావించాడు. తదుపరి సంభవించిన అమానుష, అనాగరిక ప్రభుత్వ అకృత్యాలు ఈయన వైఖరిలో పూర్తి మార్పుకు దారితీసి, 1920 సెప్టెంబర్‌లో సహాయ నిరాకరణోద్యమాన్ని చేపట్టడం జరిగింది.

ఊ) జలియన్ వాలాబాగ్ దురంతాలు నాటినుంచి భారత ప్రజల్లో జాతీయతా భావాలను పెంపు చేయడంలో ముఖ్యంగా తోడ్పడసాగాయి. ప్రతి సంవత్సరం, ఏప్రిల్ 6 నుంచి 13 వరకు జాతీయ వారంగా పరిగణించి, మృత వీరులకు జోహారులర్పించేవారు

జలియన్ వాలాబాగ్ దుష్కృత్యాల్లో ప్రాణాలను కోల్పోయిన వేలాదిమంది భారతీయులంతా, అమరవీరులుగా దేశీయుల హృదయాల్లో నిల్చిపోయారు.

అఖిల భారత ఖిలాఫత్, సహాయ నిరాకరణోద్యమాలు, 1919-22

లక్నో ఒప్పందం, రౌలట్ సత్యాగ్రహోద్యమాల ద్వారా బ్రిటీష్ సామ్రాజ్యవాదులకు వ్యతిరేకంగా, హిందూ-ముస్లిం ఐక్యత బాగా పెంపొందిందనే విషయాన్ని మనం గమనించాం. 1919, నవంబర్ నుంచి చేపట్టిన అఖిల భారత ఖిలాఫత్ ఉద్యమం ద్వారా ఇది మరింతగా వృద్ధి చెందడానికి అవకాశమేర్పడింది. గాంధీ నేతృత్వంలోని జాతీయ కాంగ్రెస్ ఈ ఉద్యమానికి సంపూర్ణ మద్దతు నందించింది. ఈ ఉద్యమంతోబాటు, 1920 సెప్టెంబర్ నుంచి స్వరాజ్య లక్ష్య సాధనా మార్గంలో భారత జాతీయ కాంగ్రెస్ సహాయ నిరాకరణోద్యమాన్ని చేపట్టింది. రౌలట్ సత్యాగ్రహం, జలియన్‌వాలాబాగ్ మారణకాండల ఫలితంగా, గాంధీ వైఖరిలో బ్రిటీష్ ప్రభుత్వం పట్ల ఇటువంటి ఉద్యమాన్ని ప్రారంభించాలనే మార్పు వచ్చినట్లుగా మనం అవలోకించాం.

ఖిలాఫత్ ఉద్యమం, 1919 - 22

టర్కీ సుల్తాన్, ముస్లింల మతాధిపతి. మతాధిపతిగా ఈయనను 'కాలిఫ్' (Caliph), లేక 'ఖలీఫా' (Khalifah) అనేవారు. మొదటి ప్రపంచ యుద్ధంలో టర్కీ ఓటమి అనంతరం దాని నుంచి బ్రిటన్‌తో కూడిన మిత్రరాజ్యాలు, థ్రేస్ ప్రాంతాన్ని తీసుకోవటం వాగ్దాన విరుద్ధమని నిరసిస్తూ, తిరిగి దాన్ని టర్కీ సుల్తాన్‌కిచ్చివేసి, ఆయన గౌరవప్రతిష్ఠలను పునఃప్రతిష్ఠించాలని కోరుతూ, భారతీయ ముస్లింలు ఉద్యమాన్ని ప్రారంభించారు. ఖలీఫా పేరుమీదుగా, దీనికి ఖిలాఫత్ ఉద్యమమనే పేరు వచ్చింది. అఖిల భారత ఖిలాఫత్ సమావేశం గాంధీ అధ్యక్షతన, 1919 నవంబర్‌లో ఢిల్లీలో నిర్వహించడం జరిగింది. బ్రిటీష్ ప్రభుత్వం తమ కోర్కెలను మన్నించనట్లైతే దానికి తమ సహకారాన్ని ఉపసంహరించు కుంటామని నిర్ణయించారు. ప్రభుత్వం ఉలకలేదు, పలకలేదు. పర్యవసానంగా ఖిలాఫత్ కమిటీ, 1920 ఆగస్ట్ 31నాడు సహాయ నిరాకరణోద్యమాన్ని ప్రారంభించింది. గాంధీ ఈ ఆందోళనలో మొట్టమొదటగా చేరి, యుద్ధ కాలంలో తన సేవలకు గుర్తింపుగా ప్రభుత్వమిచ్చిన 'కైజర్-ఇ-హింద్' (హిందూ దేశ సింహం) పతకాన్ని బ్రిటీష్ వ్యతిరేకతా సంకేతంగా తిరిగి ప్రభుత్వానికి ఇచ్చివేశాడు. కాంగ్రెస్, ఖిలాఫత్ కమిటీలు సమిష్టిగా హర్తాళ్లు, నిరసన సమావేశాలు, ఊరేగింపులను నిర్వహించాయి. హిందూ-ముస్లిం ఐక్యతా నినాదాలు దేశమంతటా మార్మోగాయి.

ఖిలాఫత్ ఉద్యమ సమాప్తి, ప్రభావం

ఖిలాఫత్ ఆందోళనపట్ల బ్రిటీష్ ప్రభుత్వం దాని సహజ ధోరణిలో అణచివేత విధానాన్నవలంబించింది. 1921 అంతానికి, గాంధీ మినహా, మిగతా ముఖ్య జాతీయవాద

నాయకులందరూ, 3000ల ఇతర కార్యకర్తలతో సహా, నిర్బంధించబడ్డారు. 1922 నవంబర్‌లో, టర్కీలో జరిగిన పరిణామాలు ఖిలాఫత్ సమస్యా స్వరూపాన్నే తారుమారు చేశాయి. ముస్తఫా కమాల్ పాషా నాయకత్వంలో టర్కీ ప్రజలు విజృంభించి, సుల్తాన్‌ను పదవీచ్యుతుణ్ణి చేశారు. అధికారాన్ని హస్తగతం చేసుకున్న కమాల్ పాషా, 'ఖలీఫా' హోదాను కూడా రద్దు చేసి, లౌకిక రాజ్య వ్యవస్థనేర్పాటు చేశాడు. విద్యను జాతీయీకరణను చేయటం, స్త్రీలకు విస్తృత హక్కుల నివ్వటం, ఐరోపా దేశాల నమూనాపై న్యాయ చట్టాలను ప్రవేశపెట్టటం, వ్యవసాయాభివృద్ధికి చర్యలు, ఆధునిక పరిశ్రమల స్థాపనలాంటి ప్రజోపయోగ, ఆధునిక సంస్కరణలను కూడా కమాల్ పాషా ప్రవేశపెట్టడంతో, ఖిలాఫత్ ఉద్యమం నడుం విరిగినట్లైంది.

ఖిలాఫత్ అందోళ, సహాయ నిరాకరణోద్యమానికి ప్రముఖంగా తోడ్పడింది. పట్టణ ప్రాంత మహమ్మదీయులను జాతీయోద్యమంలో భాగస్వాములుగా చేసి, ఉద్యమ వికాస పటిష్టతలకు దోహదపడింది. రాజకీయ ఆశయాలతో మతాన్ని జోడించి, మతతత్వ శక్తులకు బలాన్ని చేకూర్చిందనే విమర్శ ఖిలాఫత్ ఉద్యమ విషయంలో చేయటం కొంతమేరకు సమంజసమైనా, వాస్తవంగా బ్రిటిష్ సామ్రాజ్యవాద వ్యతిరేకత, ప్రధాన ప్రభావ లక్షణంగా ఉంది. అందువల్లే, 1924లో కమాల్ పాషా 'కాలిఫ్' వ్యవస్థను రద్దు పర్చినపుడు భారతీయ ముస్లింల నుంచి ఎటువంటి నిరసన లేదు.

సహాయ నిరాకరణోద్యమం, 1921 – 22

1920 సెప్టెంబర్‌లో కలకత్తాలో జాతీయ కాంగ్రెస్ ప్రత్యేక సమావేశం ఏర్పాటైంది. గాంధీ ప్రవేశపెట్టిన 'సహాయ నిరాకరణ' కార్యక్రమం బలపడింది. బ్రిటిష్ ప్రభుత్వం పంజాబ్ దురంతాలు, ఖిలాఫత్ సమస్యను సరిదిద్ది, స్వరాజ్యాన్ని అనుమతించేవరకు, దానితో సహకరించకూడదని నిర్ణయించడం జరిగింది. క్రియాత్మకంగా (Positively), ఉద్యమకారులు స్వదేశీ ప్రచారం (దీనిలో భాగంగా, విదేశ వస్త్ర బహిష్కరణ), చేనేత పునరుద్ధరణ, ఖాదీ ధారణ, అస్పృశ్యతా నివారణ,. హిందూ-ముస్లిం ఐక్యత, మద్యపాన నిషేధాన్ని చేపట్టాలి; వ్యతిరేకంగా (Negatively) ఆంగ్లేయులేర్పర్చిన శాసన సభలు, న్యాయస్థానాలు, విద్యా సంస్థలను బహిష్కరించాలి. శాసనోల్లంఘన (Civil Disobedience), శాంతియుత ప్రతిఘటన (Peaceful Resistance)లు కూడా ఆమోదింపబడ్డాయి. బ్రిటిష్ ప్రభుత్వాన్నుంచి పొందిన బిరుదులు, పతకాలను కూడా స్వయంగా వదిలేయడం, బహిష్కరణ ప్రక్రియలో భాగమైంది. 1920 డిసెంబర్‌లో నాగపూర్‌లో సమావేశమైన భారత జాతీయ కాంగ్రెస్‌కూడా గాంధీ రూపొందించిన ఈ సహాయ నిరాకరణ కార్యక్రమాన్ని ఘనంగా ఆమోదించింది.

1921-22 సంవత్సరాల్లో నిర్వహించిన సహాయ నిరాకరణోద్యమం ఇంతకుముందు సంభవించిన ఉద్యమాలన్నిటికంటే, ప్రాదేశిక, సంఖ్యాబల పరిణామాల దృష్ట్యా, ఎంతో విస్తృతమైనది, ప్రాధాన్యత కలదీను. దేశంలోని అన్ని భాగాలు, పల్లెలు, పట్టణాల

కార్మికులు, కర్షకులు, న్యాయవాదులు, స్త్రీలు, పురుషులు, విద్యార్థులు, మేధావులు, మధ్యతరగతివారు, హిందువులు, ముస్లింలు, శిక్కులు అందరూ ఈ మహోద్యమంలో సమధికోత్సాహంతో పాల్గొన్నారు. వేల సంఖ్యలో విద్యార్థులు ప్రభుత్వ పాఠశాలలు, కళాశాలలను వదలి, జాతీయ పాఠశాలలు, కళాశాలల్లో చేరారు. అలీఘర్ జామియా మిల్లియా ఇస్లామియా (జాతీయ ముస్లిం విశ్వవిద్యాలయం), బీహార్ విద్యాపీఠం, కాశీ విద్యాపీఠం, గుజరాత్ విద్యాపీఠం ఆదిగాగల జాతీయ విద్యా సంస్థలు ఈ సందర్భంలో నెలకొన్నాయి. ఆచార్య నరేంద్రదేశ్, డాక్టర్ జాకిర్ హుస్సేన్, లాలా లజపతిరాయ్, వీటిలో పనిచేసిన ప్రసిద్ధ అధ్యాపకుల్లో ఉన్నారు. దేశబంధు చిత్తరంజన్‌దాస్, మోతీలాల్ నెహ్రూ, రాజేంద్రప్రసాద్, టంగుటూరి ప్రకాశం, అయ్యదేవర కాళేశ్వరరావు లాంటి వందలకొలది న్యాయవాదులు, గొప్ప ఆదాయాన్నిస్తున్న న్యాయవాద వృత్తిని వదిలివేయుట వారి త్యాగదీక్షలను తెలియజేస్తుంది. ఉద్యమ నిర్వహణకు కావల్సిన ఆర్థిక సహాయానికై, తిలక్ స్వరాజ్యనిధి ఏర్పాటై, ఆరు మాసాల్లో కోటి రూపాయలకు పైబడ్డ విరాళాలు పోగయ్యాయి. స్త్రీలు గొప్ప ఉత్సాహాన్ని చూపి, తమ ఆభరణాలను ఉద్యమ నిధికి అర్పించారు. ప్రతిచోటా, సీమ గుడ్డలు పోగుచేసి, అగ్నికి ఆహుతి ఇచ్చారు. విదేశ వస్త్ర బహిష్కరణ ఈ ఉద్యమకాలంలో ఎంత ప్రభావయుతంగా అమలు జరిగిందీ అంటే, విదేశాలనుంచి దిగుమతైన వస్త్రాల విలువ 1920-21లో రూ. 102 కోట్లు కాగా, వాటి విలువ 1921-22లో రు. 57 కోట్లకు పడిపోయింది. వేరొకవైపు చరఖాకు చాలా ప్రాముఖ్యత లభించింది. కాంగ్రెస్ సభ్యులందరూ చరఖాతో నూలు వడికి, ఖాదీ వస్త్రాలనే ధరించాలన్న నియమం ఖచ్చితంగా పాటించారు. క్రియాత్మక చర్యలుగా కల్లు, సారా డిపోలముందు పికెటింగ్, అంటరానితన నిర్మూలనకై కృషిని, ఉద్యమకారులు చేపట్టారు.

సహాయ నిరాకరణోద్యమం : భిన్న ప్రాంతాల ముఖ్య సంఘటనలు

సహాయ నిరాకరణోద్యమంచేత, ప్రేరేపితులైన ప్రజలు, క్రియాత్మక, వ్యతిరేక కార్యక్రమాంశాలను అమలుజరపటతోబాటు, భిన్న ప్రాంతాల్లో శాసనోల్లంఘన, శాంతియుత ప్రతిఘటనలకు కూడా దిగి, గాంధీ, తదితర నేతలను ఆశ్చర్యపర్చే విధంగా, వాటిని నిర్వహించారు. మరో విశేషమేమంటే, వీటిని గ్రామీణ, సామాన్య ప్రజానీక, శ్రామిక తరగతులకు చెందిన రైతులు, చేతివృత్తులవారు, పశుపోషకులు, గ్రామోద్యోగులు ప్రధానంగా నడిపించారు.

ఆంధ్రలో సహాయ నిరాకరణోద్యమం : ప్రముఖ ఘటనలు

1921, మార్చి నెల్లో, అఖిల భారత కాంగ్రెస్ సమావేశం, విజయవాడలో జరిగింది. ఆంధ్ర ప్రాంతంలోని జాతీయోద్యమానికి ఇది గొప్ప ప్రేరణనిచ్చింది. గాంధీని, తదితర నాయకులను చూడ్డానికి లక్షలాది ప్రజలు వచ్చారు. నాయకులను శ్లాఘిస్తూ, పాటలు రాసి, పాడారు. శాసనోల్లంఘన, శాంతియుత ప్రతిఘటనల నాచరిస్తూ, మూడు సంఘటనలు ఖ్యాతిని గాంచాయి.

అ) చీరాల - పేరాల సత్యాగ్రహం

గుంటూరు జిల్లాలోని చీరాల-పేరాల గ్రామాలను, ప్రజల అభీష్టానికి వ్యతిరేకంగా మద్రాస్ ప్రభుత్వం 1919లో మున్సిపాలిటీగా, మార్చింది. దీనివల్ల అదనపు వసతులేమీ లేకపోగా, ప్రజలపై పన్నుల భారం విపరీతంగా రు. 30,000 /- నుంచి రు. 4,00,000 /- లకు పెరిగింది. ఫలితంగా, ఆంధ్ర రత్న దుగ్గిరాల గోపాలకృష్ణయ్య నాయకత్వంలో ప్రజలు పెంచిన పన్నులను చెల్లించలేదు. గాంధీగారి సలహా మేరకు చిన్న రైతులు, చేనేత పారిశ్రామికులు, కార్మికులెక్కువగా ఉన్న 15,000 మంది ఈ గ్రామాలవారు, తమ నివాసాలను వదలి, ఊరి వెలుపల 11 మాసాలు, ఎండనక, వాననక, ధైర్య సాహసాలతో గడిపారు. ఆ ప్రాంతమే రామ్‌నగర్‌గా పేరుగాంచింది. ప్రత్యామ్నాయ ప్రభుత్వమేర్పాటు చేయాలని సంకల్పించిన గోపాలకృష్ణయ్య అరెస్ట్ కావడం, తదుపరి తగిన నాయకుడు లభించకపోవటం, ఇత్యాది ఇబ్బందుల కారణంగా, ప్రజలు తిరిగి తమ పూర్వ నివాసాలకు తరలి రావడమైంది.

ఆ) పల్నాడు అటవీ సత్యాగ్రహం

గుంటూరు జిల్లాలోని పల్నాడు తాలూకాలో, అనేకమంది గ్రామీణ కింది తరగతుల శ్రామికులు, అటవీ సంపద, పశుపోషణలమీద ఆధారపడ్డారు. అయితే, బ్రిటిష్ ప్రభుత్వ అటవీ శాఖాధికారులు వీరిని పలు ఇబ్బందులకు గురిచేయడం జరిగేది. వీరిపట్ల విసుగెత్తి, ప్రజలు సాంఘిక వెలివేతను (Social boycott) ను పాటించసాగారు. అధికారుల బట్టలుతకడానికి చాకలి గాని, వారికి పాలు గాని, లేక ఇతర వస్తువులుగాని లభ్యం కానివ్వలేదు. చాటింపుకు ఇతర పనులకు ఎవ్వరూ సహకరించేవారు గాదు. ఇట్టి పరిస్థితుల్లో 1921 సెప్టెంబరులో మించాలపాడు గ్రామం వద్ద అధికారులు, పోలీసుల సాయంతో 300 పశువులను పట్టుకొని వెళ్ళుతుండగా, వారిపై కన్నెగంటి హనుమంతు నాయకత్వంలో కొన్ని వందల మంది స్త్రీ పురుషులు దాడి చేశారు. పోలీసు కాల్పుల్లో కన్నెగంటి హనుమంతు, మరికొంతమంది మృతి చెందారు. ప్రభుత్వ దమన చర్యలు ఎక్కువ కావటం, ఉద్యమ నిలుపుదలకై గాంధీ పిలుపు, పల్నాడు అటవీ సత్యాగ్రహానికి, చరమ గీతాన్ని పాడాయి. అయితే, సత్యాగ్రహుల వీరోచిత శాసనోల్లంఘనను, సదా కొనియాడేవారు.

ఇ) పెదనందిపాడు పన్నుల నిరాకరణోద్యమం

గుంటూరు జిల్లాలోని పెదనందిపాడు ఫిర్కాకు చెందిన గ్రామోద్యోగులు, 1922 జనవరిలో ఉపకరణం, గ్రామాధికారి, తలారీల ఉద్యోగాలు తీసివేస్తూ జారీ చేసిన ప్రభుత్వ ఉత్తర్వుకు నిరసనగా మూకుమ్మడి రాజీనామాలు చేశారు. "పని ఎక్కువ, జీతం తక్కువని" వీరు గట్టిగా భావించారు. రాజీనామాల కారణంగా, భూమి శిస్తు వసూళ్ళు స్తంభించాయి. అధికారులను ప్రజలు సాంఘికంగా వెలివేశారు. ఈ ఉద్యమ కారణంగా, 1922 జనవరిలో

అక్కడి శిస్తు వసూలు రూ. 14.73 లక్షల నుంచి, రూ. 4 లక్షలకు పడిపోయింది. చివరకు, ప్రభుత్వం సైన్యాన్ని రంగంలోకి దింపింది. అయినా రైతులు పన్నులు చెల్లించ నిరాకరించారు. ఇట్టి విశేష ఉద్యమ నాయకుడు 'ఆంధ్ర శివాజీ'గా పేరుగాంచిన శ్రీ పర్వతనేని వీరయ్య చౌదరి. అయితే ఈ ఉద్యమానికి మద్దతు నివ్వడంలో జాతీయ కాంగ్రెస్‌లో పొడసూపిన విభేదాల కారణంగా ఉధృతి తగ్గి, క్రమంగా క్షీణించింది.

ఉత్తర భారత్‌లో సహాయ నిరాకరణోద్యమం : ముఖ్య సంఘటనలు

ఉత్తర భారత్‌లోని పంజాబ్, ఉత్తరప్రదేశ్, బీహార్, బెంగాల్, ఒరిస్సా, అస్సాంల్లోని సామాన్య ప్రజానీకం, సహాయ నిరాకరణోద్యమంచేత ప్రభావితులై, ఉన్నత వర్గాలవారు తమమీద చెలాయిస్తున్న పెత్తనం, ఆర్థిక దోపిడీకి గురిచేయడాన్ని వ్యతిరేకిస్తూ, ఆందోళనలను చేపట్టారు. ఇవి భిన్న పంథాలను తొక్కాయి.

అ) పంజాబ్‌లో సహాయ నిరాకరణోద్యమం, అకాలీ ఉద్యమంగా నడిచింది. శిక్కులు తమ ఆరాధనా స్థలాలైన గురుద్వారాలపై అవినీతిపరులైన మహంత్‌ల పెత్తనాన్ని తొలగించడానికి ఈ ఉద్యమాన్ని చేపట్టారు. బ్రిటిష్ అధికారుల సహకారంతో మహంత్‌లు తమ నీతిబాహ్య కలాపాలను కొనసాగించేవారు. ఎట్టకేలకు, 1925లో గురుద్వారాలపై మహంత్‌ల పెత్తనం తొలగి, శిరోమణి గురుద్వార ప్రబంధక కమిటీ ఆధిపత్యమేర్పడింది.

ఆ) ఉత్తరప్రదేశ్, బీహార్, ఒరిస్సా, బెంగాల్, అస్సాం లోయ ప్రాంతాల్లో రైతులు, భూస్వాములు తమపట్ల జరుపుతున్న అన్యాయాలను, అక్రమాలను వ్యతిరేకిస్తూ ఉద్యమాలకు దిగారు. 1921లో ఉత్తరప్రదేశ్‌లోని రాయ్‌బరేలి, ఫైజాబాద్ జిల్లాల్లో పెద్ద ఎత్తున రైతు ఆందోళనలు జరిగాయి. ఇక్కడి భూస్వాములు తమ రైతుల నుంచి, పోలీస్ అధికారులు, న్యాయాధికారుల కుమ్మక్కుతో పలు అన్యాక్రాంతపు వసూళ్ళు చేసేవారు. ఆందోళనకు దిగిన రైతులు పదివేల సంఖ్యలో మున్సీగంజ్‌లోని జైలుపై దాడి చేశారు. రచర్యాన్‌లో జరిగిన మరో రైతు తిరుగుబాటులో ఎంతోమంది పోలీసులు మృతి చెందారు.

1921, మే నెలలో అస్సాంలోని సుర్మ లోయలోని రైతులు, సహాయ నిరాకరణోద్యమం చేత ప్రభావితులై తమ కూలి పెంచాలని, "గాంధీ మహారాజుకీ జై" అనే నినాదాల మధ్య కోరడం జరిగింది.

కేరళలో సహాయ నిరాకరణోద్యమం : మోప్లా తిరుగుబాటు

కేరళలోని ఉత్తర భాగమైన మలబార్ ప్రాంతంలో మోప్లాలనే మహమ్మదీయ రైతులు సహాయ నిరాకరణోద్యమంచేత ప్రభావితులై, హిందూ జమీందారులకు వ్యతిరేకంగా, 1921లో పెద్ద ఎత్తున తిరుగుబాటు చేశారు. వీరు భూస్వాములు విధిస్తున్న అన్యాయపు

పన్నులకు వ్యతిరేకంగా ధ్వజమెత్తారు. ఖిలాఫత్ నాయకుల ఉద్రేక ఉపన్యాసాలు, ఖిలాఫత్ సమావేశ తీర్మానాలు మోప్లాలను రెచ్చగొట్టాయి. ఇస్లాం రాజ్య స్థాపనా లక్ష్యంతో ఆయుధాలను సమీకరించారు. 1921 ఆగస్ట్, 20వ తేదీన తిరురంగడి గ్రామ ప్రజలవద్ద ఉన్న ఆయుధాలను స్వాధీనం చేసుకునేందుకు సైన్యం ప్రయత్నించడంతో పోరాటం మొదలైంది. టెలిగ్రాఫ్ తీగలు, రైల్వే లైన్లు ధ్వంసం చేశారు. పెక్కు పోలీస్ స్టేషన్లపై దాడి జరిగింది. ఎందరో ఐరోపీయులు, హిందువులను హత్య చేశారు. సైన్యం పెద్దఎత్తున చర్యలు తీసుకొని, చివరకు 1921 సంవత్సరాంతానికి ఈ తిరుగుబాటు అణచివేసింది. మూడువేల మంది మోప్లాలు, పెక్కు సైనికులు నిహతులయ్యారు. ఆర్థిక దోపిడీ పరిస్థితిలో హిందువులు, ముస్లింలు వ్యతిరేక వర్గాలుగా తటస్థించడంతో, మోప్లా తిరుగుబాటుపై పరిశీలన నిష్పాక్షికతతో చేయాల్సి ఉంటుంది.

చౌరీచౌరా సంఘటన : సహాయ నిరాకరణోద్యమ నిలిపివేత

ప్రభుత్వం ఏడు రోజుల్లో రాజకీయ ఖైదీలను విడుదల చేసి, పత్రికలకు ప్రభుత్వ అజమాయిషీ నుంచి స్వేచ్ఛను కల్గించకపోయినట్లైతే తాను పన్నుల నిరాకరణతో సమన్వితమైన సామూహిక శాసనోల్లంఘనోద్యమాన్ని ప్రారంభిస్తానని 1922 ఫిబ్రవరి 1నాడు గాంధీ ప్రకటించాడు. ఉద్యమ సందర్భంగా అంతటి ఉత్సాహాన్ని చూపిన గాంధీ, 12 ఫిబ్రవరి 1922 నాడే శాసనోల్లంఘనకు ఎవరూ ప్రయత్నించరాదనే హఠాత్ నిర్ణయాన్ని తెలియజేశాడు. దీనికి కారణమే చౌరీచౌరా సంఘటన.

5, ఫిబ్రవరి, 1922నాడు గోరఖ్‌పూర్ జిల్లాలోని చౌరీచౌరా గ్రామంలో 3000 మంది రైతులు ఊరేగింపుగా వెళ్తుండగా వారిమీద పోలీసులు కాల్పులు జరిపారు. దీని కారణంగా ఆగ్రహించిన రైతులు, పోలీస్ స్టేషన్‌పై దాడి జరిపి, దానికి నిప్పంటించగా, దానిలో 22 మంది పోలీస్‌లు మృతి చెందారు. ఉద్యమకారులు హింసామార్గాన్నవలంబిస్తున్నారనే విషయాన్ని గ్రహించిన గాంధీ, 12 ఫిబ్రవరి, 1922 నాడు కాంగ్రెస్ వర్కింగ్ కమిటీ సమావేశాన్ని జరిపి, శాసనోల్లంఘనకు దారితీసే చర్యలను ఆపివేయాల్సిందిగా ప్రజలకు, ఉద్యమకారులకు తెలియ జేశాడు. చరఖా ప్రచారం, జాతీయ పాఠశాలలు, మద్య నిషేధం లాంటి నిర్మాణాత్మక కార్యక్రమాల్లో జాతీయ కాంగ్రెస్ సభ్యులు నిమగ్నం కావాలని సూచించడం జరిగింది.

ఉద్యమాన్ని హఠాత్తుగా ఆపివేసిన గాంధీ నిర్ణయాన్ని అనేకులు ఆమోదించినప్పటికీ, దీనిపట్ల అసంతృప్తి చెంది, విమర్శించినవారు కూడా లేకపోలేదు. "ప్రజా చైతన్యం పరాకాష్ఠకు చేరుకున్న సమయంలో వెనుతిరిగి ఉద్యమాన్ని నిలుపు చేయడం, జాతీయ విపత్తు" అని సుభాస్ చంద్రబోస్ వ్యాఖ్యానించగా, "ఒక్కచోట జరిగిన తప్పుకు దేశాన్ని యావత్తూ గాంధీగారు శిక్షించాడని" నెహ్రూ అభిప్రాయపడ్డాడు. ఈ పరిస్థితిని అవకాశంగా తీసుకొన్న ప్రభుత్వం, గాంధీని అరెస్ట్ చేసి, ప్రభుత్వంపట్ల అవిధేయతను వ్యాప్తిచేస్తున్నాడనే నేరాన్ని ఆరోపించి, ఆరు సంవత్సరాల కారాగార శిక్షను విధించింది.

సహాయ నిరాకరణోద్యమ ప్రభావ ప్రాముఖ్యతలు

సహాయ నిరాకరణ, శాసనోల్లంఘనోద్యమం విఫలమైనప్పటికీ, జాతీయోద్యమం మాత్రం అనేక విధాల పటిష్ఠం చేయడం జరిగింది. జాతీయవాద భావాలు, జాతీయోద్యమం, ఇప్పుడు దేశంలోని మారుమూల ప్రాంతాలకు గూడా వ్యాపించాయి. విద్యావంతులైన భారతీయులు తమ ప్రజలమీద ఆధారపడటం నేర్చుకున్నారు. భారతదేశంలోని బ్రిటిష్ ప్రభుత్వ సాయుధ, సైనిక శక్తిని జూచి, భారత ప్రజలు భయపడటం మానివేశారు. ఎటువంటి పరాజయాలు, వెనకడుగులైనా భంగపర్చలేని ఆత్మవిశ్వాసం, ఆత్మ గౌరవాన్ని వారు సంపాదించారు. "1920 లో ప్రారంభమైన పోరాటం, ఒక నెలకానీ, సంవత్సరంకానీ, అనేక నెల్లు కానీ, సంవత్సరాలు కానీ, లక్ష్యాన్ని సాధించేవరకు నడుస్తుంది" అని గాంధీ ప్రకటించినపుడు ఇది వ్యక్తమైంది.

జాతీయోద్యమం, 1922–29 : విప్లవ చర్యలు, వామపక్షాల ఆవిర్భావం

సహాయ నిరాకరణోద్యమాన్ని హఠాత్తుగా ఆపివేయడంతో, జాతీయ కాంగ్రెస్‌లో అనైక్యత, విభేదాలు చోటు చేసుకున్నాయి. శాసన సభల్లో భారతీయుల ప్రవేశం, ప్రధాన విభేదాంశంగా మారి, డిసెంబర్, 1922లో స్వరాజ్య పార్టీ ఆవిర్భావానికి దారితీసింది. అయినా ఈ మార్పు వల్ల ప్రజల్లో జాతీయవాదుల్లో ఏర్పడ్డ రాజకీయ స్తబ్ధత, నిరాశ నిస్పృహలు తొలగిపోలేదు. ఫలితంగా, విప్లవవాదుల విజృంభణ, వామపక్షాల ఆవిర్భావం సంభవమైంది. వీరి వీరోచిత, ఉద్ధృత చర్యలు అంతిమంగా అణచివేసినా, ప్రజల్లో జాతీయత, దేశభక్తి భావాలకు గొప్పగా ప్రేరణ జరిగింది. నవంబర్, 1927 లో భారతదేశంలో రాజ్యాంగ సంస్కరణల సమస్యను అధ్యయనం చేయడానికి సైమన్ కమీషన్ నియమించడంతో, భారతీయులెవ్వరూ లేని ఇట్టి సంఘాన్ని తిరస్కరిస్తూ, తాత్కాలికంగా 1922 మార్చి నుంచి అనైక్యంగా ఉన్న భారత రాజకీయ శక్తుల పునరేకీకరణ జరిగింది. రాజ్యాంగ సంస్కరణల మీద మోతీలాల్ నెహ్రూ అధ్యక్షతన, 1928లో తయారైన నెహ్రూ నివేదికపట్ల దురదృష్టకరమైన మతతత్వ ధోరణులు మళ్ళీ తలెత్తి, సర్వజనాంగీకారం లోపించింది. అయినప్పటికీ, కాంగ్రెస్‌లోని యువ నాయకులు విజృంభించి, 1929 లాహోర్ సమావేశంలో జవహర్‌లాల్ నెహ్రూ అధ్యక్షతలో పూర్ణ స్వరాజ్య ధ్యేయాన్ని ఆమోదింపజేసి, త్రివర్ణ భారత పతాకాన్ని ఎగురవేసి, 26 జనవరి 1930 నాడు ప్రథమ స్వాతంత్ర్య దినోత్సవం ఉద్వేగానందాలతో జరపుకొన్నారు. దేశంలో మరలా జాతీయోత్సాహం ఉరకలు వేయసాగింది.

భారత జాతీయ కాంగ్రెస్‌లో విభేదాలు : స్వరాజ్య పార్టీ ఆవిర్భావం

సహాయ నిరాకరణోద్యమం మధ్యలో హఠాత్తుగా ఆపివేయడంతో, భారత జాతీయ కాంగ్రెస్‌లో నిరుత్సాహం, నిస్పృహలతోబాటు, విభేదాలుకూడా పొడసూపాయి. సి. ఆర్.

దాస్, మోతీలాల్ నెహ్రూల నాయకత్వంలోని కొందరు సభ్యులు, శాసనసభల బహిష్కరణకు స్వస్తి పల్కి, వాటిలో జాతీయవాదులు ప్రవేశించి, ప్రభుత్వ పథకాలను అడ్డుకుంటూ, వాటి బలహీనతలను బట్టబయలు చేసి, ప్రజోత్సాహసక్తులను పెంచాలని కోరారు. వీరికి భిన్నంగా, "యథాతథ వాదులు" (No changers) గా పిలువబడ్డ సర్దార్ వల్లభ్‌భాయ్ పటేల్, డాక్టర్ అన్సారి, బాబు రాజేంద్ర ప్రసాద్, ఇంకా ఇతరులు శాసన సభల ప్రవేశం నాయకుల్లో విభేదాలను సృష్టించి, జాతీయోత్సాహసక్తులను బలహీనపరుస్తుందని, దీనికి బదులుగా నూలు వడకడం, మద్యపాన నిషేధం, హిందూ - ముస్లిం ఐక్యత, అంటరానితన నిర్మూలన లాంటి నిర్మాణాత్మక కార్యక్రమాన్ని చేపట్టాలనీ అభిప్రాయపడ్డారు.

ఇట్టి విభేద వాతావరణంలో, 1922 డిసెంబర్‌లో సి.ఆర్. దాస్ అధ్యక్షుడిగా, మోతీలాల్ నెహ్రూ కార్యదర్శుల్లో ఒకడిగా, 'కాంగ్రెస్ ఖిలాఫత్ స్వరాజ్ పార్టీ' ఏర్పాటు చేసింది. ఈ నూతన పార్టీ, కాంగ్రెస్‌లో ఒక వర్గంగా వ్యవహరిస్తుంది. శాసనసభా ప్రవేశాంశం తప్పితే, మిగతా విషయాల్లో కాంగ్రెస్ కార్యక్రమాన్నే ఆమోదించింది. "మార్పువాదులు", "యథాతథవాదుల"మధ్య తీవ్ర రాజకీయ వివాద వాతావరణం మొదలైంది. 1924 ఫిబ్రవరి 5న ఆరోగ్యం దెబ్బతిన్న కారణంగా జైలునుంచి విడుదలైన గాంధీ కూడా ఇరువర్గాల వారిని కలపటానికి చేసిన ప్రయత్నాలు విఫలమయ్యాయి.

నవంబర్ 1923లో జరిగిన ఎన్నికల్లో, స్వరాజ్ పార్టీవారు తక్కువ సమయానికి తగ్గట్టుగా మంచి విజయాలనే సాధించారు. కేంద్ర శాసనసభలోని 101 ఎన్నిక సీట్లలో 42 సీట్లను వీరు గెల్చుకున్నారు. మిగతా భారతీయ వర్గాల వారి తోడ్పాటుతో వీరు పదే పదే ప్రభుత్వాన్ని, కేంద్ర శాసనసభలోను, అనేక రాష్ట్ర శాసన సభల్లోను, వీగిపోయేట్లు చేశారు. మార్చి 1925లో ప్రముఖ జాతీయవాద నాయకుడైన విఠల్‌భాయ్ జె. పటేల్‌ను కేంద్ర శాసన సభాధ్యక్షుని (స్పీకర్)గా ఎన్నుకోటంలో వీరు విజయాన్ని సాధించారు. కాని, నిరంకుశ భారత ప్రభుత్వ విధానాలను మార్చలేక, స్వరాజ్ పార్టీవారు మార్చి, 1926లో కేంద్ర శాసనసభ నుంచి నిష్క్రమించాల్సిన అవసరమేర్పడింది. ఇంతకంటేకూడా విచారకరమేమంటే, వీరు సామాన్య ప్రజలనుగాని, మధ్య తరగతులవారిని గాని, రాజకీయాల్లో ఆసక్తి, ఉత్సాహాలను చూపించే విధంగా ప్రభావితం చేయలేకపోయారు. అయితే, ఈ విషయంలో "యథాతథవాదులు" గూడా, సఫలురు కాలేదు. అంటే అప్పుడు నెలకొన్న రాజకీయ నిస్సార, తేజోరహిత వాతావరణాన్ని కాంగ్రెస్‌లోని ఈ ఇరువర్గాల వారవరూ మార్చగల స్థితిలో లేరు. ఈ లోపుగా దేశబంధు చిత్తరంజన్‌దాస్ జూన్ 1925లో అమరుడు కావటంతో, జాతీయోద్యమం, స్వరాజ్య పార్టీ ఘోరమైన దెబ్బ తిన్నాయి.

మతతత్వ పునః విజృంభణ

సహాయ నిరాకరణోద్యమం ఆగిపోయి, ప్రజలు, జాతీయవాదులు నిస్పృహ చెందడంతో, మతతత్వం వికృత కోరలను విప్పింది. ఈ పరిస్థితిని అవకాశంగా తీసుకొని, మతతత్వ శక్తులు తమ అభిప్రాయాల ప్రచారానికి పూనుకొన్నాయి. [illegible] 1923

తరవాత దేశంలో తరచుగా, మత కలహాలు సంభవించాయి. ముస్లిం లీగ్, డిసెంబర్ 1917 లో స్థాపించబడ్డ హిందూ మహాసభ మరల తేజోవంతమైనాయి. పర్యవసానంగా, "ప్రజలందరూ మొదట భారతీయులు" అనే భావనకు విఘాతమేర్పడింది.

స్వరాజ్యపార్టీ కూడా మతతత్వంతో చీలిపోయింది. మదన్ మోహన్ మాలవ్యా, లాలా లజపతి రాయ్, యన్.సి. కేల్కర్‌లతో కూడిన "బాధ్యతాయుతులు" (Responsibilities) అనే వర్గంగా పేరుగాంచిన వారు, హిందూ ప్రయోజనాల రక్షణకై, ప్రభుత్వంతో సహకరించటానికి సిద్ధమయ్యారు. బలమైన జాతీయవాదైన మోతీలాల్ నెహ్రూను వీరు హిందూ వ్యతిరేకని, హిందువులను కించపరచేవాడని, గో హత్యను, పశుమాంస (beef) భక్షణను ఆమోదించేవాడని నిందించారు. పదవీ అధికారాలకై ప్రాకులాడుటలో మహమ్మదీయ మతతత్వ వాదులు తక్కువేం కాదు. "హిందూ - ముస్లిం ఐక్యత ఎల్లవేళలా అన్ని పరిస్థితుల్లో మన ధ్యేయంగా ఉండాలి" అని అదేపనిగా నొక్కిచెప్పిన గాంధీ, పరిస్థితిలో జోక్యం చేసుకుని, మెరుగుపర్చాలని ప్రయత్నించాడు. సెప్టెంబర్, 1924 లో ఢిల్లీలో మౌలానా మొహమ్మదలీ నివాసంలో, మత అల్లర్లలో కనిపించిన అమానుషత్వానికి ప్రాయశ్చిత్తంగా, 21 రోజుల నిరాహార దీక్షను నిర్వహించాడు. కాని ఆయన ప్రయత్నాలు ఫలించలేదు.

సైమన్ కమీషన్ బహిష్కరణ : రాజకీయ పునరేకీకరణ

1922 - 27 మధ్య కాలంలో, రాజకీయ ఉద్యమమేదీ చేపట్టకపోవటం, గాంధీ క్రియాశీల రాజకీయాలకు దూరంగా ఉండడం, కాంగ్రెస్‌లో ఇరు వర్గాలేర్పడుట, స్వరాజ్య పార్టీలో చీలిక, మతతత్వ పునః విజృంభణ, ఇత్యాది పరిణామాల ప్రభావంగా, దేశంలో పరిస్థితి, అనిశ్చిత, అంధకారమయమైంది. అయితే, ఇట్టి నిద్రాణ, అనైక్య పరిస్థితి నుంచి, భారత రాజకీయ శక్తులను మేల్కొల్పి, ఐక్యతను సాధించుటంలో సైమన్ కమీషన్ రాక విశేషంగా తోడ్పడింది.

నవంబర్, 1927 లో భారతదేశంలో రాజ్యాంగ సంస్కరణల సమస్యను పరిశీలించేందుకు, బ్రిటీష్ ప్రభుత్వం సైమన్ అధ్యక్షతలో ఒక ఉన్నత స్థాయీ సంఘాన్ని నియమించింది. విశేషమేమంటే, ఈ సంఘ సభ్యులంతా ఆంగ్లేయులే. భారతీయులందరూ, పార్టీలతో ప్రమేయం లేకుండా, ఈ నియామకం పట్ల తమ నిరసనను వ్యక్తం చేశారు. స్థాయీ సంఘంలో భారతీయులు లేకపోవడం, భారతీయులు స్వపరిపాలనకు అర్హులా, కాదా అనే విషయాన్ని విదేశీయులు నిర్ణయించడమనే విషయాలు, దేశీయులను ఆగ్రహపర్చాయి. బ్రిటీష్ ప్రభుత్వపు ఈ చర్య, భారతీయుల స్వయం నిర్ణయ హక్కును అతిక్రమించినట్లుగాను, భారతీయులు ఆత్మగౌరవానికి అవమానకరంగాను, భావించారు. "ప్రతి దశలోను, ప్రతిరీతిలోను" సైమన్ కమీషన్‌ను బహిష్కరించాలని, 1927 లో మద్రాసులో డాక్టర్ అన్సారి అధ్యక్షతన సమావేశమైన జాతీయ కాంగ్రెస్ నిర్ణయించింది. కాంగ్రెస్ ఈ నిర్ణయాన్ని, ముస్లిం లీగ్, హిందూ మహాసభ, బలపర్చుటకు నిశ్చయించాయి. ఆవిధంగా, దేశంలోని భిన్న వర్గాలు, పార్టీలను సైమన్ కమీషన్ తాత్కాలికంగా ఐక్యపర్చింది.

సైమన్ కమీషన్ భారతదేశంలో పర్యటించినపుడు ప్రతిచోట వారికి వ్యతిరేక, నల్ల జెండా ప్రదర్శనలు స్వాగతం పలికాయి. "సైమన్, వెనక్కి వెళ్ళిపో" (Simon, go back) అనే నినాదం, ఏక కంఠంతో మార్మోగింది. 1928, ఫిబ్రవరి 3వ తేదీన సైమన్ సంఘ సభ్యులు మొదటగా బొంబాయి చేరినప్పుడు దేశమంతటా హర్తాళ్ నిర్వహించబడింది. ఫిబ్రవరి 19వ తేదీ కమీషన్ కలకత్తా చేరినప్పుడు, అక్కడ పెద్ద ఎత్తున నిరసన ప్రదర్శనలు జరిగాయి. అక్టోబర్, 30వ తేదీన లాహెూర్‌లో సైమన్ వ్యతిరేక ప్రదర్శకులను పోలీసులు లాఠీ ఛార్జీ చేసినపుడు, ఆ ప్రదర్శనలో పాల్గొన్న లాలా లజపతి రాయ్ తీవ్రంగా గాయపడి, వాటి దెబ్బకే ఆయన నవంబర్ 17న మరణించాడు. సైమన్ కమీషన్ వ్యతిరేక ప్రదర్శనల్లో, జవహర్‌లాల్ నెహ్రూ, గోవింద వల్లభ్ పంత్‌లు కూడా పాల్గొని గాయపడ్డారు. 1928లోనే, మద్రాస్‌లో సైమన్ కమీషన్ వ్యతిరేక ప్రదర్శకులమీద పోలీసులు కాల్పులు జరిపిన సందర్భంలో ఒక వ్యక్తి మరణిస్తే, ఆ వ్యక్తిని చూడటానికి టంగుటూరి ప్రకాశం ముందుకు రాగా, పోలీసులు అతన్ని వారించబోతే, ఆయన తన ఛాతీ చూపిస్తూ, "కావలసి వస్తే నన్ను కాల్చండి. నేను మాత్రం ఆగను. మరణించిన వ్యక్తిని చూడాల్సిందే" అని ముందుకు దూసుకెళ్ళాడు. ప్రకాశం ధైర్యానికి పోలీసులు అచ్చెరువొందారు. అటువంటి అసమాన ధైర్యాన్ని ప్రదర్శించిన కారణంగా నాటినుంచి ప్రజలు ప్రకాశంకు 'ఆంధ్ర కేసరి' అనే బిరుదును సార్థకం చేశారు.

రాజ్యాంగ సంస్కరణలు : నెహ్రూ నివేదిక, 1928 : విభేదాలు

సైమన్ కమీషన్ నియామకాన్ని, పర్యటనను పూర్తిగా నిరసించి, వ్యతిరేకించిన జాతీయ నాయకులు, పార్టీలు బ్రిటిష్ ప్రభుత్వ సవాలును, సర్వామోద యోగ్యమైన రాజ్యాంగాన్నొక దాన్ని తయారు చేయాలని సంకల్పించారు. దీని కొరకు అన్ని రాజకీయ పక్షాల సమావేశం ఢిల్లీ, పూనాల్లో జరిగింది. ఈ సమావేశం, రాజ్యాంగ రచనకై, ఒక ఉప సంఘాన్ని నియమించింది. ఈ ఉప సంఘానికి అధ్యక్షుడు మోతీలాల్ నెహ్రూ. సభ్యులు అలీ ఇమామ్, తేజ్ బహదూర్ సప్రూ, సుభాస్ చంద్ర బోస్. ఈ ఉప సంఘం దాని నివేదికను, ఆగస్ట్, 1928లో సమర్పించింది. దీనికే నెహ్రూ నివేదికని పేరు.

నెహ్రూ నివేదిక, డొమినియన్ ప్రతిపత్తిని సాధించుట తక్షణ చర్యగా పేర్కొంది. భాషా ప్రయుక్త రాష్ట్రాలు, రాష్ట్రాల స్వేచ్ఛ ప్రాతిపదికగా, భారతదేశం ఫెడరల్ వ్యవస్థగా ఉండాలి; శాసనసభకు కార్యనిర్వాహక వర్గం పూర్తి బాధ్యతను వహించాలి; వయోజన ఓటింగ్, సంయుక్త నియోజక వర్గాల ద్వారా ఎన్నికలు నిర్వహించాలి; మత అల్ప సంఖ్యాక వర్గాల వారికి, 10 సంవత్సరాల వరకు శాసనసభల్లో సీట్లను రిజర్వు చేయాలి.

దురదృష్టవశాత్తు, 1928 డిసెంబర్‌లో కలకత్తాలో సమావేశమైన అఖిల పక్ష సదస్సు నెహ్రూ నివేదికను ఆమోదించలేదు. మతతత్వ వైఖరితో కూడినా కొంతమంది ముస్లింలీగ్, హిందూ మహాసభ, శిక్కు లీగ్ నాయకులు అభ్యంతరాలను లేవదీసారు. మొహమ్మదాలి జిన్నా ముస్లిం లీగ్ తరఫున "14 సూత్రాలు" కల కోర్కెల పత్రాన్ని ప్రకటించాడు.

ముస్లింలకు ప్రత్యేక నియోజకవర్గాలు కావలెనని, కేంద్ర శాసనసభలో మూడో వంతు సీట్లివ్వాలని బెంగాల్, పంజాబ్ శాసన సభల్లో, జనాభా ప్రాతిపదికపై ముస్లింలకు సీట్లు కేటాయించాలని పట్టుబట్టారు. నెహ్రూ నివేదిక ముసల్మానులకు అనుకూలంగా రూపొందించారని హిందూ మహాసభ విమర్శించింది. నెహ్రూ నివేదిక ఈ విధంగా విఫలం కావడంతో మత వర్గాలు తిరిగి జాతీయైక్యతకు గొడ్డలి పెట్టులా పరిణమించాయి.

వామ పక్షాల ఆవిర్భావం : విప్లవకారుల విజృంభణ

1927 నాటికి భారత ప్రజల్లో వామపక్ష, విప్లవ భావాలవైపు మొగ్గుదల పెరగసాగింది. ప్రధానంగా సామాన్య ప్రజలైన కర్షక, కార్మిక వర్గాల్లో ఈ మార్పు రావటం ఎంతైనా గమనార్హం. సహాయ నిరాకరణోద్యమ ఆపివేత కారణంగా ఏర్పడ్డ ప్రజల, జాతీయవాదుల అసంతృప్తి, మతతత్వ శక్తుల ప్రాబల్యం, జాతీయ కాంగ్రెస్ ప్రధానంగా మధ్య తరగతులవారి ప్రయోజనాలకై కృషి చేస్తున్నదనే భావన కొనసాగుట, బ్రిటీష్ ప్రభుత్వ ఆర్థిక విధానాలు, దోపిడీ పంథాలోనే నడుస్తూండడం, ఇత్యాది పరిస్థితులు వామపక్ష, విప్లవ శక్తుల ఆవిర్భావ, విజృంభణలకు దోహదమైనాయి. కమ్యూనిస్ట్, సామ్యవాద భావాల వ్యాప్తి, కర్షక, కార్మిక ఆందోళనలు, అల్లూరి సీతారామరాజు, భగత్‌సింగ్, సూర్యసేన్, చంద్రశేఖర అజాద్, ఆదిగా గల విప్లవ వీరుల స్వాతంత్ర్యోద్యమ కార్యకలాపాలు, 1922-32 దశాబ్దిలో జోరందుకున్నాయి. బ్రిటీష్ ప్రభుత్వం, అధికారుల గుండెల్లో రైళ్ళు పరుగెత్తించి, దేశ ప్రజల దేశభక్తిని మరపురాని విధంగా రగుల్కొల్పి, జాతీయోద్యమ ప్రగతికి విశేషంగా కారణభూతులైనాయి.

వామపక్షాల ఆవిర్భావం

మొదటగా, భారత జాతీయ కాంగ్రెస్‌లోనే, జవహర్‌లాల్ నెహ్రూ, సుభాస్ చంద్ర బోస్‌ల నాయకత్వంలో నూతన వామపక్ష మేర్పడింది. వీరు దేశమంతటా పర్యటిస్తూ, సామ్రాజ్యవాదం, పెట్టుబడిదారీ వ్యవస్థ, భూస్వామ్య వ్యవస్థలను దుయ్యబడుతూ, విద్యార్థులు, యువతలో సామ్యవాద భావాల ప్రచారాన్ని చేపట్టారు. దేశంలో యువ లీగ్‌లు స్థాపించి, అఖిల విద్యార్థి సమావేశాలు నిర్వహించారు. మొట్టమొదటి అఖిల బెంగాలీ విద్యార్థుల సమావేశం, 1928లో, మొట్ట మొదటి అఖిల భారత యువజన కాంగ్రెస్ సమావేశం ఏర్పాటైంది. యువ జాతీయవాదులు క్రమంగా సామ్యవాదంవైపు ఆకర్షితులవటంతోబాటు, దేశ పూర్ణ స్వాతంత్ర్య సాధనా లక్ష్యాన్ని చేపట్టారు.

సామ్యవాద, కమ్యూనిస్ట్ వర్గాలు 1920 దశకంలో ఆవిర్భవించాయి. 1917 రష్యన విప్లవ ప్రభావం, యువ జాతీయవాదులపై ప్రసరించి, వీరిలో ఆసక్తిని కల్గించింది. వీరిలో అనేకులు గాంధీ రాజకీయ భావాలు, కార్యక్రమాలతో అసంతృప్తి చెంది, సామ్యవాద తత్వాన్ని మార్గదర్శకంగా ఎంచుకున్నారు. అయితే, కాంగ్రెస్‌లో కూడా, ఆచార్య యన.జి. రంగా వంటి నాయకులు "కిసాన్ ఉద్యమాలను" నడిపించారు. ఆంధ్ర ప్రాంతంలో భూమి శిస్తు పెంపును వీరు వ్యతిరేకించారు. కమ్యూనిస్ట్ ఇంటర్నేషనల్ నాయకునిగా ఎన్నికైన తొలి భారతీయుడు,

ప్రఖ్యాత సిద్ధాంత కర్త, యమ్.ఎన్. రాయ్ (మానవేంద్ర నాథ్ రాయ్). ఈయన అసలు పేరు నరేన్ భట్టాచార్య. 1924లో కమ్యూనిస్ట్ భావాలను ప్రచారం చేస్తున్నారనే అభియోగంపై ప్రభుత్వం ముజఫర్ అహ్మద్, యస్.ఏ. డాంగేలను అరెస్ట్ చేసి, కాన్పూర్ కుట్ర కేస్‌లో ఇతరులతోబాటు విచారణ చేసింది. 1925లో కమ్యూనిస్ట్ పార్టీ ఆవిర్భవించింది. ఇంకా, దేశ పలుభాగాల్లో, 'కార్మిక, కర్షక పార్టీలు' స్థాపించడం జరిగింది! ఉదాహరణకు 1923, మే నెలలో మద్రాస్‌లో సింగరవేలు 'కార్మిక, కర్షక' పార్టీని స్థాపించాడు. ఈ పార్టీలు మార్క్సిస్ట్, కమ్యూనిస్ట్ భావాలను ప్రచారం చేశాయి.

కమ్యూనిస్ట్ పార్టీ, కార్మికులపై గణనీయమైన ప్రాబల్యాన్ని సంపాదించుకుంది. ఆ రోజుల్లో, అతిపెద్ద సమ్మె బొంబాయి నూలు మిల్లుల్లో, 5 మాసాలపైబడి నిర్వహించారు. దీనిలో 1,50,000 మంది కార్మికులు పాల్గొన్నారు. ఇట్టి బృహత్తర సమ్మెకు కమ్యూనిస్ట్‌లు నాయకత్వం వహించారు. కాని రైతులమీద ఈ పార్టీ ప్రభావం అంత ఘనంగా లేదు. 1929 మార్చి 29వ తేదీన 'మీరట్ కుట్ర కేస్' పేరుతో ప్రముఖ కమ్యూనిస్ట్ నాయకులందరూ నిర్బంధించడం జరిగింది. అయితే, ఈ కేస్ విచారణ, దేశవ్యాప్త ప్రచారాన్ని పొంది, నిందితులపట్ల సర్వత్రా సానుభూతి వ్యక్తమైంది. ఫలితంగా, కమ్యూనిజం బలపడింది.

1922-32 దశకంలో రైతులు, కార్మికులు తమ ఇబ్బందుల పరిష్కారానికై ఆందోళనలకు, దేశ విభిన్న ప్రాంతాల్లో దిగారు. ఉత్తరప్రదేశ్‌లో కౌలు చట్టాల సవరణకై కౌలుదార్లు పెద్ద ఆందోళనను నిర్వహించారు. తక్కువ కౌళ్ళు, భూ తొలగింపుల నుంచి రక్షణ, ఋణ గ్రస్తత నుంచి ముక్తిని వీరు కోరారు. గుజరాత్‌లో భూమి శిస్తును పెంచే అధికారుల ప్రయత్నాల పట్ల, రైతులు తమ నిరసనను తెల్పారు. ప్రసిద్ధ బార్డోలి సత్యాగ్రహం, ఈ సమయంలో చేపట్టడం జరిగింది. 1928లో, సర్దార్ వల్లభ్‌భాయ్ పటేల్ నాయకత్వంలో కర్షకులు 'పన్నుల నిరాకరణోద్యమాన్ని' నిర్వహించి, అంతిమంగా, తమ కోర్కెను సాధించారు. అఖిల భారత ట్రేడ్ యూనియన్ కాంగ్రెస్ అధ్వర్యంలో, ట్రేడ్ యూనియన్ కలాపాలు వృద్ధి చెందాయి. 1928లో అనేక సమ్మెలు జరిగాయి. ఖర్గపూర్‌లోని రైల్వే వర్క్ షాప్‌లో సమ్మె రెండు నెలల దీర్ఘకాలం నడిచింది. మరో సమ్మె జమ్‌షెడ్‌పూర్‌లోని టాటా ఇనుము - ఉక్కు కర్మాగారంలో నిర్వహించారు. ఈ సమ్మెకు పరిష్కారాన్నందివ్వటంలో సుభాస్ చంద్రబోస్ ప్రధాన పాత్ర వహించాడు.

రంప తిరుగుబాటు, 1922—24 : అల్లూరి సీతారామరాజు

అహింస, శాంతియుత ప్రతిఘటనలకు బదులుగా హింస, సాయుధ పోరాటం ద్వారానే బ్రిటీష్ ప్రభుత్వాన్ని కూలద్రోసి, స్వరాజ్యాన్నేర్పర్చ వీలౌతుందని విశ్వసించిన అల్లూరి సీతారామరాజు ఈ లక్ష్య సాధనకై, గోదావరి, విశాఖపట్నం ఏజన్సీ ప్రాంతంలో, కొండ ప్రాంత ప్రజలను సమీకరించి, 1922-24 సంవత్సరాల మధ్య సాయుధ తిరుగుబాటు నిర్వహించాడు. ఇదే రంప తిరుగుబాటుగా ప్రసిద్ధి గాంచింది. గాంధీ సహాయ నిరాకరణోద్యమాన్ని నిర్వహిస్తున్న రోజుల్లోనే అల్లూరి సీతారామరాజు తన సాయుధ

పోరాటాన్ని ప్రారంభించాడన్నది గమనార్హం.

పశ్చిమ గోదావరి జిల్లా, మొగ్గల్లు గ్రామంలో, 1897 లో ఒక క్షత్రియ కుటుంబంలో జన్మించిన సీతారామరాజుకు చదువు అంతగా అబ్బలేదు కాని, గుర్రపు స్వారి, జ్యోతిష్యం, మూలిక వైద్యం బాగా పట్టువడింది. 18 ఏళ్ళకే సన్యాసిగా అడవుల్లో, కొండల్లో తిరుగుతూ, కొండ ప్రజల మన్ననలను పొంది గూడెం లేక మన్య ప్రజల నాయకుడయ్యాడు. 'పోడు' వ్యవసాయ పద్ధతిలో పలు కష్టాలను అనుభవిస్తూ, అటవీ సంపద అనుభవించటానికి అవకాశం లేక, బ్రిటీష్ పాలనలో స్థానిక అధికారుల కింద ఇబ్బందులు పడుతూ, కొండ ప్రజలు తిరుగుబాటు చేయడానికి సిద్ధమై, నాయకుని కోసం ఎదురుచూస్తున్న సమయంలో సీతారామరాజు ఆ లోటును భర్తీ చేసి, పోరాటం ప్రారంభమయ్యేట్టు చూశాడు.

300 మంది అనుచరులను కూడగట్టుకొని సీతారామరాజు ఆయుధ సేకరణ ప్రారంభించాడు. సీతారామరాజు పోలీస్ స్టేషన్లపై దాడి చేసి, అక్కడి ఆయుధాలను స్వాధీనం చేసుకొని, వాటితో బ్రిటీష్ ప్రభుత్వంపై తన పోరాటాన్ని సాగించాడు. మొదటి దాడి 1922 ఆగస్ట్ 22న, చింతపల్లి పోలీస్ స్టేషన్‌పై జరిగింది. 11 తుపాకులు, 1390 మందుగుండ్లు, 5 బాకులు, 14 బాయొనెట్లు సీతారామరాజు వశమయ్యాయి. తదనంతరం కృష్ణదేవిపేట, ఒమంగి, తురుమామిడి, లక్కవరపు పేట, అడ్డతీగల, రంప చోడవరం, రంపోల్, చేపర్తిపాలెం, అనంతసాగరం, వెలగపాలెం, పెద్ద వలస, గూడెం, ధారకొండ, గుత్తేడు, మఠం, ఖీమవరం, శంఖవరం అదిగా గల పోలీస్ స్టేషన్లు, ప్రదేశాలు, గ్రామాలు సీతారామరాజు దాడికి గురై దాసోహమన్నాయి. ఈ ప్రాంతాలకు రామరాజే రాజుగా వ్యవహరించాడు అతనిదే ప్రభుత్వం. బ్రిటీష్ ప్రభుత్వ ఉత్తర్వులను అక్కడి ప్రజలు ఎవరూ పాటించలేదు. ప్రజలు ఇతణ్ణి దేవునిగా భావించి, కాళ్ళు కడిగి, తలపై నీళ్ళు చల్లుకునేవారు.

రంప సాయుధ తిరుగుబాటును అణచడానికి బ్రిటీష్ ప్రభుత్వం చాలా శ్రమపడింది. మలబార్, అస్సాం రిజర్వ్ పోలీస్ దళాలను తెప్పించింది. 15 లక్షల రూపాయలను వ్యయం చేయాల్సొచ్చింది. అనేకమంది బ్రిటీష్ అధికారులు, సీతారామరాజు తిరుగుబాటు నణచివేయడానికి ప్రత్యేకంగా నియమితులయ్యారు. అటువంటివారిలో చివరివాడు ఏప్రిల్ 17, 1924 ప్రత్యేక కమీషనర్‌గా నియమించబడ్డ రూథర్‌ఫోర్డ్. ఈతని కృషి, కుతంత్రాల కారణంగానే సీతారామరాజు మే 7, 1924న పట్టుబడ్డం, కాల్చివేయడం జరిగింది.

హింసావాదాన్ని ఆమోదించని కాంగ్రెస్ వారు, 1927 వరకు అల్లూరి సీతారామరాజు కార్యకలాపాలకు విలువ, ప్రాధాన్యతలనివ్వలేకపోయారు. అయితే, 1927 నుంచి దేశ రాజకీయ వాతావరణం వామపక్ష, విప్లవవాద భావాలకు, కార్యకలాపాలకు అనుకూలంగా మారినట్లు గమనించాం. దీని కారణంగా, 1927 నుంచి సీతారామరాజును పరమపావనుడగు జన నాయకునిగా కొనియాడుతున్నారు. ఈయన జయంత్యుత్సవాలు జరుపుతున్నారు. 1929లో జరిగిన జయంత్యుత్సవానికి సుభాస్ చంద్రబోస్, జవహరలాల నెహ్రూ లు అభినందన సందేశాలను పంపటం విశేషం. భారత జాతీయోద్యమ విప్లవ వీరుల్లో అల్లూరి సీతారామరాజుకు ముఖ్య స్థానమేర్పడింది. ఆంధ్రులకు ఈయన వీరోచిత, దేశభక్తి

కలాపాలు సర్వదా మార్గదర్శకంగా, ఉత్తేజకరంగా, ప్రేరణంగా ఉంటాయి.

విప్లవాత్మక భీతావహోద్యమం : చంద్రశేఖర్ ఆజాద్

1927 నుంచి ఏర్పడ్డ విప్లవాత్మక భీతావహోద్యమం, సామ్యవాద మలుపు తీసుకోసాగింది. సహాయ నిరాకరణోద్యమ నిలుపుదల, ఉగ్రవాద ఉద్యమ పునరుద్ధరణకు దారితీసినట్లు అవలోకించాం. అఖిల భారత సమావేశం తరవాత, హిందూస్థాన్ రిపబ్లికన్ అసోసియేషన్ అక్టోబర్ 1924లో సాయుధ విప్లవాన్ని ఏర్పాటు చేసేందుకై స్థాపించబడింది. దీన్ని దెబ్బతీసేందుకై చాలామంది యువ ఉగ్రవాదులను అరెస్ట్ చేసి, బ్రిటిష్ ప్రభుత్వం వీరిని కకోరా కుట్ర కేస్‌లో (1925) విచారణకు గురి చేసింది. 17 మంది దీర్ఘకాలిక నిర్బంధాలకు, నల్గురు యావజ్జీవ బహిష్కరణకు, రాంప్రసాద్ బిస్మిల్, అష్ఫఖుల్లాలతో కలుపుకొని మరి నలుగురు ఉరి శిక్షకు గురయ్యారు. అనతికాలంలోనే, తీవ్రవాదులు సామ్యవాద భావాల ప్రభావం కిందికి వచ్చారు. 1928లో చంద్రశేఖర ఆజాద్ నాయకత్వంలో తమ సంస్థ పేరును హిందూస్థాన్ సోషలిస్ట్ రిపబ్లికన్ అసోసియేషన్‌గా మార్చుకున్నారు. కకోరా కుట్ర కేసు తదుపరి, విప్లవ కార్యకలాపాల పునరుద్ధరణకై తీవ్ర ప్రయత్నాలు గావించిన చంద్రశేఖర ఆజాద్, లాహోర్ కుట్ర కేస్‌లో నిందితుడై పారిపోగా చివరకు 1931 ఫిబ్రవరిలో అలహాబాద్‌లో ముట్టడించి, కాల్చి చంపబడ్డాడు. ఈతని మృత్యువుతో ఈ సంఘ రహస్య కార్యకలాపాలు అంతమైనాయి.

భగత్‌సింగ్, సుఖ్‌దేవ్, రాజ్‌గురు

సైమన్ కమీషన్ లాహోర్ రాక సందర్భంగా జరిగిన వ్యతిరేక ప్రదర్శనలో శాండర్స్ అనే బ్రిటిష్ పోలీస్ అధికారి జరిపించిన లాఠీ ఛార్జి కారణంగా, 'పంజాబ్ సింహం' (Sher-e-Punjab) గా పేరుగాంచిన లాలాలజపతిరాయ్‌కి బాగా దెబ్బలు తగిలి కొద్ది రోజుల్లో ఆయన మరణించడం జరిగింది. దీనికి ప్రతిచర్యగా, భగత్‌సింగ్, చంద్రశేఖర్ ఆజాద్, రాజ్‌గురు శాండర్స్‌ను హత్య చేసి, గొప్ప విప్లవాత్మక భీతావహ సంచలనాన్ని సృష్టించారు. తమ ప్రియతమ జాతీయ నాయకుని మృత్యువు జాతికే సవాల్ లాంటిదని, అట్టి మృత్యువుకు కారణభూతమైన బ్రిటిష్ ప్రతినిధి శాండర్స్ కాబట్టి, అతణ్ణి హతమార్చటం సమర్థనీయమని వీరు పేర్కొన్నారు.

అదేవిధంగా భగత్‌సింగ్, బి.కె. దత్‌లు ఎంతో వీరోచితంగా, 1929 ఏప్రిల్ 8 నాడు కేంద్ర శాసనసభలోకి బాంబును విసిరారు. పౌరుల స్వేచ్ఛలను తగ్గించే "ప్రజా రక్షణా బిల్లు"కు నిరసనగా ఈ బాంబును విసిరారు. అయితే ఇది ఎవ్వరికీ అపాయాన్ని కల్గించలేదు. అటువంటి ఉద్దేశం ఈ విప్లవ కిశోరాలకు లేదు. ఆశ్చర్యాన్ని కల్గించే విషయమేమంటే వీరిద్దరు పారిపోవటానికి ఏమాత్రమైనా ప్రయత్నించలేదు. పోలీస్ అధికారి హత్యానంతరం, తమ మూలాన ఇతర భారతీయులు బ్రిటీష్ వారి దౌర్జన్య చర్యలకు గురికావటం ఇష్టం లేక, వీరు స్వచ్ఛందంగా తమ ఉనికిని బాంబే వేసి

ప్రకటించుకున్నారు. భగత్‌సింగ్, సుఖదేవ్, రాజ్‌గురులను పోలీస్ అధికార్ల హత్యలకు గాను విచారణ చేసి, 23 మార్చి 1931 నాడు ఉరి తీశారు. వీరికి ఉరిశిక్షలకు బదులుగా, జీవితకాల కారాగార శిక్షను విధించాలని ప్రజలు మొరపెట్టుకున్నారు. కాని, బ్రిటీష్ ప్రభుత్వం కర్కశ హృదయంతో ఈ కోర్కెను తిరస్కరించింది. గాంధీ ఈ విషయంలో గట్టిగా ప్రయత్నం చేయలేదని చాలామంది యువకులు, విప్లవకారులు తీవ్రంగా విమర్శించారు.

ఉరితీయటానికి కొద్ది రోజులు ముందు వీరు ముగ్గురు, జైలు సూపరింటెండెంట్‌కు రాసిన లేఖలోని ఈ మాటలు భావి జాతీయోద్యమ విశిష్టతను దేశీయులకు తెల్పి, వారి ఆత్మ నమ్మకం, గౌరవాలను పెంపు చేసేవిగా ఉన్నాయి : "అనతికాలంలోనే అంతిమ యుద్ధం ప్రారంభం కాగలదు. అది నిర్ణయాత్మకమైంది కాగలదు. ఈ పోరాటంలో మేము పాల్గొన్నందుకు గర్విస్తున్నాం". వీరి సామ్యవాద భావాలు కూడా స్పష్టతను, గొప్ప అవగాహనను సూచిస్తున్నాయి. మార్చి 3, 1931 నాడు తన చివరి సందేశంలో, భగత్ సింగ్ ఈ విధంగా ప్రకటించాడు. : "కొద్దిమంది దోపిడీదార్లు సామాన్య ప్రజల శ్రమను తమ ప్రయోజనాలకై దోచుకుంటున్నంతవరకు, భారతదేశంలో పోరాటం కొనసాగుతుంది. వీరు పూర్తిగా బ్రిటీష్ పెట్టుబడిదారులా, బ్రిటీష్ వారు, భారతీయులు కలిసి వున్నారా, లేక పూర్తిగా భారతీయులా అనేది ప్రధానం కాదు"

సూర్యసేన్, జతిన్‌దాస్

బెంగాల్‌లో కూడా విప్లవాత్మక తీవ్రవాద కార్యకలాపాలు పునరుద్ధరించబడ్డాయి. ఏప్రిల్, 1930 లో చిట్టగాంగ్ ప్రభుత్వ ఆయుధాగారంపై సూర్యసేన్ నాయకత్వంలో దాడి జరిగింది. ఆయుధాగారాలు రెండూ విప్లవవాదుల వశమైనాయి. సూర్యసేన అధ్యక్షుడిగా, విప్లవవాదులు తాత్కాలిక ప్రభుత్వాన్నేర్పర్చారు. ఆంగ్ల ప్రభుత్వం తీవ్ర ప్రతి చర్యలకు దిగింది. సూర్యసేన్, మరికొందరు చాలా రోజులు తప్పించుకుని తిరిగారు. చివరకు, ఎన్నో సాహస కృత్యాలు చేస్తూ తప్పించుకు తిరిగిన సూర్యసేన్ పట్టుబడి, 1933 ఫిబ్రవరిలో ఉరితీయబడ్డాడు.

నాటి యువ విప్లవకారులు కారాగారాల్లో నెలకొన్న దుర్భర పరిస్థితులకు నిరసన తెలియజేస్తూ, నిరాహార దీక్షలకు పూనుకొనుట ఎంతైనా ప్రశంసనీయం. రాజకీయ ఖైదీలుగా వీరు గౌరవప్రదమైన, మర్యాదపూర్వకమైన ప్రవర్తనను కోరారు. ఇటువంటి నిరాహారదీక్షలో జతిన్‌దాస్ అనే బక్కపల్చని యువకుడు 63 రోజులు గడిపిన తదుపరి, అమరత్వాన్ని పొందాడు. ఈతని దీక్ష 1929లో మొదలై, సెప్టెంబర్ 29న ఈతని మృత్యువుతో అంతమైంది. జతిన్‌దాస్ ఆత్మార్పణం సామాన్యప్రజల్లో రాజకీయ చైతన్యాన్ని సృష్టించింది.

లాహోర్ కాంగ్రెస్ సమావేశం 1929 : పూర్ణ స్వరాజ్ తీర్మానం

భారత జాతీయోద్యమ చరిత్రలో, 1929వ సంవత్సరం ఒక మైలురాయి లాంటిది. గాంధీ క్రియాశీల రాజకీయాల్లో తిరిగి ప్రవేశించాడు. జాతీయవాదులను పటిష్ఠపర్చేందుకై మొదటి చర్యగా సమరశీల వామపక్ష కాంగ్రెస్ వర్గంవారిని సమాధానపర్చసాగాడు. 1929 లాహోర్ కాంగ్రెస్ సమావేశానికి జవహర్‌లాల్ నెహ్రూ అధ్యక్షుడు. 1928లో జరిగిన కాంగ్రెస్ సమావేశానికి ఈయన తండ్రిగారైన మోతీలాల్ నెహ్రూ అధ్యక్షత వహించిన దృష్ట్యా, ఆధునిక చరిత్రలో తండ్రి, కుమారులు వెంట వెంట జాతీయోద్యమాన్ని నిర్వహిస్తున్న జాతీయ కాంగ్రెస్‌కు అధ్యక్షులు కావటం వారి కుటుంబ విశిష్టతకు అద్దంలా ఉంది.

లాహోర్ కాంగ్రెస్ సమావేశం నూతన, సమరశీల ఉత్తేజాన్ని ప్రదర్శించింది. పూర్ణ స్వరాజ్ (సంపూర్ణ స్వాతంత్ర్యం)ను కాంగ్రెస్ ధ్యేయంగా ప్రకటిస్తూ, అది ఒక తీర్మానాన్ని ఆమోదించింది. నెహ్రూ నివేదికలో పేర్కొబడ్డ డొమినియన్ ప్రతిపత్తికి కాలదోషం పట్టినట్లుగా భావించారు. సంపూర్ణ స్వరాజ్య సాధనా కృషిలో ప్రథమ ఘట్టంగా కాంగ్రెస్ సభ్యులు కేంద్ర, రాష్ట్ర శాసనసభల నుంచి రాజీనామా చేయాలని, ప్రత్యక్షంగా గాని, పరోక్షంగాగాని, రానున్న ఎన్నికల్లోనైనా పాల్గొనగూడదని స్పష్టం చేశారు. కాంగ్రెస్‌వాదులు నిర్మాణాత్మక కార్యక్రమాల్లో పాల్గొంటూ అవసరమనుకున్నపుడు ఏ క్షణంలోనైనా పన్నుల నిరాకరణతోసహా, ఎట్టి శాసనోల్లంఘన ఉద్యమానికైనా సంసిద్ధులు కావాలని పిలుపు ఇచ్చారు.

1929లో బ్రిటన్‌లో అధికారంలోకి వచ్చిన లేబర్ పార్టీ, సైమన్ కమీషన్ సిఫారసు చేసిన రాజ్యాంగ సంస్కరణలను ఆమోదించిన దృష్ట్యా, త్వరలో లండన్‌లో ఒక సమావేశం ఏర్పాటు చేయడం జరుగుతుందని వైస్రాయి లార్డ్ ఇర్విన్ తెలియజేశాడు. అయితే, ప్రస్తుత పరిస్థితుల్లో అట్టి సమావేశం వల్ల ఎట్టి లాభం చేకూరదని లాహోర్ కాంగ్రెస్ సమావేశంలో అభిప్రాయం వ్యక్తం చేయటం జరిగింది. కాన, ప్రథమ రౌండ్ టేబుల్ సమావేశానికి హాజరు కావాల్సిన పనిలేదని భావించారు. భారత జాతీయ కాంగ్రెస్ రాజకీయ వైఖరి, అవగాహనలు ఎంతో స్పష్టతను పొందినట్లుగా విదితమౌతుంది.

చరిత్రాత్మక లాహోర్ కాంగ్రెస్ సమావేశం మరో రెండు ఘటనలకు కూడా ప్రసిద్ధి గాంచింది. 1929 డిసెంబర్, 31వ తేదీన కాంగ్రెస్ అధ్యక్షుడు జవహర్‌లాల్ నెహ్రూ ప్రశాంత గంభీరమైన ఊరేగింపుతో వచ్చి, స్వతంత్ర త్రివర్ణ పతాకాన్ని ఎగరవేశాడు. "విస్తృత ప్రజా సమూహం ఆనంద ఉద్వేగభరితులయ్యారు. వారిలో భారతదేశ బంగారు భవిష్యత్తును గూర్చిన నూతన ఆశలు చిగురించాయి". ఈ త్రివర్ణ పతాకాన్ని రూపొందించి, అందరి ప్రశంసల నందుకొన్న కళాకారుడు, శ్రీ పింగళి వెంకయ్య. 26, జనవరి 1930 ప్రథమ స్వాతంత్ర్య దినంగా నిర్ణయించారు. "బ్రిటీష్ పాలనకు ఇంకనూ మాత్రం లోబడివున్నా, అది మానవుడు, భగవంతునికి ద్రోహం నేరం" అని ప్రమాణం తీసుకుంటూ, ప్రతి సంవత్సరం, దీన్ని భారతీయులంతా జరుపుకోవాలి. భావి భారత సంపూర్ణ స్వరాజ్య సాధనకు, ఈ రెండు ఘటనలు ఉద్వేగభరిత సంకేతాలైనాయి

శాసనోల్లంఘనోద్యమం, 1930–34 : ఉప్పు సత్యాగ్రహం

లాహోర్ కాంగ్రెస్ సమావేశంలో శాసనోల్లంఘన తీర్మానం ఆమోదించిన నాటినుంచి, గాంధీ ఆ ఉద్యమాన్ని ఎలా ప్రారంభించి, నిర్వహిస్తాడో అనే ఆసక్తితో ప్రజలు ఎదురుచూశారు. దేశమంతటా సంచలనమేర్పడింది. గుజరాత్ పశ్చిమ కోస్తాలో ఉన్న దండి గ్రామంలో ఉప్పును తయారు చేసి, సత్యాగ్రహాన్ని నిర్వహించాలని గాంధీ నిశ్చయించాడు. బహిరంగంగా ఉప్పు శాసనాలను ఉల్లంఘింప సంకల్పించాడు. గాంధీ నేతృత్వంలో నిర్వహించిన ప్రజోద్యమాల్లో, సహాయ నిరాకరణోద్యమం తరవాత, ఉప్పు సత్యాగ్రహం ప్రాధాన్యతను పొందింది. ఈ శాసనోల్లంఘనోద్యమంలో ప్రజానీకం, అత్యధిక సంఖ్యలో పాల్గొన్నారు. 1930 లో దేశం మొత్తంలో 92,000 మంది జైళ్ళకు వెళ్ళినట్లుగా అంచనా వేశారు. 1921-22 సహాయ నిరాకరణోద్యమంతో పోలిస్తే, ఈ సంఖ్య మూడు రెట్లు అధికం. ఒక్క ఆంధ్ర ప్రాంతాన్నుండే 2,878 మంది ఉప్పు సత్యాగ్రహ కాలంలో జైలుకు వెళ్ళారు.

1930 మార్చి 12వ తేదీ గాంధీ తన 78మంది అనుచరులతో సబర్మతీ ఆశ్రమాన్నుంచి దండికి కాలినడకన బయల్దేరడంతో ఉప్పు సత్యాగ్రహం ప్రారంభమైంది. ఈ అనుచరుల్లో, ఆంధ్ర నుంచి ఎర్నేని సుబ్రహ్మణ్యం ఉన్నారు. 200 మైళ్ళ సుదూర మార్గాన్ని ఏప్రిల్ 6 నాటికి పూర్తిచేసి, గాంధీ మహాత్ముడు దండిని చేరుకున్నాడు. మార్గమధ్యంలో పలుచోట్ల వేలాదిమంది ప్రజలు ఎదురేగి ఆయనకు స్వాగతం పల్కి, ఉద్యమానికి తమ మద్దతును ప్రకటించారు. దండి చేరిన తదుపరి అక్కడ గాంధీ తన అనుచరులతో సముద్రపు నీటినుంచి ఉప్పును తయారుచేసి, బ్రిటీష్ ప్రభుత్వ శాసనాన్ని ఉల్లంఘించాడు. సత్యాగ్రహంలో పాల్గొన్న వారినందర్నీ, పోలీస్‌లు లాఠీలతో తీవ్రంగా గాయపర్చారు. అయినా, సత్యాగ్రహులెవరూ చలించలేదు. ఉద్యమంలో ఎటువంటి కష్టాలు, బాధలకైనా ఓర్చుకోవాల్సిందేకాని, ప్రతిఘటించకూడదన్న గాంధీ ఆదేశానికి అందరూ కట్టుబడి ఉన్నారు.

దండి యాత్ర తరవాత శాసనోల్లంఘనోద్యమం దేశంలోని అన్ని ప్రాంతాలకు విస్తరించింది. ఆంధ్రలో ఈ ఉద్యమాన్ని నిర్వహించటానికి కొండా వెంకటప్పయ్యకు ఆంధ్ర కాంగ్రెస్ అన్ని హక్కులనిచ్చింది. అదేవిధంగా జిల్లాకొక వ్యక్తిని నాయకునిగా నియమించారు. ప్రతి జిల్లాకు ఒక శిబిరాన్నేర్పర్చి, వలంటీర్లకు శిక్షణ ఇవ్వటానికి సమాచారం అందివ్వటానికి కొత్తవారిని చేర్చుకోటానికి, ఏర్పాట్లు చేశారు. నెల్లూరు జిల్లాకు పల్లిపాడు, గుంటూరు జిల్లాకు గుంటూరు, పశ్చిమ కృష్ణాకు బెజవాడ, తూర్పు కృష్ణాకు మచిలీపట్నం, పశ్చిమ గోదావరికి ఏలూరు జాతీయ కళాశాల, తూర్పు గోదావరికి సీతానగరం, విశాఖపట్నానికి విజయనగరం శిబిర కేంద్రాలుగా పనిచేశాయి. పలు ప్రాంతాల్లో హర్తాళ్ళు, ప్రదర్శనలు, విదేశీ వస్తు బహిష్కరణలు నిర్వహించారు. ఈ ఉద్యమంలో ఒక విశేషం మహిళలు అధిక సంఖ్యలో పాల్గొనడం. వేల మంది స్త్రీలు గాంధీ పిలుపు ననుసరించి విదేశీ వస్తువులను విక్రయం చేస్తున్న దుకాణాలను పికటింగ్ చేయడంలో, శాసనాన్ని ధిక్కరించి ఉప్పును తయారు చేయడం, ఇత్యాది కార్యక్రమాల్లో పాల్గొన్నారు. ఈ ఉద్యమంలో పాల్గొన్న స్త్రీలలో

ప్రముఖ పాత్ర వహించిన వారిలో సరోజినీ నాయుడు, దుర్గాబాయ్, ఉన్నవ లక్ష్మీబాయమ్మ, దువ్వూరి సుబ్బమ్మ గార్లున్నారు. వీరు ఉప్పును తయారు చేయడమే కాకుండా, ప్రభుత్వ ఉప్పు డిపోలపై దాడి జరిపి, అక్కడి ఉప్పును ప్రజలకు అందజేయడానికి కూడా ప్రయత్నించారు. ధరసానా డిపోపై దాడికి సరోజినీ నాయుడు నాయకత్వాన్ని వహించింది.

శాసనోల్లంఘనోద్యమ వ్యాప్తి

ఉద్యమం భారతదేశ వాయవ్య సరిహద్దు ప్రాంతానికి కూడా వ్యాపించింది. అక్కడ "సరిహద్దు గాంధీ" అని పిలిచే ఖాన్ అబ్దుల్ గఫార్ ఖాన్ నాయకత్వంలో "కుదయ్‌ఖిద్‌మత్‌గార్స్" అనే సంఘం స్థాపించడం జరిగింది. వీరినే "ఎర్ర చొక్కాలు" (Red Shirts) అనికూడా పిల్చేవారు. వీరు అహింస, స్వాతంత్ర్యోద్యమాలకు శపధాన్ని గైకొన్నారు. ఇదే సమయంలో పెషావర్‌లో ఒక ముఖ్య సంఘటన జరిగింది. రెండు ప్లటూన్ల గర్‌వాలీ (హిందువులు) సైనికులు, మహమ్మదీయ ప్రదర్శకులపై కాల్పులు జరపడానికి నిరాకరించారు. "మేము నిరాయుధులైన మా సోదరులపై కాల్పులు జరపం" అని ఆ సైనికులు ప్రకటించారు. ఇట్టి తిరస్కారానికి శిక్ష మరణమే అని తెలిసినప్పటికీ గర్‌వాల్ సైనికులు తమ పట్టును విడవలేదు. జాతీయతా భావాలు, బ్రిటీష్ పాలనాధికారానికి మూలమైన సైన్యంలో గూడా ప్రవేశిస్తున్నాయనే విషయం ఈ సంఘటన ద్వారా తెలుస్తుంది.

ఉప్పు సత్యాగ్రహ కాలంలో బెంగాల్‌కు చెందిన విప్లవ నాయకుడు సూర్యసేన్ చిట్టగాంగ్‌లోని సైనిక స్థావరంమీద దాడి జరిపాడు. 1930 ఏప్రిల్ 18న అతను తన అనుచరులతో చిట్టగాంగ్ సైనిక స్థావరంపై దాడి జరిపి, దాన్ని స్వాధీనం చేసుకున్నాడు. "భారత రిపబ్లిక్ సైన్యం" పేరిట అతడు చిట్టగాంగ్ నుంచి స్వాతంత్ర్య ప్రకటన చేశాడు. తమ విజయాన్ని సూర్యసేన్, అతని అనుచరులు "గాంధీజీ రాజ్యం వచ్చింది" అనే నినాదాలతో ప్రకటించారు. గాంధీకి విప్లవవాదుల పద్ధతుల్లో నమ్మకం లేనప్పటికీ, సూర్యసేన్‌కు, అతని అనుచరులకు మాత్రం గాంధీపట్ల గౌరవం ఉండేది.

ఇదేవిధంగా శాసనోల్లంఘనోద్యమం భారతదేశ తూర్పు సరిహద్దు ప్రాంత అంచులకు కూడా వ్యాపించింది. మణిపూరీలు దీనిలో సాహసంగా పాలుపంచుకున్నారు. నాగాలాండ్ మాత్రం 13 సంవత్సరాల రాణి గైదిన్‌లు (Rani Gaidinlu) అనే వీర వనితను అందించింది. అంత చిన్న వయసులోనే గాంధీ పిలుపునందుకుని విదేశీ పాలనకు వ్యతిరేకంగా ధ్వజమెత్తింది. చిన్న వయస్కురాలైన రాణిని 1932లో పట్టుకొని జీవిత కారాగార శిక్షకు గురిచేయడం జరిగింది. తన యుక్త వయస్సునంతా అస్సాం జైళ్ళలో గడిపి, స్వతంత్ర్య భారత ప్రభుత్వం ద్వారా 1947లోనే స్వేచ్ఛను సంపాదించింది. 1937లో ఈమె గురించి జవహర్‌లాల్ నెహ్రూ పేర్కొంటూ, "ఇండియా కూడా ఈమెను గుర్తుచేసుకొని, అభిమానించే రోజు వస్తుంది" అని తెలియజేశాడు.

శాసనోల్లంఘనోద్యమంపట్ల బ్రిటిష్ ప్రభుత్వ వైఖరి

శాసనోల్లంఘనోద్యమంపట్ల బ్రిటిష్ ప్రభుత్వ వైఖరి గతంలో మాదిరిగానే ఉంది. క్రూరంగా అణచివేయడం, లాఠీ ఛార్జీలు, నిరాయుధులైన స్త్రీ పురుషులమీద కాల్పులు జరపడం లాంటి పద్ధతులు కొనసాగాయి. గాంధీ, ఇతర కాంగ్రెస్ నాయకులతో కలుపుకొని 92,000 మంది నిర్బంధించబడ్డారు. కాంగ్రెస్ చట్ట వ్యతిరేక సంస్థగా ప్రకటించారు. జాతీయవాద పత్రికలమీద గట్టి నిఘా ఉంచారు. అధికారిక అంచనాల ప్రకారం, 110 మందికి పైబడి పోలీస్ కాల్పుల్లో చనిపోగా, 300 మందికి పైబడి గాయపడ్డారు. అనధికార అంచనాల ప్రకారం, మృతుల సంఖ్య ఎంతో అధికంగా ఉన్నట్లుగా భావించబడుతూంది. ఇంకా వేలమంది తలలు, ఎముకలు, లాఠీ ఛార్జీల్లో విరగగొట్టడం జరిగింది. దక్షిణ భారత్‌లో ప్రత్యేకించి అత్యంత కఠిన అణచివేత పద్ధతిని ఉపయోగించినారు. తరచుగా, ఖాదీ లేక గాంధీ టోపీని ధరించినందుకే పోలీసులు సత్యాగ్రహులను కొట్టేవారు. చివరగా, ఆంధ్రలోని ఏలూరులో ప్రజలు ప్రతిఘటించగా పోలీస్ కాల్పులు జరిగి, వీటిలో అనేకమంది ప్రజలు తమ ప్రాణాలను కోల్పోయారు.

గుండ్రబల్ల (Round Table) సమావేశాలు : గాంధీ – ఇర్విన్ ఒప్పందం

ఉప్పు సత్యాగ్రహం జరుగుతుండగానే, బ్రిటిష్ ప్రభుత్వం సైమన్ కమీషన్ నివేదికను చర్చించేందుకై, నవంబర్ 1930 లో లండన్‌లో భారతీయ నాయకుల, బ్రిటిష ప్రభుత్వ ప్రతినిధుల ప్రథమ గుండ్ర బల్ల సమావేశాన్ని ఏర్పాటు చేసింది. కాని, లాహెూర్ కాంగ్రెస్ తీర్మానాన్ననుసరించి, జాతీయ కాంగ్రెస్ దీన్ని బహిష్కరించింది. ఫలితంగా, ఈ సమావేశ చర్చలు నిరర్థకమైనాయి. భారతీయ విషయాలను చర్చించే సమావేశంలో కాంగ్రెస్ లేకపోవటం, రాముడు లేకుండా రామలీలను ప్రదర్శించినట్లౌతుంది.

కాంగ్రెస్‌ను గుండ్ర బల్ల (Round Table) సమావేశంలో పాల్గొనేట్లు చేయడానికై ప్రభుత్వం కాంగ్రెస్‌తో ఒప్పందానికై ప్రయత్నించింది. అంతిమంగా మార్చి, 1931లో లార్డ్ ఇర్విన్, గాంధీల మధ్య ఒప్పందం కుదిరింది. దీనికే గాంధీ–ఇర్విన్ ఒప్పందమని పేరు. దీని ప్రకారం, హింసకు దిగని రాజకీయ ఖైదీలను విడుదల చేయటానికి ప్రభుత్వమంగీకరించింది; శాసనోల్లంఘనోద్యమాన్ని నిలుపుదల చేసి, రెండో గుండ్ర బల్ల (Second Round Table) సమావేశంలో పాల్గొనేందుకై కాంగ్రెస్ అంగీకరించింది. అయితే చాలామంది కాంగ్రెస్ నాయకులు, ప్రత్యేకించి యువ, వామపక్ష వర్గం గాంధీ – ఇర్విన్ ఒప్పందాన్ని జాతీయవాదుల ముఖ్య డిమాండ్లల్లో ఒక్కదాన్ని కూడా ప్రభుత్వం ఆమోదించలేదనే విషయాన్ని తల్పుతూ, వ్యతిరేకించారు. కనీసం భగత్‌సింగ్, అతని ఇద్దరు అనుచరులపై విధించిన మరణశిక్షను, జీవిత కారాగార శిక్షగా మార్చటానిక్కూడా ప్రభుత్వం ఆమోదించలేదు. కాని గాంధీకి మాత్రం లార్డ్ ఇర్విన్, బ్రిటిష్‌వారి చిత్తశుద్ధిమీద నమ్మకం సడల లేదు. ఆయన సత్యాగ్రహ సూత్రం ప్రకారం శత్రువు హృదయ పరివర్తనకై అవకాశానివ్వాలి.

రెండో గుండ్రబల్ల సమావేశంలో పాల్గొనేందుకై, గాంధీ, 1931 సెప్టెంబరులో ఇంగ్లాండ్ వెళ్ళాడు. కాని అయన గట్టిగా వాదించినప్పటికీ, జాతీయవాదుల ముఖ్య కోర్కెన డొమినియన్ ప్రతిపత్తిని వెంటనే ఇవ్వటమనే దానికి బ్రిటిష్ ప్రభుత్వం తిరస్కరించింది. గాంధీ తిరిగి రాగానే, శాసనోల్లంఘనోద్యమాన్ని తిరిగి ప్రారంభించాడు.

1932 నవంబర్‌లో జరిగిన మూడో గుండ్రబల్ల (Third Round Table) సమావేశాన్ని కూడా కాంగ్రెస్ బహిష్కరించటంవల్ల ఇది కూడా నిష్ప్రయోజకమైంది.

శాసనోల్లంఘనోద్యమ కొనసాగింపు : నిలుపుదల

రెండో గుండ్రబల్ల సమావేశం విఫలం కావటంతో, గాంధీ మరల ఉద్యమాన్ని ప్రారంభించినట్లుగా గమనించాం. అయితే, కొత్త వైస్రాయ లార్డ్ వెల్లింగటన నాయకత్వంలోని బ్రిటిష్ ప్రభుత్వం కాంగ్రెస్‌ను పూర్తిగా అణగద్రొక్కటానికి పూర్తిగా కృతనిశ్చయమైంది. వాస్తవంగా భారతదేశంలోని అధికారస్వామ్యం ఎప్పుడూ సడలలేదు. గాంధీ-ఇర్విన్ ఒప్పందం సంతకమైన వెంటనే గాంధీ చిత్రపటాన్ని చూపించారనేదాన్ని నేరంగా భావించి, ఆంధ్రలోని తూర్పు గోదావరిలో ప్రజలమీద కాల్పులు జరుపగా నల్గురు వ్యక్తులు మరణించారు. గుండ్రబల్ల సమావేశం విఫలమైన తరవాత గాంధీ, ఇతర కాంగ్రెస్ నాయకులు మరల అరెస్ట్ అయ్యారు. కాంగ్రెస్ చట్టవ్యతిరేక సంస్థగా ప్రకటించారు. చట్టాలు మామూలుగా పనిచేయటానికి బదులు, ప్రత్యేక ఆర్డినెన్స్‌ల ద్వారా పరిపాలన నడిచింది. పోలీసులు ప్రజలను, ఉద్యమకారులను భీతావహులుగా జేయుట కొరకు హింసాత్మక చర్యలకు దిగారు. లక్షకుపైగా సత్యాగ్రహులను అరెస్ట్ చేశారు. భూములు, ఇండ్లు వేలకొలది ఇతర ఆస్తులు స్వాధీనం చేసికొన్నారు. జాతీయవాద సాహిత్యం నిషేధించడం జరిగింది. వార్తాపత్రికలు గట్టి నిఘా కింద ఉంచడం జరిగింది.

ప్రభుత్వ అణచివేత చివరకు సఫలమైంది. మతతత్వం, ఇతర సమస్యలమీద భారతీయ నాయకుల్లో గల విభేదాలు ప్రభుత్వానికి సహకరించాయి. శాసనోల్లంఘనోద్యమం క్రమంగా క్షీణించింది. రాజకీయ ఉత్సాహ సక్తులకు బదులు నిరాశా నిస్పృహలు చోటుచేసుకున్నాయి. ఉద్యమాన్ని కాంగ్రెస్ మే 1933లో అధికారికంగా నిల్పివేసి, మే 1934లో దాన్ని విరమించుకోటం జరిగింది. క్రియాశీల రాజకీయాలనుంచి గాంధీ మరల తప్పుకున్నాడు. కాంగ్రెస్ సభ్యత్వం ఐదు లక్షలకంటే తగ్గింది.

జాతీయవాద రాజకీయాలు, 1935 – 1939

భారతదేశంలో మరోవిడత రాజ్యాంగ సంస్కరణలను ప్రవేశపెట్టే నిమిత్తం సైమన కమీషన్ నివేదిక బ్రిటిష్ పార్లమెంట్ సంయుక్త సెలెక్ట్ కమిటీ సిఫారసుల ప్రాతిపదికగా, 1935 భారత ప్రభుత్వ చట్టం చేయబడింది. సమ్మేళన రాజ్యాంగం కేంద్రంలో ద్వంద్వ ప్రభుత్వాన్నేర్పర్చిన ఈ చట్టం గత రాజ్యాంగ చట్టాల కంటే మెరుగైనప్పటికీ, దీని

అంశాలపట్ల భారత ప్రజలు, జాతీయ నాయకులు తీవ్ర అసంతృప్తిని చెందారు. భారతీయులకు స్వయంపాలనాధికారాన్నిగాని, బాధ్యతాయుత ప్రజాస్వామిక ప్రభుత్వాన్నిగాని ఈ చట్టం ప్రసాదించలేకపోయింది. ఈ చట్టాన్ననుసరించి ఏర్పడ్డ కాంగ్రెస్ మంత్రివర్గాలు బ్రిటిష్ సామ్రాజ్యవాద పాలనా వ్యవస్థను మౌలికంగా మార్చలేకపోయినప్పటికీ, 1935 చట్టం తమకిచ్చిన పరిమిత అధికారాల మేరకు, ప్రజల పరిస్థితిని మెరుగుపర్చడానికి ఇవి కృషి చేశాయి. 1935-39 మధ్యకాలంలో భారత జాతీయ కాంగ్రెస్ లోపల, అవల సామ్యవాద భావాల వృద్ధి విశేషంగా జరిగింది. 1929లో సంభవించిన ప్రపంచ వ్యాప్త ఆర్థిక మాంద్యం కారణంగా పెట్టుబడిదారీ వ్యవస్థ తీవ్ర విమర్శ, దాడులకు గురై, సామ్యవాద, మార్క్సిస్ట్ భావాలు, యువకులు, కార్మికులు, కర్షకుల్లో మంచి ఆదరణను పొందసాగాయి. ఈ కాలంలో కాంగ్రెస్ ప్రపంచ వ్యవహారాల్లో గొప్ప ఆసక్తిని చూపసాగింది. సామ్రాజ్యవాద, నియంతృత్వ శక్తుల ప్రతిఘటన దీనికి ప్రాతిపదికగా ఏర్పడి, ఆసియా, ఆఫ్రికా దేశాల్లో తలెత్తిన జాతీయోద్యమాలు బలపర్చబడ్డాయి. మరొక ముఖ్య పరిణామమేమంటే, సంస్థానాల్లో ప్రజాస్వామ్య హక్కులు, ప్రజా ప్రభుత్వాల సాధనకై, 1927లో అఖిల భారత సంస్థాన ప్రజల సమావేశం ఏర్పాటై భారత జాతీయ కాంగ్రెస్ సానుభూతి సహకారాలను పొందసాగింది. మతతత్వ ధోరణుల పెరుగుదల, ఈ కాలంలో సంభవించిన మరొక దురదృష్టకర పరిణామం. జిన్నా నాయకత్వంలో ముస్లిం లీగ్ ద్విజాతి సిద్ధాంతాన్ని ప్రతిపాదించడం, దేశ ఐక్యతకు గొడ్డలిపెట్టులా పరిణమించింది.

1935 భారత ప్రభుత్వ చట్టం : ప్రధానాంశాలు

1935 ఆగస్ట్, 2వ తేదీ నాటికి, బ్రిటిష్ పార్లమెంట్, రాజు ఆమోదాన్ని పొందిన భారత ప్రభుత్వ చట్టం, కేంద్ర, రాష్ట్ర ప్రభుత్వ వ్యవస్థల్లో పలు ముఖ్య మార్పులను ప్రవేశ పెట్టింది. స్వాతంత్ర్య సిద్ధి వరకు, ఇవే కొనసాగాయి.

అ) అఖిల భారత సమ్మేళన రాజ్యాంగం (All India Federal Constitution) రూపొందించబడింది. రాష్ట్రాలన్నీ సమాఖ్యలో అంతర్భాగమౌతాయి. సంస్థానాలు ఐచ్ఛికంగా దీనిలో చేరవచ్చు. రాష్ట్రాలన్నింటికీ సమాఖ్య రాజ్యంలో సమరూప శాసన, కార్యనిర్వాహకాధికారాలుంటాయి. కాని, సంస్థానాల విషయంలో కొన్ని భేదాలు అంగీకరించబడ్డాయి.

ఆ) రాజ్యాధికారాలు, మూడు వర్గాలుగా విభజించబడ్డాయి. ఇవే, సమాఖ్య అధికారాలు, రాష్ట్ర అధికారాలు, ఉమ్మడి అధికారాలు. కేంద్ర, రాష్ట్ర ప్రభుత్వాలు తమ తమ అధికారాలపై శాసనాలను చేసే సర్వాధికారం కల్గి ఉంటాయి. ఉమ్మడి జాబితాపై రెండు ప్రభుత్వాలు శాసనం చేయవచ్చు. కాని ఈ జాబితాలోని ఏ విషయంపైనైనా కేంద్రం అప్పటికే శాసనం చేసివుంటే, రాష్ట్రాలు వాటిపై శాసనం చేయడాన్ని నిషేధించారు. మిగులు అధికారాలను కేంద్రానికిగాని, రాష్ట్రానికిగాని కేటాయించే అధికారం వైస్రాయి కివ్వడం జరిగింది.

ఇ) కేంద్రంలో ద్వంద్వ పరిపాలన ప్రవేశపెట్టారు. రక్షణ, విదేశీ వ్యవహారాలు, మత విషయాలు, తెగలు నివసించే ప్రాంతాల పాలన, అరక్షిత (Reserved) అధికారాలుగా ప్రకటించారు. వీటిని వైస్రాయి, తాను ఎంపిక చేసిన ముగ్గురు సలహాదారులతో నిర్వహిస్తాడు. మంత్రుల సంఖ్య పదికి మించకూడదు. మంత్రివర్గం మామూలుగా ఇంగ్లాండ్‌లోని కాబినెట్ నియామక పద్ధతిలో జరుగుతుంది. కాని, అందులో సంస్థానాల ప్రతినిధులు, అల్పసంఖ్యాక వర్గాల ప్రతినిధులకు ప్రాతినిధ్యం ఉండాలి. మంత్రివర్గం ఉమ్మడి బాధ్యత కల్గివుండి, కేంద్ర శాసనసభకు బాధ్యత వహించాలి.

ఈ) కేంద్రంలో ఎగువ సభైన కౌన్సిల్ ఆఫ్ స్టేట్‌కు 104 మందిని, దిగువ సభైన అసెంబ్లీకి 125 మంది సభ్యులను సంస్థానాలకు కేటాయించగా, రాష్ట్రాలు 156 మందిని ఎగువ సభకు, 250 మందిని దిగువ సభకు పంపాలి. రాష్ట్రాల నుంచి కేంద్ర శాసనసభకు సభ్యులు మత ప్రాతినిధ్యంపై ఎన్నికల ద్వారా పంపబడగా, సంస్థానాల్లో ఆ సంస్థానాల అధిపతులు, తమ సభ్యులను నామినేట్ చేస్తారు.

ఉ) కేంద్ర శాసనసభలో రెండు సభలుంటాయి. ఫెడరల్ అసెంబ్లీకి ఐదేళ్ళకొకసారి ఎన్నికలు జరుగుతాయి. సభ్యులను మత ప్రాతినిధ్యం, పరిమిత ఓటింగ్ హక్కు ప్రాతిపదికలపైన ఎన్నుకుంటారు. కౌన్సిల్ ఆఫ్ స్టేట్స్‌కు కొందరిని రాష్ట్ర శాసనసభల నుంచి ఎన్నుకోగా, మరికొందరిని సంస్థానాధీశులు నామినేట్ చేస్తారు. ఈ సభ శాశ్వతమైంది. ప్రతి మూడేండ్లకు 1/3వంతు మంది సభ్యులు పదవీ విరమణ చేస్తారు.

ఊ) భారత శాసనసభల అధికారాలు చాలావరకు పరిమితం చేశారు. సైనిక శాసనం, వాయుసేన చట్టం, బ్రిటీష్ సార్వభౌమాధికారానికి సంబంధించిన విషయాలు, రాజరిక వారసత్వం మొదలైన విషయాలపై కేంద్ర, రాష్ట్ర శాసనసభలు ఎట్టి శాసనం చేయడం నిషిద్ధమైంది. వ్యాపారం, తదితర బ్రిటీష్ ప్రయోజనాలకు విరుద్ధంగా, సభలకు శాసనాధికారం లేదు. బడ్జెట్‌లో 80 శాతం పద్దులపై ఓటు చేసే అధికారంకూడా కేంద్ర శాసనసభకు ఇవ్వబడలేదు. ఏదైనా శాసన నిర్ణయంలో రెండు సభల మధ్య విభేదం వచ్చిన ఎడల సంయుక్తంగా కూర్చొని మెజారిటీపై తీర్మానం చేయాలి.

ఎట్టి శాసనమునైనా వీటో చేసే అధికారం వైస్రాయికిచ్చారు. బిల్లులను పునఃపరిశీలించమని పంపడానికి గాని లేదా బ్రిటీష్ చక్రవర్తి నిర్ణయానికి పంపడానికి గాని, అతనికి అధికారముంది.

ఋ) ఈ చట్టంలోని ముఖ్యాంశం రాష్ట్రాలందు మంత్రివర్గాల ఏర్పాటు. మెజారిటీ పార్టీకి చెందిన నాయకుణ్ణి గవర్నర్ ముఖ్యమంత్రిగా ఆహ్వానించాలి. ముఖ్యమంత్రి సలహా మేరకు, మిగతా మంత్రులను నియమించాలి. మంత్రులందరూ, సమిష్టి బాధ్యతతో వ్యవహరించేలా గవర్నర్ వారిని ప్రోత్సహించాలి వారికి బడ్జెట్‌పై పూర్తి అధికారం, కొత్త పన్నులు విధించే స్వేచ్ఛ ఇవ్వడం జరిగింది. మంత్రులను బర్తరఫ్ చేసే

అధికారం గవర్నర్‌కు ఉంది. చాలావరకు బాధ్యతాయుత ప్రభుత్వం కొన్ని పరిమితులకు లోబడి రాష్ట్రాలందు ఏర్పాటు చేశారు.

ఋ) ఈ చట్టం ప్రకారం ఒక ప్రధాన న్యాయమూర్తి, ఇద్దరు ఇతర న్యాయమూర్తులతో ఫెడరల్ న్యాయస్థానం ఏర్పాటు చేశారు. దీనికి రాష్ట్రాలపై, సంస్థానాలపైకూడా అధికారముంది. దీనికి స్వతహ అధికారాలు, అప్పీలు అధికారాలు కూడా కలవు. ఈ న్యాయస్థానం రాజ్యాంగ సూత్రాలను వ్యాఖ్యానించటమే గాక, కేంద్ర, రాష్ట్ర ప్రభుత్వాలు తమ తమ పరిధుల్లో పనిచేసేటట్లుగా చూస్తుంది. అయితే, న్యాయ విషయాల్లో అంతిమ నిర్ణయం ఇంగ్లాండ్‌లోని ప్రివీ కౌన్సిల్‌కుంది.

ౠ) 1935 చట్టం, భారత రాజ్య కార్యదర్శి నిర్వహణలోని భారతీయ శాసనమండలిని రద్దు చేసింది. వైస్రాయి, రాష్ట్రాల గవర్నర్లు పూర్తిగా భారత రాజ్య కార్యదర్శికి బాధ్యత వహిస్తారు. దేశ వ్యవహారాల్లో బ్రిటిష్ రాజ్య జోక్యం తగ్గించారు.

ౡ) 1935 రాజ్యాంగం దృఢమైంది. రాజ్యాంగాన్ని మార్చే అధికారం బ్రిటిష్ ప్రభుత్వానికి మాత్రమే ఉంది.

ఎ) రాజ్యాంగంలో విస్తృత రక్షణలు కల్పించారు. పెక్కు విషయాలపై శాసన సభలకు అధికారాలు నిరాకరించడం, ముఖ్యమైన రక్షణ. కేంద్రంలో వైస్రాయికి, రాష్ట్రాల్లో గవర్నర్ల కిచ్చిన విస్తృతాధికారాలు బ్రిటీష్ సామ్రాజ్య రక్షణకు తోడ్పడేవిగా ఉన్నాయి.

1935 భారత చట్టం : విమర్శలు, అభిప్రాయాలు

1935 భారత చట్టం పెక్కు లోపాలతో కూడుకొని ఉంది. భారత ప్రజలకు 1917 లోనే వాగ్దానం చేసిన స్వపరిపాలనా సంస్థగాని, బాధ్యతాయుత ప్రభుత్వంగాని, రూపాన్ని తీసికోలేదు.

అ) సమాఖ్య ఏర్పాటులో పలు లోపాలున్నాయి. రాష్ట్రాలు సమాఖ్య ప్రభుత్వంలో తప్పనిసరిగా చేరగా, సంస్థానాలకు మాత్రం సమాఖ్యలో చేరడానికిగాని, లేదా విడిగా ఉండడానికిగాని, స్వేచ్ఛ ఇచ్చారు. పైగా, కేంద్ర శాసనసభల్లో సంస్థానాలకు, వాటి జనాభాతో పోలిస్తే చాలా ఎక్కువ స్థానాలు కేటాయించారు. సంస్థానాల నుంచి కేంద్ర శాసన సభ్యులు పాలకులచే నామినేట్ చేసినవారే గాని ప్రజలు ఎన్నుకొన్న వారు కాదు. కీత్ ఈ సమాఖ్యను "అక్రమ సమాఖ్య"గా వ్యాఖ్యానించాడు.

ఆ) అరక్షిత అధికారాలు, లేక ఓటు చేయడానికి వీలులేని విషయాలు బడ్జెటులో 80 శాతాని కుండడంవల్ల, శాసనసభల నిర్ణయాలను రద్దుచేసే అధికారం కార్యనిర్వాహక వర్గానికి ఇవ్వడంవల్ల, 'బాధ్యతాయుత ప్రజాస్వామిక ప్రభుత్వం' అనే పదం

బూటకంగానే నిల్చిపోయింది. ప్రీవీ కౌన్సిల్ భారత రాజ్య కార్యదర్శి అధికారాలు, పాలనను భారతీయం చేస్తామన్న వాగ్దానానికి విరుద్ధం. శాసనసభల సభ్యత్వం, ఎన్నిక పద్ధతులు, శాసనాలు చేయడానికి రూపొందించిన కార్యక్రమం, స్వేచ్ఛాయుత ప్రభుత్వ నిర్వహణకై ఎన్నో ఆటంకాలను కల్గించాయి. తమ దేశ పరిపాలనకై, భారతీయులకు ఎట్టి నిజమైన అధికారం కల్పించలేదు. వారికి తమ రాజ్యాంగాన్ని సవరించుకోడానికృదా హక్కు ఇవ్వలేదు. ఈ అధికారం బ్రిటీష్ పార్లమెంటుకి ఇవ్వడం జరిగింది.

ఇ) కేంద్రంలో స్థాపించిన ద్వంద్వ ప్రభుత్వం తీవ్ర విమర్శకు గురైంది. ఇట్టి ప్రభుత్వాన్ని 1919 చట్టంద్వారా రాష్ట్రాల్లో ప్రవేశపెట్టగా విఫలమైంది. రక్షణ, విదేశ వ్యవహారాలు, మత వ్యవహారాలలాంటి ముఖ్య శాఖలు మంత్రివర్గ పరిధిలో లేకుండా చేయగా, మిగతా శాఖలకు సంబంధించిన వ్యవహారాలపై వైస్రాయికి ప్రత్యేక అధికారాలిచ్చారు. పరిపాలనా ఐక్యత, సమదృష్టి, పరిపాలనా పటిష్టతలు దబ్బతినే ప్రమాదమెంతైనా ఉంది.

ఈ) రాష్ట్రాలకిచ్చిన స్వయంపాలనా ప్రతిపత్తి కూడా కేవలం నామమాత్రమైందే. నిజమైన ప్రజా ప్రభుత్వానికి, దీనికీ సహస్రం తేడా వుంది. గవర్నర్లకిచ్చిన ప్రత్యేక అధికారాలు, శాసన పరమైన వీటో అధికారాలు స్వతంత్ర అధికారాలు సివిల్ సర్వీస్, పోలీస్ వ్యవస్థలపై వారికున్న సంపూర్ణ అధికారం, మంత్రుల అధికారాలను కుదించివేశాయి.

ఉ) 1909 భారత చట్టంలో ప్రధమంగా చోటుచేసుకున్న మత ప్రాతినిధ్య నియోజక వర్గాలు, 1919 చట్టంతోబాటు, 1935 చట్టంలో గూడా కొనసాగించటం, దురదృష్టకరం. వీటిని కొనసాగిస్తూ రావడం, మతతత్వ శక్తులకు ప్రోత్సాహమిచ్చి, భారత జాతీయత, ఏకత్వాన్ని కూకటి వేళ్ళతో కదిలించినట్లైంది.

ఊ) వివిధ జాతీయ నాయకులు 1935 భారత చట్టంపై తమ అసంతృప్తి, అనంగీకారాలను స్పష్టంగా వ్యక్తం చేశారు. ఈ నూతన రాజ్యాంగాన్ని "బలమైన బ్రేకులు కలిగి, ఇంజన్‌లేని యంత్రం"గా జవహర్‌లాల్ నెహ్రూ అభివర్ణించాడు. "ఈ రాజ్యాంగం మాపై రుద్దడం జరిగింది. పైకి ప్రజాస్వామికంగా కనిపించినా, లోపల అంతా డొల్లయే" అని మదన్‌మోహన్ మాలవ్యా అభిప్రాయపడ్డాడు. "ద్వంద్వ పాలనకన్నా, ఈ చట్టం నికృష్టమైందని" రాజగోపాలాచారి విమర్శించారు. చివరగా, ఈ చట్టం "పూర్తిగా కుళ్ళిపోయిందని, మౌలికంగా చెడిందని, ఏమాత్రం అంగీకారయోగ్యమైంది కాదని" జిన్నా భావించాడు.

కాంగ్రెస్ మంత్రివర్గాలు : ముఖ్య కార్యకలాపాలు

1935 చట్టపు సమ్మేళనాంశం, అమలులోకి తీసుకురాలేదు. రాష్ట్ర సంబంధమైన

అంశాలు మాత్రం వెంటనే అచరణలోనికి వచ్చాయి. ఈ చట్టాన్ని కాంగ్రెస్ తీవ్రంగా వ్యతిరేకించినా, ప్రజలముందు దీని నిష్ఫలత, నిరుపయోగాన్ని ప్రదర్శించేందుకై దీనిననుసరించి నిర్వహించే ఎన్నికల్లో పోటీచేయ నిశ్చయించుకుంది. అధిక సంఖ్యాక ప్రజలు కాంగ్రెస్‌ను బలపరుస్తున్నారనే విషయం ఎన్నికల ఫలితాలను బట్టి విదితమైంది. జూలై 1937లో మొత్తం 11 రాష్ట్రాల్లోని ఏడింటిలో, కాంగ్రెస్ మంత్రివర్గాలేర్పడ్డాయి. తదుపరి, మరి రెండు రాష్ట్రాల్లో, కాంగ్రెస్ సంకీర్ణ మంత్రిమండలుల నేర్పాటు చేసింది. బెంగాల్, పంజాబ్‌ల్లో మాత్రమే కాంగ్రెసేతర మంత్రివర్గాలేర్పడ్డాయి.

బ్రిటిష్ పరిపాలనా సామ్రాజ్యవాద స్వభావాన్ని మార్చటం గాని, విప్లవాత్మక శకాన్ని ప్రవేశపెట్టడంలోగాని, కాంగ్రెస్ మంత్రివర్గాలు సాఫల్యత నొందలేదు. అయితే 1935 రాజ్యాంగం అందించిన అధికారాల మేరకు ప్రజల స్థితిగతులను మెరుగుపర్చడానికి ఇవి ప్రయత్నించాయి. కాంగ్రెస్ మంత్రులు తమ జీతాలను నెలకు ఐదు వందల రూపాయలు మాత్రమే ఉండేటట్లు బాగా తగ్గించుకున్నారు. రైళ్ళలో రెండు, మూడు తరగతుల్లో ప్రయాణించేవారు. నీతి, నిజాయితీ, ప్రజాసేవలో వీరు నూతన ప్రమాణాలను నెలకొల్పారు. ప్రాథమిక, సాంకేతిక, ఉన్నత విద్య, ప్రజారోగ్యానికి వీరు అధిక శ్రద్ధను కనపర్చారు. వడ్డీ వ్యతిరేక, కౌలు చట్టాలను అమలు చేసి, ఈ మంత్రివర్గాలు రైతులనాదుకున్నాయి. పౌర స్వేచ్ఛలు పెంచడం జరిగింది. రాజకీయ ఖైదీలను విడుదల చేశారు. పోలీస్, రహస్య సర్వీస్‌ల కాఠిన్యతను సడలించారు. పత్రికా స్వాతంత్ర్యం వృద్ధి చేయటం జరిగింది. కార్మిక సంఘాలు స్వేచ్ఛను పొంది, కార్మికులకు వేతన పెంపును సాధించగల్గాయి. మానసిక పరివర్తన అన్నిమార్పుల్లోకెల్లా పెద్దది. ప్రజలు తాము విజయాన్ని సాధించినట్లు, స్వపరిపాలననుభవిస్తున్నట్లు అనుభూతిని పొందసాగారు.

సామ్యవాద భావాల ప్రచారం, వ్యాప్తి

1930 దశకంలో కాంగ్రెస్ లోపల, బయట సామ్యవాద భావాల శీఘ్ర వ్యాప్తి జరిగింది. 1929లో మొదట అమెరికా సంయుక్త రాష్ట్రాలు, తదుపరి మిగతా ప్రపంచ దేశాల్లో తీవ్ర ఆర్థిక మాంద్యం నెలకొంది. దీని కారణంగా, పెట్టుబడదారీ దేశాలన్నిటిలో తీవ్ర ఉత్పత్తి క్షీణత, విదేశ వ్యాపార పతనం, వీటి మూలంగా ఆర్థిక దుస్థితి, భారీ నిరుద్యోగం, ప్రత్యక్షమయ్యాయి. అయితే, సామ్యవాద దేశమైన రష్యాలో మాత్రం పూర్తి భిన్న పరిస్థితి ఉండింది. ఉత్పత్తి విదేశ వ్యాపార రంగాల్లో తగ్గుదల లేకపోవటమే కాక, 1929-36 మధ్యకాలంలో మొదటి రెండు పంచవర్ష ప్రణాళికలు విజయవంతంగా పూర్తిచేయటంవల్ల సోవియట్ పారిశ్రామిక ఉత్పత్తి నాల్గు రెట్లకు పైబడి పెరిగింది. ఈవిధంగా ఆర్థిక మాంద్య కారణంగా పెట్టుబడిదారీ వ్యవస్థ అదరణను కోల్పోగా, మార్క్సిజం, సామ్యవాదం, ఆర్థిక ప్రణాళిక, ప్రజల దృష్టిని ఆకర్షించాయి. సామ్యవాద భావాలు యువకులు, కార్మికులు, కర్షకుల్లో బాగా వ్యాప్తినొందాయి.

రైతులు దేశమంతటా భూ సంస్కరణలు, జమీందారీల రద్దు, భూమి శిస్తు, కౌళ్ళ

తగ్గింపు, రుణగ్రస్తత నుంచి విముక్తిని కోరారు. కర్మాగారాలు, తోటల్లో పనిచేసే కార్మికులు పని పరిస్థితుల్లో మెరుగుదల, కార్మిక సంఘాల హక్కులను గుర్తించుటనే డిమాండ్లను కోరసాగారు. నగరాల్లో కార్మిక సంఘాలు, ఇతర ప్రాంతాల్లో కిసాన్ సభలు (రైతు సంఘాలు), ఉత్తరప్రదేశ్, బీహార్, తమిళనాడు, ఆంధ్రప్రదేశ్, కేరళ, పంజాబ్‌ల్లో బాగా వృద్ధి చెందాయి. మొదటి అఖిల భారత రైతు సంస్థగా అఖిల భారత కిసాన్ సభ 1936లో ఏర్పడింది. జాతీయోద్యమంలో కూడా రైతులు చురుకుగా పాల్గొన్నారు.

కాంగ్రెస్‌లో 1930 దశకంలో వామపక్ష వర్గీయులు ప్రాధాన్యతను పొందుతున్నట్లుగా గమనించాం. జాతీయ కాంగ్రెస్ అధ్యక్షుడిగా 1936, 1937 లలో జవహర్‌లాల్ నెహ్రూ, 1938, 1939 లలో సుభాష్ చంద్రబోస్‌లు ఎన్నికయ్యారు. 1936 లక్నో కాంగ్రెస్‌లో అధ్యక్షోపన్యాసమిస్తూ నెహ్రూ సామ్యవాదాన్ని కాంగ్రెస్ దాని లక్ష్యంగా చేసుకోవాలనీ, దీన్ని రైతులకు, కార్మికులకు దగ్గరగా చేర్చాలనీ, ఆయన ప్రబోధించాడు.

కాంగ్రెస్ వెలుపల సామ్యవాద భావాల ప్రచారం కారణంగా, పి. సి. జోషి నాయకత్వంలో కమ్యూనిస్ట్ పార్టీ ఆచార్య నరేంద్ర దేవ్, జయప్రకాశ్ నారాయణ్‌ల నాయకత్వంలో కాంగ్రెస్ సోషలిస్ట్ పార్టీలు ఏర్పడ్డాయి. 1938లో సుభాష్ చంద్రబోస్ కాంగ్రెస్ అధ్యక్షునిగా ఎన్నికైనా, గాంధీ తదితర నాయకుల వ్యతిరేకత కారణంగా బోస్ రాజీనామా చేసి, 1939లో ఆయన, అనుచరులు కలిసి, ఫార్వర్డ్ బ్లాక్ అనే వామపక్ష పార్టీని స్థాపించారు.

ప్రపంచ వ్యవహారాల్లో కాంగ్రెస్ ఆసక్తి

1935-39 సంవత్సరాల్లో ప్రపంచ వ్యవహారాల్లో కాంగ్రెస్ అధిక ఆసక్తిని చూపించసాగింది. 1885 లో ఇది ఆవిర్భవించినప్పటి నుంచీ కూడా, భారత సైన్యాన్ని, భారత వనరులను ఆఫ్రికా, ఆసియాల్లో బ్రిటిష్ ప్రయోజనాలకుపయోగించటాన్ని వ్యతిరేకించింది. క్రమంగా సామ్రాజ్యవాద వ్యాప్తికి వ్యతిరేకత ప్రాతిపదికగా కాంగ్రెస్ ఒక విదేశీ విధానాన్ని రూపొందించింది. దీనిననుసరించే ఫిబ్రవరి 1927 లో జవహర్‌లాల్ నెహ్రూ జాతీయ కాంగ్రెస్ తరఫున బ్రూసెల్స్‌లో నిర్వహించి, అణగారిన దేశాల కాంగ్రెస్ సమావేశానికి హాజరయ్యాడు. ఈ సమాజంలో రూపొందించిన సామ్రాజ్యవాద వ్యతిరేక లీగ్‌కు సంబంధించిన కార్యనిర్వాహక మండలికి నెహ్రూను ఎన్నుకున్నారు.

1930 దశకంలో కాంగ్రెస్ ప్రపంచవ్యాప్త సామ్రాజ్యవాద విధానాన్ని గట్టిగా వ్యతిరేకిస్తూ, ఆసియా, ఆఫ్రికాల్లో చెలరేగిన జాతీయోద్యమాలను బలపర్చసాగాయి. రెండో ప్రపంచ యుద్ధకాలంలో ఇటలీ, జర్మనీ, జపాన్‌ల్లో చెలరేగిన ఫాసిస్ట్, నాజీ నియంతృత్వ విధానాన్ని జాతీయ కాంగ్రెస్ నాయకులు ఖండించారు. యుద్ధకాలంలో జపాన్‌కు వ్యతిరేకంగా చైనాను సమర్థిస్తూ జపాన్ వస్తువులను కొనకూడదని తీర్మానాన్ని చేసింది కాంగ్రెస్. భారతదేశ భవిష్యత్తు ఫాసిస్ట్, స్వాతంత్ర్య, సామ్యవాద అప్రజాస్వామ్య శక్తులమధ్య రాబోయే పోరాటంతో గట్టిగా ముడిపడి ఉందనే విషయాన్ని జాతీయ కాంగ్రెస్ పూర్తిగా గుర్తించింది.

సంస్థానాల్లో ప్రజా ఉద్యమాలు

జాతీయోద్యమం సంస్థానాలకు వ్యాపించుట ఈ కాలంలో సంభవించిన మరొక ముఖ్య పరిణామం. చాలా సంస్థానాల్లో భయంకరమైన ఆర్థిక, రాజకీయ, సామాజిక పరిస్థితులు నెలకొన్నాయి. రైతులు బాధలకు గురిచేయబడ్డారు; భూమి శిస్తు, పన్నులు భరించరానివిగా ఉన్నాయి; విద్య, ప్రజారోగ్యం నిర్లక్ష్యం చేయబడ్డాయి; పత్రికా స్వాతంత్ర్యం, పౌరహక్కులు మటుమాయమైనాయి. రాజ్యాల ఆదాయాల్లో అధిక భాగం రాజుల సుఖ సంతోషాలకు ఖర్చయ్యేది. బ్రిటీష్ పాలనకు ముందు అంతరంగిక విప్లవం, వైదేశిక దురాక్రమణ అనే ప్రమాదాల భయం, అవినీతి, అక్రమాలకు పాల్పడే పాలకులను కొంతవరకు అదుపులో ఉంచేది. బ్రిటీష్ పాలనలో సంస్థానాధీశులకు ఈ భయాలేవీ లేకుండా రక్షణ యివ్వబడింది. ఫలితంగా దుష్పరిపాలనను స్వేచ్ఛగా గావించారు.

ఇంకా, జాతీయైక్యత పెంపు కాకుండా, జాతీయోద్యమాభివృద్ధి జరగకుండా ప్రయత్నించేందుకై, బ్రిటీష ప్రభుత్వం సంస్థానాధీశులను వాడుకోసాగింది. సంస్థానాధీశులు తమ ఉనికికై బ్రిటీష రక్షణమీద ఆధారపడి, జాతీయోద్యమంపట్ల శతృభావాన్ని వహించారు. అయితే, సంస్థానాల ప్రజలు 1930 దశకం నుంచి చైతన్యవంతమై ప్రజాస్వామ్య హక్కులు, ప్రజా ప్రభుత్వాలకై ఉద్యమాలను లేవదీయ సంకల్పించారు. 1927 డిసెంబరులో వివిధ సంస్థాన ప్రజల రాజకీయ కార్యకలాపాలను సమన్వయం చేసేందుకై, అఖిల భారత సంస్థాన ప్రజల సమావేశం ఏర్పాటైంది. 1930 శాసనోల్లంఘనోద్యమం సంస్థానాల ప్రజల మనస్సులమీద గట్టి ప్రభావాన్ని వేసి, వారిని రాజకీయ కార్యకలాపాల్లోకి దిగేందుకు ప్రేరణనిచ్చింది. రాజ్‌కోట్, జైపూర్, కాశ్మీర్, హైద్రాబాద్, తిరువాన్కూర్‌లాంటి పలు రాజ్యాల్లో ప్రజా పోరాటాలు చేయబడ్డాయి. సంస్థానాధీశులు ఈ ఉద్యమాలను బలప్రయోగం చేసి, అణచివేశారు.

అయితే జాతీయ కాంగ్రెస్ సంస్థాన ప్రజల పోరాటాలను బలపర్చి, ప్రజాస్వామ్య, ప్రాతినిధ్య పాలనను, ప్రాథమిక పౌరహక్కులను ప్రజలకు ప్రసాదించాలనీ, సంస్థానాధీశులను కోరింది. 1938లో కాంగ్రెస్, దాని స్వాతంత్ర్య లక్ష్యాన్ని నిర్వచించిన సందర్భంలో సంస్థానాల స్వాతంత్ర్యం కూడా దీనిలో చేర్చారు. భారతదేశ రాష్ట్రాలు, సంస్థానాల మధ్యగల ఈ ఐక్యతకు సంకేతంగా, 1939లో అఖిల భారత సంస్థాన ప్రజల సమావేశానికి అధ్యక్షుడిగా జవహర్‌లాల్ నెహ్రూ ఎన్నుకోబడ్డాడు. సంస్థాన ప్రజోద్యమం సంస్థాన ప్రజల్లో జాతీయ చైతన్యాన్ని పురికొల్పింది. దేశం మొత్తంలో నూతన ఐక్యతా చైతన్యాన్ని కూడా ఇది వ్యాపింప జేసింది.

మతతత్వం పెంపు

1935-39 మధ్యకాలంలో మతతత్వ శక్తులు బలాన్ని పుంజుకోసాగాయి. శాసనసభలకు పరిమిత వోటింగ హక్కు, ప్రత్యేక మత ప్రాతినిధ్య నియోజకవర్గాలనాధారంగా సభ్యులు ఎన్నుకోవడం, వేర్పాటు భావాల పెంపుకు దోహదమైంది. జిన్నా నాయకత్వంలోని

ముస్లిం లీగ్, కాంగ్రెస్‌ను తీవ్రంగా వ్యతిరేకించసాగింది. హిందూ అధిక సంఖ్యాకుల చేతుల్లో ముస్లిం అల్ప సంఖ్యాకులు పూర్తిగా అవహించి ఉంటారనే ప్రచారం మొదలైంది. హిందువులు, మహమ్మదీయులు వేర్వేరు జాతులవారనియు, వీరెప్పుడూ కలిసి ఉండలేరనే అశాస్త్రీయ, అచారిత్రక సిద్ధాంతాన్ని ముస్లిం లీగ్ ప్రచారం చేయసాగింది. ఈ ధోరణికి పరాకాష్ఠగా 1940 సంవత్సరంలో దేశ విభజనను స్వాతంత్ర్యానంతరం పాకిస్థాన్ అనే ప్రత్యేక రాజ్య ఏర్పాటుకై ముస్లింలీగ్ తీర్మానాన్ని చేసింది.

హిందువుల్లో ఉన్న హిందూ మహాసభలాంటి మతపరమైన సంస్థలు ముస్లింలీగ్ ప్రచారానికి ఊతనిచ్చాయి. హిందువులొక ప్రత్యేక జాతనీ, భారతదేశం హిందువుల భూమి అనే భావాలు అల్ప సంఖ్యాక వర్గాల మతపరమైన అపోహలు, అనుమానాలను రెచ్చగొట్టినట్లైంది. దీనికితోడు, జాతీయోద్యమాన్ని దెబ్బతీసి, తమ అధికార సుస్థిర పటిష్ఠతలను నెరవేర్చుకునేందుకై బ్రిటీష్ పాలకులు హిందూ-ముస్లింల మధ్య 'విభజించి పాలించు' విధానాన్ని 1909 నుంచి అవలంబిస్తూ వస్తూన్నట్లుగా మనం గమనించాం. ఇంకా ఈ మతతత్వ శక్తులు ప్రధానంగా ఉన్నత వర్గాల వారికి పరిమితమై, సామాన్య ప్రజానీక ఆర్థిక, సామాజిక సమస్యలతో నిమిత్తం లేక, బ్రిటీష్ పాలకులతో సర్వదా చేతులు కలపడం జరిగింది. దేశ ఐక్యతను శాశ్వతంగా దెబ్బతీయడంలో ఇవి ప్రధాన పాత్ర వహించాయి.

రెండో ప్రపంచ యుద్ధకాలంలో జాతీయోద్యమం, 1939–1945

నాజీ జర్మనీ, హిట్లర్ నాయకత్వంలో సామ్రాజ్య విస్తరణలో భాగంగా పోలండ్‌పై దాడి చేయటంతో సెప్టెంబర్, 1939లో రెండో ప్రపంచ మహాసంగ్రామం ప్రారంభమైంది. హిట్లర్ అధికారదాహాన్ని ఆస్ట్రియా, జెకొస్లొవేకియాల ఆక్రమణలతో తృప్తిపర్చలేకపోయిన బ్రిటన్, ఫ్రాన్స్ దేశాలు పోలెండ్ సహాయార్థమై జర్మనీతో యుద్ధానికి దిగాల్సొచ్చింది. జాతీయ కాంగ్రెస్‌ను గాని, కేంద్ర శాసన సభా సభ్యులను గాని, సంప్రదించకుండానే భారతదేశ ప్రభుత్వం దేశాన్ని యుద్ధంలోకి దింపింది. నాజీ, ఫాసిస్ట్ నియంతృత్వ శక్తులతో ప్రజాస్వామ్య దేశాల, శక్తుల పరిరక్షణకై తమ శాయశక్తులా కృషి చేసేందుకై కాంగ్రెస్ నాయకులు సంసిద్ధులుగా ఉన్నప్పటికీ, ఇట్టి కృషిలో ముందాగా పాల్గొనేందుకై భారతదేశాన్ని స్వతంత్ర దేశంగా ప్రకటించడం లేక భారతీయులకు తగినంత అధికారాన్ని ఇవ్వటం గాని కోరడం జరిగింది. సామ్రాజ్యవాద కాంక్షను వీడని బ్రిటీష్ ప్రభుత్వం ఇట్టి డిమాండ్‌ను తిరస్కరించింది. పర్యవసానంగా కాంగ్రెస్ మంత్రివర్గాలు రాజీనామా చేశాయి. వేర్పాటువాదం పూర్తిగా తలకెక్కిన ముస్లింలీగ్ మాత్రం జిన్నా నాయకత్వంలో కాంగ్రెస్ మంత్రుల రాజీనామా దినాన్ని "విముక్తి దినం"గా పాటించి, బ్రిటీష్ ప్రభుత్వానికి తన పూర్తి మద్దతును, సహకారాన్ని తెలియజేసింది.

బ్రిటీష్ ప్రభుత్వ విధానంపట్ల నిరసనకు సూచనగా, అక్టోబర్ 1940లో గాంధీ వ్యక్తి సత్యాగ్రహానికై పిలుపునిచ్చాడు. సామూహిక ఉద్యమంద్వారా బ్రిటీష్ ప్రభుత్వ యుద్ధ కార్యక్రమాన్ని భంగపర్చే ఇష్టం లేక, సత్యాగ్రహ పరిధి కొంతమంది వ్యక్తులకు పరిమితం

చేయబడింది. అయితే వ్యక్తిగత సత్యాగ్రహోద్యమ ప్రభావం బ్రిటిష్ ప్రభుత్వ విధానంపై అంతగా ప్రసరించలేదు.

కాని, ద్వితీయ ప్రపంచ యుద్ధ గతిలో 1942 మార్చి నాటికి కొన్ని ముఖ్య పరిణామాలు సంభవించాయి. వరసగా పోలండ్, బెల్జియం, హాలండ్, నార్వే, ఫ్రాన్స్‌లను ఆక్రమించిన జర్మని, తూర్పు ఐరోపాలో కూడా విజృంభించి, 1941 జూన్ 22వ తేదీన రష్యాపై దాడి చేసింది. మరొకవైపున్న డిసెంబర్ 7వ తేదీన పెరల్ హార్బర్ (ముత్యాల రేవు) వద్ద అమెరికా నౌకాదళంపై జపాన్ హఠాత్తుగా దాడి జరిపి, అక్ష రాజ్యాలైన (Axis Powers) జర్మని, ఇటలీ పక్షాన యుద్ధంలో ప్రవేశించింది. వెనువెంటనే ఫిలిప్పైన్సు, ఇండో చైనా, ఇండోనేషియా, మలయా, బర్మాల్లో విజయ యాత్ర జరిపింది. మార్చి 1942లో రంగూన్‌ను ఆక్రమించి, యుద్ధ ప్రమాదాన్ని భారతదేశ ఆగ్నేయ సరిహద్దుకు వ్యాపింప చేసింది. ఫలితంగా యుద్ధ కృషిలో భారతీయుల, అందులో ప్రధానంగా కాంగ్రెస్‌వారి క్రియాశీల సహకారాన్ని సంపాదించే ఉద్దేశంతో కొన్ని రాజ్యాంగ సంస్కరణలతో ముందుకొచ్చింది.

రాజ్యాంగ సంస్కరణలు : క్రిప్స్ రాయబారం

ద్వితీయ ప్రపంచ యుద్ధం కీలకమైన మలుపులు తిరిగిన కారణంగా, భారతీయుల సహకారాన్ని పొందటానికి బ్రిటీష్ ప్రభుత్వం తహతహలాడింది. దీనికంటే ముఖ్యం మిత్ర రాజ్యాల (Allied Powers) లో అగ్రగామిగా ఉన్న అమెరికా సంయుక్త రాష్ట్రాల అధ్యక్షుడైన యఫ్.డి. రూజ్వెల్ట్, బ్రిటీష్ ప్రధానమంత్రైన విన్‌స్టన్ చర్చిల్‌ను, భారతీయ నాయకులతో ఒక ఒప్పందానికి రావలసిందిగా ఒత్తిడి చేశారు. ఫలితంగా లేబర్‌పార్టీ అతివాద నాయకుడు, భారత జాతీయోద్యమాన్ని గట్టిగా బలపర్చేవాడు, బ్రిటీష్ మంత్రివర్గ సభ్యుడైన స్ట్రాఫర్డ్ క్రిప్స్ నాయకత్వంలో మార్చి 1942లో రాజ్యాంగపరమైన ప్రతిపాదనలను భారతీయ నాయకులతో చర్చించే నిమిత్తం దౌత్యబృందాన్ని భారతదేశానికి పంపించారు. ఈ బృందం చేసిన ప్రతిపాదనలు ఈవిధంగా ఉన్నాయి.

1. యుద్ధానంతరం ఒక రాజ్యాంగ రచనా సంఘాన్ని ఏర్పాటు చేయాలి.

2. దాని సభ్యులను భారతదేశ దిగువ శాసనసభ నుంచి ఎన్నుకోవాలి.

3. బ్రిటీష్ కామన్‌వెల్త్ పరిధిలోనే ఒక డొమినియన్‌గా బ్రిటీష్ ఇండియా భారతీయ రాజ్యాల సమాఖ్య ఏర్పాటు ఆశించడం జరిగింది.

4. కింది షరతులకు కట్టుబడి, రాజ్యాంగ రచనా సంఘం రూపొందించిన రాజ్యాంగాన్ని బ్రిటన్ అంగీకరించాల్సి ఉంటుంది.

అ) ఏదేని బ్రిటీష్ రాష్ట్రం ఈ సమాఖ్యలో చేరనొల్లనిచో, దానికి ప్రస్తుతమున్న హోదాను అది నిలుపుకోవచ్చు. అయితే బ్రిటీష ప్రభుత్వం మాత్రం, ఆ రాష్ట్రానికి ఇండియన

యూనియన్‌లోని ఇతర రాష్ట్రాలకు ఇచ్చే హెూదానే ఇవ్వాల్సి ఉంటుంది.

అ) రాజ్యాంగ రచనా సంఘం బ్రిటీష్ ప్రభుత్వం, అల్ప సంఖ్యాక వర్గాల హక్కులతోసహా, అధికార బదిలీకి సంబంధించిన అన్ని అంశాలతో కూడిన ఒక ఒప్పందంపై సంతకం చేయాల్సి ఉంటుంది.

ఇ) వైస్రాయి అధికారం ఇప్పుడున్నట్లే ఉండి, దేశ రక్షణకు అతడే బాధ్యత వహిస్తాడు.

క్రిప్స్ ప్రతిపాదనల పట్ల భారతీయుల స్పందన

క్రిప్స్ ప్రతిపాదనలు, రాష్ట్రాలకు అధినివేశ రాజ్య ప్రతిపత్తిని, యూనియన్ నుంచి వైదొలగే హక్కునుకూడా కల్పించినట్లు గమనించాం. ఈ ప్రతిపాదన దేశ విభజనకొరకు ముస్లింలీగ్ చేస్తున్న డిమాండ్‌ను పురస్కరించుకొని చేసిన మినహాయింపు అయితే, పూర్తి విభజనను బ్రిటన్ ఒప్పుకోనందున లీగ్ ఈ ప్రతిపాదనను తిరస్కరించింది. యూనియన్ నుంచి రాష్ట్రం వేరుపడే ప్రతిపాదనవల్ల, దేశ సమగ్రతకు ముప్పు ఏర్పడుతుందని, ఈ ప్రతిపాదనను కాంగ్రెస్ కూడా వ్యతిరేకించింది.

మరో అభ్యంతరం వైస్రాయికున్న అధికారాలు ఏమాత్రం తగ్గక, ఇంకా దేశరక్షణకు అతన్నే బాధ్యుడిగా చేయడంవల్ల దేశ ప్రజల, జాతీయ నాయకుల ప్రజాస్వామిక, స్వపరిపాలనా ఆశలు అడియాసలై అసంతృప్తిని కల్గించాయి.

చివరగా బ్రిటీష్ రాజ్య పునాదులే శిథిలావస్థలో ఉన్న ఆ దశలో, ఈ అధినివేశ రాజ్య ప్రతిపత్తినిచ్చే దీర్ఘకాలిక ప్రతిపాదనను "ఒక దివాలా తీసిన బ్యాంకకు రాసిన వెనుక తేదీ గల చెక్కు" (A post-dated cheque on a bankrupt Bank) గా గాంధీజీ పేర్కొన్నాడు.

క్విట్ ఇండియా ఉద్యమం : తీరుతెన్నులు

క్రిప్స్ రాయబార వైఫల్యం భారత ప్రజలను బాగా విసిగించింది. ఫాసిస్ట్ శక్తులకు వ్యతిరేకంగా పోరాటాన్ని సాగించటంలో ఉత్సాహాన్ని కనబర్చినా, దేశంలో అప్పుడు నెలకొన్న పరిస్థితి దుర్భరమైంది. బ్రిటీష్ ప్రభుత్వంపై ఒత్తిడి తీసుకొనివచ్చి, భారతదేశ స్వాతంత్ర్యానికి అంగీకరించేవిధంగా చేయటానికి చురుకైన చర్యలు తీసుకునేందుకు కాంగ్రెస్ నిశ్చయించుకుంది. ఫలితంగా, ఆగస్ట్ 8, 1942 నాడు అఖిల భారత కాంగ్రెస్ కమిటీ బొంబాయిలో సమావేశమై చారిత్రాత్మక 'క్విట్ ఇండియా' తీర్మానాన్ని ఆమోదించింది.

భారతదేశంలో బ్రిటీష్ పరిపాలనను వెంటనే అంతం చేయడం తక్షణ అవసరమనీ, ఇది భారతదేశ, ఐక్యరాజ్యాల, ప్రజాస్వామ్య, స్వేచ్ఛల ప్రయోజన, విజయాల నిమిత్తమై అవశ్యకమనియు, ప్రకటించడం జరిగింది. ఈ లక్ష్యసాధనకై గాంధీ నాయకత్వంలో

అహింసాత్మక, సామూహికోద్యమాన్ని ప్రారంభించటానికికూడా నిర్ణయమైంది. శీఘ్ర లక్ష్య సాధన ఆవశ్యకత, దానికై ప్రజల ధైర్య సాహసాల గురించి, గాంధీ చేసిన గంభీరోపదేశం దేశ ప్రజలను ఉత్తేజితులుగాచేసి, ఉద్యమ త్యాగాలకై సిద్ధం చేసింది. కాంగ్రెస్ ప్రతినిధులతో మాట్లాడుతూ, గాంధీ ఇలా అన్నాడు :

"తక్షణమే, ఈ రోజురాత్రే ఒకవేళ పొందగలిగితే, తెల్లవారకముందే స్వాతంత్ర్యం కావాలంటాను. అందుకొక మంత్రముంది. అది నేను మీకుపదేశించే చాలా చిన్నమంత్రం. దాన్ని మీ హృదయాలమీద ముద్రించుకోవచ్చు; మీ ప్రతి శ్వాస దానికి చిహ్నంగా ఉండవచ్చు. ఈ మంత్రమేమిటంటే "సాధించు, లేక చావు". మనం, భారతదేశానికి స్వేచ్ఛను కల్పిద్దాం; లేక, దాని ప్రయత్నంలో మరణిద్దాం. మనం, మన బానిసత్వం వృద్ధి పొందటాన్ని చూడటంకోసం బ్రతకగూడదు".

అయితే, కాంగ్రెస్ ఉద్యమాన్ని ప్రారంభించకముందే, ప్రభుత్వం దెబ్బతీసింది. ఆగస్ట్ 9, వేకువ జాముననే గాంధీ, ఇతర కాంగ్రెస్ నాయకులు అరెస్ట్ అయ్యారు. కాంగ్రెస్ మరలా చట్టవ్యతిరేక సంస్థగా ప్రకటించడం జరిగింది.

ఈ అరెస్ట్‌ల వార్తలు దేశ ప్రజలను దిగ్భ్రాంతులను చేసింది. ప్రజల ఆగ్రహాన్ని సూచిస్తూ, ప్రతిచోట నిరసన ప్రదర్శనలు జరిగాయి. ఒక నాయకుడు గాని, సంస్థగాని లేక, ప్రజలు తమకిష్టమొచ్చిన రీతిలో ప్రతిస్పందించారు. దేశం అంతటా సమ్మెలు, హర్తాళ్ళు, ఊరేగింపులు జరిగాయి. కర్మాగారాలు, పాఠశాలలు, కళాశాలలు సమ్మెలకు నిలయాలైనాయి. ప్రదర్శనకారులమీద లాఠీ ఛార్జీలు, కాల్పులు జరిపారు. ఇట్టి కాల్పులు, అణచివేత చర్యలపట్ల ఆగ్రహం చెందిన ప్రజలు, చాలాచోట్ల హింసాత్మక చర్యలకు పూనుకున్నారు. బ్రిటిష్ అధికార చిహ్నాలైన పోలీస్ స్టేషన్లు, తపాలా కార్యాలయాలు, రైల్వే స్టేషన్లు, దాడికి గురయ్యాయి. టెలిఫోన్, టెలిగ్రాఫ్ తీగలను త్రెంచి వేశారు; రైలు పట్టాలను తొలగించి, ప్రభుత్వ భవనాలను దగ్ధం చేశారు. మద్రాస్, బెంగాల్ రాష్ట్రాలు ఈ సందర్భంగా బాగా నష్టాన్ని పొందాయి. తెనాలి, చీరాల, గుంటూరు, భీమవరం, ఒంగోలు, బెజవాడ పట్టణాల్లో ఉద్యమకారులు విజృంభించి, పలు విధ్వంసక చర్యలకు పూనుకున్నారు. ఈ ప్రతిఘటనోద్యమానికి విద్యార్థులు, కార్మికులు, కర్షకులు అండగా నిల్చారు. వీరికి భిన్నంగా, ఉన్నత తరగతులవారు, ఉద్యోగులు ప్రభుత్వ విధేయులుగా మెలిగారు. చాలాచోట్ల విప్లవకారులు పలు పట్టణాలు, నగరాలు, గ్రామాలపై తాత్కాలిక అజమాయిషీని సంపాదించారు. ఉత్తరప్రదేశ్, బీహార్, పశ్చిమ బెంగాల్, ఒరిస్సా, ఆంధ్ర, తమిళనాడు, మహారాష్ట్రల్లోని కొన్ని భాగాల్లో బ్రిటిష్ అధికారం అదృశ్యమైంది. కొన్నిచోట్ల విప్లవకారులు "సమానాంతర ప్రభుత్వాలను" ఏర్పాటు చేశారు. ఇవి ముఖ్యంగా బెంగాల్‌లోని మిడ్నపూర్ జిల్లాలోని తామ్లుక్‌లో, మహారాష్ట్రలోని సతారాలో, ఒరిస్సాలోని తాల్చేర్‌లో స్థాపించారు. జయప్రకాశ్ నారాయణ్, రామ్ మనోహర్ లోహియా, అరుణా అసఫ్ అలీ తదితర యువ నాయకులు బ్రిటిష్ వారికి పట్టుబడకుండా, రహస్య ఉద్యమాలను నడిపించారు. వీరు రహస్య రేడియో స్టేషన్‌ను కూడా నెలకొల్పారు.

క్విట్ ఇండియా ఉద్యమం పట్ల ప్రభుత్వం వైఖరి

1942 ఉద్యమాన్ని అణచివేడానికి ప్రభుత్వం అన్ని పద్ధతులను అవలంబించింది. అణచివేతకు హద్దులు లేకుండా పోయాయి. పత్రికా స్వాతంత్ర్యం పూర్తిగా రద్దైంది. ప్రదర్శకులను మెషీన్ గన్లతో కాల్చడం, పైనుంచి బాంబులను వేయడం లాంటి క్రూర చర్యలు సంభవించాయి. తెనాలి, గుంటూరు, భీమవరంలో ప్రజలను చెదరగొట్టేందుకు పోలీసులు లాఠీ ఛార్జీ, కాల్పులను జరిపారు. ఖైదీలు చిత్రహింసల పాలయ్యారు. 10,000ల మందికి పైగా పోలీస్, సైనిక కాల్పుల్లో మరణించారు. 1943 నాటికి క్విట్ ఇండియా ఉద్యమంలో దేశవ్యాప్తంగా అరెస్టయిన వారి సంఖ్య 91,836కు చేరుకుంది. తిరుగుబాటు గ్రామాల ప్రజలు జరిమానాలు, సామూహిక ఈడ్పు (floggings) లకు గూడా గురిచేశారు. 1857 విప్లవం తదుపరి, భారతదేశం ఇంతటి తీవ్ర అణచివేత చర్యలకెప్పుడూ గురి కాలేదు. ఇట్టి చర్యల ఫలితంగా, అతికష్టంమీద 1942 అంతం నాటికి సాధారణ పరిస్థితిని పునరుద్ధరించటంలో బ్రిటిష్ ప్రభుత్వం కృతకృత్యమైంది.

క్విట్ ఇండియా ఉద్యమ ప్రభావ ఫలితాలు

క్విట్ ఇండియా ఉద్యమం, అతి స్వల్ప కాలంలోనే అణచివేసినప్పటికీ, ఇది దేశంలో పెల్లుబికిన జాతీయ భావనల లోతులను, ప్రజలు పెంపొందించుకున్న పోరాట సామర్థ్యతలు, త్యాగాన్ని వ్యక్తీకరించడంలో ప్రాధాన్యతను సంతరించుకుంది. ఈ ఉద్యమం విఫలమైనప్పటికీ, ఇది దేశాన్ని స్వాతంత్ర్యానికి చాలా సమీపంగా తీసుకువెళ్ళింది. స్వాతంత్ర్యాన్ని సాధించడానికి భారతీయుల పట్టుదల, కృతనిశ్చయం దీనిలో బహిర్గతమయ్యాయి. భారతీయుల త్యాగాలను, ధైర్యాన్ని, పట్టుదలను గమనించిన బ్రిటిష్ అధికారుల్లో ఇంకెంతోకాలం బ్రిటిష్ ఆధిపత్యం భారతదేశంలో కొనసాగదన్న అభిప్రాయమేర్పడింది.

సుభాస్ చంద్రబోస్ : భారత జాతీయ సైన్యం

క్విట్ ఇండియా ఉద్యమ అణచివేత తదుపరి, భారతదేశం లోపల రాజకీయ కార్యకలాపాలు మందగించాయి. ఇట్టి తరుణంలో దేశ సరిహద్దుల ఆవలనుంచి సుభాస్ చంద్రబోస్, ఆయన నాయకత్వం వహించిన భారతీయ జాతీయ సైన్యం సాగించిన వీరోచిత కార్యకలాపాలు అఖండ ప్రాముఖ్యతను సంతరించుకున్నాయి. 1941 మార్చిలో భారతదేశాన్నుంచి తప్పించుకొని, సుభాస్ చంద్రబోస్ సహాయార్థం రష్యా వెళ్ళాడు. కాని జూన్ 1941లో రష్యా మిత్ర రాజ్యాలవైపు చేరడంతో, బోస్ జర్మనీకెళ్ళాడు. ఇక్కడనుంచి 1943 ఫిబ్రవరిలో సుభాస్ చంద్రబోస్ జపాన్ వెళ్ళాడు. జపనీయుల సాయంతో బ్రిటిష్ పాలకులకు వ్యతిరేకంగా సాయుధ పోరాటాన్ని జరుప తలపెట్టాడు.

"అజాద్ హింద్ ఫౌజ్"గా ప్రసిద్ధిగాంచిన భారత జాతీయ సైన్యం, బ్రిటిష్ సైన్యంలో కెప్టెన్ అయిన జనరల్ మోహన్‌సింగ్ తీవ్రవాద విప్లవకారైన రాష్ బిహారీ బోస్‌ల అధ్వర్యంలో

1942లో స్థాపించబడింది. భారతదేశానికి స్వేచ్ఛను కల్పించటం, సైనిక దాడిని జరుపు ఏకైక లక్ష్యంతో ఇది స్థాపించబడింది. ఈ సైన్యానికి నాయకత్వం వహించేందుకు సుభాస్ చంద్రబోస్ సింగపూర్‌కు వెళ్ళాడు. ఈ సైన్యంలో ఆగ్నేయాసియాలోని భారతీయులు మలయా, సింగపూర్, బర్మాల్లో బందీలుగా ఉన్న భారతీయ సైనికులు, అధికారులు అధికంగా తీసుకోబడ్డారు. దీని కార్యక్రమంలో భాగంగా, బర్మా నుంచి భారతదేశంపై జరుపు సైనిక యాత్రలో భారత జాతీయ సైన్యం జపాన సైన్యంతో కలిసి, భారతదేశ సరిహద్దులను చేరింది. ఆవిధంగా రెండో ప్రపంచ యుద్ధాన్ని భారతదేశ గడప ముందుకు తీసుకువచ్చినట్లుంది. స్వేచ్ఛాయుత తాత్కాలిక భారత ప్రభుత్వానికి సుభాస్ చంద్రబోస్ అధిపతిగా తాము విముక్తికారులుగా భారత జాతీయ సైన్యం భారతదేశంలోనికి ప్రవేశించాలని తలచింది.

అయితే, భారత జాతీయ సైన్యం, జపాన సైన్యం, అస్సాంలోని ఇంఫాల దాటి ముందుకు వెళ్ళలేకపోయాయి. ఆగ్నేయాసియాలో జపాన్ సైన్యం ప్రతిఘటనను ఎదుర్కోవలసి వచ్చింది. బ్రిటీష్ సైన్య తాకిడికి జపాన్ సైన్యం క్రమక్రమంగా క్షీణించింది. 1944-45లో జపాన్ పతనం కావడంతో భారత జాతీయ సైన్యం ఓడిపోయి, బ్రిటన్ సేనలకు లొంగిపోయింది. "నేతాజీ" (నాయకుడుగా) పేరొందిన సుబాస్ చంద్రబోస్ తన టోకియో విమాన ప్రయాణంలో మరణించాడని ప్రతీతి.

సుబాస్ చంద్రబోస్ జాతీయ సైన్య కార్యకలాపాల ప్రభావం

బోస్ జీవిత చరిత్రలోని చివరి దశ ప్రాముఖ్యాన్ని పరిగణించుటలో ప్రత్యక్ష సాధన (Immediate achievement), అంతిమ ప్రభావానికి (Ultimate impact) మధ్య గల తేడాను తెలియజేయడమెంతైనా అవసరం. భారత జాతీయ సైన్యం సైనికపరంగా వైఫల్యం చెందినప్పటికీ, ఇతర రంగాల్లో దీని ప్రభావమెక్కువ. భారత జాతీయ సైన్యాన్ని ఏర్పాటు చేసి, భారత ప్రజల్లోను, సైన్యంలోను సుబాస్ చంద్రబోస్ అవిరళమైన దేశభక్తి భావాన్ని రగిల్చాడు. 1945 నవంబర్‌లో భారత జాతీయ సైన్య సభ్యులైన షా నవాజ్‌ఖాన్, జి.యస్. ధిల్లాన్, ప్రేమ్ సెహగల్‌ల విచారణ ఢిల్లీలోని లాల్ ఖిల్లాలోని సైనిక న్యాయస్థానంలో ప్రారంభమవగా, దీనికి వ్యతిరేకంగా దేశమంతటను బలమైన ప్రజా ప్రదర్శనలు జరిగాయి. బ్రిటీష్ ప్రభుత్వం వీరిని "దేశద్రోహులు"గా నిందించింది. కాని, భారతీయులందరూ వీరిని గొప్ప దేశభక్తులుగా కొనియాడారు. దేశమంతటా, వీరి విడుదలకు ప్రదర్శనలు జరిగాయి. చివరికి, సైనిక న్యాయస్థానం వీరిని దోషులుగా ప్రకటించినప్పటికీ, ప్రభుత్వం వీరిని విడుదలచేయక తప్పలేదు. 1945-46లలో బ్రిటీష్ ఇండియన్ ఆర్మీలో బయల్దేరిన అసంతృప్తి, 1946 ఫిబ్రవరిలో జరిగిన బొంబాయి నావికుల సమ్మె, పరిణామ క్రమంలో సంభవించిన చర్యలు. 1947లో భారత దేశాన్నుంచి వైదొలగటానికి బ్రిటీష్ ప్రభుత్వం తీసుకున్న నిర్ణయం వెనుక ఈ సైనికుల అసంతృప్తి, నావికుల తిరుగుబాటు బలంగా పనిచేశాయనడంలో సందేహం లేదు.

యుద్ధానంతర పోరాటం : స్వాతంత్ర్య సిద్ధి

ద్వితీయ ప్రపంచ యుద్ధానంతరం, రాజకీయోద్యమాలేవీ చేపట్టబడలేదు. అయినప్పటికీ దేశ, విదేశీయ రంగాల్లో త్వరితగతిన సంభవించిన కొన్ని పరిణామాలు దేశ స్వాతంత్ర్యసిద్ధికి దోహదకాలైనాయి. భారతదేశంలో ఇక అట్టేకాలం బ్రిటిష్ పాలనను కొనసాగించుట కష్టమనీ, అధికారమార్పిడి తథ్యమనే విషయం బ్రిటిష్ ప్రభుత్వం, అధికారులకు దృఢంగా గోచరమైంది.

అ) ప్రథమంగా ద్వితీయ ప్రపంచ యుద్ధ ఫలితంగా ప్రపపంచంలో అధికార సమతౌల్యత (Balance of Power) మార్పు చెందింది. బ్రిటన్‌కు బదులుగా అమెరికా సంయుక్త రాష్ట్రాలు, సోవియట్ యూనియన్‌లు అగ్ర రాజ్యాలైనాయి. ఇవి రెండూ, భారతదేశ స్వాతంత్ర్యాన్ని బలపర్చాయి.

ఆ) బ్రిటన్ యుద్ధంలో గెల్చినప్పటికీ, దాని ఆర్థిక, సైనికశక్తి బాగా దెబ్బతిన్నది. పుంజుకోటానికి బ్రిటన్‌కు సంవత్సరాలు పడతాయి. ఇంకా, బ్రిటన్‌లో ప్రభుత్వం మారింది. కన్సర్వేటివ్ పార్టీ ఓడిపోయి, లేబర్ పార్టీ అధికారాన్ని సంపాదించింది. లేబర్ పార్టీలోని పెక్కు సభ్యులు కాంగ్రెస్ డిమాండ్లను బలపర్చారు. బ్రిటిష్ సైనికులు యుద్ధపు అలసటను పొందారు. అప్పటికే ఆరు సంవత్సరాలు తమ చెమట, రక్తాలను ధారపోసిన సైనికులు దేశ ప్రజల స్వాతంత్ర్యోద్యమాన్ని అణచేందుకై ఇంకా దూర ప్రాంతాల్లో పనిచేయటానికి తమ అయిష్టతను వ్యక్తం చేశారు.

ఇ) భారతదేశంలోని సివిల్, సైనికోద్యోగులమీద ఆధారపడి, జాతీయోద్యమాన్ని అణచే పరిస్థితిలో బ్రిటిష్ ప్రభుత్వం లేదు. భారత జాతీయ సైన్యాధికారుల విచారణ, బొంబాయి నావికుల సమ్మె, దేశ ప్రజల, సైనికుల మారిన దృక్పథాన్ని తెలియజేస్తున్నట్లు మనం గమనించాం. ఇదేవిధంగా, వైమానికదళం జబ్బల్‌పూర్‌లోని సిగ్నల్ విభాగం, పోలీస్, ఉద్యోగస్వాముల వారుకూడా సమ్మెలకు దిగారు.

ఈ) విదేశీ పరిపాలనాంతానికై తాము ఎట్టి అరమరికలు లేకుండా కృషి చేయాలనే దేశ ప్రజల ఉత్సాహ పట్టుదలలు స్పష్టంగా బ్రిటిష్ ప్రభుత్వానికి విదితమైంది. స్వాతంత్ర్యాన్ని సాధించేంత వరకు విశ్రమించేది లేదన్నట్లుగా ప్రజలు నిశ్చయించుకున్నారు. 1945-46 సంవత్సరంలో దేశంలోని వివిధ ప్రాంతాల్లో పెక్కు సమ్మెలు, హర్తాళ్ళు, ప్రదర్శనలు జరిగాయి. దేశీయ రాజ్యాలైన హైద్రాబాద్, ట్రావెన్కూర్, కాశ్మీర్‌ల్లో కూడా ఇవి నిర్వహించబడ్డాయి. 48 గంటల్లో 250 మంది కాల్పుల్లో తమ ప్రాణాలను కోల్పోయారు. కార్మికుల్లో తీవ్ర అసంతృప్తి, అశాంతి చోటుచేసుకున్నాయి. జూలై, 1946లో అఖిల భారత తంతి, తపాలా కార్మికులు, ఆగస్టు 1946లో దక్షిణ భారత రైల్వే కార్మికులు సమ్మె చేశారు. భూమి, అధిక కౌళ్ళకు వ్యతిరేకంగా, రైతులు హైదరాబాద్, మలబార్, బెంగాల్, ఉత్తరప్రదేశ్, బీహార్, మహారాష్ట్రల్లో క్రియాశీల పోరాటాలను చేపట్టారు. పాఠశాల, కళాశాల

విద్యార్థులు సమ్మెలు, హర్తాళ్ళు, నిరసన ప్రదర్శనలను నిర్వహించటంలో ప్రముఖ పాత్రను వహించారు.

కాబినెట్ రాయబార ప్రణాళిక

ద్వితీయ ప్రపంచ యుద్ధ ఫలితంగా సంభవించిన అంతర్జాతీయ రాజకీయ పరిణామాలు బ్రిటీష్ ప్రభుత్వ దృక్పథంలో మార్పు, భారతీయుల సంకల్ప మనోబలాల ప్రకటన ఇత్యాది ప్రభావ పరిస్థితుల కారణంగా బ్రిటీష్ ప్రభుత్వం భారతదేశానికి అధికారాన్ని అప్పగించే విషయంలో షరతుల్ని జాతీయ నాయకులతో చర్చించడానికిగాను, మార్చి 1946లో కాబినెట్ రాయబారాన్ని పంపించింది. విభిన్న రాజకీయ పక్షాల నాయకులతో చర్చలు జరిగిన దరిమిలా, మే 1946లో కాబినెట్ రాయబార వర్గం, ఈ క్రింది సూచనలను చేసింది.

అ) భారత రాజ్యం, రాష్ట్రాల, సంస్థానాల సమితిగా ఉంటుంది. రక్షణ, విదేశాంగ వ్యవహారాలు, కమ్యూనికేషన్లు మాత్రమే కేంద్ర ప్రభుత్వ పరిధిలో ఉంటాయి. రాష్ట్రాలకు అత్యధిక స్వయంప్రతిపత్తి ఉంటుంది.

ఆ) బ్రిటీష్ ఇండియాలోని రాష్ట్రాలు మూడు విభాగాలుగా ఉంటాయి. అవి: హిందువులధికంగా ఉన్న ప్రాంతం, ముస్లింలు ఎక్కువగా ఉన్న ప్రాంతం, ముస్లింలు ఎక్కువగా ఉన్న పశ్చిమ ప్రాంతం. అస్సాం, బెంగాల్‌లు ముస్లింలు అధికంగా ఉన్న ప్రాంతాలు. ఈ మూడు విభాగాల్లోని రాష్ట్రాలు వాటి సమష్టి లక్ష్యాల కోసం, పరస్పరాంగీకారంతో కొత్త విభాగాలుగా ఏర్పడే స్వాతంత్ర్యాన్ని పొందుతాయి.

ఇ) మత సంబంధమైన ప్రధాన సమస్య ఏదైనా శాసనసభలో తలెత్తినపుడు ఒక్కొక్క ప్రధాన మతవర్గంలోని సభ్యుల మెజారిటీ ద్వారాను, సభలో హాజరవున్న అందరు సభ్యుల్లో మెజారిటీ ద్వారానూ (ఓటింగ ద్వారా) పరిష్కరించాలి.

ఈ) భారత రాజ్యాంగ రచనకు ఒక రాజ్యాంగ సభను ఏర్పాటు చేయాలి. ప్రతి రాష్ట్రానికి దాని జనాభానుబట్టి, కొన్ని స్థానాలుంటాయి. రాష్ట్రానికి వచ్చిన స్థానాలను రాష్ట్రంలోని విభిన్న మతాలవారికి వారి జనాభానుబట్టి కేటాయించాలి. రాజ్యాంగ సభ సభ్యులను రాష్ట్రాల శాసనసభల సభ్యులు ఎన్నుకుంటారు.

ఉ) సాధ్యమైనంత త్వరలో ప్రధాన రాజకీయ పక్షాల సమర్థన ఉన్న తాత్కాలిక ప్రభుత్వాన్ని ఏర్పాటు చేయాలి.

కాబినెట్ రాయబార ప్రణాళిక :- ప్రతిస్పందన, పర్యవసానం

కాబినెట్ రాయబార ప్రణాళిక, భారత ఐక్యతను పరిరక్షించేదిగా ఉన్నా, ముస్లిం

అధిక్యతగల రాష్ట్రాలు ఒక విభాగంగా ఏర్పడే అవకాశాన్ని కల్గించడంతో పాకిస్థాన్ ఏర్పడాలనే కోరికను చాలావరకు అంగీకరించినట్లే అయింది. ఈ ప్రణాళికమీద భిన్నాభిప్రాయాలు వ్యక్తమయ్యాయి. కాంగ్రెస్ చాలా చర్చించినమీదట, దీర్ఘకాలిక సంబంధమైన భాగాన్ని అంగీకరించి, తాత్కాలిక ప్రభుత్వ ప్రతిపాదనను తిరస్కరించింది. భారత ముస్లింలకు ఏకైక ప్రతినిధి ముస్లీం లీగ్ అన్న వాదనను కాంగ్రెస్ అంగీకరించలేదు. ఇంకా, తాత్కాలిక ప్రభుత్వంలో ముస్లింల వాటాకు సంబంధించిన స్థానాలకు సభ్యుల నియామకం విషయంలో కాంగ్రెస్ తన హక్కును నిలబెట్టుకుంది. ముస్లింలీగ్ మొదట ప్రణాళికను అంగీకరించింది. కాని, త్వరలోనే తాత్కాలిక ప్రభుత్వం నుంచి, రాజ్యాంగ సభ కార్యకలాపాలనుంచి విరమించుకుంది. జూన్‌లో రాజ్యాంగ సభకు జరిగిన ఎన్నికల్లో 205 స్థానాలు కాంగ్రెస్‌కు 73 స్థానాలు ముస్లీం లీగ్‌కు లభించాయి. రాజ్యాంగ సభలో ఓటింగ్‌లో ఎప్పుడూ ఓటమి ఎదురౌతుందన్న భయమే, ముస్లీం లీగ్ దీనిలో చేరకపోడానికి కారణం.

జూలై, 1946లో రాజప్రతినిధి లార్డ్ వేవెల్ తాత్కాలిక ప్రభుత్వ విషయంలో కాంగ్రెస్, ముస్లీం లీగ్‌లముందు మరో కొత్త ప్రతిపాదననుంచాడు. దీని ప్రకారం, కాంగ్రెస్‌కు 6 స్థానాలు, ముస్లీం లీగ్‌కు 5 స్థానాలతో తాత్కాలిక ప్రభుత్వాని ఏర్పర్చాలి. కాంగ్రెస్‌తో సమానంగా స్థానాలు కావాలని కోరుతూ, ఈ ప్రతిపాదనను కూడా ముస్లీం లీగ్ తిరస్కరించింది. కాంగ్రెస్ మాత్రం ఈ ప్రతిపాదనంగీకరించి, పండిట్ జవహర్‌లాల్ నెహ్రూ అధ్యక్షతన తాత్కాలిక ప్రభుత్వాన్నేర్పాటు చేసింది.

ఏర్పడిన రాజకీయ ప్రతిష్ఠంభనకు కాంగ్రెస్ ప్రభుత్వం కారణమని విమర్శిస్తూ, ఆగస్ట్ 16న 'అసమ్మతి దినం'గా ప్రకటిస్తూ, ప్రత్యక్ష పోరాట తీర్మానాన్ని ముస్లీం లీగ చేసింది. ఈ అసమ్మతి దినం, మత హింసాకాండగా పరిణమించింది. హిందూ - ముస్లీం కొట్లాటలు కలకత్తాలో ప్రారంభమై, అతి వేగంగా బెంగాల్, బీహార్, ఉత్తరప్రదేశ్, బొంబాయిలోని విస్తృత ప్రదేశాలకు వ్యాపించాయి. గాంధీ ఈ సంఘర్షణలను తీవ్రంగా ఖండిస్తూ, ఆ ప్రాంతాలను సందర్శించాడు.

తాత్కాలిక ప్రభుత్వంలో తాను చేరకపోడవల్ల ఏకాకినౌతాననే భయంతో ముస్లీం లీగ అక్టోబర్, 1946లో తాత్కాలిక ప్రభుత్వంలో చేరింది. కాని, ప్రభుత్వంతో సహకరించడానికే ముస్లీం లీగ్ కృషి చేసింది. చివరకు డిసెంబర్ 1946లో జరిగిన రాజ్యాంగ సభ ప్రథమ సమావేశంలో పాల్గొనడానికి ముస్లీం లీగ నిరాకరించింది.

ఇట్టి రాజకీయ అనిశ్చిత పరిస్థితిని తొలగించి, రాజకీయపక్షాలమీద అంగీకార బాధ్యతను నిల్పేందుకు బ్రిటిష ప్రధానమంత్రి అట్లీ ప్రకటన చేస్తూ, జూన 1948లోగా బ్రిటిష ప్రభుత్వం అధికారాన్ని భారతదేశానికి అప్పగిస్తుందనీ, ఒకటి లేక అంతకంటే ఎక్కువ కేంద్ర ప్రభుత్వాలకు అధికారం అప్పగించడం జరుగుతుందనీ, ఫిబ్రవరి 20, 1947న తెలియజేశాడు. దేశ విభజన, లేక అనేక రాజ్యాల ఏర్పాటు జరగవచ్చునన్న సూచన, ఈ ప్రకటనలో స్పష్టంగా గోచరిస్తుంది. దీంతో దేశ సమైక్యతను కాపాడేందుకు

కాంగ్రెస్ విభజనకు దారితీసే 'పాకిస్తాన్' ఏర్పాటుకు ముస్లిం లీగ్ సర్వ ప్రయత్నాలకు దిగాయి. మత కల్లోలాలు మరలా చెలరేగాయి.

మౌంట్‌బాటెన్ పథకం : భారతదేశ విభజన

దేశంలో నెలకొన్న తీవ్ర రాజకీయ అనిశ్చిత, కల్లోలపూరిత వాతావరణంలో మార్చి 1947లో లార్డ్ వేవెల్ స్థానంలో లార్డ్ లూయి మౌంట్‌బాటన రాజప్రతినిధిగా పదవీ బాధ్యతను చేపట్టాడు. కాంగ్రెస్ ముస్లింలీగ్‌ల నాయకులతో సుదీర్ఘ చర్చలను జరిపిన తరవాత ఒక రాజీ ఏర్పాటును రూపొందించాడు. దీని ప్రకారం, దేశం స్వేచ్ఛగా ఉంటుంది; కాని, ఐక్యతను కోల్పోతుంది. దేశ విభజన జరిగి, స్వేచ్ఛాయుత భారతదేశంతోబాటు, నూతన రాజ్యమైన 'పాకిస్తాన్' ఏర్పాటు జరుగుతుంది. మత కల్లోలాలు కల్గించే భారీ రక్తపాతాన్ని అధిగమించేందుకై జాతీయవాద నాయకులు దేశ విభజనకు అంగీకరించారు. కాని, వీరు ద్విజాతి సిద్ధాంతాన్ని మాత్రం అంగీకరించలేదు. ముస్లిం లీగ్ కోరినట్లు జనాభాలో ముస్లింల నిష్పత్తి సూచించిన విధంగా, దేశంలో 1/3వ వంతు భాగాన్నివ్వటానికిష్టపడలేదు. ముస్లిం లీగ్ పలుకుబడి బాగా ఉన్న ప్రాంతాలను మాత్రమే వేరుచేయటానికంగీకరించారు. లీగ్ పలుకుబడి అనుమానంగా ఉన్న వాయువ్య సరిహద్దు రాష్ట్రం, అస్సాంలోని సిల్హెట జిల్లాలో ప్రజాభిసేకరణ జరగాలి. అప్పుడున్న రాజ్యాంగ సభ భారత్‌కు రాజ్యాంగాన్ని తయారు చేస్తుంది. పాకిస్తాన్‌కు రాజ్యాంగాన్నేర్పర్చేందుకై వేరే రాజ్యాంగ సభ సమావేశమౌతుంది. దేశ విభజన జరిగినా, హిందూ మహమ్మదీయ ప్రాతిపదికమీద మాత్రం జరగలేదు.

భారత జాతీయవాదులు విభజనను, హిందూ-ముస్లిం జాతులు రెండున్నాయనే విషయంమీద అంగీకరించలేదు. గత 70 సంవత్సరాల్లో హిందూ-ముస్లిం మతతత్వం సృష్టించిన పరిస్థితిలో విభజనను అంగీకరించనట్లైతే లక్షల మంది అమాయక ప్రజలు సామూహిక మతకలహాల్లో బలౌతారు. ఈ కొట్లాటలు దేశంలోని ఏదో ఒక భాగంలో జరిగినట్లైతే కాంగ్రెస్ నాయకులు వాటిని అణచి, విభజనకు వ్యతిరేకంగా గట్టిగా నిలబడేవారు. కాని దురదృష్టవశాత్తు ఈ కలహాలు ప్రతిచోట జరిగి, హిందూ - ముస్లింలను ఆవరించాయి. వీటిపైన మరో విషయం, దేశంలో విదేశీపాలన ఇంకా కొనసాగింది. ఈ విదేశీ ప్రభుత్వం మత కొట్లాటలను అణచటానికి బదులుగా, ప్రోత్సహించింది. "విభజించు, పాలించు" విధానాన్ని అవలంబించింది.

సంస్థానాల విలీనీకరణ

'భారత్', 'పాకిస్తాన్'లు 15 ఆగస్ట్, 1947న స్వతంత్రమౌతాయనే ప్రకటన జూన్ 3, 1947నాడు చేయడం జరిగింది. 1947 జూలైలో మౌంట్‌బాటెన్ పథకాన్ని, భారత స్వాతంత్ర్య చట్టంగా బ్రిటీష్ పార్లమెంట్ ఆమోదించింది. సంస్థానాలకు కొత్త రాజ్యాల్లో దేనిలోనైనా చేరటానికి స్వేచ్ఛ ఇవ్వబడింది. వీటిలో జరిగిన ప్రజా ఉద్యమాల ఒత్తిడి, దేశవ్యవహారాల మంత్రి సర్దార్ పటేల్ ప్రయోగించిన పటిష్ఠమైన రాజనీతి ఫలితంగా చాలా

సంస్థానాలు ఇండియాతో ఐక్యమయ్యాయి. జునాగడ్ నవాబు, హైదరాబాద్ నిజాం జమ్మూ-కాశ్మీర్ మహారాజాలు మాత్రం కొద్దికాలం వెనకడుగు వేశారు. కథియవార్ తీరంలో ఉన్న చిన్న రాజ్యమైన జునాగడ్ నవాబు ప్రజలు భారతదేశంతో ఐక్యాన్ని కోరితే, దాన్ని త్రోసిపుచ్చి, పాకిస్తాన్‌తో కలిసి ఉంటుందని ప్రకటించాడు. చివరకు, భారత సైన్యాలు రాజ్యాన్ని ఆక్రమించాయి. ప్రజాభిప్రాయ సేకరణ జరిగి, భారతదేశంతో ఐక్యానికే మెజారిటీ లభించింది. హైదరాబాద్ నిజాం స్వతంత్ర హోదాను పొందేందుకై ప్రయత్నించాడు. అయితే, 1946 నుంచి సాగిన తెలంగాణా రైతాంగ సాయుధ పోరాటం, 1948 సెప్టెంబర్ 13న భారత సైన్యాలు జనరల్ జె.యన్. చౌదరి నాయకత్వంలో జరిపిన "పోలిస్ చర్య"ల ప్రభావంగా సెప్టెంబర్ 18న హైదరాబాద్ నిజామ్ మీర్ ఉస్మాన్ అలీ ఖాన్ భారతదేశంతో ఐక్యతకై అంగీకరించాడు. కాశ్మీర్ మహారాజా కూడా విలీనీకరణను భారత్, పాకిస్తాన్‌ల మధ్య జాప్యాన్ని చేయసాగాడు. అయితే షేక్ అబ్దుల్లా నాయకత్వంలోని నేషనల్ కాన్ఫరెన్స్, ఇతర ప్రజా సమూహాలు భారతదేశంతో విలీనీకరణను కోరాయి. ఇట్టి పరిస్థితిలో అక్టోబర్ 1947లో పఠాన్లు పాకిస్తాన్ సైన్యాలు దాడి చేయటంతో, భారత్‌తో ఐక్యతకు కాశ్మీర్ మహారాజా అంగీకరించాడు. మొత్తం 554 సంస్థానాలను భారత్‌తో విలీనీకరణ గావించి, దేశ రాజకీయైక్యత పటిష్టత, పరిపాలనా సుస్థిరతలకు దోహదమొనర్చిన ఖ్యాతి "ఉక్కు మనిషి"గా ప్రసిద్ధి గాంచిన సర్దార్ పటేల్‌కు చెందుతుంది.

స్వాతంత్ర్య సిద్ధి : సంతోష వేడుకలు

అధికార మార్పిడికి, 1947 ఆగస్టు 15వ తేదీ నిర్ణయించి, ఆగస్టు 14 అర్థరాత్రి-ఆగస్టు 15 ప్రారంభ ఘడియల్లో ఢిల్లీలో రాజ్యాంగ సభ ప్రత్యేక సమావేశం జరిగింది. ఎర్రకోట మీద భారతీయ త్రివర్ణ జాతీయ పతాకం ఎగిరింది. రాజ్యాంగ సభ శాసనబద్ధంగా బ్రిటిష్ కామన్‌వెల్త్‌లో భాగంగా, భారతదేశ స్వాతంత్ర్యాన్ని ప్రకటించింది. భారత డొమినియన్‌కు లార్డ్ మౌంట్‌బాటెన్‌ను నూతన గవర్నర్ జనరల్‌గా నియమించింది. అనేక తరాల స్వాతంత్ర్య వీరుల పోరాటం, త్యాగాలు చివరకు ఫలించాయి. ఈ జాతీయోద్యమ విజయం, భారతదేశ చరిత్రలో స్వతంత్ర్యాభివృద్ధి అనే నూతన శకానికి నాంది పల్కింది. ఆగస్టు 14 అర్థరాత్రి రాజ్యాంగ సభ సమావేశంలో ప్రజల అనుభవాలు, అనుభూతులను వ్యక్తం చేస్తూ, తొలి ప్రధానమంత్రి పండిట్ జవహర్‌లాల్ నెహ్రూ తన చారిత్రాత్మక ప్రసంగంలో ఇలా పేర్కొన్నాడు :

"అనేక సంవత్సరాల క్రితం విధితో మనం ఒక ఒప్పందానికి వచ్చాం. ఆ ప్రతినను పూర్తిగా కాకపోయినా, తగినంతగా నెరవేర్చుకోవలసిన సమయం ఆసన్నమైంది. ప్రపంచమంతా నిద్రపోయే ఈ అర్థరాత్రిసమయంలో, భారతదేశం బ్రతుకునూ, స్వేచ్ఛనూ పొంది మేల్కొంటు న్నది. మనం పాత నుంచి కొత్తలోకి అడుగుపెట్టేటపుడు ఒక యుగం అంతమైనపుడు దీర్ఘ కాలం అణచివేయబడిన ఒక దేశం ఆత్మ, తన హక్కును తిరిగి పొందినటువంటి క్షణం, చరిత్రలో అరుదుగా వస్తుంది. ఇటువంటి పవిత్ర క్షణంలో భారత ప్రజలసేవ కోసం, అంత కంటే విశాలమైన మానవతా సంరక్షణ కోసం, అంకితం కావటానికి ప్రతిజ్ఞ పూనటం ఉచితంగా

ఉంటుంది. దురదృష్టకరకాలం ఇంతటితో అంతమైంది. భారతదేశం తన్నుతాను మళ్ళీ కనుక్కొంది. మనం గతంలో అనేకసార్లు తీసుకున్న ప్రతిజ్ఞలను నెరవేర్చుకునే తీవ్రమైన ప్రయత్నం ఈనాడు మనం జరుపుకుంటున్న విజయోత్సవం".

మతోన్మాదం : గాంధీజీ హత్య

స్వాతంత్ర్యోత్సవ సంతోష సంబరాల వెనుక బాధా విషాదాలు చోటుచేసుకొనుట అత్యంత దురదృష్టకరం. వర్ణించరాని పాశవికతతో కూడిన మత విధ్వంసకాండ ప్రభావం ఉప ఖండంలోని రెండు నూతన రాజ్యాలపై బడింది. లక్షలాదిమంది హిందువులు, మహమ్మదీయులు మత విద్వేషాలకు బలై, తమ నివాసాలను కోల్పోయారు. ఈ మారణకాండను తప్పించుకున్న అదృష్టవంతులు తమ ఆస్తులను వదలి, శరణార్థులుగా తమకిష్టమైన దేశాలకు తరలిపోయారు. సరిహద్దు రాష్ట్రాల్లో అనంతమైన ఆస్తి, ప్రాణ నష్టాలు సంభవించాయి.

జాతీయ విజయోత్సవ సందర్భంలో కల్గిన ఈ విషాదానికి గాంధీజీ దుఃఖమూర్తిగా నిల్చాడు. ఆయన స్వాతంత్ర్య దినోత్సవ వేడుకల్లో పాల్గొనలేదు. అదే సమయంలో మతావేశాలను చల్లార్చే ప్రయత్నంలో పరస్పరాసహ్య భావనలతో నిండిపోయిన బెంగాల్‌లో పర్యటిస్తున్నాడు. ముస్లింల హత్యకు నిరసనగా నిరాహారదీక్ష పూనాడు. ప్రగతి నిరోధక మత ప్రభావం విజృంభించుచున్న సమయంలో హిందూ - ముస్లిం ఐక్యతమీద గాంధీజీ అభిప్రాయాలు, విశ్వాసం, అభివృద్ధి నిరోధక వర్గాల్లో అసంతృప్తిని కల్గించాయి. ఫలితంగా, 1948 జనవరి 30 నాడు ఢిల్లీలోని బిర్లా ప్రార్థనా మందిరాన్నుంచి వస్తూన్న మహాత్ముని, ఒక హంతకుడు, మతోన్మాది తన పిస్టల్ గుండ్లకు బలిచేశాడు. అహింస, సత్యం, ప్రేమ సందేశాన్నిచ్చిన మహాత్ముడు, భారత ప్రజలకు సంస్కృతిలో మంచికంతా ప్రతీకైన "జాతిపిత" గాంధీజీ తానెప్పుడూ అంకితమైన హిందూ - ముస్లిం సమైక్యత కోసం బలైనాడు. భారతదేశమే కాక, మానవాళి చరిత్రలో ఒక ధృవతార రాలిపోయింది. భారత రాజకీయాల్లో 'గాంధీ యుగం' అంతరించి, "నెహ్రూ యుగం" మొదలైంది.

భారత జాతీయోద్యమం భారత జాతినంతటినీ జాగృతపర్చి, ఐక్యం చేసిన పోరాటం. ఇది పలు విశిష్ట లక్షణాలను సంతరించుకుంది. ప్రథమంగా, ఇది సుదీర్ఘ పోరాటం 1857 సిపాయీల విప్లవాన్నుంచి, 1947 వరకు అజేయమానంగా కొనసాగింది. మరే దేశ స్వాతంత్ర్యోద్యమం కూడా దీనిలాగా తొమ్మిది దశాబ్దులు నడవలేదు. ప్రజల, నాయకుల అకుంఠిత ధైర్య సాహసాలు, త్యాగదీక్షా నిరతులు, తదేకంగా, ప్రవర్ధమానంగా ఈ ఉద్యమానికి లభించడం మరో విశేషం. "రవి అస్తమించని" బ్రిటీష సామ్రాజ్యవాద విదేశీపాలనను అంతం చేసి, స్వాతంత్ర్యాన్ని పొందేందుకు అహింసాయుత, శాంతియుత సత్యాగ్రహోద్యమాన్ని ప్రధాన సాధనంగా ప్రయోగించటం భారత జాతీయోద్యమానికి గొప్ప విలక్షణతను, నవ్యతను చేకూర్చింది. అమెరికన్, ఇటాలియన్, జర్మన్ దేశాల ప్రజలు కూడా స్వాతంత్ర్య సముపార్జనలో దేశీయుల నెదిరించి, పోరాడేలారు. అయితే, ఇట్టి కృషిలో

వారు రక్తపాతాన్ని చిందించే యుద్ధాలను చేయడం జరిగింది. తిలక్, గాంధీ, అనీబిసెంట్, జవహర్‌లాల్ నెహ్రూ, సర్దార్ పటేల్ ఆదిగా గల నాయకుల నేతృత్వంలో సత్యాగ్రహ ఉద్యమం కాలానుగతంగా పలు రూపాలను తీసుకుంది. స్వదేశీ, బహిష్కరణ, సహాయ నిరాకరణ, శాసనోల్లంఘన, ఇత్యాదివి, వీటిలో ప్రధానంగా ఉన్నాయి. శాంతియుత పద్ధతులతో తృప్తి చెందక సాయుధ పోరాట లక్ష్యాన్ని సాధిస్తుందని నమ్మి, తమ సర్వస్వాన్ని పణంగా పెట్టి, అత్యంత ధైర్య సాహసాలు, త్యాగ నిరతిని కనపర్చిన తీవ్రవాద, విప్లవకారుల కార్యకలాపాలు కూడా దేశప్రజల్లో ఉత్సాహాన్ని, దేశభక్తిని, బ్రిటిష్‌వారి గుండెల్లో కంపనాన్ని సృష్టించాయి. సవార్కర్ సోదరులు, అల్లూరి సీతారామరాజు, భగత్‌సింగ్, చంద్రశేఖర ఆజాద్, సుభాస్ చంద్రబోస్ లాంటి పెక్కు విప్లవకారులు సదా చిరస్మరణీయులుగా నిల్చారు.

దేశ స్వాతంత్ర్య సాధనా లక్ష్యంతోబాటు, ఆర్థిక సామాజిక, సాంస్కృతిక పునర్నిర్మాణాభివృద్ధులుకూడా భారత జాతీయోద్యమం చేపట్టడం మరో విశేష లక్షణం. స్వదేశీ వస్తువుల వాడకం, విదేశీ వస్తువుల బహిష్కరణ, ఖద్దరు తయారీ, ధారణ, హిందూ-ముస్లిం ఐక్యత, అంటరానితన నిర్మూలన, మద్యపాన నిషేధం, జాతీయ విద్యను ప్రోత్సహించటం నాడు చేపట్టబడిన ప్రధాన పునర్నిర్మాణాభివృద్ధి కార్యక్రమాలుగా మనం గమనించాం. ఉద్యమకారులు స్వాతంత్ర్యోద్యమ ప్రక్రియలతోబాటు, ఈ క్రియాశీల కార్యక్రమాల ప్రగతికై పాటుపడాల్సిన బాధ్యత వహించారు. ఈ రంగాల్లోని అభివృద్ధి పరోక్షంగా జాతీయోద్యమ ప్రగతి పటిష్ఠతలకు దోహదమగుట ఎంతైనా గమనార్హం.

భారత జాతీయోద్యమంలో వివిధ ప్రాంతాలు, భాషలు, మతాలకు చెందినవారు, కార్మికులు, కర్షకులు, విద్యార్థులు, స్త్రీలు, పురుషులు, మధ్య తరగతులవారు ఒక్కమాటలో చెప్పాలంటే జాతిమొత్తం పాల్గొనటం విశిష్ట లక్షణంగా ఉంది. దీనికంటేముందు దేశ చరిత్రలో సంభవించిన మరే ఉద్యమం గూడా, ఇటువంటి స్థాయినీ, స్వరూపాన్నీ సంతరించుకోలేదు. ఉద్యమ లక్ష్యాలు, జాతీయ నాయకులిచ్చిన స్ఫూర్తి, మార్గదర్శక, నేతృత్వాలు, బ్రిటిష్ పాలనా దురంతాలు, ఇత్యాదివన్నీ ఇట్టి ఉద్యమ లక్షణానికి దోహదం చేశాయి.

అయితే, హిందూ - ముస్లిం అనైక్యతను, బ్రిటిష్ పాలకులు 'విభజించి, పాలించు' విధానంద్వారా భంగపర్చి, శాశ్వతంగా దేశాన్ని రెండు ముక్కలుగా చీల్చడం, జాతిపిత 'మహాత్మా గాంధీ' ఒక మతోన్మాది తుపాకి గుండ్లకు గుర్రై, అశువులను బాయడం, భారత జాతీయోద్యమానికి చెందిన దురదృష్టకర పరిణామాలు. భావికాలంలో జాతికి హెచ్చరికనిచ్చే సంఘటనలివి. భారతీయుల అనైక్యత, దేశ సమైక్య, సమగ్ర స్వరూపాలను దెబ్బతీస్తుందనే చారిత్రక సత్యం కళ్ళకు కట్టినట్లైంది. అయినప్పటికీ, దేశం రెండు శతాబ్దుల విదేశీ పాలన నుంచి విముక్తిని పొంది స్వతంత్ర భారతావనిగా ఆవిర్భవించుట దేశానికి, ప్రజలకు గొప్ప విజయం. ఇది అనిర్వచనీయమైన ఆనందాన్నిస్తూ, నూతన జీవితానికి నాంది పలికింది. భారతదేశ చరిత్రలో స్వతంత్ర మనుగడ, అభివృద్ధి అనే నూతనాధ్యాయం మొదలైంది.